AF743324

INSIGHT PUBLICA®

Nadakkavu, Kozhikode, Kerala
www.insightpublica.com
e-mail: insightpublica@gmail.com
Fascisathinethire MN Vijayan
(Malayalam)
Prepared by Devesan Perur
First Edition: March 2018
This Edition: March 2020
Copyright ©
Sujatha, Suneetha, VS Anilkumar
All rights reserved. No part of this publication may be reproduced, stored in a retrieval system, or transmitted, in any form, or by any means, electronic, mechanical, photocopying, recording or otherwise, without the prior permission of the publisher.
ISBN 978-93-87398-24-5
Printed and Published by
InsightinPublica Printers & Publishers Pvt Ltd.

₹ 439

ഫാസിസത്തിനെതിരെ
എം. എൻ. വിജയൻ

തയ്യാറാക്കിയത് :
ദേവേശൻ പേരൂർ

®
INSIGHT PUBLICA

കുഞ്ഞിക്കണ്ണന്റെയും കല്യാണിയുടെയും മകൻ. കോഴിക്കോട് ജില്ലയിലെ ബാലുശ്ശേരി ഗവ. ഗേൾസ് ഹയർസെക്കന്ററി സ്കൂൾ മലയാളം അധ്യാപകൻ. മലയാളത്തിൽ ബിരുദാനന്തര ബിരുദം. *പുതുകാലം പുതുകവിത, മലയാളം നല്ല ഉത്തരങ്ങൾ, ഒച്ചയിൽ വരയ്ക്കുന്ന വെളിച്ചം, അനീതിയോടെതിർപ്പിൻ-വാഗ്ഭടാനന്ദൻ* എന്നിവ പ്രസിദ്ധീകരിച്ച പുസ്തകങ്ങൾ ആണ്.

ഭാര്യ: സവിത കെ.സി, മകൻ: അമൻസവേദ്

വിലാസം: ദേവേശൻ പേരൂർ, പേരൂർ, കിനാലൂർ, ബാലുശ്ശേരി, കോഴിക്കോട്.

email: devesanperur@gmail.com
mob: 9946 48 88 51

ദേവേശൻ പേരൂർ

എം.എൻ. വിജയൻ

കൊടുങ്ങല്ലൂരിനടുത്ത് ലോകമലേശ്വരത്ത് പതിയാശ്ശേരിൽ നാരായണമേനോന്റെയും മൂളിയിൽ കൊച്ചമ്മുഅമ്മയുടെയും മകനായി 1930 ജൂൺ 8-ന് ജനിച്ചു. പതിനെട്ടരയാളം എൽ.പി.സ്കൂളിലും കൊടുങ്ങല്ലൂർ ബോയ്സ് ഹൈസ്കൂളിലും എറണാകുളം മഹാരാജാസ് കോളേജിലും എറണാകുളം ഗവ. ലോ കോളേജിലും പഠിച്ചു. 1951-ൽ മദിരാശി സർവ്വകലാശാലയിൽ നിന്ന് പ്രൈവറ്റായി മലയാളം എം.എ. പാസ്സായി.

എം.എൻ.വിജയന്റെ രാഷ്ട്രീയബന്ധം സ്കൂൾ വിദ്യാഭ്യാസ കാലം മുതൽ ആരംഭിക്കുന്നുണ്ട്. കൊടുങ്ങല്ലൂർ ബോയ്സ് ഹൈസ്കൂളിലായിരുന്നപ്പോൾ വിദ്യാർത്ഥി കോൺഗ്രസിന്റെ സജീവപ്രവർത്തകനായിരുന്നു. മഹാരാജാസ് കോളേജ് വിദ്യാർത്ഥിയായിരിക്കെ സ്വാതന്ത്ര്യസമരത്തിലും ഉത്തരവാദഭരണത്തിനായുള്ള പ്രക്ഷോഭത്തിലും പങ്കെടുത്തു. 1947 ആഗസ്റ്റ്-14 ന് കോളേജിൽ ദേശീയപതാക ഉയർത്താൻ തീരുമാനിച്ച വിദ്യാർത്ഥികളുടെ മുൻനിരയിൽ എം.എൻ.വിജയനും ഉണ്ടായിരുന്നു.

ആനാപ്പുഴയിലെ കെ.പി.കറുപ്പൻ സ്മാരക വായനശാലയുടെ ഭാഗമായ ഗ്രന്ഥാലയത്തിലെ മതഗ്രന്ഥങ്ങളും ആധ്യാത്മിക ഗ്രന്ഥങ്ങളും ചെറുപ്രായത്തിൽതന്നെ വായിച്ച് സന്ന്യാസത്തിൽ താല്പര്യം തോന്നിയതു കാരണം സ്കൂൾ പരീക്ഷ കഴിഞ്ഞപ്പോൾ നേരത്തെ കത്തുവഴി പരിചയമുണ്ടായിരുന്ന ആഗമാനന്ദ സ്വാമികളെ കാണാനായി കാലടിയിലേക്കു പോയി. കാലടി ശ്രീകൃഷ്ണാശ്രമത്തിൽ ഏതാനുംനാൾ കഴിഞ്ഞ ശേഷം തിരികെവന്നു.

1946-ൽ യുക്തിവാദിയും മിശ്രവിവാഹസംഘം സ്ഥാപകനും പത്രപ്രവർത്തകനുമായ ചൊവ്വര പരമേശ്വരനുമായി പരിചയപ്പെട്ടു. ചൊവ്വരയുടെ പൊതുപ്രവർത്തനങ്ങളിലെല്ലാം അടുത്ത സഹചാരിയായിരുന്നു എം.എൻ. വിജയൻ. *കേരളപത്രിക*യുടെ പത്രാധിപരായിരുന്ന എബ്രഹാം മാടമാക്കലും ഇക്കാലത്ത് വലിയൊരു സ്വാധീനമായിരുന്നു. പതിനഞ്ചാം വയസ്സിൽ *കൊച്ചിൻ ടൈംസിൽ* പ്രസിദ്ധീകരിച്ച 'ആധ്യാത്മിക വിപ്ലവ'മായിരുന്നു എം.എൻ.വിജയന്റെ ആദ്യലേഖനം. *കേരളപത്രിക, തിലകം, സാഹിത്യപരിഷത്ത് മാസിക* എന്നീ പ്രസിദ്ധീകരണങ്ങളിലാണ് തുടർന്ന് എഴുതിയത്.

1948-'49 ൽ സിഗ്മണ്ട് ഫ്രോയ്ഡിനെക്കുറിച്ചുള്ള എട്ട് ലേഖനങ്ങൾ പ്രസിദ്ധപ്പെടുത്തി.

1952-ൽ മദിരാശി *ന്യൂ കോളേജി*ലെ മലയാളം അധ്യാപകനായാണ് എം.എൻ.വിജയൻ ഔദ്യോഗിക ജീവിതം ആരംഭിച്ചത്. 1959-ൽ തിരുവനന്തപുരം യൂണിവേഴ്സിറ്റി കോളേജിൽ അധ്യാപകനായി നിയമനം ലഭിച്ചതോടെ കേരളത്തിലേക്ക് തിരിച്ചുവന്നു. യൂണിവേഴ്സിറ്റി കോളജിലെ ജോലി ഒരു മാസം കഴിഞ്ഞപ്പോൾ നഷ്ടപ്പെട്ടു. 1960 ഫെബ്രുവരിയിൽ തലശ്ശേരി ഗവ.ബ്രണ്ണൻ കോളേജിൽ നിയമിതനായി. 1985-ൽ അധ്യാപകവൃത്തിയിൽ നിന്നു വിരമിക്കുന്നതുവരെ അവിടെത്തന്നെ തുടർന്നു.

1957 ജൂൺ 9-ന് വിവാഹം. ഭാര്യ: ശാരദ. മക്കൾ: വി.എസ്.അനിൽകുമാർ, ഡോ. വി.എസ്. സുജാത, വി.എസ്. സുനീത. മരുമക്കൾ: രത്നമ്മ ടി., ഡോ. പി.വി. ബാലചന്ദ്രൻ, സി. രാജഗോപാലൻ. പേരക്കുട്ടികൾ: അപർണ, അശ്വതി, സിദ്ധാർത്ഥ്, സുകൃതി, പ്രകൃതി.

കേരള സാഹിത്യ സമിതിയുടെ പ്രധാന സംഘാടകരിൽ ഒരാളായിരുന്ന എം.എൻ. വിജയൻ പിന്നീട് നേതൃത്വപദവി ഏറ്റെടുത്തു പ്രവർത്തിക്കുന്നത് പുരോഗമന കലാ സാഹിത്യ സംഘത്തിലാണ്. 1987 ജനുവരി 4-ന് കോട്ടയത്തുവെച്ച നടന്ന സമ്മേളനത്തിൽ പുരോഗമന കലാ സാഹിത്യ സംഘത്തിന്റെ വൈസ് പ്രസിഡണ്ടായി. 1992 ഏപ്രിൽ 21-ന് പെരുമ്പാവൂർ സമ്മേളനത്തിൽ വെച്ച് പുരോഗമന കലാ സാഹിത്യ സംഘത്തിന്റെ പ്രസിഡണ്ടായി. 1994 ജൂണിൽ *ദേശാഭിമാനി വാരിക*യുടെ പത്രാധിപരായി. 2000-ൽ *പാഠം മാസിക*യുടെകൂടി പത്രാധിപരായി. 2000 ജൂൺ 1-ന് പുരോഗമന കലാ സാഹിത്യ സംഘത്തിന്റെ പ്രസിഡണ്ട് സ്ഥാനം രാജിവെച്ചു. 2005 ഫെബ്രുവരി 23-ന് *ദേശാഭിമാനി വാരിക*യുടെ പത്രാധിപസ്ഥാനവും രാജിവെച്ചു.

അധ്യാപകൻ, നിരൂപകൻ, പ്രഭാഷകൻ, പത്രപ്രവർത്തകൻ എന്നീ നിലകളിൽ ദശാബ്ദങ്ങൾ പ്രൊഫ. എം.എൻ. വിജയൻ മലയാള സാംസ്കാരികരംഗത്ത് നിറഞ്ഞുനിന്നു. കേരളത്തിൽ അങ്ങോളമിങ്ങോളം ആയിരക്കണക്കിന് വേദികളിൽ വിവിധ വിഷയങ്ങളെക്കുറിച്ച് അദ്ദേഹം പ്രഭാഷണങ്ങൾ നടത്തിയിരുന്നു. 1945-ൽ ഉത്തരവാദപ്രക്ഷോഭത്തിന്റെ ഭാഗമായി കൊടുങ്ങല്ലൂർ കാവ് മൈതാനത്ത് തുടർച്ചയായി ചെയ്തവയാണ് ആദ്യ പ്രസംഗങ്ങൾ.

കൃതികൾ: *ചിതയിലെ വെളിച്ചം* (പൂർണ്ണ പബ്ലിക്കേഷൻസ് കോഴിക്കോട്, 1981) *ഫാഷിസത്തിന്റെ മനഃശാസ്ത്രം* (സമീക്ഷ, കുളപ്പുറം, 1986) *എം.എൻ. വിജയൻ പ്രഭാഷണങ്ങൾ* (സഹൃദയസംഘം, കോഴിക്കോട്, 1986) *കവിതയും മനഃശാസ്ത്രവും* (മാതൃഭൂമി, കോഴിക്കോട്, 1987) *ശീർഷാസനം* (അകം സമിതി, തലശ്ശേരി, 1989) *അടയുന്ന വാതിൽ തുറക്കുന്ന വാതിൽ* (മൾബറി, കോഴിക്കോട്, 1990) *വർണ്ണങ്ങളുടെ സംഗീതം* (പെൻ ബുക്സ്,

വടകര, 1987) *എം.എൻ.വിജയൻ പ്രബന്ധങ്ങൾ പ്രഭാഷണങ്ങൾ സ്മൃതി ചിത്രങ്ങൾ* (ബോധി പബ്ലിഷേഴ്സ്, കോഴിക്കോട്, 1993) *കാഴ്ചപ്പാട്* (ചിന്ത പബ്ലിഷേഴ്സ്, തിരുവനന്തപുരം,1992) *മരുഭൂമികൾ പൂക്കുമ്പോൾ* (കലാക്ഷേത്രം, കാസർകോട്, 1993) *വാക്കും മനസ്സും* (കലാക്ഷേത്രം, കാസർകോട്, 1994) *കലയിലെ സ്വാതന്ത്ര്യം* (പുരോഗമന കലാ സാഹിത്യ സംഘം, കണ്ണൂർ, 1994) *നൂതന ലോകങ്ങൾ* (കറന്റ് ബുക്സ്, തൃശ്ശൂർ, 1994) *പുതിയ വർത്തമാനങ്ങൾ* (ഇംപ്രിന്റ്, കൊല്ലം, 1995) *സംസ്കാരവും സ്വാതന്ത്ര്യവും* (ചിന്ത പബ്ലിഷേഴ്സ്, തിരുവനന്തപുരം, 1996) *അടയാളങ്ങൾ* (ചിന്ത പബ്ലിഷേഴ്സ്, തിരുവനന്തപുരം, 1997) *മനുഷ്യർ പാർക്കുന്ന ലോകങ്ങൾ* (പ്രവാസി ദോഹ, 1997) *കലയും ജീവിതവും* (ചിന്ത പബ്ലിഷേഴ്സ്, തിരുവനന്തപുരം, 1998) *കവിതയുടെ ലോകപദം* (സമീക്ഷ, കുളപ്പുറം, 2000) *അധിനിവേശത്തിന്റെ വഴികൾ* (ലെഫ്റ്റ് വ്യൂസ്, കോഴിക്കോട്, 2000) *പ്രതിരോധങ്ങൾ* (ചിന്ത പബ്ലിഷേഴ്സ്, തിരുവനന്തപുരം, 2001) *ഭയവും അഭയവും* (ചിന്ത പബ്ലിഷേഴ്സ്, തിരുവനന്തപുരം, 2002) *ഫാസിസം സിദ്ധാന്തം, പ്രയോഗം, പ്രതിരോധം* (ചിന്ത പബ്ലിഷേഴ്സ്, തിരുവന്തപുരം, 2003) *പ്രകൃതിപാഠങ്ങൾ* (സമയം പബ്ലിക്കേഷൻസ്, കണ്ണൂർ, 2003) *വിയോജിക്കാനുള്ള സ്വാതന്ത്ര്യം* (ലെഫ്റ്റ് വ്യൂസ്, കോഴിക്കോട്, 2005) *ചുമരിൽ ചിത്രമെഴുതുമ്പോൾ* (ഗ്രീൻ ബുക്സ്, 2003) *കാലിഡോസ്കോപ്* (നിശാഗന്ധി പബ്ലിക്കേഷൻസ്, തൃശ്ശൂർ, 2006) *ഒളിച്ചുകടത്തിയ ആയുധങ്ങൾ* (കൈരളി ബുക്സ്, കണ്ണൂർ, 2006) *എഴുത്തും പ്രത്യയശാസ്ത്രവും* (നിശാഗന്ധി പബ്ലിക്കേഷൻസ്, ഇരിങ്ങാലക്കുട, 2007) *സ്വാതന്ത്ര്യത്തിന്റെ അർത്ഥം* (നിശാഗന്ധി പബ്ലിക്കേഷൻസ്, ഇരിങ്ങാലക്കുട, 2007)

ഇവയ്ക്ക് പുറമേ *സംഭാഷണങ്ങൾ* (മാങ്ങാട് രത്നാകരൻ, കറന്റ് ബുക്സ് തൃശ്ശൂർ, 2001) *അധികാരം അനുരാഗം ആത്മരഹസ്യങ്ങൾ* (എഡി. താഹമാടായി, ചിന്ത പബ്ലിഷേഴ്സ്, തിരുവന്തപുരം, 2002) *കലാപത്തിന്റെ ഉത്തരങ്ങൾ* (എം.എസ്. ബനേഷ്, ഫാബിയൻ ബുക്സ്, നൂറനാട്, 2004) എന്നീ അഭിമുഖ സമാഹാരങ്ങളും.

എം.എൻ.വിജയൻ എഡിറ്റു ചെയ്ത കൃതികൾ: *നമ്മുടെ സാഹിത്യം നമ്മുടെ സമൂഹം* (കേരള സാഹിത്യ അക്കാദമി, തൃശ്ശൂർ, 2000) *കേസരിയുടെ സാഹിത്യവിമർശനങ്ങൾ* (എസ്.പി.സി.എസ്, കോട്ടയം, 1984) *നവീന ചിത്രകല* (കേസരി ബാലകൃഷ്ണപ്പിള്ള, കേരള ലളിതകലാ അക്കാദമി, തൃശ്ശൂർ, 1990) *എം.ആർ.ബി, ജീവിതം, കൃതികൾ, ദർശനം* (കറന്റ് ബുക്സ്, തൃശ്ശൂർ, 2004) *കേസരിയുടെ ലോകങ്ങൾ* (അകം സമിതി, തലശ്ശേരി 1989), *കഥയുടെ നൂറ്റാണ്ട്-* രണ്ട് വാല്യം, *കവിതയുടെ നൂറ്റാണ്ട്-*രണ്ട് വാല്യം (എസ്.പി.സി.എസ്, കോട്ടയം, 2000-2001)

2007 ഒക്ടോബർ 3-ന് അന്തരിച്ചു.

നെഞ്ചൂക്കുള്ള വാക്ക്

ദേവേശൻ പേരൂർ

ഒരു വിജ്ഞാന പണ്ഡിതൻ എന്ന നിലയിൽ നിന്ന് ജനകീയ ചിന്തകൻ എന്ന നിലയിലേയ്ക്ക് എം.എൻ.വിജയൻ പരിവർത്തിപ്പിക്കപ്പെടുന്ന ഒരു ഘട്ടം ഇന്ത്യൻ ഫാസിസത്തിനെതിരെയുള്ള അദ്ദേഹത്തിന്റെ വിട്ടുവീഴ്ചയില്ലാത്ത നിലപാടുകളുടേത് കൂടിയായിരുന്നു.

ഫാസിസത്തെക്കുറിച്ചുള്ള പാണ്ഡിത്യ ചർച്ചകളിൽ നിന്ന് അതിനെതിരെയുള്ള പ്രതിരോധ സമരത്തിലേയ്ക്ക് ഒരു ജനതയെ മുഴുവൻ ആവേശത്തോടെ അണിനിരത്തുന്നതിന് സഹായിച്ചതാണ് വിജയൻ മാഷിന്റെ ചിന്തകൾ മുഴുവനും. പ്രതിരോധത്തിനായുള്ള ബൗദ്ധികായുധങ്ങളായിരുന്നു അത്.

ഹിന്ദുത്വ വർഗീയതയെന്ന് നാം മൃദുലമായി വിളിച്ചുപോന്ന ഹിന്ദുത്വ ഫാസിസത്തിന് ക്ലാസിക്കൽ ഫാസിസത്തിന്റെ സമ്പൂർണ ലക്ഷണമുണ്ടെന്ന് മാഷ് മുമ്പേ തന്നെ നിരീക്ഷിക്കുന്നുണ്ട്.

നമ്മുടെ പാരമ്പര്യത്തിൽ നിന്നും നമ്മുടെ സംസ്കാരത്തിൽ നിന്നും എങ്ങനെയാണ് ഫാസിസം ഊർജ്ജം സ്വീകരിക്കുന്നത് എന്ന് കൃത്യമായി മാഷ് കണ്ടെത്തുന്നു. രാമായണം, മഹാഭാരതം, വേദേതിഹാസങ്ങളെ ആകെ തന്നെയും, ഒരു ജനതയുടെ ബൗദ്ധിക സ്വത്തായിരിക്കുമ്പോൾ ഹിന്ദുത്വ ഫാസിസ്റ്റുകൾ എങ്ങനെയാണ് തട്ടിയെടുത്ത് ചിഹ്നങ്ങൾ കൊണ്ടും നിറങ്ങൾ കൊണ്ടും അവരുടെ സ്വകാര്യം സ്വത്താക്കി മാറ്റുന്നത് എന്ന് മാഷ് പറയുന്നു. ശാസ്ത്രയുക്തിയെ ആവശ്യം വരുമ്പോൾ സ്വീകരിച്ചും പലപ്പോഴും നിരാകരിച്ചും വിശ്വാസത്തിൽ വിശ്വസിച്ചും എങ്ങനെയാണ് തങ്ങൾക്ക് പുറത്ത് ഒരപരവിദ്വേഷം ഫാസിസ്റ്റുകൾ

രൂപപ്പെടുത്തുന്നത് എന്ന് മാഷ് നിരീക്ഷിക്കുന്നു. ഹെഡ്ക്വാട്ടേഴ്സ് തകർക്കുക എന്ന ലക്ഷ്യത്തോടു കൂടിയാണ് ഫാസിസ്റ്റുകൾ കണ്ണൂരിനെ കൊലക്കളമാക്കുന്നത് എന്നും പിഴയ്ക്കാതെ മാഷ് തിരിച്ചറിയുന്നുണ്ട്.

വിജയൻ മാഷ് നിരീക്ഷിച്ചത് പോലെ ഫാസിസം ഒരു സമഗ്രാധിപത്യ സ്വഭാവമുള്ളതായി ഇന്ത്യൻ സമൂഹത്തിലും സംസ്കാരത്തിലും രാഷ്ട്രീയത്തിലും അധികാരത്തിലും സന്നിഹിതമായിക്കഴിഞ്ഞു. അതു കൊണ്ടുതന്നെ മാഷിന്റെ വാക്കുകൾക്ക് വലിയ പ്രസക്തിയാണ് ഇന്ന് കൈവന്നിരിക്കുന്നത്. മാഷിന്റെ ഫാസിസ്റ്റു വിരുദ്ധ ഇടപെടലുകളെ ഇങ്ങനെ സമാഹരിക്കാൻ പ്രേരണയായിത്തീർന്നത് അതാണ്.

വിജയൻ മാഷിന്റെ സമ്പൂർണകൃതികളിൽ നിന്നാണ് ഇതിനാവശ്യമായ ലേഖനങ്ങൾ മുഴുവൻ സ്വീകരിച്ചത്. ഏറെ ദൈർഘ്യമുള്ളതും വൈപുല്യമേറിയതുമായിരുന്നു ഈ ലേഖനങ്ങൾ. ഇത്തരമൊരു പുസ്തകമാക്കി ഒരുക്കുക എന്നത് അല്പം പ്രയാസമുള്ള കാര്യമായിരുന്നു. ആവർത്തനങ്ങളും ദൈർഘ്യവും ഒഴിവാക്കി പരമാവധി സംക്ഷേപിക്കാൻ ശ്രമിച്ചിട്ടുണ്ട്.

ദേശീയതയും ഫാസിസവും, സംസ്കാരവും ഫാസിസവും, മതവും ഫാസിസവും, ഇതിഹാസവും ഫാസിസവും, ശാസ്ത്രവും ഫാസിസവും, ഗുജറാത്തും ഫാസിസവും, കണ്ണൂരും ഫാസിസവും എന്നിങ്ങനെ ഏഴു ഭാഗങ്ങളായാണ് പുസ്തകം ക്രമീകരിച്ചിരിക്കുന്നത്.

ഫാസിസത്തിനെതിരായ സമരത്തിൽ ജനാധിപത്യവാദികൾക്ക് ഈ പുസ്തകം ഒരു മുതൽക്കൂട്ടാവും. മാഷിന്റെ ചിന്തകളെ വളരെ ആവേശപൂർവം പിന്തുടരാൻ ശ്രമിച്ച ഒരു വ്യക്തി എന്ന നിലയിൽ അനല്പമായ സന്തോഷമാണ് ഈ പുസ്തകം തയ്യാറാക്കുമ്പോൾ ഞാൻ അനുഭവിച്ചത്.

ഇൻസൈറ്റ് പബ്ലിക്കയുടെ എഡിറ്ററും എന്റെ പ്രിയസുഹൃത്തുമായ വി.പി.സുമേഷിന്റെ വലിയൊരു താല്പര്യം ഈ പുസ്തകം തയ്യാറാക്കുന്നതിൽ എന്നെ ഏറെ സഹായിച്ചിട്ടുണ്ട്. സുമേഷിന് സ്നേഹം. പുസ്തകം പ്രസിദ്ധീകരിക്കാൻ അനുവാദമേകിയ മാഷിന്റെ മക്കളോട് നന്ദിയും സ്നേഹവും.

ഫാസിസത്തിനെതിരായ സമരത്തിൽ നെഞ്ചൂക്കുള്ള വാക്കാണ് എം.എൻ.വിജയൻ. മാഷിന്റെ സ്മരണക്ക് മുമ്പിൽ ആദരവോടെ സമർപ്പിക്കുന്നു.

ഇന്ത്യൻ ഫാസിസം
ഇരകളാക്കിയവർക്ക്

ഉള്ളടക്കം

ദേശീയതയും ഫാസിസവും

ദേശീയതയുടെ പ്രശ്നങ്ങൾ 17
സ്വരപ്പകർച്ചകൾ 19
ഫാസിസത്തിന്റെ ആന്തരിക വൈരുദ്ധ്യങ്ങൾ 21
ഭാരതീയത എന്നത് ഒരു മാനസിക വൈരൂപ്യമാണ് 24
കടിക്കുന്ന ചെരിപ്പ് 31
ഫാസിസത്തിന്റെ പുതിയ മുഖം 39
ദേശീയതയെക്കുറിച്ചുള്ള അസംബന്ധങ്ങൾ 45
വിചാരം കൊണ്ടുള്ള ധാര 54
ജനാധിപത്യത്തിന്റെ കാര്യക്ഷമതാ പ്രശ്നങ്ങൾ 56
ഫാസിസത്തിന്റെ തന്ത്രങ്ങൾ 64
പ്രതിരോധത്തിന്റെ പ്രശ്നങ്ങൾ 68
ഫാസിസം: സിദ്ധാന്തവും പ്രയോഗവും 72
ഭയം ഒരു ഫാസിസ്റ്റ് തത്വം 80
ഗാന്ധിവധവും ഫാസിസവും 90
ഇരട്ടനാക്ക് 97
രഥം 105

സംസ്കാരവും ഫാസിസവും

മൗനമാണ് ഫാസിസത്തിന്റെ മണ്ണ് 109
ഇന്ത്യൻ മനസ്സ് 115
അടയാളങ്ങൾ 122
ഇന്ത്യൻ സംസ്കാരത്തിന്റെ രാഷ്ട്രീയ ഘടകങ്ങൾ 124
ഫാസിസത്തിന്റെ വഴികൾ 134
ഫാസിസത്തിന്റെ സ്ത്രീവിരുദ്ധ മനഃശാസ്ത്രം 140
രഹസ്യത്തിൻമേൽ ജീവിക്കുന്ന ഫാസിസം 147
ഫാസിസത്തിന്റെ വഴി അറിയാൻ 155
കൊലയുടെ തത്വശാസ്ത്രം 166
ഫാസിസം ഭീരുക്കളുടെ സിദ്ധാന്തം 174
ഫാസിസവും പുരോഗമന സാഹിത്യവും 179
ഫാസിസവും സാംസ്കാരികാക്രമണങ്ങളും 181

ഹിംസയുടെ നിറങ്ങൾ....185
ബലാൽക്കാരം കൊണ്ടുള്ള സിന്തസിസ്....188
ആർട്ട് ഓഫ് ലിവിംഗ്....191

മതവും ഫാസിസവും

കാവിയും കപാലമാലയും....195
വിഷം തുപ്പുന്ന വിശുദ്ധ രൂപങ്ങൾ....202
ഡിസംബർ 6....207
പശുക്കളും രാഷ്ട്രീയവും....209
ഫാസിസം മതത്തെ ആചരിക്കുകയല്ല ഉപയോഗിക്കുകയാണ്....211
ഭജഗോവിന്ദം....216
ഹിംസയുടെ യുക്തികൾ....218
ഹിന്ദുത്വവും ഫാസിസവും....220
മതഭേദങ്ങളെ കവിഞ്ഞുനിൽക്കുന്ന ലക്ഷ്യം വേണം....224

ഇതിഹാസവും ഫാസിസവും

രാമായണത്തിന്റെ രാഷ്ട്രീയം....229
ഭാരതീയ ദർശനം....243
ഭഗവദ്ഗീത വർത്തമാനകാല ഇന്ത്യയിൽ....251

ശാസ്ത്രവും ഫാസിസവും

ഇന്ത്യൻ മനസ്സും ശാസ്ത്രബോധവും....269
മതവും ശാസ്ത്രവും....277

ഗുജറാത്തും ഫാസിസവും

സംശയങ്ങൾ കൊണ്ട് കോൺഗ്രസ് തകരുന്നു....293
സംഭവങ്ങളല്ല പരീക്ഷണങ്ങൾ....295
നാട്ടറിവുകൾ....296
ഫാസിസത്തിന്റെ പരീക്ഷണങ്ങൾ....298
ജ്ഞാനോദയം....301
അഭയം....303
ഗുജറാത്തിനു ശേഷം....305
ഫാസിസം ശത്രുവിനെ നിർമ്മിക്കുന്നത്....313

കണ്ണൂരും ഫാസിസവും

കണ്ണൂരിലെ യുദ്ധതന്ത്രം....323
മൗനവും ഫാസിസവും....327
കണ്ണൂരിന്റെ രാഷ്ട്രീയം കേരളത്തിന്റെയും....334

ദേശീയതയും ഫാസിസവും

“

ദേശീയത മനുഷ്യന് ഒരുപകരണമാകണം.
ദേശീയത മനുഷ്യന് ഒരു തടസ്സമായിക്കൂടാ.
തെങ്ങുകയറാൻ കാലിലിടുന്ന തളപ്പ്
കാലുകെട്ടാനുള്ള കയറായിത്തീർന്നുകൂടാ.

ദേശീയതയുടെ പ്രശ്നങ്ങൾ

ചരിത്രശാസ്ത്രത്തിന്റെ രീതിയിൽ പൊതുഭരണം, ഭൂമിശാസ്ത്രം, ഭാഷ, ഏകമുഖമായ ഒരു സാമൂഹിക ലക്ഷ്യം എന്നിവയാണ് ദേശീയതയുടെ അടിസ്ഥാനമെന്ന് വിവരിക്കാറുള്ളത്. ബ്രിട്ടീഷ് അധിനിവേശത്തെ തുടർന്ന മാത്രമാണ് ഇന്ത്യൻ ദേശീയത ആരംഭിക്കുന്നത്. ഒന്നിച്ച് വിശക്കുമ്പോഴും ഒരുമിച്ചുണ്ണുമ്പോഴും ഒരേ മനസ്സുണ്ടാകും. നാശത്തിലേക്ക് എടുത്തെറിയപ്പെട്ട ഒരു ഗ്രാമീണ കർഷക സമൂഹത്തിന്റെയും കൈത്തൊഴിലാളിയുടെയും രക്ഷാമാർഗ്ഗം ഐക്യമായിരുന്നുവെന്നും പ്രതിരോധമായിരുന്നുവെന്നും ചരിത്രം മനസ്സിലാക്കുന്നു. സമാഹരിക്കപ്പെടുന്ന രോഷമാണ് ഒരു പ്രസ്ഥാനം. റെയിൽപാളങ്ങൾ കൊണ്ടും പൊതുവിദ്യാഭ്യാസം കൊണ്ടും പത്രപ്രവർത്തനം കൊണ്ടും പൊതു നിയമസംഹിതകൾകൊണ്ടും ഏകീകരിക്കപ്പെട്ടിരുന്നുവെങ്കിലും ഇന്ത്യയിലെ ദേശീയ വികാരം അടങ്ങാത്ത രോഷം തന്നെയായിരുന്നു. നവോത്ഥാനത്തിന് പല മുഖങ്ങളുണ്ട്. എങ്കിലും ദേശീയ ബോധത്തിന് അതിന്റേതായ അഭിമാനവും അമർഷവും മാത്രമേയുള്ളൂ.

ഇന്ത്യൻ ദേശീയത നിർമ്മിച്ച മുഖ്യമായ ഘടകം പൊതുവായ ഭരണക്രമം തന്നെയാണ്. ഭൂമിശാസ്ത്രപരമായ അർദ്ധദ്വീപാവസ്ഥയും മറ്റൊരു കാരണമായിരിക്കാം. ആധിപത്യത്തിനെതിരെയുള്ള കോപം ഒരു നൂറ്റാണ്ടിന് ശേഷം ഒറ്റ രാത്രി കൊണ്ട് അവസാനിക്കുന്നു. സ്വാതന്ത്ര്യത്തിന്റെ അർദ്ധരാത്രി പഴയതിനെയെല്ലാം അപ്രത്യക്ഷമാക്കുകയും അപ്രസക്തമാക്കുകയും ചെയ്യും. ഇതിവൃത്ത ഭദ്രമായ ഒരു പ്രശ്നത്തിൽ നിന്ന് ഇരുണ്ട യാഥാർത്ഥ്യത്തിലേക്ക് ഇന്ത്യക്കാർക്ക് ഉണരേണ്ടതായും വന്നു. അപ്പോഴാണ് ഇവിടം ഭാഷകൾ കൊണ്ടും മത-ജാതികൾ കൊണ്ടും ഇടതൂർന്ന ഒരു കലാപ ഭൂമിയാണ് എന്നു നാം അറിയുന്നത്. മതം ദേശീയതയുടെ ഒരു യഥാർത്ഥ ഘടകമല്ല. എങ്കിലും ഇന്ത്യയുടെ ഭൂമിശാസ്ത്രപരമായ വിഭജനത്തിന് കാരണമായത് അതു മാത്രമാണ്.

ഈ ഐക്യം തകർക്കപ്പെട്ടുകയും അതിർത്തികളെല്ലാം അതിർത്തി പ്ര ശ്നങ്ങളായി മാറുകയും ചെയ്തു. നിരന്തരമായ പടയൊരുക്കം മാത്രമാണ് ദേശീയ വികാരത്തെ ഉണർത്തി നിർത്തുവാനുള്ള എന്നത്തേയും ഇന്ന ത്തേയും രാഷ്ട്രീയ ഉപകരണം.

ഒരിക്കലും ഒരു പൊതുഭാഷയില്ലാതിരുന്ന ഇന്ത്യ പ്രക്ഷോഭത്തിൽ നിന്ന് തിരിച്ചെത്തിയത് നാട്ടുഭാഷകളുടെ ജീവിത യാഥാർത്ഥ്യത്തിലേ ക്കാണ്. അപ്പോൾ ജീവിതത്തിന്റെ രൂപം തന്നെയാണ് ഭാഷ എന്ന സാമാന്യ തത്വം വീണ്ടും അനുഭവിച്ചറിയുവാൻ ഇടയാകുന്നു. ഭാഷ കൊണ്ടും ഭൂമിശാസ്ത്രം കൊണ്ടും പാക്കിസ്ഥാൻ രണ്ടായിത്തീരുന്നു. സമൂഹത്തിന്റെ അനുഭവ പരമ്പരകളെ ഇടയാതെ സൂക്ഷിക്കുന്ന ചിമിഴാണ് ഭാഷയെന്ന് നാം വീണ്ടും അറിയുവാൻ ഇടവരുന്നു. ഏറെ സാധാരണമായിരുന്നതു കൊണ്ട് നമ്മുടെ ശ്രദ്ധയിൽ ഇതൊന്നും പെട്ടിട്ടില്ല. പക്ഷേ വാക്കുകൾ മുറിച്ചും രാകിയും പണിയെടുക്കുന്ന കവി കൾക്ക് ഇക്കാര്യം എപ്പോഴും ശ്രദ്ധിക്കേണ്ടി വരുന്നു. അതുകൊണ്ടാണ് ഒരു ദേശീയ വാദിയായിരിക്കുമ്പോഴും കേരളമെന്ന് കേട്ടാൽ ചോര തിളക്കണമെന്ന് വള്ളത്തോളിന് തന്റെ ബോധത്തെ തിരുത്തേണ്ടി വന്നത്. ഭാഷ വെറുമൊരു ഭക്ഷണമല്ല, മുലപ്പാൽ തന്നെയാണ് എന്ന് പറയേണ്ടി വന്നത്. ആദ്യത്തെ വാക്കുകളാണ് മനുഷ്യന്റെ വളർച്ചയ്ക്കാവ ശ്യമായ ആദ്യ പ്രതിരോധങ്ങൾ സൃഷ്ടിക്കുന്നത്. വ്യവസായച്ചൂടേൽക്കുന്ന ഇന്നത്തെ സംസ്കാരം അതുകൊണ്ട് ചിലപ്പോൾ പ്രകൃതി ഭക്ഷണത്തി ലേക്കും ഇളനീരിലേക്കും നാട്ടുഭാഷയിലേക്കും മടങ്ങുന്നു.

പക്ഷേ, ദേശീയതയെക്കുറിച്ചുള്ള സാംസ്കാരിക സമസ്യകളൊന്നും ഫാസിസത്തെ ശല്യപ്പെടുത്തുന്നില്ല. ഒരു പൊതുഭാഷ പോലെ, ഒരു പൊതു ദേശീയതയും അടിച്ചേല്പിക്കാമെന്നും ഇതിനുള്ള ഉപകരണം ഭരണമെന്ന മർദ്ദനോപകരണം തന്നെയാണെന്നും ഫാസിസ്റ്റുകൾ ക്ക് അറിയാം. ഭാഷയോ മതമോ ഭൂപ്രദേശമോ അല്ല, ഒരുമ്പെട്ട ഒരു ജനസമൂഹത്തിന്റെ ആക്രമാത്മകമായ ഇച്ഛയാണ് ദേശീയത എന്ന് മുസ്സോളിനി ദേശീയതയെ നിർവ്വചിക്കുന്നു. "ഭരണകൂടം പറയുന്ന ഇച്ഛയാണ് ഏതായിരിക്കണം ദേശീയത എന്ന് നിർണയിക്കുന്നത്" അതുകൊണ്ട് ഹിന്ദുത്വമാണ് ഇന്ത്യയുടെ ദേശീയത എന്ന് ഭരണകക്ഷി തന്നെ ഭരണത്തിന് പുറത്ത് നിർണയിച്ചിരിക്കുന്നു. ഇതിന് ചരിത്രമോ പാരമ്പര്യമോ അല്ല ഭരിക്കുന്നവന്റെ അധികാരം തന്നെയാകുന്നു അടിസ്ഥാനം. ജനാധിപത്യം ഉപേക്ഷിക്കുമ്പോൾ മറ്റെല്ലാം വളരെ എളുപ്പമായിത്തീരും.

●

2013

സ്വരപ്പകർച്ചകൾ

രാമക്ഷേത്ര നിർമ്മാണം ദേശീയ വികാരമാണെന്ന് പ്രധാനമന്ത്രി പ്രഖ്യാപിച്ചത് കഴിഞ്ഞ നൂറ്റാണ്ടിൽ ദില്ലിയിൽ വച്ചായിരുന്നു. അതാണ് ദേശീയതയുടെ ഹിന്ദുത്വ നിർവ്വചനം. ആരെയാണ് ഉൾക്കൊള്ളേണ്ടത്, ആരെയാണ് പുറന്തള്ളേണ്ടത് എന്ന് ഈ ദേശീയത നിർദ്ദേശിക്കുന്നു. ദേശീയതയെ നിർവ്വചിക്കേണ്ടത് പ്രധാനമന്ത്രിയാണോ ഇന്ത്യയുടെ മതനിരപേക്ഷ ഭരണഘടനയാണോ എന്ന് അന്ന് ആരും ചോദിച്ചില്ല.

ക്ഷേത്ര നിർമ്മാണം പിടിച്ചു പറിക്കപ്പെട്ട ദൈവത്തെ തിരിച്ചു പിടിക്കുവാനുള്ള ഒരു വഴിയാണെന്നും 'മതമേതായാലും മനുഷ്യൻ നന്നായാൽ മതി' എന്ന് പണ്ടേ തിരിച്ചറിഞ്ഞ സെക്കുലർ കേരളത്തിൽ വച്ച് ഇതല്ല പറയേണ്ടത് എന്നും പ്രധാനമന്ത്രിക്കറിയാം. പാണക്കാട്ട് തങ്ങളുടെയോ, കെ.എം.മാണിയുടെയോ ദേശീയ വികാരത്തിൽ രാമക്ഷേത്രം ഉൾപ്പെടണമെന്നില്ല. നവോത്ഥാന കാലം മുതൽ പ്രബുദ്ധമായിക്കൊണ്ടിരിക്കുന്ന, മാനവീകരിക്കപ്പെട്ടു കൊണ്ടിരിക്കുന്ന കേരളത്തിലാണ് അവർ ജീവിക്കുന്നത്. അയോദ്ധ്യയിലെ പ്രാർത്ഥനാമന്ദിരം തകർത്തത് ഹിന്ദു ധർമ്മത്തിനെതിരെയാണെന്ന് കേരളത്തിൽ വച്ച് വാജ്പേയിക്ക് മനസ്സിലാകുന്നു. ഇന്ത്യയിലെ ഏറ്റവും വലിയ നീതി പീഠത്തിൽ, ഇല്ലാത്തൊരു കേസിന്റെ തീർപ്പനുസരിച്ച്, ഇത് പരിഹരിക്കപ്പെടുകയും ചെയ്യും!

ഭരിക്കുന്ന മുന്നണിയിലെ പൊരുത്തക്കേടുകളാണ് ആഴ്ചതോറുമുള്ള ഈ സ്വരപ്പകർച്ചയ്ക്ക് കാരണമെന്ന് അഭ്യസ്തവിദ്യരായ പത്രപ്രവർത്തകർ പോലും കരുതുന്നതായി തോന്നുന്നു. സംശയമുണ്ടാകുന്നത് സ്വയം നശിക്കാനും സംശയം ഉണ്ടാക്കുന്നത് എതിരാളികളെ നശിപ്പിക്കാനും ഇടയാക്കുമെന്ന് കൃഷ്ണനറിയാമായിരുന്നു. പള്ളികൾക്ക് നഷ്ടപ്പെടുന്നത്

വാല് മാത്രമാണ്. പശ്ചാത്താപം പോലെ ചെറിയ ഒരു അറ്റം. ആഴ്ചകൾക്ക് മുമ്പ് മറ്റൊരു ലഘു പരീക്ഷണം കൂടി ഹിന്ദുത്വം നടത്തുകയുണ്ടായി. മസ്ജിദ് തകർന്നത് കർസേവ കൊണ്ടല്ല ആരോ അകത്തുണ്ടാക്കിയ സ്ഫോടനം കൊണ്ടാണ് എന്ന ആ കഥ 1933 ലെ റൈഖ്സ്റ്റാക്ക് തീപിടുത്തത്തെ ഓർമ്മിപ്പിക്കുന്നു. ജർമ്മനിയിലെ ലോകസഭാ മന്ദിരത്തിന് തീ കൊടുത്തത് കമ്മ്യൂണിസ്റ്റുകാരാണെന്ന് നാസികൾ വിളിച്ചു പറയുമ്പോഴും ഇന്നത്തെ ഇന്ത്യയിലെന്ന പോലെ തിരഞ്ഞെടുപ്പ് വിളിപ്പാടകലെയായിരുന്നു. കോൺഗ്രസ്സുകാരുടെ പടക്കമാണ് മന്ദിരം തകർത്തതെന്ന വിശ്വഹിന്ദുപരിഷത്തിന്റെ പാഠപുസ്തക പരീക്ഷണം തോറ്റുപോയി. എങ്കിലും അതൊരു പരീക്ഷണ സ്ഫോടനമായിരുന്നു എന്ന് അറിയാമായിരുന്നുകൂട. വരാനിരിക്കുന്ന ആകാശങ്ങളിൽ ഇത് ആവർത്തിക്കപ്പെടും. 'ഹിന്ദു ഇഥോസ്' എന്നു പറയുന്ന ഈ ഹിന്ദുത്വം മനസ്സിലാക്കുന്നവരിൽ അവസാനത്തേത് ഹിന്ദുത്വ വാദികളായിരിക്കുകയും ചെയ്യും.

●

2001

ഫാസിസത്തിന്റെ ആന്തരിക വൈരുദ്ധ്യങ്ങൾ

ഭാവിയെ വിലയിരുത്തുമ്പോൾ ഉയർന്നു വരുന്ന ചില സവിശേഷ പ്രശ്നങ്ങളുണ്ട്. പാവങ്ങൾ ഭൂരിപക്ഷമായിരിക്കുകയും പണക്കാർ ന്യൂനപക്ഷമായിരിക്കുകയും ചെയ്യുമ്പോൾ സ്വാഭാവികമായും പാവങ്ങൾ ജയിക്കും എന്നുള്ള തെറ്റിദ്ധാരണ നമുക്കുണ്ടായിരുന്നു. അതുപോലെ തൊഴിലാളി വർഗം ആഗോള തലത്തിൽ വിജയിച്ച് മുതലാളിത്തത്തെ കീഴ്പ്പെടുത്തും എന്ന ധാരണയും വിജയം വരിച്ചിട്ടില്ല. ഒരു ടെസ്റ്റ് ട്യൂബ് പരീക്ഷണം പോലെ ഒരു സോഷ്യോളജിക്കൽ പരീക്ഷണമോ ഒരു രാഷ്ട്രീയ പരീക്ഷണമോ നടത്താൻ കഴിയില്ല. പലപ്പോഴും നമ്മുടെ പ്രതീക്ഷക്കെതിരായിട്ടാണ് സംഭവങ്ങൾ രൂപപ്പെടുന്നത്. ഒരുപക്ഷേ നമ്മുടെ ഭയത്തിന് വിപരീതമായി. ഇവിടുത്തെ ഫാസിസ്റ്റ് കൂടിച്ചേർച്ചക്കുള്ള വേഗത പോലെതന്നെ അഭ്യന്തരമായിട്ടുള്ള ഒരുപാട് തടസ്സങ്ങളുമുണ്ട് അതിന് ആക്കം കിട്ടാൻ.

കാരണം സ്വാതന്ത്ര്യ സമരത്തിന്റെ അവസാനത്തിലുണ്ടായിരുന്ന ഒരു ശൂന്യതയും ഇടതുപക്ഷ പ്രസ്ഥാനത്തിന്റെ വ്യാപനം നമ്മൾ കരുതുന്ന വിധത്തിൽ നടക്കാത്തതുമാണ്. പക്ഷേ നമ്മൾ കരുതുന്നത്ര കരുത്ത് ഫാസിസ്റ്റുകൾക്കില്ല. ഫാസിസ്റ്റുകളെ കാണുമ്പോൾ ഒരൊറ്റ ശക്തിയായിട്ടാണ് തോന്നുക. പക്ഷേ അവരുടെ അകത്ത് അവർ പരസ്പരം യുദ്ധം ചെയ്യുന്ന അവസ്ഥയുണ്ട്. ദളിത് പ്രശ്നത്തിൽ, പ്രാദേശിക പ്രശ്നത്തിൽ, ഭാഷയുടെ കാര്യത്തിൽ എല്ലാം. എല്ലാ ദേശീയ പ്രശ്നവും, ഇന്ത്യ നേരിട്ടു കൊണ്ടിരിക്കുന്ന എല്ലാ ദേശീയ പ്രശ്നങ്ങളും ഇവിടുത്തെ ഫാസിസ്റ്റുകൾക്കും നേരിടേണ്ടി വരും. ഇതുവരേയും അവർക്ക് അത് നേരിടേണ്ടി വന്നിട്ടില്ല. അതിനെയൊക്കെ ഒട്ടിച്ച് ചേർക്കുന്ന ആളുകൾ തന്നെ പല തരത്തിലുള്ള ഇത്തരം താല്പര്യസംഘട്ടനങ്ങളുടെ ഇരകളായിത്തീരും. അതുപോലെ മുതലാളിത്തത്തോടുള്ള സമീപനത്തിന്റെ പ്രശ്നവുമുണ്ട്.

ആർ.എസ്.എസ്. മുതലാളിത്തം എന്നു പറയുന്നത് പാശ്ചാത്യ സിദ്ധാന്തത്തെയാണ്. അപ്പോൾ ആർ.എസ്.എസ്. സിദ്ധാന്തപരമായി പാശ്ചാത്യവൽക്കരണത്തെ എതിർക്കുകയും വാസ്തവത്തിൽ അവർക്കതിനെ സഹായിക്കേണ്ടി വരികയും ചെയ്യുന്ന സ്ഥിതിയുണ്ട്. ഇപ്പോൾ സ്വദേശി പ്രസ്ഥാനം അവരുടെ അജണ്ടയാണ്. ആഗോളവൽക്കരണം അവരുടെ അജണ്ടയിലില്ല. ഇമ്മാതിരിയുള്ള വൈരുദ്ധ്യങ്ങൾ അതായത് ഒരു ദേശീയ വികാരവും ഒരു അന്താരാഷ്ട്ര കെണിയും തമ്മിലുള്ള വൈരുദ്ധ്യങ്ങൾ ഇന്ന് അതിനകത്ത് പ്രവർത്തിക്കുന്നുണ്ട്.

ഇപ്പോൾ ദളിത് പ്രശ്നത്തെപ്പറ്റി പറയുകയാണെങ്കിൽ, ദളിത് പ്രശ്നം, സ്ത്രീ പ്രശ്നം, ഈ രണ്ടിലും അവർ മറ്റുള്ളവരേക്കാൾ മുന്നിലാണ്. കാരണം ദളിത് പ്രശ്നത്തെ അവർ ഏറ്റെടുത്ത് വളർത്തുകയും, സ്ത്രീകൾക്ക് മറ്റ് രാഷ്ട്രീയ കക്ഷികളിലില്ലാത്ത ഉയർന്ന സ്ഥാനം കൊടുക്കുകയും ചെയ്തിട്ടുണ്ട്. അതൊരു പ്രയോഗമാണ്, തന്ത്രമാണ്. അതവരുടെ പ്രത്യയശാസ്ത്രവുമായി യോജിച്ചു പോവുകയില്ല. കാരണം ഫാസിസം, ഭരിക്കുന്നവരും ഭരിക്കപ്പെടുന്നവരും തികച്ചും രണ്ടാണെന്ന് വിശ്വസിക്കുന്നൊരു പ്രത്യയശാസ്ത്രമാണ്. സ്ത്രീകളും പുരുഷന്മാരും തുല്യരാണെന്ന് വിശ്വസിക്കുന്നവരല്ല. സ്ത്രീകളുടെ ധർമ്മം വീരന്മാരെ പ്രസവിക്കുകയാണ് എന്നാണ് അവർ കരുതുന്നത്. അത് മിക്കവാറും ഒരു Aggressive സമുദായത്തിൽ യുദ്ധം ചെയ്യാനുള്ളത് പുരുഷന്മാരായത് കൊണ്ട് പുരുഷന്മാരെ പ്രസവിക്കുന്നതാണ് നല്ലത് എന്നുള്ളത് പ്രായോഗിക ബുദ്ധിയാണ്. അതിൽ തെറ്റൊന്നുമില്ല. പെൺകുട്ടികളെ പ്രസവിച്ചാൽ അതൊരു ബാദ്ധ്യതയാണ്, ആൺകുട്ടികളെ പ്രസവിച്ചാൽ ഒരു പടയാളിയെയാണ് പ്രസവിക്കുന്നത്. ഇതുപോലെ പ്രാദേശികവും ഭാഷാപരവുമായ പ്രശ്നങ്ങൾ കൂടിയുണ്ട്. പ്രത്യേകിച്ച് ഹിന്ദിയുടെ കാര്യത്തിൽ. അത് നമ്മളെ ബാധിക്കാത്തിടത്തോളം കാലം നമ്മൾ ഹിന്ദിപ്പാട്ട് പാടിക്കൊണ്ടിരിക്കും.

കോൺഗ്രസിനകത്തും ഇന്ത്യയിൽ ദേശീയതലത്തിലും ഉണ്ടായിരുന്ന പ്രശ്നങ്ങൾ മുഴുവനും ബി.ജെ.പിയിലുമുണ്ടാകും. അല്ലാതെ ഒരു സാധ്യത-ഒരേ ഒരു സാധ്യത- അടുത്ത തെരഞ്ഞെടുപ്പിൽ അവർ ഒറ്റയ്ക്ക് അധികാരം പിടിച്ചടക്കുകയും എല്ലാ അഭിപ്രായ ഭേദങ്ങളെയും അടിച്ചടക്കുകയും ചെയ്യുന്ന സാധ്യതയാണ്. അപ്പോൾ ദളിത് പ്രസ്ഥാനം ഉണ്ടാവില്ല, വനിതാ വിമോചന പ്രസ്ഥാനമുണ്ടാവില്ല. ഇപ്പോൾ ഉള്ളത് മുന്നണിയാണ്. അത് ഒരു ഗുണമാണ്, ഒരു ദോഷവുമാണ്. വി.എച്ച്.പിയുണ്ട്, ശിവസേനയുണ്ട്, ബജ്റംഗ്ദൾ ഉണ്ട്, ഇതെല്ലാം കൂടിയുള്ളപ്പോൾ ആരാണ് പള്ളി പൊളിച്ചത് എന്ന് ആർക്കും അറിയില്ല. അതൊരു സൗകര്യമാണ്. പക്ഷേ ഈ യൂണിറ്റുകളിലൊക്കെ അന്തഃഛിദ്രം വരുമ്പോൾ ഇവരെ യോജിപ്പിക്കാനുള്ള വലിയൊരു ശ്രമം തന്നെ വേണ്ടിവരും.

നമുക്കത് തോന്നുകയില്ല. നമ്മൾ സാധാരണ പറയും ഇതൊക്കെ ഒന്നു തന്നെയാണ് എന്ന്. അങ്ങനെ പറഞ്ഞിട്ടാണ് നമ്മൾ ഒഴിയുക. അതെല്ലാം ഒന്നു തന്നെ ആവുകയില്ല. സാമൂഹിക ശക്തികൾ പ്രവർത്തിക്കുന്നത് അങ്ങനെയാണ്. Absolute Power കിട്ടുകയും ആ അബ്സല്യൂട്ട് പവർ കൊണ്ട് നടക്കാൻ പറ്റുന്ന Authority, സംശയാതീതമായ ഒരു അതോറിറ്റി ഉണ്ടായിത്തീരുകയും ചെയ്താൽ മാത്രമേ ഇന്ത്യയെപ്പോലെ ഒരു രാജ്യത്ത് അവരുടെ പരിപാടി നടപ്പാക്കാൻ കഴിയൂ. ജർമ്മനിയെപ്പോലെ അത് സാധ്യമല്ല, ഇറ്റലിയെപ്പോലെയും സാധ്യമല്ല. ഇവിടുത്തെ ജീവിതത്തിന്റെ വൈവിധ്യം, ചരിത്രത്തിന്റെ സ്വഭാവം ഇതൊക്കെ ഇപ്പോഴും നിലനിൽക്കുന്നതാണ്. അതുകൊണ്ട് നമ്മൾ ഉദ്ദേശിക്കുന്ന അത്ര വേഗത്തിൽ അവർക്കെത്തിപ്പെടാൻ കഴിയില്ല. അതിന്റെ ഇടയിൽ ഫാസിസ്റ്റ് സാമൂഹ്യ രീതികളെ മുതലാളിത്തത്തിന് ഉപയോഗിക്കാൻ കഴിയും എന്നേയുള്ളൂ.

മുതലാളിത്തം ബി.ജെ.പിയെ സഹായിക്കുന്നുണ്ട്, സ്വദേശി പറഞ്ഞിരുന്നപ്പോൾ പോലും കോൺഗ്രസിനെയും മുതലാളിത്തം സഹായിച്ചിട്ടുണ്ട്. കാരണം നിലവിലുള്ള അഭിപ്രായത്തെ ഉപയോഗപ്പെടുത്തുകയാണ് മുതലാളിത്തം ചെയ്യുന്നത്. പ്രത്യയശാസ്ത്രമുണ്ടാക്കുക എന്നത് മുതലാളിത്തത്തിന്റെ ജോലിയല്ല. സി.ഐ.എ.യുടെ ജോലിയല്ല. പക്ഷേ, ഒരു പ്രത്യയശാസ്ത്ര പ്രശ്നമുണ്ടെങ്കിൽ അവർ അതിൽ ഇടപെട്ട് ആരെയാണ് സഹായിക്കേണ്ടത് എന്ന് തീരുമാനിക്കും. അവർ ഒരു പ്രശ്നത്തിന്റെ കൂടെ നിൽക്കുകയും അതിനെ ശക്തിപ്പെടുത്തുകയും അതിനെ അവരുടെ ഭാഗത്തേക്ക് ആക്കിത്തീർക്കുകയും ചെയ്യും. അതുകൊണ്ട് അവർ കോൺഗ്രസിനെ സഹായിച്ചിരുന്ന അതേ രീതിയിൽത്തന്നെ ബി.ജെ.പിയെയും സഹായിക്കും. ഐഡിയോളജി പ്രശ്നമല്ല. അങ്ങനെ വരുമ്പോൾ കോൺഗ്രസ് ഗവൺമെന്റിന്റെ അതേ നയങ്ങൾ തുടരുകയും, കൂടുതൽ ശക്തിമത്തായിട്ട് തുടരുകയുമാണ്, ഞങ്ങൾ ചെയ്യുന്നത് എന്ന് വാജ്പേയി പറയും. അതുകൊണ്ട് ഇന്ത്യയിലെ ദേശീയ കക്ഷികളെ തങ്ങളുടെ ആവശ്യത്തിനു വേണ്ടി ഉപയോഗിക്കാം എന്നുള്ളതാണ്- മറ്റ് നാടുകളിൽ ദേശീയ കക്ഷികളെ ഉപയോഗിക്കുന്നതു പോലെ തന്നെ- ആഗോള മുതലാളിത്തത്തിന്റെ സാമാന്യമായ രീതി. അവർ ഇവിടുത്തെ രാഷ്ട്രീയത്തെ നിയന്ത്രിക്കാൻ ശ്രമിക്കുകയല്ല. രാഷ്ട്രീയത്തെ മനസ്സിലാക്കാനും സ്വീകരിക്കാനും സഹായിക്കാനും അവരുടെ വശത്താക്കാനുമാണ് ശ്രമിക്കുന്നത്. മുതലാളിത്തം ഫാസിസ്റ്റ് ഗ്രൂപ്പുകളെ മാത്രമല്ല മുതലാളിത്ത വിരുദ്ധ ഗ്രൂപ്പുകളെയും ഉപയോഗിക്കാറുണ്ട്.

●

2004

ഭാരതീയത എന്നത് ഒരു മാനസിക വൈരൂപ്യമാണ്

നമ്മുടെ ഭരണാധികാരികൾ ഇന്ത്യയുടെ അധികാരമേറ്റെടുത്ത് ആദ്യമുണ്ടായ പ്രഖ്യാപനം 21-ാം നൂറ്റാണ്ട് ഇന്ത്യയുടെ നൂറ്റാണ്ടായിരിക്കുമെന്നാണ്. ഇത് നമ്മുടെ ഇന്നത്തെ പ്രധാനമന്ത്രി അന്ന് വളരെ ഗൗരവത്തോടു കൂടി പറഞ്ഞത്, തീർച്ചയായും ഇത്രയും നരഹത്യ ചെയ്ത മറ്റൊരു രാജ്യമില്ല എന്നതുകൊണ്ട്, ഈ നൂറ്റാണ്ട് നമ്മുടെ നൂറ്റാണ്ടായിരിക്കുമെന്ന് യാതൊരു സംശയവുമില്ല. അതായത് ലോകം നമ്മെ ചുറ്റുന്നു എന്ന ആശയം ലോകത്തിന്റെ പ്രത്യേക ഘടനയനുസരിച്ച്, വൃത്താകൃതിയനുസരിച്ച് ഉണ്ടായിത്തീരുന്ന ഒരു പഴയ ചിന്താക്കുഴപ്പമാകാം. അതിനെ നാം ദേശീയത എന്നു വിളിക്കുകയും ലോകത്തിലെ മഹാന്മാരെല്ലാം ഇവിടെ ജനിച്ചതാണെന്ന് പറയുകയും പാവം പൂന്താനം പോലും മോക്ഷം കിട്ടാൻ ഭാരതത്തിൽ വന്ന് ജനിക്കണമെന്ന ഒറ്റവരി അദ്ദേഹത്തിന്റെ ജ്ഞാനപ്പാനയിൽ എഴുതിത്തിരുകി കയറ്റുകയും ചെയ്തു. എന്തിനാണ് അത് എഴുതിയതെന്ന് എനിക്കറിഞ്ഞുകൂടാ. ഭാരതത്തിൽ വന്ന് ജനിക്കണമെന്ന ഒരു ബഡായി അദ്ദേഹം അദ്ദേഹത്തിന്റെ നല്ലൊരു പുസ്തകത്തിൽ എഴുതിച്ചേർത്തിട്ടുണ്ട്. ഭാരതീയത്വം എന്ന ഒരു ആശയം, ഭാരതഖണ്ഡം എന്നാണല്ലോ അദ്ദേഹം പറയുന്നത്. ഇങ്ങനെ താൻ ജീവിക്കുന്ന ഈ ഖണ്ഡമാണ് ലോകത്തിലെ പ്രധാന വലിയ ഖണ്ഡം എന്നുള്ള ആശയം വാസ്തവത്തിൽ മനുഷ്യനുണ്ടാക്കിയെടുക്കുന്ന ഒരു മാനസിക വൈരൂപ്യമാണ്. ഇത്തരത്തിലുള്ള വൈരൂപ്യം വളർത്തിയെടുക്കാൻ കഴിയുമെന്നും ഇത്തരത്തിലുള്ള വൈരൂപ്യം എല്ലാവർക്കുമുണ്ട് എന്നും ഒരു ദേശീയ ബോംബുണ്ടാക്കാൻ കഴിഞ്ഞാൽ അദ്ദേഹത്തെ ദേശീയ നേതാവായി അംഗീകരിക്കാൻ കഴിയും എന്നുമുള്ള സിദ്ധാന്തം പോലും നാം ഉണ്ടാക്കിയിരിക്കുന്നു.

നാം കൈവിട്ടുകളയുന്ന ഒരു അടിത്തറ ഹിന്ദുത്വവാദികൾ ഹിന്ദുക്കളേയല്ല എന്നുള്ളതാണ്. ഹിന്ദുത്വത്തിന് ഏത് അർത്ഥമായാലും മറിച്ച് ഹിന്ദുത്വവാദമെന്നുള്ളത് conversion ആയി കൊണ്ട് നടക്കുന്ന ഒരു നാണയമാണ്. വിമാനത്താവളത്തിന് പുറത്ത്, നിങ്ങളുടെ കൈയിൽ ഡോളർ നോട്ടുണ്ടെങ്കിൽ അത് മാറ്റിത്തരാൻ ആളുകൾ കാത്തു നിൽക്കുന്നുണ്ടാവും, ഒരു മതത്തിന്റെ നോട്ടുകളാണെങ്കിൽ അത് മതത്തിന്റെ നോട്ടു മാറ്റി രാഷ്ട്രീയത്തിന്റെ നോട്ടായി മാറ്റിത്തരാമെന്നും പറയുന്നു. നിയോജക മണ്ഡലത്തിൽ കാത്തു നിൽക്കുന്ന ആളുകൾക്ക് വേണ്ടിയാണ് ഈ നാണയങ്ങൾ എപ്പോഴും കൊണ്ടുനടക്കുന്നതും അത് convert ചെയ്യുന്നതും. അങ്ങനെയാണ് വർക്കലയിൽ അക്രമമുണ്ടാകുന്നത്, ഇതിന് പിന്നിൽ ഒന്നിച്ച് മാറ്റിയെടുക്കുക എന്ന തന്ത്രമാണ്. അങ്ങനെയാണ് ഇപ്പോൾ അത്തരത്തിലുള്ള ഭീഷണിയുണ്ടാക്കുന്നത്. എന്തിനും കാരണങ്ങൾ പറയാം. ഇതിന്റെ ഒരു കാരണം, ഞങ്ങളൊക്കെ ഓർക്കുന്ന കാരണം, തലശ്ശേരി കലാപമാണ്. കേരളത്തിലെ ആദ്യത്തെ കലാപം. അതായത് ഗിന്നസ് ബുക്കിലൊക്കെ ചേർക്കാവുന്ന ഒന്നാമത്തെ കലാപം നടന്നത് തലശ്ശേരിയിൽ ആയതുകൊണ്ട് ഒരു കലാപം എങ്ങനെയാണ് ഉണ്ടാകുന്നതെന്ന് ഞങ്ങൾക്കറിയാം. കലാപം ഉണ്ടാകുന്നതല്ല എന്നും അറിയാം. കലാപം ഉണ്ടാക്കുന്നതാണെന്നും കലാപം ഉണ്ടാക്കാൻ കഴിയുമെന്നും കലാപത്തിന് ഒരു അജണ്ട വേണമെന്നും ഞങ്ങൾ മനസ്സിലാക്കി. നമ്മുടെ പത്രത്തിന്റെ ഒരു പ്രതിനിധിയോട് ഗുജറാത്തിലേക്ക് പോകാൻ അനുവാദം ചോദിച്ച സമയത്ത് ഭരണാധികാരികൾ പറഞ്ഞത് ആറാം തീയതി കഴിഞ്ഞിട്ട് പോകാമെന്നാണ്. ആറാം തീയതി വരെ നിങ്ങൾ അവിടെ വന്ന് കാണേണ്ടതില്ലെന്നും, വരുമ്പോൾ ക്യാമറ എടുക്കേണ്ടതില്ലെന്നും ഒരു പടവും നിങ്ങൾ എടുക്കേണ്ടെന്നും ഒന്നും റിപ്പോർട്ട് ചെയ്യേണ്ട എന്നുമാണ് ഇതിനർത്ഥം. വിവരങ്ങളെ പൂഴ്ത്തി വക്കുന്ന ഒരു കൃത്യമായ ഫാസിസ്റ്റ് തന്ത്രമാണിത്. ഇങ്ങനെ ആരും അകത്തു കടക്കാതെ ഒരു പത്മവ്യൂഹം സൃഷ്ടിക്കുകയും ആ പത്മവ്യൂഹത്തിലിട്ട് കശക്കുകയും ചെയ്യുക എന്നുള്ളത് യഥാർത്ഥത്തിൽ ഗുജറാത്തിൽ നടത്തിയ പരീക്ഷണമല്ല. അത് തലശ്ശേരിയിൽ നടത്തിയ ഒരു പരീക്ഷണമാണ്. പെട്ടെന്ന് നിരത്തുകളിലും രാജപാതയിലുമൊക്കെ ആളുകൾ നിൽക്കുകയും ആടിനെ പട്ടിയാക്കുന്നതു പോലെ ആളുകൾ കാവൽ നിൽക്കുകയും അവിടേക്ക് ആരും പോകേണ്ട, വാഹനങ്ങൾ പോകുന്നില്ല, അവിടെ കലാപമാണെന്ന് പറയുകയും എല്ലാ ജനങ്ങളെയും നഗരത്തിൽ നിന്ന് മാറ്റി നിർത്തുകയും നഗരത്തെ ഒരു Safe area ആക്കി യുദ്ധത്തിന് കുരുക്ഷേത്രമെന്നാണ് അതിന് പിന്നീട് പേരിടുക പറ്റിയ

ഒരു സ്ഥലമാക്കി മാറ്റി നിർത്തുകയും ചെയ്യുന്നു. അവിടെ ഒരു സംഭവം സംഭവിപ്പിക്കുകയും സംഭവത്തിന് ശേഷം അതിന്റെ വക്രീകരിച്ച വാർത്തകൾ പുറത്തു വരികയും ചെയ്യുന്നു എന്നുള്ളതാണ് ഒരു ഫാസിസ്റ്റ് action-ന്റെ കൃത്യമായ യുദ്ധതന്ത്രം. അതാണ് അവിടെ പരീക്ഷിച്ചത്. അതാണ് ഗുജറാത്തിൽ സംഭവിച്ചത്. അന്ന് ഭരണമില്ലാതിരുന്നത് കൊണ്ട് അവർ പോലീസുകാരെ സ്വാധീനിക്കുകയും മറ്റ് പലരെയും സ്വാധീനിപ്പിക്കുകയും ചെയ്തിട്ടാണ് അത് നടത്തിയത്. ഇവിടെ ഭരണമുള്ളതുകൊണ്ട് ഭരണം കാത്തുനിൽക്കെ തന്നെ അതിക്രമങ്ങൾ ചെയ്തു തീർക്കുകയും അപ്പോഴൊക്കെ മാധ്യമപ്രവർത്തകരെ പരമാവധി മാറ്റി നിർത്തുകയും ചെയ്തു. Shielding information, എല്ലാ തരത്തിലുമുള്ള information-ഉം മാറ്റി നിർത്തിക്കൊണ്ടുള്ള പ്രവർത്തനമാണിത്. ഇങ്ങനെ വളരെ pre-planned ആയിട്ട് ഒരു action നടത്തിയിട്ട് അതിന്റെ ഫലം എന്താണ് എന്ന് എല്ലായ്പ്പോഴും വിലയിരുത്താറുണ്ട്. തെരഞ്ഞെടുപ്പിന്റേയോ പണിമുടക്കിന്റെയോ ഫലത്തെക്കുറിച്ച് വിലയിരുത്തുന്നതു പോലെ, ഒരു ഫാസിസ്റ്റ് action-ന്റെ വിലയിരുത്തലുകൾ വാസ്തവത്തിൽ ഇപ്പോഴും നടന്നുകൊണ്ടിരിക്കുന്നു എന്നു വേണം വിചാരിക്കാൻ. അതിൽ അവർക്ക് 'പശ്ചാത്താപം' ഉണ്ടായിട്ടുണ്ടെന്നും തീർച്ചയായും ഇപ്പോൾ നടന്നു കൊണ്ടിരിക്കുന്ന പ്രവർത്തനങ്ങളിൽ അവരുടെ 'പശ്ചാത്താപം' പ്രതിഫലിക്കുന്നുണ്ടെന്നും നാം മനസ്സിലാക്കുന്നുണ്ട്. ഇങ്ങനെ ചെയ്യുമ്പോൾ വളരെ അപ്രസക്തമായ കാര്യങ്ങളാണ് പറയുന്നത്. ഒരു കേവല ഭൂരിപക്ഷമില്ലാത്ത ഫാസിസ്റ്റ് ഭരണകൂടം ലോകത്തിലെ ഏറ്റവും ഉദാരമായ ജനാധിപത്യ ഭരണകൂടമായിരിക്കും എന്നുള്ളതാണ് നാം ഫാസിസ്റ്റ് ജർമ്മനിയിൽ ഉണ്ടായ സംഭവങ്ങളിൽ നിന്നും മനസ്സിലാക്കുന്ന ഒരു പാഠം. അവിടെ ജർമ്മൻ പാർലമെന്റായ റീസ്റ്റാഗിന് തീ കൊടുത്തിട്ട് അത് കമ്മ്യൂണിസ്റ്റുകാരനാണെന്നാണ് പറഞ്ഞത്. ഇപ്പോഴും വടക്കൻ കേരളത്തിന് തീ കൊടുത്തത് കമ്മ്യൂണിസ്റ്റുകാരാണെന്നാണ് ഇവിടുത്തെ ഫാസിസ്റ്റ് ഭരണകൂടം പറഞ്ഞു പരത്തുന്നത്. ഇങ്ങനെ ഒരു മരശേീ നടത്തിയതിന് ശേഷം അതിന്റെ ചീളുകൾ എവിടെയെല്ലാം വീണിട്ടുണ്ട് എന്ന് പരിശോധിക്കുകയും ഇതിൽ നിന്ന് കൃത്യമായ ഗവേഷണ വിദ്യ ഉപയോഗിച്ച് ഫലങ്ങൾ ഉണ്ടാക്കിത്തീർക്കുകയുമാണ് വാസ്തവത്തിൽ വിചാരകേന്ദ്രങ്ങൾ ചെയ്യുന്നത്. യുദ്ധത്തെക്കുറിച്ചുള്ള ഗവേഷണ വിഭാഗങ്ങൾ പോലെ തന്നെ ആശയ യുദ്ധത്തിന്റെ ഗവേഷണങ്ങളും നടന്നുകൊണ്ടിരിക്കുന്നുണ്ടെന്നും, ഇതിന്റെ പരമമായ പ്രത്യായന തന്ത്രങ്ങൾ അവ ഉപയോഗിച്ചു കൊണ്ടിരിക്കുന്നുണ്ടെന്നും കൂടി നാം ഇതിനിടക്ക് മനസ്സിലാക്കാൻ മറന്നു പോകുന്നുണ്ട്.

ഇന്ത്യയിലെ ഒന്നോ രണ്ടോ മൂന്നോ സ്റ്റേറ്റുകളിൽ മാത്രമാണ് രാഷ്ട്രീയ ജനാധിപത്യത്തിന്റെ യാഥാർത്ഥമായ വേരുകൾ ആഴ്ന്നിറങ്ങി യിട്ടുള്ളത്. ഇത് തിരിച്ചറിഞ്ഞ ഫാസിസ്റ്റുകൾ ഇന്ത്യയിൽ മൊത്തമായി രാഷ്ട്രീയാതീതമായ ഉപകരണങ്ങൾ ഉപയോഗിച്ചുകൊണ്ട് മനുഷ്യമന സ്സിനെ സ്വാധീനിക്കാൻ ശ്രമിക്കുകയും ബിംബങ്ങളെ ഉണ്ടാക്കുവാൻ ശ്രമിക്കുകയും ബിംബങ്ങളെയുംവിശ്വാസങ്ങളെയും ഉപയോഗിച്ച് രാജ്യം ഭരിക്കാമെന്ന് വിശ്വസിക്കുകയും ചെയ്യുന്നു. അതുകൊണ്ടാണ് നേരത്തെ പറഞ്ഞ ആദിവാസികളെ ഉപയോഗിച്ച് സമരം ചെയ്യാമെന്ന് ഗുജറാത്ത് കണ്ടെത്തിയത്. കേരളത്തിലും അങ്ങനെ തന്നെയാണ് ചെയ്തത്. അതാണ് കടലെടുക്കുന്ന സ്ഥലങ്ങളിൽ, കൊടുങ്കാറ്റടിക്കുന്ന സ്ഥല ങ്ങളിൽ, എപ്പോഴും ആപത്ത് വന്ന് കരയെ വിഴുങ്ങുന്ന സ്ഥലങ്ങളിൽ താമസിക്കുന്ന ആളുകൾക്കാണ്, കടലമ്മയോട് ചേർന്ന് ജീവിക്കുന്ന ആളുകൾക്കാണ് ആപത്തിന്റെയും ഭയമുള്ളത് എന്നതുകൊണ്ട് അവരെ പിടിക്കുകയും അവരെ ആക്രമണത്തിന് പ്രോത്സാഹിപ്പിക്കുകയും ചെയ്യുക എന്നുള്ളത് കേരളത്തിലെ ഒരു ഹിന്ദുത്വ അജണ്ടയായിരുന്നു എന്നത് നമുക്കറിയാം. കാരണം വിശ്വാസം അവശേഷിച്ചിട്ടുള്ള ചില സ്ഥലങ്ങൾ ഇപ്പോഴുമുണ്ട് എന്നും അവർ തിരിച്ചറിയുന്നു.

മനസ്സിന്റെ ഓരോ അവസ്ഥയാണ് വിശ്വാസമെന്ന് പറയാം. ശാസ്ത്ര മെന്ന് പറയുന്നതും മനസ്സിന്റെ മറ്റൊരു അവസ്ഥയാണ്. ഇങ്ങനെ വിശ്വാസത്തിന്റെ അവസ്ഥയിലുള്ള ജനങ്ങളെക്കൊണ്ട് എന്തും ചെയ്യി ക്കാമെന്നും അങ്ങനെയുള്ള ജനങ്ങൾ വാസ്തവത്തിൽ പൂർണ്ണമായ വിശ്വാസത്തോട് കൂടി ഹത്യയ്ക്ക് ശ്രമിക്കുമെന്നും മനുഷ്യൻ അപ്പോൾ ഉപകരണങ്ങളായി തീരുമെന്നുമുള്ള ബോധം വാസ്തവത്തിൽ ഹിന്ദുത്വ വാദികൾ ഉത്പാദിപ്പിച്ചെടുത്തിട്ടുണ്ട്. അതുകൊണ്ടാണ് കേരളത്തിൽ മാത്രമല്ല ഇന്ത്യയിൽ എല്ലാ ദിക്കുകളിലും അവർ ആദിവാസി കേന്ദ്ര ങ്ങളെ വിശ്വാസം കൊണ്ട് ആക്രമിച്ച് കീഴ്പ്പെടുത്തിയത്. ഇങ്ങനെ ആദി വാസികളെ ഒന്നിച്ച് പിടിച്ചെടുക്കാമെന്നും അവരുടെ മനസ്സിനെ ഒന്നിച്ച് convert ചെയ്യാമെന്നും ഫാസിസ്റ്റുകൾ പരീക്ഷിച്ചറിയുന്നു. ഇതിന് അവർ ഉപയോഗിക്കുന്നത് ഇപ്പോൾ നമുക്ക് അവശേഷിച്ചിട്ടുള്ള ഒരേ ഒരു group mind നെ, ഒരേ ഒരു സമൂഹ മനസ്സിനെയാണ്. അതായത് വ്യക്തിയില്ലാത്ത, വ്യക്തി എന്നൊരു വ്യതിരിക്തതയില്ലാത്ത, സമൂഹം മരിക്കുമ്പോഴേ വ്യക്തി മരിക്കുന്നുള്ളൂ എന്ന് തോന്നുന്ന ബോധം. ഒരു തേനീച്ചക്കൂടിന്റെ ബോധം. തേനീച്ചക്കൂട് ഇളക്കുമ്പോൾ ആ കൂട്ടിലുള്ള മറ്റ് തേനീച്ചകൾ നമ്മളെ പൊതിയുന്നത് കൂട്ടിലുള്ള റാണിയെ രക്ഷി ക്കുവാനാണ്. റാണി നശിച്ചാൽ എല്ലാം നശിക്കുമെന്നും, ഞങ്ങൾ നശിക്കുമ്പോൾ ഒന്നും നശിക്കില്ല എന്നുമുള്ള ഒരു ബോധത്തിനെയാണ്

നമ്മൾ ഒരു group mentality എന്നു പറയുന്നത്. ഈ ഒരു group mentality ആദിവാസികളിൽ മാത്രമേ അവശേഷിച്ചിട്ടുള്ളൂവെന്നും അതുകൊണ്ട് അവർ നശിക്കുമ്പോൾ അവരുടെ നാശത്തെക്കുറിച്ച് അവർ ചിന്തിക്കുന്നില്ലെന്നും അങ്ങനെ അവരെ പിടിച്ച് നാശത്തിന്റെ പ്രയോഗം നടത്തുകയെന്നുമുള്ള മോഹം തീർച്ചയായും ആദിവാസികളുടെ മേഖലയിൽ ഭാഗികമായിട്ടെങ്കിലും ഫാസിസ്റ്റുകൾ നിർമ്മിച്ചെടുത്തിട്ടുണ്ട്. അതുകൊണ്ടാണ് അവരെ ആദിവാസികളെന്ന് വിളിക്കാതെ വനവാസികൾ എന്നുള്ള രാമായണപ്പേരിൽ വിളിക്കുന്നതും വനവാസികൾക്ക് വേണ്ടത്ര സൗകര്യങ്ങൾ കൊടുക്കണമെന്ന് തീരുമാനിക്കുന്നതും. ഇങ്ങനെയുള്ളൊരു വലിയ അജണ്ടയുടെ ഫലമായിട്ടാണ് ഈ പരിപാടിയിലുള്ള കാര്യങ്ങൾ.

ജയിക്കുമ്പോൾ മതം ഉപേക്ഷിക്കാമെന്നും തൊഴിലാളി സംഘടനകളെ ഉപേക്ഷിക്കാമെന്നും ഹിറ്റ്ലർ മെയിൻകാംഫിൽ പറയുന്നത്. ഒരദ്ധ്യായത്തിൽ പറയുന്ന കാര്യം അതാണ്. തൊഴിലാളി സംഘടനകൾ ഉണ്ടാക്കണം. പക്ഷേ അത് ഉപേക്ഷിക്കേണ്ടത് എപ്പോഴാണെന്നും കൂടി അറിയണമെന്നുള്ളത് ഹിറ്റ്ലർ കൃത്യമായി പറയുന്ന ഒരു കാര്യമാണ്. അതായത് തൊഴിലാളികൾ ആളുകളായതുകൊണ്ട് അവരെ സംഘടിപ്പിക്കണമെന്നും അവരെ ഉപേക്ഷിക്കണമെന്നും ഉള്ളത് കേരളത്തിലെ മുതലാളിത്ത തന്ത്രം മാത്രമല്ല. ഒരു ഭരണതന്ത്രം കൂടിയാണ്. ഒരു ഫാസിസ്റ്റ് തന്ത്രം കൂടിയാണ്. അങ്ങനെ വിശ്വാസപൂർവ്വം ഇവിടുത്തെ തൊഴിലാളികളെ സംഘടിപ്പിക്കുകയും ജാതിയുടെയും മതത്തിന്റെയും പേരിൽ തൊഴിലാളികളെ സംഘടിപ്പിക്കുകയും ഇങ്ങനെ സംഘടിപ്പിക്കുന്ന തൊഴിലാളികളെ പിന്നീട് ഉപേക്ഷിക്കുകയും ചെയ്യുന്നൊരു സന്ദർഭത്തിലാണവർ ഉപേക്ഷിക്കപ്പെട്ടു എന്നറിയുന്നതും മറ്റു സംഘടനകളോടെല്ലാം ചേർന്നിട്ട് ഒരു പൊതു സമരത്തിന് തയ്യാറാകുന്നതും. ഇത് കേരളത്തിൽ സംഭവിച്ച് കൊണ്ടിരിക്കുന്നു. എല്ലാ തൊഴിലാളി സംഘടനകളും ഒന്നിച്ച് സമരം ചെയ്യുന്ന ഒരു സന്ദർഭം വന്നു ചേർന്നത്, കേരളത്തിൽ ഇപ്പോഴും വിട്ടു മാറാത്ത തൊഴിലാളിമുതലാളി ബോധം അവശേഷിച്ചു കൊണ്ടിരിക്കുന്നു എന്നുള്ളതാണ് വ്യക്തമാക്കുന്നത്. അതുകൊണ്ട് ഇത്തരം കാര്യങ്ങളെ ഒരു ഉപകരണത്തെ എപ്പോൾ ഉപയോഗിക്കണമെന്നും എപ്പോൾ ഉപേക്ഷിക്കണമെന്നുമുള്ള സിദ്ധാന്തം ഫാസിസത്തിന്റെ മൗലികമായ ഒരു സിദ്ധാന്തമാണ്. മതത്തെ ഉപയോഗിക്കുകയും മതത്തെ ഉപേക്ഷിക്കുകയും തൊഴിലാളികളെ ഉപയോഗിക്കുകയും തൊഴിലാളികളെ ഉപേക്ഷിക്കുകയും ചെയ്യും പോലെ സ്ത്രീകൾക്ക് വലിയ സ്ഥാനമാനങ്ങൾ നൽകുകയും പിന്നീട് സ്ത്രീകളെ വീട്ടിൽ ഉപേക്ഷിക്കുകയും നിങ്ങൾ പോയി പ്രസവിക്കുക,

വീരപ്രസുവാകുക എന്ന് ഹിറ്റ്ലറെപ്പോലെ പറയുകയും ചെയ്യുന്ന ഒരു ഫാസിസ്റ്റ് തന്ത്രം. സ്ത്രീ വിമോചന പ്രസ്ഥാനത്തിലും ഫാസിസ്റ്റ് അജണ്ട യുണ്ടാകും. പക്ഷേ ഈ ഫാസിസ്റ്റ് അജണ്ട മുന്നേറുമ്പോൾ ഹിറ്റ്ലർ അവസാനം പറഞ്ഞതുപോലെ തന്നെ സ്ത്രീകൾ ഉപേക്ഷിക്കപ്പെടുകയും സ്ത്രീകൾ വീട്ടിലേക്ക് വലിച്ചെറിയപ്പെടുകയും വീട്ടിൽ ചെന്ന് പ്രസവിക്കുക എന്ന് പറയുകയും പ്രസവിക്കുമ്പോൾ ആണുങ്ങളെ പ്രസവിക്കുക എന്ന് പറയുകയും യുദ്ധത്തിനുള്ള യോദ്ധാക്കളെ പ്രസവിക്കുക എന്നു പറയുകയും ചെയ്യുന്നു. നമ്മുടെ നാട്ടിലും പണ്ട് ജനിക്കുക എന്നതിനർ ത്ഥം യോദ്ധാവായി ജനിക്കുകയും യോദ്ധാവായി മരിക്കുകയും ചെയ്യുക എന്നുള്ളതാണ്.

കുടകിലുള്ളവർക്കെങ്കിലും ഈ കാര്യം അറിയാമെന്ന് യാതൊരു സംശയവുമില്ല. കുടകിലുള്ള അമ്മമാരെല്ലാം വീരപ്രസുവായിരിക്കണം എന്ന് മിക്കവാറും ആഗ്രഹിക്കുന്നുണ്ട്. കാരണം ഒരു സൈനിക മേധാവി എങ്കിലും അവരുടെ നാട്ടിൽ നിന്നുണ്ടായ ആളാണ്. അങ്ങനെ സ്ത്രീ ധർമ്മത്തെക്കുറിച്ചുള്ള ബോധം സ്ത്രീ പുകഴ്ത്തപ്പെടേണ്ടവളും മാനിക്കപ്പെ ടേണ്ടവളും ശുദ്ധി കാക്കേണ്ടവളും ഇങ്ങനെ ശുദ്ധി കാത്തിട്ടൊരു മകനെ പ്രസവിക്കേണ്ടവളും മകനെ പ്രസവിച്ച് ഒരു യോദ്ധാവോ രാജാവോ ആക്കേണ്ടവളുമാണ് എന്നുമുള്ള logical sequence ആണ് യഥാർ ത്ഥത്തിൽ ഫാസിസം സ്ത്രീക്ക് കൊടുക്കുന്നത്. അതുകൊണ്ട് സ്ത്രീകളെ സംഘടിപ്പിക്കുകയും സ്ത്രീയെ ബഹുമാനിക്കുകയും ചെയ്യുന്നു. ഇങ്ങനെ പുകഴ്ത്തിയതിന് ശേഷം ഇനി എന്താണ് ചെയ്യേണ്ടത് എന്ന് നമുക്കറി യാം എന്ന് പറഞ്ഞുകൊണ്ട് അവരെ ലേബർ റൂമിലേക്കയക്കുകയും ചെയ്യുന്ന ഒരു അവസ്ഥ യഥാർത്ഥത്തിൽ ഫാസിസത്തിന് വരാവുന്ന അവസ്ഥയാണ്. അതുകൊണ്ട് എല്ലാ വക്താക്കളെയും എല്ലാ പ്രസ്ഥാ നങ്ങളെയും ഉപകരണമാക്കുന്നു- മതം, സ്ത്രീ, ആദിവാസികൾ, ദളിതർ എന്നിവരെയെല്ലാം.

ഇന്ന് അംബേദ്കറെ ഏറ്റവും കൂടുതൽ ആരാധിക്കുന്ന ഒരു വിഭാ ഗമായിട്ട് ഇവിടുത്തെ ഫാസിസ്റ്റുകൾ വളർന്നു വന്നിട്ടുണ്ട്. ഇതെല്ലാം ഉപേക്ഷിക്കപ്പെടാനുള്ളതാണ്. ഇത് ഒരു വലിയ തന്ത്രത്തിന്റെ, സ്വീ കരിച്ച് ഉപേക്ഷിക്കുക എന്ന വലിയ തന്ത്രത്തിന്റെ ഭാഗമാണെന്നും പരമമായ ലക്ഷ്യം വാസ്തവത്തിൽ അധികാരമാണെന്നും ഈ അധി കാരത്തിനു വേണ്ടി ഉപയോഗിക്കുന്ന ദേശീയത, തൊഴിലാളിവാദം, സ്ത്രീവാദം, എന്നിവയെല്ലാം കൃത്യമായ സന്ദർഭത്തിൽ ഒരു പാമ്പ് പടം പൊഴിക്കുന്നതു പോലെ പൊഴിച്ചു കളയുമെന്നും ഉള്ള ബോധം പലർക്കും ഉണ്ടാക്കിത്തീർക്കുകയെന്നത് വിഷമമാണ്. കാരണം മാറിക്കൊണ്ടിരിക്കുന്ന ജനസ്സിൽ പെട്ട ജീവിയാണ് ഫാസിസം എന്ന്

മനസ്സിലാക്കാൻ നമുക്കും ബുദ്ധിമുട്ടുണ്ട്. നിരന്തരം മാറിക്കൊണ്ടിരിക്കുന്ന, ഒരിക്കലും ലക്ഷ്യം മാറാത്ത, ഉപകരണങ്ങൾ മാറിക്കൊണ്ടിരിക്കുന്ന, ഒരു ജീവിയാണ് ഫാസിസം. അത് എല്ലാ തരത്തിലുള്ള മാർഗ്ഗങ്ങളും ഉപയോഗിക്കും. ഒരുപക്ഷേ ഗുജറാത്ത് സംഭവത്തിനു വേണ്ടി നാളെ അവർ മാപ്പു പറഞ്ഞു പാപവിമുക്തരാവാൻ ശ്രമിക്കും എന്നുള്ള ഒരു മുന്നോർമ്മ നമുക്കാവശ്യമായിട്ടുണ്ട്. അതുകൊണ്ട് തീർച്ചയായും ഇന്ന്

ആവശ്യമായിട്ടുള്ളത് ഫാസിസ്റ്റ് പ്രയോഗത്തെക്കുറിച്ച്, ഫാസിസ്റ്റ് സിദ്ധാന്തത്തെക്കുറിച്ച് ലോകത്തെമ്പാടുമുണ്ടായിട്ടുള്ള അനുഭവങ്ങളെ നമ്മുടെ മനസ്സുൾക്കൊള്ളുകയും അതിനെ പ്രതിരോധിക്കാൻ തയ്യാറെടുക്കുകയും ചെയ്യുക എന്നതാണ്. ഇത് ജയിക്കുമോ എന്ന് പറയാൻ കഴിയില്ല. കാരണം ഏത് യുദ്ധത്തിന് പുറപ്പെട്ടമ്പോഴും പുറത്തു കടക്കാനുള്ള വഴിയും ജയിക്കാനുള്ള മാർഗ്ഗവും ഉറപ്പായിട്ട്, ഒരു യോദ്ധാവിനും യുദ്ധത്തിന് പുറപ്പെടാൻ കഴിയില്ല. ഒരു കാക്കയെ പോലെ പുറത്തു കടക്കാനുള്ള വഴി ആദ്യം തീരുമാനിക്കുകയും ജയിക്കാനുള്ള വഴി ആദ്യം ഉറപ്പാക്കുകയും ചെയ്തുകൊണ്ട് യുദ്ധം ചെയ്യുന്നവർ യുദ്ധമല്ല ചെയ്യുന്നത് എന്നാണ് യുദ്ധത്തിന്റെ പ്രാഥമികമായ പാഠം. ഒരുപക്ഷേ പരാജയപ്പെട്ടുവാൻ ഇടയുള്ള യുദ്ധത്തിന്റെ പ്രാഥമികമായ പാഠം. ഒരുപക്ഷേ പരാജയപ്പെട്ടുവാൻ ഇടയുള്ള യുദ്ധത്തിൽ യുദ്ധം ചെയ്യുക എന്നുള്ളതാണ് ജീവിതമെന്നും, തടുക്കുവാൻ കഴിയാത്ത ഒരു സന്ദർഭത്തിൽ തടുത്തുകൊണ്ടേയിരിക്കുക എന്നുള്ളതാണ് വാസ്തവത്തിൽ നമ്മുടെ കർത്തവ്യം എന്നുമുള്ള ഒരോർമ്മ തീർച്ചയായും നമുക്കുണ്ടാവണം.

●

2002

കടിക്കുന്ന ചെരിപ്പ്

നമ്മുടെ ദേശീയതയെക്കുറിച്ചു ചിന്തിക്കുമ്പോൾ ഓർമ്മ വരുന്നത് നാം ധരിക്കുന്ന ചെരിപ്പ് നമ്മെത്തന്നെ കടിച്ചു തുടങ്ങുക എന്ന അനുഭവമാണ്. എന്തു പ്രതീക്ഷിച്ച് ദേശീയതയുടെ വിത്തുകൾ നമ്മുടെ മണ്ണിൽ വിതച്ചുവോ അതു വളർന്നു വന്നപ്പോൾ അവ അതല്ലെന്നും അവ വിഭാഗീയതയുടെ വലിയ കതിരുകളാണെന്നും അവയ്ക്കു സൂചിമുനകളു ണ്ടെന്നും അവ നമ്മെ കൊല്ലുന്ന, കൊല്ലാൻ പ്രേരിപ്പിക്കുന്ന നമ്മുടെ ജീവിതത്തിന്റെ രക്തം ഊറ്റിക്കുടിക്കുന്ന ഒരനുഭവമായി വികസിച്ചു കഴിഞ്ഞിരിക്കുന്നുവെന്നും നാം ബോധവാന്മാരായിരിക്കുന്നു.

സ്വാതന്ത്ര്യസമര കാലത്ത് നാം വളരെ അനായാസമായാണ് ആശയങ്ങളെടുത്ത് കൈകാര്യം ചെയ്തിരുന്നത്. അന്നു വളരെ ശൂന്യമായ വെളിമ്പറമ്പുകളും ഏതു പാറപ്പുറത്തും വിതക്കാവുന്ന കുറേ വിത്തുകളും ഉണ്ടായിരുന്നു. അന്നും നാം ഈ ആശയങ്ങളുടെ വൈരുദ്ധ്യങ്ങളെ ക്കുറിച്ചു ചിന്തിക്കുകയോ ഈ ആശയങ്ങൾ എങ്ങനെ ഭസ്മാസുരനു കൊടുത്ത വരം പോലെ നമ്മെ സ്പർശിക്കുവാൻ തിരിച്ചുവരും എന്നു പ്രതീക്ഷിക്കുകയോ ചെയ്തിരുന്നില്ല. അതുകൊണ്ട് ദേശീയത നമ്മെ വീട്ടു വാതിൽക്കൽ വന്നു മുട്ടിവിളിക്കുകയും 'പുറത്തുവരൂ ഞാൻ നിന്നെ കൊല്ലാം' എന്നു പറയുകയും ചെയ്യുന്നു. വള്ളത്തോൾ അദ്ദേഹത്തിന്റെ പ്രസിദ്ധമായ വരികൾ,

'ഭാരതമെന്ന പേർ കേട്ടാലഭിമാന-
പൂരിതമാകണമന്തരംഗം,
കേരളമെന്നു കേട്ടാലോ, തിളക്കണം
ചോര നമുക്കു ഞരമ്പുകളിൽ'

എഴുതുന്ന കാലത്ത് അറിഞ്ഞോ അറിയാതെയോ ഈ രണ്ടു വാക്കിൽ അടങ്ങിയ വൈരുദ്ധ്യത്തെക്കുറിച്ച് ചിന്തിച്ചിട്ടുണ്ടായിരിക്കണം.

കാരണം നമ്മുടെ മനസ്സിൽ അന്നുമുണ്ട് ദേശീയതയെക്കുറിച്ച് രണ്ടു ബോധം, കേരളം, ഭാരതം എന്ന ബോധം. ഈ രണ്ടു ബോധങ്ങൾ തമ്മിലുള്ള വൈരുധ്യം ഒരു വൈരുധ്യമല്ലെന്നും ദേശീയ പ്രസ്ഥാന കാലത്ത് ഒരു വൈരുധ്യവും വൈരുധ്യമല്ലെന്നും സോദരർ തമ്മിലെ പോരൊരു പോരല്ല, സൗഹൃദത്തിന്റെ കലങ്ങി മറിയലാണ് എന്നും മറ്റുമുള്ള നുണകൾ പാടി നടക്കുകയായിരുന്നു നാം. വാസ്തവത്തിൽ സോദരന്മാർ തമ്മിലേ ലോകത്തിൽ എന്നും പോര് നടന്നിട്ടുള്ളൂ എന്നും മറ്റുള്ളവർ പോരടിക്കേണ്ട യാതൊരു കാര്യവുമില്ല എന്നും അതുകൊണ്ട് മഹാഭാരതത്തിലും ബൈബിളിലും കാരമസോവ് സഹോദരന്മാരിലും നമ്മുടെ തറവാട്ടു ഭാഗക്കേസുകളിലും ഉള്ള എല്ലാ വഴക്കുകളും സഹോദരന്മാർ തമ്മിലുള്ള പോരാണെന്നും ലോകത്തിലെ മൗലികമായ വൈരുധ്യം സഹോദരന്മാർ തമ്മിലുള്ളതാണ് എന്നും വ്യക്തമാകുന്നു. ഇത് വെളിച്ചത്തു വരികയും നമ്മുടെ പ്രധാനപ്പെട്ട പ്രശ്നം, നമ്മുടെ അതിർത്തി തർക്കം പഴയ മോഹൻജോദാരോ-ഹാരപ്പാ സംസ്കാരം ഇന്നു സ്ഥിതി ചെയ്യുന്ന പാക്കിസ്ഥാനുമായിട്ടാണ് എന്നും നാം ഇന്നു മനസ്സിലാക്കുന്നു.

ഒരു രാജ്യത്തിന്റെ ദേശീയതയാണ് ഏറ്റവും വലിയ ഭാഗ്യം എന്നു കരുതിയിരുന്ന കാലത്ത് നമ്മുടെ നാട്ടിൽ അസംഖ്യം ദേശീയതകൾ പൊട്ടിക്കിളിർക്കുകയും, ഒരു നെൽച്ചെടിക്ക് ഇള പൊട്ടുന്നതു പോലെ, അടിയിൽ നിന്ന് ധാരാളം ഇള പൊട്ടി വിരിയുകയും അവസാനം പേരാലിന്റെ ആദ്യത്തെ കട ഏതാണെന്ന് അന്വേഷിക്കുകയും ചെയ്യുന്നു. വളർന്നു പന്തലിച്ച ഒരു പേരാലിന്റെ ആദ്യത്തെ കട എവിടെയാണ് എന്നും അതിന്റെ പിൽക്കാലത്ത് വന്ന വേര് എവിടെയാണെന്നും അന്വേഷിച്ചു കൊണ്ടിരിക്കുന്നു. നാം വിതച്ച മറ്റൊരു വിത്തായ ഭാഷാ സംസ്ഥാനത്തിന്റെ കാര്യവും ഇങ്ങനെ തന്നെ. എല്ലാ ജനങ്ങളുടെയും ഒരു മൗഢ്യം അവർക്കില്ലാത്തതെന്തോ അതാണ് വിലപ്പെട്ടത് എന്ന് ആ ജനവർഗം കരുതിപ്പോരുന്നു എന്നതാണ്. മനുഷ്യന്റെ പരമമായ ഒരു ദൗർബല്യം അവർ ഇല്ലാത്തത് കൊതിക്കുന്നവനാണ് എന്നുള്ളതാണ്. നാം പണ്ട് വിളിച്ചിരുന്നത് കേരളം ഒന്നാകണം എന്നായിരുന്നു. അതുകൊണ്ട് നാം നിരന്തരം ഐക്യകേരള പ്രമേയങ്ങൾ പാസാക്കുകയും എങ്ങനെയൊക്കെയോ നാം ആവശ്യപ്പെട്ട ഐക്യകേരളം വന്നെത്തുകയും ചെയ്തു. ഇതു വന്നതിനു ശേഷം നമ്മുടെ പ്രധാനപ്പെട്ട ആലോചന ഇതു വേണ്ടിയിരുന്നുവോ എന്നാണ്. അതിനു കാരണം തലസ്ഥാനം ചുകന്നു പോയി എന്നുള്ളതാണ്. മൂന്നുംകൂട്ടി മുറുക്കിയ ഒരാളുടെ ചുണ്ട് ചുവക്കുന്നതു പോലെ മൂന്നു ദേശങ്ങൾ ഒന്നായിച്ചേർന്നപ്പോൾ തലസ്ഥാനം ചുവക്കുകയും കേരളത്തിൽ ആദ്യത്തെ

തെരഞ്ഞെടുക്കപ്പെട്ട കമ്മ്യൂണിസ്റ്റ് മന്ത്രിസഭ ഉണ്ടാവുകയും ചെയ്തു. അപ്പോൾ ഇതു വേണ്ടിയിരുന്നുവോ എന്നുള്ള സംശയം ആയിരുന്നു അന്നത്തെ പ്രബുദ്ധരായ നേതാക്കന്മാരുടെ ചിന്ത. അവർ കുറച്ചു കഴിഞ്ഞപ്പോൾ മഴ മാറ്റി വക്കുകയും ഈ മന്ത്രിസഭയെ പിരിച്ചു വിടാം എന്നു തീരുമാനിക്കുകയും ചെയ്തു. ഇത് നമ്മുടെ ഐക്യകേരള സംഭവത്തിന്റെ പ്രധാനപ്പെട്ട ഒരനുഭവമാണ്. ഇതിന്റെ അടിയിൽ ആശയങ്ങളുടേതായ പല അടിയൊഴുക്കുകളുമുണ്ട്.

ഒരു ഭാഷാ സംസ്ഥാനം രൂപവൽക്കരിക്കപ്പെട്ടുമ്പോൾ ഒരു ജനവർഗ്ഗം, ഒരു ജനവിഭാഗം ഒന്നായിത്തീരുകയും ഈ ജനവിഭാഗത്തിന്റെ മൗലികമായ വികാരങ്ങൾ ഒന്നിച്ചു ത്രസിക്കുകയും അവർക്ക് സാമൂഹ്യമായ ഒരു ബോധം ഉണ്ടായിത്തീരുകയും ചെയ്യുന്നു. പക്ഷേ ഇന്ന് ഭാഷ, ഇടശ്ശേരി പണ്ടു പറഞ്ഞപോലെ, രണ്ടു കാര്യങ്ങൾക്ക് വേണ്ടി ഉപയോഗിക്കാവുന്നതാണ്. ഒരായുധം നിങ്ങൾക്ക് നിർമ്മാണാത്മകമായ പ്രവർത്തനങ്ങൾക്ക് വേണ്ടിയോ ശത്രുവിനെ സംഹരിക്കാനോ ആത്മഹത്യ ചെയ്യാനോ ഉപയോഗിക്കാം. ആയുധം നിഷ്പക്ഷമാണ്. പക്ഷേ ഈ ആയുധങ്ങളുപയോഗിക്കുന്ന മനുഷ്യൻ പലപ്പോഴും ലോകത്തെ മാറ്റിത്തീർക്കാനുള്ള ആയുധമായി ഉപയോഗിക്കുന്നതിനു പകരം ലോകത്തെ ഛിന്നഭിന്നമാക്കിത്തീർക്കാനുള്ള ഒരായുധമാക്കിത്തീർക്കുകയും നമ്മെ വളർത്താനുള്ള ആയുധമാക്കുന്നതിനു പകരം നമ്മുടെ തന്നെ മരണത്തിന്, ആത്മഹത്യയ്ക്കുള്ള ഒരു കരുവാക്കിത്തീർക്കുകയും ചെയ്യുന്നു. അക്ഷരത്തിന് ഇത്തരമൊരനുഭവമുണ്ട്. അക്ഷരം മനുഷ്യനെ സ്വതന്ത്രനാക്കാനോ കെട്ടിയിടാനോ ഉള്ള ഒരുപകരണമായി തീരാം. അക്ഷരം ബ്രഹ്മപരമാണ് എന്നു മാത്രമല്ല ബ്രഹ്മം അഥവാ ഈശ്വരൻ നമ്മുടെ കാലിൽ ചങ്ങലയിടുവാനുള്ള ഒരവതാരമോ നമ്മുടെ കാലിൽ നിന്നു ചങ്ങലയഴിക്കുവാനുള്ള ഒരു ശ്രീകൃഷ്ണനോ ആയിത്തീരാം. ഇങ്ങനെ നമ്മുടെ ദേശീയ ചിന്തകളും ഇന്നു നമുക്കു നേരെ തിരിഞ്ഞു കുത്തുകയും ഒരു രാജ്യത്തെ ശിഥിലമാക്കിത്തീർക്കാനുള്ള പ്രധാനപ്പെട്ട കരുക്കൾ ആയിത്തീരുകയും ചെയ്യുന്നുണ്ട്.

ദേശീയതയെ എങ്ങനെ ഉപയോഗിക്കാം എന്നതാണ്, അതിനെ എങ്ങനെ നിലനിർത്താം എന്നതല്ല നമ്മുടെ പ്രശ്നം. ദേശീയത മാത്രമല്ല, സംസ്കാരത്തെ നിലനിർത്തുക പോലും മനുഷ്യന്റെ പ്രശ്നമല്ല എന്നാണ് എനിക്കു തോന്നിയിട്ടുള്ളത്. കാരണം മനുഷ്യൻ നിലനിൽക്കുന്നത് സംസ്കാരത്തിനു വേണ്ടിയിട്ടല്ല. സംസ്കാരം നിലനിൽക്കുന്നത് മനുഷ്യനു വേണ്ടിയാണ്. മനുഷ്യന് ഹാനികരമായിട്ടുള്ള ഏതു സംസ്കാരത്തെയും ഏതു ജീർണ്ണ സംസ്കാരത്തെയും ഉപേക്ഷിക്കുകയാണ് അവന്റെ ആദ്യത്തേതും അവസാനത്തേതുമായ കർത്തവ്യം. പലപ്പോഴും

ഇതു മറന്നു പോകുന്നു. എന്നിട്ട് ജീർണിച്ചതിനെയെല്ലാം സംരക്ഷിക്കു കയാണ് നമ്മുടെ ചുമതല എന്നു നാം വിശ്വസിക്കുകയും ജീർണ്ണോ ദ്ധാരണം നമ്മുടെ ജീവിതത്തിന്റെ മഹാവ്രതമായി സ്വീകരിക്കുകയും ചെയ്യുന്നു. ജീർണ്ണിച്ചതിനെ ഉദ്ധരിക്കുകയല്ല നശിപ്പിക്കുകയാണ് നമ്മുടെ ജീവിതത്തിന്റെ കർത്തവ്യം എന്ന് കേരളീയർ എന്നും പറഞ്ഞിരുന്നു. പൊട്ടി പുറത്ത്, ശീവോതി അകത്ത് എന്ന് പറഞ്ഞു പോന്നിരുന്ന ഒരു ജനത പൊട്ടിയെ അകത്താക്കുകയും ശ്രീഭഗവതിയെ പുറത്താക്കുകയും ചെയ്യുന്നു. നാം ഒരു വിപരീത മന്ത്രം ഉച്ചരിച്ചു തുടങ്ങിയിരിക്കുന്നു. ദ്രവിച്ചു കൊണ്ടിരിക്കുന്ന എല്ലാറ്റിനെയും താലോലിക്കുകയും നിലനിർത്തുകയും മരിച്ചവരുടെ വീട്ടും എഴുത്താണിയും ചിത്രങ്ങളും ആയുധങ്ങളും ആശയ ങ്ങളും സൂക്ഷിക്കുകയുമാണ് നമ്മുടെ കർത്തവ്യം എന്ന് ഭാരതീയരും കേരളീയരും പതുക്കെപ്പതുക്കെ കരുതാൻ തുടങ്ങിയിരിക്കുന്നു.

ജീവിതത്തെ പുരോഗമിപ്പിക്കാത്ത ഒരാശയവും ഒരായുധവും നാം നമ്മുടെ കൂടെക്കൊണ്ടു നടന്നുകൂടാ. സ്വീകരിക്കുന്നതു പോലെ തിരസ്ക രിക്കുന്നതും മനുഷ്യ ചരിത്രത്തിലെ ജീവന്മരണ പ്രശ്നങ്ങളിൽ ഒന്നാണ്. അതിനാൽ നാം ഇന്ന് ആലോചിക്കേണ്ടത് ദേശീയത നമ്മെ എങ്ങനെ സഹായിക്കുന്നു എന്നുള്ളതാണ്, ദേശീയത എന്തിനു വേണ്ടി ഉപയോ ഗിക്കുന്നു എന്നുള്ളതാണ്.

ഇന്ത്യ സ്വതന്ത്രമായിത്തീർന്നപ്പോൾ ഇന്ത്യയിലെ ഇടതുപക്ഷ ചിന്താഗതിക്കാരായിരുന്ന എല്ലാവർക്കും അറിയാമായിരുന്ന ഒരു കാര്യം ഇന്ത്യയിൽ നടക്കുന്ന അധികാര കൈമാറ്റം ഇന്ത്യൻ ദേശത്തിനു വേണ്ടി നടത്തുന്ന ഒരധികാര കൈമാറ്റമല്ല, മറിച്ച് ഒരു കൂട്ടം സമ്പന്ന ന്മാരുടെ കൈകളിലേക്ക് നടക്കുന്ന വ്യാപാരക്കൈമാറ്റമാണ് എന്നുള്ള തായിരുന്നു. ഇതിന്റെ ഫലം ദേശീയത എന്നുള്ള മന്ത്രം അനുഭവത്തിൽ അർത്ഥ ശൂന്യമായ, എത്ര ജപിച്ചിട്ടും മഴ പെയ്യാത്ത, എത്ര കനകധാരാ സ്തോത്രം ചൊല്ലിയിട്ടും സ്വർണ്ണ നെല്ലിക്ക കിട്ടാത്ത, എത്ര വൈദി കത്തവളകൾ കരഞ്ഞിട്ടും മഴ പെയ്യാത്ത ഒന്നായിത്തീർന്നു. നമ്മുടെ ദേശീയബോധം, നമ്മുടെ ദേശീയ പ്രയത്നങ്ങൾ, നമ്മുടെ ജനതയെ ഉയർത്തിയില്ല എന്നു മാത്രമല്ല അവർ നമ്മുടെ റെയിലുകളിൽ കുമ്പാരം കൂട്ടുകയും ചെയ്യുന്നു. നമ്മുടെ ദേശീയതയുടെ ഒരു ചിഹ്നം, റെയിലാണ്. നമ്മുടെ ഇന്ത്യയെ ഏകോപിപ്പിക്കുന്നു എന്നു പറയാവുന്ന ഒരു ചിഹ്നം-റെയിൽവേ-ഇന്ത്യയുടെ ധമനികളാണ് എന്ന് ഭൂമിശാസ്ത്രജ്ഞ രും ചരിത്രകാരന്മാരും ഒക്കെ വിശേഷിപ്പിക്കുന്ന റെയിൽ-ഇന്ത്യയെ മർദ്ദിക്കുവാനായി ബ്രിട്ടീഷുകാർ ഉണ്ടാക്കിയിട്ടുള്ളതാണ്. ഇന്നത് ഇന്ത്യ യുടെ ദേശീയൈക്യത്തിന്റെ ഒരു പ്രതീകമായിരിക്കുന്നു. പക്ഷേ ഈ റെയിലിന്റെ അരികുകളിൽ നമ്മുടെ ദേശീയത, നമ്മുടെ ദേശീയബോധം,

നമ്മുടെ ജനത, ജീർണ്ണിച്ച് അടിഞ്ഞു പോകുന്നു. അവരെ നാം തിരിഞ്ഞു നോക്കാത്തതിനു കാരണം അവർ നമ്മുടെ ഭാഷ സംസാരിക്കുന്നില്ല എന്നുള്ളതാണ്. തമിഴന്മാർ കേരളത്തിലെ റെയിൽപ്പാളങ്ങളിൽ വന്ന ടിഞ്ഞു കൂടുകയും കർണ്ണാടകക്കാർ തമിഴരുടെ റെയിൽപ്പാളങ്ങളിൽ അടിഞ്ഞു കൂടുകയും അടിഞ്ഞു കൂടുന്ന ജീവിതങ്ങൾ കൊണ്ട് അവർ റെയി ലുകളിൽ ഇന്ത്യയുടെ ദേശീയമായ ഐക്യത്തെ, ഇന്ത്യയുടെ മഹത്തായ ദാരിദ്ര്യത്തിൽ കൂടി വിളംബരം ചെയ്യുകയും ചെയ്യുന്നു. അവിടെ ഈ മനുഷ്യർക്കും ഈ സമൂഹത്തിനും ഇടയിൽ തടസ്സമായി നിൽക്കുന്നത് അവർ സംസാരിക്കുന്ന ഭാഷയാണ്. ഈ ഭാഷ വ്യത്യസ്തമായതു കൊണ്ട് നാം എന്തുകൊണ്ടോ ഇപ്പോഴും അവർ നമ്മുടെ ആളുകളല്ല എന്നും അവർ തമിഴന്മാരാണ് എന്നും കരുതുന്നു. നമ്മുടെ ദേശീയബോധം വാസ്തവത്തിൽ അവിടെവരയേ എത്തിയിട്ടുള്ളൂ. പ്രധാനപ്പെട്ട ഈ വസ്തുത വിസ്മരിക്കുകയും ഒരു ദേശീയ വികാരത്തിന് വേണ്ടത് അനേകം പതിപ്പുകൾ ഉണ്ടാക്കുകയോ ദൽഹിയിലുള്ള സുവർണ്ണ സിംഹാസന ങ്ങൾ രക്ഷിക്കുകയോ അല്ല എന്നും ഇവിടെയുള്ള കോടിക്കണക്കിന് ജനങ്ങളുടെ സമമായ, സന്തുലിതമായ വളർച്ച സ്ഥാപിക്കുകയാണ് എന്നുമുള്ള, പ്രാഥമികമായി ഒരു ക്ലാസിലും പഠിപ്പിക്കേണ്ടതില്ലാത്ത, ഒന്നാം ക്ലാസിൽ പോലും പറഞ്ഞാൽ മനസ്സിലാകുന്ന സാധാരണ കാര്യം മറന്നു പോവുകയും ചെയ്യുന്നു.

നാമിപ്പോഴും നമ്മുടെ ഐക്യത്തിന്റെ പ്രതീകമായി രാമായണത്തെ കാണുകയും ഭാരതത്തെ കാണുകയും മയൂര സിംഹാസനത്തെക്കുറിച്ച് സ്വപ്നം കാണുകയും കോഹിനൂരിനെക്കുറിച്ച് പാഠപുസ്തകത്തിൽ വായി ക്കുകയും ഒരിക്കലും നമ്മുടെ മനുഷ്യരെപ്പറ്റി പഠിക്കാതിരിക്കുകയും ചെയ്യുന്നു. നാം എപ്പോഴും വ്യർത്ഥതയുടെ, ഇല്ലായ്മയുടെ, മോഹങ്ങ ളുടെ അടയാളങ്ങളുടെ പിന്നാലെ പോവുകയും സത്യം വിസ്മരിക്കു കയും ചെയ്യുന്നു. ഇത് യഥാർത്ഥമായ ദേശീയ ബോധമല്ല. കാരണം ഒരു ദേശീയബോധം യഥാർത്ഥമാകണമെങ്കിൽ ഒരു ദേശത്തിലെ ജനങ്ങൾക്ക് സാമാന്യമായി ഏകരൂപമായ, മൗലികമായ ഒരു തലയിലെഴുത്തുണ്ടാകണം. അക്ഷരം ആധിപത്യത്തിനുള്ള ഒരുപകര ണമാണ്. അക്ഷരം കൊണ്ടാണ് ഇംഗ്ലീഷുകാർ ഇന്ത്യയെ ഭരിച്ചത്. ഒരു കാലത്ത് അക്ഷരം കൊണ്ടാണ് മിക്കവാറും പാശ്ചാത്യ ജനവർഗ്ഗം ലോകത്തെ ഭരിച്ചുകൊണ്ടിരുന്നത്. അതുകൊണ്ട് അക്ഷരം നമ്മുടെ തലയിൽ എഴുതപ്പെട്ടുമ്പോൾ, നമ്മുടെ നെറ്റിയിൽ എഴുതപ്പെടുമ്പോൾ, നമ്മുടെ ടെലിവിഷനിൽ തെളിയുമ്പോൾ അത് ആധിപത്യത്തിന്റെ ഒരു മുദ്രയാണ് എന്നും നമ്മുടെ അക്ഷരമല്ല അവിടെ തെളിയുന്നത് എന്നും ഒരു കേരളീയനോ മറാത്തിക്കോ തമിഴനോ തോന്നുന്നുണ്ടെങ്കിൽ അതിൽ അസ്വാഭാവികമായിട്ടു യാതൊന്നുമില്ല.

ഇന്ത്യ എന്നുള്ളത് ഒരു വലിയ യു.പി. സംസ്ഥാനമായി തീരുകയല്ല ഇന്ത്യൻ ദേശീയതയുടെ മൗലികമായ അർത്ഥം. ഇന്ത്യ ഇന്ത്യയായി ത്തീരുകയാണ് ഇന്ത്യൻ ദേശീയതയുടെ അർത്ഥം. എല്ലാ ഞായറാഴ്ചകളിലും വ്യാഴാഴ്ചകളിലും എല്ലാ ഭാഷകളിലേയും ദേശീയഗാനങ്ങൾ മാറി മാറി പാടുന്നതു കൊണ്ട് ഇന്ത്യക്ക് ദേശീയോദ്ഗ്രഥനം ഉണ്ടായി ത്തീരും എന്ന് കരുതുന്നത് ദേശീയോദ്ഗ്രഥനത്തിനുള്ള മാർഗ്ഗമല്ല. ബൈബിളിൽ നിന്ന്, ഖുർ-ആനിൽ നിന്ന്, വേദത്തിൽ നിന്ന്, ഓരോ വരി അടുപ്പിച്ചടുപ്പിച്ച് ഉദ്ധരിച്ചു കഴിഞ്ഞാൽ ഇന്ത്യയിലെ മതങ്ങൾ യോജിക്കുമെന്ന് ഗാന്ധിജി പോലും കരുതിയിരുന്നു. ജീവിതത്തിന്റെ ഐക്യം വരികളാവർത്തിച്ച് ഉണ്ടാക്കിത്തീർക്കേണ്ട ഒന്നല്ല. മനുഷ്യ ജീവിതത്തിന്റെ ഐക്യത്തിൽ നിന്നു മാത്രമേ മനുഷ്യ വർഗ്ഗത്തിന്റെ ഐക്യമുണ്ടാകൂ. മനുഷ്യ ജീവിതത്തിന്റെ സമത്വത്തിൽ നിന്നു മാത്രമേ മനുഷ്യ വർഗ്ഗത്തിന്റെ സമത്വമുണ്ടാകുകയുള്ളൂ. ഇന്ത്യ ഒന്നാണ് എന്ന് ഇന്ത്യക്കാർക്ക് തോന്നണമെങ്കിൽ ഇന്ത്യയിലെ ജീവിതം ഒന്നായിത്തീർന്നേ പറ്റൂ. ഇതുണ്ടാകാത്തിടത്തോളം കാലം നാം ഭൂരിപക്ഷ കണക്കുകൾ പറയുകയും ഇന്ത്യയിൽ ഹിന്ദിയല്ലാതെ മറ്റേത് ഭാഷയാണ് കൂടുതൽ ആളുകൾ സംസാരിക്കുന്നത് എന്നവകാശപ്പെടുകയും ചെയ്തതു കൊണ്ട് പ്രത്യേകിച്ച് ഗുണമൊന്നുമില്ല. ഇതിലടങ്ങിയിട്ടുള്ള മൗലികമായ, ഗഹനങ്ങളായ ചില കാര്യങ്ങളുണ്ട്. ആ കാര്യങ്ങൾ ഒരു ചെറിയ സൂത്ര വാക്യത്തിൽ പറഞ്ഞാൽ നമ്മുടെ ജീവിതത്തിന്റെ ഏകോപനത്തിൽ നിന്നല്ലാതെ, ഒരു ജനവർഗ്ഗത്തിന്റെ ഭാവിയും വർത്തമാനവും ഒന്നാണ് എന്ന് ജനവർഗ്ഗത്തിന് തോന്നുന്ന കാലത്തല്ലാതെ ആ രാജ്യത്ത് യഥാർത്ഥമായ ദേശീയബോധം ഉണ്ടാകുകയില്ല. അതുകൊണ്ട് നാം ചെയ്യുന്ന ചൊട്ടു വിദ്യകളെല്ലാം തന്നെ വാതത്തിന് വിരലിൽ എണ്ണ തടവുന്നതു പോലെയാണ്. വാതം തലച്ചോറിലെ ഞരമ്പുകൾക്കുണ്ടാകുന്ന അസ്വാസ്ഥ്യമാണ് എന്നറിയുമ്പോൾ നാം വിരലുകളിൽ എണ്ണയിടാൻ മടിക്കുകയും തലച്ചോറിലാണ്, തലസ്ഥാനത്താണ് തകരാറ് എന്ന് മനസ്സിലാക്കുകയും എല്ലാ വാതങ്ങളും തലയിൽ നിന്നു തന്നെ മാറണം എന്നുള്ള അന്തിമമായ വിശ്വാസത്തിൽ എത്തിച്ചേരുകയും ചെയ്യുന്നു. കേരളത്തിന്റെ കടൽത്തീരങ്ങളിൽ കരിങ്കല്ലിട്ട് ചിറ കെട്ടുന്ന കാലത്ത് അതിനുള്ള ചെലവിൽ ഒരു ഭാഗം കേരളം വഹിക്കണമെന്നുള്ള ആവശ്യം വന്നു. പക്ഷേ വളരെ കഴിഞ്ഞതിനു ശേഷമാണ്, നമ്മുടെ നാട്ടിലെ ഒരു ചെറിയ മനുഷ്യൻ ഒരു വലിയ കാര്യം ഓർമ്മിപ്പിച്ചതിനു ശേഷമാണ്, കേരളത്തിന്റെ അതിർത്തി ഇന്ത്യയുടെ അതിർത്തിയാണ് എന്നും കേരളത്തിന്റെ അതിർത്തി സംരക്ഷിക്കുക എന്നുള്ളത് ഇന്ത്യയുടെ ചുമതലയാണ് എന്നും ഓർമ്മിപ്പിക്കപ്പെട്ടതിനു ശേഷമാണ് നമ്മുടെ

കടൽ തുടങ്ങുന്നിടത്ത് ഇന്ത്യ അവസാനിക്കുന്നു എന്നുള്ള ബോധം വടക്കുള്ള പലർക്കും ഉണ്ടായത്. അതുപോലെ തന്നെ ഭാരതത്തിന് കേരളത്തിന്റെ തീരദേശത്തുള്ള സ്ഥലങ്ങൾ പതിച്ചു കൊടുക്കാനുള്ള ശ്രമം ഇതിനിടയിലുണ്ടായിരുന്നു. അപ്പോഴും അവിടെയിരിക്കുന്ന യോഗ്യന്മാർ കേരളത്തിന്റെ കടൽത്തീരം ഇന്ത്യയുടെ കടൽത്തീരമാണെന്ന് ഓർത്തില്ല.

കന്യാകുമാരിയിൽ വരുമ്പോഴാണ് തെക്കേ ഇന്ത്യയുടെ തെക്കേ അറ്റത്ത് ഒരു കന്യാകുമാരിയുണ്ട് എന്നറിയുകയും കന്യാകുമാരി മുതൽ കാശ്മീർ വരെ ഒരു തീവണ്ടി വേണം എന്നുള്ള ദേശീയോദ്ഗ്രഥന ആശയം തോന്നുകയും ചെയ്യുന്നത്. ഇതിനു കാരണം ഇന്ത്യ ഒന്നായിത്തീരണം എന്നുള്ളതല്ല, കന്യാകുമാരി മുതൽ കാശ്മീർ വരെ ഭരിക്കണം എന്നുള്ള മോഹമാണ്. ഇത് എന്നില്ലാതായിത്തീരുന്നുവോ അതായത് ഭരിക്കാനുള്ള പട്ടാളങ്ങൾ, ഭരിക്കാനുള്ള റോഡുകൾ എന്നിവ എന്ന് ഇല്ലാതായിത്തീരുന്നുവോ അന്നു മാത്രമേ ഒരു ജനത സ്വതന്ത്രമായി തീരുകയുള്ളൂ.

ഒരു കാലത്ത് വള്ളത്തോൾ പാട്ടുപാടി, ഭാരതിയാർ ദേശ കീർത്തനങ്ങൾ പാടി, ഭാരതിയാർ ഇന്ത്യ മുഴുവൻ ഭഗവതിയാണെന്നും ആന പോലും ഭഗവതിയാണെന്നും വിചാരിക്കുകയും ആനയുടെ കാലിൽ കടന്നു പിടിക്കുകയും ആന അദ്ദേഹത്തെ അത്ര വാത്സല്യത്തോടെയല്ലാതെ താലോലിക്കുകയും അങ്ങനെ ഭാരതിയാർ മരിച്ചുപോവുകയുമാണുണ്ടായത്. നാം ഒരു കാലത്ത് ലോകം മുഴുവൻ അമ്മയാണെന്നു കരുതി, 'ജനനീ ജന്മഭൂമിശ്ച സ്വർഗാദപി ഗരീയസി', എന്നു പാടുകയും ഈ ലോകത്തിന്റെ മുഴുവൻ കേന്ദ്രം ഭാരതമാണെന്നഭിമാനിക്കുകയും പൂന്താനം എന്ന നമ്മുടെ മഹാകവിയെക്കൊണ്ട് ലോകത്തിൽ മോക്ഷം കിട്ടാൻ ഇന്ത്യയിലാണ് പിറക്കേണ്ടത് എന്നെഴുതിക്കുകയും ചെയ്തു. അതുകൊണ്ട് ക്രിസ്തു കാശ്മീരിൽ വന്നിട്ടാണ് ക്രിസ്തുവായിത്തീർന്നത് എന്നു നാം കഥകൾ അടിച്ചിറക്കി. ഇത്തരം മൂഢതകളിൽ ജീവിച്ചു പോന്നിരുന്ന ഒരു ജനത ഇന്ന് ഈ ദേശീയത എത്ര മാരകമായ വിത്താണ് എത്ര വലിയ വിഷ വിത്താണ്, അസുര വിത്താണ് എന്നു മനസ്സിലാക്കുകയും ചെയ്യുന്നു. വിതച്ചത് മിക്കവാറും നെൽ വിത്തുകളായിരിക്കാമെങ്കിലും മുളച്ചത് നായ്ക്കൊരണയുടെ വിത്താണ്. ചെറിയ ചെറിയ പ്രദേശികത്വങ്ങളായി നമുക്ക് ചൊറിച്ചിലായി, തിണർപ്പായി, അലർജിയായി പലപ്പോഴും നമുക്ക് മാരണമായി നമുക്കിടയിൽത്തന്നെ അതു വളർന്നു വരികയും ചെയ്യുന്നു. ഇന്നലെ വരെ നല്ലത് നല്ലത് എന്നു പറഞ്ഞിരുന്ന സാധനം ഇന്നു നല്ലതല്ലാതായിത്തീർന്നിരിക്കുന്നു. രാവിലെ മുതൽ നല്ലത് എന്ന് പറഞ്ഞിരുന്ന

പാല് വൈകുന്നേരമായപ്പോഴേക്കും പുളിക്കുകയും അതു വിഷമായി ത്തീരുകയും ചെയ്തിരിക്കുന്നു. അപ്പോഴെന്താണ് ചെയ്യുക. അതു വലിച്ചു പുറത്തേക്കെറിയുക എന്നതാണ് ചെയ്യാനുള്ളത്.

ബുദ്ധനാണെങ്കിലും വിഷം കലർന്ന ഭക്ഷണം കഴിച്ചാൽ മരിക്കും. അതുകൊണ്ട് ഒരാശയം എപ്പോൾ നമ്മുടെ ജീവിതത്തിന് തടസ്സ മായിത്തീരുന്നുവോ അപ്പോൾ ആ ആശയം വലിച്ചെറിയുകയാണ് പ്രായോഗികം. മനുഷ്യ വർഗ്ഗത്തെ യോജിപ്പിക്കുന്ന ഒരാശയം മനു ഷ്യവർഗ്ഗത്തെ ഭിന്നിപ്പിക്കുന്ന ആശയമായിത്തീരുമ്പോൾ അതിനെ വലിച്ചെറിയേണ്ടിവരും.

സങ്കുചിത ദേശീയത്വം അവസാനിക്കുമ്പോൾ നമ്മുടെ ലോകം ഉണരുന്നു. ലോകത്തിൽ മനുഷ്യവർഗം ഒന്നാണെന്നുള്ള ബോധം. "നരജാതി. അതോർക്കിൽ ഒരു ജാതി" എന്ന ബോധമാണ് വാസ്തവ ത്തിൽ മനുഷ്യ വർഗ്ഗത്തിന്റെ ആദിമമായ, അന്തിമമായ, യാഥാർത്ഥ്യം. ഈ യാഥാർത്ഥ്യത്തിലേക്ക് എത്തിച്ചേരേണ്ട സമയത്ത് ദേശീയത മനുഷ്യന് ഒരു ഉപകരണമാകണം. ദേശീയത മനുഷ്യന് ഒരു തടസ്സ മായിക്കൂടാ. തെങ്ങു കയറാൻ കാലിലിടുന്ന തളപ്പ് കാലു കെട്ടാനുള്ള കയറായിത്തീർന്നുകൂടാ.

മുതലാളിത്തത്തിന്റെ അധഃപതനത്തിൽക്കൂടി ലോക മനുഷ്യത്വം ഉദയം ചെയ്തേക്കാം. ഇതൊരു സ്വപ്നമല്ല. ഇത് ചരിത്രത്തിന്റെ സ്വാ ഭാവികമായ പരിണാമം മാത്രമാണ്. കാരണം ചരിത്രം നമ്മുടെ പഴയ ആശയങ്ങളെ നിസ്സാരമാക്കി, ശൂന്യമാക്കി, അർത്ഥരഹിതമാക്കി ഇല്ലാതാക്കിയിരിക്കുന്നു. അതുകൊണ്ട് ഒരുപക്ഷേ നാം ഇന്നനുഭവി ക്കുന്ന വേദനകളുടെ, ദുരിതങ്ങളുടെ നടുവിൽക്കൂടി എത്തിച്ചേരുക, വേദനകളില്ലാത്ത, ദുരിതങ്ങളില്ലാത്ത, ഒരു ലോകത്തായിരിക്കും എന്നു പ്രതീക്ഷിക്കാം.

●

1988

ഫാസിസത്തിന്റെ പുതിയ മുഖം

നാം അറിയുന്ന രീതിയിൽ ഇന്ത്യയിൽ ഫാസിസത്തിന്റെ ഒരു പുതിയ രൂപം, അതിന്റെ എല്ലാ തന്ത്രങ്ങളോടും-ജർമൻ തന്ത്രവും വൈഷ്ണവ തന്ത്രവും ചേർന്ന ഒരു പുതിയ ആഭിചാര തന്ത്രത്തോടും കൂടി അവതരിപ്പിച്ചു കഴിഞ്ഞിട്ടുണ്ട്. അത് നമ്മുടെ പുരാണങ്ങളെയെല്ലാം, നമ്മുടെ നെറ്റിത്തടത്തിലെ അടയാളങ്ങളെപ്പോലും പിടിച്ചു പറിക്കുകയും നിങ്ങൾ തൊടുന്ന തിലകം നിങ്ങളെ രാഷ്ട്രീയമായി തിരിച്ചറിയാനുള്ള ഒരു അടയാളമാക്കി തീർക്കുകയും ചെയ്തിരിക്കുന്നു. ഇതാണ് മൗലികമായ ഇന്ത്യൻ ജീവിതാവസ്ഥയുടെ, അല്ലെങ്കിൽ സാംസ്കാരികാവസ്ഥയുടെ ഒരു മുഖം. ഇതാണ് ഫാസിസ്റ്റ് രാഷ്ട്രീയ പ്രവർത്തനത്തിന്റെ കൃത്യമായ, എളുപ്പമായ മാർഗ്ഗം. നിലവിലിരിക്കുന്ന കഥകളും നിലവിലിരിക്കുന്ന അടയാളങ്ങളും നിലവിലിരിക്കുന്ന മന്ത്രങ്ങളും ഭാഷകളും ഉപയോഗിച്ച് മനുഷ്യന്റെ ഭാഗധേയത്തെ കവർന്നെടുക്കുക എന്നുള്ള തന്ത്രമാണ് വളരെ ആസൂത്രിതമായി ഇന്ത്യൻ ഫാസിസ്റ്റ് പ്രവർത്തനം സ്വീകരിച്ചു കഴിഞ്ഞിട്ടുള്ളത്. ഇതിനെ ചരിത്രത്തിന്റെ സാമാന്യമായ പാതയിലേക്ക് തിരിച്ചു കൊണ്ടുവരികയും ഇന്ത്യ ആരുടേതാണെന്ന ചോദ്യത്തിന് നമ്മുടേതായ ഉത്തരം നൽകുകയും ചെയ്യുക എന്നതാണ് തീർച്ചയായും ഇന്നത്തെ പുരോഗമന പ്രസ്ഥാനത്തിന്റെ മൗലികമായ കടമ.

നാം നമുക്കായി നിർമ്മിച്ച്, നമുക്കായി തന്നിരിക്കുന്നു എന്നു പ്രഖ്യാപിച്ച നമ്മുടെ ഇന്ത്യൻ ഭരണഘടന(അങ്ങനെയാണല്ലോ നമ്മൾ ഭരണഘടനയുണ്ടാക്കി സ്വീകരിച്ചിട്ടുള്ളത്)യുടെ അർത്ഥം നാം നമുക്കായി നിർമ്മിച്ച് മറ്റുള്ളവർക്കായി ഒഴിഞ്ഞുകൊടുക്കാനുള്ള ഒരു രാജ്യമാണ് എന്നു വരുത്തിത്തീർക്കാനുള്ള ശ്രമം നമ്മുടെ മുമ്പിൽ നിരന്തരമായി

നടന്നുകൊണ്ടിരിക്കുന്നുണ്ട്. ഇത് തിരിച്ചറിയുകയും തിരിച്ച് പിടിക്കുകയും ചെയ്യുകയാണ് തീർച്ചയായും ഈ കാലഘട്ടത്തിലെ മുഖ്യമായ സാംസ്കാരിക കർത്തവ്യം.

ചരിത്രത്തിലെ പഴയ ഓർമ്മകൾ പലതരത്തിലും ഉപയോഗിക്കപ്പെടാറുണ്ട്. പക്ഷേ ഇന്ന് അത് ഉപയോഗിക്കുന്നത്, നാം ഇന്നലെ ഉപയോഗിച്ചതു പോലെ ഒരു വിദേശീയാധിപത്യത്തിന് എതിരായിട്ടല്ല; മറിച്ച് ഇന്ത്യയിലെ ജനങ്ങൾക്കു തന്നെ എതിരായിട്ടാണ് എന്നു നാം മനസ്സിലാക്കുന്നു. ഇങ്ങനെ നാം ഉദാസീനരായിരിക്കുമ്പോൾ നമ്മുടെ രാജ്യം വളരെ എളുപ്പത്തിൽ നമ്മുടേതല്ലാതാകുകയും ഏതാനും മത ഭ്രാന്തന്മാരുടേതായി രൂപാന്തരപ്പെട്ടുകൊണ്ടിരിക്കുകയുമാണ്. അതായത് തർക്കം, പുരോഗമനവാദികളും മതമൗലികവാദികളും തമ്മിലുള്ള ഒന്നായി രൂപാന്തരപ്പെട്ടുകൊണ്ടിരിക്കുകയാണ്. ഇതും നമ്മുടെ ഒരു മൗഢ്യമാണ്. എത്ര എളുപ്പത്തിലാണ് നമ്മുടെ ഇനിഷ്യേറ്റീവ് പിടിച്ചു പറിക്കപ്പെടുകയും മറ്റൊരു മതമൗലികവാദം കൂടി അവതരിക്കുകയും ചോദ്യം, ഏത് മതമൗലികവാദിയുടേതാണ് ഇന്ത്യ എന്നതായി രൂപാന്തരപ്പെടുകയും ചെയ്യുന്നത്! കോട്ടയത്ത് പുരോഗമന കലാസാഹിത്യ സംഘത്തിന്റെ ഒരു യോഗം വൈകുന്നേരം നിർത്തിവക്കേണ്ടി വന്നത് ഒരു പുതിയ മത സംഘടന അവിടെ അന്തിനേരത്ത് അവതരിച്ചതു കൊണ്ടാണ്. അതൊരു ചെറിയ സിംപ്റ്റമാറ്റിക്കായിട്ടുള്ള അനുഭവമാകാം. പക്ഷേ, നമ്മുടെ സന്ധ്യ നമ്മിൽ നിന്നാരോ പിടിച്ചുപറിച്ചിരിക്കുന്നു. നമ്മുടെ പ്രഭാതം മറ്റാരോ പിടിച്ചുപറിച്ചിരിക്കുന്നു. നമുക്ക് നമ്മുടെ ഉച്ച പോലും ഇല്ലാതായിത്തീർന്നിരിക്കുന്നു. ഇത് നാം അറിയാതെ തന്നെ എത്തിച്ചേർന്ന ഒരവസ്ഥയാണ്. ഇപ്പോഴത്തെ ചോദ്യം ഈ നാട് ആർ.എസ്.എസിന്റേതാണോ ഐ.എസ്.എസിന്റേതാണോ എന്നാണ്. ഇതിനിടയിൽ ഇവിടുത്തെ ജനങ്ങൾ ഇല്ലാതായിത്തീർന്നിരിക്കുന്നു, ഉരുകിപ്പോയിരിക്കുന്നു. നമുക്ക് നമ്മുടെ സമയങ്ങൾ, നമുക്ക് നമ്മുടെ സ്ഥലികൾ എല്ലാം നഷ്ടപ്പെട്ടു പോവുകയും നാമിവിടെ അന്യരായിത്തീരുകയും ചെയ്തു കൊണ്ടിരിക്കുന്നു. ചോദ്യം ആരംഭിച്ചത്, രാമന്റെയാണോ ബാബറിന്റേതാണോ ഇന്ത്യ എന്നു പറഞ്ഞുകൊണ്ടാണ്. അതല്ല ഇന്ത്യയുടെ പ്രശ്നം എന്നും, ഇന്ത്യ രാമന്റേതല്ല ബാബറിന്റേതല്ല എന്നും ഇന്ത്യ ഇന്ത്യക്കാരന്റേതാണെന്നും പറയാൻ നാം വളരെ സമയമെടുക്കുന്നു.

ബാബർ വിദേശത്തു നിന്നു വന്ന ആളായാലും രാമൻ- ഒരുപക്ഷേ 'വളരെ പക്ഷേ' - ബലൂചിസ്ഥാൻ പ്രദേശത്തു നിന്ന് ഇന്ത്യയിലേക്കു വന്ന ഒരാളായാലും രാമനോടു കൂടിയോ ബാബറോടു കൂടിയോ ഇന്ത്യാ ചരിത്രം തുടങ്ങുകയോ അവസാനിക്കുകയോ ചെയ്യുന്നില്ലായെന്നും ഇന്ത്യാ ചരിത്രം നിർമ്മിക്കുന്നത് ഇവിടെയിരിക്കുന്ന നമ്മളും ഇവിടെ

പുറത്തു നിൽക്കുന്നവരും ഇവിടെ നിരത്തിൽ നടക്കുന്നവരും ഇവിടെ വയലിൽ പണിയെടുക്കുന്നവരുമാണ് എന്നുമുള്ള വളരെ പ്രാഥമികമായ, പരുഷമായ സത്യം പറയാൻ നാം വളരെ വൈകിപ്പോയിരിക്കുന്നു. കാരണം നാം ഇപ്പോഴും പഴയ ചോദ്യത്തിൽ കുടുങ്ങിക്കിടക്കുകയാണ്. ചോദ്യത്തിനുള്ള ഒരു വലിയ കുഴപ്പം അതാണ്. ചോദ്യം എപ്പോഴും നമ്മെക്കൊണ്ട് ഉത്തരം പറയിക്കുന്നു. ചോദ്യം ചോദിച്ചുത്തരം പറയുമ്പോൾ നാം എന്താണ് ചരിത്രം എന്നു മറന്നു പോവുകയും ചെയ്യുന്നു. അധ്യാപകൻ കുട്ടികളോട് ചോദ്യം ചോദിക്കുമ്പോൾ കുട്ടികളുടെ വിചാരം അവരോട് നാളെ ജീവിതത്തിൽ ചോദിക്കുന്ന ചോദ്യം ഇതായിരിക്കാം എന്നാണ്. ഇങ്ങനെ തോന്നിപ്പിക്കാനുള്ള ഒരു കഴിവ് അധ്യാപകനുണ്ട്. ഇങ്ങനെ തോന്നിപ്പിക്കാനുള്ള ചില കഴിവുകൾ രാഷ്ട്രീയ പ്രവർത്തകർക്കുമുണ്ട്. അതുകൊണ്ട് അവർ എറിഞ്ഞ ചോദ്യം ഇന്ത്യ ആരുടേതാണ് എന്നാണ്. രാമൻ ജനിച്ചത് അയോധ്യയിലാണെങ്കിൽ, രാമൻ മാത്രമല്ല അയോധ്യയിൽ ജനിച്ചത് എന്നും അയോധ്യയിൽ ഇപ്പോഴും ജനങ്ങൾ ജനിച്ചുകൊണ്ടിരിക്കുന്നുണ്ട് എന്നും ഇന്നത്തെ ചരിത്രമുണ്ടാക്കുന്നത് രാമനല്ല ഞങ്ങളാണ് എന്നും പറയാൻ അയോധ്യയിലെ ജനങ്ങൾ വളരെ സമയമെടുക്കുന്നു. ഇവിടുത്തെ രാജ്യം ചേരമാൻപെരുമാൾ ഉണ്ടാക്കിയതല്ല എന്നും ഞങ്ങളുണ്ടാക്കിയതാണ് എന്നും പറയാൻ കേരളീയർ വളരെ സമയമെടുക്കുന്നു. ഇതാണ് ജനാധിപത്യത്തിന്റെ പരാജയം എന്നു പറയുന്നത്.

രാജാക്കന്മാരുണ്ടാക്കുന്നതാണ് ചരിത്രമെന്നും രാജാക്കന്മാർക്ക് അവരുടെ സന്തതികൾക്കു പകർന്നു നൽകാനുള്ളതാണ് രാജ്യമെന്നും രാജാക്കന്മാർക്ക് സന്തതികളുണ്ടാവാൻ വേണ്ടിയാണ് നാടകവും കാവ്യവും എഴുതേണ്ടതെന്നും കാളിദാസൻ പോലും കരുതിയിരുന്നു. കാളിദാസൻ ശാകുന്തളം എഴുതിയത് ശകുന്തളയും ദുഷ്യന്തനും തമ്മിലുള്ള അനുരാഗം വർണ്ണിക്കാനല്ല, ദുഷ്യന്തന് മകനുണ്ടാവാൻ വേണ്ടിയിട്ടാണ്. ദുഷ്യന്തനു മകനുണ്ടാവുമ്പോൾ ശാകുന്തളം അവസാനിക്കുന്നു. പരിഗ്രഹ ബഹുത്വമുള്ള, അല്ലെങ്കിൽ ധാരാളം ഭാര്യമാരുള്ള ദുഷ്യന്തനു മകനുണ്ടായില്ലെങ്കിൽ അദ്ദേഹത്തിന്റെ രാജ്യം അനാഥമായിത്തീരും എന്നുള്ളതുകൊണ്ടാണ് കാളിദാസൻ വളരെ വിഷമിച്ച് തന്റെ നാടകം ഒരു പുത്രനു വേണ്ടിയുള്ള നാടകം ആക്കിത്തീർക്കുന്നത്. മാളവികാഗ്നിമിത്രമെഴുതിയതും കാളിദാസൻ മറ്റു കൃതികളെഴുതിയതും ഒരു പുത്രന്- രാജാവിന്റെ പുത്രന് അവകാശപ്പെട്ടതാണ് രാജ്യം എന്ന വീക്ഷണത്തോടു കൂടിയാണ്. അല്ലെങ്കിൽ ആ ചരിത്രാവസ്ഥയിൽ നിന്നുകൊണ്ടാണ്. അതാണ് ടാഗോർ ഒരിക്കൽ പറഞ്ഞത്, പാശ്ചാത്യർക്ക് അനുരാഗം എന്നു പറയുന്നത് വിവാഹത്തോടു കൂടി അവസാനിക്കുന്നതും

ഇന്ത്യക്കാർക്ക് അത് മകനോടു കൂടി അവസാനിക്കുന്നതുമായ ഒരു കാര്യമാണ് എന്ന്. ഇത് ഞങ്ങളും പഠിപ്പിക്കാറില്ല. കാരണം, ഞങ്ങൾ ഇംഗ്ലീഷ് കവിതകളൊക്കെ പഠിച്ചിട്ട് ശാകുന്തളം അങ്ങനെയാണെന്നു തെറ്റിദ്ധരിച്ച ആളുകളാണ്. റൊമാന്റിക് അനുരാഗമൊന്നും ശാകുന്തളത്തിലില്ല. ഒരുപാടു ഭാര്യമാരുള്ള ഒരു മനുഷ്യനു തോന്നുന്ന ഒരു തോന്നലാണ്. ഈ തോന്നൽ എങ്ങനെയാണെന്നു വ്യാഖ്യാനിക്കാൻ ഞങ്ങളും ഇടയ്ക്കു മറന്നുപോയി. ഈ തോന്നൽ വാസ്തവത്തിൽ ശകുന്തളയ്ക്കു വേണ്ടിയുള്ള ഒരു തോന്നലല്ല, മറിച്ച് ഭരതനു വേണ്ടിയുള്ള ഒരു തോന്നലാണ്. ഇങ്ങനെ ഭരതനുണ്ടാകുമ്പോൾ, ഭരതൻ കാട്ടുമൃഗങ്ങളുടെ പല്ലുപറിക്കുന്ന ഒരുത്തനായിത്തീരുമ്പോൾ, ഇവന് ജനങ്ങളുടെ പല്ലും പറിക്കാൻ കഴിയും എന്നൊരു ബോധം ഉണ്ടായിത്തീരുന്നു. അപ്പോൾ അയാളെ ഇനി രാജ്യം ഏൽപ്പിച്ചു കൊടുക്കാം എന്നു കാളിദാസനും തീരുമാനിക്കുന്നു. രാമന് അല്ലെങ്കിൽ ദുഷ്യന്തന്, ഭരതന് ഏൽപ്പിച്ചു കൊടുക്കാനുള്ളതാണ് ഇന്ത്യ എന്നാണ് നാം ഇപ്പോഴും വിചാരിക്കുന്നത്; അല്ലെങ്കിൽ നമ്മെ ഇപ്പോഴും ധരിപ്പിച്ചുകൊണ്ടിരിക്കുന്നത്.

ബാബർക്ക് അദ്ദേഹത്തിന്റെ മകനെ ഏൽപ്പിച്ചു കൊടുക്കാനുള്ളതും അക്ബറിന് അദ്ദേഹത്തിന്റെ മകനെ ഏൽപ്പിച്ചു കൊടുക്കാനുള്ളതുമാണ് ഇന്ത്യയെന്നും നാം പലപ്പോഴും കരുതിയിരുന്നു. അങ്ങനെയാണ് അതിനെ ഒരു ഫലിതമാക്കിയിട്ടാണ് നമ്മുടെ പ്രസിദ്ധനായ നോവലിസ്റ്റ് എറാണാകുളത്തു വച്ച് ആ ഫലിതം പറഞ്ഞത്. ഫോട്ടോ ഗ്രാഫറായിരുന്ന ഒരു പിള്ളയെ, ബഷീർ തന്റെ ബുക് സ്റ്റാളിലേക്ക് വിളിച്ചിരുത്തി (പിള്ള ഉച്ചയ്ക്ക് ഊണു കഴിക്കാൻ പോവുകയാണ്). പെട്ടെന്നൊരു ചോദ്യം. 'പിള്ളേ ഒരു ചെറിയ കാര്യം ചോദിക്കാനുണ്ട്.' പിള്ള അമ്പരന്നു. 'എപ്പോഴെങ്കിലും ഒരു പിള്ള അല്ലെങ്കിൽ ഒരു കുറുപ്പ് അല്ലെങ്കിൽ ഒരു നായർ അല്ലെങ്കിൽ ഒരു മേനോൻ ഇന്ത്യയുടെ ചക്രവർത്തിയായിട്ടുണ്ടോ?' പിള്ള വല്ലാതെയായി, വിശപ്പും ഇതും കൂടിയായപ്പോൾ അയാൾക്കതിന്റെ ഉത്തരം കിട്ടിയില്ല. 'ഞാൻ പോയിട്ട് ഊണു കഴിച്ചിട്ടു വരാം' എന്നു പറഞ്ഞപ്പോൾ നമ്മുടെ നോവലിസ്റ്റ് പറഞ്ഞത്, 'എന്നാൽ ഞാൻ പറയാം. എന്റെ ഉപ്പേടെ ഉപ്പേടെ ഉപ്പയായിട്ടുള്ള ഒരാൾ ഇന്ത്യാരാജ്യം ഭരിച്ചിട്ടുണ്ട്. അയാളുടെ പേര് അക്ബർ എന്നായിരുന്നു. അതിൽ മറ്റൊരാളുടെ പേര് ബാബറെന്നായിരുന്നു. വേറൊരാൾ ഔറംഗസീബ് ആയിരുന്നു.'

ഇങ്ങനെയുള്ള പരമ്പരയിലെ അവസാനത്തെ മുഗൾ രാജാവിന്റെ കയ്യിൽ നിന്നാണ് ബ്രിട്ടീഷ് ഭരണാധികാരികൾ ഇന്ത്യയുടെ അവകാശം എഴുതി വാങ്ങിയത് എന്നു നമുക്കറിയാം. അതായത് ബ്രിട്ടീഷുകാർ ഇന്ത്യ ഏറ്റുവാങ്ങിയത് അവസാനത്തെ മുഗൾ ചക്രവർത്തിയിൽ നിന്നാണ്.

അതുകൊണ്ട് ബ്രിട്ടീഷുകാർ ഇന്ത്യ വിട്ടു പോകുമ്പോൾ, ഈ രാജ്യം തിരിച്ചേൽപ്പിക്കേണ്ടത് ആരെയാണെന്നുള്ള വളരെ സ്വാഭാവികമായ ഫാസിസ്റ്റ് ചോദ്യം ഒരു ഇന്ത്യൻ മുസൽമാനും ചോദിക്കാവുന്നതാണ്. രാമന്റെ കയ്യിൽ നിന്നും പിടിച്ചു പറിച്ച രാജ്യം രാമനെത്തന്നെ തിരി ച്ചേൽപ്പിക്കണമെങ്കിൽ ഇവിടുത്തെ അവസാനത്തെ മുഗൾ രാജാവിന്റെ കയ്യിൽ നിന്ന് ഒപ്പിട്ടുവാങ്ങിയ ഇന്ത്യാ രാജ്യം തിരിച്ചു പോവുമ്പോൾ, എന്തുകൊണ്ട് നെഹ്റുവിനെയോ, എന്തുകൊണ്ട് ജിന്നയെയോ പങ്കുവെ ച്ചേൽപ്പിച്ചുവെന്നു ചോദിക്കാനുള്ള അവകാശം ഇന്ത്യൻ മുസൽമാനുണ്ട്. ഇങ്ങനെ ബ്രിട്ടീഷ് രാജാവിനു കൈമാറാനുള്ളതും ഇങ്ങനെ രാമനു കൈമാറാനുള്ളതും ബാബർക്കോ മുഗൾ ഭരണാധികാരികൾക്കോ കൈമാറാനുള്ളതുമല്ല ഇന്ത്യയെന്നും ഇവിടെയുള്ള ജനങ്ങൾക്കു ജീവിക്കാനും അവരുടെ ജീവിതം കൊണ്ടു ചരിത്രം ഉണ്ടാക്കാനുമുള്ള രാജ്യമാണ് ഇന്ത്യയെന്നും പറയുകയാണ് തീർച്ചയായും നമ്മുടെ വളരെ സാധാരണമായ, വളരെ സ്വാഭാവികമായ, വളരെ ഗദ്യാത്മകമായ ലക്ഷ്യം. വളരെ ചെറിയ കാര്യമാണിത്. 'ഇത് ഞങ്ങളുടെ നാടാണ്' എന്നു പാട്ടു പാടി കൊടുക്കുന്നത്. പാട്ടുപാടി ജയിച്ചുകഴിയുമ്പോൾ നിങ്ങളെ ഏൽപ്പിക്കാനല്ല എന്നാണിതിന്റെ അർത്ഥം.

ജനനീ ജന്മഭൂമിശ്ച
സ്വർഗാദപി ഗരീയസീ

എന്നു പറയുന്നതിന്റെ അർത്ഥം, ഈ ജന്മഭൂമി രാമന്റെ ജന്മഭൂമിയല്ല, ഞങ്ങളുടെ ജന്മഭൂമിയാണെന്നാണ്. എന്റെ അമ്മയെക്കാൾ വലിയ എന്റെ ജന്മഭൂമി എന്നു പാടിക്കൊണ്ട് നമ്മുടെ നാട്ടിൽ നിരത്തിന്മേൽ കൂടി ആളുകൾ നടന്നത്, ഇങ്ങനെ ജന്മഭൂമി പിടിച്ചെടുത്തിട്ട് രാമന്റെ ജന്മ ഭൂമിക്ക് ഒരാളെ കണ്ടെത്തുകയും രാമനെ തിരിച്ചേൽപ്പിക്കുകയും ചെയ്യാ നല്ല; മറിച്ച് ഇന്ത്യക്കാർക്ക് ഇന്ത്യയിലെ ജനങ്ങൾക്ക്, ഇന്ത്യയിലെ ഭാവി ജനങ്ങൾക്ക് ജീവിക്കാൻ, വളരാൻ, അവരുടെ ചരിത്രം നിർമ്മിക്കാനുള്ള ക്ഷേത്രമായി ഇന്ത്യ രൂപാന്തരപ്പെടുത്താൻ വേണ്ടിയാണ്. ഇതാണ് അതിന്റെ ജനാധിപത്യപരമായ, സാമാന്യമായ അർത്ഥം.

ഇന്ത്യ ഒരു റിപ്പബ്ലിക്കാണ് എന്നു പറഞ്ഞുകൊണ്ടിരിക്കെത്തന്നെ ഇന്ത്യ ഒരു റിപ്പബ്ലിക്കല്ല എന്ന് ആരോ എവിടെയോ വച്ചു പറയുകയും ചെയ്യുന്നു. റിപ്പബ്ലിക്കാണ് എന്ന് എഴുതി വച്ച ഭരണഘടന തൊട്ടു സത്യം ചെയ്യുന്ന ആളുകളാണ്, പബ്ലിക്കിന്റേതല്ല ഈ രാജ്യം-റിപ്പബ്ലി ക്കല്ല; മറിച്ച് ഇതൊരു രാജസ്വത്താണ് എന്നു മനസാ കരുതുകയും രാജാവിന്റെ അനന്തരാവകാശികളെ ഏൽപ്പിക്കുകയാണ് നമ്മുടെ കർത്തവ്യം എന്നു സംശയിച്ചുകൊണ്ടു നിൽക്കുകയും ചെയ്യുന്നത്. പബ്ലിക്കിന്റെ -ജനങ്ങളുടെ-എന്നർത്ഥം വരുന്ന വളരെ സാധാരണമായ

ഒരു വാക്ക്, വളരെ സാധാരണമായ ഒരർത്ഥത്തിലാണ് ഇന്ത്യയുടെ ഭരണഘടനയിൽ ഉപയോഗിക്കുന്നത്. ഈ രാജ്യത്തിലെ ജനങ്ങളുടേതാണ് ഇന്ത്യയെന്നും ഇന്ത്യയുടെ പരമാധികാരം രാമനോ ബാബറിനോ അല്ലായെന്നും ജനങ്ങൾക്കാണ് എന്നുമാണ് അതിന്റെ അർത്ഥം. ഈ സ്വാഭാവികമായ അർത്ഥത്തിൽ നിന്നു വ്യതിചലിപ്പിക്കുകയാണ് ഇന്ന് രാമന്റെ പേരുപയോഗിച്ച് ചെയ്തുകൊണ്ടിരിക്കുന്നത്. ഒരു കവിയുടെ പേരുപയോഗിച്ച് ചെയ്തുകൊണ്ടിരിക്കുന്നത്.

ഇടശ്ശേരി 'നാലിതൾ പൂവ്' എന്ന് കവിതയിൽ എഴുതിയപ്പോൾ, പണ്ടൊരു കാട്ടിൽ ഒരു റോസച്ചെടിയുണ്ടായിരുന്നു, അതിന്റെ കമ്പുകൊണ്ടുവന്ന് ഞാൻ പൊന്നാനിയിൽ നട്ടിട്ട് അവിടെ ഒരു പൂവുണ്ടായിട്ടുണ്ട്, ഈ പൂവ് എന്റെ പൂവാണ്, ഈ പൂവ് ആ പൂവാണ് എന്നും, ഇപ്പോൾ എന്റെ പൂവാണ് എന്നും ഈ റോസാപ്പൂവ് എന്റേതാണ് എന്നും പറയുകയുണ്ടായി. ഈ പൂക്കൾ, നാം ഉണ്ടാക്കുന്ന പൂക്കൾ, നാം ഉണ്ടാക്കുന്ന ഉദ്യാനങ്ങൾ, ജീവിതത്തിന്റെ ഉദ്യാനങ്ങൾ നമ്മുടേതാണെന്നു പറയാനുള്ള ഇന്ത്യക്കാരന്റെ അവകാശത്തെ പിടിച്ചു പറിക്കാനാണ് തീർച്ചയായും ഇന്ത്യൻ ഫാസിസം ശ്രമിച്ചുകൊണ്ടിരിക്കുന്നത്. അതിൽ അവർ ഉപയോഗിക്കുന്നത് സ്വാഭാവികമായും ചരിത്രത്തിന്റെ അടയാളങ്ങളെയാണ്.

●

1992

ദേശീയതയെക്കുറിച്ചുള്ള അസംബന്ധങ്ങൾ

മനുഷ്യൻ വർത്തമാനകാലം കൊണ്ടു മാത്രം ജീവിക്കുന്ന ആളല്ല. അവൻ ഓർമ്മകൊണ്ടും ജീവിക്കുന്ന ഒരാളാണ്, കുടിപ്പകകൊണ്ടു പ്രവർത്തിക്കുന്ന ആളാണ്. അതായത്, എന്റെ അച്ഛനെ ആരോ കൊന്നിട്ടുണ്ടെങ്കിൽ ഞാനവനെ കൊല്ലും എന്നു പറഞ്ഞുകൊണ്ട് അതിനായി ജീവിച്ചിരിക്കുന്ന ഒരു മകൻ വാസ്തവത്തിൽ വർത്തമാനകാലത്തിൽ ജീവിക്കുന്നവനല്ല, ഓർമ്മയിൽ ജീവിക്കുന്നവനാണ്. അതുകൊണ്ട് ഓർമ്മയിൽ ജീവിക്കുന്ന അല്ലെങ്കിൽ ചരിത്രത്തെ അയവിറക്കുന്ന, അവന്റെ ഓർമ്മകളെ മാനിപ്പുലേറ്റ് ചെയ്തിട്ട് ഓർമ്മകളെ പലതരത്തിൽ കൈകാര്യം ചെയ്തിട്ട്, വക്രീകരിച്ചിട്ട് അവന്റെ ബോധത്തെ, അവന്റെ വർത്തമാനകാലത്തെ രൂപാന്തരപ്പെടുത്താൻ കഴിയും എന്നതാണ് എന്നും സ്വീകരിച്ചു വന്നിട്ടുള്ള ഫാസിസ്റ്റ് തന്ത്രം എന്നു പറയുന്നത്.

യഹൂദന്മാരുടെ രക്തം കലർന്നതു കൊണ്ടാണ് ആര്യ ജനതയായ ഹിറ്റ്ലറുടെ ജനങ്ങൾ അധഃപതിച്ചത് എന്നാണ് ഹിറ്റ്ലർ പറഞ്ഞത്. മനുവും ഗീതയും പറയുന്നതും ആര്യ ജനവർഗ്ഗം അധഃപതിച്ചത് വർണ സങ്കരം കൊണ്ടാണെന്നാണ്. ഈ തന്ത്രം ഉപയോഗിച്ചു തന്നെയാണ് മറ്റൊരർത്ഥത്തിൽ ഇവിടുത്തെ ഫാസിസ്റ്റ് പ്രവർത്തനവും നടന്നു പോന്നിരുന്നത്. ഈ തന്ത്രം ഇന്ത്യയിൽ വളരെ സൂക്ഷ്മമായി 1930-കൾ മുതൽ ഒരുപക്ഷേ ഇരുപതുകളിൽത്തന്നെ, പ്രയോഗിച്ചു തുടങ്ങിയതാണ്. ഇന്ത്യയിലുള്ള ഹിന്ദുക്കൾ എന്നു വിളിക്കാത്ത, വിളിക്കപ്പെടാത്ത ആളുകളെയെല്ലാം അന്യരായി കരുതാനും അവരുടെ രക്തത്തിന്റെ സങ്കലനം വർണ്ണസങ്കരമായി കരുതാനുമാണ് വളരെ പതുക്കെ ഇന്ത്യൻ ജനതയെ പഠിപ്പിച്ചുകൊണ്ടിരുന്നത്.

പഴയ ഗോത്രങ്ങൾ വർഗ്ഗത്തിന്റെ അടയാളമായി സ്വീകരിച്ചു പോന്നിട്ടുള്ളതാണ് പൊട്ട് തൊടുക എന്നുള്ളത് എന്നു നമുക്കറിയാം. മൂന്നു ഗോപിയുള്ളവരും ഒരു ഗോപിയുള്ളവരും തമ്മിൽ നിരന്തരമായ മത്സരം ഇന്ത്യയിൽ ഉണ്ടായിരുന്നുവെന്നും അയ്യരും അയ്യങ്കാരും തമ്മിലുള്ള സമരം ദക്ഷിണേന്ത്യയിലെ പ്രധാനപ്പെട്ട ഒരു സമരമായിരുന്നുവെന്നും അതുകൊണ്ട് അടയാളങ്ങൾക്ക് വലിയ പ്രാധാന്യമുണ്ട് എന്നും മനസ്സിലാക്കുന്ന ഒരു ഫാസിസ്റ്റ്, വളരെ എളുപ്പത്തിൽ നമ്മുടെ മുഖത്തു നിന്ന് ഒരു അടയാളത്തെ പിടിച്ചെടുക്കുന്നു. പൊട്ടുതൊടുന്ന ആളുകളൊക്കെ അടയാളപ്പെടുത്തപ്പെട്ട ആളുകളാകുന്നു. അതോടു കൂടി നമുക്കൊരു ചന്ദനപ്പൊട്ടു തൊടാൻ കഴിയാതെയായിത്തീരുന്നു. ഒരു കല്ലുചെത്തുന്ന തൊഴിലാളി കാവി മുണ്ടുടുക്കുന്നത് കല്ലിന്റെ നിറവും കാവിയുടെ നിറവും ഒന്നായതു കൊണ്ടാണ്. ഇന്ന് സന്ന്യാസിക്ക് സന്ന്യാസിയാകാൻ ഭയപ്പെടണം എന്നു വന്നിരിക്കുന്നു. കാരണം സന്ന്യാസിയാകുമ്പോൾ അയാൾ സന്ന്യാസിയല്ലാതായിത്തീരുകയും അയാൾ ഒരു പാർട്ടി അംഗമായിത്തീരുകയും ചെയ്യുന്നു.

വളരെപ്പേരൊന്നും പുറത്തു പറയാത്ത ഒരു കഥയുണ്ട്. ഗാന്ധിജിയുടെ ആശ്രമത്തിൽ ഒരു സന്ന്യാസി-കാവിയുടുത്ത ഒരു സന്ന്യാസി കടന്നു ചെന്ന്, തന്നെ അവിടെ അംഗമാക്കണമെന്നു പറഞ്ഞപ്പോൾ അന്ന് ഗാന്ധി പറഞ്ഞത് (ഗാന്ധി പറഞ്ഞതൊന്നുമല്ലല്ലോ ഇന്ന് ചെലവാക്കുന്നത്) നിങ്ങൾ ആദ്യം പോയിട്ട് ഈ കാവിമുണ്ട് മാറ്റി ഒരു വെളുത്തമുണ്ടുടുത്തിട്ടു വരിക എന്നാണ്. കാരണം നിങ്ങൾ കാവിമുണ്ടുടുത്ത് വരുമ്പോൾ നിങ്ങൾ ആരോ ഒരാളാണെന്ന് ഇവിടുത്തെ ആളുകൾ ധരിക്കും. നിങ്ങളെ കാണുമ്പോൾ എഴുന്നേൽക്കണം എന്നവർക്കു തോന്നും. ഒരാളെ കാണുമ്പോൾ വെറുതെ ബഹുമാനിക്കണമെന്നു തോന്നുന്നത് വലിയ തെറ്റാണെന്ന് ഗാന്ധി കരുതിയിരുന്നു. കാവി മുണ്ടുടുത്തവരെ ബഹുമാനിക്കാനും കാവി മുണ്ടുടുത്തവരെ കാണുമ്പോൾ എഴുന്നേറ്റു നിൽക്കാനും കാവിമുണ്ടുടുത്തവരെ കാണുമ്പോൾ പ്രത്യേകിച്ചൊന്നു കൈ കൂപ്പാനും തോന്നും എന്നതു കൊണ്ട് നിങ്ങൾ ആദ്യം ചെയ്യേണ്ടത് ഈ കാവി വസ്ത്രം എടുത്തവിടെ മാറ്റിവച്ചിട്ട് ഒരു വെളുത്ത മുണ്ടുടുത്തിട്ട് ആശ്രമത്തിൽ വരികയെന്നാണ്. കാവിക്ക് ഇത്രയധികം മാർക്കറ്റ് മൂല്യമില്ലാതിരുന്ന ഒരു കാലമായിരുന്നതു കൊണ്ട് സന്ന്യാസി കാവി സ്വീകരിക്കുകയും ഗാന്ധിജിയെ ഉപേക്ഷിക്കുകയും ചെയ്തു. അതുകൊണ്ട് കാവി എന്നത് ഒരടയാളമാണ് എന്നും അത് തെറ്റിദ്ധരിപ്പിക്കുന്ന ഒരടയാളമാണ് എന്നും 1940 വരെ കാവിയുടുത്ത ഒരാൾക്കും ഇന്ത്യൻ റെയിൽവേയിൽ ടിക്കറ്റ് വാങ്ങേണ്ടിയിരുന്നില്ല എന്നുമുള്ളത് ഇന്ത്യൻ ചരിത്രത്തിൽ ഒരു സാധാരണ സത്യമാണ്. കാവിയുടുത്ത്

കയറിയാൽ മതി, പിച്ചക്കാരനാവണമെന്നില്ല, നിങ്ങൾ ധർമ്മ ക്കാരനാണ്. 'ഇവിടെ ധർമ്മം, ധർമ്മക്കാരനുമായി പോലും' എന്നു വൈലോപ്പിള്ളി പറയുന്നുണ്ടല്ലോ. ഇവിടെ ധർമ്മമെന്നുള്ള വാക്ക് ഒരു ദിക്കിലേ ജീവിക്കുന്നുള്ളൂ. 'അതാ ഒരു ധർമ്മക്കാരൻ വരുന്നു' എന്നു പറയുന്നിടത്തു മാത്രം. ഇങ്ങനെ നിങ്ങൾക്ക് ഒരു കാവിയുടുത്ത് ഒരു ധർമ്മക്കാരനായിട്ട് തീവണ്ടിയിൽ കയറിയാൽ നിങ്ങൾക്ക് ഒരു ടിക്കറ്റ് മുറിക്കാൻ ഒരു ടിക്കറ്റ് എക്സാമിനറും 1940 വരെ ധൈര്യപ്പെട്ടിരുന്നില്ല. ഇങ്ങനെ വേണ്ട എന്നാണ് ഗാന്ധി പറഞ്ഞത്. കാരണം ഒരു വസ്ത്രം നിങ്ങളെ തിരിച്ചറിയാനുള്ള ഉപകരണം ആയിത്തീരേണ്ടതില്ല.

നിങ്ങൾ തിരിച്ചറിയപ്പെടേണ്ടത് നിങ്ങളുടെ പ്രവൃത്തികൊണ്ടാണ്. നിങ്ങൾ ചിരിച്ചുകൊണ്ട് കഴുത്തറക്കുമ്പോൾ, നിങ്ങളുടെ ചിരിയെ ഞാൻ നിരാകരിക്കുകയും നിങ്ങൾ ഒരു കഴുത്തറപ്പനാണെന്നു മനസ്സി ലാക്കുകയും ചെയ്യുന്നുവെന്നാണ് ഗാന്ധി പറഞ്ഞതിന് സാമാന്യമായ അർത്ഥം. ഈ തിരിച്ചറിവ് നമുക്കില്ല. നാം ചിരിക്കുന്ന ആളുകളെക്കുറിച്ച് ചിരിക്കുന്നവരാണെന്നു ധരിക്കുകയും ചിരിക്കുന്നവർ കള്ളന്മാരാണെ ന്നു വൈലോപ്പിള്ളി പറയുമ്പോൾ ഇതിന്റെ അർത്ഥം എന്താണെന്നു സംശയിക്കുകയും ചെയ്യുന്നു. ഇങ്ങനെ എത്ര ഓർക്കാപ്പുറത്താണ്, പോക്കറ്റടിക്കുന്നതു പോലെ ചരിത്രത്തിന്റെ പോക്കറ്റടിക്കുകയും ചെയ്യുന്നത്! പോക്കറ്റടിക്കാരന് എന്താണ് ഗുണങ്ങൾ വേണ്ടത് എന്നു ബഷീർ പറഞ്ഞിട്ടുണ്ട്. അദ്ദേഹത്തിന്റെ വളരെ സമർത്ഥമായ ഒരു കഥയിൽ, ഒരു ചെറുകഥാകൃത്ത് ഒരു പോക്കറ്റടിക്കാരൻ കുടിയാകണം എന്നു സ്ഥാപിച്ചിട്ടുണ്ട്, അവനൊരു പുതപ്പു വേണമെന്നും വലിയ ഉയര മുള്ള ആളായിരിക്കരുത് എന്നുമാണ് പറഞ്ഞത്. വലിയ ഉയരമുള്ള ആളായാൽ പല ബുദ്ധിമുട്ടികളും ഉണ്ട്. ഒരു കുരുത്തക്കേടും ചെയ്യാൻ പറ്റില്ല. നിങ്ങൾ എളുപ്പം പിടിക്കപ്പെട്ടുപോകും. അതുകൊണ്ട് സാമാ ന്യത്തിലധികം ഉയരമില്ലാത്ത, സാമാന്യം ഉയരമുള്ള ഒരാളായിരിക്ക ണമെന്നും നല്ല കൈവഴക്കമുണ്ടായിരിക്കണമെന്നും ഒരു പുതപ്പ് ഇതു മറയ്ക്കാനായി വേണമെന്നും. ഈ പുതപ്പിന്റെ, നിറം എന്തായിരിക്കണ മെന്നാണ് ചരിത്രത്തിലെ ഇന്നത്തെ ചോദ്യം. പോക്കറ്റടിക്കുമ്പോൾ നിങ്ങൾ പുതയ്ക്കേണ്ട പുതപ്പിന്റെ, നിങ്ങൾ ഉടുക്കേണ്ട വസ്ത്രത്തിന്റെ നിറം എന്തായിരിക്കണം എന്ന ചോദ്യം, ചരിത്രത്തെ മോഷ്ടിക്കുമ്പോൾ നിങ്ങളുടെ വസ്ത്രത്തിന്റെ നിറം എന്തായിരിക്കണം എന്ന ചോദ്യത്തിന് നാം ഇന്നൊരുത്തരം കണ്ടെത്തിയിട്ടുണ്ട്. ഈ വസ്ത്രത്തിന്റെ നിറത്തെ, അടയാളത്തെ എങ്ങനെ ഒരായുധമാക്കി, ഒരുപകരണമാക്കി, ഒരു ദൂഷണോപാധിയാക്കി, യാഥാർത്ഥ്യത്തെ ദൂഷണം ചെയ്യാനുള്ള, സത്യ ത്തെയും ചരിത്രത്തെയും ദൂഷണം ചെയ്യാനുള്ള ഒരുപകരണമാക്കി

മാറ്റിത്തീർക്കുന്നു എന്ന് ജനങ്ങളോടു പറയുക നമ്മുടെ കടമയായിത്തീരുന്നു.

ഗാന്ധിജി മരിച്ചു വീണത് രാമനാമം ചൊല്ലിക്കൊണ്ടാണ് എന്നോർക്കാൻ നമ്മുടെ ചരിത്രത്തിൽ ഇപ്പോൾ പേജില്ല. കാരണം അതിനിപ്പോൾ വേറെ അർത്ഥമാണ്. അതിന് അയോദ്ധ്യയുടേയും രാമന്റെയും അർത്ഥമായിത്തീർന്നിരിക്കുന്നു. അതുകൊണ്ട് നമുക്കിന്ന് നാം പറയുന്ന രാമനാമം ചൊല്ലുമ്പോൾ പോലും ബുദ്ധിമുട്ടായിരിക്കുന്നു. ഇങ്ങനെയാണ് സാംസ്കാരികമായ അടയാളങ്ങൾ, നാമങ്ങൾ, ജപങ്ങൾ, മാലകൾ, വസ്ത്രങ്ങൾ എല്ലാം മോഷ്ടിക്കപ്പെടുന്നത്. കോടമ്പാക്കത്ത് നെറ്റിയിൽ ഒരു ചെറിയ ഭസ്മക്കുറി, ഒരിഞ്ചു നീളത്തിൽ ഒരു വര തൊട്ടുനടന്നാൽ അതിന്റെ കോടമ്പാക്കത്തെ സിനിമാലോകത്തെ അർത്ഥം ഞാനൊരു എക്സ്ട്രാ ആകാൻ തയ്യാറാണ് എന്നാണ്. അങ്ങനെയുള്ള ആളുകളെ കൂട്ടം കൂട്ടമായി കൂട്ടിക്കൊണ്ടു പോയിട്ട്, അഞ്ചുറുപ്പിക കൂലി കൊടുത്തിട്ട് ഒരു ചിത്രത്തിൽ അഭിനയിപ്പിക്കുന്നു. അവരാരും താരമല്ല, കാരണം അവർ ആകാശത്തു നിൽക്കുന്നവരല്ല. അഞ്ചുറുപ്പിക കൊണ്ടു പോയി, അതു വീട്ടിലുള്ളവർക്കെല്ലാം കഞ്ഞി വക്കാനുള്ള അരി വാങ്ങാനാണ് ഈ നടനോ നടിയോ ഉപയോഗിക്കുന്നത്. താരങ്ങളാവുകയും രാജ്യം ഭരിക്കുകയും ചെയ്യുന്നത് മറ്റു പലരും ആണ്; ഭസ്മക്കുറി നീട്ടിത്തൊടുന്ന ആളുകളാണ്. അതുകൊണ്ട് ഒരു കുറി, ഒരു അടയാളമാണെന്നും ഈ കുറിയെ കുറിക്കുകൊള്ളുന്ന ഒരു അടയാളമാക്കിത്തീർക്കാം എന്നും അറിയുമ്പോൾ, ഇതിന്റെ അർത്ഥത്തെ വിശകലനം ചെയ്യുകയും ഇതിന്റെ അർത്ഥത്തെ ഭേദിക്കുകയും ഇതിന്റെ അർത്ഥത്തെ തുറന്നുകാട്ടുകയും ചെയ്യേണ്ടത് തീർച്ചയായും നാമേവരുടേയും കടമയായിത്തീരുന്നു.

അസ്ത്രത്തെ നേരിടേണ്ടത് അസ്ത്രംകൊണ്ടു തന്നെയാണ്. ബുദ്ധിമണ്ഡലത്തിലുണ്ടാവുന്ന പരാക്രമങ്ങളെ, ചൂഷണങ്ങളെ, നേരിടേണ്ടത്, ബുദ്ധിപരമായ തന്ത്രങ്ങൾ കൊണ്ടു കൂടിയാണെന്നത് വളരെ പ്രധാനപ്പെട്ട ഒരു കാര്യമാണ്. അല്ലെങ്കിൽ നമ്മുടെ ഇന്റഗ്രേഷൻ കൗൺസിൽ ഇങ്ങനെ ചർച്ച ചെയ്തുകൊണ്ടേയിരിക്കും. കാരണം, അവർ വളരെ തണുത്ത, കുളിർത്ത സ്ഥലത്തിരുന്നുകൊണ്ടാണ്, 34 ഡിഗ്രി ചൂടുള്ള ദൽഹിയിൽ, വളരെ സുഖകരമായ, ശീതളമായ ഒരു സ്ഥലത്തിരുന്നുകൊണ്ടാണ്, ഇന്ത്യയുടെ ചുട്ടുപഴുത്ത ചരിത്രത്തെപ്പറ്റി ചർച്ച ചെയ്തുകൊണ്ടിരിക്കുന്നത്. അവർക്ക് പ്രമേയത്തിൽ അവതരിപ്പിക്കാനും അവർക്ക് പ്രമേയംകൊണ്ട് തള്ളിക്കളയാനും ഉള്ളതാണ് ഇന്ത്യാ ചരിത്രമെന്ന് എങ്ങനെയോ അവർ ധരിച്ചുവച്ചിരിക്കുന്നു. അവർ അവരുടെ യാത്രാപ്പടികളിൽ ഇന്ത്യയുടെ ചരിത്രത്തെ കണക്കാക്കുന്നു. ഒപ്പിട്ടുകൊടുക്കുന്നു, വാങ്ങുന്നു, പോകുന്നു. അവർ വിചാരിക്കുന്നത്, അവരാണ്

ബയന്റ് ചെയ്ത പുസ്തകങ്ങളിൽ ഇന്ത്യാ ചരിത്രം നിർമ്മിച്ചു കൊണ്ടിരിക്കുന്നത് എന്നാണ്. ഈ ധാരണയിൽ നിന്നു ജനങ്ങളെ മോചിപ്പിക്കുകയും ഒരു പ്രത്യേക കസാലയിൽ നിന്നാണ് ലോകം ഉണ്ടാകുന്നതെന്നും അടയാളങ്ങളിൽ നിന്നാണ് അധികാരം പിടിച്ചുപറ്റേണ്ടത് എന്നും മറ്റുമുള്ള ആചാരപരമായ ധാരണകളെ, ജീവിതത്തിന്റെയും ചരിത്രത്തിന്റെയും ബോധത്തിന്റെയും വക്രീകരണങ്ങളെ, തടയുക തീർച്ചയായും ബോധമണ്ഡലത്തിൽ പ്രവർത്തിക്കുന്ന പുരോഗമന പ്രവർത്തകരുടെ കടമയായിത്തീർന്നിട്ടുണ്ട്.

ഇന്ത്യ 'ഹിന്ദുവിന്റെയാണോ മുസൽമാന്റെയാണോ' എന്ന് അവർ ചോദിക്കുന്നു. ഈ ചോദ്യം അസംബന്ധമാണ് എന്ന് ഉത്തരം എഴുതി കൊടുക്കാനുള്ള വിവേകം നമുക്ക് ഉണ്ടാകേണ്ടിയിരിക്കുന്നു. ഞാനോർക്കുന്നത് എന്റെ പഴയ മാഷെപ്പറ്റിയാണ്. അദ്ദേഹം ബി.എഡ് പരീക്ഷയിൽ എട്ടു തവണ തോറ്റു പോയി. എന്നിട്ട് എട്ടാം ക്ലാസിലെ പഴയ മാഷായിരിക്കുകയായിരുന്നു. അദ്ദേഹം തോറ്റത് ബി.എഡിന്റെ ചോദ്യക്കടലാസുകളെല്ലാം തെറ്റാണെന്ന് ആദ്യം എഴുതിയിട്ട്, സ്വന്തമായി ചോദ്യക്കടലാസ് ഉണ്ടാക്കിയിട്ട് ഉത്തരക്കടലാസോടു കൂടി പിൻ ചെയ്തിട്ട് അതിന്റെ ഉത്തരം എഴുതികൊടുത്തതു കൊണ്ടാണ്. നമ്മളെല്ലാം തോൽക്കുന്നത് ചോദ്യക്കടലാസ് തെറ്റാണ് എന്നു പറയുന്നതു കൊണ്ടാണ്. ചോദിക്കുന്ന ചോദ്യങ്ങളെല്ലാം ശരിയാണെന്നു വിചാരിക്കാൻ കണ്ടീഷൻ ചെയ്യപ്പെട്ടിരിക്കുന്നു നാമെല്ലാം. അതുകൊണ്ടാണ് ഇന്ത്യ ആരുടേതാണ്, ഹിന്ദുവിന്റേതാണോ മുസൽമാന്റേതാണോ എന്ന ചോദ്യം ചോദിക്കുകയും, അതിന് ഒന്ന്, രണ്ട് കോളം കൊടുക്കുകയും അതിലൊരു കോളത്തിൽ ടിക് ചെയ്യാൻ നമ്മോടാവശ്യപ്പെടുകയും ചെയ്യുന്നത്. ഞാൻ അങ്ങനെ ടിക് ചെയ്യാൻ വന്നവനല്ല എന്നു പറയുന്നവനെയാണ് പുരോഗമനപ്രസ്ഥാനം എന്നു പറയുന്നത്. ഇന്ത്യ, ഏതെങ്കിലുമൊരു കോളത്തിൽ വരച്ച ടിക് ആയി മാറുന്നതിനെ ഞാനെതിർക്കുകയും, ഇന്ത്യ എന്റെയും നിങ്ങളുടെയും നമുക്ക് ചേർന്ന് നാളെ ഉണ്ടാകാനിരിക്കുന്ന മക്കളുടെയുമാണ്. ഈ ലോകം, ഈ ഇന്ത്യ അതു സൃഷ്ടിക്കുന്നവരുടെ ലോകമാണെന്ന് വളരെ പതുക്കെയും വളരെ ഉറക്കെയും പറയുകയുമാണ് പുരോഗമന സാഹിത്യ പ്രസ്ഥാനത്തിന്റെ ലക്ഷ്യമായിത്തീരുന്നത്.

നമുക്ക് പലപ്പോഴും മുദ്രാവാക്യങ്ങളെ വിശകലനം ചെയ്യുകയും മുദ്രാവാക്യങ്ങളെ തുറന്നു കാട്ടുകയും ചരിത്രത്തെ അതിന്റെ പച്ചയായ രൂപത്തിൽ നിരത്തുകളിൽ അവതരിപ്പിക്കുകയും ചെയ്യേണ്ടി വരുന്നു. ഇത് ചരിത്രകാരന്മാർ പറഞ്ഞാൽപ്പോലും നമ്മുടെ തന്ത്രജ്ഞന്മാർ സമ്മതിക്കുകയില്ല എന്നു നമുക്കറിയാം. ചരിത്രകാരന്മാരെ എങ്ങനെ

വിലയ്ക്ക് വാങ്ങാം എന്ന്, ഒരു വലിയ ശാസ്ത്രജ്ഞനെ വലിയ ശമ്പളം കൊടുത്ത് അണുബോംബുണ്ടാക്കാൻ പറ്റുന്ന ഒരുദ്യോഗസ്ഥനാക്കിത്തീർക്കുന്നതെങ്ങനെയെന്ന് ലോകത്തിലെ ശക്തികൾക്കറിയാമായിരുന്നു. അതുകൊണ്ട് ശാസ്ത്രജ്ഞന്മാർ നമ്മെ രക്ഷിക്കും എന്ന്, ചരിത്രകാരന്മാർ നമ്മെ രക്ഷിക്കും എന്ന് കരുതുന്നത് തീർച്ചയായും വ്യാമോഹമാണ്. നമ്മുടെ ഏറ്റവും വലിയ ഒരു ചരിത്രകാരനെങ്കിലും അയാളെഴുതിയ ചരിത്രം ഈ മർദ്ദത്തിന്റെ ഫലമായി തിരുത്തിയെഴുതുകയും ഇനി ഞാൻ പഴയപടി എഴുതുകയില്ല എന്നു സമ്മതിക്കുകയും ചെയ്തിട്ടുണ്ട്. രാമന്റെ ജന്മഭൂമി അവിടെയല്ല എന്നു തെളിവ് കൊടുക്കാൻ ചെന്ന ആളുകളുടെ മുമ്പിൽ, രാമന്റെ ജന്മഭൂമി അവിടെയാണെന്നു തെളിവുകൊടുക്കാൻ തയ്യാറായ മൂന്നു ചരിത്രകാരന്മാരെയും കൊണ്ടാണ് ഫാസിസ്റ്റുകൾ ഹാജരായത്. ചരിത്രകാരന്മാർ എന്തിനും തെളിവുകൊടുക്കുന്നവരാണ്. ചരിത്രകാരന്മാർക്കുള്ളതല്ല ഇന്ത്യ എന്നുംകൂടി നാം പറയേണ്ടിയിരിക്കുന്നു. അതുകൊണ്ടാണ് നാം കൊടുക്കുന്ന തെളിവുകളെല്ലാം പലപ്പോഴും വ്യർത്ഥമായിത്തീരുന്നത്.

ഇവിടുത്തെ പ്രശ്നം, ഇന്ത്യയിലെ പ്രശ്നം, രാമൻ എവിടെ ജനിച്ചു എന്നുള്ളതല്ല, ബാബർ എവിടെ നിന്ന് വന്നു എന്നുള്ളതല്ല. ഇത് രണ്ടും നമുക്ക് പ്രശ്നമല്ലാതായിത്തീരുന്നത് അവർ രണ്ടുപേരും മരിച്ച് ഖബറടക്കം ചെയ്യപ്പെട്ടവരാണ് എന്നതു കൊണ്ടാണ്. ഈ തിരിച്ചറിവാണ്, ഇതിനെയാണ് ഒരർത്ഥത്തിൽ ജനാധിപത്യം എന്നു പറയുക. ഇതിനാണ് റിപ്പബ്ലിക്കൻ ഭരണം എന്നു പറയുക. ഈ ബോധം നമുക്കുണ്ടാകുമ്പോൾ, അല്ലെങ്കിൽ ഈ ബോധം ജനങ്ങൾക്കുണ്ടാവുമ്പോൾ ഇതൊരു അയഥാർത്ഥ പ്രശ്നമാണ് എന്നും എല്ലായ്പ്പോഴും അയഥാർത്ഥ പ്രശ്നങ്ങളെക്കുറിച്ചാണ് ലോകത്തിൽ സംസാരങ്ങൾ ഉയർന്നു വന്നിട്ടുള്ളതെന്നും നമുക്കു മനസ്സിലാകും.

നാം നമ്മുടെ വീടിന് വലിയ മതിലുകൾ കെട്ടുന്നത്, നാം നമ്മുടെ ജനലിന് നിറയെ കമ്പികളിടുന്നത്, നമ്മുടെ വാതിലിന് വലിയ ഗോദ്റെജ് പൂട്ടുകൾ വച്ചു പൂട്ടുന്നത്, എവിടെ നിന്നോ എപ്പോഴോ ഒരു കള്ളൻ വന്ന് നമ്മുടെ വാതിലുകൾ പൊളിക്കുമെന്നും നമ്മുടെ കള്ളപ്പണം അപഹരിക്കുന്നതും ഭയപ്പെടുന്നതുകൊണ്ടാണ്. ഒരു വലിയ സ്ട്രക്ചർ ഇരുമ്പു കൊണ്ടുള്ള വലിയൊരു കോട്ട നാം ഉണ്ടാക്കിയെടുക്കുന്നത് വാസ്തവത്തിൽ നമ്മുടെ അയഥാർത്ഥമായ ധനം ആരോ മോഷ്ടിക്കാൻ തയ്യാറായിരിക്കുന്നു എന്നതു കൊണ്ടാണ്. അതുകൊണ്ട് ഈ ഹോളിലെ ജനാലകൾക്കു കമ്പികളില്ല, നമ്മുടെ വീടുകളിലെ ജനാലകൾക്കൊക്കെ കമ്പികളുണ്ട് എന്നും, ഒരു കൈകടത്താൻ പറ്റാത്ത കമ്പിക്കൂടായിരിക്കണം അതെന്നും, കൈകടത്തി കഴുത്തിലുള്ള

താലിമാല മോഷ്ടിക്കാൻ ആരോ വരുന്നുണ്ട് എന്നുമുള്ള ഭയം നമുക്കുണ്ട്. ഒരു നാട്ടിൽ-ലക്ഷദ്വീപിൽ-നിങ്ങൾക്ക് ജനലിന് ഇരുമ്പഴികളിടണ്ട. അവിടെ വീടിന്റെ നിർമ്മാണച്ചെലവ് വളരെ കുറയുന്നു. നിങ്ങൾ ബേക്കറിന്റെയോ മറ്റാരുടെയോ പദ്ധതി അവിടെ ഉപയോഗിച്ചാലും ചെലവ് കുറയുന്നത് മറ്റൊരു സാംസ്കാരികമായ കാരണം കൊണ്ടാണ്. അതുകൊണ്ട് നമ്മുടെ സംസ്കാരത്തിന്റെ കരുക്കൾ ഉപയോഗിച്ച്, ഭയങ്ങളുപയോഗിച്ച് ഭയം കൊണ്ടുണ്ടാക്കുന്ന മന്ത്രവാദ ശക്തികളുപയോഗിച്ച് നായ വരുന്നു, ഭൂതം വരുന്നു, പ്രേതം വരുന്നു എന്നൊക്കെ കുട്ടികളെ പറഞ്ഞ് ഭയപ്പെടുത്തുന്നതു പോലെയാണ് രക്തകലുഷമായി പോകാൻ പോകുന്നു എന്നു പറഞ്ഞ് ഹിറ്റ്ലർ അന്നും ഇന്ത്യൻ ഫാസിസ്റ്റുകൾ ഇന്നും ജനങ്ങളെ ഭയപ്പെടുത്തിക്കൊണ്ടിരിക്കുന്നത്.

ഹിന്ദുക്കൾക്കുള്ളൊരു വലിയ കുറവ്, ഹിന്ദുക്കൾ ഇന്ത്യയിൽ മാത്രമെ ഉള്ളൂ എന്നതാണ്. ലോകത്തിലെ മറ്റെല്ലാ മതങ്ങളും സാർവ്വലൗകിക മതങ്ങളാണ്. മുസ്ലീങ്ങൾ ഒരുപാടുണ്ട് എന്നു മാത്രമല്ല എല്ലാ ദിക്കിലുമുണ്ട്. ക്രിസ്ത്യാനികൾ ലോകം മുഴുവൻ നിറഞ്ഞു നിൽക്കുന്ന വർഗ്ഗമാണ്. കാരണം ആദ്യം പത്രോസ് മീൻ പിടിക്കാൻ പോയപ്പോൾ എല്ലാ മീനും പിടിച്ചു കൊണ്ടു പോവുകയും ഹിന്ദുക്കൾക്ക് പിടിക്കാൻ വളരെ കുറച്ച് മീൻ മാത്രം ബാക്കിയാവുകയും ചെയ്തു. അതുകൊണ്ട് എല്ലാവരും പത്രോസിന്റെ അനുയായികളായിത്തീരുകയും ചെയ്തു. എല്ലാവരും നബിയുടെ അനുയായികളാത്തീരുന്നു. അതുകൊണ്ട് ഇന്ത്യയിലെ ഹിന്ദുക്കൾക്ക് തിണ്ണമിടുക്ക് പറയാവുന്നത് ഈ തിണ്ണയിൽ നിന്നുകൊണ്ടു മാത്രമാണ്. ഇതൊരു യാഥാർത്ഥ്യമാണ്. ഇതുപോലെ ചെറിയ ചെറിയ യാഥാർത്ഥ്യങ്ങൾ ധാരാളമുണ്ട്. മലപ്പുറത്താണ് ഈ പ്രശ്നം വരുന്നതെങ്കിൽ ഒരു പ്രത്യേക രീതിയിലാണ് അത് തീരുക. ഇന്ത്യയിലാണെങ്കിൽ, ഇന്ത്യയിൽ കൂടുതൽ ഹിന്ദുക്കളുണ്ട് എന്നതുകൊണ്ട് അതൊരു രീതിയിൽ തീർന്നുവെന്നു വരാം. പക്ഷേ ബാബ്റി മസ്ജിദ് പ്രശ്നം വന്നപ്പോൾ പാകിസ്ഥാനിലെ പ്രസിഡന്റ് ഒറ്റവാക്കിൽ പറഞ്ഞത്, ബാബറി മസ്ജിദ് ഒരന്താരാഷ്ട്ര പ്രശ്നമാണ് എന്നാണ്. ബാബ്റി മസ്ജിദ്, ഒരു പള്ളി ഒരു രാജ്യത്ത് സ്ഥാപിക്കപ്പെടുന്നതല്ല, പള്ളി ഒരു ലോകത്ത് സ്ഥാപിക്കപ്പെടുന്നതാണ് എന്നതാണ് പള്ളിയുടെ തത്വം. ഒരു ക്ഷേത്രത്തിന്റെ തത്വം, ക്ഷേത്രം ഒരു രാജ്യത്ത് സ്ഥാപിക്കുന്നതല്ല, അത് ലോകത്ത് സ്ഥാപിക്കുന്നതാണ് എന്നാണ്. അമേരിക്കയിലുണ്ട് ഹിന്ദു ക്ഷേത്രങ്ങൾ. ഇതൊരു ഇന്ത്യൻ പ്രശ്നമായിത്തീരുമ്പോൾ ഒരുപക്ഷേ ഇവിടെയുള്ള ഹിന്ദുക്കൾക്ക് അവരുടെ കാര്യം നോക്കാൻ കഴിഞ്ഞുവെന്നു വരാം. പക്ഷേ ഇവിടുത്തെ സാമ്പത്തികാവസ്ഥയ്ക്ക് അറബി നാടുകളെ ആശ്രയിക്കുകയും, നാം ആദർശ രാജ്യമായി കരുതുന്ന അമേരിക്ക

പോലും അറബി രാജ്യങ്ങളിൽ നിന്നു കടം വാങ്ങിയ പണം കൊണ്ട് ഉപജീവനം കഴിക്കുകയും ചെയ്തു കൊണ്ടിരിക്കുന്ന ഒരു ലോകത്തിലിരുന്നുകൊണ്ട്, ഒരു ചെറിയ ഇറാഖിനെ തോൽപ്പിക്കാൻ ഒരു വലിയ അമേരിക്കയ്ക്കു കഴിയാത്ത അവസ്ഥയിലിരുന്നുകൊണ്ട്, ഹിന്ദുക്കൾ പറയുന്ന യുദ്ധ തന്ത്രത്തിന് വളരെ പരിമിതമായ ഒരു വിലയെ ഉള്ളൂ. അതായത് നമ്മുടെ എലിക്കൂട്ടങ്ങളെയെല്ലാം, നമ്മുടെ ആട്ടിൻപറ്റങ്ങളെയെല്ലാം ആട്ടികൊണ്ടുപോവുന്നത് എവിടേക്കാണ് എന്ന് ആലോചിക്കേണ്ടത് ഹിന്ദുക്കളുടെയും ഒരു ചുമതലയാണ്. അതായത് ഇതൊരു ആഗോള പ്രശ്നമായിത്തീർന്നുവെങ്കിൽ ഹിന്ദുക്കൾക്ക് സഹായകമായിത്തീരുമായിരുന്ന ഒരു ഇസ്രയേൽ ശക്തി പോലും ഇന്ന് എന്തായിരിക്കുന്നു എന്ന് ആലോചിക്കേണ്ടതുണ്ട്. മോഷെദെയാനെ1 കൊണ്ടുവന്നിട്ട് ഇവിടത്തെ പ്രശ്നങ്ങളെ തീർക്കാം എന്നാണ് ഒരു കാലത്ത് ചിലരെങ്കിലും കരുതിയിരുന്നത്. ഇന്ന്, മോഷെദെയാനില്ല എന്നു മാത്രമല്ല, ഇസ്രയേലിന് സ്വന്തം പ്രശ്നങ്ങൾ പോലും തീർക്കാൻ കഴിയാതെ വന്നിരിക്കുകയാണ്.

അതുകൊണ്ട് ഇന്ത്യയിലെ ഫാസിസ്റ്റുകൾ ഇന്ന് എടുക്കുന്ന യുദ്ധതന്ത്രപരമായ അടവുകൾ വളരെ വില കുറഞ്ഞ അടവുകളാണ്. വളരെ പരാജയകരമായ അടവുകളാണ് എന്നും യുദ്ധതന്ത്രത്തിന്റെ ആദ്യ പാഠങ്ങൾ അറിയാവുന്ന എല്ലാവർക്കുമറിയാം. ഇതെല്ലാം മറച്ചുവക്കുകയും മന്ത്രം കൊണ്ടും ശൂലം കൊണ്ടും ഒരു രാജ്യം പിടിച്ചടക്കാം എന്ന് വ്യാമോഹിപ്പിക്കുകയും ചെയ്യുന്നതിന്റെ അർത്ഥം, രാമൻ ഇറങ്ങിപ്പോയ അയോധ്യയിലേക്ക് കയറിച്ചെല്ലണം എന്നതാണ്. അതാണ് അയോധ്യയിലെ അടയാളത്തിൽ വന്ന മാറ്റം. 'അയോധ്യാ മടവീം വിദ്ധി', അയോധ്യ കാട്ടിലാണ് എന്നും, കാട്ടിൽ പോകുമ്പോൾ ഞാനത് അയോധ്യയായിക്കരുതാം എന്നുമാണ് രാമൻ അന്നു കരുതിയിരുന്നത്. അയോധ്യയിൽ നിന്ന് ഇറങ്ങിപ്പോയ രാമനാണ് നാം, അല്ലെങ്കിൽ ഇന്ത്യക്കാർ ആരാധിക്കുന്ന രാമൻ, രാജ്യം ഉപേക്ഷിക്കാൻ കഴിയുന്ന രാമൻ, സർവസ്വവും ജനങ്ങൾക്കു വേണ്ടി ഉപേക്ഷിക്കാൻ കഴിയുന്ന രാമന്റെ പേര് അയോധ്യ പിടിച്ചടക്കാനുള്ള ഒരു മാർഗ്ഗമാക്കി മാറ്റിത്തീർക്കുന്നു എന്നുള്ളതാണ് അയോധ്യ എന്ന വാക്കിൽ വന്നു ചേർന്നിട്ടുള്ള ചരിത്രപരമായ വൈപരീത്യം. അതായത്, ത്യാഗത്തിന്റെ മൂർത്തിയായ ഇന്ത്യയിലെ കാവ്യം വർണിച്ചു പോന്ന രാമനെ അധികാരത്തിന്റെയും ഭോഗത്തിന്റെയും മൂർത്തിയാക്കിത്തീർക്കാൻ രാമന്റെ പേരിൽ രാഷ്ട്രീയാധികാരം പിടിച്ചു പറ്റാനുമാണ് വാസ്തവത്തിൽ ഇന്ത്യൻ രാഷ്ട്രീയത്തിന്റെ വൈപരീത്യം ഇന്നു ശ്രമിച്ചുകൊണ്ടിരിക്കുന്നത്. ഈ വൈപരീത്യങ്ങൾ - എന്താണ് രാമന്റെ അർത്ഥമെന്ന്, എന്താണ്

രാമന്റെ ചരിത്രപരമായ അർത്ഥമെന്ന്, ഈ നാട് ആരുടേതാണെന്ന്, നമ്മുടെ ഭാവി ആരുടേതായിരിക്കണം എന്ന്, ജനങ്ങളോട് പറഞ്ഞു കൊണ്ടേനടക്കുകയാണ്- തെരുവ് തോറും നടക്കുകയാണ് - ഇന്നൊരു കവിയുടെ പോലും കർത്തവ്യമെന്ന് മനസ്സിലാക്കിയത് കൊണ്ടാണ്, അതായത് കവിത ഇന്ന് എന്തിനുള്ള ആയുധമാണ് എന്ന് ഒരു കവി തിരിച്ചറിയുന്നതു കൊണ്ടാണ് കടമ്മനിട്ട പത്തനംതിട്ടയിലും, കടമ്മനിട്ട കോട്ടയത്തും, കടമ്മനിട്ട നെയ്യാറ്റിൻകരയിലും നടന്നുകൊണ്ടേയിരിക്കുന്നത് എന്നു നമുക്കറിയാം. സ്പാനിഷ് യുദ്ധത്തിൽ പങ്കെടുത്ത കവികളായിരുന്ന പലപ്പോഴും മുറിവേറ്റ ഭടന്മാരെ ചുമലിലേറ്റിക്കൊണ്ട് പോവുന്ന സ്ട്രെച്ചർ ബെയ്റേഴ്സ് ആയി മാറിയത് എന്നും കൂടി നാം ഓർക്കേണ്ടതുണ്ട്. അതായത് ഇന്ത്യാ ചരിത്രത്തിന് തീ പിടിച്ചിരിക്കുന്ന ഈ ഘട്ടത്തിൽ ഒരു കവിയുടെ കർത്തവ്യം എന്തെന്ന്, ഓരോ മനുഷ്യന്റെയും കർത്തവ്യം എന്തെന്നു തിരിച്ചറിയുന്നതു കൊണ്ടാണ് കവികൾ നമ്മുടെ കൂടെ വരുന്നതും നമ്മുടെ നേതൃത്വം ഏറ്റെടുക്കുന്നതും. അതുകൊണ്ട് ചരിത്രത്തിന് നഷ്ടപ്പെട്ടുപോയ ഈ അർത്ഥത്തെ, ജനകീയമായ അർത്ഥത്തെ വീണ്ടെടുക്കുക എന്നതാണ് ഓരോ ഇന്ത്യക്കാരന്റെയും ഇന്നത്തെ കടമയായിത്തീർന്നിരിക്കുന്നത്.

●

1992

വിചാരം കൊണ്ടുള്ള ധാര

ഫാസിസമെന്നുള്ളത് നമ്മുടെ ചിന്തയ്ക്കിടുന്ന ഒരു കുരുക്കാണ് എന്നുമാത്രമല്ല, അത് ഭാവിയെ നശിപ്പിക്കുന്ന ഒരു ഭൂതകാല പ്രവർത്തനവുമാണ് എന്നു നാം തിരിച്ചറിയേണ്ടതുണ്ട്. ഫാസിസത്തിനർത്ഥം ഭാവി നമുക്കില്ലാതായിത്തീരുക എന്നതാണ്. കാരണം, നമ്മുടെ ഭാവനയെ, നമ്മുടെ മസ്തിഷ്കത്തെ, നമ്മുടെ ഉണ്മയ്ക്കപ്പുറത്തുള്ള കാര്യങ്ങളെ, കിനാവു കാണാനുള്ള കഴിവിനെ ഇല്ലാതാക്കിത്തീർക്കുന്ന ഏറ്റവും വലിയ ലോക ശക്തി ഇന്നു ഫാസിസ്റ്റ് ചിന്താഗതിയായി തീർന്നു കൊണ്ടിരിക്കുന്നുണ്ട്. ഇതിന്റെ ചെറിയ കുരുക്കൾ ലോകത്തിലെ രാഷ്ട്രങ്ങളും മുൻസിപ്പാലിറ്റികളും പഞ്ചായത്തുകളും അക്കാദമിക്ക് സ്ഥാപനങ്ങളും നിർമ്മിച്ചു കൊണ്ടേയിരിക്കുന്നു എന്നുള്ളതാണ് വാസ്തവത്തിൽ നാം തിരിച്ചറിയാതെ പോവുന്നത്. ചെറിയ ചെറിയ കുരുക്കുകൾ ആകാം. അത് ചെറിയ ചെറിയ ആളുകളുടെ തൊണ്ടയിലാണ് വന്നു വീഴുക. വലിയ കുരുക്കുകൾ വലിയ ആളുകൾക്കു വേണ്ടി നീക്കി വച്ചിട്ടുള്ളതാണ്. എവിടെയും വ്യത്യസ്തമായ ശബ്ദം ഉണ്ടാവുന്ന തൊണ്ടകളെ മർദ്ദിച്ചൊതുക്കുന്നു. അത് ഗാന്ധിയുടെ മൗലികവാദമാകാം, പാവം വെങ്കിട്ടരാമന്റെ അഭിപ്രായ പ്രകടനമാകാം, മറ്റെന്തുമാവാം. നിങ്ങൾ ഒരിക്കലും വ്യത്യസ്തമായി ശബ്ദിക്കരുത് എന്ന ചിന്താപരമായ ഫാസിസ്റ്റ് ഭീഷണി വാസ്തവത്തിൽ ഇന്ത്യയിൽ മാത്രമല്ല, ലോകം മുഴുവൻ വർദ്ധിച്ചു കൊണ്ടിരിക്കുകയാണ്.

അതുകൊണ്ട് ഗാന്ധിയെപ്പറ്റി പറയാൻ നിങ്ങളാരാണെന്നു ചോദിക്കുന്നു. ഞാനോർക്കുന്നു, ഒരു കഥ. പൂനയിൽ ഗാന്ധിജി വളരെക്കാലം താമസിച്ചു കൊണ്ടിരുന്നപ്പോൾ അദ്ദേഹത്തിന്റെ അടുത്തു തന്നെ പട്ടാള ബാരക്കിൽ ജോലി ചെയ്തിരുന്ന ഞങ്ങളുടെ സുഹൃത്തായ ഒരദ്ധ്യാപകൻ (അദ്ദേഹം ഇപ്പോഴുമുണ്ട്) നിത്യവും ഗാന്ധിയുടെ പ്രാർത്ഥനാ യോഗത്തിൽ പോകും. കുറേ കഴിഞ്ഞ് നാൽപ്പത്തെട്ടിൽ ഗാന്ധി മരിച്ചപ്പോൾ അദ്ദേഹം കുത്തുപറമ്പിലെ ഒരു തെരുവിലാണ്. അദ്ദേഹത്തെക്കുറിച്ച് അന്ന് ഞങ്ങളെപ്പോലുള്ളവർ പറഞ്ഞു നടന്നിരുന്ന കഥ,

ഗാന്ധിയുടെ ആശ്രമത്തിൽ ദിവസവും പോയിരുന്ന ഈ മനുഷ്യൻ ഗാന്ധി മരിച്ചപ്പോൾ 'ഏതു ഗാന്ധി?' എന്നു ചോദിച്ചു എന്നാണ്. ഏതു ഗാന്ധിയാണ് മരിച്ചത്, എന്ന നമ്മുടെ മുഴുവൻ അജ്ഞതയും അദ്ദേഹത്തിൽ ആരോപിക്കുകയും ഗാന്ധിയെ കാണാത്തവർ, ഗാന്ധിയെ കേൾക്കാത്തവർ, ഗാന്ധിയെപ്പറ്റി അഭിപ്രായം പറയുമ്പോൾ ക്രുദ്ധരായിത്തീരുകയും അത് പിതൃഹത്യയാണ് എന്നു പറഞ്ഞ് ആക്ഷേപിക്കുകയും ചെയ്യുന്നു. ചെറിയ കാര്യത്തിലൂടെ വലിയ കാര്യത്തിലും ക്രൂരമായ ഒരു ഫാസിസ്റ്റ് ചിന്താവധം നമ്മുടെ നാട്ടിൽ വളർന്നു കൊണ്ടിരിക്കുകയാണ്.

ഇത് സാമാന്യമായ ഒരാപത്തല്ല. ഒരു ചെടിയിൽ നിന്ന് ഒരു നാമ്പ് ഉണ്ടായിക്കൊണ്ടിരിക്കുമ്പോൾ ആ കുരുന്നിനെച്ചൊല്ലി ഇത് ഇല പോലെയല്ല എന്നുപറഞ്ഞ് നുള്ളിക്കളയുന്ന വൈദഗ്ധ്യം. എന്തുകൊണ്ടാണ് പച്ചയില ഉണ്ടാകുന്ന ചെടിയിൽ ചുവന്ന കൂമ്പ് ഉണ്ടാകുന്നത് എന്നു ചോദിക്കുന്ന വാർദ്ധക്യം വാസ്തവത്തിൽ നമ്മെ വലയം ചെയ്തു കൊണ്ടിരിക്കുകയാണ്. കുറച്ച് കഴിഞ്ഞാൽ എല്ലാ ചുവന്ന കൂമ്പുകളും വലുതാവും, അത് പച്ചയാകും, കുറെ കഴിഞ്ഞാൽ അത് പഴുത്ത് നിലത്തു വീണ് പോകും എന്ന് അറിഞ്ഞ് ക്ഷമിച്ചിരിക്കാനുള്ള സന്മനസ്സ് പോലുമില്ലാത്ത, എല്ലാ കുരുന്നുകളും നുള്ളിക്കളയുന്ന ഒരു ചിന്താഗതി തീർച്ചയായും വളർന്നു വരുന്നുണ്ട്. ഇറുകി വരുന്ന ഈ കുരുക്ക്, ഒന്നും പുറത്തു പറയാൻ കഴിയാത്ത അവസ്ഥ, നമ്മളെയെല്ലാം നമ്മുടെ അഭിപ്രായങ്ങളുമായി നമ്മുടെ തന്നെ മനസ്സിലേക്ക് പിന്തിരിക്കപ്പെടുന്ന ഒരവസ്ഥ. നിങ്ങളുടെ എല്ലാ വിചാരധാരകളേയും ആട്ടിയോടിക്കുന്ന, വിചാരധാര എന്തേതാണ് ഈ ധാര നിങ്ങൾ സ്വീകരിക്കുക എന്ന വിചാരം കൊണ്ട് ധാര നടത്തുന്ന ഒരു പ്രത്യേകമായ ഫാസിസ്റ്റ് ചിന്താരീതി നമ്മുടെ നാട്ടിൽ വളർന്നുകൊണ്ടിരിക്കുകയാണ്. ഇത് കേവലമായ ഒരു ദേശീയ പ്രശ്നമല്ല, മറിച്ച് ഇതൊരു സർവ്വലോക പ്രശ്നം തന്നെയാണ് എന്നു നാം തിരിച്ചറിയുകയാണ്. ഇതുകൊണ്ടാണ് ലോകത്തിൽ ചിന്തയുടെ മേൽ, ഭാവനയുടെ മേൽ ഉണ്ടാവുന്ന എല്ലാ അതിക്രമങ്ങളെയും നാം വളരെ ഉത്കണ്ഠയോടു കൂടി, ഉദാസീനമായ ഉത്കണ്ഠയോടു കൂടി, നോക്കിക്കാണുകയും അതിനെക്കുറിച്ച് പ്രമേയമെങ്കിലും പാസ്സാക്കുകയും ചെയ്യുന്നത്.

നമ്മളെയും നമ്മുടെ പ്രമേയങ്ങളെയും ഒന്നിച്ച് എന്തു ചെയ്യണമെന്ന് എല്ലാ ഫാസിസ്റ്റുകൾക്കും അറിയാം. പണ്ട് ഭീമനറിയാമായിരുന്നത് പോലെ ഇന്ന് നമ്മളെയും നമ്മുടെ പ്രതിഷേധങ്ങളെയും കൂടി എന്തു ചെയ്യണമെന്ന്, എല്ലാം കൂട്ടി ഊണ് കഴിക്കാം എന്നു കരുതുന്ന ഒരു ഫാസിസ്റ്റ് സാന്നിധ്യത്തിലാണ് നാം ജീവിക്കുന്നത് എന്നുള്ളത് നമ്മുടെ ഉറക്കം കെടുത്തുന്ന ലോകാവസ്ഥയാണ്. അതുകൊണ്ട് ഉറങ്ങാതിരിക്കുക എന്ന അഭ്യർത്ഥന മാത്രമേ ചെയ്യാവുന്നതായുള്ളൂ.

●

1995

ജനാധിപത്യത്തിന്റെ കാര്യക്ഷമതാ പ്രശ്നങ്ങൾ

ജനാധിപത്യത്തിന്റെ സാധുതയെയും അഭിലഷണീയതയെയും മുസോളിനി മുമ്പ് ചോദ്യം ചെയ്തിട്ടുണ്ട്. അത് കേവലം ഒരു ആരോപണമെന്ന നിലയ്ക്കല്ല, അദ്ദേഹം ജനാധിപത്യത്തിന് എതിരായിരുന്നു എന്നത് തന്നെ കാരണം. വളരെ പിൽക്കാലത്ത് ഉണ്ടായ ഒരാശയമാണ് ജനാധിപത്യം. ജനാധിപത്യത്തിന്റെ കാലഘട്ടത്തിൽ തന്നെയാണ് ജനാധിപത്യ മൂല്യങ്ങളെ എതിർത്ത് കൊണ്ടുള്ള ഫാസിസ്റ്റ് ആശയങ്ങളും കടന്നു വരുന്നത്. ജനാധിപത്യത്തേക്കാൾ കാര്യക്ഷമമാണ് എന്ന അവകാശവാദത്തോടു കൂടി. ഒരു കൈകാര്യ കർത്തൃത്വ വിഭാഗ(managerial class)ത്തെ സൃഷ്ടിച്ചെടുക്കുക എന്നതായിരുന്നു അതിന്റെ ഉദ്ദേശ ലക്ഷ്യം. ഇത്തരം ഫാസിസ്റ്റ് ചുവയുള്ള ആശയങ്ങൾ ഈ നൂറ്റാണ്ടിന്റെ ആദ്യ ദശകങ്ങളിൽ രണ്ടാം ലോക മഹായുദ്ധം വരെ ടെക്നോക്രസിയെക്കുറിച്ചുള്ള സങ്കല്പങ്ങളിലും മറ്റും കാണാൻ കഴിയും. ഉദാഹരണത്തിന്, പാലം നിർമ്മിക്കുന്നത് എഞ്ചിനീയറും തൊഴിലാളികളുമാണെങ്കിൽ, പാലം ഉദ്ഘാടനം ചെയ്യുന്നത് മന്ത്രിയുമാണ് എന്നതിലെ ഔചിത്യം ചോദ്യം ചെയ്യപ്പെടുന്നു. എന്തുകൊണ്ട് ഉദ്ഘാടനം എഞ്ചിനിയറെ ഏൽപ്പിച്ചുകൂടാ? അതായിരിക്കുമല്ലോ കൂടുതൽ കാര്യക്ഷമം. രാഷ്ട്രീയക്കാരെ ഒഴിവാക്കുകയുമാവാം. 30-കളിലും 40-കളിലും റസ്സൽ അടക്കമുള്ള മിക്ക ചിന്തകന്മാരും ഇതേക്കുറിച്ച് വളരെ ആഴത്തിൽ തന്നെ ചിന്തിക്കുകയുണ്ടായി. പ്ലാറ്റോവിന്റെ ന്യൂനപക്ഷ പ്രമാണിവർഗ്ഗ(elite few)ത്തെക്കുറിച്ചുള്ള ആശയങ്ങളും വ്യക്തമാക്കുന്നത് ഒരു ടെക്നോക്രാറ്റിക് ഭരണ ക്രമം ജനാധിപത്യ രാഷ്ട്രീയത്തേക്കാൾ എത്രത്തോളം നല്ലതായിരിക്കുമെന്ന ചിന്ത സദുദ്ദേശപരമായി ചിന്തിക്കുന്ന ആളുകളിലും ഉണ്ടായിരുന്നു എന്നതാണ്. റസ്സൽ തന്റെ

റോഡ്സ് ടു ഫ്രീഡം (roads to freedom)എന്ന പുസ്തകത്തിൽ ഇതിന്റെ സാധ്യതകളെക്കുറിച്ച് ചർച്ച ചെയ്യുന്നുണ്ട്. മുമ്പ് വിവരിച്ച പാലത്തിന്റെ ഉദാഹരണത്തിൽ ഉദ്ഘാടനം ചെയ്യുന്ന മന്ത്രിയുടെ സ്ഥാനം ജനങ്ങളുടെ ഇച്ഛാ ശക്തി (will power)എന്ന നിലയിലാണ് വിലയിരുത്തപ്പെടേണ്ടത്. ഒരു വ്യക്തി എന്ന നിലയിലല്ല. അപ്പോൾ ഈ സ്ഥാനം നിലനിൽക്കേണ്ടതുണ്ടോ എന്നതാണ് മുഖ്യമായിട്ടുള്ള പ്രശ്നം.

നമ്മുടെ തെറ്റിദ്ധാരണ മനുഷ്യരുടെ ഇടയിലെ ശാസ്ത്രജ്ഞർ, ഡോക്ടർ തുടങ്ങിയ വിദഗ്ധ വർഗ്ഗം പൂർണമായും നല്ലവരായിരിക്കും എന്നതാണ്. മനുഷ്യൻ എല്ലായ്പ്പോഴും മനുഷ്യൻ തന്നെയാണ്, അവർ സാങ്കേതികമായി ഉയർന്ന നിലവാരത്തിലുള്ളവരാണെങ്കിൽ പോലും. മോഷണം പോലും വളരെയേറെ പരിശീലനം ആവശ്യമുള്ള ഒരു സാങ്കേതികവിദ്യയാണ്. കാരണം സാധാരണ ഗതിയിൽ നമുക്ക് ഉറക്കമൊഴിച്ച് ജാഗരൂകരായിരിക്കാൻ കഴിയില്ല. കള്ളൻ ഒരു സർജനേക്കാൾ കൂടുതൽ ജാഗരൂകനായിരിക്കണം; എന്നാലെ കളവ് നടത്താൻ പറ്റൂ. ഈ കൂടിയ ജാഗരൂകതയും പൂർണ്ണ വൈദഗ്ധ്യവും ജനങ്ങളുടെ ആഗ്രഹമല്ല. അതിനാൽ, ഇത് ജനാധിപത്യവുമല്ല. അപ്പോൾ ജനാധിപത്യം എന്നു പറയുന്നത് സമൂഹത്തിന്റെ സ്വാർത്ഥതയാണ്, വ്യക്തിയുടേതല്ല. അതിനാൽ, വ്യക്തിയുടെ സ്വാർത്ഥതയ്ക്കു പകരം വക്കേണ്ടത് സമൂഹത്തിന്റെ സ്വാർത്ഥതയാണ് എന്ന ആശയമാണ് ജനാധിപത്യം കൊണ്ടുവരുന്നത്. ഇതു പറയാൻ കാരണം ക്യാപ്പിറ്റലിസത്തിന്റെ ഒരു ഘട്ടത്തിൽ ഇത്തരത്തിലുള്ള പല ആശയങ്ങളും, ഇപ്പോൾ നമ്മുടെ നാട്ടിൽ പ്രചരിക്കാൻ തുടങ്ങിയിട്ടുള്ള ആശയങ്ങളും നാസി ജർമനിയിലും ഫാസിസ്റ്റ് ഇറ്റലിയിലും ഏറെക്കുറെ ഇതേ രീതിയിൽ നില നിന്നിരുന്നു എന്നതാണ്.

തൊഴിലാളി വിരുദ്ധ മനോഭാവം പുലർത്തിയിരുന്നവർ പോലും ഒരു പ്രത്യേക സമയം വരെ, തൊഴിലാളികളോട് അനുനയത്തിന്റെ രീതി സ്വീകരിച്ചിരുന്നു. അവർ തൊഴിലാളി പ്രസ്ഥാനം ഉണ്ടാക്കുക പോലും ചെയ്തിട്ടുണ്ട്. പക്ഷേ അത് അവയെ നശിപ്പിക്കാൻ വേണ്ടിയായിരുന്നു എന്നു മാത്രം. ഇതാണ് ഫാസിസ്റ്റ് രീതി. ഇത് ഹിറ്റ്ലർ വ്യക്തമായി പറയുന്നുണ്ട്. ആദ്യം ഉണ്ടാക്കുക, എന്നിട്ട് നിഷ്കാസനം ചെയ്യുക. പിരിച്ചു വിടേണ്ട സമയത്ത് പരിച്ചുവിടും. അതൊരു അമാനുഷിക ആശയത്തെ ആശ്രയിച്ചിരിക്കുന്നു. ലോകം ഭരിക്കേണ്ടത് അമാനുഷരാണ്; മനുഷ്യരല്ല. പക്ഷേ ഇതിലുള്ള കുഴപ്പം, ഏത് അമാനുഷനും താൻ അമാനുഷനാണ് എന്നു സ്വയം കരുതുന്നവരാണ് എന്നതാണ്. പിന്നീട് തനിക്കൊരു സ്വേച്ഛാധിപതിയാകാനും കഴിയുമെന്നും തെളിയിക്കും. ഏതൊരു സ്വേച്ഛാധിപതിയും സ്വയം അമാനുഷനായി നടിക്കുന്നവനായിരിക്കും.

അതാണ് അതിന്റെ ദുരന്ത പൂർണമായ വശം. ഇതിന് ഏറ്റവും നല്ല ഉദാഹരണം ഹിറ്റ്ലറാണ്.

മുതലാളിത്ത തന്ത്രങ്ങളുപയോഗിച്ചും സ്വേച്ഛാധിപത്യമുപയോഗിച്ചും ജനാധിപത്യത്തെ ഇല്ലാതാക്കാനുള്ള അപകടകരമായ ഫാസിസ്റ്റ് തന്ത്രങ്ങളും മസ്തിഷ്ക പ്രക്ഷാളന രീതികളും ഈ കാലഘട്ടത്തിന്റെ ഒരു പ്രത്യേകതയാണ്. ഇൻഫർമേഷൻ ടെക്നോളജി ഉപയോഗിച്ച് മനുഷ്യരുടെ ജീവിതസമയത്തെ മുഴുവനും ക്രമീകരിക്കാനുള്ള പിൽക്കാല മുതലാളിത്തത്തിന്റെ ശ്രമങ്ങളെ ഈ വകുപ്പിൽ പെടുത്താം. മറ്റുള്ളവർ നിങ്ങൾ എന്തു ചിന്തിക്കരുതെന്ന് ആഗ്രഹിക്കുന്നുവോ അത് ചിന്തിക്കാതിരിക്കാൻ നിങ്ങൾ നിർബന്ധിക്കപ്പെടുന്നു. അവർ പറയുന്നതിനെക്കുറിച്ച് ആലോചിക്കുക, അവർ പറയുന്നത് ആവശ്യപ്പെടുക. അവർ പറയുന്നതിനു വേണ്ടി ചെലവാക്കുക. അതിനു വേണ്ടി ജീവിക്കുക എന്ന അവസ്ഥ. അതിനായി അവർ തെറ്റായ മൂല്യ സങ്കല്പങ്ങൾ സൃഷ്ടിക്കുന്നു. പണ്ട് മൂല്യങ്ങൾ സൃഷ്ടിച്ചിരുന്നത് മതമായിരുന്നെങ്കിൽ ഇന്നത് ചെയ്യുന്നത് ക്യാപ്പിറ്റലിസമാണ്. ഇരുപത്തിനാല് മണിക്കൂറും നിങ്ങൾ എന്തു ചെയ്യണമെന്നു നിർണയിച്ചു തരുന്നത് അവരാണ്. പണ്ട് സ്നാനം ഒരു ആരാധനാ ചടങ്ങ് എന്ന നിലയിലാണ് നാം നിർവഹിച്ചിരുന്നതെങ്കിൽ ഇന്നത് ടോയ്ലറ്റ് വ്യവസായത്തിനു വേണ്ടിയാണ്. ക്യാപ്പിറ്റലിസം ഒരു ബദൽ മതമായി രൂപപ്പെട്ടിരിക്കുകയാണ്. നമ്മുടെ മുഴുവൻ സമയത്തെയും പൂർണ്ണമായും ഉപഭോഗാധിഷ്ഠിതമായി, അവർ നിർമ്മിക്കുന്ന വസ്തുക്കൾക്കു വേണ്ടി ക്രമീകരിക്കുകയാണ് നിർമ്മാതാക്കൾ ചെയ്തു കൊണ്ടിരിക്കുന്നത്. നമ്മുടെ സമയപ്പട്ടിക (time schedule) നിശ്ചയിക്കുന്നത് ഉൽപ്പാദക കേന്ദ്രങ്ങളാണ്. ഇതിന്റെ ജനാധിപത്യ വിരുദ്ധ വശം, സ്വന്തം ഇഷ്ടാനിഷ്ടങ്ങൾ വച്ചു പുലർത്താനുള്ള സ്വാതന്ത്ര്യത്തിനു പകരം ഉൽപ്പാദിപ്പിക്കപ്പെട്ടവയിൽ നിന്നു തെരഞ്ഞെടുക്കാൻ നിർബന്ധിക്കപ്പെടുക എന്നതാണ്. ഇവിടെ നമുക്ക് നഷ്ടമാവുന്നത് മാനുഷികമായ ജീവിത രീതിയും കൈമുതലാവുന്നത് യാന്ത്രികതയുമാണ്. അത് യന്ത്രങ്ങൾ ഉടമപ്പെടുത്തിയവരുടെ ആവശ്യവുമാണ്. ഗാന്ധിയും മാർക്സുമൊക്കെ പറഞ്ഞത് പോലെ മുതലാളിത്ത പുരോഗതിയിലെ ഒരു പ്രത്യേക ഘട്ടത്തിൽ മനുഷ്യനല്ല വസ്തുക്കൾ ഉണ്ടാക്കുന്നത്, വസ്തുക്കളാണ് മനുഷ്യനെയുണ്ടാക്കുന്നത്. വാഹനങ്ങളും വസ്തുങ്ങളും നിർമ്മിച്ച് അവയ്ക്കനുസരിച്ച് മനുഷ്യൻ രൂപാന്തരപ്പെടുക, ഇതാണ് സംഭവിക്കുന്നത്. ഇന്നത്തെ തലമുറയുടെ കാര്യത്തിൽ ഇത് വളരെ വാസ്തവമാണ്. നമുക്കു വേണ്ടി നിർമ്മിക്കുന്ന ആഗ്രഹങ്ങൾക്കും സമയശീലങ്ങൾക്കും അനുസരിച്ച് ജീവിതത്തെ രൂപപ്പെടുത്തുക എന്നതാണ് മുതലാളിത്തത്തിന്റെ ജനാധിപത്യ വിരുദ്ധ വശം. ഇവിടെ നമുക്ക്

ആഗ്രഹിക്കാനുള്ള സ്വാതന്ത്ര്യമുണ്ട്. പക്ഷേ അത് അവർ സർവ്വേ നടത്തി കല്പിക്കുന്ന ആഗ്രഹങ്ങളായിരിക്കണം. നമ്മുടെ ആഗ്രഹങ്ങളെ രണ്ടു ബ്രാൻഡുകൾക്കിടയിലൊതുക്കുന്നു, രണ്ടു ബ്രാൻഡ് ചായ, രണ്ടു ബ്രാൻഡ് കോഫി എന്നിങ്ങനെ, അതാണ് യഥാർത്ഥ ജനാധിപത്യത്തിനു പകരംവക്കപ്പെട്ടുന്നത്. സൃഷ്ടിപരമായ ഒരു തെരഞ്ഞെടുപ്പിന് പകരം മറ്റുള്ളവർ നിർണ്ണയിക്കുന്നവ തെരഞ്ഞെടുക്കുന്ന ഒരവസ്ഥയാണുള്ളത്. ആ തെരഞ്ഞെടുപ്പിനെയാണ് നാം ജനാധിപത്യമായി കണക്കാക്കുന്നതും. അപ്പോൾ ജനാധിപത്യത്തെ നശിപ്പിക്കാൻ ഹിറ്റ്ലറോ ഫാസിസമോ തന്നെ വേണമെന്നില്ല. മുതലാളിത്തത്തിന് വളരെ സാവധാനം അതിനു കഴിയും. യാതൊരുപദ്രവവും നമുക്കേൽപ്പിക്കാതെ, നമ്മെ സന്തോഷിപ്പിച്ച് കൊണ്ടുതന്നെ നിശബ്ദമായി ഇത് നിർവഹിക്കാൻ മുതലാളിത്തത്തിനു കഴിയും.

രാഷ്ട്രീയ ഫാസിസത്തിന്റെ മറ്റൊരു രൂപമാണ് മാനേജ്മെന്റ് സങ്കല്പം. മാനേജ്മെന്റ് സങ്കല്പം നമുക്കിടയിൽ വളർന്നു വരികയാണ്. ഡോക്ടറാവുന്നതിനേക്കാളും എം.ബി.എ.ക്കാരനാകാനാണ് ഏറെ താൽപര്യം. ഒരു രാഷ്ട്രീയ സങ്കല്പത്തിന്റെ മറ്റൊരു രൂപമാണ് മാനേജ്മെന്റ്. സാമ്പത്തികശാസ്ത്രാടിത്തറയിലുള്ള ഒരു അമാനുഷിക സങ്കല്പമാണിത്. തൊഴിലാളികളും ഉപഭോക്താക്കളുമായി ഉപയോഗിക്കപ്പെടാനും നിയന്ത്രിക്കപ്പെടാനുള്ളവരാണ് ജനങ്ങൾ എന്നാണ് അതിന്റെ വീക്ഷണം. ഇങ്ങനെ വരുമ്പോൾ വരും കാല സമൂഹത്തിലെ ജനാധിപത്യ വിരുദ്ധ ക്രമം കുടികൊള്ളുന്നത് 'മനുഷ്യരെ ഉപയോഗപ്പെടുത്തുന്ന മനുഷ്യൻ' എന്ന ഈ സങ്കല്പത്തിലാണ്. ഇവിടെ മനുഷ്യരിൽ ചിലർ നിയന്ത്രിക്കാനായി ജനിച്ചവരും ബാക്കിയുള്ളവർ നിയന്ത്രിക്കപ്പെടാനും ഉപയോഗിക്കപ്പെടാനും ജനിച്ചവരുമാണെന്നു വരുന്നു. ഇത് രാഷ്ട്രീയ രൂപം പ്രാപിക്കുമ്പോൾ ഫാസിസമാകുന്നു. ജനങ്ങൾ ആരാലും നയിക്കപ്പെടാൻ ഇഷ്ടപ്പെട്ടുന്നു, എന്നാൽ ആരെയും നയിക്കാൻ ഇഷ്ടപ്പെട്ടുന്നില്ല എന്നത് അടിസ്ഥാനപരമായി ഒരു ഫാസിസ്റ്റ് ആശയമാണ്. നയിക്കപ്പെട്ടുന്ന ഒരു കൂട്ടം എപ്പോഴും വളരെ കാര്യക്ഷമമായ ഒന്നായിരിക്കും. ഒരു കാലഘട്ടത്തിലെ വ്യാവസായിക യുഗത്തിന്റെ സംഘാടകരീതിയാണിത്. തൊഴിലാളികളെ അടിച്ച് പണിയെടുപ്പിക്കുക, അടിക്കുമ്പോൾ കൂടുതൽ നന്നായി പണിയെടുക്കും. ഇനി മരിച്ചാലോ പകരം വേറൊരാളെ വക്കുക. അങ്ങനെ വരുമ്പോൾ തൊഴിലാളികളെ മനുഷ്യരായല്ല, വസ്തുക്കളാ(thing)യൊണ് കാണുന്നത്. ഇതാണ് മനുഷ്യത്വ രഹിതവും ജനാധിപത്യ വിരുദ്ധവുമായ ഒരു ഫാസിസ്റ്റ് നിലപാട്.

സർഗശേഷിയുള്ളവർ, തുല്യതയുള്ളവർ, വോട്ടവകാശമുള്ളവർ എന്നീ നിലകളിലാണ് ജനാധിപത്യത്തിൽ മനുഷ്യരെക്കുറിച്ചുള്ള

സങ്കല്പം. ഈ സങ്കല്പം ഒരു ലാഭമല്ല, മറിച്ച് നഷ്ടമാണ് എന്നതാണ് ഫാസിസത്തിന്റെ ഗോപ്യമായ ആദർശം. പക്ഷേ ഇതു പുറത്തു പറയാറില്ല. ഇതു പുറത്തു പറഞ്ഞുകൊണ്ട് പ്രചരിപ്പിക്കാൻ കഴിയില്ല എന്നതും അവരുടെ തന്ത്രപരമായ നിലപാടിന്റെ ഭാഗമാണ്. എല്ലാ ഫാസിസ്റ്റ് ഗ്രൂപ്പുകളും ജനാധിപത്യത്തിന്റെ ഭാഷയിലാണ് സംസാരിക്കുക. എന്നാൽ ഇതിൽ തീരെ വിശ്വാസമില്ലാത്തവരായി ഇതിന്റെ വക്താക്കളായ ഫാസിസ്റ്റുകളെ മാത്രമേ കാണാൻ കഴിയൂ. നമ്മൾ മറ്റുള്ളവരോടു പറയുന്നതിൽ നമ്മൾ വിശ്വസിച്ചു കൊള്ളണമെന്നില്ലല്ലോ. ജനങ്ങൾ വളരെ പെട്ടന്ന് അംഗീകരിക്കുന്ന പ്രകാരത്തിൽ അനീതിക്കെതിരായും അഴിമതിക്കെതിരായും മറ്റും യുക്തിസഹമായി സംസാരിക്കുക എന്നത് ഫാസിസ്റ്റ് പ്രൊപഗൻഡയുടെ ഒരു സവിശേഷതയാണ്. ഈ പുകമറയുടെ പിന്നിൽ ഒളിഞ്ഞു കിടക്കുന്നത് ദർശിക്കപ്പെടുന്നില്ല. പ്രവർത്തനക്ഷമതയില്ലാത്ത സിദ്ധാന്തങ്ങളാണ് ഫാസിസത്തിന്റെ അടിസ്ഥാനം. പറയുന്നതും പ്രവർത്തിക്കുന്നതും തമ്മിലുള്ള ഈ അന്തരം കൊണ്ടു തന്നെ ഫാസിസ്റ്റ് സംഘടനകളെ നമുക്കൊരിക്കലും മുഖവിലക്കെടുക്കാനാവില്ല. ഉദാഹരണത്തിന് സെക്യുലറിസം എന്ന സർവാംഗീകൃതമായ ആശയത്തെ തങ്ങൾ അംഗീകരിക്കുന്നതായി ഭാവിക്കുകയും തങ്ങളാണ് യഥാർത്ഥ സെക്യുലറിസ്റ്റുകളെന്നും മറ്റുള്ളവരൊക്കെ കപട സെക്യുലറിസ്റ്റു(pseudo-secularist)കളാണെന്നുമൊക്കെ വരുത്തിത്തീർക്കാൻ ഇവർ ശ്രമിക്കുകയും ചെയ്യുന്നു. ഇങ്ങനെയാകാൻ കാരണം, ബൗദ്ധികമായ മേഖലയിൽ അംഗീകരിക്കപ്പെടുന്ന ഒരു നല്ല ആശയമാണ് സെക്യുലറിസം എന്നതാണ്. അതിനാൽ ഫാസിസം അതിനെ സ്വീകരിക്കുമെങ്കിലും പരോക്ഷമായി അതിനെതിരായിരിക്കും.

അതേ സമയം മുതലാളിത്തം ആന്തരിക വൈരുദ്ധ്യങ്ങൾ നിറഞ്ഞതാണ്. മുതലാളിത്തം കേന്ദ്രീകൃത ഉത്പാദനമാണ്. അത് സമൂഹത്തെയും നഗരങ്ങളെയും കേന്ദ്രീകൃതമാക്കുന്നു. ഇത് നഗര ജീവിതത്തിന്റെ ഭാഗമായ എല്ലാ ദുരിതങ്ങളുടെയും സൃഷ്ടിപ്പിന് വഴിയൊരുക്കുന്നു. അംബര ചുംബികളും ചേരികളും സമ്പന്നതയും ദാരിദ്ര്യവും മുഖാമുഖം നില്ക്കുന്ന വൈരുദ്ധ്യം സൃഷ്ടിച്ചു എന്നതാണിതിന്റെ ഏറ്റവും വലിയ ദുരന്തം. ഇരട്ടിക്കിരട്ടിയായുള്ള വളർച്ചയും ജീവിതാസ്വാദനങ്ങളും ലഭ്യമാകുന്നു എന്നതാണ് ഇതിന്റെ നേട്ടം. പക്ഷേ ഈ ആസ്വാദനം എല്ലാവർക്കുമില്ല, മറിച്ച്, പരിമിതമായ ഒരു വിഭാഗത്തിനു മാത്രമേ കിട്ടുന്നുള്ളുവെന്ന് പിന്നീട് നാം തിരിച്ചറിയുന്നു.

ഉത്തരവാദിത്തബോധം (പ്രതിജ്ഞാബദ്ധത) ജനാധിപത്യ വ്യവസ്ഥയുടെ മാത്രം സവിശേഷതയാണ്. ഉദാഹരണത്തിന്, രാജാവിനു ദൈവത്തിനോടു മാത്രമേ ഉത്തരം പറയേണ്ടതുള്ളു; ജനങ്ങളോടില്ല.

എന്നാൽ, ജനങ്ങൾക്ക് നേരിട്ടു ദൈവവുമായി ബന്ധമില്ലായിരുന്നു. അതിനിടയിലെ മധ്യസ്ഥനാണ് രാജാവ്. തിരുവിതാംകൂർ രാജാവും അങ്ങനെയാണ് കരുതിയിരുന്നത്. രാജാവ് ദൈവത്തിന്റെ പ്രതിപുരുഷനായി കരുതിക്കൊണ്ടാണ് ഭരിച്ചിരുന്നത്. ഇവിടെ ദൈവത്തോടു മാത്രം ഉത്തരം ബോധിപ്പിച്ചാൽ മതി. ഇതിൽ നല്ലതും ചീത്തയും ഉണ്ട്. എന്നാൽ, അതു നിർണ്ണയിക്കുന്നത് ജനങ്ങളല്ല.

മുതലാളിത്ത കേന്ദ്രീകരണത്തിനു ബദലായി പലതും സമർപ്പിക്കപ്പെട്ടിട്ടുണ്ട്. ഇതിൽ അഭിപ്രായ വ്യത്യാസങ്ങളുണ്ടായിട്ടുമുണ്ട്. അതിലൊന്ന് വികേന്ദ്രീകരണത്തിലേക്കുള്ള ഭാഗികമോ പൂർണമോ ആയ തിരിച്ചു പോക്കാണ്. തോറോയുടെയും ടോൾസ്റ്റോയിയുടെയും ഗാന്ധിജിയുടെയും റസ്കിന്റെയുമൊക്കെ അഭിപ്രായമാണിത്. ഇന്ത്യൻ സാഹചര്യത്തിൽ സ്വയം പര്യാപ്തവും സുഭദ്രവുമായി ഗ്രാമാടിസ്ഥാനത്തിലുള്ള ഘടനയാണിത്. നൂറ്റാണ്ടുകൾ പഴക്കമുള്ള ഈ ഘടനയിൽ ഓരോ ഗ്രാമവും തങ്ങളുടെ അവശ്യസാധനങ്ങൾ മുഴുവനും സ്വയം ഉൽപ്പാദിപ്പിക്കുന്നു. ഇവിടെ ബിർളാ പോലുള്ള മുതലാളിമാരുടെ സ്ഥാനത്ത് സ്വത്ത് കൈകാര്യം ചെയ്യുന്നത് ട്രസ്റ്റിമാരായിരിക്കും. പക്ഷേ ഗാന്ധിയുടെ ഈ ആശയം ഇന്നു കാലഹരണപ്പെട്ടിരിക്കുന്നു. മുതലാളിത്ത കേന്ദ്രീകരണത്തിനുള്ള മറ്റൊരു ബദലായി അവതരിപ്പിക്കപ്പെട്ടിട്ടുള്ളത് ബ്രിട്ടനിലുള്ളത് പോലുള്ള സോഷ്യലിസ്റ്റ് ആശയങ്ങളാണ്. ലിബറലിസവും ഫാബിയൻ സോഷ്യലിസവും പോലുള്ള ഇത്തരം ചിന്താഗതികൾ, കൂട്ടായ വിലപേശൽ (collective bargaining), ജനങ്ങളുടെ സംഘാടനം, തൊഴിലാളികളുടെ സംഘാടനം എന്നിവ സാധ്യമാക്കുന്നു. ഇത്തരം സംരംഭങ്ങൾ ജനങ്ങളെയും തൊഴിലാളികളെയും സംഘടിപ്പിക്കുകയും ഭരണം പിടിച്ചെടുത്ത് വികേന്ദ്രീകരിക്കുകയും ചെയ്യുന്നു. അതായത്, മുതലാളിത്തം നിലനിൽക്കെത്തന്നെ മുതലാളിത്ത രാജ്യത്ത് ജനാധിപത്യ രീതിയുപയോഗിച്ച് ഒരു തൊഴിലാളി ഗവൺമെന്റ് ഉണ്ടാവുക എന്നത്. ഇതിനുള്ള സാധ്യത ഒരു നീണ്ട കാലത്തെ സോഷ്യലിസ്റ്റ് വിഭാഗത്തിന്റെ പാരമ്പര്യത്തിൽ നിന്നു ലഭ്യമായതാണ്. എന്നാൽ, ഈ രീതി വിദ്യാഭ്യാസപരമായി പിന്നോക്കം നിൽക്കുന്ന രാഷ്ട്രങ്ങളിൽ അസാധ്യമാണ്. മറ്റൊരു ബദൽ, ഉത്പാദന മാർഗ്ഗങ്ങൾ തൊഴിലാളികൾ പിടിച്ചെടുത്തു കൊണ്ടുള്ള കമ്യൂണിസ്റ്റ് രീതികളാണ്. ഇങ്ങനെ വരുമ്പോൾ അധികാരത്തിന്റെ പ്രശ്നങ്ങൾ ഉണ്ടാകുന്നില്ല. ആവശ്യമായി വന്നാൽ, ഇതിനു വേണ്ടി ശക്തി പ്രയോഗിക്കയുമാവാം എന്നാണ് മാർക്സ് പറഞ്ഞത്. മാർക്സിന്റെ അഭിപ്രായത്തിൽ വിഭവ ചൂഷണത്തോടൊപ്പം വിദ്യാഭ്യാസത്തെയും സമന്വയിപ്പിച്ചു കൊണ്ടായിരിക്കണം സാങ്കേതിക വിദ്യ. അത് തൊഴിലാളികളെ

അവരുടെ തൊഴിലുകളിൽ വൈദഗ്ധ്യം നേടാനും അവകാശങ്ങളെക്കുറിച്ചു ബോധവാന്മാരാക്കാനും അതിലൂടെ അധികാരം പിടിച്ചെടുക്കാനും സഹായിക്കുന്നു. ഭരണം തൊഴിലാളികളുടെ കയ്യിലായിക്കഴിഞ്ഞാൽ സമത്വത്തിലധിഷ്ഠിതവും ചൂഷണ വിമുക്തവുമായ ഒരു വ്യവസ്ഥ നിലവിൽ വരുന്നു. എന്നാൽ, ഇന്നത്തെ മുതലാളിത്തം ഡിക്കൻസും ഹാർഡിയുമൊക്കെ നോവൽ എഴുതുന്ന കാലത്തുള്ളതിനേക്കാൾ എത്രയോ മാറിയിരിക്കുന്നു. ഇന്ന് മർദ്ദനങ്ങളും പീഡനങ്ങളുമില്ല; ചൂഷണം മാത്രമേയുള്ളൂ. സമ്പന്നതയുണ്ടാക്കി അതിലൂടെ ചൂഷണം ചെയ്യുക എന്നതാണ് ആധുനിക മുതലാളിത്ത രീതി. മുതലാളിത്തത്തിന്റെ വക്താക്കൾ ഇന്നും ചോദിക്കുന്ന ചില ചോദ്യങ്ങളുണ്ട്. നാട്ടിൽ പട്ടിണി കുറഞ്ഞില്ലേ, ദാരിദ്ര്യം കുറഞ്ഞില്ലേ എന്നൊക്കെ. നമുക്ക് തിരിച്ചു ചോദിക്കാനുള്ളത് ഇത് ചോദിക്കാൻ മാത്രം നിങ്ങളാരാണ് എന്നാണ്. ജീവിത സാഹചര്യങ്ങളിലുണ്ടായിട്ടുള്ള മാറ്റങ്ങൾ, പുരോഗതികൾ മാനവ സമൂഹത്തിനൊന്നടങ്കം പങ്കിടാനുള്ളതാണ്. ഇന്ത്യൻ ജനത ഉപയോഗിക്കുന്ന ഊർജ്ജത്തിന്റെ അനേകമടങ്ങ് ഒന്നാംകിട രാജ്യത്തുള്ള ജനത ഉപയോഗിക്കുന്നത് എന്ത് അവകാശം വച്ചുകൊണ്ടാണ് എന്നാണ് നമുക്ക് ചോദിക്കാനുള്ളത്. കേവലം അടിസ്ഥാനാവശ്യങ്ങളായ ഭക്ഷണം, വസ്ത്രം, പാർപ്പിടം എന്നിവകളിൽ മാത്രം പരിമിതപ്പെടുത്തി നിർവ്വചിക്കപ്പെടേണ്ട ഒന്നല്ല ജനാധിപത്യം. പ്രായോഗികമായ സമത്വമില്ലെങ്കിൽ സമൂഹവും സാമ്പത്തിക വ്യവസ്ഥയുമെല്ലാം തന്നെ ജനാധിപത്യ രഹിതമായിരിക്കും. എല്ലാവർക്കും അടിസ്ഥാന വിഭവങ്ങൾ ലഭ്യമാക്കുക എന്നതിനേക്കാളുപരി എല്ലാ വിഭവങ്ങളും തുല്യതയോടെ പങ്കിടുക എന്നതായിരിക്കണം ജനാധിപത്യത്തിന്റെ അന്തഃസത്ത. ഇവിടെ വ്യക്തിക്ക് പ്രാധാന്യമില്ല. സമൂഹത്തിനാണ് പ്രാധാന്യം. വ്യക്തിമാഹാത്മ്യ വാദം (individualism) മുതലാളിത്തത്തിന്റെ സംഭാവനയാണ്. മുതലാളിത്തപൂർവ്വ സമൂഹത്തിലതുണ്ടായിരുന്നില്ല. വ്യക്തിമാഹാത്മ്യ വാദപ്രകാരം അവനവൻ തന്നെയാണ് സ്വന്തം ഭാഗധേയം നിർണ്ണയിക്കുന്നത്. ഇതിനെ നാം സ്വതന്ത്ര ഇച്ഛ എന്നു വിളിക്കുന്നു. സ്വതന്ത്ര ഇച്ഛയും (free will) നിയതി വാദവും(determinism)തമ്മിലുള്ള ഏറ്റുമുട്ടലിനെ ഇത് തത്വശാസ്ത്രത്തിൽ കൊണ്ടു വരുന്നു. ഇവിടെ തർക്കം മനുഷ്യൻ തന്നെ ഉണ്ടാക്കിയ സാമൂഹ്യ പരിസ്ഥിതിയുടെ പങ്കുവക്കലിനെക്കുറിച്ചാണ്. വ്യക്തിമാഹാത്മ്യ വാദം, വസ്തുക്കൾ ചൂഷണം ചെയ്യുന്ന ഒരു ചെറു വിഭാഗത്തിന്റെ സൃഷ്ടിക്ക് കാരണമാകുന്നു.

മാറ്റങ്ങളുണ്ടാക്കുന്നതും കൈകാര്യം ചെയ്യുന്നതും തങ്ങളാണെന്നു വാദിക്കുകയും ചെയ്യുന്നു; എന്നാൽ ജനങ്ങളുടെ മാറിമാറി വരുന്ന അഭിപ്രായത്തെയാണ് ജനാധിപത്യം പ്രതിനിധീകരിക്കുന്നത്. വഴക്ക

(flexibility)മുള്ള ഒന്നാണു ജനാധിപത്യം. വഴക്കമുള്ള ഒന്ന് പിളരുക യില്ല. ഇനി വഴക്കമുള്ളതാകയാൽ മോശമാണെങ്കിൽ പോലും അത് അല്പമെങ്കിലും ബാക്കിയുണ്ടാവും.

ലോകത്താരും തന്നെ, ഇന്ത്യൻ ജനാധിപത്യം അനേകം പ്രതിസന്ധികളെയും വൈരുധ്യങ്ങളെയും തരണം ചെയ്തുകൊണ്ട് ഇത്രയും കാലം നിലനിൽക്കുമെന്ന് പ്രതീക്ഷിച്ചിരുന്നില്ല. ഇത്രയും കാലം നിലനിന്നു എന്നുള്ളതു തന്നെ അത്ഭുതകരമാണ്. പൂർണ്ണമായും തൃപ്തികരമല്ലെങ്കിലും വമ്പിച്ച മാറ്റങ്ങൾ ഇന്ത്യയിൽ വരുത്തിത്തീർക്കാൻ ജനാധിപത്യത്തിനു കഴിഞ്ഞിട്ടുണ്ട്. ഇത് സ്വാതന്ത്ര്യസമര കാലഘട്ടത്തിന്റെ തുടക്കം മുതൽ ഇന്നു വരെ ജീവിച്ചിരിക്കുന്ന ഒരാൾക്ക് അനുഭവപ്പെടുന്നതാണ്. നാം അഴിമതിക്കാരെ വെറുക്കുന്നു എന്നതു തന്നെയാണ് ജനാധിപത്യത്തിന്റെ സദാചാരപരമായ ശക്തി. ഇന്നിതൊക്കെ കണ്ടിട്ട് രാജ ഭരണമല്ലേ നല്ലത്, ബ്രിട്ടീഷ് ഭരണമല്ലേ നല്ലത് എന്നൊക്കെ ചോദിക്കുന്നവരുണ്ട്. സ്വാതന്ത്ര്യത്തിനു മുമ്പ് ജീവിച്ചിരുന്നവർക്ക് അങ്ങനെ ചോദിക്കാനാവില്ല. സ്വാതന്ത്ര്യത്തിനു ശേഷം ജനിച്ചവർക്ക് ചോദിക്കാം. അന്നത്തെ ദാരിദ്ര്യത്തെക്കുറിച്ചൊന്നും ബോധമില്ലാത്തവരേ ഇതു ചോദിക്കു. മണ്ണു തിന്ന് പോലും ജീവിച്ചിട്ടുണ്ട് അന്ന്; പക്ഷേ ഇന്നതൊക്കെ മറന്നിരിക്കുന്നു.

ഇന്ത്യയിൽ ജനാധിപത്യം വരുത്തിത്തീർത്ത അത്ര വമ്പിച്ച പരിവർത്തനങ്ങൾ ഇംഗ്ലണ്ടിൽ പോലും ഉണ്ടായിട്ടില്ല. സ്വേച്ഛാധിപത്യവും ഫാസിസവും മറ്റും ജനാധിപത്യ പ്രക്രിയയെ ചൂഷണം ചെയ്യുന്നതിനെതിരെ നാം ബോധവാന്മാരായിരിക്കേണ്ടതാണ്. ഇത്തരമൊരവസ്ഥയിൽ ജനാധിപത്യവ്യവസ്ഥ വളരെ കാര്യക്ഷമമായ രീതിയിൽ നിലനിൽക്കും.

●

1996

ഫാസിസത്തിന്റെ തന്ത്രങ്ങൾ

നവോത്ഥാന പ്രസ്ഥാനങ്ങളുടെ ഫലമായി നമ്മുടെ നാട്ടിൽ ജാതിയുടെ തടസ്സങ്ങൾ ഇല്ലാതായിട്ടുണ്ട്. പ്രത്യേകിച്ചും കേരളത്തിൽ ജാതീയമായ അവശത എന്നത് നാമമാത്രമാണ്. അതുകൊണ്ട് നമ്മുടെ നാട്ടിലെ അവർണ്ണ സമുദായത്തെ ഏറെക്കുറെ വിമോചിതമായ ഒരു സമുദായം എന്നു പറയാം. വിമോചിതമായ ഈ സമുദായത്തെ എങ്ങനെ ചൂഷണം ചെയ്യാം എന്നതാണ് ഫാസിസ്റ്റ് ശക്തികളുടെ ഇന്നത്തെ ലക്ഷ്യം. കാരണം, എന്താണ് ശ്രീനാരായണൻ ചെയ്തത്, എന്താണ് മൂലൂര് ചെയ്തത്, എന്താണ് ആദ്യകാല സമുദായ പ്രവർത്തകർ ചെയ്തത് എന്ന് അറിയാത്ത, ഏറെക്കുറെ സന്തുഷ്ടമായ പുതിയ തലമുറയെ, ഇപ്പോഴും ജാതി അവശേഷിക്കുന്ന പുതിയ തലമുറയെ, എങ്ങനെ വളരെ സൗകര്യപൂർവ്വം ചൂഷണം ചെയ്യാം എന്നുള്ളത് ഫാസിസ്റ്റ് ഗവേഷണങ്ങളിലെ പ്രധാനപ്പെട്ട ലക്ഷ്യമാണ്. ഗവേഷണം തന്നെയാണത്. ഞാൻ ആ വാക്ക് വെറുതെ ഉപയോഗിക്കുന്നതല്ല. അവർ റിസർച്ച് തന്നെ ചെയ്യുന്നു. ഒരു പ്രത്യേക സെൽ ആയി അതിനു വേണ്ടി പണിയെടുക്കുന്നു.

രണ്ടു തരത്തിലുള്ള ആളുകളാണ് മുമ്പിൽ. അടിച്ചമർത്തപ്പെട്ട ഒരു ജനവർഗ്ഗവും ആ അടിച്ചമർത്തലിന് എതിരേ യുദ്ധം ചെയ്തു മോചിതരായ ഒരു ജനവർഗ്ഗവും. സ്വാതന്ത്ര്യ സമരം എന്നാൽ എന്താണെന്ന് സ്വാതന്ത്ര്യം കിട്ടിയതിനു ശേഷം ഇന്ത്യയിൽ ജനിച്ചവർക്കറിയില്ല. അത് ആറാം ക്ലാസ്സിലെ പാഠപുസ്തകത്തിലെ ഒരു പാഠമാണ് എന്നു പറയും. അങ്ങനെയുള്ള ആളുകളെ എങ്ങനെ ഉപയോഗപ്പെടുത്താമെന്നത് പ്രധാനപ്പെട്ട ഫാസിസ്റ്റ് ഗവേഷണങ്ങളിലൊന്നാണ്. മറ്റാരും അതിനെക്കുറിച്ച് ഗവേഷണം നടത്തുന്നില്ല. എന്താണു ചെയ്യേണ്ടത് എന്നു ആലോചിക്കുന്നില്ല. അവർ വെറുതെ കാറ്റും കൊണ്ടങ്ങനെ ഇരിക്കുന്നു.

ഈ ഗവേഷണത്തിന്റെ ഫലമായി അവർക്ക് കിട്ടിക്കൊണ്ടിരിക്കുന്ന നേട്ടങ്ങൾ പലതാണ്. കേരളത്തിൽ ആ ഫലങ്ങൾ എന്തൊക്കെ യാണെന്ന് ഇപ്പോൾ ഇവിടെ എഴുതുന്നില്ല. മറ്റു ദിക്കുകളിലെ കാര്യം പറയാം. മധ്യപ്രദേശിൽ ഫാസിസ്റ്റ് ബ്രാഹ്മണർ ആദിവാസികളുടെ അരികിൽ ചെന്നിട്ട് ഷർട്ടൂരും. ഷർട്ടൂരുന്നതെന്താണ്? പൂണൂൽ കാണി ക്കാനാണ്. എന്നിട്ട് നമ്മൾക്കൊന്നിച്ചിരുന്ന് ഊണ് കഴിക്കാമെന്നു പറയുന്നു. ആദിവാസികൾ എന്തോ വലിയ കാര്യം കിട്ടിയതുമാതിരി ബ്രാഹ്മണർ നമ്മോടൊപ്പം ഊണുകഴിക്കുന്നല്ലോ എന്ന് ആശ്ചര്യപ്പെട്ട് അവരോടൊപ്പം ഊണുകഴിക്കുന്നു. അതോടെ ഇവരെല്ലാം ഫാസിസ്റ്റുക ളുടെ അടിമകളായിത്തീരും. ദീർഘകാലത്തെ അടിമത്തത്തെ, തുടർന്നു പോകുന്ന അടിമത്തമാക്കി മാറ്റാനുള്ള വിദ്യ എന്താണ് എന്നുള്ളതാണ് ഒരു ഗവേഷണം. അതുകൊണ്ട് സംഘടനകളിൽ ചേർക്കും. സ്ഥാന ങ്ങൾ കൊടുക്കും. അതുകൊണ്ട് തൊഴിലാളി വർഗ്ഗത്തെയും അവർണ്ണ ജനവിഭാഗത്തെയും സ്ത്രീകളെയും എപ്പോൾ സ്വീകരിക്കണം, എപ്പോൾ ഉപേക്ഷിക്കണം എന്ന് അറിയാവുന്ന ഒരു പ്രീകുക്ക്ഡ് സമര തന്ത്രമാണ് ഫാസിസ്റ്റ് സമര തന്ത്രം.

ലോകത്തിലെ ഏറ്റവും സ്ത്രീ വിരുദ്ധമായ പ്രത്യയശാസ്ത്രം ഫാസിസമാണ്. വനിതാ സംവരണ ബില്ല് അവതരിപ്പിക്കാൻ തിടുക്കം കൂട്ടുന്നത് ആരാണ് എന്നുള്ളത് ആലോചിക്കണം. അതുകൊണ്ട് തൊഴിലാളികളെ സംഘടിപ്പിക്കുക എന്നത് ഏറ്റവും തൊഴിലാളി വിരുദ്ധമാണെന്നു വരുന്നു. കാരണം തൊഴിലാളികൾ പണിയെടു ക്കാനും ബുദ്ധിയുള്ളവർ അവരെ നയിക്കാനുള്ളവരുമാണ് എന്നാണ് മുസോളിനിയുടെ സിദ്ധാന്തം. ലോകത്തെ ഏക ജനാധിപത്യ വിരുദ്ധ ആശയവാദമാണിത്. അതിന് തൊഴിലാളികളെ ആദ്യം സംഘടിപ്പി ക്കേണ്ടത് ഒരു ആവശ്യമാണ്. സംഘടിപ്പിച്ചിട്ട് ഉപേക്ഷിക്കുക, സംഘ ടിപ്പിച്ചിട്ട് മർദ്ദിക്കുക എന്നതാണ് രീതി. സംഘടിപ്പിക്കാൻ എന്തൊക്കെ ചെയ്യണം? അതൊക്കെ ചെയ്യും. വളരെ വേഗം സംഘടിപ്പിക്കുന്നുണ്ട്. അതിന് നിങ്ങളുടെ ദൗർബല്യത്തിനു മേലാണ് പിടിക്കുക. നിങ്ങളെ ക്കൊണ്ടു സത്യം ചെയ്യിക്കുക, കുറി തൊടുവിക്കുക, നിങ്ങളുടെ കൈയിൽ ഒരു മന്ത്രച്ചരടു കെട്ടിക്കുക എന്നിങ്ങനെ.

എന്തു സാധനവും കെട്ടിയാൽ കെട്ടു വീഴും എന്നത് ഒരു താന്ത്രിക സിദ്ധാന്തമാണ്. ഫാസിസ്റ്റുകൾക്ക് ഒരു താന്ത്രിക വിഭാഗം ഉണ്ട്. താന്ത്രിക് ഐഡിയോളജിക്കൽ പരിശീലനം കൊടുക്കുന്ന വിംഗ്. കയ്യിൽ ഒരു ചരടു കെട്ടിക്കഴിഞ്ഞാൽ, അവിടെയൊരു കെട്ട് വീണു, ഒരു ബന്ധം ഉണ്ടായി എന്നാണ്. മനഃശാസ്ത്രത്തിൽ, ലേഞ്ചിന്റെ ഭാഷയിൽ ഇതൊരു കോംപ്ലക്സുണ്ടാക്കുന്നു. അതുകൊണ്ട് എവിടെയെങ്കിലും വച്ച്

നിങ്ങളെക്കൊണ്ടു സത്യം ചെയ്യിപ്പിക്കുന്നു. സത്യം ചെയ്താൽ നിങ്ങളുടെ പ്രത്യയശാസ്ത്രം മാത്രമല്ല, ഈ സത്യവും നിങ്ങളെ ബന്ധിക്കുന്ന ഒരു ഘടകമായി നിൽക്കും. അതുകൊണ്ടാണ് പ്രാചീന മത ഗ്രന്ഥങ്ങളിലൊക്കെ കഴിയുന്നതും സത്യം ചെയ്യരുതെന്നു പറയുന്നത്. ശപഥം ചെയ്യരുതെന്നു പറയുന്നത്. ദശരഥന്റെ ശപഥമാണ് രാമായണത്തിന്റെ കുഴപ്പം. ശപഥം വലിയൊരു ബന്ധനമാണ്. താന്ത്രിക ബന്ധനത്തെക്കുറിച്ച് അറിയാവുന്നവർ ശപഥം ചെയ്യിക്കുന്നു. പലപ്പോഴും അതിനായി അവർ കണ്ടെത്തുന്നതു കുട്ടികളെയാണ്. എനിക്കറിയാവുന്ന കാര്യങ്ങൾ തന്നെയുണ്ട്. അതൊന്നും ഇപ്പോൾ എഴുതാൻ പറ്റില്ല. അവയൊന്നും നമ്മൾക്കങ്ങനെ വിഴുങ്ങാൻ കഴിയുന്ന കാര്യങ്ങളുമല്ല. അത് ഭയാനകമാണ്. അടിമത്തം ഉണ്ടാക്കിയെടുക്കാനുള്ള പുതിയ തന്ത്രങ്ങൾ. ചന്ദനക്കുറി തൊട്ടിരുന്നവർ ഇപ്പോൾ എങ്ങനെയാണ് കുങ്കുമക്കുറി തൊട്ടു തുടങ്ങിയത്? ആരും ചോദ്യം ചെയ്തിട്ടില്ല അതിനെ. അത് ഒരു തന്ത്രപരമായ മാറ്റമാണ്. ചന്ദനക്കുറി വൈഷ്ണവ അടയാളവും കുങ്കുമക്കുറി ശിവസേനയുടെയും ഉത്തരേന്ത്യയിലെ സാമാന്യ ജനങ്ങളുടെയും കുറിയുമാണ്. ഇവിടുത്തെ ഘോഷയാത്രക്ക് ഉത്തരേന്ത്യയിൽ ശോഭയാത്ര എന്നാണു പറയുക. അവിടെ എല്ലാവരും ഏതു ഘോഷയാത്രയെയും ശോഭയാത്ര എന്നാണു പറയുക. ഘോഷയാത്ര എന്ന വാക്ക് അവിടെ ഇല്ല. ശോഭയാത്ര എന്ന ആ വാക്കിനെ ഇവിടെ കൊണ്ടുവന്നാൽ അതിന്റെ അർത്ഥം ഉത്തരേന്ത്യയുടെ ആധിപത്യത്തിനുള്ള ഒരു തുടക്കമാണെന്നാണ്.

ഈ ഫാസിസ്റ്റുകളിലാർക്കും സംസ്കൃതം അറിയില്ല. പക്ഷേ സംസ്കൃതം വേണമെന്ന് എല്ലാവരും പറയും. ഗീത വേണമെന്ന് ബഹളം വക്കും. ഇവരാരും ഗീത കണ്ടിട്ടുപോലുമില്ല. ഗീത, സംസ്കൃതം, ശ്രീകൃഷ്ണൻ- ഈ ആവശ്യങ്ങളൊക്കെ ഫാസിസ്റ്റുകൾക്ക് ഓരോ ഉപകരണങ്ങളാണ്. വാസ്തവത്തിൽ ഫാസിസ്റ്റുകൾക്ക് ഹിന്ദുത്വവും ഒരുപകരണം മാത്രമാണ്.

ഇപ്പോൾ നമ്മുടെയൊക്കെ ലക്ഷ്യം അയോധ്യയിൽ ക്ഷേത്രം പണി നിർത്തുക എന്നുള്ളതാണ്. അവർക്ക് യാതൊരു താൽപര്യവുമില്ല ക്ഷേത്രം പണിയുന്നതിൽ. അവർക്ക് പണിയേണ്ട ക്ഷേത്രം ഡൽഹിയിലാണ്. അയോധ്യയിലൊന്നുമല്ല. അത് അവർ പണിയും. വേറെയൊരു തരത്തിൽ പണിയും. ഇത് തെറ്റിദ്ധാരണയുണ്ടാക്കാനുള്ള ഒരു വഴിയാണ്. അതുപോലെ സ്ത്രീകളുടെ, തൊഴിലാളികളുടെ, മതത്തിന്റെ, ഭക്തിയുടെ പല തെറ്റിദ്ധാരണകളും ഉണ്ടാക്കിയിട്ട്, അവസാനം ഇവയൊന്നുമല്ലാത്ത ഒരിടത്ത് കൊണ്ടെത്തിക്കുക എന്നുള്ളതാണ് തത്വം. മനുഷ്യ കുലം ഇന്നോളം നേടിയിട്ടുള്ളതിൽ വച്ച് ഏറ്റവും ജന

വിരുദ്ധവും ജനാധിപത്യ വിരുദ്ധവും മണ്ടത്തരം നിറഞ്ഞതുമായ തത്വശാസ്ത്രമാണ് മുസ്സോളിനിയുടെ തത്വം. അതുകൊണ്ട് നവോത്ഥാനത്തിന്റെ ഫലങ്ങളെ എങ്ങനെ ഹൈജാക്ക് ചെയ്യാം എന്നുള്ളതാണ് ഇപ്പോൾ ഉള്ള ഗവേഷണം. ആ ഗവേഷണ ഫലങ്ങളെ പ്രാവർത്തികമാക്കാൻ ഇന്ന് ഫാസിസ്റ്റുകൾക്ക് വ്യക്തമായ തന്ത്രങ്ങളുണ്ട്. എല്ലാ സ്ഥാപനങ്ങളിലെയും തർക്കങ്ങളിൽ ഇടപെടുക, ചെറിയ ചെറിയ ഗ്രൂപ്പുകൾ സ്ഥാപിച്ച് സ്ഥാപനങ്ങൾക്കകത്തു കയറി അവയെ ഹൈജാക്ക് ചെയ്യുക എന്നിവയൊക്കെ ഇവർ ഒരു താന്ത്രിക് രീതിയായി സ്വീകരിച്ചു വന്നിട്ടുണ്ട്. വാക്കു പാലിക്കൽ എന്നത് ഒരു തെറ്റിദ്ധാരണയും അനാവശ്യവുമാണ് എന്ന് ഫാസിസത്തിന് അറിയാം. പറഞ്ഞതു തന്നെ പറയണമെന്നോ പറഞ്ഞതു പ്രവർത്തിക്കണമെന്നോ ഉള്ളത് ഒരു അന്ധവിശ്വാസമാണെന്നും അങ്ങനെ പ്രതീക്ഷിക്കുന്നില്ല എന്നുമുള്ള സാമാന്യമായ തത്വം ഫാസിസത്തിനറിയാം. അതുകൊണ്ട് കല്യാൺ സിങ് ആദ്യം പറഞ്ഞത് ക്ഷേത്രം പണിയണം എന്നാണ്. കല്യാൺ സിങ് ഇപ്പോൾ പറയുന്നത് ക്ഷേത്രം പണിയണ്ട എന്നാണ്.

●

2000

പ്രതിരോധത്തിന്റെ പ്രശ്നങ്ങൾ

ഫാസിസം മുതലാളിത്ത ജീവിതരീതിയുടെ വളർച്ചയിലെ ഒരു സുപ്രധാന ഘട്ടമാണ്. തീർച്ചയായും മുതലാളിത്ത വ്യവസ്ഥയുമായി ബന്ധപ്പെട്ടു കിടക്കുന്ന ഒരു ഐഡിയോളജി അതിനുണ്ട്. രാഷ്ട്രീയം മത ശക്തികളുടെ കയ്യിലകപ്പെട്ട സന്ദർഭങ്ങൾ ലോക ചരിത്രത്തിൽ മുമ്പും ഉണ്ടായിട്ടുണ്ട്. മത മൗലികവാദത്തിൽ മതം ഒരു വിശ്വാസ പ്രമാണമാണെന്ന് തോന്നുകയെങ്കിലും വേണം. എന്നാൽ ഫാസിസത്തെ സംബന്ധിച്ചിടത്തോളം തങ്ങളുടെ ആഗ്രഹങ്ങൾക്ക് എതിരാണെന്നു തോന്നുന്ന എന്തിനെയും എതിർക്കും, ചിലപ്പോൾ മതത്തെയും. ഹിറ്റ്ലർ ക്രൈസ്തവ സഭയെ അംഗീകരിച്ചിരുന്നില്ല. അതേസമയം ഫാസിസം അതിന്റെ രാഷ്ട്രീയ ശക്തി ആർജ്ജിക്കുന്നതിനുള്ള ഉപകരണമായി മതത്തെ ഉപയോഗിക്കുകയും ചെയ്യും. മതത്തിന്റെ പേരിൽ ആളുകളെ സംഘടിപ്പിച്ച് അതിൽ നിന്ന് രാഷ്ട്രീയ ശക്തി ഉണ്ടാക്കി ഭരണം ഉറപ്പിക്കാം. നിലനില്പിനു വേണ്ടി എന്തും ചെയ്യാമെന്ന് അതുവഴി തീരുമാനിക്കുന്നു. ശാരീരികമായി ആക്രമിച്ച ഭീതി പടർത്തുകയും കീഴടങ്ങിക്കോളൂ എന്ന ആജ്ഞ നൽകുകയുമാണ് ഫാസിസ്റ്റ് ഭരണകൂടവും അതിന്റെ ഉപകരണങ്ങളും. ഒഴിഞ്ഞു പോയ്ക്കൊളയാം അതല്ലെങ്കിൽ കീഴടങ്ങാം എന്ന ചിന്താഗതി ഉണ്ടാക്കുകയാണ് ലക്ഷ്യം. അതിനെ പ്രതിരോധിക്കുക അത്ര എളുപ്പമല്ലെങ്കിലും അതു മാത്രമേ പോംവഴിയുള്ളൂ. അതുകൊണ്ട് സർവശക്തിയും ഉപയോഗിച്ച് ഫാസിസത്തെ പ്രതിരോധിക്കണം. കായിക ശക്തിയല്ല ഞാനുദ്ദേശിക്കുന്നത്.

ഫാസിസം വളരാതിരിക്കേണ്ടത് നമ്മുടെ ചരിത്രത്തിന്റെയും ജീവിതത്തിന്റെയും ആവശ്യമാണ്. അതത്ര എളുപ്പമുള്ള കാര്യമല്ല. നമ്മുടെ മനസ്സിൽ നിന്നും വർഗീയ ചിന്തകളെയെല്ലാം തുടച്ച നീക്കി

ഇനിയങ്ങോട്ട് വൃത്തിയായി ജീവിക്കാം എന്ന വിചാരിച്ചെങ്കിലും നമുക്ക് ജീവിക്കാം. ഫാസിസം വന്നാൽ തിരിച്ചു പോകാനിടയില്ലാത്ത ഒരു പ്ലേഗ് ആണ്. ആരംഭ ദശയിൽ പ്രതിരോധം കൊണ്ട് തുടച്ചുമാറ്റാൻ കഴിയും. മറ്റൊരാളെ വളരാൻ അനുവദിക്കാത്തതും എതിർക്കുന്നവരെയെല്ലാം നശിപ്പിക്കണമെന്ന് ആഗ്രഹിക്കുന്നതും മനുഷ്യനെ യന്ത്രമാക്കിത്തീർത്ത് കീഴ്പ്പെടുത്തുവാൻ ശ്രമിക്കുന്നതുമായ ഒരു ഭരണ രീതിയാണ് ഫാസിസം.

മന്ത്രിയുണ്ടെങ്കിലും ഒരു എം.എൽ.എയും എം.പിയും ഇല്ലെന്നത് വലിയ അഭിമാന പ്രശ്നമായാണ് ഇവിടത്തെ ഫാസിസ്റ്റുകൾ കാണുന്നത്. ന്യൂനപക്ഷങ്ങളെ ഭീഷണിപ്പെടുത്തി വരുതിയിലാക്കാനുള്ള ശ്രമം അതിന്റെ ഭാഗമാണ്. അരുണാചൽപ്രദേശിൽ ഒരു പാതിരിയെ കൊല്ലുമ്പോൾ, രാജ്യത്തെ എല്ലാ പാതിരിമാരും ഭയപ്പെടുമെന്ന് അവർക്കറിയാം. രക്ഷപ്പെടാൻ പിൻവാങ്ങലാണ് പോംവഴിയെന്ന്, ചിലർക്ക് തോന്നിയേക്കാം. പക്ഷേ പിൻവാങ്ങി പിൻവാങ്ങി നീങ്ങുമ്പോൾ, പുറകിൽ ഒരു മതിലിൽ തട്ടും. അത് മരണമാണെന്ന് ഓർക്കുന്നില്ല. ന്യൂനപക്ഷത്തെ ഭൂരിപക്ഷമാക്കുന്നതിനാണ് 1933-ൽ ജർമനിയിലെ നാസി ന്യൂനപക്ഷ ഭരണം റെസ്റ്റാഗ് കെട്ടിടത്തിന്, അഥവാ ലോകസഭാ കെട്ടിടത്തിന് തീവച്ചത്. തീവച്ചിട്ട് വെറുതെ ഇരിക്കുകയല്ല, കമ്മ്യൂണിസ്റ്റുകാരാണ് തീ വച്ചതെന്ന് മാധ്യമങ്ങളെല്ലാം ഉപയോഗിച്ച് പ്രചരിപ്പിക്കുകയാണ് നാസികൾ ചെയ്തത്. എന്നിട്ടും അടുത്ത തെരഞ്ഞെടുപ്പിലും നാസികൾക്ക് ഭൂരിപക്ഷം കിട്ടിയില്ല. ഇവിടത്തെ തെരഞ്ഞെടുപ്പിൽ അത്രയുമായില്ല.

ഇന്ത്യയിൽ നിലനിൽക്കുന്നത് ജാതി അടിസ്ഥാനത്തിലുള്ള ഒരു ജീവിത വ്യവസ്ഥയാണ്, അഥവാ വർണ്ണാശ്രമ ധർമ്മം. ചാതുർ വർണ്ണ്യത്തിലോ ഉപജാതിയിലോ പെട്ട ആളുകൾ അതത് കർമ്മങ്ങളനുഷ്ഠിച്ചോ, ആദർശമായി പറഞ്ഞോ നടക്കുന്നതിനിടയിൽത്തന്നെയാണ് വർഗീയതയെപ്പറ്റിയും പറയുന്നത്. എന്തുകൊണ്ടാണ് ഒരു ജനവർഗ്ഗം അവരുടെ പ്രവൃത്തികളെ, സഹോദരഹത്യ പോലുള്ളവയെ-ഒരു നിമിഷം കൊണ്ട് ശരിയായി അംഗീകരിക്കുന്നത് എന്നാണ് മൗലികമായ ചോദ്യം. സാഹോദര്യം ഒരു നിമിഷം കൊണ്ട് ശത്രുതയായി പരിണമിക്കുന്നത് എന്തുകൊണ്ടാവും? ഇതിന് ഒരു കാരണം വിശ്വാസമാണ്. വിശ്വാസത്തെ അടിസ്ഥാനപ്പെടുത്തിയാണ് കൊല്ലുന്നത്. വർഗീയത അല്ലെങ്കിൽ വിശ്വാസം ഒരു രാഷ്ട്രീയ പ്രശ്നമായിത്തന്നെയാണ് വരുന്നത്. നിങ്ങളെ ഉപദ്രവിച്ച ഹിന്ദുവിനെയോ മുസ്ലീമിനെയോ അല്ല, നിങ്ങൾ തിരിച്ച് ആക്രമിക്കുന്നത്. ഒരു വ്യക്തി ചെയ്ത ദ്രോഹത്തിന് ഒരു സമുദായത്തെയാണ് ദ്രോഹിക്കുന്നത്. ഇങ്ങനെ ചെയ്യാൻ ധൈര്യം കൊടുക്കുന്നത് തന്റെ

ധർമ്മം അപകടത്തിലാവുമ്പോൾ അതിനെ രക്ഷിക്കാൻ ചെയ്യുന്ന എല്ലാ പ്രവർത്തനങ്ങളും പുണ്യവും കടമയുമാണെന്നുള്ള വിശ്വാസമാണ്. വർഗീയ ഫാസിസ്റ്റുകൾ എല്ലാവിധ സംഘട്ടനങ്ങളും കാണുന്നത് വിശ്വാസത്തിന്റെ അടിസ്ഥാനത്തിലാണ്. മനുഷ്യനെ ത്യാഗശീലനാക്കുന്നത് വിശ്വാസമാണെന്നു കരുതുന്നതിനേക്കാൾ ശ്രദ്ധിക്കേണ്ട കാര്യം അതു തന്നെയാണ് ക്രൂരതയ്ക്ക് പ്രേരിപ്പിക്കുന്നത് എന്ന യാഥാർത്ഥ്യമാണ്. ജാതീയതയും വർഗീയതയും ഏറ്റവും എളുപ്പമായ രാഷ്ട്രീയ ആയുധങ്ങളാണെന്നു മനസ്സിലാക്കിയ ഫാസിസ്റ്റുകൾ പാപപുണ്യങ്ങളെ വ്യാഖ്യാനിച്ച് അധികാരത്തിന്റെ വഴിയിലെത്തുന്നു. മതത്തെ രാഷ്ട്രീയത്തിൽ നിന്നു പൂർണമായും അകറ്റണമെന്ന് ഇന്ത്യയുടെ ഭരണഘടന പറയുന്നുണ്ട്. മതനിരപേക്ഷത എന്നു വിളിക്കുന്നത് ഇക്കാരണത്താലാണ്.

ചരിത്രത്തെ മാറ്റാൻ സംശയത്തെ ഉൽപ്പാദിപ്പിക്കണം. ഉറപ്പായ ഒരു കാര്യത്തിൽ സംശയത്തിന്റെ നിഴൽ പരത്തണം. അത് ഫാസിസത്തിന്റെ ഒരു തന്ത്രമാണ്. മസ്ജിദ് തകർക്കപ്പെട്ടപ്പോൾ വാജ്പേയി തല കുനിച്ചിരുന്നു എന്നതാണ് ആദ്യം പറഞ്ഞത്. പൂർത്തിയാകാത്ത ദേശീയ വികാരമാണ് രാമക്ഷേത്രം എന്നും വാജ്പേയി പറഞ്ഞു. ബാബറി മസ്ജിദ് തകർത്തത്, തിരിച്ചടിയായെന്ന് ഫാസിസ്റ്റുകൾക്ക് അറിയാം. അതുകൊണ്ട് ഇല്ലാക്കഥകൾ പ്രചരിപ്പിച്ച് രാഷ്ട്രീയവും മതവും സങ്കീർണവും സംഘർഷാത്മകവുമാക്കുകയാണ്. ജർമനിയിൽ, യൂറോപ്പിൽ ഉപയോഗിച്ച പാഠപുസ്തകങ്ങളാണ് ഇന്ത്യൻ ഫാസിസ്റ്റുകളും ഉപയോഗിക്കുന്നത്. ഇത് കൃത്യമായി മനസ്സിലാക്കിയ കുറച്ചാളുകളിൽ ഒരാളാണ് ഡോ. കെ.എൻ പണിക്കർ. കാലടിയിൽ വൈസ് ചാൻസലറായി പണിക്കരെത്തിയപ്പോൾ മാനവവിഭവശേഷി കാര്യങ്ങളുടെ മന്ത്രി പറഞ്ഞത് നിങ്ങൾക്ക് നല്ല വി സി കളെ തരാം, എന്തിനാണ് ആ സംസ്കൃത പണ്ഡിതനല്ലാത്ത പണിക്കർ? എന്നാണ്. പണിക്കർ വരുന്നത്, പണിക്കർ പ്രചരിപ്പിക്കുന്നത് തങ്ങൾക്ക് നല്ലതല്ല എന്നു മനസ്സിലാക്കിയതിന്റെ ഭാഷ്യമാണിത്. മനസ്സിനെ ആക്രമിച്ച് കീഴ്പ്പെടുത്തുന്ന പദ്ധതിയാണ് ഫാസിസം തയ്യാറാക്കിയിട്ടുള്ളത്. ഫാസിസം ഒരു ആത്മീയ പ്രവർത്തനമാണ്. ഭൗതിക സുഖങ്ങൾ പിടിച്ചെടുക്കുന്ന തരത്തിലുള്ള രാഷ്ട്രീയ പ്രവർത്തനവുമാണത്. തങ്ങൾക്ക് ഒരു വോട്ടർ പോലുമില്ലാത്ത സ്ഥലത്ത് കാവിക്കൊടികളുയർത്തുന്നു. ചുമരുകളിൽ കാവി തേയ്ക്കുന്നു. കാവുകളിലും ആളുകൾ കൂട്ടുന്നിടത്തും കാവിയുടുത്തു പോകുന്നു. ഇങ്ങനെ സർവ്വവും കാവിമയമാക്കി ഇന്ത്യയെയും കാവി പുതപ്പിച്ച് ജനാധിപത്യത്തെ തകർക്കുക അവരുടെ വലിയ മോഹമാണ്. ആക്രമണോത്സുകമായ സാന്നിധ്യമുണ്ടാക്കി മനസ്സുകളെ കീഴ്പ്പെടുത്താനുള്ള ആസൂത്രിത പദ്ധതിയാണിത്.

അവർ അക്രമം നിർത്തുന്നത് ആയുധം ഉണ്ടാക്കുവാനും ഉണക്കാനു മുള്ള ഇടവേളയ്ക്കു വേണ്ടിയാണ്.

പ്രവചന-പ്രചരണ കാര്യങ്ങളിലും ഫാസിസം പുതിയ തന്ത്രങ്ങൾ ഉപയോഗിക്കുന്നുണ്ട്. ആദ്യം പ്രചരിപ്പിക്കും, സംഭവം പിന്നെയാണ് ഉണ്ടാവുക. തലശ്ശേരി കലാപത്തിൽ നടന്നതും അതാണ്. പെൺകു ട്ടിയെ നഗ്നയാക്കി നടത്തിയെന്നും ചെരിപ്പെറിഞ്ഞു എന്നും വീടുതോറും പ്രചരിപ്പിച്ച് അന്തരീക്ഷം കലുഷമാക്കുന്നു. ഭീതിയുണ്ടാക്കി ആളെ പിൻ വാങ്ങിക്കുക എന്ന തന്ത്രമാണ് ഇപ്പോൾ പയറ്റുന്നത്. ധർമ്മടത്ത് ഒരു പത്രക്കെട്ട് പുഴയിലെറിയുന്നു എന്നതിനർത്ഥം അഹിതമായ വാർത്ത കൊടുക്കരുതെന്ന ആജ്ഞയാണ്, സന്ദേശമാണ്. പത്രക്കാർക്കും അതു നടത്തുന്നവർക്കും ഭയമുണ്ട്. അവർ പിന്നെ മുതലകളുടെയും പാമ്പുക ളുടെയും പക്ഷികളുടെയും പിന്നാലെ പോകുന്നു. മനുഷ്യനല്ല പ്രധാനം എന്നർത്ഥം. അശോക ചക്രവർത്തിയും അതാണ് പറഞ്ഞത്. പക്ഷി കളെയും മൃഗങ്ങളെയും ഉപദ്രവിച്ചാൽ ഞാൻ നിങ്ങളെ ആക്രമിക്കും. പലപ്പോഴും നമ്മുടെ പത്രങ്ങളുടേത് ഈ അശോക ന്യായമാണ്.

ഫാസിസം ഇന്ന് ഇന്ത്യയിൽ യാഥാർത്ഥ്യമായി കഴിഞ്ഞിരിക്ക യാണ്. ആത്യന്തികമായും അവർക്ക് ജയമുണ്ടാകില്ലെന്ന് ഉറപ്പാണ്. കാരണം മറ്റു പലർക്കുമെന്ന പോലെ അവർക്കും ഇന്ത്യൻ മനസ്സിനെ മനസ്സിലാക്കാൻ കഴിഞ്ഞില്ല. ഫാസിസത്തെ പ്രതിരോധിക്കുകയെന്നത് സ്വയം രക്ഷപെടുന്നതിനു വേണ്ടി മാത്രമല്ല, മനുഷ്യ വർഗ്ഗത്തിന്റെ നിലനിൽപ്പിനു വേണ്ടിയുള്ളതാണ്. ഭയമുണ്ടാക്കി പിൻവാങ്ങിക്കുക, വശത്താക്കുക, കീഴടക്കുക എന്ന ഫാസിസ്റ്റ് തന്ത്രത്തെ പ്രതിരോധി ക്കാതെ നിർവാഹമില്ല. പ്രതിസന്ധികൾ അതിജീവിച്ച് അതിനായി ധീര സ്വരങ്ങൾ വരേണ്ടിയിരിക്കുന്നു.

●

2001

ഫാസിസം: സിദ്ധാന്തവും പ്രയോഗവും

നാമിവിടെ പറയുന്നതെല്ലാം നമ്മളേക്കാൾ ശ്രദ്ധയോടെ ഫാസിസ്റ്റ് കാതുകൾ കേട്ടുകൊണ്ടിരിക്കുന്നുണ്ട്. നാം പ്രവർത്തിക്കുന്നതിനേക്കാൾ വേഗത്തിൽ, അതിനേക്കാളും ചിട്ടയോടെ അവർ അവരുടെ പദ്ധതികൾ ആവിഷ്കരിക്കുന്നുമുണ്ട്. തലശ്ശേരിക്ക് ഇതൊരു വാർത്തയല്ല. ഈ നഗരത്തിന്റെ മാംസപേശികളിലാണ് മുപ്പതു വർഷം മുമ്പ്, ഒരുപക്ഷേ കേരളത്തിൽ ആദ്യമായി ഫാസിസത്തിന്റെ ടെസ്റ്റ് ഡോസുകൾ കുത്തിവച്ചത്. 1970-ൽ ഈ നഗരത്തിന്റെ മാംസപേശിയെ സ്പിരിറ്റ് ഉപയോഗിച്ച് അണുവിമുക്തമാക്കിയിട്ട് അതിലാണാദ്യം എന്തു സംഭവിക്കും എന്ന് അറിയുവാനുള്ള ഔഷധം പ്രയോഗിച്ചു നോക്കിയത്. അത് വളരെ കൃത്യമായ, ആസൂത്രിതമായ ഒരു സംഭവമായിരുന്നു എന്നും അതൊരു ആകസ്മികതയായിരുന്നില്ല എന്നും തലശ്ശേരിക്കറിയാം. അതുകൊണ്ടാണ് ഫാസിസ്റ്റ് ആസൂത്രണം, തണുത്ത രക്തത്തോടു കൂടിയ വികാരശൂന്യമായ ആസൂത്രണം, എങ്ങനെയായിരിക്കും എന്ന് നമുക്കു മനസ്സിലാക്കാൻ ഇടവന്നത്.

ഒരു നഗരത്തെ മുഴുവൻ അണുവിമുക്തമാക്കിയിട്ട്, ഞാൻ ഉദ്ദേശിക്കുന്നത് മനുഷ്യ വിമുക്തമാക്കിയിട്ട് എന്നാണ്, എല്ലാ കവാടങ്ങളും ബന്ധിച്ച്, ഇവിടുത്തെ സഞ്ചാര മാർഗ്ഗങ്ങളെല്ലാം നിരോധിച്ചുകൊണ്ടാണ് ഇവിടെ ഒരു ആക്ഷൻ നടത്തിയത്. അതൊരുപക്ഷേ ഇവിടുത്തെ ആദ്യത്തെ പരീക്ഷണമായിരുന്നു എന്നു നാം ഓർക്കുന്നുണ്ട്. അതിനുപയോഗിച്ച കരുക്കൾ, ഉപകരണങ്ങൾ, വളരെ പഴക്കമുള്ള, ഒരുപക്ഷേ, അറുപതോ എഴുപതോ വർഷത്തെ പഴക്കമുള്ള ഫാസിസ്റ്റ് കരുക്കൾ തന്നെയായിരുന്നു എന്നും നമുക്കറിയാം. വ്യാജം കൊണ്ട് ഒരു വൃത്തം വരക്കുകയും വൃത്തം കൊണ്ട് ഒരു വലയമുണ്ടാക്കുകയും

ആ വലയത്തിൽ നിന്ന്, വലയിൽ നിന്ന് ആർക്കും പുറത്തിറങ്ങാൻ കഴിയാത്ത ഒരവസ്ഥയുണ്ടാക്കിത്തീർക്കുകയും ഇങ്ങനെ ബന്ധനസ്ഥ മായ ഒരു നഗരത്തിൽ പ്രയോഗം നടത്തുകയും ചെയ്യുക എന്നതായിരു ന്നു അതിന്റെ സാമാന്യമായ രീതി; ഒരു പരീക്ഷ. അന്ന് ആപത്തിൽപ്പെട്ട പലരെയും രക്ഷിച്ചത് ഇവിടത്തെ മാർക്സിസ്റ്റ് പ്രവർത്തകരായിരുന്നു എന്ന് പഴമക്കാർക്കൊക്കെ അറിയാം.

ഞങ്ങളുടെ ഒരു പ്രൊഫസർ ആയിരുന്ന അബ്ദുൾഖാദറിന്റെ വീടിന് തീ കൊടുത്തത് അന്നാണ്. തീ കൊടുക്കുക എന്നത് ഒരു ഫാസിസ്റ്റ് വിനോദമാണ്. റെസ്റ്റാഗിൽ അങ്ങനെയാണ് സംഭവിച്ചത്. തീ എളുപ്പ ത്തിൽ ഉണ്ടാക്കാവുന്നതും തുടർച്ചയായി നശിപ്പിക്കുന്നതുമായ ഒന്നായ തുകൊണ്ട് കളിക്കാൻ നല്ല ഒന്നാണെന്ന് തീകൊണ്ട് കളിക്കുന്ന ഫാസി സ്റ്റുകൾക്കറിയാം. അങ്ങനെ ഇവിടെവച്ചു നടത്തിയ പരീക്ഷണം ഇവിടെ വച്ചു തന്നെ പലവട്ടം ആവർത്തിക്കുകയും മാർക്സിസ്റ്റ് അണികളിൽ പ്രയോഗിക്കാൻ ശ്രമിക്കുകയും ചെയ്തു. അതിന്റെ ഫലമായി ഇവിടെ നടക്കുന്നത് മാർക്സിസ്റ്റുകാരും മാർക്സിസ്റ്റ് വിരുദ്ധരും തമ്മിലുള്ള സംഘട്ടനമാണ് എന്ന് ദൃഢമായി കേരളം സങ്കല്പിക്കാൻ ഇടവന്നു. അതുകൊണ്ട് ഇത് ഭീകരന്മാരുടെ നാടാണ് എന്ന് ഒരു സാമാന്യ ബോധം ഇവിടെ പരക്കുകയും ചെയ്തു. ഇപ്പോഴും വാസ്തവത്തിൽ ഈ ബോധമുണ്ട്. കാരണം ഇവിടെ വിവരങ്ങൾ നൽകുന്നത് മാധ്യമങ്ങ ളാണ്. മാധ്യമങ്ങളുടെ വലയത്തിൽ പെട്ട് കിടക്കുന്ന ഒരു മനുഷ്യനെ സംബന്ധിച്ചിടത്തോളം അവർ അടുത്ത വീട്ടിലെ കാര്യമോ സ്വന്തം കിട പ്പുമുറിയിലെ കാര്യമോ അറിയുന്നത് മുതലാളിത്ത പത്രം വായിച്ചിട്ടാണ് എന്ന അവസ്ഥ വന്നു ചേർന്നിരിക്കുന്നു. ഇത് നമുക്കറിയുന്നതിനേക്കാൾ കൂടുതൽ ഫാസിസ്റ്റുകൾക്കറിയാം. ഇതു മനസ്സിലാക്കിയ ഫാസിസ്റ്റുകൾ മാധ്യമങ്ങളെ, പ്രത്യേകിച്ച് ദൃശ്യമാധ്യമങ്ങളെ കയ്യേറുകയും ദൃശ്യമാധ്യമ ങ്ങളിൽക്കൂടി അടയാളങ്ങൾ സംപ്രേക്ഷണം ചെയ്യുകയും ദൃശ്യമാധ്യമങ്ങ ളിൽക്കൂടി ഫാസിസത്തിന്റെ അമ്മയായ സവർണ്ണ മേധാവിത്തത്തിന്റെ അംശങ്ങൾ നിക്ഷേപിക്കാൻ തുടങ്ങുകയും ചെയ്തു എന്നും നമുക്കറിയാം.

മുപ്പതുകളുടെ തുടക്കത്തിൽ ജീവിച്ചു വന്ന ചിന്തകന്മാർ ഇക്കാര്യം എടുത്തു പറഞ്ഞിട്ടുണ്ട്. ലോകത്തിൽ ഏറ്റവും വലിയ നാഗരികത ഹിന്ദു ക്കളുടേതാണെന്നും സവർണ്ണ ഹിന്ദുക്കളുടേതാണെന്നും ഏറ്റവും വലിയ ഭാഷ സംസ്കൃതമാണെന്നും ലോകം ഇവിടെ നിന്ന് ഉദ്ഭവിച്ച് പലയി ടത്തും പരന്നതാണ് എന്നുമുള്ള ഇവിടത്തെ സവർണ്ണ മൂഢന്മാരുടെ ആശയത്തെ ആശയപരമായി തകർത്താലല്ലാതെ ഫാസിസത്തെ തകർക്കാൻ കഴിയില്ല എന്നും ഇവിടുത്തെ ചിന്തകന്മാർ എടുത്തു പറഞ്ഞിട്ടുണ്ട്. പക്ഷെ ആരും ഒന്നും ചെയ്തിട്ടില്ല. ഇങ്ങനെ ചെയ്യാത്ത

കുറെ കാര്യങ്ങളുണ്ട്. നമ്മൾ ഇപ്പോഴും വിശ്വസിക്കുന്നത്, ശ്ലോകം ചൊല്ലുമ്പോൾ, മന്ത്രം ചൊല്ലുമ്പോൾ, സംസ്കൃതം പറയുമ്പോൾ, പത്ത് അലങ്കാരം പറയുമ്പോൾ, വാസ്തവത്തിൽ ഇവിടെ എന്തൊക്കെയോ സംഭവിക്കുന്നു എന്നാണ്. പക്ഷേ ഇതിനെ തകർക്കുവാനായി നാമൊന്നും ചെയ്തില്ല. ശ്രീനാരായണ ഗുരുസ്വാമി പക്ഷേ ചെയ്തു. അദ്ദേഹം ആശാനോട് പോയി സംസ്കൃതം പഠിക്കാൻ പറഞ്ഞു. പയറ്റു പഠിച്ചാൽ വാളു കൊണ്ട് ഇങ്ങോട്ട് പയറ്റാൻ കഴിയില്ല എന്നതുകൊണ്ടാണ് നാരായണ ഗുരു, സംസ്കൃതം പഠിച്ച് സംസ്കൃതത്തെ തോല്പിക്കാൻ ആശാനെ ബാംഗ്ലൂരിലേക്കും കൽക്കത്തയിലേക്കും അയച്ചത്. കൽക്കത്തയിൽ ആശാൻ പഠിച്ച സ്കൂളിൽ ഞങ്ങൾ പോയിരുന്നു. അവിടത്തെ രജിസ്റ്ററിൽ അദ്ദേഹത്തിന്റെ പേരുണ്ട്. പക്ഷേ പഠിത്തം പൂർത്തിയാവുന്നതിന് മുമ്പ് അദ്ദേഹം തിരിച്ചു പോരുകയാണ് ചെയ്തത്. ഇത് പ്രതിരോധത്തിന്റെ ഒരു മാർഗ്ഗമായിരുന്നു എന്നർത്ഥം.

ഫാസിസം ശാരീരികമായി പ്രവർത്തിക്കുന്ന ഒന്നു മാത്രമല്ല. അത് മാനസികമായി പ്രവർത്തിക്കുന്നതും ഗവേഷണപരമായ പ്രവർത്തനത്തിൽക്കൂടി മുന്നേറുന്നതുമാണ്. അതുകൊണ്ടാണ് അതിന് ഒരു വിചാര കേന്ദ്രമുണ്ടായത്. കേന്ദ്രം വിചാരിക്കുകയും അവയവങ്ങൾ അനുസരിക്കുകയും ചെയ്യുക എന്നതാണ് കേന്ദ്രം എന്ന വാക്കിന്റെ അർത്ഥം. നിങ്ങൾ എല്ലാവരും ചിന്തിക്കേണ്ടതില്ല എന്നും നിങ്ങൾ പ്രവർത്തിക്കുക എന്നും അവർ പറയുന്നു. ഒരു ശരീരത്തിന്റെ മോട്ടോർ ആക്ടിവിറ്റിയെ, അതായത് ശാരീരിക പ്രവർത്തനത്തെ മാത്രം നിയന്ത്രിക്കുന്നത് കയ്യോ കാലോ അല്ല മറിച്ച് തലയാണെന്നും തലയിലിരിക്കുന്ന തലച്ചോറാണെന്നും അറിയുന്ന ശരീര ശാസ്ത്രം വച്ചുകൊണ്ട്, ഒരു കേന്ദ്രനാഡീവ്യൂഹത്തിന് നിങ്ങളുടെ കയ്യും കാലും പ്രവർത്തിപ്പിക്കാൻ കഴിയുമെന്നും കമാന്റുകൾ അവിടുന്ന് കൊടുത്താൽ മതി എന്നും ഫാസിസം കൃത്യമായി മനസ്സിലാക്കുന്നു. അതുകൊണ്ടാണ് ഫാസിസം ജനാധിപത്യത്തിൽ വിശ്വസിക്കാത്തത്. ജനാധിപത്യം എന്നു പറയുന്നത് കൈക്കും കാലിനും വയറിനും കരളിനും സ്വാതന്ത്ര്യം നൽകുന്ന ഒരു സിദ്ധാന്തമാണ് എന്നും അത് മൂഢന്മാരുടെ സിദ്ധാന്തമാണ് എന്നും മനുഷ്യൻ സ്വാതന്ത്ര്യേച്ഛുവാണ് എന്ന സിദ്ധാന്തം തെറ്റാണ് എന്നുമുള്ളത് ഫാസിസത്തിനു മേലുള്ള ഒരു ആരോപണമല്ല, ഫാസിസത്തിന്റെ പ്രത്യയശാസ്ത്രമാണ്. അതുകൊണ്ട് പ്രത്യയശാസ്ത്രത്തിന്റെ നിലയിൽ നിന്നുകൊണ്ട് അതിനെ മനസ്സിലാക്കുകയും പ്രതിരോധിക്കുകയും ചെയ്യുക മാത്രമേ നമുക്ക് പറ്റൂ.

എന്തുകൊണ്ടാണ് ഇന്ത്യൻ സ്വാതന്ത്ര്യ സമരത്തിൽ നിന്ന് ഫാസിസ്റ്റുകൾ മാറി നിന്നത് എന്ന ചോദ്യം ഇന്നു മറ്റൊരു തരത്തിൽ കാണാവുന്നതാണ്. കാരണം സ്വാതന്ത്ര്യം അപ്രസക്തമാണ് എന്നും മിക്കവാറും

പാരതന്ത്ര്യം മനുഷ്യർ ഇച്ഛിക്കുന്ന ഒന്നാണ് എന്നും എല്ലാ ഫാസിസ്റ്റ് പ്രത്യയശാസ്ത്രത്തിനും അറിയാം. കാരണം പാരതന്ത്ര്യത്തിലുള്ള ഒരു രാജ്യം സ്വാതന്ത്ര്യത്തിനു വേണ്ടിയല്ല ആഗ്രഹിക്കുന്നത്, സാമ്രാജ്യത്തിനാണ് എന്നത് മുസോളിനി അദ്ദേഹത്തിന്റെ പുസ്തകത്തിൽ എഴുതിയ ഒരു വാക്യമാണ്. എങ്ങനെയെങ്കിലും സ്വാതന്ത്ര്യം കിട്ടിയാൽ മതി, ബ്രിട്ടീഷുകാരെ ഓടിക്കാൻ ഇന്ത്യക്കാർ ഒന്നിച്ചു തുപ്പിയാൽ മതി എന്നു പറയുന്നത് ഒരു ഗാന്ധിയല്ല.

മനുഷ്യസമൂഹത്തിന്റെ പൂർണമായ വികാസം സാമ്രാജ്യത്വത്തിലാണ് ഉണ്ടാവുന്നത് എന്നത് ഫാസിസ്റ്റ് വിശ്വാസമാണ്. അതായത് പരാജിതമായ രാജ്യം വളരാൻ ആഗ്രഹിക്കുന്നു എന്നും പരാജിതനായ ഏഥൻസിലെ പ്ലാറ്റോ, യുദ്ധം ആഗ്രഹിക്കുന്നു എന്നും പരാജിതമായ ജർമ്മനി ഒരു വിശാല ജർമ്മനി ആകാൻ ആഗ്രഹിക്കുന്നു എന്നും ഒരുപക്ഷേ അടിമത്തത്തിൽ അകപ്പെട്ട ഇന്ത്യ സ്വാതന്ത്ര്യം മാത്രമല്ല, സ്വാതന്ത്ര്യത്തിനപ്പുറത്തുള്ള സാമ്രാജ്യത്വവും ആഗ്രഹിക്കുന്നു എന്നുമുള്ളതാണ് സ്വാതന്ത്ര്യത്തിന്റെ ഫാസിസ്റ്റ് പാഠം. നമ്മളൊക്കെ ധരിച്ചു പോന്നത് റൂസ്സോ പറഞ്ഞതു പോലെ സ്വാതന്ത്ര്യം നമ്മുടെ ജന്മാവകാശമാണ് എന്നാണ്. പിന്നെ റൂസ്സോവിനെ അനുകരിച്ച് തിലകനും ഇതു പറഞ്ഞു. പിന്നീട് സ്വാതന്ത്ര്യത്തിനു വേണ്ടി ആഗ്രഹിക്കുകയും സ്വാതന്ത്ര്യത്തിനു വേണ്ടി നൂൽ നൂൽക്കുകയും സ്വാതന്ത്ര്യത്തിനു വേണ്ടി ഭക്ഷണം കഴിക്കുകയും ചെയ്യുകയാണ് നമ്മുടെ ആദർശം എന്നും നാം വിശ്വസിച്ചു പോന്നു. ഈ ആദർശം ജീവിതത്തിന്റെ ഏകോപന ശക്തിയായി, പ്രേരകശക്തിയായി, രൂപാന്തരശക്തിയായി തീരുകയാണ് ചെയ്തിട്ടുള്ളത് എന്നു നാം മനസ്സിലാക്കുന്നുണ്ട്.

1947 ആഗസ്റ്റ് 14 ന് അർദ്ധരാത്രി നാം സ്വപ്നത്തിൽ നിന്നു ഞെട്ടിയുണർന്നു എന്നുള്ളത് ശരിക്കു പറഞ്ഞാൽ തെറ്റായ പ്രയോഗമാണ്. കാരണം ഈ ദിവസം ഇന്ത്യയിൽ ആരും ഉറങ്ങിയിട്ടില്ല. നമ്മളെല്ലാം അന്ന് ഒപ്പിടുന്നതും കാത്ത് ഇരിക്കുകയായിരുന്നു. നാടകം കളിച്ചും പാട്ടുകേട്ടും എല്ലാവരും ഒപ്പിടുന്നതും കാത്ത് ഇരിക്കുകയായിരുന്നു. ഒരിന്ത്യ ചോദിച്ചപ്പോൾ രണ്ടു രാജ്യം കൊടുക്കുന്ന ബ്രിട്ടീഷുകാരുടെ ഔദാര്യത്തിന് നാം കാത്തിരിക്കുകയായിരുന്നു. ഇങ്ങനെ സ്വാതന്ത്ര്യം ഉണ്ടാവുന്നത് ഒരു സ്വപ്നത്തിൽ നിന്ന് ആളുകൾ ഉണരുകയും സ്വപ്നം കാണുന്നതല്ല യാഥാർത്ഥ്യം എന്ന് മനസ്സിലാക്കുകയും ചെയ്യുമ്പോഴാണ്.

നിങ്ങൾ ഉണരുമ്പോൾ ഒരു നിമിഷംകൊണ്ട് സ്വപ്നമില്ലാതായിത്തീരുന്നു. സ്വപ്നം ഒരു ഓർമ്മയായിത്തീരുന്നു. സ്വപ്നം കണ്ട് കുറേ കഴിഞ്ഞാൽ സ്വപ്നം എന്ന ചരിത്രത്തെ പല പാഠങ്ങളാക്കി, പാഠഭേദങ്ങളാക്കി,

വി.ഡി സവർക്കർ മാപ്പ പറഞ്ഞുവോ ഇല്ലയോ എന്ന സംശയമാക്കി അതിനെ പുനഃപ്രസാധനം ചെയ്യുന്നു. അത് സ്വപ്നത്തിന്റെ തത്വമാണ്. സ്വപ്നം കണ്ടാൽ ഇന്നു പറഞ്ഞതല്ല നാളെ പറയുക. കാരണം നിങ്ങൾ നാളെ ഇക്കാര്യം അതിൽ ചേർത്തിട്ടേ പറയൂ. അതിനാൽ ചരിത്രം എന്നുള്ളത് മാറ്റിമാറ്റി എഴുതാൻ പറ്റുന്ന ഒന്നാണെന്ന് ഫാസിസ്റ്റുകൾക്കറിയാം. അങ്ങനെ ചെയ്യാത്തതു കൊണ്ടാണ് ഒരു കെ.എൻ. പണിക്കർ നമുക്ക് വേണ്ട എന്ന് ഫാസിസ്റ്റുകൾ തീരുമാനിച്ചത്. ആധുനിക ചരിത്രത്തിൽ ഗവേഷണം നടത്തുന്ന ഒരാൾ ആവശ്യമില്ല എന്നും ചരിത്രം ഗവേഷണം നടത്തി ഉണ്ടാക്കേണ്ട ഒന്നല്ല എന്നും അതൊരു പ്രോഡക്ട് ആണ് എന്നും അതൊരു നിർമ്മിതിയാണ് എന്നും ഉള്ളതാണ് ഫാസിസ്റ്റ് സിദ്ധാന്തം. അങ്ങനെയാണ് ജർമ്മനിയിൽ ബ്ലഡ് പോയിസനിങ്ങ് എന്ന സിദ്ധാന്തം ഉണ്ടാവുന്നത്. 'എങ്ങനെയാണ് ജർമ്മനി സാമ്പത്തികമായി തകർന്നത്' എന്ന ചോദ്യത്തിന് 'സംശയമെന്ത്, യഹൂദന്മാരുടെ രക്തം കലർന്നിട്ട്' എന്ന ഉത്തരമുണ്ടാവുകയും ചെയ്യുന്നു. ബ്ലഡ് പോയിസനിങ്ങ് കൊണ്ട് ഒരു ജനതയാകെ നശിച്ചു, എന്ന സിദ്ധാന്തമുണ്ടാവുകയും ചെയ്തു. അങ്ങനെ ഒരാൾ പറഞ്ഞാൽ മതിയാകും, ക്ലാസ് മുറികളിൽ കേൾക്കാത്ത, വിചിത്രമായ ഒരു പാഠം, ഒരു ജീവശാസ്ത്ര പരിചയം ഹിറ്റ്ലർക്കുണ്ടായിരുന്നു. അയാളെ ആരാണ് ജീവശാസ്ത്രം പഠിപ്പിച്ചത് എന്ന് ആർക്കും അറിയില്ല. എന്നാൽ അദ്ദേഹം പറഞ്ഞത് ഇങ്ങനെയൊക്കെയായിരുന്നു. രക്തത്തിൽക്കൂടിയാണ് ആളുകളുടെ ജീനുകൾ പകരുക എന്ന് ആരോ അദ്ദേഹത്തെ തെറ്റിദ്ധരിപ്പിച്ചതാണ്. നമുക്കൊക്കെ ഇങ്ങനെ ചില തെറ്റിദ്ധാരണകൾ ഉണ്ട്. ഇങ്ങനെ ധരിച്ച ഒരു ഹിറ്റ്ലർ, ഇങ്ങനെ വാദിച്ച ഒരു മുസോളിനി ജനാധിപത്യം മാനുഷികമല്ലെന്നും മാനുഷികമായ മനോഭാവം അധികാരം, അടിമത്തം എന്ന ദ്വന്ദമാണ് എന്നും മനസ്സിലാക്കുന്ന കൃത്യമായ പ്രത്യയശാസ്ത്രമാണ് ഫാസിസം എന്നു മനസ്സിലാക്കി. ജനതയെ അനുസരണശീലമുള്ളതാക്കുക എന്നതാണ് ഇതിന്റെ രീതി. നമ്മളൊക്കെ ഇങ്ങനെ പറയുന്നവരാണ്. അനുസരണ ശീലമില്ലാത്തവൻ എന്നാൽ കൊള്ളരുതാത്തവൻ എന്നാണ് അർത്ഥം. അനുസരണ ശീലമില്ലാത്ത പ്രജ എന്നാൽ കൊള്ളരുതാത്ത പ്രജ എന്നാണർത്ഥം. അനുസരണയില്ലാത്ത മനുഷ്യൻ എന്നുള്ളത് ജനാധിപത്യ പദമല്ല എന്നും ഒരു ഫാസിസ്റ്റ് പദമാണ് എന്നും ഫാസിസം അതുകൊണ്ട് വീടുകളിൽ നിന്നും നാട്ടുകളിൽ നിന്നും ഉത്ഭവിക്കുന്നു എന്നും തൊള്ളായിരത്തിഇരുപതുകളിൽ വില്യം റെയ്ഖ് വാദിക്കുകയുണ്ടായി. വീടുകളിൽ നിന്നാണ് ഇത് ആരംഭിക്കുന്നത്. നാം പ്രജകളെ മക്കൾ എന്നാണ് വിളിക്കുക. തമിഴ്നാട്ടിലും പ്രജകളെ മക്കൾ എന്നാണ് വിളിക്കുക, മക്കൾ എന്നാൽ

നാടിന്റെ മക്കൾ എന്നുകൂടി അർത്ഥമുണ്ട്. അതുകൊണ്ട് മക്കൾ, അവരെ ഭരിക്കാൻ ഒരു രാജാവ്. അത് മാതൃദായ ക്രമത്തിലാവാം, പിതൃദായ ക്രമത്തിലാവാം ഏതു തരത്തിലുമാവാം. ഇങ്ങനെ ഭരിക്കപ്പെടുക എന്നത് പ്രജയുടെ ആഗ്രഹമാണ് എന്നും പൊന്നുതമ്പുരാൻ തൃപ്പടിമേൽ വച്ചിട്ട് പിന്നെ ദാനം ചെയ്തതാണ് വഞ്ചിനാട് എന്നും കരുതുന്ന മനോഭാവം നമ്മുടെ മനസ്സിലുണ്ട്.

തമ്പുരാൻ ഭരിക്കാൻ ഏൽപ്പിച്ചു, ഞാൻ ഭരിക്കുന്നു എന്ന മനോഭാവം ഉണ്ടാക്കിയെടുക്കാൻ കഴിയുമെന്നും വളർത്തിയെടുക്കാൻ കഴിയുമെന്നും നിലനിർത്തിക്കൊണ്ടു പോകാൻ കഴിയുമെന്നുമുള്ള മനോഭാവത്തെ ഇടയ്ക്കു വച്ച് മറച്ചു വച്ചത് നാവോത്ഥാന കാലത്തെ യുക്തിബോധമാണ്. യുക്തിയാണ് പ്രധാനമെന്നും യുക്തികൊണ്ട് എല്ലാം നേടാമെന്നും അന്നു കരുതിപ്പോന്നു. സഹോദരൻ അയ്യപ്പൻ പോലും അന്നു കരുതിപ്പോന്നത് ഇതാണ്.

'യുക്തിയേന്തി മനുഷ്യന്റെ ബുദ്ധിശക്തി വിതച്ചതിൽ
വിളഞ്ഞതല്ലാതില്ലൊന്നും മർത്യ വിജ്ഞാനരാശിയിൽ'

എന്ന തന്റെ മാസികയ്ക്ക് അദ്ദേഹം മുഖക്കുറിപ്പ് കൊടുക്കുകയുണ്ടായി. എന്നാൽ യുക്തി കൊണ്ടല്ല വാസ്തവത്തിൽ ഇവിടുത്തെ കാര്യങ്ങളൊന്നും നടക്കുന്നത് എന്നും യുക്തി കൊണ്ടല്ല ഹിറ്റ്ലർ അദ്ദേഹത്തിന്റെ രാജ്യത്തെ സംഘടിപ്പിച്ചതെന്നും യുക്തി കൊണ്ടല്ല ഇവിടുത്തെ ഫാസിസ്റ്റ് പ്രസ്ഥാനങ്ങളോ മറ്റു പ്രസ്ഥാനങ്ങളോ വളരുന്നത് എന്നുമുള്ളത് നാം ഇടയ്ക്കു വിട്ടു പോകുന്ന ഒരു കാര്യമാണ്. ഒരു മാസ്മരിക ശക്തി കൊണ്ട്, ഒരടയാളം കൊണ്ട്, ഒരു മന്ത്രം കൊണ്ട്, ഒരു മുദ്രാവാക്യം കൊണ്ട് ജനങ്ങളെ മയക്കിയെടുക്കാം എന്ന മാന്ത്രികവിദ്യ, താന്ത്രിക വിദ്യ, ഫാസിസ്റ്റ് പാഠശാലയിൽ പഠിപ്പിക്കുന്നത് താന്ത്രിക രീതികൾ കൂട്ടിവച്ചുകൊണ്ട് എങ്ങനെ മന്ത്രവാദം ചെയ്യണം, എങ്ങനെ തന്ത്രകർമ്മം ചെയ്യണം എന്നതാണ്. മന്ത്രവാദം, തന്ത്രം തുടങ്ങിയത് ആളുകളെ വശീകരിക്കാനും ആളുകളെ പിടിക്കാനും അവരെ നിയന്ത്രിക്കാനും ഉപയോഗിക്കുന്ന പ്രാചീന രീതിയാണ്.

ഇത്തരത്തിലുള്ള പൊളിറ്റിക്കൽ മിസ്റ്റിക് ഉണ്ടാക്കി കഴിഞ്ഞാൽ പലതും നേടാൻ സാധിക്കും. സ്ത്രീകളെ കൂട്ടമായി സംഘത്തിൽ ചേർക്കാനുള്ള ഒരു മാർഗ്ഗം ഇതാണെന്ന് ഫാസിസ്റ്റുകൾക്കറിയാം. നമ്മുടെ ധാരണ സ്ത്രീ സ്വാതന്ത്ര്യത്തെക്കുറിച്ച് ബോധവാന്മാരാക്കുമെന്നു പറഞ്ഞാൽ, അവരുടെ അവകാശങ്ങൾ സംരക്ഷിക്കുമെന്ന് നോട്ടീസടിച്ചാൽ സ്ത്രീകൾ കൂട്ടമായി നമ്മോടൊപ്പം വരും എന്നാണ്. എന്നാൽ അങ്ങനെയല്ല ചെയ്യേണ്ടത് എന്നും സ്ത്രീകൾക്ക് മക്കളുണ്ടാവും എന്നും മക്കളെ പിടിച്ചിട്ട് അവരുടെ തലയിൽ മയിൽപ്പീലി ചൂടിക്കണമെന്നും

മയിൽപ്പീലി ചൂടിച്ച പിള്ളമാരെ പിടിച്ച് റോഡിൽ നടത്തി കഴിയുമ്പോൾ എന്റെ കുട്ടി ഒരു ഉണ്ണിക്കൃഷ്ണനാണ് എന്ന് അമ്മയ്ക്ക് തോന്നുമെന്നും എന്റെ മകനെ ഉണ്ണിക്കൃഷ്ണനാക്കിയ പാർട്ടിയിലേ ഞാൻ ചേരൂ എന്നുമുള്ള തോന്നൽ അമ്മയ്ക്കുണ്ടാവും എന്നുള്ളതാണ് ഇതിലെ താന്ത്രികവിദ്യ.

ഇങ്ങനെ ആളുകളെ എങ്ങനെയാണ് വശീകരിക്കുക എന്ന തന്ത്രം പാഠശാലകളിൽ വച്ച് പഠിച്ചുണ്ടാക്കിയ പ്രസ്ഥാനമാണ് ഫാസിസം. ഇത് സ്ത്രീകളോടുള്ള സ്നേഹം കൊണ്ടല്ല, കാരണം സ്ത്രീകൾ സ്നേഹിക്കാനുള്ളവരല്ല, അവർ നേതൃത്വത്തിന് പറ്റുന്നവരല്ല, അവർ ഭരിക്കാനുള്ളവരല്ല, മറിച്ച് വീരന്മാരെ പ്രസവിക്കാനുള്ള ഗർഭപാത്രങ്ങൾ മാത്രമാണ് എന്നാണ് ഫാസിസ്റ്റുകൾ പറയുന്നത്.

കുട്ടികൾ വളരാൻ പാത്രം വേണമെന്നും ആ പാത്രം സ്ത്രീകളിലേ ഉള്ളൂ എന്നും അത് വീര യോദ്ധാക്കൾക്ക് കിടപ്പറയായി ഉപയോഗിക്കാം എന്നുമുള്ള തത്വശാസ്ത്രം മനസ്സിൽ വച്ചുകൊണ്ട് അവർ സ്ത്രീകളെ ആകർഷിക്കുന്നു. സ്ത്രീയുടെ പുത്ര വാത്സല്യത്തെ ഉപയോഗിച്ചുകൊണ്ട് തന്നെ പുത്രന്മാരെ കുരുതി കൊടുക്കാൻ കഴിയും എന്ന കരുതുന്ന ഒരു വിദ്യ, ഒരു ആഭിചാരക്രമമൊക്കെ അങ്ങനെ തന്നെയാണുണ്ടാവുക. ഒരു സാധനവും പുറത്തുവക്കില്ല; കുഴിച്ചിട്ടു എന്നാണ് ആഭിചാരക്രമത്തിൽ പറയുക. അതുപോലെ അർത്ഥം മനസ്സിലാവുന്ന മന്ത്രവും ആരും ചൊല്ലാറില്ല. കാരണം അർത്ഥം മനസ്സിലായാൽ എല്ലാം മനസ്സിലാവും. അതുകൊണ്ടാണ് വള്ളത്തോൾ വേദം തർജ്ജമ ചെയ്തപ്പോൾ ഒരുപാട് എതിർപ്പുണ്ടായത്. കാരണം 'പകരമായി എനിക്ക് നീ മഴ തരിക' എന്നാണ്. ഇങ്ങനെ പറഞ്ഞാൽ ഇതെങ്ങനെ മന്ത്രമാകും എന്നുപറഞ്ഞതു കൊണ്ടാണ് വള്ളത്തോൾ മഹാപാപിയാണ് എന്ന് പലരും വിധിച്ചത്.

ഇന്ദ്രനോട് പറയുന്നത്, 'എന്താ മഴ പെയ്യാത്തത്, ഞാൻ ഒരു തോൽസഞ്ചിയിൽ നല്ല മദ്യം തരാം, മദ്യം കുടിച്ചിട്ട് പകരമായി മഴ തരണം' എന്നാണ്. ഒരു കർഷകന്റെ വിലാപമാണിത്. ഇങ്ങനെ പറഞ്ഞാൽ അത് മന്ത്രമാവില്ല. എന്തുകൊണ്ടാണ് ഇതിന് പ്രത്യേകമായ ഗ്രാമറുണ്ടാക്കിത്തീർത്തത്? നിങ്ങൾക്കാർക്കും മനസ്സിലാവാത്ത ഒരു വേദിക് ഗ്രാമർ ഒരുപക്ഷേ ഒരു ഡിജിറ്റൽ വ്യായാമമായിരുന്നു എന്ന് ബോധ്യപ്പെടുത്തുകയും കണക്കിനെക്കുറിച്ചും വേദത്തെക്കുറിച്ചും ഒരു മിസ്റ്റിക് ഉണ്ടാക്കിത്തീർക്കുകയും ചെയ്യുക എന്നത് ഫാസിസത്തിന്റെ ഒരു ലക്ഷ്യമാണ്.

യുക്തി കൊണ്ടല്ല മനുഷ്യൻ പ്രവർത്തിക്കുന്നത്, മറിച്ച് വ്യാമോഹങ്ങളെക്കൊണ്ടാണ്, വികാരങ്ങളെക്കൊണ്ടാണ് എന്ന് ഹിറ്റ്ലർക്കും

മുസോളിനിക്കും അറിയാമായിരുന്നു. മുസോളിനി സിദ്ധാന്തപരമായി ഒരു ജനാധിപത്യ വിരുദ്ധനായിരുന്നു. മാത്രമല്ല, ജനാധിപത്യമാണ് ലോകത്തിലെ ഏറ്റവും മൂഢമായ പ്രത്യയശാസ്ത്രം എന്ന് അദ്ദേഹം സംശയാതീതമായി പറയുക പോലും ചെയ്തു. ഒരുപക്ഷേ, അതുപോലെ തന്നെ എല്ലാ ജനങ്ങളെയും മതവിശ്വാസികളാക്കിത്തീർക്കുകയും മതവിശ്വാസികളെ നയിക്കുവാൻ ഒരു മതവിശ്വാസി ആവശ്യമില്ല എന്നു മനസ്സിലാക്കുകയും ചെയ്യുന്നതാണ് ഫാസിസ്റ്റ് പ്രസ്ഥാനം. കാരണം ഹിറ്റ്ലറോ മുസോളിനിയോ മതവിശ്വാസികളായിരുന്നില്ല. അതുപോലെ ആരെയാണ് നശിപ്പിക്കേണ്ടത് എന്നു തോന്നുമ്പോൾ അവരെ, കത്തോലിക്കരെയാണു നശിപ്പിക്കേണ്ടതെന്നു തോന്നുമ്പോൾ കത്തോലിക്കരെ, ഹിന്ദുക്കളെയാണ് നശിപ്പിക്കേണ്ടതെന്നു തീരുമാനിക്കുമ്പോൾ ഹിന്ദുക്കളെ നശിപ്പിച്ച് മുന്നേറുന്ന ഒന്നാണ് ഫാസിസം എന്നത് ഹിന്ദുത്വ വാദികൾ പോലും മറന്നു പോയ ഒന്നാണ്. കാരണം ഒരു ഫാസിസ്റ്റും മതവിശ്വാസിയല്ല, മറിച്ച് മതങ്ങളെ ഉപയോഗിക്കുന്നവരാണ്. അതുകൊണ്ട് നാം അറിഞ്ഞിടത്തോളം ഭക്തന്മാർ തെറ്റിദ്ധരിച്ചിരിക്കുന്നത് ഫാസിസ്റ്റുകൾ വലിയ മതവിശ്വാസികളും ഭക്തന്മാരുമാണ് എന്നാണ്. അതുകൊണ്ട് ഭക്തിയിലേക്ക് നുഴഞ്ഞു കയറുകയും ഭക്തിയെ പിടിച്ചെടുക്കുകയും ഭക്തിയുടെ, വിശ്വാസത്തിന്റെ നാണ്യത്തെ രാഷ്ട്രീയ നാണ്യമാക്കി മാറ്റിത്തീർക്കുകയും അങ്ങനെ ചെയ്തതിനു ശേഷം മതത്തെയും ഭക്തിയടക്കമുള്ള എല്ലാ പ്രസ്ഥാനങ്ങളെയും പിടിച്ചടക്കുകയും അധികാര സീമയിൽ കൊണ്ടുവരികയും ചെയ്യുക എന്നുള്ളതാണ് എവിടെയുമുള്ള ഫാസിസ്റ്റ് തന്ത്രം.

●

2002

ഭയം
ഒരു ഫാസിസ്റ്റ് തത്വം

ഹിറ്റ്ലർ അയാളുടെ പുസ്തകത്തിൽ പറയുന്നത് തൊഴിലാളി സംഘടനകൾ ഉണ്ടാക്കണം, വളർത്തിക്കൊണ്ടുവരണം എന്നാണ്. കാരണം തൊഴിലാളികളും ഒരു ശക്തിയാണ്. ഈ ശക്തിയെ ഉണ്ടാക്കുന്നതു പോലെ ഉപേക്ഷിക്കേണ്ടത് എപ്പോഴാണ് എന്ന് കൃത്യമായി അറിയണം. അങ്ങനെയാണ് നമ്മുടെ നാട്ടിൽ ഒരു സർവ്വകക്ഷി പ്രതിഷേധ പ്രസ്ഥാനം ഉണ്ടായത്. കാരണം തൊഴിലാളി വിരുദ്ധമായ നയം, തൊഴിലാളികളെ ഇല്ലായ്മ ചെയ്യുന്ന ഒരു ആഗോള നയം ആവിഷ്കരിക്കാൻ ഒരു ഫാസിസ്റ്റ് ഭരണകൂടത്തിനു കഴിയും എന്ന് ഇന്ത്യയിലെ ഫാസിസ്റ്റ് പ്രയോഗം തെളിയിച്ചുകൊണ്ടിരിക്കുന്നു. ഇതു മനസ്സിലാക്കിക്കഴിയുമ്പോഴേക്കും പിന്നെ എന്തു ചെയ്തിട്ടും പ്രയോജന മില്ല എന്ന സ്ഥിതിവരുന്നു. പണിമുടക്കുകൾ നിഷ്പ്രയോജനമായിത്തീരു കയും തൊഴിലാളി സംഘടനകൾ അശക്തമായിത്തീരുകയും ചെയ്യുന്ന ഒരവസ്ഥയുണ്ടാക്കിയിട്ട് അവരെ നിർമ്മാജ്ജനം ചെയ്യുക എന്നത് ഫാസിസ്റ്റ് അടവിന്റെ ഒരു മാർഗ്ഗമാണ്. ഭക്തി ഉപയോഗിച്ചോ പ്രസ്ഥാ നങ്ങൾ ഉപയോഗിച്ചോ മഹാന്മാരെന്നു ചിലർ കരുതിയ ഇന്ത്യയിലെ അതിബുദ്ധിമാൻമാരായ മണ്ടൻമാർക്ക് തലസ്ഥാനത്തിരിക്കുവാൻ കഴിയുന്ന ഒരവസ്ഥ ഫാസിസം വിഭാവനം ചെയ്യുന്നുണ്ട്. ഏതാനും പേർ ഭരിക്കുകയും മറ്റുള്ളവർ ഭരിക്കപ്പെടുകയും ചെയ്യുന്ന സ്വച്ഛമായ അവസ്ഥ. ഇതിന് ചില ഗുണങ്ങളുണ്ട്. ഇത് വേറൊരു തരത്തിലാണ് മുതലാളിത്തം ഉപയോഗിക്കുന്നത്. സാങ്കേതികമായ മാനേജീരിയൽ സംവിധാനം കൊണ്ട് ഉത്പാദനം വർദ്ധിപ്പിക്കാമെന്നും ലാഭം വർദ്ധിപ്പിക്കാമെന്നും കരുതുന്ന മുതലാളിത്തവും അധികാരത്തിന്റെ വിനിയോഗം കൊണ്ട്, അച്ചടക്കം കൊണ്ട് ഉത്പാദനം വർദ്ധിപ്പിക്കുകയും രാജ്യത്തിന്റെ

പ്രശസ്തി വർദ്ധിപ്പിക്കുകയും അധീശത്വം സ്ഥാപിക്കുകയും ചെയ്യാൻ കഴിയുമെന്നു വിശ്വസിക്കുന്ന ഫാസിസവുമാണ് വാസ്തവത്തിൽ ഇന്ത്യയിലെ കൃത്യമായ രണ്ടു സാന്നിധ്യങ്ങൾ.

തീർച്ചയായും ഫാസിസം ഉപയോഗിക്കുന്നത്, ഒരുപക്ഷേ, അതിന്റെ പൂർണ്ണമായരൂപത്തിൽ, ഏകാന്തമായ രൂപത്തിൽ, തനിച്ചു ഭരണം കിട്ടുമ്പോൾ ഫാസിസം ഉപയോഗിക്കാൻ ഇടയുള്ളത്, ഇതിനേക്കാൾ പ്രാപ്തമായ, സമർത്ഥമായ ഉത്പാദന പ്രവർത്തനം അടിമത്തത്തിലൂടെ ഉണ്ടാക്കിത്തീർക്കാം എന്നായിരിക്കും. അടിമകൾ കൂടുതൽ പണിയെടുക്കും എന്ന് ഉടമകൾക്കെല്ലാം അറിയാം. ഇതൊരു പഴയ അറിവാണ്. അതിനാൽ അടിമത്തം കൂടുതൽ ഉത്പാദനക്ഷമതയുള്ളതാണ് എന്നു മനസ്സിലാക്കുന്ന ഒരു ഫാസിസം നമ്മുടെ മുന്നിലുണ്ട്. ഇത്തരം പ്രവർത്തനങ്ങളെയാണ് നാം നേരിട്ടുകൊണ്ടിരിക്കുന്നത്. സ്വയം ചിന്തിക്കുന്നതിനേക്കാൾ നല്ലത് മറ്റുള്ളവർ ചിന്തിച്ച് അനുസരിപ്പിക്കുന്നതാണ് എന്നുള്ളത് മനുഷ്യന്റെ ദൗർബല്യമാണ്. ആരെയാണ് സ്നേഹിക്കേണ്ടത് എന്ന് അറിയാതെ വരുമ്പോഴാണ് എന്നാൽ പിന്നെ അച്ഛനോടോ അമ്മയോടോ ചോദിച്ചു കളയാം എന്നു ചിന്തിക്കുന്നത്. ഇതിലൊരു സുഖമുണ്ട്. അതായത് തീർപ്പുകല്പിക്കാൻ മറ്റാരെയെങ്കിലും ഏൽപ്പിച്ചു കൊടുക്കുക എന്നത്, ഇതിലെന്തെങ്കിലും കുഴപ്പമുണ്ടായാൽ അച്ഛൻ പറഞ്ഞിട്ടാണ് എന്നു പറയുകയും ചെയ്യാം. അച്ഛൻ പറഞ്ഞാൽ അച്ഛനെ അനുസരിക്കുകയും അച്ഛൻ പറയുന്നത് തെറ്റായാൽ അച്ഛൻ പറഞ്ഞിട്ടല്ലേ എന്നു തിരിച്ചു ചോദിക്കുകയും ചെയ്യാം എന്നുള്ളത് ഒരു ജീവിത വൃത്തമാണ്.

ഇതിനാണ് അടിമത്തത്തിന്റെ വൃത്തം എന്നു പറയുന്നത്. ഈ അടിമത്തത്തിന്റെ വൃത്താം കുടുംബങ്ങളിൽ നിന്നും തുടങ്ങും. അച്ഛനോട് ചോദിച്ചിട്ടു പറയാം, നേതാവിനോടു ചോദിച്ചിട്ടു പറയാം, ആചാര്യനോടു ചോദിച്ചിട്ട് പറയാം എന്നുപറയുന്ന അവസ്ഥയിലേക്ക് നമ്മുടെ മനസ്സ് ചുരുങ്ങുകയും ചിന്തിക്കാൻ ഒരാളെയും പ്രവർത്തിക്കാൻ മറ്റൊരാളെയും നിയോഗിക്കുന്ന ഒരു ചാതുർവർണ്ണ്യം, അതായത് കാലുകൊണ്ടു പണിയെടുക്കുന്നവരും തലകൊണ്ടു പണിയെടുക്കുന്നവരും എന്നുള്ള മറ്റൊരു ചാതുർവർണ്ണ്യം നമ്മുടെ ജീവിത വ്യവസ്ഥയിൽ ഉണ്ടാക്കിത്തീർക്കുകയും ചെയ്യുന്നുണ്ട്. ഇതുകൊണ്ടാണ് സ്വാതന്ത്ര്യം പോലെ തന്നെ പാരതന്ത്ര്യവും മനുഷ്യൻ ആഗ്രഹിക്കുന്നു എന്ന ആശയം എറിക്ക് ഫ്രോം പ്രചരിപ്പിച്ചത്. 'സ്വതന്ത്ര്യത്തിൽ നിന്നു രക്ഷപ്പെടൽ' എന്നതാണ് അദ്ദേഹത്തിന്റെ പുസ്തകത്തിലെ ഒരു വിശകലന വിഷയം.

സ്വാതന്ത്ര്യം എന്നുള്ളത് ഇടക്കാലത്ത് ഇവിടെയുണ്ടായ ഒരു വാക്കാണ്. ഞങ്ങളുടെയൊക്കെ ചെറുപ്പകാലത്ത് സ്വാതന്ത്ര്യം എന്ന

പറഞ്ഞാൽ അതിന് താന്തോന്നിത്തരം എന്നാണ് അർത്ഥം കല്പിച്ചിരുന്നത്. സ്വതന്ത്രബുദ്ധി എന്നാൽ അച്ഛനോ അമ്മയോ ഗുരുക്കന്മാരോ പറഞ്ഞാൽ കേൾക്കാത്തവൻ എന്നായിരുന്നു കുറേ കൊല്ലങ്ങൾക്കു മുമ്പുണ്ടായിരുന്ന അർത്ഥം.

ഇതൊരു പോസിറ്റീവ് വെർച്യൂ ആയിത്തീരുന്നു. സ്വന്തം അഭിപ്രായം താൻ തന്നെ ഉണ്ടാക്കിത്തീർക്കുകയും സ്വന്തം ഇണയെ ഞാൻ തന്നെ കണ്ടുപിടിക്കുകയും സ്വന്തം തൊഴിൽ സ്വയം അന്വേഷിച്ച് നേടുകയും സ്വന്തം വളർച്ചയുടെ പടവുകൾ താൻ തന്നെ ചവിട്ടിക്കയറുകയും ചെയ്യുന്ന വ്യക്തിത്വം എന്നുള്ളത് മുതലാളിത്ത കാലത്തുണ്ടായിത്തീർന്ന പ്രധാനപ്പെട്ട മാറ്റമാണ്. അതിനാൽ പാരതന്ത്ര്യം ഫ്യൂഡലിസത്തിന്റെ പാരമ്പര്യം ആണ് എന്നും ബ്രിട്ടീഷുകാരോ തിരുവിതാംകൂർ രാജാവോ ഭരിക്കുകയാണ് ഇതിലും നല്ലത് എന്നും കേരളത്തിലെ ഒരു വോട്ടറെക്കൊണ്ട് ചിന്തിപ്പിക്കാൻ കഴിയും എന്ന് ഫാസിസവും കൃത്യമായി മനസ്സിലാക്കുന്നു. അതുകൊണ്ടാണ് തിരുവനന്തപുരത്ത് ഒരു സ്ഥാനാർത്ഥിയെ നിർത്തി അവർ ആദ്യം മത്സരിപ്പിച്ചത്. അവിടെ ഭക്തന്മാർ കൂടുതലുണ്ടായത് കൊണ്ട് കുറേവോട്ടുകൾ നേടുകയും ചെയ്തു. കാരണം ഭക്തി എന്നു പറയുന്നത് കീഴടങ്ങൽ എന്നതിന്റെ രൂപാന്തരമാണ് എന്നും ഈ കീഴടങ്ങൽ ഒരു രാഷ്ട്രീയ കീഴടങ്ങലാക്കി മാറ്റാമെന്നും അങ്ങനെ രാഷ്ട്രീയമായ കീഴടങ്ങലുണ്ടാവുമ്പോൾ രാഷ്ട്രീയ ദൈവം കല്പിക്കുകയും രാഷ്ട്രീയമായ ഭക്തർ അനുസരിക്കുകയും ചെയ്യുന്ന ഒരവസ്ഥയുണ്ടാക്കിത്തീർക്കാം എന്നുമുള്ളത് ഫാസിസത്തിന്റെ മൗലികമായ ബോധമാണ്. അതുകൊണ്ടാണ് ഫാസിസം ജനാധിപത്യ വിരുദ്ധമാണ് എന്നു പറയുന്നത്. ഇത് ഒരാരോപണമല്ല. അവർ തന്നെ വിശ്വസിക്കുന്ന ഒരു പ്രത്യയശാസ്ത്ര നിർബന്ധമാണ്..

മനുഷ്യൻ യുക്തികൊണ്ട് പ്രവർത്തിക്കുന്നവനല്ല, ആഹാരംകൊണ്ട് ജീവിക്കുന്നവനല്ല, അവൻ ആത്മാവിനെക്കൊണ്ട് ജീവിക്കുന്നവനാണ് എന്നും മുസോളിനി അദ്ദേഹത്തിന്റെ പുസ്തകത്തിൽ പറയുന്നുണ്ട്. മാർക്സിസം എന്നു പറയുന്നത് ഭൗതിക ദർശനമാണ്, അല്ലെങ്കിൽ ഭൗതികവാദ പ്രത്യയശാസ്ത്രമാണ്. അതിനു ശേഷമുണ്ടായ ഫാസിസം ഭൗതികവാദ പ്രത്യയശാസ്ത്രമല്ല മറിച്ച് ആധ്യാത്മിക ശാസ്ത്രവാദമാണ് എന്നും ആധ്യാത്മികത പ്രയോഗിക്കുന്നത് ശൂലം കൊണ്ടും ആകാം എന്നും ഇപ്പോൾ നാം മനസ്സിലാക്കുന്നു. ക്രോസ്വെൽ അദ്ദേഹത്തിന്റെ പുസ്തകം തൊള്ളായിരത്തിമുപ്പതുകളിൽ എഴുതിയപ്പോൾ അത്യധികമായ ആത്മീയത ഭൗതികവാദത്തിൽ തലകുത്തി വീഴുന്നു എന്ന ഒരു വാക്ക് പ്രയോഗിക്കുന്നുണ്ട്. അത്യധികമായ ആത്മീയത ഭൗതികമായിത്തീരുകയും അതൊരു ശൂലമായി, കുന്തമായി, കഠാരയായി,

വടിവാളായി, ദണ്ഡായി രൂപാന്തരപ്പെടുകയും ആധ്യാത്മികതയുടെ പ്രകടനം ഒരു ശാരീരിക പ്രകടനമായി, വ്യായാമമായി രൂപാന്തരപ്പെടുകയും ചെയ്യുന്നു.

ദൈവം എന്നത് ഒരു തരം ശ്വാസോച്ഛ്വാസമാണ് എന്നും മര്യാദയ്ക്ക് ശ്വാസോച്ഛ്വാസം ചെയ്താൽ ലോകത്തിലെ എല്ലാ പ്രശ്നങ്ങളും അവസാനിക്കും എന്നും വിശ്വസിക്കുന്ന ആളുകൾ ഇപ്പോഴുമുണ്ട്. എന്തെങ്കിലും ജീവിത പ്രശ്നമുണ്ടാവുമ്പോൾ ശ്വാസതടസ്സമുണ്ടാവാം, ശ്വാസം മുട്ടലുണ്ടാവും, കിതപ്പുണ്ടാവും. ഇതൊക്കെ ഓരോ രോഗ ലക്ഷണങ്ങളാണ്. ദീർഘനിശ്വാസം വിട്ടാൽ ഒരു ഒത്തുതീർപ്പ് എന്നർത്ഥം. ഇങ്ങനെ ചെയ്യുന്നതിനു പകരം കൃത്യമായി ശ്വാസം കഴിച്ചുകൊണ്ടിരുന്നാൽ പ്രശ്നങ്ങൾക്കെല്ലാം പരിഹാരം കണ്ടെത്താൻ കഴിയും എന്നതൊരു പ്രത്യയശാസ്ത്രമായി എടുക്കാം.

ഇതിന്റെ ചെറിയൊരു കുഴപ്പം ഇതൊരുതരം ആത്മീയവാദമാണ് എന്നതാണ്. ബേജാറുണ്ടാവുന്നത് കൊണ്ടാണ് ശ്വാസം പോകുന്നത്, ശ്വാസം പോകുന്നതു കൊണ്ടല്ല ബേജാറുണ്ടാവുന്നത് എന്നുള്ള ചെറിയൊരു തെറ്റിദ്ധാരണയാണ്. രണ്ടുതരം ആളുകളുണ്ട്. അതിൽ ഒരു തരത്തിലുള്ള ആളുകൾ നമ്മുടെ ശ്വാസം നേരെയാക്കിയാൽ ലോകം നന്നാക്കാമെന്നു വിശ്വസിക്കുന്നു. മറ്റൊരു വിഭാഗം ശ്വാസോച്ഛ്വാസം ശരിയാവണമെങ്കിൽ സാമൂഹ്യക്രമം നന്നാവണം എന്നും വിശ്വസിക്കുന്നു. ഇങ്ങനെ രണ്ടുതരം ആളുകൾ ലോകത്തുണ്ട് എന്നതാണ് ലോക സാമൂഹ്യ ചിന്തയുടെ പ്രധാന തത്വം. ഈ രണ്ടു വിഭാഗം പറയുന്നതിലും കാര്യമുണ്ട്. അല്ലാതെ രണ്ടിലും ഇത്രകണ്ട് അനുയായികൾ ഉണ്ടാവാൻ ഇടയില്ല. അതുകൊണ്ട് നമ്മുടെ പ്രശ്നങ്ങൾ ആത്മീയമാക്കിത്തീർക്കുക എന്നതിനർത്ഥം മറ്റുള്ളവരെ ഏൽപ്പിക്കുക എന്നുള്ളതാണ്. അതൊരു കണിശനെ ഏൽപ്പിക്കാം. അല്ലെങ്കിൽ ഒരു സ്പെഷ്യലിസ്റ്റ് ഡോക്ടറെ ഏൽപ്പിക്കാം. ഇങ്ങനെ പല ആളുകളെയും ഏൽപ്പിച്ചിട്ട് എനിക്ക് സ്വതന്ത്രനാകാം എന്നു പറയുന്നതാണ് മനുഷ്യന്റെ ഇന്നത്തെ അവസ്ഥ. ഇത്തരത്തിലുള്ള ഒരവസ്ഥയുണ്ടാക്കിത്തീർക്കാം എന്നും പറ്റങ്ങളെ സൃഷ്ടിക്കാം എന്നും പറ്റങ്ങളെ നയിക്കാം എന്നും ഇങ്ങനെ പറ്റങ്ങളെ നയിക്കാൻ കെട്ടുകാഴ്ചകൾ വേണം എന്നും ഫാസിസം മനസ്സിലാക്കുന്നു. അതുകൊണ്ടാണ് വലിയ ഘോഷയാത്രകൾ, കെട്ടുകാഴ്ചകൾ ഉണ്ടാകുന്നത്. ഘോഷയാത്രകൾ എന്നത് രാഷ്ട്രീയ പദമായതു കൊണ്ടാണ് 'ശോഭയാത്ര' എന്ന ഉത്തരേന്ത്യൻ പദം സ്വീകരിച്ചിരിക്കുന്നത് എന്നും കൂടി നാം ഓർക്കണം. ഭാഷയിൽ അധീശത്വം ഉണ്ട് എന്നാണ് ഇതിനർത്ഥം. തലശ്ശേരി നഗരത്തിൽ മുപ്പതുകൊല്ലം മുമ്പ് ഹിന്ദിയിൽ തെരഞ്ഞെടുപ്പ് പ്രചാരണം നടത്തി ഒരു കാർ സഞ്ചരിച്ച കാര്യം പഴയ ആർക്കും

ഇപ്പോൾ ഓർമ്മയുണ്ടാവില്ല. ഞാൻ കേട്ടതാണ്. ഒരു കാറിനകത്ത് രണ്ടു പേർ ഇരുന്നിട്ട് ഹിന്ദിയിൽ പ്രസംഗിക്കുകയാണ്. ഞങ്ങൾക്ക് വോട്ടു ചെയ്യണം എന്ന്. ആർക്കും മനസ്സിലാവാനല്ല മറിച്ച് വരാനിരിക്കുന്നത് ഹിന്ദിയുടെ ആധിപത്യമാണ് എന്നു സൂചിപ്പിക്കുകയാണ് അതിന്റെ ഉദ്ദേശ്യം. ഹിന്ദി ആധിപത്യ ചിഹ്നമായിത്തീരുക എന്ന്. സംസ്കൃതത്തിൽ വാർത്ത വരുന്നത് ആരും കേൾക്കാനല്ല, സംസ്കൃതം ഉണ്ട് എന്ന് ഉറപ്പിക്കാനാണ്.

ഭക്തിയില്ലാതെ ഭക്തന്മാരെ നയിക്കാം എന്നും ഖുർ-ആൻ അറിയാതെ, വേദം വായിക്കാതെ, സംസ്കൃതം അറിയാതെ, ഹിന്ദുവിനെയും മുസ്ലീമിനെയും നയിക്കാം എന്നുമുള്ളത് ഒരു ഫാസിസ്റ്റ് സിദ്ധാന്തത്തിന്റെ പ്രയോഗ രീതിയാണ്. ഇന്ത്യൻ മനസ്സിനെ വായിക്കുവാൻ, ഇന്ത്യൻ സമുദായത്തെ വായിക്കുവാൻ, ഇങ്ങനെയൊക്കെയാണ് ചെയ്യേണ്ടത് എന്നു ഫാസിസ്റ്റുകൾ മനസ്സിലാക്കുന്നു.

ഇന്ത്യൻ മനസ്സിനെക്കുറിച്ച് ഒരു പ്രശസ്തനായ മനഃശാസ്ത്രജ്ഞൻ എഴുതിയിട്ടുണ്ട്. നിങ്ങളുടെ ചെകിടത്ത് അടികിട്ടിയാൽ തിരിച്ചടിക്കാനുള്ള കഴിവിനെയാണ് പ്രതികരണ ബോധം എന്നു പറയുക. ഒരു സമുദായത്തിന്റെ മുഖത്തടിച്ചാൽ, ആ സമുദായമെങ്ങനെ തിരിച്ചടിക്കും എന്നറിയുവാൻ, ഒരു ബാബ്റി മസ്ജിദ് പൊളിച്ചാൽ സമുദായം എങ്ങനെ പ്രതികരിക്കും എന്നറിയുവാൻ കൃത്യമായി ഫാസിസത്തിന് കഴിയുകയുണ്ടായില്ല. അതുകൊണ്ടാണ് അവർ അത് പൊളിച്ചത്. അത് പൊളിക്കാതിരുന്നാൽ അതൊരു രാഷ്ട്രീയ ആയുധമായി, കിലുക്കാംപെട്ടിയായി കുറേനാൾ കൂടി കൊണ്ടുനടക്കുകയും പിന്നെയും അതിന്റെ പേരിൽ വോട്ടു പിടിക്കുകയും അത് പൊളിക്കും എന്ന് ഭീഷണിപ്പെടുത്തുകയും ചെയ്യാമായിരുന്നു. അത് പൊളിച്ചത് അവരുടെ ഒരു രാഷ്ട്രീയ മൗഢ്യമാണ്.

അടിക്കുമെന്നു പറയുന്നതാണ്, അടിക്കുന്നതല്ല ശരി എന്ന് എല്ലാ അടിക്കാർക്കും അറിയാം. അടിച്ചു കഴിഞ്ഞാൽ നമുക്കു തോന്നുക ഇത്രയേ ഉള്ളൂ എന്നാണ്. അങ്ങനെയാണ് പൊൻകുന്നം വർക്കിച്ചേട്ടന് തോന്നിയത്. ഇടിയെന്നു പറഞ്ഞാൽ ഇത്രയേ ഉള്ളൂ എന്നു മനസ്സിലായപ്പോൾ പോലീസുകാരോട് ഇടിച്ചുകൊള്ളാൻ പറയുകയാണ് അദ്ദേഹം ചെയ്തത്. അതുകൊണ്ട് അനാവശ്യമായി ഇടിക്കരുതെന്നും അനാവശ്യമായി അടിച്ചു പൊളിക്കരുതെന്നും ബാബ്റി മസ്ജിദ് സംഭവത്തോടെ കുറച്ചെങ്കിലും മനസ്സിലായ ആളുകൾ ഉണ്ടാവും. ഒരുപക്ഷേ അതിൽ നിന്നും തെറ്റിത്തിരിഞ്ഞു പോയ ഒരു നരേന്ദ്ര മോഡിയാണ് ഇത് വേറൊരു തരത്തിൽ പ്രയോഗിക്കാം എന്നു തീരുമാനിച്ചത്. ഇത് കൃത്യമായ ഫാസിസ്റ്റ് പരീക്ഷണമാണ്.

ഇവിടെ ഫാസിസ്റ്റുകൾ നരഹത്യയ്ക്കു വേണ്ടി ഉപയോഗിക്കുന്ന പ്രധാന ആയുധമായ മഴുവും വിറകുമാണ് ഫാസിസത്തിന്റെ കൊടി അടയാളം. മഴു ഉപയോഗിച്ച് ഒരു പള്ളി തകർക്കുകയും ജനങ്ങളെ ഭീതിപ്പെടുത്തുകയും ചെയ്തതിനു ശേഷം അതുണ്ടാക്കിയ റിയാക്ഷൻ അവർ ആഗ്രഹിച്ചതു പോലെയല്ല എന്നു നമ്മെക്കാൾ നല്ലതു പോലെ ആർ.എസ്.എസ് മനസ്സിലാക്കുന്നു. അവർ അതിനു ശേഷം കുറച്ചു കാലം വെറുതെയിരുന്നു. എല്ലാ അബദ്ധങ്ങളും നമ്മൾ കോടതിക്കു വിടുന്നതു പോലെ, എവിടെയാണ് ശ്രീരാമൻ ജനിച്ചത് എന്ന പ്രശ്നം നാം സുപ്രീം കോടതിക്ക് വിട്ടു കൊടുത്തു. രാമൻ എവിടെയാണ് ജനിച്ചത് എന്നു കണ്ടുപിടിക്കേണ്ടത് സുപ്രീം കോടതി ജഡ്ജിയുടെ കടമയായിരിക്കുന്നു. എനിക്ക് തീരുമാനിക്കാൻ കഴിയില്ല, ജഡ്ജി തീരുമാനിക്കട്ടെ എന്നു കരുതുന്ന ഒരു മനസ്സ് നമുക്കുള്ളതു കൊണ്ടാണ് ഫാസിസം ഇവിടെ നിലനിൽക്കുന്നത്. ഇങ്ങനെ ഭീരുക്കളായ ഒരു ജനവർഗ്ഗത്തിനെ അൽപം ധീരനായ ഒരു നേതാവിന് കീഴ്പ്പെടുത്താൻ കഴിയും എന്ന തത്വം വച്ചുകൊണ്ട് ഫാസിസം പ്രവർത്തിക്കുന്നു. അവർ ഒരുപക്ഷേ ഇന്ത്യൻ മനസ്സിന്റെ പ്രതികരണമറിയാതെ പലതും ചെയ്തുകൊണ്ടിരിക്കുകയാണ്. അതിലൊന്ന് ഗുജറാത്താണെന്നു നാം കണ്ടുകൊണ്ടിരിക്കുന്നു. ഗുജറാത്ത് എന്നുള്ളത് രാഷ്ട്രീയമായ ഒരു അത്യുക്തിയായിത്തീരുകയും ഫാസിസം അതിന്റെ ശരിയായ മുഖം പുറത്തു കാണിക്കുകയും ചെയ്തതാവാം. ഇത് ലളിതയല്ല, പൂതന തന്നെയാണ് എന്ന ബോധം ഉണ്ടാക്കിത്തന്നിരിക്കുന്നു.

ഒരു മനുഷ്യനും ഇങ്ങനെ എക്സ്പോസ്ഡ് ആവരുത്. എക്സ്പോസ്ഡ് ആയാൽ നിങ്ങൾ നിങ്ങൾ തന്നെയാവും. അതുകൊണ്ടാണ് പോലീസ് സ്റ്റേഷനിൽ ചെന്നാൽ നിങ്ങളോട് ഷർട്ട് അഴിക്കാൻ പറയുന്നത്. ഷർട്ട് ഊരിക്കഴിഞ്ഞാൽ എല്ലാവരും പാവങ്ങളായിത്തീരുമെന്ന് എല്ലാ പോലീസുകാർക്കും അറിയാം. അങ്ങനെ ഈ രാഷ്ട്രീയ നഗ്നത മറയ്ക്കുന്ന മൂടുപടം എടുത്തു മാറ്റപ്പെടുമ്പോൾ നിങ്ങൾ ഉദ്ദേശിക്കുന്നത് കൊലപാതകമാണ് എന്ന്, വെടിവെച്ചുള്ള കൊലപാതകമല്ല ആയുധമുപയോഗിച്ച് നേരിട്ടുള്ള കൊലപാതകമാണ് എന്ന് മനസ്സിലാവുന്നു. കാരണം നേരിട്ടുള്ള കൊലപാതകത്തിന് പ്രത്യേക ശക്തിയുണ്ട് എന്ന് ഫാസിസ്റ്റുകൾക്കറിയാം. കൊന്ന് ഡ്രസ് ചെയ്ത കോഴിയെ വാങ്ങി ആരും പൂജയ്ക്ക് ഉപയോഗിക്കാറില്ല. പൂട കളഞ്ഞ കോഴിയെ അതിനു പറ്റില്ല. ജീവനുള്ള കോഴിയെത്തന്നെ പിടിച്ചു കഴുത്തു വെട്ടണം. എന്നാലെ അത് ഒരു റിച്വൽ ആയിത്തീരൂ. കൊലപാതകം ഒരു (പൊളിറ്റിക്കൽ റിച്വൽ) ആണെന്നു മനസ്സിലാക്കുകയും കൊല്ലുമ്പോൾ കൊന്നാൽ പോരാ, നാലാൾ കാണേ കൊല്ലണം എന്നു മനസ്സിലാക്കുകയും

കൊലപാതകത്തെ ഒരു ഭീഷണിയായി കാണിക്കുകയും, കൊലപാതകത്തെ ഒരു രാഷ്ട്രീയ പ്രവർത്തനമായി മാറ്റിത്തീർക്കുകയും ചെയ്യുന്ന രീതിയാണ് ഗുജറാത്തിൽ ചെയ്തതെന്നു നാം കണ്ടു. അതുകൊണ്ട് എല്ലാം പരസ്യമായി ചെയ്യുകയും ചെയ്തതെല്ലാം പ്രകടിപ്പിക്കുകയും ഇങ്ങനെ പ്രകടിപ്പിച്ചതിനു ശേഷം എന്താണ് അതിന്റെ രാഷ്ട്രീയ പ്രതിഫലനം എന്ന് അറിയാൻ കാത്തിരിക്കുകയും ചെയ്യുന്നതാണ് ഫാസിസ്റ്റ് രീതി. ഇതിന്റെ തിരിച്ചടി എങ്ങനെ ആയിരിക്കും എന്ന കാര്യത്തിൽ ആർ.എസ്. എസിനും ബി.ജെ.പിക്കും ബജ്റംഗദളിനും വിശ്വഹിന്ദുപരിഷത്തിനും വ്യത്യസ്ത അഭിപ്രായമുള്ളതുകൊണ്ടാണ് ഇതിന്റെ തുടർച്ചയുണ്ടാവാത്തത് എന്നും നാം മനസ്സിലാക്കണം. അതുകൊണ്ട് അവർ ഗുജറാത്തിനെ ഒരു പരീക്ഷണശാലയായിക്കാണുകയും ഇവിടെ പ്രയോഗിക്കുന്ന കാര്യങ്ങൾ മറ്റു സ്റ്റേറ്റുകളിലേക്കും പ്രയോഗിക്കാൻ കഴിയുമോ എന്ന കാര്യത്തിൽ അന്വേഷണം നടത്തുകയും ചെയ്യുന്നു. ഇങ്ങനെ വളരെ ഒരുക്കങ്ങൾക്കു ശേഷമാണ് ഒരു തലശ്ശേരി സംഭവമുണ്ടായത്. കാരണം പിറ്റേന്നു നടക്കുന്ന കാര്യങ്ങൾ നേരത്തേതന്നെ തീരുമാനിക്കുകയും പരസ്യപ്പെടുത്തുകയും ചെയ്തിരുന്നു. ഇങ്ങനെ നേരത്തെ പരസ്യപ്പെടുത്തിയിട്ട് എല്ലാ കാര്യങ്ങളും ചെയ്യാമെന്നും അതിൽ ആളുകളെ വളർത്താമെന്നും ഇങ്ങനെ ആളുകളെ വളർത്തിയിട്ട് അവരെക്കൊണ്ട് എന്തും ചെയ്യിക്കാമെന്നും മനസ്സിലാക്കിയ ഒരു ഫാസിസ്റ്റ് പ്രസ്ഥാനം ഇവിടെയുണ്ട്. അവർ ഓരോരിടത്തും ഓരോ കാര്യങ്ങളാണ് ചെയ്യുന്നത്. എഴുപത് തീവ്രവാദികളോടൊപ്പം സോമനാഥത്തിൽ പോയി തിരിച്ചു വന്ന ഒരു സുഹൃത്ത് പറഞ്ഞത്, അവരോടൊപ്പം ഒരു മണിക്കൂർ പോലും ഇരിക്കാൻ പറ്റില്ല എന്നാണ്. ഒരു മലയാളിക്ക് ഒരു ഗുജറാത്തി ഭക്തസംഘത്തിന്റെ കൂടെ ഒന്നോ രണ്ടോ മണിക്കൂറുകൾ ഇരിക്കാൻ കഴിയില്ല. കാരണം അവരുടെ മാനസിക കാലാവസ്ഥയിലുള്ള വ്യത്യാസമാണ്. ഒരു നൂറുകൊല്ലം കൊണ്ട് നാം മനസ്സൊക്കെ അടിച്ചുവാരി വൃത്തിയാക്കുകയും കുറച്ചു ചാണകം തളിച്ച് നന്നാക്കുകയും ചെയ്ത ഒരു സ്ഥലമായതുകൊണ്ട് നമ്മുടെ മനസ്സ് കുറേക്കൂടി തെളിഞ്ഞതായിരിക്കുകയും മറ്റു മനസ്സുകളെ സ്വീകരിക്കാൻ ബുദ്ധിമുട്ടുള്ളതായിത്തീരുകയും ചെയ്യുന്നു.

അങ്ങനെ ഗുജറാത്തിലെ പരീക്ഷണം വ്യാപിപ്പിക്കാമോ എന്നുള്ള അന്വേഷണത്തിന് ഒരുപക്ഷേ എന്തു തിരിച്ചടിയുണ്ടാകാം എന്നത് വളരെ പ്രസക്തമായ ഒരു ചോദ്യമാണ്. പക്ഷേ ഗുജറാത്ത് ഒരു പ്രതിഷേധമായി മാറുകയും നമ്മൾ ഇത്രയും പ്രതീക്ഷിച്ചിരുന്നില്ല എന്ന് ഇന്ത്യയിൽ ആരോ പറയുന്നതായി കേൾക്കേണ്ട അവസ്ഥ സംജാതമാവുകയും ചെയ്തിരുന്നു.

ഫാസിസത്തിന് വന്നുകൊണ്ടിരിക്കുന്ന തടസ്സങ്ങളെക്കുറിച്ചാണ് നാം പറയുന്നത്. ഇത്തരം തടസ്സങ്ങൾ ഇന്ത്യൻ മനസ്സിന്റെ പൊതു ബോധത്തിൽ നിന്ന് ഉണ്ടായിക്കൊണ്ടിരിക്കുന്നുണ്ട്. അതിലൊന്നാണ് പള്ളി പൊളിച്ചതും പള്ളി പൊളിച്ചിട്ട് ക്ഷേത്രം പണിയാതിരിക്കുന്നതും. ക്ഷേത്രം പണിയാതിരിക്കുന്നത് അതിനുള്ള വിഷമങ്ങൾ കൊണ്ടല്ല. മറിച്ച്, ക്ഷേത്രം പണിതാൽ ഉള്ളതു കൂടി പോവും എന്നുള്ള സംശയം കൊണ്ടാണ്. ഒരുപക്ഷേ ഗുജറാത്ത് ആവർത്തിക്കാൻ കഴിയാത്ത ഒന്നാണെന്നും വരാനിരിക്കുന്ന ഗുജറാത്തിലെ ഫലം തീർച്ചയായും ഫാസിസത്തിനെതിരായ ഫലമായിരിക്കും എന്നും ഈ ചികിത്സ മറ്റ് സ്റ്റേറ്റുകളിൽ ഉപയോഗിക്കാൻ സാധ്യമല്ല എന്നും ഒരുപക്ഷേ ഇന്ത്യയിലെ ഫാസിസ്റ്റുകൾക്ക് മനസ്സിലാക്കേണ്ടി വന്നിരിക്കാം. പക്ഷേ അതുകൊണ്ട് അവർ ഇതു നിർത്തുമെന്ന് നാം വിചാരിക്കേണ്ട. അവർ മറ്റ് അടവുകൾ സ്വീകരിക്കും. കാരണം ഇതെല്ലാം ഓരോ അടവുകളാണ്. ഇതെല്ലാം ഓരോ മാർഗ്ഗവുമാണ്. അടവുകൾ ഉപയോഗിക്കുമ്പോൾ, മാർഗ്ഗങ്ങൾ ഉപയോഗിക്കുമ്പോൾ തീർത്തും മനുഷ്യരുടെ വൈകാരിക മണ്ഡലത്തെയും നമ്മുടെ ചിന്താശീലത്തെയും സ്നേഹ ശീലത്തെയും മാറ്റി നിർത്തുക എന്നത് ഫാസിസം ആദ്യമായും അവസാനമായും ഉറപ്പിക്കുന്ന ഒരു തത്വമാണ്. ഈ ഡീഹ്യൂമനൈസേഷൻ അഥവാ വികാരദൂരീകരണം എന്നുള്ളത്, വികാരനിർമ്മാർജ്ജനമെന്നുള്ളത് ഒരു ഫാസിസ്റ്റ് ക്രിയാപദ്ധതിയുടെ ആദ്യത്തെ ഘടകമാണ്. ഒരുപക്ഷേ ചുറ്റുപാടുകളിൽ ഇത്തരം വികാരങ്ങളൊന്നുമില്ലാത്ത ആളുകളുണ്ടാവും. തെരുവിൽ പോയി അവരെ റിക്രൂട്ട് ചെയ്യുന്നു. മറ്റുള്ളവരെ വിളിച്ചു കൊണ്ടുവന്ന് സ്കൂളിലും പാഠശാലകളിലും വച്ച് അവരുടെ മനുഷ്യത്വം ഇല്ലാതാക്കിത്തീർക്കുകയും എന്തും ചെയ്യാൻ സന്നദ്ധരാക്കിത്തീർക്കുകയും ചെയ്യുന്നു. ഇങ്ങനെയുള്ളൊരു സന്നദ്ധ സംഘത്തിൽ നിന്നാണ് ഫാസിസ്റ്റ് ആക്ഷൻ ഉണ്ടാവുന്നത്. ഇത്തരം പ്രവർത്തനങ്ങൾ ഓരോ തരത്തിൽ ഓരോ സ്ഥലത്ത് ആവർത്തിക്കപ്പെട്ടു എന്നു വരാം. ഇതൊക്കെ നമുക്ക് അറിയാവുന്ന കാര്യമാണ്. തലശ്ശേരി ഒരു 'ടെസ്റ്റിങ്ങ് ഗ്രൗണ്ട്' ആയിരുന്നു എന്ന് തലശ്ശേരിക്കാർക്കും മറ്റുള്ളവർക്കും അറിയാം.

ഹിറ്റ്ലർ അയാളുടെ യഥാർത്ഥ ഭരണം ആരംഭിക്കുന്നതിനു മുമ്പ് ഒരു ഉദാരമായ ഭരണം ഉണ്ടാക്കിയതു പോലെ ഇവിടെ ഒരു സംയുക്ത ഭരണം ഉണ്ടാക്കുകയും ഹിറ്റ്ലറേക്കാൾ ഒരു പടികൂടി കടന്ന് ഈ സംയുക്തമായ ഭരണത്തെ ഏറ്റവും ജനാധിപത്യപരമായ ഭരണമാണ് എന്നു വിശ്വസിക്കണം എന്ന് അവർ ആവശ്യപ്പെടുകയും ചെയ്യുന്നു. അതായത് ഇന്നു നിലവിലുള്ള കേന്ദ്രഗവണ്മെന്റ് ഇവിടെയുണ്ടായതിൽ വച്ചേറ്റവും

ജനാധിപത്യമുള്ളതായിരിക്കണം എന്ന തോന്നൽ ഉണ്ടാക്കിത്തീർക്കുക എന്നത് ബി.ജെ.പി. അജണ്ടയുടെ ഒരു മുഖ്യ ലക്ഷ്യമാണ്.

കാരണം അങ്ങനെയൊരു ബോധം ഉണ്ടാക്കിയാൽ ആ ബോധത്തിൽ കേവലമൊരു ഫാസിസ്റ്റ് ഗവണ്മെന്റിനെ പ്രതിഷ്ഠിക്കാൻ കഴിയും. അതാണ് അതിന്റെ സാമാന്യമായ അർത്ഥം. ഗുജറാത്ത് ഗവണ്മെന്റിനെ പിരിച്ചു വിടണമെന്ന് ആവശ്യപ്പെട്ടവരോട് അവർ ഉള്ളിൽ വച്ചു പറഞ്ഞ മറുപടി, 1959-ൽ കേരളത്തിലെ ഗവൺമെന്റിനെ പിരിച്ചുവിട്ടതിനെപ്പോലെ ജനാധിപത്യ വിരുദ്ധമായി ഒരു സംസ്ഥാന ഗവൺമെന്റിനെയും പിരിച്ചു വിടില്ല എന്നാണ്. അതുകൊണ്ട് തങ്ങൾ ജനാധിപത്യ ഗവണ്മെന്റാണ് എന്നു ബി.ജെ.പി ഉറപ്പിച്ച് ആവർത്തിക്കുന്നതിന്റെ അർത്ഥം അടുത്ത സന്ദർഭത്തിൽ അവർ പൂർണ്ണമായും ജനാധിപത്യ വിരുദ്ധമാകാൻ തയ്യാറെടുക്കുന്നു എന്നുള്ളതാണ്. ഇങ്ങനെയൊരു മോഹവലയം ഉണ്ടാക്കുക എന്നത് ജനങ്ങളുടെ വിശ്വാസമാർജ്ജിക്കാനുള്ള, വിശ്വാസമാർജ്ജിച്ചു വോട്ടു നേടാനുള്ള മാർഗ്ഗമാണ് എന്നു കരുതുന്ന ഒരു വിഭാഗവും ആക്രമണം കൊണ്ട് അടക്കുകയും കൊല്ലുകയും ചെയ്തുകൊണ്ട് ഭൂരിപക്ഷം നേടാം എന്ന് വിശ്വസിക്കുന്ന മറ്റൊരു വിഭാഗവും അവരുടെ അണികളിലുണ്ട് എന്ന് നാം അറിയുന്നു. ഫാസിസ്റ്റുകളിൽ വിരുദ്ധമായ രണ്ട് അഭിപ്രായമുള്ളവരുണ്ട് എന്നും ഇവർ തമ്മിൽ ആശയ സംഘട്ടനം നടന്നുകൊണ്ടിരിക്കുന്നുണ്ട് എന്നും നാം കൃത്യമായി മനസ്സിലാക്കുന്നു. ഇവിടെയുള്ള മുസ്ലീങ്ങളെ അല്ലെങ്കിൽ അഹിന്ദുക്കളെ നിർമ്മാർജ്ജനം ചെയ്യുകയോ ഭയപ്പെടുത്തിയതിനു ശേഷം അവരുടെ വോട്ടുകൾ നേടുകയോ എന്ന മറ്റേ തന്ത്രം ഒരുപക്ഷേ ഇക്കഴിഞ്ഞ കാശ്മീർ തെരഞ്ഞെടുപ്പ് ഫലം പുറത്തു വന്നതോടെ ഫാസിസ്റ്റുകളെ ഏറെ വിഷമത്തിലായിട്ടുണ്ട് എന്നാണ് നാം മനസ്സിലാക്കേണ്ടത്. ജനങ്ങളുടെ മനസ്സിനെ പിടിച്ചെടുക്കാൻ ഫാസിസ്റ്റുകൾക്ക് സാധിച്ചിട്ടില്ല എന്നത് കാശ്മീർ നൽകുന്ന ഒരു പാഠം കൂടിയാണ്.

കാശ്മീരിൽ സ്വതന്ത്ര്യമായ തെരഞ്ഞെടുപ്പ് നടക്കുന്നു എന്നും ഈ തെരഞ്ഞെടുപ്പ് നമ്മളെ അംഗീകരിക്കും എന്നും പറഞ്ഞിരുന്ന ആളുകൾക്ക് ജനങ്ങൾ ഫാസിസ്റ്റ് ശക്തികളെ ഒരിക്കലും അംഗീകരിക്കുന്നില്ല എന്ന സന്ദേശമാണ് നൽകിയത് എന്നത് അവരുടെ ഒരു പരാജയമാണ്. ഇതൊന്നും നമുക്ക് ആഹ്ലാദിക്കാനുള്ളതാണ് എന്നു ഞാൻ പറയുന്നില്ല. പക്ഷേ ഇത് അവരുടെ തോൽവിയാണ് എന്നു മാത്രം.

മറ്റുള്ളവരുടെ തോൽവിയിലല്ല നമുക്ക് ആനന്ദം കണ്ടെത്തേണ്ടത്. നാം നമ്മുടെ സമൂഹത്തെ, നമ്മുടെ വിശ്വാസത്തെ, പ്രവർത്തനത്തെ മറ്റൊരു തരത്തിൽ സജ്ജമാക്കുന്നില്ല എങ്കിൽ ഫാസിസത്തെ നമുക്ക്

തുടർന്നെതിർക്കാൻ സാധിക്കുമോ എന്ന കാര്യം സംശയമാണ്. ഭയപ്പെടുത്തുമ്പോൾ ഭയപ്പെടുകയും ഒഴിഞ്ഞുപോകുകയും ഇങ്ങനെ കുറെ ഭയപ്പെടുത്തിക്കഴിയുമ്പോൾ എല്ലാവരും ഒഴിഞ്ഞു പോവുകയും കൂട്ടിൽ കിളിയില്ലാതാവുകയും ചെയ്യുന്ന അവസ്ഥയുണ്ടായിത്തീരും എന്നുള്ള താണ് ശാരീരിക ആക്രമണത്തിന്റെ തത്വം.

ഇങ്ങനെ ആളുകളെ ഒഴിവാക്കാൻ ഭയപ്പെടുത്താമെന്നും ആയുധം കൊണ്ട് ഭയപ്പെടുത്താം എന്നുമുള്ള തത്വം കേരളത്തിൽ പ്രയോഗിച്ച തിന്റെ അനുഭവമുണ്ട്. അന്ന് ഇതിനെ നേരിടാൻ ഇന്ത്യയിലും കേര ളത്തിലും മറ്റാരും ഉണ്ടായിരുന്നില്ല. മാർക്സിസ്റ്റ് അണികൾ മാത്രമേ ഉണ്ടായിരുന്നുള്ളൂ എന്നും കൂടി മനസ്സിലാക്കണം. അതും മറന്നുപോയി ക്കഴിഞ്ഞ ഒന്നാണ്.

●

2002

ഗാന്ധിവധവും ഫാസിസവും

ഗാന്ധിജിയെ കൊന്ന ആൾ ആരാണ് എന്നും എന്തിനാണ് ഗാന്ധിജിയെ കൊന്നതെന്നും ഗാന്ധിജിയുടെ ശിഷ്യന്മാരൊക്കെ മറന്നുപോയി. തൊള്ളായിരത്തിനാൽപ്പത്തിയെട്ടിൽ ജീവിച്ചിരിക്കുകയും ഗാന്ധിജിയുടെ ചിതാഭസ്മം കാണാൻ ഇടവരികയും, ഗാന്ധിജിയെത്തന്നെ കാണാൻ അവസരം ഉണ്ടാവുകയും ചെയ്ത ആളുകൾക്ക് ഇതൊന്നും ഒരു തമാശയല്ല എന്ന് കൃത്യമായും തിരിച്ചറിയാൻ സാധിക്കും. അതുകൊണ്ട് ഗാന്ധിയെ കൊന്നതാരാണ് എന്ന ചോദ്യം, ഗാന്ധിജിയുടെ ചോരവീണത് എവിടെയാണ് എന്ന ചോദ്യം, ഗാന്ധിജിയെ വെടിവച്ച് വീഴ്ത്തിയിട്ട് കാപ്പി കുടിച്ചുകൊണ്ടും കടല കൊറിച്ചുകൊണ്ടും പോയ ഗോഡ്സെ അവസാനമായി പറഞ്ഞത് എന്താണ് എന്നുള്ള കാര്യം പ്രായമുള്ള ഗാന്ധിയന്മാർ പോലും മറന്നു കഴിഞ്ഞു. അതുകൊണ്ടു തന്നെയാണ് ആർ.എസ്.എസ്. എന്നത് ഒരു സാംസ്കാരിക പ്രസ്ഥാനമാണ് എന്നു ധരിക്കാൻ ചിലർക്ക് ഇട വന്നത്. ഒരു പ്രായമെത്തിയാൽ ഓർമ്മക്കേടുമുണ്ടാവും.

ഗാന്ധിവധം ഒരു ഐഡിയോളജിക്കൽ മർഡർ ആയിരുന്നു, പ്രത്യയശാസ്ത്രപരമായ ഒരു വധം. ഈ നാടിന്റെ നാശത്തിനു മുഴുവൻ ഗാന്ധിയാണ് കാരണമെന്നും അയാൾ പാക്കിസ്ഥാനു കൊടുക്കാനുള്ള കാശ് കാശായിത്തന്നെ കൊടുക്കണമെന്നും ഇപ്പോൾത്തന്നെ കൊടുക്കണമെന്നും അല്ലെങ്കിൽ പട്ടിണി കിടക്കുമെന്നും പറഞ്ഞു ഭീഷണിപ്പെടുത്തി. അങ്ങനെയുള്ള ആളെ വച്ചിരിക്കാൻ പാടില്ല എന്നു തീരുമാനിച്ചിട്ട്, ലോകരക്ഷയ്ക്കാണ് ഗാന്ധിജിയെ കൊല്ലുന്നത് എന്നു ഗോഡ്സെയും അദ്ദേഹത്തിന്റെ സഹോദരനും പറഞ്ഞു നടന്നു.

ഇതിനെയാണ് നാം നേരിടുന്നത് എന്നും ഇത്തരം തണുത്ത രക്തത്തോടു കൂടിയ ഫാസിസത്തെ നേരിടുമ്പോൾ നാം അങ്ങനെ തന്നെ

നേരിടണം എന്നും പാവങ്ങളായ കവികൾക്ക് പലപ്പോഴും മനസ്സിലായിട്ടില്ല. അതൊരു തെറ്റൊന്നുമല്ല. അവർ അതതുകാലത്തെ വികാരങ്ങൾക്ക് അടിപ്പെട്ട് ജീവിക്കുന്നവരാണ് എന്നു കരുതാം. ഇതു കേൾക്കുമ്പോൾ ശരിയാണ് എന്നു തോന്നും, മറ്റൊന്ന് കേൾക്കുമ്പോൾ മറിച്ചും തോന്നും. അതുകൊണ്ടാണ് ഒരാൾ ഇവിടെ വന്ന് ഇവിടുത്തെ കവികളെല്ലാം കൊലപാതകികളാണ് എന്നു പറഞ്ഞത്. അപ്പോഴും ആര്, ആരെ കൊന്നു എന്നൊന്നും അവർ അന്വേഷിച്ചിട്ടില്ല. ആരെയും കൊല്ലാൻ പാടില്ല എന്ന തത്വശാസ്ത്രത്തിൽ വിശ്വസിക്കുകയും ലോകത്തിലെ ഏറ്റവും വലിയ കൊലപാതകങ്ങൾ കവിതയാക്കി, അതാണ് ലോകോത്തര കവിത എന്നു പറയുകയും ചെയ്യുന്ന അവർ. രാമായണം, മഹാഭാരതം എന്നിവയൊക്കെയാണ് ഏറ്റവും കൂടുതൽ കൊലപാതകങ്ങളെ വാഴ്ത്തുന്നത്. കൊല്ലുന്നതാണ് ധർമ്മമെന്നു കരുതുന്ന ഒരു ജനത. ഇതേ ജനതയാണ് ഒരു സുപ്രഭാതത്തിൽ സമാധാനവാദികളായി മാറുന്നതും കവികൾ സാമാധാന പ്രസ്ഥാനക്കാരാണ് എന്നു പറയുന്നതും ആരെയും കൊല്ലരുത് എന്നും എല്ലാവർക്കും അമ്മമാരുണ്ട് എന്നു വിവരിക്കുന്നതും. മരിച്ച ഒരുപാടു പേർക്ക് അമ്മമാരുണ്ട് എന്ന് ഓർക്കേണ്ട കാര്യം മറന്നു പോയി. ഇതൊക്കെ മാപ്പു കൊടുക്കേണ്ട കാര്യമാണ്. മാപ്പു പറയേണ്ട കാര്യമല്ല.

നമ്മുടെ സമൂഹത്തിന് ഇനിയും വേണ്ടത്ര ഉണർന്നിട്ടില്ലാത്ത ഒരു തലമുണ്ട്. ഏറ്റവും പ്രവർത്തനക്ഷമമായ, ഏറ്റവും കാര്യക്ഷമമായ, ഏറ്റവും സിദ്ധാന്തബദ്ധമായ, ആയുധസജ്ജമായ ഒരു ഫാസിസ്റ്റ് പ്രത്യയശാസ്ത്രത്തിന്റെയും പ്രയോഗരീതിയുടെയും മുന്നിലാണ് നമ്മൾ നിൽക്കുന്നത് എന്ന ബോധം. അത് തീർച്ചയായും നമുക്കുണ്ടാവണം. നമുക്ക് നമ്മുടെ രാഷ്ട്രീയ പ്രവർത്തനം തിരിച്ചുപിടിച്ചേ പറ്റൂ. കേരളത്തിൽ അത്തരം പ്രവർത്തനങ്ങൾ മന്ദീഭവിപ്പിക്കാനുള്ള ശ്രമം ഹിന്ദുത്വ ശക്തികൾ ആരംഭിച്ചിട്ടുണ്ട്. അതുകൊണ്ട് കൂടുതൽ സ്വീകാര്യരായിത്തീരാൻ അവർ കൃത്യമായി കുളിക്കുകയും കൃത്യമായി ഷർട്ടിന്റെ ബട്ടണുകൾ ഇടുകയും കൃത്യമായി തല ചീകുകയും കൃത്യമായി പൂർണ്ണവാക്യങ്ങൾ സംസാരിക്കുകയും ചെയ്യുന്ന കാലം അടുത്തു തന്നെയുണ്ടായി എന്നും വരാം. അതുകാണുമ്പോൾ ഇവർ മാറിയിരിക്കുന്നുവെന്നും മനം മാറിയിരിക്കുന്നുവെന്നുമുള്ള ഭ്രമം നമുക്കുണ്ടായി എന്നു വരാം. അങ്ങനെയൊരു കാലാവസ്ഥ ഇവിടെ പ്രവചിക്കാവുന്നതാണ്. അടുത്ത തെരഞ്ഞെടുപ്പിൽ കൂടുതൽ സ്വീകാര്യത ഉണ്ടാക്കാനുള്ള ശ്രമത്തിലാണ് ഇവിടുത്തെ ഫാസിസ്റ്റ് ശക്തികൾ ഇപ്പോൾ ഏർപ്പെട്ടിരിക്കുന്നത്. അതുകൊണ്ട് അവർ അവരുടെ ആയോധന രീതികളിൽ അയവു വരുത്തുകയും യോജിപ്പുകളിൽ കൂടുതൽ ഊന്നൽ കൊടുക്കുകയും ഇതൊരു കാശ്മീരിയൻ

തന്ത്രമായി, ഫെർണാണ്ടസ് തന്ത്രമായി ഈ കേരളത്തിലും പ്രായോഗി ക്കാൻ ശ്രമിക്കുകയും ചെയ്തു എന്നു വരാം. അപ്പോൾ നാം ചെയ്യേണ്ടത് യുദ്ധമല്ല, മറിച്ച്, നമ്മുടെ വെടി മരുന്ന് ഉണക്കി സൂക്ഷിക്കുകയാണ്. ഇത് ഒരു പ്രധാനകാര്യമാണ്. നാം സമാധാനത്തെപ്പറ്റി സംസാരിച്ചിരിക്കു മ്പോൾ ഫാസിസ്റ്റാക്രമണത്തെ നേരിടുവാനുള്ള യുദ്ധ സന്നദ്ധതയോടു കൂടി ഇരിക്കണം എന്നുള്ളത് ഫാസിസ്റ്റ് പ്രതിരോധത്തിന്റെ പ്രധാന പാഠമാണ്. ഇത് ഏതു നഗരത്തേക്കാളും തലശ്ശേരിക്ക് അറിവുള്ളതാണ്. ഒരുപക്ഷേ നമ്മുടെ പ്രതിരോധത്തെ തകർക്കുവാനാണ് ഇവിടെ നിര ന്തരമായ ആക്രമണം ഉണ്ടായിരിക്കുന്നത് എന്നും നമുക്കറിയാം. അത്തരം ആക്രമണങ്ങൾ ആവർത്തിക്കാതിരിക്കാനും ഒരുപക്ഷേ ഈ അടയാളങ്ങളുടെ പിന്നാലെയും ആവേശങ്ങളുടെ പിന്നാലെയും പോവുന്ന ജനങ്ങളെ തിരിച്ചു വിളിക്കുവാനുമുള്ള പരിശ്രമം നമ്മുടെ ഭാഗത്തു നിന്ന് ഉണ്ടാവേണ്ടതായിട്ടുണ്ട്.

എങ്ങനെയാണ് നഷ്ടപ്പെട്ട സാഹോദര്യം തിരിച്ചു പിടിക്കുകയും നഷ്ടപ്പെട്ട സ്നേഹം വീണ്ടെടുക്കുകയും എങ്ങനെയാണ് നഷ്ടപ്പെട്ടു പോയ മനുഷ്യസൗഹാർദ്ദം ഉണ്ടാക്കിയെടുക്കുകയും എങ്ങനെയാണ് ജാതിഭേദം, മതദ്വേഷം എന്നു തുടങ്ങിയ വികാരങ്ങൾ ഇല്ലാത്ത ഒരു സ്വർഗ്ഗമാണ് ഇവിടെ എന്ന ശ്രീനാരായണന്റെ സന്ദേശം നടപ്പാ ക്കാൻ കഴിയുന്ന ഒരവസ്ഥ സംജാതമാക്കുകയും ചെയ്യുക എന്നുള്ള പരീക്ഷണത്തിൽ നാം ഏർപ്പെടാൻ പോകുകയാണ്. കാരണം ഈ മുദ്രാവാക്യങ്ങളെല്ലാം വിപരീതമാക്കപ്പെടുകയും എല്ലാ ആദർശങ്ങളും തലകീഴായി നിർത്തപ്പെടുകയും ചെയ്യുന്ന വിപരീതമായ ഒരു ചരിത്ര സന്ദർഭത്തെ നേരിടുകയാണ് നാം ചെയ്തു കൊണ്ടിരിക്കുന്നത്. ഇവിടെ നാം ഉണർന്നിരിക്കുകയും ഒരുപക്ഷേ ഈ ഉണർവിന്റെ അടയാളമായി നിരന്തരമായ ജാഗ്രതയാണ് പ്രതിരോധത്തിന്റെ ആദ്യപാഠം എന്നു മനസ്സിലാക്കുകയും ചെയ്യേണ്ടിയിരിക്കുന്നു.

ആരാണ് ഇവിടെ ഹിന്ദുക്കളെ സമീപിച്ച് നിങ്ങൾ ഹിന്ദുക്കളാണ് എന്ന് ഓർമ്മപ്പെടുത്തിക്കൊണ്ടിരിക്കുന്നത്? എന്തിന് അവരങ്ങനെ ചെയ്തു കൊണ്ടിരിക്കുന്നു? നമുക്കറിയാത്ത എന്തറിവാണ് രാമായണ ത്തെക്കുറിച്ച്, രാമനെക്കുറിച്ച് സീതയെക്കുറിച്ച് ഹിന്ദുത്വ വാദികൾക്കു ള്ളത്? നമുക്കറിയാത്ത ഏതു ഗംഗയാണ്, നമുക്കറിയാത്ത ഏതു ഹിമാ ലയമാണ്, ഏതു പരമശിവനാണ്, അവരുടെ കൂടാരത്തിൽ അഭയം പ്രാപിക്കുന്നത് എന്നു തിരിച്ചു ചോദിക്കേണ്ട കാലമാണിത്.

ഏതാനും വർഷം മുമ്പ് കേരളത്തിലെ ഒരു ദൃശ്യമാധ്യമ പ്രവർത്തകൻ ഉത്തരേന്ത്യയിൽ ചെന്ന് ഹെഡ്ഗേവാറിന്റെ വീട് ചിത്രീകരിക്കാനും

വിവരങ്ങൾ ശേഖരിക്കാനും താല്പര്യമുണ്ട് എന്ന് ചുമതലപ്പെട്ടവരോട് പറയുകയുണ്ടായി. അതിന്റെ കാര്യസ്ഥൻ ഉടനെത്തന്നെ വിസമ്മതിക്കുകയാണ് ചെയ്തത്. പക്ഷേ, അയാൾ ദൂരെ നിന്നു വന്നതു കൊണ്ടും പെട്ടെന്നു തിരിച്ചു പോകാൻ ഒരുക്കമല്ലാത്തതു കൊണ്ടും പലരെയും കണ്ട് അനുവാദം വാങ്ങിക്കൊണ്ടും ആ വീട്ടിലെത്തുന്നു. അതൊരു പഴയ വീടാണ്. അവിടെച്ചെന്ന് കാര്യസ്ഥന്റെ അടുക്കൽ സമ്മതം കാണിച്ചു കൊടുത്തു. രോഷത്തോടെ അയാൾ തിരിച്ചുചോദിച്ചത് നിങ്ങൾ കേരളത്തിൽ നിന്ന് എത്തിയത് ഞങ്ങളെ പ്രശസ്തരാക്കാനല്ലേ എന്നായിരുന്നു. എന്നാൽ 'ഒറ്റവെടികൊണ്ട് തന്നെ ഞങ്ങൾ 1948-മുതൽ ലോക പ്രശസ്തരായിക്കഴിഞ്ഞു.' വെന്ന് അയാൾ പറഞ്ഞു. 'ഒറ്റ വെടികൊണ്ട് ലോകം മുഴുവൻ സന്നിധ്യം അറിയിക്കുകയും ഇന്ത്യാ ചരിത്രത്തിൽ സ്ഥാനം പിടിക്കുകയും ചെയ്ത ഒരു സംഘമാണ് ഞങ്ങളുടേത്' എന്നും ആ കാര്യസ്ഥൻ വിശദീകരിച്ചു. ആ വെടിയൊച്ച ഗാന്ധിജിക്ക് നേരെയുതിർത്ത ഉണ്ടയുടേതായിരുന്നു. ആ സംഭവം ഗാന്ധിജി മരിച്ച സംഭവമായിരുന്നു.

1948-ൽ ഗാന്ധിജിയുടെ വധത്തോടു കൂടിയാണ് ഇന്ത്യാ ചരിത്രം പിടിച്ചെടുക്കുവാനുള്ള ഹിന്ദുത്വ വാദികളുടെ ശ്രമം ഒരുപക്ഷേ ശക്തമായിത്തീരുന്നത് എന്നുള്ളതിന്റെ ഓർമ്മക്കുറിപ്പാണിത്. എത്ര നിർഭയമായാണ്, എത്ര തണുത്ത രക്തത്തോടു കൂടിയാണ് ഓരോ പ്രവൃത്തിയും ഒരു ധർമ്മാനുഷ്ഠാനമെന്ന നിലയിൽ ഇവിടുത്തെ ഹൈന്ദവ പാരമ്പര്യം അവകാശപ്പെടുന്ന സംഘടനകൾ ചെയ്തുകൊണ്ടിരിക്കുന്നത് എന്ന് ഇന്നോ ഇന്നലെയോ പുറത്തിറങ്ങിയ നോട്ടീസുകൾ പോലും വ്യക്തമാക്കുന്നു.

തനിക്ക് ഇഷ്ടപ്പെട്ട നിലക്കടലയും കൊറിച്ചുകൊണ്ടാണ് ഗോഡ്സെ തണുത്ത വെളുപ്പാൻ കാലത്ത് ഗാന്ധിജിയെ വെടിവച്ചു കൊല്ലാൻ പുറപ്പെട്ടത്. അങ്ങനെ ചെയ്യുമ്പോഴും ചെയ്തതിനു ശേഷവും താൻ ചെയ്തത് ചരിത്രത്തോടുള്ള നിഷ്ഠുരതയാണ് എന്ന ബോധം അയാൾക്കുണ്ടായിരുന്നില്ല. ഒരുപക്ഷേ മഹാഭാരത കഥയിലുള്ളതിനേക്കാളും ഭീകരമായി ഗർഭസ്ഥ ശിശുക്കളെപ്പോലും നശിപ്പിക്കുമ്പോൾ, ഗുജറാത്തിലെ കർസേവകർക്കും വാസ്തവത്തിൽ ഈ വികാരമുണ്ടായിരുന്നില്ല. ഈ നിർവികാരതയെയാണ്, നിർവികാരമായ ക്രൂരതയെയാണ് ഇന്ത്യയിലെ ജനത നേരിടുന്നത് എന്ന ബോധം സാമാന്യ ജനങ്ങൾക്ക് ഉണ്ടായിത്തീരേണ്ട സന്ദർഭമാണിത്.

എപ്പോഴും ഫാസിസത്തിന് ഒന്നിലധികം നാവുകളുണ്ട്. ഇത് ഫാസിസത്തിന്റെ വളരെ സാധാരണമായ ഒരു സ്വഭാവ രീതിയാണ്. മനുഷ്യൻ സത്യസന്ധനായിരിക്കണമെന്നത് ഒരു അന്ധവിശ്വാസമാണ്

എന്ന വിശ്വസിക്കുന്ന ഒരു പ്രത്യയശാസ്ത്രമാണ് ഫാസിസം. കാരണം സത്യം പറയുക എന്നത് ഏതു മണ്ടനും ചെയ്യാവുന്ന ഒരു കാര്യമാണ്. സത്യം പറയാൻ കണ്ടു പറഞ്ഞാൽ മതി. അസത്യം പറയാൻ രാഷ്ട്രീയ ബോധം വേണം. ഭാവിയെക്കുറിച്ചുള്ള ഒരു കാഴ്ചപ്പാടു കൂടി വേണം. അതുകൊണ്ട് അസത്യം നിർമ്മിച്ച് വിറ്റഴിക്കുകയെന്നതും സത്യത്തെ അസത്യം കൊണ്ടു മൂടുക എന്നതും ഫാസിസം ഇവിടെ മാത്രമല്ല യൂറോപ്പിലും പരിചരിച്ചു വന്ന ഒരു പദ്ധതിയായിരുന്നു. കമ്മ്യൂണിസം വിദേശത്തു നിന്നു കൊണ്ടുവന്ന ആശയമാണ് എന്ന് ഇന്ത്യയിലെ ഫാസിസ്റ്റുകൾ എപ്പോഴും പറയാറുണ്ട്. പക്ഷേ ഫാസിസത്തിന്റെ നൂറുശതമാനം ആയുധങ്ങളും വിദേശ നിർമ്മിതമാണെന്ന് അവർ ആരോടും പറയാറില്ല. കാരണം ഇന്ത്യയിൽ ഹിന്ദുത്വമാണ് ദേശീയത എന്ന പ്രഖ്യാപനം മുസോളിനി 1920-കളിൽ പറഞ്ഞ പ്രഖ്യാപനത്തിന്റെ ആവർത്തനമാണ് എന്ന് പുസ്തകം വായിക്കുന്നവർക്കൊക്കെ അറിയാം. ഇവിടെ കെ.എൻ പണിക്കാരോ എം.ജി.എസ് നാരായണനോ മറ്റു ചരിത്രകാരന്മാരോ ഇന്ത്യയുടെ ദേശീയത എന്താണ് എന്ന കാര്യം ചർച്ച ചെയ്തുകൊണ്ടിരിക്കുന്ന കാര്യമാണ്. ഇന്ത്യയിൽ ഹിന്ദുക്കളുണ്ട്, മുസ്ലീങ്ങളുണ്ട്, സിഖുകാരുണ്ട്, പാർസികളുണ്ട്. ഇങ്ങനെ പലരും ജീവിക്കുന്നു. പല ഭാഷകളും സംസാരിക്കുന്ന പല സ്റ്റേറ്റുകളുള്ള ഒരു രാജ്യത്തിന്റെ ദേശീയത എന്താണ് എന്നതിനെക്കുറിച്ച് ചർച്ച നടന്നുകൊണ്ടേയിരിക്കുന്നു. ഇതൊക്കെ പണ്ടേ നടന്നുകൊണ്ടിരിക്കുന്ന ചർച്ചയാണ്. ക്ലാസുകളിൽ നടന്നു കൊണ്ടിരിക്കുന്ന ചർച്ചയാണ്. നാട്ടുകളിൽ നടന്നുകൊണ്ടിരിക്കുന്ന ചർച്ചയാണ്. ഇന്ത്യയുടെ ദേശീയതയെ രൂപപ്പെടുത്തുകയും ഏകമുഖമാക്കിത്തീർക്കുകയും ചെയ്തത് സ്വാതന്ത്ര്യ സമരമാണ് എന്നു നമുക്കറിയാം. അതുകൊണ്ട് 1947 വരെ ദേശീയതയെക്കുറിച്ച സംശയമുണ്ടായിരുന്നില്ല എന്നു ഞങ്ങൾ പറയുന്നത് ഞങ്ങൾക്ക് വയസ്സ് കൂടുതലായതു കൊണ്ടാണ്. 1947-ൽ ചെറുപ്പക്കാരായിരുന്ന ആളുകൾക്ക് 1947 ആഗസ്റ്റ് പതിനാലാം തീയതി ഒരു ചരിത്ര കാലഘട്ടം അവസാനിക്കുക മാത്രമല്ല ചെയ്തത്, മനുഷ്യവികാരങ്ങളുടെ ഒരു ഘട്ടം കൂടി അവസാനിക്കുകയായിരുന്നു.

ഒരൊറ്റ നിമിഷംകൊണ്ട്, ഒരൊറ്റ ഒപ്പ കൊണ്ട്, ഇന്ത്യയുടെ ചരിത്രം മാറ്റപ്പെടുകയും നമ്മുടെ നൂറ്റാണ്ടു കാലത്തെ സ്വപ്നം യാഥാർത്ഥ്യമായിത്തീരുകയും യാഥാർത്ഥ്യം അത്ര നല്ലതൊന്നുമല്ല എന്ന് നമുക്ക് മനസ്സിലാവുകയും ചെയ്തു. 'ഈ സ്വാതന്ത്ര്യം എന്തൊരു പരിഹാസം' എന്ന് വൈലോപ്പിള്ളി കവിതയെഴുതാൻ കാരണമിതാണ്.

1947-നു മുമ്പ് ദേശാഭിമാനികളായ നമ്മുടെ സ്വാതന്ത്ര്യ സമര ഭടന്മാർ എവിടെയായിരുന്നു, ആർ.എസ്.എസ്. എവിടെയായിരുന്നു എന്നുള്ള

ചോദ്യം, ഇന്ത്യൻ സ്വാതന്ത്ര്യത്തിന് അവർ എന്ത് സംഭാവന നല്കി എന്ന ചോദ്യം, ദേശാഭിമാനത്തെക്കുറിച്ച് സംസാരിക്കാൻ അവർക്ക് എന്ത് അർഹതയുണ്ട് എന്ന ചോദ്യം ചോദിക്കുമ്പോഴാണ് വാസ്തവത്തിൽ കെ. എൻ പണിക്കർ ഇനി സംസാരിക്കേണ്ടതില്ല എന്നു തീരുമാനിക്കപ്പെടുന്നത്.

പണിക്കർ ഗവേഷണം നടത്തുന്നത് ഇന്ത്യയുടെ ആധുനിക ചരിത്രത്തിലാണ്. അവിടെ പരതി നോക്കുമ്പോൾ ഒരൊറ്റ ഹിന്ദുത്വ വാദിയെയും കാണാനില്ല. കാരണം, ഹിന്ദുത്വം എന്ന വാക്ക് പിന്നീടുണ്ടാക്കിയതാണ്. അവിടെയുണ്ടായിരുന്നത് ഹിന്ദുവെന്നോ ക്രിസ്ത്യാനിയെന്നോ മുസൽമാനെന്നോ തിരിച്ചറിവില്ലാതെ, ഒന്നിച്ചു പട പൊരുതുന്ന ഒരൊറ്റ മനുഷ്യനാണ്. 1947 ആഗസ്റ്റ് 15-ന് മുമ്പ് ഇന്ത്യക്കാരൻ ഒരൊറ്റ മനുഷ്യനായിരുന്നു.

വിഭാഗീതയയില്ലാത്ത ഒരൊറ്റ മനുഷ്യന്റെ സ്ഥാനത്ത്, അരികിൽ എവിടെയുമില്ലാത്ത ഹിന്ദുത്വ വാദികൾ മിക്കപ്പോഴും ഇവിടുത്തെ ബ്രിട്ടീഷ് ഭരണത്തെ അനുകൂലിക്കുകയും അവരെ സേവിക്കുകയും ചെയ്തിരുന്ന ആളുകൾ. വീണ്ടും 48- ലെ ഒരു വെടിയൊച്ച കൊണ്ട് ലോകത്തെ മുഴുവൻ അതിന്റെ ശബ്ദം കേൾപ്പിക്കുകയും ഒരു മരണംകൊണ്ട് ചരിത്രത്തെ പിടിച്ചടക്കുകയുമാണ് ചെയ്യുന്നത്. അതിന് അതു മാത്രമല്ല അർത്ഥമുള്ളത്. ജീവിതകാലം മുഴുവൻ ഗാന്ധി ഒരു രാമനെക്കുറിച്ച്; രാമരാജ്യമാണ് തന്റെ ലക്ഷ്യമെന്നതിനെക്കുറിച്ച് പറഞ്ഞുകൊണ്ടിരുന്നുവെന്ന് ഞങ്ങൾക്ക് ഓർക്കാതിരിക്കാൻ കഴിയില്ല. 'ഞാൻ സ്വപ്നം കാണുന്ന സ്വതന്ത്ര ഇന്ത്യ രാമരാജ്യമാണ്' എന്നു പറഞ്ഞത് ഗാന്ധിജിയാണ്. രാമരാജ്യം എന്ന ചലച്ചിത്രം നേരിട്ടു പോയി കണ്ടത് ഗാന്ധിജിയാണ്. അദ്ദേഹം സിനിമ കാണുന്ന ആളല്ല. പക്ഷേ 'രാമരാജ്യം' എന്ന പഴയ ചലച്ചിത്രം അദ്ദേഹം പോയിക്കാണുകയും വളരെ സന്തോഷിക്കുകയും അതു കാണാൻ മറ്റുള്ളവരോട് ഉപദേശിക്കുകയും ചെയ്തു. കാരണം ഗാന്ധിജിയുടെ മനസ്സിൽ വേറൊരു രാമനുണ്ടായിരുന്നു. ലോകത്തിൽ ജനിക്കുന്നത് തന്നെ സുഖിപ്പിക്കാനല്ല എന്നു കരുതിയ മനുഷ്യരുടെ മാതൃകയായിട്ടാണ് ഗാന്ധിജി രാമനെ കണ്ടത്. സീത രാമനെ ഒരുപാടു ചീത്ത പറഞ്ഞതിനു ശേഷം അവസാനം പറയുന്നത്, രാമന് ഒരു മഹത്വമുണ്ട്, അവന് മാത്രമുള്ള മഹത്വം എന്നാണ്. അതു തന്നെ പോറ്റാനല്ല, ലോകത്തെ പോറ്റാനാണ്. അതിനുവേണ്ടി താൻ സർവസ്വവും ഉപേക്ഷിക്കുമെന്നു കരുതിയ ഒരാളുടെ ഓർമ്മ എപ്പോഴും എന്നിലുണ്ട് എന്നാണ്. ഈ രാമനെയാണ്, അതായത് എന്തും ത്യജിച്ചു ലോകത്തെ രക്ഷിക്കുക, രാജ്യത്തെ സ്നേഹിക്കുക എന്ന ആദർശം വച്ചുകൊണ്ടിരുന്ന ഒരു രാമനെയാണ് ഗാന്ധിജി ആദർശമായി കണ്ടത്.

ആ രാമനെയാണ് കുലച്ചവില്ലുമായി ലങ്കാ നഗരത്തെ ഭസ്മമാക്കിത്തീർക്കുകയും സ്ത്രീകളെ വിധവകളാക്കിത്തീർക്കുകയും കുട്ടികളെ അനാഥരാക്കിത്തീർക്കുകയും ചെയ്ത മറ്റൊരു രാമനായി നമ്മുടെ ചുവരുകൾ ചിത്രീകരിച്ചത് എന്നു നാം ഓർക്കുന്നു. ബാബറി മസ്ജിദ് തകർക്കുമ്പോൾ ഇവിടെ ഉയിർത്തെഴുന്നേറ്റത് കുലച്ചവില്ലുമായുള്ള ഒരു രാമന്റെ ചിത്രമാണ്. ഈ രാമൻ യഥാർത്ഥ ശ്രീരാമനല്ല. അത് മറ്റൊരു രാമനാണ്. ലങ്കയിലെ സ്ത്രീകളെയെല്ലാം വിധവകളാക്കിത്തീർക്കുകയും കുട്ടികളെ അനാഥരാക്കിത്തീർക്കുകയും ചെയ്തുകൊണ്ട് ഒരു രാജ്യത്തെ ചുട്ടുകരിക്കുകയാണ് തന്റെ ദൗത്യം എന്നു തെറ്റിദ്ധരിച്ചു പോയ രാമന്റെ ചിത്രമാണ് കുലച്ചവില്ലുമായി നമ്മുടെ ചുവരുകളിൽ പ്രത്യക്ഷപ്പെട്ടത്.

അതുകൊണ്ട് രാമന്മാർ ഒരുപാടുണ്ടെന്ന് നാം തിരിച്ചറിയണം. രാമന്റെ അയോധ്യ ഇവിടെയായിരുന്നില്ല എന്നും കൈകേയിയുടെ നാട് ഇവിടെയായിരുന്നില്ലെന്നും ബലൂചിസ്ഥാൻ പ്രദേശത്തെവിടെയോ ആയിരുന്നെന്നും എല്ലാ ചരിത്രകാരന്മാർക്കും അറിയാം. ബലൂചിസ്ഥാനിലെ ചെറിയൊരു സ്ഥലത്തിന്റെ പേരാണ് കേകേയം. അതിന്റെ തൊട്ടടുത്ത സ്ഥലമായിരുന്നു അയോധ്യ. അയോധ്യയിൽ ചെറിയ ചെറിയ യുദ്ധങ്ങളിൽ സഹായിച്ച കേകയത്തിലെ രാജപുത്രിയായ കൈകേയിയെ ദശരഥൻ സ്വീകരിച്ചു വാക്കു കൊടുത്തതിന്റെ ഫലമായിട്ടാണ് രാമായണം കഥ തന്നെയുണ്ടാവുന്നത് എന്ന കാര്യം എല്ലാ ചരിത്രകാരന്മാർക്കും അറിയാവുന്ന കാര്യമാണ്. ഈ അയോധ്യയെ, ഒരുപക്ഷേ ഇന്നുള്ള അയോധ്യയെ, ഇന്നുള്ള സരയൂതീരത്തേക്ക് കൊണ്ടുവരികയും അയോധ്യ വഴി ഡൽഹിയിലേക്ക് ഒരു എളുപ്പവഴിയുണ്ട് എന്നു കണ്ടെത്തുകയും ചെയ്തുവെന്നതാണ് ഇവിടുത്തെ ഫാസിസ്റ്റുകൾ ചെയ്തത്.

●

2002

ഇരട്ടനാക്ക്

നമ്മളൊക്കെ ചെരിപ്പിട്ടു നടക്കുന്നത് നമ്മുടെ കാല് വേദനിക്കാതിരിക്കാനാണ്. ശ്രീനാരായണൻ മെതിയടി ഇട്ടു നടന്നത് കേരളത്തിന് നാളെ വേദനയുണ്ടാകാതിരിക്കാനാണ്. പത്തനംതിട്ടയിൽ ഗുരുവിന്റെ വീട്ടിൽ, പേരക്കിടാങ്ങൾ ഒരു ചില്ലു പെട്ടിയിൽ രണ്ടു മെതിയടി സൂക്ഷിച്ചു വച്ചിട്ടുണ്ട്. മെതിയടി സൂക്ഷിച്ചു വക്കാനുള്ളതാണെന്നും ഇത് ചരിത്രത്തിൽക്കൂടി നടന്നിട്ട് അതിനെ മാറ്റിത്തീർത്ത മെതിയടിയാണെന്നും പറയുമ്പോൾ, മെതിയടിയുടെ ഉപയോഗം വേറെയാണ്. അങ്ങനെയുള്ള മെതിയടിയാണ്, അല്ലെങ്കിൽ കാലടികളാണ് ബുദ്ധൻ ഉപയോഗിച്ചിരുന്നത്. ബുദ്ധൻ നടന്നപ്പോൾ ഒരു വഴിയുണ്ടായി. അതിനെയാണ് മാർഗ്ഗം എന്നു പറയുന്നത്.

ബുദ്ധൻ നടന്നു പോകുമ്പോൾ ഒരു വഴിയുണ്ടാക്കുന്നു. ഇങ്ങനെ താൻ നടന്നു പോകുമ്പോൾ ഒരു വഴിയുണ്ടാകുന്ന ആളെയാണ് നാം സാധാരണഗതിയിൽ ഒരു വലിയ ആള്, നേതാവ് എന്നൊക്കെ പറയുന്നത്. ഇതു പറയുമ്പോൾ പി.കൃഷ്ണപിള്ള അങ്ങനെ നടന്നു പോയത് പ്രത്യേക വഴിയിൽക്കൂടിയൊന്നുമല്ല. ഐ.സി.പി. യുടെ ജീവിത ചരിത്രത്തിൽ കൃഷ്ണപിള്ളയെപ്പറ്റി പറയുന്ന ഒരു ഭാഗമുണ്ട്. കൃഷ്ണപിള്ള രഹസ്യ രേഖകൾ അടിക്കുന്ന ഒരു പ്രസ്സ്-കുറച്ചു ശബ്ദമുണ്ടാക്കുന്ന ഒരു നാടൻ പ്രസ് സംഘടിപ്പിച്ചു. എവിടെ സൂക്ഷിക്കണമെന്നറിഞ്ഞുകൂടാ- കൊണ്ടുപോയി ഒരു ഇല്ലത്തു വച്ചു. സ്ത്രീകൾ മാത്രമുള്ള ഒരു സ്ഥലം. അവിടെ പോലീസ് ചെന്ന് അന്വേഷിക്കില്ലല്ലോ. പിറ്റേന്ന് ഐ.സി.പി.യെ വിളിച്ച് കൃഷ്ണപിള്ള പറഞ്ഞു: 'പ്രസ് അവിടെനിന്നു മാറ്റണം'. ഇന്നലെ വച്ചതാണ് ഇന്നെന്തിനാ മാറ്റുന്നതെന്നു ചോദിച്ചപ്പോൾ മാറ്റണം അത്രയേയുള്ളു എന്നു പറഞ്ഞു. അപ്പോൾ ഇന്നലെ ആരെങ്കിലും വന്നിരുന്നോ ഇവിടെ? എന്നു വീട്ടുകാരായ പെണ്ണുങ്ങളോട് ചോദിച്ചു. ഇന്നലെ ഒരു പായ

കച്ചവടക്കാരൻ മാത്രം വന്നിരുന്നു. ഞങ്ങൾ പായ് വേണ്ടാന്ന് പറഞ്ഞു, അയാൾ തിരിച്ചുപോവുകയും ചെയ്തു. ആ പായ് കച്ചവടക്കാരൻ സ. കൃഷ്ണ പിള്ള ആയിരുന്നുവെന്നും കച്ചവടക്കാരനാണെന്ന വ്യാജേന അദ്ദേഹം മുറ്റത്തു വന്നപ്പോൾ പിന്നിലെ പ്രസ്സിന്റെ ശബ്ദം കേട്ടുവെന്നും എനിക്ക് കേൾക്കാമെങ്കിൽ പോലീസുകാരനും കേൾക്കാൻ കഴിയുമെന്നും അതുകൊണ്ട് പ്രസ്സ് ഇവിടെ ഭദ്രമല്ലായെന്നും മനസ്സിലാക്കി അവിടെ നിന്ന് പെട്ടെന്ന് ആ സാധനം മാറ്റിക്കളയുന്ന ഒരു സഖാവ് കൃഷ്ണപിള്ള- ഇതാണ് ശ്രദ്ധ. വലിയ വലിയ കാര്യം ചെയ്തിട്ടില്ല, ഇതുപോലെ പ്രസംഗം ചെയ്തിട്ടുമില്ല. ഇത്തരം ചെറിയ കാര്യങ്ങളിലെ ശ്രദ്ധയാണ് വലിയ കാര്യങ്ങളെ ഉതപാദിപ്പിക്കുന്നത് എന്നതാണ് വാസ്തവത്തിൽ വിപ്ലവത്തിന്റെയോ പുരോഗതിയുടെയോ അടിസ്ഥാനം.

ഇങ്ങനെ ഒരു പുരോഗതിയുടെ ഘട്ടം എത്തിക്കഴിയുമ്പോൾ മടങ്ങുകയും പിന്നിലേക്കു പോകുകയും വിശ്രമിക്കാനാഗ്രഹിക്കുകയും രാഷ്ട്രീയത്തിൽ വിശ്രമിക്കുന്നതിനേക്കാൾ നല്ലത് ജാതിയിലോ മതത്തിലോ വിശ്രമിക്കുന്നതാണ് എന്ന് ഒരുപക്ഷേ, മനസ്സിലാക്കുകയോ ചെയ്യുന്നു. ജാതി ഉറപ്പുള്ള കാര്യമാണ്. ആരും ചേർക്കേണ്ട, മെമ്പർഷിപ്പൊന്നും വേണ്ട, മെമ്പർഷിപ്പ് പുസ്തകം വേണ്ട. കാരണം ജാതി അവിടെയുണ്ട്. മതം അവിടെയുണ്ട്. ഒരു കാര്യവും ചെയ്യേണ്ട. നിങ്ങൾ ആരാണെന്നു ചോദിച്ചാൽ മതി. ബാബ്റി മസ്ജിദ് സംഭവം കഴിഞ്ഞിട്ട് കുത്തുപറമ്പിലുള്ള ഞങ്ങളോട് ഇഷ്ടികയൊക്കെ എഴുന്നള്ളിച്ചു കൊണ്ടുപോയ ആളുകൾ ചോദിച്ചു. 'ഇഷ്ടിക പൂജ ഉണ്ടായിരുന്നല്ലോ.' വിളക്കുമൊക്കെ കത്തിച്ച് വീടുകളിൽ ചെന്നപ്പോൾ അതിന് തയ്യാറാകാത്ത ഒരാളോട് സംഘപരിവാർ ചോദിച്ചു. 'നിങ്ങൾ ഒരു ഹിന്ദുവല്ലേ' എന്ന്. 'ആയിരുന്നു, ഞാൻ ഈ കഴിഞ്ഞ ഡിസംബർ ആറുവരെ ഹിന്ദുവായിരുന്നു. ഇപ്പോൾ ഞാൻ അതിൽ ലജ്ജിക്കുന്നു' എന്നു പറഞ്ഞു. പിന്നൊന്നും പറഞ്ഞിട്ടില്ല. പിന്നെ അവരൊന്നും പറയാതെ മടങ്ങിപ്പോവുകയാണ് ചെയ്തത്. ഇങ്ങനെ നിങ്ങളെ തരം തിരിച്ച് നിങ്ങൾ ഹിന്ദുവല്ലേ, നിങ്ങൾ മുസ്ലീമല്ലേ എന്ന ചോദ്യമാണ് ഗുജറാത്തിൽ ചോദിക്കുന്നത്.

നിങ്ങൾ എത്ര വിശ്വാസമില്ലാത്തവനാണെങ്കിലും ഒരു ലഹള കഴിഞ്ഞാൽ നിങ്ങൾ പത്തുശതമാനം കൂടുതൽ മുസൽമാനും പത്തുശതമാനം കൂടുതൽ ഹിന്ദുവുമായിത്തീരും എന്ന് സംഘപരിവാറിനറിയാം. അങ്ങനെയല്ലാതെ ഒന്നും ചെയ്യില്ല. എന്ത് അന്യായം ചെയ്താലും മതി. നിങ്ങൾ നിങ്ങളുടെ പിന്നിലേക്കു മടങ്ങുകയും നിങ്ങളുടെ പഴയ സ്വത്വത്തിലേക്കു തിരിച്ചെത്തുകയും ചെയ്യുന്നു. എനിക്കുറപ്പുള്ള കാര്യം എന്റെ രാഷ്ട്രീയ കാര്യമല്ല; എനിക്ക് ഉറപ്പുള്ളത് എന്റെ മതവും അത്രതന്നെ ഉറപ്പുള്ളത് എന്റെ ജാതിയുമാണ്. അതുകൊണ്ട് ജാതിയിലേക്കു മടങ്ങുമ്പോൾ

ഉറപ്പുണ്ടാകുന്നു എന്നുള്ളത് സാമാന്യമായി ഒരു മനുഷ്യ ബോധമാണ്. ഇങ്ങനെ രാഷ്ട്രീയത്തിൽ നിന്ന് ആളുകളെ തിരിച്ചോടിക്കുകയും അവർ തിരിച്ച് ചെല്ലുന്നത് ജാതിയിലേക്കും മതത്തിലേക്കുമാണെന്ന് അവരെ ബോധ്യപ്പെടുത്താൻ ശ്രമിക്കുകയും ചെയ്യുകയാണ് പരിവാരത്തിന്റെ ആക്ഷൻ പ്ലാൻ. ഒരു സംഭവം നടന്നു കഴിഞ്ഞാൽ നിങ്ങൾക്ക് പ്രത്യക്ഷമായി ഒരു ഫലമുണ്ടായിട്ടില്ലെങ്കിലും കുറേ കേസുണ്ടാകും. ഒരിക്കലും തീരാത്ത കേസുകൾ നിർമ്മിക്കുന്ന ഒരു രാജ്യം. ഇങ്ങനെ കുറേ കേസുണ്ടാകുമെന്നല്ലാതെ, നിങ്ങൾ ഒരു ഹിന്ദുവാണെങ്കിൽ, എന്തെങ്കിലും വാങ്ങുകയാണെങ്കിൽ അത് നമ്മുടെ ആളുകളുടെ കടയിൽ നിന്ന് വാങ്ങിയാൽ പോരേ എന്നു ചോദിച്ച് നിങ്ങൾ സാധനം വാങ്ങുന്ന കട മാറ്റുന്നു. പാലു വാങ്ങുന്ന കട മാറ്റുന്നു. അറിയാതെ, മെല്ലെയാണ് മാറ്റുന്നത്. ഇങ്ങനെ ഹിന്ദുവും മുസൽമാനും അകന്നകന്നു പോകുകയും ജാതീയമായി മനുഷ്യർ അകന്നകന്നു പോകുകയും ചെയ്യുന്നു എന്നുള്ളത് ഒരു സ്വാഭാവിക പരിണാമമായിത്തീരുന്നു. ഇതിനെയാണ് നാം ധ്രുവീകരണമെന്ന് സാമാന്യേന പറയുന്നത്. ഇതെല്ലാം അറിയാതെയാണ്, മനഃപൂർവമല്ല. ഇത് കച്ചവടക്കാർ ചെയ്യാം.

ഒരു ഹിന്ദുതുണിക്കടയിൽ നിന്ന് ഹിന്ദുക്കൾ തുണികൾ വാങ്ങാൻ വേണ്ടിയിട്ട് ഒരു മുസ്ലീം തുണിക്കടയും-തുണിക്കട മാത്രമല്ല ഒരു നിരത്ത് മുഴുവൻ-കത്തിക്കാമെന്നു കോയമ്പത്തൂർ നഗരം തെളിയിച്ചതാണ്. അവിടത്തെ രാഷ്ട്രീയത്തിന്റെ ഒരടിസ്ഥാനം തുണിക്കച്ചവടമായിരുന്നു. തുണിക്കടയുടെ പേര് ഞാൻ പറയുന്നില്ല. എല്ലാവർക്കും അറിയാവുന്നതാണ്. ടി.വിയിലൊക്കെ വരുന്ന പേരാണ്. അതൊരു ഹിന്ദു പേരാണ്. പക്ഷേ മുസ്ലീമിന്റെ കടയാണ്. ഇപ്പുറത്ത് വേറെ ഹിന്ദു കട തുടങ്ങിയിട്ടുണ്ട്. വാസ്തവത്തിൽ ഹിന്ദുവും മുസ്ലീമുമല്ല, മറിച്ച് രണ്ട് വ്യാപാര താൽപര്യമാണ് എന്ന് നാം പിന്നീട് അറിയാൻ ഇടവരുന്നു. ഇത് ഹിന്ദുവിന്റെ താൽപര്യമല്ല. മുസ്ലീമിന്റെ താൽപര്യമല്ല, മറിച്ച് ഒരു കച്ചവടക്കാരന്റെ താൽപര്യമാണ്. ഞങ്ങളുടെ നാട്ടിൽ ഒരു മൊത്തക്കച്ചവടക്കാരന്റെ കടയിൽ നിന്നാണ്, അരി മൊത്തക്കച്ചവടം നടത്തുന്ന കടയിൽ നിന്നാണ് സംഘത്തിനുള്ള മുഴുവൻ അരിയും സപ്ലൈ ചെയ്തിരുന്നത്. അവരാണ് ഊണ് കഴിച്ച് വടിവാള്, കൊടുവാള്, ഇതെല്ലാം മൂർച്ച കൂട്ടിയിട്ട് ആരെയാണ് കൊല്ലാനുള്ളത് എന്ന് അന്വേഷിച്ച് നടക്കുന്നത്. ഇത് ഒരു വ്യാപാര താൽപര്യമാണ്. ഇതുപോലെ അനേകം താൽപര്യങ്ങൾ ചേർന്നിട്ടാണ് വാസ്തവത്തിൽ സാമുദായിക പ്രവർത്തനം ഉണ്ടായിത്തീരുന്നത് എന്ന് നാമിപ്പോൾ പതുക്കെപ്പതുക്കെ അറിയുന്നു. ഒരു ഗണേശ് ബീഡിയും ഉത്തര കേരളത്തിലെ അക്രമവും തമ്മിൽ എങ്ങനെ ബന്ധപ്പെട്ടു കിടക്കുന്നു എന്ന് നോക്കൂ. ഗണേശ് ബീഡി ഫാക്ടറിയിൽ

സമരമുണ്ടാകുക, സമരം തീർക്കാനായിട്ട്, മസില്ല കൊണ്ട് തീർക്കാനായിട്ട് ആളുകളെ ഇറക്കുമതി ചെയ്യുക, അതൊരു സംഘർഷമായിത്തീരുക ഇങ്ങനെയാണ് നമ്മളിപ്പോൾ പറയുന്ന ഉത്തര കേരളത്തിലെ സംഘട്ടന അന്തരീക്ഷം ഉണ്ടായിത്തീർന്നത്. അതായത് സാമാന്യമായ രാഷ്ട്രീയ സൗഭാഗ്യങ്ങളിലെത്തിച്ചേർന്ന ഒരു ജനത ജാതിയിലേക്കും മതത്തിലേക്കും തിരിച്ചു പോകുമ്പോൾ; വാസ്തവത്തിൽ അവിടെ ജാതിയുമില്ല മതവുമില്ല എന്നുള്ളതാണ് ഞാൻ പറയാൻ ഉദ്ദേശിക്കുന്ന ഒരു കാര്യം. മറ്റൊന്ന് നമ്മൾ നമ്മുടെ മുദ്രാവാക്യത്തിനകത്ത് ജാതി, മതം എന്നുള്ള യാഥാർത്ഥ്യത്തെ കാണാതെ പോയിക്കൂടാ എന്നുള്ളതാണ്. അത് വളരെ ശക്തിയുള്ള ഒരു സാധനമാണ്. വിഷം ഒരു സിസ്റ്റത്തിൽ കടന്നാൽ ശരീരത്തിൽ മുഴുവൻ വ്യാപിച്ചു നിൽക്കുന്ന ഒരു ഘടകമായി രൂപപ്പെടുന്നുണ്ടെന്നും അതിനെ എങ്ങനെ നേരിടണം എന്നും വളരെ ശ്രദ്ധയോടു കൂടി ചിന്തിക്കേണ്ട കാര്യമാണ്.

പക്ഷേ, തിരിച്ചിങ്ങനെ പോകുമ്പോൾ ഈ തിരിച്ചെത്തുന്ന സമുദായം കേരളീയ സമുദായമല്ല; അതായത് ജാതി-മത ഘടനകളല്ല കേരളത്തിന്റെയോ ഇന്ത്യയുടേയോ ലോകത്തിന്റെയോ ജീവിതത്തെ നിയന്ത്രിക്കുന്നത്. എല്ലാപേരും ഒരുപോലെ ഭക്ഷണം കഴിക്കുകയും എല്ലാപേരും ഒരുപോലെ അകേരളീയമായി, അഭാരതീയമായി വസ്ത്രം ധരിക്കുകയും ചെയ്യുമ്പോൾ അതൊരു യൂണിവേഴ്സൽ രീതിയാകുന്നു. നമ്മുടെ വസ്ത്രധാരണ രീതി, നമ്മുടെ അഭിവാദ്യ രീതികൾ, നമ്മൾ മരിച്ചവർക്കു റീത്ത് അർപ്പിക്കുന്ന രീതിവരെ നാടൻ രീതിയല്ല എന്നാണ് കരുതിയിരുന്നത്. 'ചിതാശവങ്ങളിൽ പൂവ് വക്കരുത്' എന്നതൊരു പഴയ വിശ്വാസമാണ്. പക്ഷേ റീത്ത് നമ്മൾ വക്കാറുണ്ട്. ഇതിന്റെ അർത്ഥം ലോകം സെക്യുലർ ആയിത്തീരുകയും വെസ്റ്റേണൈസ് ചെയ്യപ്പെടുകയും ചെയ്തു കൊണ്ടിരിക്കുന്ന ഒരു ഘട്ടത്തിലായിരിക്കുന്നു എന്നാണ്. അതായത് ജനിച്ചു മരിക്കുന്നതു വരെ ജാതകർമ്മമല്ല നടത്തുന്നത്. ആശുപത്രിയിൽ പ്രസവിക്കുകയാണ്, മരിച്ചത് ക്രിമറ്റോറിയത്തിൽ കൊണ്ടുപോയി വിദ്യുച്ഛക്തിയിൽ ദഹിപ്പിച്ചെടുക്കുകയാണ്.

അങ്ങനെ നമ്മുടെ ജാതകർമ്മവും ഉദകക്രിയയും ഒരുപോലെയായിത്തീർന്നിരിക്കുകയാണ്. നമ്മുടെ ജീവിത രീതി തന്നെ ഒരുപോലെ ആയിരിക്കുന്നു. അങ്ങനെ ജാതി എന്നത് വാസ്തവത്തിൽ ഒരു ജീവി പോയ തൊണ്ടായിത്തീർന്നിരിക്കുകയാണ്. ജാതിക്ക് വാസ്തവത്തിൽ ജൈവസത്തയില്ല. ഒരു കക്ക പോലെ, ഒരു ശംഖു പോലെ, കടലിൽ നിന്നെടുക്കുന്ന ഒരു പാഴ്ച്ചിപ്പി പോലെയുള്ള ഒരു സാധനമാണ് വാസ്തവത്തിൽ ഇന്നു ജാതി. എങ്കിലും അതിന് ഒരു ജീവിയുടെ എല്ലാ ലക്ഷണവും ഉണ്ട്. കാരണം ശംഖ് ഒന്ന് ഊതിയാൽ അടങ്ങാത്ത

ആളുകളില്ല, ഭൂതപ്രേതാദികളില്ല. അതുകൊണ്ട്, ശംഖ് എടുത്തുവിളിക്കു മ്പോൾ ഒരുപാട് ശബ്ദമുണ്ടാകുന്നത് ശംഖിനകത്ത് അതിന്റെ ജീവിയില്ല എന്നതുകൊണ്ടാണ്. ജാതി ഒരു സത്യമല്ലാത്തതു കൊണ്ടാണ്, ജാതി ഉച്ചത്തിൽ വിളിക്കുകയും അത് കാസർകോടു വരെ വിളിക്കാൻ കഴിയുകയും ചെയ്യുന്നത്; വടക്കോട്ട് വിളിച്ചു പോകുന്ന ഈ ജാതി വളരെ ഉച്ചത്തിൽ വിളിച്ചു പോകാൻ കഴിയുന്നത്, ജാതി വിളിക്കുക എന്നത് വളരെ എളുപ്പമുള്ള ഒരു കാര്യമായതുകൊണ്ടാണ്. കാരണം അതിലെ ജാതിയെ വളരെ കഷ്ടപ്പെട്ട് ഇല്ലാതാക്കിയതാണ്. ശ്രീനാരായണൻ മെതിയടിപ്പുറത്ത് നടന്നിട്ടും അയ്യപ്പൻ മാഷ് ചോറു വച്ചു കൊടുത്തിട്ടും ഇങ്ങനെ പല സാഹസങ്ങൾ ചെയ്തിട്ടാണ്. അയ്യങ്കാളി നെഞ്ച് വിരിച്ച് നടന്നിട്ടാണ്. യുദ്ധം ചെയ്യാൻ ഒരുപാട് സാധനങ്ങൾ ഉണ്ട്, പ്രത്യയശാസ്ത്രം കൊണ്ട് യുദ്ധം ചെയ്യാം. ശ്ലോകം കൊണ്ട് യുദ്ധം ചെയ്യാം, പിന്നെ മസിലുകൊണ്ട് യുദ്ധം ചെയ്യാം, മസിലുകൊണ്ട് യുദ്ധം ചെയ്യാമെന്നാണ് അയ്യങ്കാളി കാണിച്ചത്, അതുകൊണ്ട് അദ്ദേഹം നിവർന്നു നടക്കുമ്പോൾ എതിരു പറയാൻ ആരുമുണ്ടായില്ല. ഇങ്ങനെ യുദ്ധത്തിനുള്ള ഒരുപാട് ഉപാധികൾ ഉപയോഗിച്ചാണ് കേരളം, ഒരു നവോത്ഥാന കേരളമായി രൂപാന്തരപ്പെടുന്നത്. ഇങ്ങനെയുള്ള സുഖകരമായ നവോത്ഥാന കേരളത്തിൽ ഇരുന്നു കൊണ്ട് ശംഖ് വിളിക്കുക വളരെ സുഖകരമായ കാര്യമാണ്.

'കമ്മ്യൂണലൈസിംഗ് എ നോൺ കമ്മ്യൂണൽ സൊസൈറ്റി' എന്നു പറയാം. ഇന്നു നാം ചെയ്തു കൊണ്ടിരിക്കുന്നത് വാസ്തവത്തിൽ കമ്യൂണൽ അല്ലാത്ത ഒരു സമൂഹത്തെ, സമുദായവൽക്കരിക്കുക എന്നതാണ്. ഇത് എളുപ്പമുള്ള കാര്യമാണ്, അധ്വാനമുള്ള കാര്യമല്ല. ഒരു സമുദായത്തെ സമുദായാതീതമാക്കിത്തീർക്കുക എന്നുള്ളതു പോലെ വിഷമമുള്ള കാര്യമല്ല, സമുദായമില്ലാതായിത്തീർന്ന, മിക്കവാറും പ്രായോഗിക സമത്വമുണ്ടായിത്തീർന്ന ഒരു ജനസമൂഹത്തെ വീണ്ടും സമുദായവൽക്കരിക്കുക എന്നത്. നിങ്ങൾ ഇങ്ങനെ ചോദിച്ചാൽ മതി. 'നിങ്ങൾ ഹിന്ദുവല്ലേ', 'നിങ്ങൾ മുസ്ലീമല്ലേ', 'നിങ്ങൾ ക്രിസ്ത്യാനിയല്ലേ', 'നിങ്ങൾ ഒരു പ്രത്യേക ജാതിയിൽപ്പെട്ടവനല്ലേ' എന്നു ചോദിക്കുമ്പോൾ, യു ആർ ഐഡന്റിഫൈഡ്. നിങ്ങൾ അടയാളപ്പെടുത്തപ്പെടുന്നു എന്നാണതിനർത്ഥം. ഇങ്ങനെ അടയാളത്തിൽ ഒരുപാട് സൗകര്യമുണ്ട്. എന്റെ അടയാളം കയ്യിൽ കൊത്തുകൊണ്ട ഒരു മുറിവും ഒരു പുള്ളിയുമാണ്. എന്നാൽ എന്റെ സത്യം അതല്ല, എന്റെ സത്യം ഞാൻ തന്നെയാണ്. നിങ്ങളുടെ സത്യം നിങ്ങൾ തന്നെയാണ്. എന്നാൽ നിങ്ങളെ അറിയുന്നത് നിങ്ങളുടെ കയ്യിലെ കാക്കപ്പുള്ളി കൊണ്ടും ഉണങ്ങിയ മുറിവിന്റെ പാടുകൊണ്ടുമാണ്. പക്ഷേ, ഞാൻ എന്നു പറയുന്നത് ഒരു മുറിവുമല്ല ഈ

പാട്ടുമല്ല എന്ന മനസ്സിലാക്കാൻ വിഷമമാണ്. നിങ്ങളുടെ നെറ്റിയിൽ ഒരു കുറിയുണ്ട്, നിങ്ങൾ അതാണ്. നിങ്ങളുടെ നെറ്റിയിലെ കുറിക്ക് ചുവപ്പാണ്. നിങ്ങൾ അതാണ്. നിങ്ങളുടെ വസ്ത്രത്തിന്റെ ഒരു നിറമുണ്ട്, നിങ്ങൾ അതാണ്. ഇങ്ങനെ ഐഡിന്റിഫൈ ചെയ്യാൻ കഴിയുമെന്നത് ഇതുപോലെ അർത്ഥശൂന്യമായ, വൈകാരികമായ കുറികൾ കൊണ്ടാണ്. ഇങ്ങനെ കുറികൾക്ക്, അടയാളങ്ങൾക്ക് ശക്തിയുണ്ട് എന്ന മനസ്സിലാക്കുന്ന ഒരു സംഘപരിവാരം, ആളുകൾക്ക് അടയാളങ്ങൾ വക്കുകയും അടയാളങ്ങൾ കൊണ്ട് ആളുകളെ തിരിച്ചറിയാം എന്ന പറയുകയും ജനങ്ങളെ തിരിച്ചറിയാനുള്ള മാർഗ്ഗം അവന്റെ കുറിയാണ്, തലക്കുറിയാണ് എന്ന നമ്മെ ബോധ്യപ്പെടുത്തുകയും ചെയ്യുന്നു. ഇതൊരു സ്വാതന്ത്ര്യാനന്തര സാഹസമാണ്.

സ്വാതന്ത്ര്യത്തിനു ശേഷം മാത്രമേ ഇവിടെ സംഘശക്തി ഉണ്ടായിട്ടുള്ളു. 1947 വരെ സ്വാതന്ത്ര്യ സമരം നടത്തിയിരുന്നവരുടെ കൂട്ടത്തിൽ, ഇന്നത്തെ സംഘപരിവാറിന്റെ ആൾക്കാരെ കാണാൻ കഴിയില്ല. 'നിങ്ങൾ അവിടെയൊന്നും ഇല്ലല്ലോ, നിങ്ങൾ എവിടെയായിരുന്നു'വെന്ന ചോദിക്കാം. ഇന്ന് ദേശാഭിമാനത്തെയും ദേശീയതയെയും കുറിച്ച പറയുന്നവർ ഇന്ത്യൻ കമ്പനികളിൽ നിന്നേ സാധനങ്ങൾ വാങ്ങാൻ പാടുള്ളൂവെന്ന് എഴുതി വക്കുകയും പിന്നീട് അവർ തന്നെ അത് എടുത്തു മാറ്റുകയും ചെയ്തു. 1947 വരെ നിങ്ങൾ എവിടെയായിരുന്നുവെന്ന് നാം ചോദിക്കണം. നിങ്ങളെങ്ങനെയാണ് പെട്ടെന്ന് 1948 ജനുവരിയിൽ പ്രസിദ്ധരായിത്തീർന്നതെന്ന ചോദിക്കാം. ഇവിടത്തെ ഒരു ടി.വി ചാനലിന്റെ പ്രതിനിധിയോട് ഹെഡ്ഗെവാറിന്റെ വീട്ടിൽ ചെന്നപ്പോൾ അവിടത്തെ കാര്യസ്ഥൻ പറഞ്ഞ വാക്യമാണ്. We become famous with one shot in 1948. ഒരൊറ്റ വെടി. ഗാന്ധിജിയുടെ നെഞ്ചിലേക്കൊരു വെടി. ഞങ്ങൾ ലോകം മുഴുവൻ കേൾപ്പിക്കുന്ന ഒരു വെടിയാണ് വച്ചത്. ഇങ്ങനെയൊരു മനസ്സിനെ നേരിടുകയെന്നതാണ് വാസ്തവത്തിൽ നമ്മുടെ ഇന്നത്തെ കാലത്തിന്റെ പ്രധാനപ്പെട്ട അവസ്ഥ.

അതുകൊണ്ട് ഗുജറാത്ത് ഒരു അത്ഭുതമല്ല. ഗുജറാത്തൊരു പരീക്ഷണമാണ്. അങ്ങനെയായതുകൊണ്ടാണ് ഈ പരീക്ഷണം നടത്തിയ മുഖ്യമന്ത്രി ഇന്ത്യയിൽ ഏറ്റവും നല്ല മുഖ്യമന്ത്രിയാണെന്ന് ഇന്ത്യയുടെ ഉപപ്രധാനമന്ത്രി പറയുകയും വാസ്തവത്തിൽ അയാളൊരു അപമാനമാണെന്ന് പ്രധാനമന്ത്രി പറയാൻ ഇടവരുകയും ചെയ്യുന്നത്. അതുകൊണ്ടാണ് ഒരു ക്യാബിനറ്റിന് ഒരു നാക്കു പോര രണ്ടു നാക്ക് വേണമെന്ന് ഫാസിസ്റ്റുകൾ വിശ്വസിക്കുന്നതെന്ന് പറയാൻ കാരണം. ഒരു നാക്കെന്നത് മനുഷ്യന്റെ സ്വഭാവമാണ്. രണ്ടു നാക്കെന്നത് വേറൊരു ജീവിയുടെ

സ്വഭാവമാണ്. അതുകൊണ്ട് ഒരു നാക്കായിരിക്കണം എന്നതും സത്യം പറയണമെന്നതും ജനാധിപത്യ വിശ്വാസികളായ മണ്ടന്മാരുടെ സിദ്ധാന്തമാണ്. ഒരിക്കലും ഫാസിസം അത് വിശ്വസിക്കുന്നില്ല. സത്യം മാറ്റി മാറ്റി പറയാമെന്നും, ഓർമ്മിച്ചിരിക്കുക ആളുകളുടെ ബാധ്യതയല്ലെന്നും അവർ പറയുമ്പോഴെല്ലാം അതു വിശ്വസിക്കുകയും ചിലപ്പോൾ പറയുന്നതിനനുസരിച്ച പ്രവർത്തിക്കുകയും ചെയ്യുമെന്നും അതുകൊണ്ട് നിങ്ങൾ മുമ്പ് പറഞ്ഞതിനോട് നിങ്ങൾക്ക് ബാധ്യതയില്ലെന്നുമുള്ളത് പ്രാഥമികമായ ഒരു ഫാസിസ്റ്റ് സിദ്ധാന്തമാണ്. ഇത് മനുഷ്യ മനസ്സിനെ അറിഞ്ഞുകൊണ്ടുള്ള ഒരു സിദ്ധാന്തമാണ്. എന്തൊക്കെ അദ്വാനി പറഞ്ഞു, എന്തൊക്കെ വാജ്പേയി പറഞ്ഞു എന്നൊക്കെ ഓർക്കാൻ നിങ്ങൾക്ക് സമയമില്ല. നിങ്ങൾക്കു സ്വന്തമായി ഒരുപാട് കാര്യങ്ങൾ ചെയ്യാനുള്ളതുകൊണ്ട് നിങ്ങൾ ഇതെല്ലാം മറന്നു പോകുമെന്നും അറിയാവുന്ന ഫാസിസം, സത്യം ഒരബദ്ധമാണെന്ന് പറയുകയും സത്യത്തെക്കുറിച്ച് പരീക്ഷണം നടത്തിയ ഗാന്ധിജിയെ കൊല്ലുകയും ചെയ്തു. അതുകൊണ്ട് അസത്യത്തെക്കുറിച്ചാണ് പരീക്ഷണം നടത്തേണ്ടത്. ഗുജറാത്തിൽ ഇപ്പോൾ നടക്കുന്നത് 'അസത്യാന്വേഷണ പരീക്ഷണ'മാണ്. സത്യം മണ്ടന്മാരുടെ ഒരു ഉപകരണമാണ്. സത്യം പറയാൻ ഏതു മണ്ടനും കഴിയും. അസത്യം പറയാൻ ബുദ്ധി വേണം. അതുകൊണ്ട് ബുദ്ധിശാലികളായ ഫാസിസ്റ്റുകൾ അസത്യം പറയുകയും പറഞ്ഞത് മാറ്റി പറയുകയും പലപ്പോഴും പലരെക്കൊണ്ട് അതു പറയിക്കുകയും ചെയ്തുകൊണ്ട് ജനങ്ങളെ ഭ്രമിപ്പിക്കുകയും വിശ്വസിപ്പിക്കുകയും ചെയ്യുന്നു.

എങ്ങനെ ഒരു സംഘടന ഉണ്ടാക്കണമെന്ന്, എങ്ങനെ സ്വന്തം സംഘടനയിൽ സ്ത്രീകൾക്ക് മറ്റു സംഘടനകളേക്കാൾ കൂടുതൽ പ്രാതിനിധ്യം കൊടുക്കണമെന്ന് ഫാസിസ്റ്റ് സംഘടനകൾക്കറിയാം. ഏറ്റവും കൂടുതൽ സ്ത്രീ പ്രാതിനിധ്യമുള്ള സംഘടന അവരുടേതാണ്. അതുപോലെ എപ്പോഴാണ് സ്ത്രീകളെ ഉപേക്ഷിക്കേണ്ടതെന്നും അവർക്കറിയാം. അതു കൊണ്ടാണ് സ്ത്രീകൾ പട്ടാളക്കാരെ പ്രസവിക്കണം എന്ന് ഹിറ്റ്ലർ പറഞ്ഞത്. അവർക്ക് പട്ടാളക്കാരെ പ്രസവിക്കാൻ സ്ത്രീകൾ വേണം. അതിനായി സ്ത്രീകളെ കൂട്ടണം. അതുപോലെ തൊഴിലാളി യൂണിയനുകൾ പിരിച്ചു വിടാം എന്ന ഒരു അജണ്ടയോടു കൂടി തൊഴിലാളി സംഘടനയുണ്ടാക്കും. കാരണം തൊഴിലാളികൾ ഒരു ശക്തിയാണെന്നും ആ ശക്തി സ്വീകരിച്ച് വേണ്ടെന്നു തോന്നുമ്പോൾ ഉപേക്ഷിക്കണമെന്നും മതം ഒരു ശക്തിയാണെന്നും അതുകൊണ്ട് കത്തോലിക്കരെ സ്വാധീനിച്ച് ഫാസിസത്തെ ശക്തിപ്പെടുത്തണമെന്നും അതുകഴിഞ്ഞ് അവരെ ഉപേക്ഷിക്കേണ്ടപ്പോൾ ഉപേക്ഷിക്കണമെന്നും ഹിറ്റ്ലർ അറിയുകയും പ്രവർത്തിക്കുകയും ചെയ്തിരുന്നു. നമ്മുടെ ഭക്തർക്ക് ഇപ്പോഴും അറിയാത്ത

ഒരു കാര്യമാണിത്. ഇവർ ഭക്തന്മാരുടെ സംഘടനയാണ് എന്നാണ് നമ്മുടെ പാവം ഭക്തന്മാർ കരുതുന്നത്. അതുകൊണ്ട് ഇതൊരു മതവിരുദ്ധ സംഘടനയാണെന്നും ആദ്ധ്യാത്മിക വിരുദ്ധ സംഘടനയാണെന്നും ഭക്തിയും ഇവരുമായിട്ടോ ഭഗവത്ഗീതയും ഇവരുമായിട്ടോ സംസ്കൃതവും ഇവരുമായിട്ടോ ഒരു ബന്ധവുമില്ലെന്നുമുള്ള ഒരു ബോധം നമ്മുടെ മനസ്സിലില്ല. മറിച്ച്, നമ്മുടെ പാരമ്പര്യത്തെയും സംസ്കൃതത്തെയും നമ്മുടെ ക്ഷേത്രങ്ങളെയും നമ്മുടെ ദൈവത്തെയും കാത്ത് സൂക്ഷിക്കുകയും ചെയ്യുന്നത് വാസ്തവത്തിൽ ഈ സംഘശക്തി കൊണ്ടാണെന്ന നമ്മെ ധരിപ്പിക്കുകയും ഇതിനെ രാഷ്ട്രീയമായി ഉപയോഗിക്കുകയും ചെയ്യുക എന്നതാണ് സംഘത്തിന്റെ സാമാന്യമായ രീതി. A religious power is converted into a political power.

●

2003

രഥം

കോൺഗ്രസ്സിന്റെ സ്റ്റീം റോളർ ഉരുളുമ്പോൾ മറ്റെല്ലാ രാഷ്ട്രീയ കക്ഷികളും നിലംപരിശാകുമെന്ന് സർദാർ പട്ടേൽ കൊച്ചിയിൽ പ്രസംഗിച്ചിട്ട് അര നൂറ്റാണ്ടോളമായി. ഇപ്പോൾ കോൺഗ്രസ്സ് ഒരു സ്റ്റീം റോളർ അല്ല. അധികാരംകൊണ്ട് മാത്രം നിരത്താവുന്ന ഒരു രാഷ്ട്രീയ അവസ്ഥയിലല്ല ഇന്ന് ഇന്ത്യൻ ജനാധിപത്യം. അതുകൊണ്ട് ബി.ജെ.പി. കെട്ടുകാഴ്ചകൾകൊണ്ട് ജനങ്ങളെ അമ്പരപ്പിച്ച് അടിമപ്പെടുത്തുന്ന വിഭ്രാമക രീതി സ്വീകരിക്കുന്നു.

എൻ.ടി രാമറാവു ആണ് ഒരു രഥയാത്രയ്ക്ക് ശേഷം പട്ടാഭിഷേകമെന്ന രാഷ്ട്രീയ മാർഗ്ഗം പരീക്ഷിച്ചു നോക്കിയത്. പ്രത്യയ ശാസ്ത്രത്തേക്കാൾ ചടുലവും ആകർഷകവും ആണ് പ്രത്യക്ഷം. വിശ്വരൂപം ദർശിക്കുമ്പോൾ ജനങ്ങൾക്ക് അവർ കൊച്ചാണ് എന്ന് തോന്നുന്നു. പൗരനാണ് ജനാധിപത്യത്തിൽ പരമാധികാരി എന്ന് അപ്പോൾ തോന്നുകയില്ല. ചിലർ നയിക്കാനും ബാക്കിയുള്ളവർ അനുസരിക്കാനും ജനിച്ചവരാണ് എന്ന വിധേയത്വമേ അപ്പോൾ ഉണ്ടാവുകയുള്ളൂ ഫാസിസത്തിന് ഈ പാഠം പുതിയതല്ല. ഭയപ്പെടുത്തി കീഴ്പ്പെടുത്തുക എന്ന തന്ത്രം കുറച്ചു കാലമായി ന്യൂനപക്ഷങ്ങളിൽ അനൗദ്യോഗികമായി പരീക്ഷിച്ചു കൊണ്ടിരിക്കുന്നതാണ്.

പെരുപ്പിച്ച് പേടിപ്പെടുത്തുന്ന കാമോ ഫ്ലാഷ് (Camouflage) മാർഗ്ഗത്തിന് അതിന്റേതായ പരിമിതികളുമുണ്ട്. മുള്ളൻ പന്നികളും ഓന്തുകളും ഈ ജൈവതന്ത്രം പരിശീലിക്കുന്നവരാണ്; ഉടൽ പെരുപ്പിച്ചും നിറം മാറിയും. പാക്കിസ്ഥാനെ തോല്പിച്ചവർ കോൺഗ്രസ്സുകാരും പാക്കിസ്ഥാനുമായി ഇണങ്ങുന്നവർ ബി.ജെ.പി.ക്കാരുമാണ് എന്ന് ഇപ്പോൾ പ്രഖ്യാപിക്കുന്നു. നിറം മാറ്റം രാഷ്ട്രീയ സംശയമുണ്ടാക്കുന്നതു പോലെ അതിശയോക്തികൾക്കെല്ലാം എപ്പോഴെങ്കിലും ഓട്ടവീഴുകയും

ചെയ്യും. സോപ്പ കുമിളക്കും ബലൂണിനും മാത്രമല്ല തിളക്കങ്ങൾക്കും ഈ വൈപരീത്യം സംഭവിക്കാറുണ്ട്. വാജ്പേയി ഭരണത്തിന്റെ തിളക്കം ചിലവേറിയതും ഉന്നം പിഴച്ചതുമായ ഒരു പൊയ്വെടിയായിത്തീരുന്നു. അതിനെ എതിർക്കുന്നതു പോലും ഒരു പാഴ്ച്ചിലവാണ്.

രഥയാത്രയിൽ പഴയ പൊങ്ങച്ചങ്ങൾ ആവർത്തിക്കുന്നു. നൂറ്റാണ്ട് തീർന്നപ്പോൾ പ്രധാനമന്ത്രി പറഞ്ഞത് അടുത്ത നൂറ്റാണ്ടും ആയിരത്താണ്ടും ഇന്ത്യയുടേതായിരിക്കുമെന്നാണ്. ഓരോ രാജ്യത്തിനുമായി വീതിക്കുവാൻ നമുക്ക് നൂറ്റാണ്ടുകൾ എവിടെ? നൂറ്റാണ്ടുകൾ കാത്തിരിക്കുന്ന ജനങ്ങൾ എവിടെ? നെയ്യാൻ പോകുന്ന പട്ടുവസ്ത്രം കൊണ്ട് ഉടുതുണിയില്ലാത്തവർ എങ്ങനെ നാണം മറക്കും. പഴയ മറുനാടൻ പാഠപുസ്തകങ്ങളിലെ അടവുകൾ തന്നെയാണ് ബി.ജെ.പി. ഇപ്പോഴും പയറ്റുന്നത് എന്നാണ് ഇതിനർത്ഥം. മാപ്പപേക്ഷകളോടൊപ്പം ബൈൻഡു ചെയ്ത കുറ്റ കൃത്യങ്ങളും, പട്ടിൽ പൊതിഞ്ഞ് സൂക്ഷിക്കുന്ന തീക്കൊള്ളികളും തന്നെ ഇപ്പോഴും അവരുടെ ആയുധം. ഇരട്ട നാവാൽ സംസാരിച്ച് പ്രതിപക്ഷത്തെയും നിരായുധരാക്കുന്ന പഴയ തന്ത്രവും അവർ ആവർത്തിക്കുന്നു.

ഇതൊന്നും ഫലിക്കാതെ പോയാലും പ്രതിപക്ഷത്തിന് ഉണ്ടാകാവുന്ന ദൗർബല്യങ്ങൾ ഹിന്ദുത്വ വാദികളുടെ മുതൽക്കൂട്ടായിത്തീരും. ജയത്തിന്റെ മുൻകൂർ നാട്യങ്ങൾ സംശയാത്മാക്കളുടെ ചായ്വുകൾ നിർണ്ണയിക്കുവാൻ ഇടയാക്കും. അതുകൊണ്ട് ജയിച്ചേ തീരു എന്ന ഉറപ്പാണ് ഇടതുപക്ഷത്തിന് ഇപ്പോൾ ഉണ്ടാകേണ്ടത്. തോറ്റു കൊടുക്കുക നമ്മുടെ കടമയല്ല.

●

2004

സംസ്കാരവും ഫാസിസവും

“

ഫാസിസം ശാരീരികമായി പ്രവർത്തിക്കുന്ന ഒന്നുമാത്രമല്ല.
അത് മാനസികമായി പ്രവർത്തിക്കുന്നതും
ഗവേഷണപരമായ പ്രവർത്തനത്തിൽക്കൂടി മുന്നേറുന്നതുമാണ്.
അതുകൊണ്ടാണ് അതിന് ഒരു വിചാരകേന്ദ്രമുണ്ടായത്.
കേന്ദ്രം വിചാരിക്കുകയും അവയവങ്ങൾ അനുസരിക്കുകയും ചെയ്യുക
എന്നതാണ് കേന്ദ്രം എന്ന വാക്കിന്റെ അർത്ഥം.

മൗനമാണ് ഫാസിസത്തിന്റെ മണ്ണ്

എല്ലാ കവലകളിലേയും ക്രിമിനലുകളെ, ചെറിയ ഉന്മാദമുള്ള ആളുകളെ റിക്രൂട്ട് ചെയ്യുക, എന്നിട്ട് അവരുടെ ഉന്മാദ പ്രവർത്തനങ്ങളെ ഒരു പ്രത്യയ ശാസ്ത്രത്തിന്റെ ഇവിടെയുള്ള അംഗീകാരത്താൽ മാന്യമാക്കിത്തീർക്കുക. അങ്ങനെ ചെയ്താൽ കുറ്റവാളികളുടെ സംഘത്തെ, പ്രൊഡക്ഷൻ സംഘമായി സ്റ്റാന്റ്ബൈ സംഘമായി നിലനിർത്താം എന്ന് ഫാസിസം മനസ്സിലാക്കുന്നു. ഇതാണ് പ്രത്യേകിച്ചും ഉത്തര കേരളത്തിൽ അനുവർത്തിച്ചു വരുന്ന ഫാസിസ്റ്റ് തന്ത്രം എന്നുകൂടി പ്രത്യേകിച്ച് എടുത്ത് പറയേണ്ടതായിട്ടുണ്ട്. അതുകൊണ്ട് ഒരു നിരത്തിനപ്പുറവും ഇപ്പുറവുമുള്ള ആളുകളെ രണ്ട് കക്ഷികളാക്കി വേർതിരിക്കാൻ ഇടവരുന്നത്, ക്രിമിനൽ പ്രവർത്തനത്തോട് സഹകരിക്കാത്ത ആർക്കും ജീവിക്കാൻ സാധ്യമല്ലാത്ത അവസ്ഥയുണ്ടാക്കിത്തീർക്കും. എല്ലാ പാപത്തെയും പുണ്യമാക്കിത്തീർക്കുന്ന ഒരു 'പുണ്യകർമ്മം' ഫാസിസം നടപ്പാക്കുകയും ചെയ്യുന്നു. ഇതിനെയാണ് 'പുണ്യാഹം' എന്നു പറയുന്നത്. മതത്തിലും പുണ്യാഹം ഇതു തന്നെയാണ്. എന്തിന്റെ മീതെയും ഫാസിസ്റ്റ് പുണ്യാഹം, ഫാസിസ്റ്റ് ഗോമൂത്രം തളിക്കുമ്പോൾ അത് പുണ്യമായിത്തീരും എന്ന് ബോദ്ധ്യപ്പെടുത്താൻ കഴിഞ്ഞാൽ നിങ്ങളുടെ ഉന്മാദം, കുറ്റകൃത്യം അംഗീകരിക്കപ്പെട്ട ഒരു ദേശീയ പ്രവർത്തനമായി രൂപാന്തരപ്പെടുത്താൻ ഫാസിസ്റ്റുകൾക്ക് കഴിയും. ഇത് കേരളത്തിൽ വിശേഷിച്ച് ഉത്തര കേരളത്തിൽ അംഗീകരിച്ചു വരുന്ന കൃത്യമായ ഫാസിസ്റ്റ് തന്ത്രമാണ്.

ഇതിനെ എങ്ങനെ നേരിടേണ്ടു എന്നുള്ളത് നമ്മെ വിഷമിപ്പിക്കുന്ന ചോദ്യങ്ങളിൽ ഒന്നാണ്. ഉന്മാദത്തിന് അതിന്റേതായ, അതിരില്ലാത്ത, രീതികളുണ്ട്. ആന്ധ്രാപ്രദേശിലെ ഒരു ഗ്രാമത്തിൽ ഒരു സാമൂഹ്യ

ശാസ്ത്രജ്ഞൻ ഗവേഷണത്തിന് കയറിച്ചെന്നപ്പോൾ ഗ്രാമ വാതിൽക്കൽ മനോഹരമായ ഒരു മാല കെട്ടിത്തൂക്കിയിരിക്കുന്നു. ഒരു സമുദായത്തിലെ ജനങ്ങളുടെ മുറിച്ചെടുക്കുന്ന പുല്ലിംഗം കൊണ്ടുണ്ടാക്കിയ മാലയായിരുന്നു അതെന്ന് ആ മറാഠി ശാസ്ത്രജ്ഞൻ പറഞ്ഞു. ഗ്രാമത്തിന് ഐശ്വര്യമായി നിലകൊള്ളുന്നത് ഈ മാലയാണെന്ന് ധരിക്കാൻ കഴിയുന്ന ഒരു പ്രത്യയശാസ്ത്ര പ്രവർത്തനം ഫാസിസം വളർത്തിയെടുത്തിരിക്കുന്നു.

ആളുകൾ പലരും എണ്ണയെ അന്വേഷിച്ചും, പണം അന്വേഷിച്ചും ഗൾഫ്നാടുകളിലേക്ക് പോകുമ്പോൾ ഇവിടുത്തെ ആളുകളെ ഭയപ്പെടുത്തുന്നത് ഇവിടെ മുസ്ലീങ്ങളായിത്തീരും ഭൂരിപക്ഷം എന്നാണ്. ഇങ്ങനെ പറയുമ്പോഴും പറയുന്നവർ തന്റെ മകനെ അക്കരെ കടത്താൻ ഒരു ലക്ഷം രൂപ എങ്ങനെയുണ്ടാക്കും എന്ന ചിന്തയിലാണ്, ഇവിടെ കടുത്ത മുസ്ലിം വിരുദ്ധ പ്രവർത്തനം നടത്തുകയും തങ്ങളുടെ മക്കളെ മുസ്ലീങ്ങൾ മാത്രം വസിക്കുന്ന സ്ഥലങ്ങളിലേക്ക് കയറ്റി അയച്ച് അവിടെ നിന്നും കിട്ടുന്ന ഡ്രാഫ്റ്റ് ഈമ്പിക്കുടിച്ച് ജീവിക്കുകയും ചെയ്യുക എന്നത് ഹിന്ദു ഫാസിസം പോലും അതിന്റെ പ്രവർത്തന രീതികളിലൊന്നാക്കി മാറ്റിയിരിക്കുന്നു.

രാവണനെ ഒരു രാക്ഷസനാക്കി ഇവർ തീർത്തു. രാവണൻ എന്നത് ഉത്തരേന്ത്യയിലെ മുണ്ട ഗോത്രത്തിൽപ്പെട്ട ഒരു രാജാവായിരുന്നു. അയാൾ നല്ലപോലെ രാജ്യം ഭരിച്ചിരുന്നു. ഒരുപാട് നിർമ്മാണ പ്രവർത്തനങ്ങൾ നടത്തിയിരുന്നു. നഗരനിർമ്മാണ കൗശലമുള്ള ജനപരമ്പരയിൽപെട്ട ഒരാളായിരുന്നു. മുണ്ട ഗോത്രത്തിൽപ്പെട്ട ആളുകളാണ് ശാന്തിനികേതൻ പ്രദേശത്ത് ഇപ്പോൾ താമസിക്കുന്ന സന്താൾ ഗോത്രവർഗ്ഗക്കാർ. അവരാണ് ടാഗോറിനെ പാട്ടു പാടാൻ പഠിപ്പിച്ചത്. ഇക്കാര്യങ്ങൾ മറച്ചുവച്ചുകൊണ്ട് രാവണനെ ഏറ്റവും നീചനായി ചിത്രീകരിക്കുകയും കശ്മലന്മാരുടെ കൂട്ടത്തിൽ അയാളെ മുൻപന്തിയിൽ നിർത്തുകയും, ഇതുപോലെയുള്ള കശ്മലന്മാരാണ് മുസൽമാന്മാരായ ബാബറും അക്ബറും എന്ന ചിന്ത വരുത്തിത്തീർക്കുകയുമാണ് ഹിന്ദു ഫാസിസം ചെയ്യുന്നത്. ഇത്തരം മനോഭാവങ്ങൾ ഉണ്ടാക്കിത്തീർത്താൽ, മനസ്സിൽ ഇത്തരം വാർത്തകൾ വരുത്താമെന്ന് ലോക മുതലാളിത്തത്തിനും ദേശീയ ഫാസിസത്തിനും അറിയാം. നമ്മൾ നേരിടുന്ന രണ്ട് പ്രധാന വിപത്തുകൾ ലോക മുതലാളിത്തത്തിന്റെയും ദേശീയ ഫാസിസത്തിന്റേതുമാണ്.

ദേശീയ ഫാസിസത്തിന്റെ ഏറ്റവും പുതിയ സാങ്കേതിക രീതി ലോകത്തിലെ ജനങ്ങളെ നല്ലത്, ചീത്ത എന്ന് സാധനങ്ങൾ തരം തിരിക്കുന്നത് പോലെ, ശത്രുക്കൾ മിത്രങ്ങൾ എന്നിങ്ങനെ തിരിക്കുകയും

ഇവിടുത്തെ ഹിന്ദുക്കളെല്ലാം ശത്രുക്കളാണ് എന്ന ബോദ്ധ്യം ഉണ്ടാക്കി ത്തീർക്കുകയുമാണ്. ഹിന്ദുക്കൾ നിർമ്മിച്ചതാണിവിടെ സംസ്കാര മെന്നും ഇവിടുത്തെ സംസ്കാരത്തിന്റെ നാശത്തിനെല്ലാം കാരണം മുസ്ലിംങ്ങളാണെന്നും നമ്മെ ബോധ്യപ്പെടുത്താൻ ശ്രമിക്കുക എന്നത് ഹിന്ദുത്വ സാംസ്കാരിക പ്രവർത്തനത്തിന്റെ സാധാരണ രീതിയാണ് എന്ന് നമുക്കറിയാം.

അപ്പോൾ നമ്മുടെ കുട്ടികൾ പഠിച്ചു കൊണ്ടിരിക്കുന്നത് ഇന്ത്യയിൽ ഒറ്റലോകാത്ഭുതമേയുള്ളൂ എന്നും അത് താജ്മഹൽ ആണ് എന്നും അത് ഒരു മാപ്പിള ഉണ്ടാക്കിയതാണ് എന്നും കൂടിയാണ്. ഇവിടുത്തെ രണ്ടാമത്തെ അത്ഭുതം ഇന്ത്യയിലെ ദാരിദ്ര്യമാണ്. ഇന്ത്യയിലെ ഒന്നാ മത്തെ അത്ഭുതം ഉണ്ടാക്കിയത് ഇവിടുത്തെ മുസ്ലിം രാജവംശമാണ് എന്നുള്ള കാര്യം പോലും ഉത്തരേന്ത്യയിലെ പാഠപുസ്തകത്തിൽ നിന്നും നീക്കം ചെയ്തു കഴിഞ്ഞിട്ടുണ്ട്. അവിടെ ഗോഡ്സെയെ പോലുള്ള രാഷ്ട്രീയ പ്രവർത്തകൻ ഗാന്ധിയെ ഏഴാം തരക്കാരനാക്കി മാറ്റുകയും ചെയ്തിട്ടുണ്ട്. മധ്യപ്രദേശ്, രാജസ്ഥാൻ സംസ്ഥാനങ്ങളിലെ സ്കൂൾ സിലബസ് നോക്കിയാൽ ദേശീയ രാഷ്ട്രീയമറിയാം എന്നാണർത്ഥം. ഈ സിലബസിൽ ഗാന്ധിയെ എന്താക്കിയിരിക്കുന്നു എന്നറിയുമ്പോൾ നാളെ നമ്മളെയൊക്കെ എന്താക്കും എന്നതിന്റെ സൂചന അതിൽ നിന്നും അറിയാൻ കഴിയും.

വയനാട്ടിലെ ആദിവാസികളോട് വാല്മീകി ഗോത്രത്തിൽപെട്ട ഹിന്ദുത്വ ഫാസിസ്റ്റുകൾ പറയുന്നത്, വാല്മീകി കാട്ടാളനാണെന്നും കാട്ടാളന് രാമായണം എഴുതാമെങ്കിൽ എന്തുകൊണ്ട് ആദിവാസി ജനങ്ങൾ മാന്യന്മാരായിക്കൂടാ എന്നുമാണ്. ഈ വിശുദ്ധിയിൽ നിന്ന് ഭൂമി തട്ടിപ്പറിച്ച് റബറും, കുരുമുളകും ഉണ്ടാക്കിയത് ക്രിസ്ത്യാനികളാണെന്നും അവർ പള്ളിയുണ്ടാക്കിയെന്നും പറഞ്ഞാൽ, തീർച്ചയായും അവരോട് പട പൊരുതുകയാണ് തങ്ങളുടെ കർത്തവ്യമെന്ന് ആദിവാസികളെ ധരിപ്പിക്കാൻ കഴിയും. പക്ഷേ ആദിവാസികൾ അവരുടെ ചെറിയ ഓർമ്മയിൽ മറന്നു പോകാൻ ഇടയുള്ള ഒരു കാര്യം, അവരെ തെണ്ടി കളാക്കി തീർത്ത് ഹിന്ദുക്കളും മുസ്ലീങ്ങളും അടങ്ങുന്ന മേൽക്കോയ്മകൾ ചൂഷണം ചെയ്തതിനു ശേഷമാണ്, പാലയിൽ നിന്നും, കോട്ടയത്തു നിന്നും വന്നവർ ചൂഷണം ചെയ്തത് എന്നതാണ്. തങ്ങൾ ചൂഷണം ചെയ്യപ്പെടണമോ എന്നുള്ള ഒറ്റ ചോദ്യം മാത്രം ബാക്കിയാവുന്നു. അമേരിക്കയിൽ നിന്നും വന്ന പണക്കാരന്റെ ബലാൽസംഗത്തിനിര യാവുകയാണോ ഒരു നാടന്റെ ബലാത്സംഗത്തിന് ഇരയാവുകയാണോ എന്നതാണ് അവരുടെ പ്രധാന പ്രശ്നം. ഇവിടെ ഒരു ക്രിസ്ത്യൻ -ഹിന്ദു വിരോധം ഉടലെടുപ്പിക്കുകയും, ആദിവാസികളെല്ലാം ഹിന്ദുക്കളാണ്

എന്ന മഹനീയ ഉദ്ബോധനം ആദിവാസി കേന്ദ്രങ്ങളിൽ അലയടി ക്കാൻ തുടങ്ങുകയും ചെയ്യുന്നു.

ഇവിടുത്തെ തൊഴിലാളി പ്രസ്ഥാനത്തിന്റെയും സാമൂഹികവി മോചന പ്രസ്ഥാനത്തിന്റെയും ഫലങ്ങളെല്ലാം കൊയ്തെടുക്കുകയും അവയെ ഒരു ഫാസിസ്റ്റ് പ്രത്യയശാസ്ത്രത്തിന് വിധേയമാക്കിത്തീർ ക്കുകയും ചെയ്യുന്ന വളരെ ആസൂത്രിതമായ ഒരാക്രമണത്തിന് ഇന്ന് കേരളത്തിലെ സാംസ്കാരിക അന്തരീക്ഷം വിധേയമായിക്കൊണ്ടി രിക്കുകയാണ്. അതുകൊണ്ട് ഈ രീതികൾ നാം തീർച്ചയായും തിരി ച്ചറിഞ്ഞേ പറ്റൂ. ഗാന്ധി 1920 കളിൽ പ്രകൃതി ചികിത്സ വേണമെന്ന് പറഞ്ഞത് ഡോക്ടർമാരെ തോൽപ്പിക്കാനാണ്. ഡോക്ടർമാർ ചൂഷക വർഗ്ഗമാണ് എന്നും അതുകൊണ്ട് ഡോക്ടർമാരെയും ബ്രിട്ടീഷ് ചികിത്സാ രീതികളെയും എതിർക്കാൻ, നാട്ടിലുള്ള മണ്ണും പച്ചവെള്ളവും കൊണ്ട് രോഗം മാറ്റാമെന്ന് ഗാന്ധിജി പറഞ്ഞു. ഖദർ ഉടുക്കുന്നതു പോലെ തന്നെ ചികിത്സയും ഒരു രാഷ്ട്രീയ പ്രവർത്തനമാണ് എന്ന് മനസ്സിലാക്കിയതു കൊണ്ടാണ് ഇങ്ങനെ ചെയ്തത്. ഇന്ന് ഇവിടെ ഹിന്ദുത്വം ഇവിടുത്തെ പ്രകൃതി ചികിത്സാ പദ്ധതിയെ പിടിച്ചെടുക്കാൻ ശ്രമിക്കുന്നു. വാസ്തവ ത്തിൽ ഒരു ഹിന്ദു ചികിത്സിക്കേണ്ടത് ഹിന്ദുത്വ പ്രകൃതി ചികിത്സയിലൂടെ എന്ന പ്രബോധനം നടത്താൻ ഇവർ ആരംഭിച്ചിട്ടുണ്ട്. ഒരു മാസത്തി നകം അതിന്റെ ഫലം കാണാതിരിക്കില്ല. ഇതാണ് ഇവിടെ ഉണ്ടായി ത്തീർന്നിട്ടുള്ള എല്ലാ പ്രതിരോധ പ്രവർത്തനങ്ങളെയും പിടിച്ചെടുക്കുന്ന രീതി. ഒരു പൊട്ടു പിടിച്ചെടുക്കുന്നതു പോലെ, ഒരു ഗോപിക്കുറി പിടിച്ചെ ടുക്കുന്നതു പോലെ ചുവന്ന ഒരു ഗോപിക്കുറി തൊട്ടാൽ നിങ്ങളെ ഒരു ഭീകരനാക്കിത്തീർക്കാം. ചുവപ്പിനെ പേടിക്കുന്നവർക്ക് ഭയം ഉണ്ടാക്കാം. ഞാൻ നിങ്ങളെ ചുവപ്പിക്കും എന്നാണ് ഇതിനർത്ഥം. ശിവസേന മഹാരാഷ്ട്രയിൽ നടത്തിയ പ്രവർത്തനങ്ങൾ ഇങ്ങനെയാണ്. ഈ കുറി ഇന്ന് തൊടുന്നത് അക്രമണോദ്യുക്തമായ ഒരു സംഘമാണ് ഞങ്ങളെന്ന് കാട്ടാനാണ്. കുറി തൊടുന്നവന്റെ പിന്നിൽ ഞങ്ങളുണ്ട് എന്ന് സംഘശക്തി വിളംബരം ചെയ്യിക്കാനും ഗ്രൂപ്പ് സെക്യൂരിറ്റി ബോധം ഉണ്ടാക്കാനും വേണ്ടിയാണ്. ഇവരെ എങ്ങനെയാണ് പ്രതിരോധിക്കേ ണ്ടത് എന്ന് നമുക്കറിയില്ല. ഇവർ ആക്രമിക്കുമ്പോൾ എങ്ങനെയാണ് തിരിച്ചടിക്കേണ്ടത് എന്നും നമുക്കറിയില്ല. കാരണം നമ്മൾ കേരളീയർ പഠിച്ചവരാണ്, ചിന്തിക്കുന്നവരാണ്, ചിന്തിക്കുന്നതുകൊണ്ട് ഒന്നും പ്രവർത്തിക്കാത്ത ആളുകളുമാണ്. ഒരുപാട് ചിന്തിക്കുന്നതുകൊണ്ട് ഒന്നും പ്രവർത്തിക്കാത്ത കേരളീയരെ അടിച്ച് പതം വരുത്താം എന്ന വർക്കറിയാം. ഇത്തരത്തിലുള്ള ശിവസേനാ പ്രവർത്തനം നമ്മുടെ നാട്ടിൽ ഇപ്പോൾ ആരംഭിച്ചു കഴിഞ്ഞിട്ടുണ്ട്. ഇവരെ ബോംബെയിലെ

ചേരി പ്രദേശങ്ങളിൽ നേരിട്ടത് ബുദ്ധിജീവികളല്ല. അവർ അപ്പോഴും ഫാനിന്റെ കീഴിൽ ചോക്ലേറ്റ് ചവച്ച് ചിന്തിക്കുകയാണ് ചെയ്തത്.

ശിവസേന ആക്രമിക്കാൻ ചെന്നപ്പോൾ സാധാരണ ജനങ്ങൾ ചെയ്തത് ചട്ടിയെടുത്ത്, കലമെടുത്ത്, ഉരലെടുത്ത്, ഉലക്കയെടുത്ത് എതിരിടുകയും കലമുടഞ്ഞാലും അവന്റെ തല ഉടയണം എന്ന് തീരുമാനിക്കുകയുമാണ്. ഇങ്ങനെ തീരുമാനിക്കാൻ നമുക്ക് കഴിയാത്തത് നാം സാക്ഷരത നേടിയ, പൂർണ്ണ സാക്ഷരത നേടിയ ഒരു ബുദ്ധിജീവി അബദ്ധ വർഗ്ഗമാണ് എന്നതുകൊണ്ടാണ്. നമ്മെ വലയം ചെയ്തിരിക്കുന്ന ഈ ബുദ്ധിജീവി വലയം പ്രവർത്തിക്കാത്തതിനാലാണ് തളി ക്ഷേത്രത്തിൽ നിന്നും തളിക്കുളം വരെ ഷർട്ടിടാതെ നടക്കാൻ സംഘപരിവാറിനെ പ്രേരിപ്പിക്കുന്നത്. എനിക്ക് മസിലുണ്ട് എന്ന് കാണിക്കാനാണ്. ഇതിനാണ് മസിലിന്റെ പ്രത്യയശാസ്ത്രമെന്ന് പറയുക. നമുക്കൊക്കെ മസിലുകളുണ്ട്. പക്ഷേ അത് മറ്റുള്ളവന്റെ മേൽ മെക്കിട്ട് കേറാൻ ഉള്ളതല്ല എന്നും നാം മനസ്സിലാക്കിയിട്ടുണ്ട്. നാം മസ്ക്കുലർ ആയിട്ടുള്ള ഒരു വർഗമാണെന്നും ഈ തീർത്ഥയാത്രയ്ക്കിടയിൽ മസിലുകൾ കാട്ടി ഇത് നിങ്ങൾക്കുള്ളതാണ് എന്ന് കാണിക്കുന്ന ഒരു ശരീര ശാസ്ത്ര പ്രത്യയശാസ്ത്രമാണ് ഫാസിസ്റ്റുകൾ വളർത്തിയെടുത്തിട്ടുള്ളത്. അതുകൊണ്ടാണ് ബുദ്ധിയെ തോല്പിക്കാൻ ബുദ്ധിയുടെ ഉറവിടമായ തല പൊളിക്കുകയാണ് നല്ലത് എന്ന വളരെ കൃത്യമായ ഒരു വാദതന്ത്രം, ഒരു തർക്കശാസ്ത്രം ഫാസിസം രൂപപ്പെടുത്തിയത്. തർക്കിക്കുന്നതിനേക്കാൾ എളുപ്പം തലക്കടിക്കുന്നതാണ്, തല പിളർന്നവൻ ചിന്തിക്കുന്നില്ല എന്ന ദർശന ശാസ്ത്രത്തിലേക്ക് എത്തിച്ചേർന്നിരിക്കുന്ന ഒരു ഫാസിസം ആദ്യം നിങ്ങളെ അച്ചടിച്ച പുസ്തകങ്ങളെക്കൊണ്ടും പിന്നീട് ഉരുട്ടിയെടുത്ത പാറകൾ കൊണ്ടും വക വരുത്താൻ ശ്രമിച്ചു കൊണ്ടിരിക്കുന്നു എന്നതും ഫാസിസ്റ്റുകളുടെ കൃത്യമായ കേരളീയ അവസ്ഥയാണ്.

മുസൽമാന് ഇവിടെ ജീവിക്കണമെങ്കിൽ ഫാസിസ്റ്റ് ഭരണം വരണം എന്ന ബോധം മുസൽമാന്മാരിൽ പോലും വിതയ്ക്കുകയാണ്. ഉത്തരേന്ത്യൻ സംസ്ഥാനങ്ങളിൽ അവർ ഈ രീതി പരീക്ഷിച്ചതാണ്. ഭയമുണ്ടാക്കി ജനങ്ങൾ അന്യോന്യം മിണ്ടാത്ത അവസ്ഥയുണ്ടാക്കുകയും മൗനത്തെ മൗലികമായ ഭാഷയാക്കിത്തീർക്കുകയും ചെയ്യുക എന്നതാണ് കൃത്യമായ ഫാസിസ്റ്റ് തന്ത്രം. അതുകൊണ്ടാവണം എവിടെയും ഇപ്പോൾ കാര്യമായ ചർച്ചകൾ ഒന്നും നടക്കാത്തത്. ഒരു ഫാസിസ്റ്റിന്റെ ലക്ഷണം അയാൾ വളരെ കുറച്ച് മാത്രമേ സംസാരിക്കു എന്നതാണ്. കാരണം സംഭാഷണമല്ല ശാരീരിക പ്രവർത്തനമാണ് പ്രത്യയശാസ്ത്രത്തേക്കാൾ എളുപ്പവും ലാഭകരവുമെന്ന് ഫാസിസത്തിന് അറിയാം. തന്നിലേക്ക് തന്നെ ആട്ടിയോടിക്കപ്പെട്ട ഒരു ജനതയുടെ

മുകളിലേക്ക് ഒരു ഭീകര ഭരണം കൊണ്ടുവരാൻ എളുപ്പമാണ്. നമ്മുടെ പൗരുഷവും സ്ത്രീത്വവും വീണ്ടെടുക്കുക എന്നതാണ് ഇതിനെതിരെ നമുക്ക് ചെയ്യാൻ കഴിയുക.

ഒരിക്കലേ മരിക്കു എന്നത് നാം ഇടക്കെങ്കിലും മറന്നു പോകുന്ന വളരെ പ്രധാനപ്പെട്ട ഒരു കാര്യമാണ്. ഒരുപക്ഷേ നാം മറന്നു പോകുന്ന മറ്റൊരു കാര്യം മൗനമാണ് ഫാസിസത്തിന് വളരാൻ ഏറ്റവും വളക്കൂറുള്ള മണ്ണ് എന്നതാണ്. അതുകൊണ്ട് എവിടെയൊക്കെ മൗനമുണ്ടോ ആ മൗനത്തെ ഭേദിക്കുകയും, എവിടെയൊക്കെ അയൽക്കാരുണ്ടോ അവരുമായി ബന്ധം സ്ഥാപിക്കുകയും, എവിടെയൊക്കെ സദ്യകളും അടിയന്തിരങ്ങളും വിവാഹങ്ങളുമുണ്ടോ അവിടെയെല്ലാം ഇടകലരുകയും വേണം. അയൽപക്കക്കാരെ അയൽപ്പക്കാരിൽ നിന്നും അകറ്റുക എന്നത് ക്രിസ്തു വിരുദ്ധമായ ഫാസിസ്റ്റ് തന്ത്രമാണ്. നമ്മൾ അയൽക്കാരിൽ നിന്ന് അകലുമ്പോഴാണ്, നമ്മളിലേക്ക് ഒതുങ്ങിക്കൂടുമ്പോഴാണ് സ്ഫോടകമായ ക്രൂരതയുണ്ടാകുന്നത്. മിണ്ടാത്തവൻ ക്രൂരനായിരിക്കും എന്നത് സംഭാഷണത്തിന്റെ പ്രധാനപ്പെട്ട തത്വമാണ്. സ്നേഹത്തിന്റെയും സൗഹൃദത്തിന്റെയും കൂട്ടായ്മയിലൂടെ മാത്രമേ ഫാസിസത്തിനെതിരെ പോരാടാനാവൂ എന്നും നാം മനസ്സിലാക്കേണ്ടിയിരിക്കുന്നു.

●

2002

ഇന്ത്യൻ മനസ്സ്

പ്രാചീന മതങ്ങളും, പ്രാചീന കലകളും വ്യക്തികൾക്കു വേണ്ടി വ്യക്തികൾ സൃഷ്ടിച്ചവയല്ല. സമൂഹ ജീവിതത്തിന്റെ പ്രശ്നങ്ങൾക്കുള്ള ഉത്തരമായിട്ടാണ് ആവിർഭവിച്ചത് എന്ന് ഇന്നെല്ലാവർക്കുമറിയാം. പുഴ കടക്കുകയും മഴ പെയ്യിക്കുകയും കാമധേനുക്കൾ പെറ്റു ചുരത്തുകയും യുദ്ധങ്ങൾ ജയിക്കുകയും ആയിരുന്നു വൈദിക ജനവർഗ്ഗത്തിന്റെ ആവശ്യങ്ങൾ. അതുകൊണ്ട് ശത്രുദ്ര(സറ്റ്ലജ്ജ്)വിനെ മെരുക്കുന്ന എഞ്ചിനീയറെ അവർ ഋഷി എന്നു വിളിക്കുന്നു. ഒരുപക്ഷേ വൃത്രൻ എന്ന മൺചിറയെ പലവട്ടം ഭേദിച്ച് അവൈദിക ജന സമുദായത്തെ പരാജയപ്പെടുത്തുന്ന ഇന്ദ്രനെ(വൃത്രാരി)യും അവർ ആരാധിക്കുന്നു.

പ്രകൃതിയെ കീഴടക്കുവാൻ മനുഷ്യൻ ഉപയോഗിച്ചിരുന്ന ഒരു ആദിമ മാർഗ്ഗം കലയുടെയും കൂടി മാർഗമായ അനുകരണം ആയിരുന്നു. നാമിന്നറിയുന്ന കാര്യകാരണ ബന്ധങ്ങളല്ല പഴയ മനസ്സിലെ ബന്ധങ്ങൾ എന്നതു കൊണ്ട് അനുകരണം വസ്തുതകളെ സൃഷ്ടിക്കുമെന്നും പ്രാചീന മനുഷ്യർ യുക്തിയുക്തമായി കരുതിയിരുന്നു. മഴ അടുക്കുമ്പോൾ തവള കരയും എന്നതുകൊണ്ട് മഴയെ അടുപ്പിക്കുവാനുള്ള മാർഗ്ഗം തവളകളെപ്പോലെ മന്ത്രോച്ചാരണം ചെയ്യുകയാണെന്നു കരുതുന്നതിൽ ഒരു യുക്തിഭംഗവുമില്ല. വാക്കുകൾ (മുദ്രാവാക്യങ്ങൾ) വസ്തുതകളെ സൃഷ്ടിക്കുവാൻ സഹായിക്കുമെന്ന് നാം ഇന്നും അബോധമായി കരുതിപ്പോരുന്നു. അനുകരണവും അനുകരണത്തിൽ നിന്നുണ്ടാകുന്ന അറിവും ശക്തിയും ആണെന്നത് പഴഞ്ചൊല്ലുകളെ കവിഞ്ഞു നിൽക്കുന്ന ഒരു പരമാർത്ഥമാണ്. അടിക്കുന്ന ഒരദ്ധ്യാപകനെ സൂക്ഷ്മമായി അനുകരിക്കുന്ന കുട്ടിക്ക് വളരുമ്പോൾ കൂടുതൽ ഊക്കോടെ അടിക്കുന്ന അധ്യാപകനായിത്തീരാം. അവാർഡുകൾ അയാളെ തേടിവരുന്നു. പായുന്ന നായയെ അനുകരിക്കുന്ന ഒരാൾക്ക് നായയെക്കാൾ വേഗത്തിൽ പായുവാനും ഒരു നായ് പിടിയനായിത്തീരുവാനും തന്റെ ആദിമ വളർത്തു മൃഗമായ

വിശ്വസ്ത പൗരനെ സൃഷ്ടിക്കുവാനും കഴിയുന്നു. കലയുടെയും ഭാഷയുടെയും ആദിമ രൂപങ്ങളിൽ അനുകരണം കൊണ്ട് ആധിപത്യം നേടുവാനുള്ള ശ്രമം എത്രയോ പ്രകടമായി കാണാം. ലോകത്തെങ്ങുമുള്ള പ്രാകൃത ഉർവ്വര ഉത്സവങ്ങളിൽ ശരീരങ്ങൾ സസ്യം കൊണ്ട് അലങ്കരിക്കുകയും അങ്ങനെ സസ്യോല്പാദനത്തെ വർദ്ധിപ്പിക്കുകയും ചെയ്യുന്നതായി കാണാം. മുടിയിൽ തുളസിക്കതിർ ചൂടുമ്പോഴും പൂവണിയുമ്പോഴും വധുക്കൾ സസ്യത്തെ അനുകരിക്കുന്നു. പീലി ചാർത്തിയ കണ്ണനും തൂവൽ ചൂടുന്ന കേരളീയ രാജാവും പക്ഷികളെ അനുകരിക്കുന്നു. കേവലാനുഷ്ഠാനങ്ങൾ എന്ന് ഇന്ന് തോന്നുന്ന ഈ ശീലങ്ങളിലെല്ലാം മനുഷ്യന്റെ യഥാർത്ഥ ഭൗതിക സുഖത്തെ വർദ്ധിപ്പിക്കുവാനുള്ള ആദിമ പ്രയത്നങ്ങളായാണ് കാണേണ്ടത്. വേദങ്ങൾ ഈ ഭൗതിക സുഖങ്ങളെയാണ് പ്രകീർത്തിച്ചിരുന്നത്. പണികളെയും ദസ്യുക്കളെയും കീഴടക്കുവാനും പാലങ്ങൾ പണിയുവാനും മരുത്തുക്കളെ നിയന്ത്രിക്കുവാനും ഉപയോഗിച്ചിരുന്ന വൈദിക കോഡുകളെ അവയുടെ ഭൗതിക പ്രയോജനം നഷ്ടപ്പെട്ടതു കൊണ്ട് നാം ഇന്ന് ആത്മീയ സൂക്തങ്ങൾ എന്നു വിളിക്കുന്നു. ആവശ്യമില്ലാത്തതിനെ ആരാധിക്കുക എന്ന ഈ രീതി സംസ്കാര വികാസത്തിന്റെ മറ്റൊരു ഘട്ടത്തെയാണ് പ്രതിനിധാനം ചെയ്യുന്നത്. വാക്കും പ്രവൃത്തിയും തമ്മിൽ വേർപിരിയുന്ന ഘട്ടം എന്നും ഇതിനെ വിശേഷിപ്പിക്കാം. നാം വിശ്വസിക്കുന്നത് പറയാതിരിക്കുകയും പറയുന്നത് പ്രവർത്തിക്കാതിരിക്കുകയും ചെയ്യുന്നു. നമ്മുടെ ഉജ്ജ്വലമായ ദേശാഭിമാനം ഇതിനൊരുദാഹരമാണ്. ഇന്നത്തെ ഇന്ത്യക്കു പുറത്തുണ്ടായിരുന്ന സൈന്ധവ സംസ്കാരത്തെ നാം നമ്മുടെ ആദിമ പൈതൃകമായി കൊണ്ടാടുന്നു. ഉത്തരേന്ത്യയിൽ ഇന്നുള്ള ഏറ്റവും വലിയ ദേശാഭിമാനികൾ, രജപുത്രന്മാർ, യവനസന്നിവേശത്തിൽ നിന്നുത്ഭവിച്ച സങ്കരവർഗ്ഗമാണ്. അലക്സാണ്ടറുടെ പിൻമുറക്കാരാണ് അക്ബറോട് വീറോടെ എതിർത്തു യുദ്ധം ചെയ്തത്. എങ്കിലും ശ്രീകൃഷ്ണൻ ഒരു രാജ്യത്തിന് സംഭവിക്കാവുന്ന ഏറ്റവും വലിയ വിപത്ത് വർണ്ണസങ്കരമാണെന്ന് കരുതിയിരുന്നു. *'സങ്കരോ നരകായൈവ കുലഘ്നാനാം കുലസ്യ ച.'*

കൊറിയയിലെ അമേരിക്കൻ അധിനിവേശത്തെക്കുറിച്ച് പേൾബക്കിനുണ്ടായിരുന്ന സങ്കല്പങ്ങൾ ഇതിനു വിപരീതമായിരുന്നു. അനിഷ്ടമായെങ്കിലും അവിടെ ഉണ്ടായിത്തീർന്ന അമേരേഷ്യൻ ഹൈബ്രിഡ് ശിശു സമൂഹത്തിൽ നിന്ന് ലോകോത്തരമായ ഒരു ജനവർഗ്ഗമുണ്ടായിത്തീരുമെന്നാണ് അവർ ആഗ്രഹിച്ചത്. മനുഷ്യരൊഴികെ മറ്റെല്ലാ ജീവിവർഗ്ഗങ്ങളുടെ കാര്യത്തിലും സാങ്കര്യം ജന്തുസ്സുകളുടെ ഗുണം വർദ്ധിപ്പിക്കുമെന്ന് മനുഷ്യർ തന്നെ അംഗീകരിച്ചിരിക്കുന്നു. ഈ യാഥാർത്ഥ്യ

വൈമുഖ്യവും ഉടമാവകാശത്തിന്റെ ഫലമാണ് എന്നു വന്നുകൂടായ്കയില്ല. വെൺമഴു കൊണ്ട് ഹാരപ്പൻ കലാകാരന്മാരെ കൊന്നൊടുക്കിയ നാം തന്നെയാണ് പരമമായ ധർമം അഹിംസയാണെന്നു പിന്നീടു കണ്ടെത്തിയത്. കലിംഗ യുദ്ധത്തിൽ മനുഷ്യോചിതമല്ലാത്ത വിധം മനുഷ്യക്കുരുതി നടത്തിയ അശോകൻ തന്നെയാണ് പിന്നീട് ഹിംസാത്മകമായിത്തന്നെ അഹിംസ പ്രചരിപ്പിച്ചത്. മനുഷ്യർ മൃഗങ്ങളെ ദ്രോഹിച്ചാൽ മനുഷ്യരെ അശോകൻ ദ്രോഹിക്കും എന്ന് അശോകന്റെ ശിലാശാസനങ്ങൾ പ്രഖ്യാപിക്കുന്നു. നാം സമാധാനവാദികളുടെ രാഷ്ട്രമാണ് എങ്കിലും വീരചക്രം കൊടുക്കുന്നത് ഒരിക്കലും സമാധാനവാദികൾക്കല്ല. ആത്മീയത, അതിന്റെ തന്നെ വിപരീതത്തിൽ എത്തിച്ചേരുന്നു എന്നാണ് ഈ വസ്തുതകളും ഉദാഹരണങ്ങളും കാണിക്കുന്നത്.

ഇന്ത്യൻ സംസ്കാരം വളർത്തിയെടുത്ത ഒരു സവിശേഷ മനോഭാവം ആത്മീയവാദം, അഥവാ ആത്മസംതൃപ്തി വാദമാണ്. ജീവിതത്തിൽ നിന്ന് സുഖം നേടുന്നതിനു പകരം സുഖം തേടിപ്പോകുന്ന മനുഷ്യന് അത് അകത്തോ പുറത്തോ എന്ന സംശയം ഉണ്ടായിത്തീരുന്നു. സന്തോഷം ആത്മനിഷ്ഠമാണ് എന്നും ആത്മാവിൽ സുഖം കണ്ടെത്തുന്നവന് ഒരിക്കലും സുഖത്തിൽ നിന്നു വേർപിരിയേണ്ടി വരുന്നില്ല എന്നും ഉള്ളതാണ് ഇന്ത്യയിലെ ഉപരിചിന്തകന്മാർ എത്തിച്ചേർന്ന ഒരു നിഗമനം.

ആത്മന്യേവാത്മനാ തുഷ്ടഃ
സ്ഥിതിപ്രജ്ഞ സ്തദോച്യതേ
സ്ഥിരമാത്മ നിബന്ധനം സുഖം
പരതന്ത്രം സുഖമൊക്കെ ദുഃഖമാം.

മനുഷ്യചോദനങ്ങളുടെ സ്വാഭാവികമായ രീതി ഭൗതിക ലോകത്തിൽ അതിന്റെ സംതൃപ്തി കണ്ടെത്തുക എന്നുള്ളതാണ്. വിശക്കുമ്പോൾ ഇരതേടുകയും തിന്നുകയും വിശ്രമിക്കുകയും ചെയ്യുക. വീണ്ടും വിശക്കുമല്ലോ എന്ന ചിന്ത, സ്വാഭാവികമായിത്തീർന്ന ആഭ്യന്തര വൈരുദ്ധ്യങ്ങളോടു കൂടിയ ഒരു സമുദായത്തിൽ മാത്രമേ ഉണ്ടാകൂ. ഭക്ഷണത്തിൽ പരാജിതനായ ഒരു ശിശു സ്വന്തം വിരൽ കുടിക്കുമ്പോൾ അവൻ പരതന്ത്രമായ സുഖത്തെ ഉപേക്ഷിക്കുകയും സ്വതന്ത്രമായ സുഖത്തിൽ രമിക്കുകയുമാണ് ചെയ്യുന്നത്. ഈ നാരായണൻ നമ്മുടെ ചിന്തകന്മാർ പറയും പോലെ ഭാരതീയരുടെ ഒരു സംസ്കാര രൂപമാണ്. നിത്യശിശുവിനു ദുഃഖമില്ല എന്നു മാത്രമല്ല, അവന് വളർച്ചയും ഇല്ല. സാംസ്കാരികമായ ഈ നാർസിസിസം, ആത്മരതി, പരമാനന്ദം എന്നു വ്യവഹരിക്കപ്പെടുന്ന ഒരു ഭാരതീയ ലക്ഷ്യമായിത്തീരുന്നു. ഈ മനോഭാവത്തിന്റെ പ്രചാരത്തോടു കൂടി നമ്മുടെ സംസ്കാരം മൗലികമായി

മുരടിച്ചു പോകുകയും ചെയ്യുന്നു. പ്രവൃത്തിയല്ല, നിവൃത്തിയാണ് മോക്ഷ മാർഗ്ഗം എന്ന് നാം ഇതിനെ വിവരിച്ചു പോന്നു. സാംസ്കാരികമായ ഈ ആത്മരതിയുടെ ഒരു ഫലം ഇന്ത്യയിൽ പ്രത്യേകിച്ചും ഏഷ്യയിൽ പൊതുവെയും കാണാവുന്ന വൃദ്ധ പൂജയാണ്. അമിതമായ വൃദ്ധപൂജ, ലോകം മാറാത്തതാണ് എന്നും കവികൾ രണ്ടോ മൂന്നോ മാത്രമേ ഉള്ളൂ എന്നും അന്തിമമായ ജ്ഞാനം ആദിമമായ ജ്ഞാനമാണെന്നും വളർച്ച അനുസരണമാണ് എന്നും വിനയം ഉയർച്ചയാണ് എന്നുമുള്ള ബോധം സൃഷ്ടിക്കുന്നു. വാർദ്ധക്യപൂജ കുട്ടികളെ യുവാക്കളാകാൻ അനുവദിക്കാതെ വൃദ്ധരാകുവാൻ പ്രേരിപ്പിക്കുന്നു. മാനസികമായ യൗവനവും വികാസവും ഇല്ലാതാകുക എന്നതാണ് ഈ വ്യവസ്ഥയുടെ ഒരു ദുരന്തം. വിപ്ലവത്തിൽനിന്നും യുവാക്കളെ അകറ്റി നിർത്തുന്ന ഒരു നോൺസെമറ്റിക് തന്ത്രമാണിത്. ഞായറാഴ്ച ഉറങ്ങിയ സായ്പിനെപ്പോലെ പെട്ടെന്ന് വയസ്സനായിട്ട് അറിയാതെ നഷ്ടപ്പെട്ടുപോയ യൗവനത്തിനു വേണ്ടി നാം ലഹള കൂട്ടുന്നു. അപ്പോഴേക്കും ജീവിതം തീർന്നു പോകുന്നു.

ഇന്ത്യൻ മനസ്സ്, കുട്ടികളെ ശൈശവാവസ്ഥയിൽ കഴിയാൻ പ്രലോഭിപ്പിക്കുന്നു. കല്പാന്ത ജലത്തിലെ ആലിലയിൽ പെരുവിരൽ കുടിച്ചു മയങ്ങുന്ന ശ്രീകൃഷ്ണനെക്കുറിച്ച് യുങ്ങ് ഒരു 'നാരായണീയം' തന്നെ എഴുതി. വിരൽ കുടിച്ച് ലോകത്തെ നിഷേധിക്കുന്ന കുട്ടി ലോകം തനിക്കാവശ്യമുണ്ട് എന്നു വരുമ്പോൾ കരച്ചിൽ എന്ന പണിമുടക്ക് ആയുധമാക്കുന്നു. കരഞ്ഞ് പാൽ വരുത്തിക്കുടിക്കുന്ന ഈ ശിശുവിന്റെ ശരീരവും മനസ്സും ഒന്നുതന്നെ. രണ്ടു മാർഗ്ഗങ്ങളുള്ള ഈ ശരീരം തന്നെയാണ് ക്ഷേത്രം. ക്ഷേത്രത്തിനും രണ്ടു വാതിലുകളുണ്ട്.

ഇദം ശരീരം കൗന്തേയ
ക്ഷേത്രമിത്യഭിധീയതേ

ഇന്ത്യൻ സമൂഹത്തിന്റെ പ്രത്യേകത ഇന്ത്യൻ ഗ്രാമത്തിന്റെ സ്വാശ്രയത്വമാണെന്ന് മാർക്സ് കണ്ടെത്തിയിരുന്നു. ഗ്രാമം സ്വയം പര്യാപ്തമാകണം എന്ന് ഗാന്ധിജിയും പറഞ്ഞു. ഗ്രാമം നിർമ്മിക്കുന്നത് ഗ്രാമം തന്നെ ഭക്ഷിക്കുന്നു. ഈ വ്യവസ്ഥയ്ക്ക് ദോഷവുമുണ്ട്. ക്ലോസ്ഡ് സിസ്റ്റം ആയ ഗ്രാമത്തിന്റെ നാർസിസ്റ്റിക് പ്രത്യേകത അത് വളരാൻ കൂട്ടാക്കുന്നില്ല എന്നതാണ്. ഇൻസുലേറ്റഡ് ആയി നിൽക്കുന്ന സ്വയം പര്യാപ്തത വളർച്ച മുടക്കുന്നു. ഭാരതീയരുടെ പ്രാചീനമായ ആരാധനാ മുദ്ര സ്വാശ്രയത്വത്തിന്റെ മുദ്രയായ ശ്രീകൃഷ്ണന്റെ കല്പാന്ത നിദ്ര തന്നെ. നമ്മുടെ തറികളിൽ നമ്മുടെ പരുത്തി കൊണ്ട് വസ്ത്രമുണ്ടാക്കണമെന്നാണ് ഗാന്ധി പറഞ്ഞത്. പക്ഷേ പരുത്തി ഭാരതീയമല്ല; ഈജിപ്ഷ്യനാണ്. പരുത്തിയെ കുറിക്കുന്ന സംസ്കൃത വാക്കുകളെല്ലാം അറബിയിൽ നിന്നുണ്ടായതാണ്.

ഭാരതത്തിലെ ശിശുക്കൾ മുൻകൂട്ടിയുണ്ടാക്കിയ ഒരു വ്യവസ്ഥയിലേക്ക് ജനിച്ചു വീഴുന്നു. ജനനം മുതൽ മരണം വരെ എന്തൊക്കെ ചെയ്യണമെന്ന് വ്യവസ്ഥകളുണ്ട്. സ്മൃതികളിൽ പറയാത്ത ആഘാതങ്ങൾ ഈ വ്യവസ്ഥയെ തെറ്റിക്കുന്നു. ബ്രിട്ടീഷുകാരുടെ ആക്രമണത്തിനുള്ള പ്രതിവിധി മുൻകൂട്ടിയുള്ള വ്യവസ്ഥകളിലില്ലാത്തതുകൊണ്ട് ഇന്ത്യൻ ജനത ശിഥിലവും ദരിദ്രവുമായി. ഇതായിരുന്നു ഇന്ത്യൻ മനസ്സിനേറ്റ ആഘാതം. ഇതിന് ഗാന്ധിജി നിർദ്ദേശിച്ച പരിഹാരം ലോകത്തിലെ ചെറിയൊരത്ഭുതമായിത്തീർന്ന ഉപ്പുസത്യാഗ്രഹമാകുന്നു. ക്രിസ്തീയ കൃതികളിൽ തല്പരനായിരുന്ന ഗാന്ധിജിയെ 'നീ ഭൂമിയുടെ ഉപ്പാകുന്നു' എന്ന ബൈബിൾ വചനം സ്വാധീനിച്ചിരിക്കാം. ഉപ്പ് തിരികെ എടുക്കുക എന്ന ക്രിസ്ത്യൻ തത്വമനുസരിച്ച് ഇന്ത്യയുടെ ആത്മാവ് തിരിച്ചെടുക്കാം എന്ന് അദ്ദേഹം വിശ്വസിച്ചിരുന്നു.

താൻ ആരായിത്തീരണം എന്ന സംശയം വർണ്ണ്യവ്യവസസ്ഥയിലില്ല. സംശയം ഇല്ലാതിരിക്കുക, ചോദിക്കാതിരിക്കുക എന്നതാണ് വർണ്ണ്യവ്യവസ്ഥയുടെ ശക്തി. ഫ്രീ ചോയ്സ് ഇല്ലാത്തവന് അസ്തിത്വ ദുഃഖമില്ല. കാരണവരെ കൊല്ലുന്നതെങ്ങനെ എന്ന ഒരു ചെറിയ സംശയം മാത്രമേ ഗീതയിലുള്ളൂ. ഈ സംശയം ഭഗവാൻ വിശ്വരൂപ ദർശനം കൊണ്ട് തീർക്കുന്നു. ഇത് ചതുരപായങ്ങളിൽ നാലാമത്തേതു തന്നെ. പക്ഷേ ഇത്തരമൊരു സമ്മർദ്ദം, അറിയാതെ തന്നെ ആ വ്യവസ്ഥയെ താറുമാറാക്കിത്തീർക്കുന്നു. 'നീ ഹേതുവായിരിക്കരുത്, കാറ്റലിസ്റ്റ് മാത്രം ആയിരിക്കുക' എന്നാണ് 'നിമിത്തമാത്രം ഭവ സവ്യസാചിൻ' എന്ന ഉപദേശത്തിന്റെ അർത്ഥം. റബ്ബർ ചുണ്ടിൽ വച്ചുകൊടുത്ത് ആത്മരാമനാക്കി, ശിശുവിനെ മയക്കുന്ന തന്ത്രമനുസരിച്ച് ഓരോ പ്രവൃത്തിയും കർത്തവ്യം അഥവാ, ധർമം ആക്കിത്തീർക്കുമ്പോൾ സംശയം ഉണ്ടാകുന്നില്ല. പോലീസുകാരൻ അടിക്കുമ്പോൾ ക്രൂരത ധർമമായിത്തീരുന്നു. ഒരു വ്യവസ്ഥ കാലഹരണപ്പെടുമ്പോൾ സാമൂഹ്യ ബന്ധങ്ങൾ ബന്ധനങ്ങളായിത്തീരുന്നു എന്ന് മാർക്സ് പറഞ്ഞു. ഇന്ന് വർണാശ്രമ വ്യവസ്ഥ നമ്മുടെ ഒരു സംശയത്തിനും നിവാരണമല്ല. എന്നാൽ നമ്മുടെ എല്ലാ ധർമ സംശയങ്ങൾക്കും കാരണം വർണ്ണ്യവ്യവസ്ഥയാണുതാനും.

ഒരു സങ്കീർണ്ണ വ്യവസ്ഥിതി പെട്ടെന്ന് മാറ്റാനാവില്ല. ഭസ്മമെടുത്തു കാണിക്കുന്ന യുക്തിവാദി ഒരു വിശ്വാസിക്ക് സിദ്ധനോ മന്ത്രവാദിയോ തന്നെ. സിദ്ധന് മനുഷ്യ മനസ്സിൽ പരിവർത്തനം വരുത്താൻ സാദ്ധ്യമല്ല. ഒരു വിശ്വാസത്തെ യുക്തികൊണ്ട് മാറ്റാനാവില്ല. ഇന്ത്യയിൽ നിന്ന് വസൂരി പോയിട്ടും വസൂരിമാല പോയില്ല. എല്ലാ പനകളും തീരുമ്പോഴേ എല്ലാ യക്ഷികളും പോകൂ.

മതത്തോടും കലയോടും ആചാരങ്ങളോടുമുള്ള നമ്മുടെ സമീപനം മാറ്റിയേ തീരൂ. ഒരു ആചാരത്തിന്റെ ഫങ്ഷൻ എന്താണെന്ന് മനസ്സിലാക്കണം. തീവ്രമായ ശാരീരികാഘാതങ്ങൾ മനസ്സിനെ തളർത്തും. ആഘാതങ്ങൾ (ഷോക്ക്) കൊണ്ടുതന്നെ മനുഷ്യനെ മര്യാദക്കാരനാക്കാനും കഴിയും. നിത്യമായ ആശ്വാസ ലബ്ധിയിൽ ഒരു മാർക്സിസ്റ്റ് വിശ്വസിക്കുന്നില്ല. സമൂഹത്തിന്റെ ഒരു ക്രൈസിസ് ആണ് ഭ്രാന്ത്. യഥാർത്ഥത്തിൽ സാമൂഹ്യമായ ദുർഘട സന്ധികളേ ഉള്ളൂ. മാനസിക രോഗം എന്നൊന്നില്ല.

നാം ചെറിയ അംശത്തിലേ ഉണർന്നിരിക്കുന്നുള്ളൂ, അതുകൊണ്ട് ഒരു മനുഷ്യനും പൂർണ്ണമായി വിപ്ലവകാരിയാകാൻ കഴിയില്ല. നമ്മുടെ ചിന്തകളിൽ കുരുക്കു വീണിട്ടുണ്ട്. യുക്തിവാദികൾ ചെറിയ കാര്യത്തിന് വലിയ പ്രാധാന്യം കൊടുക്കുന്നു. ചെറിയ കാര്യം നിഷേധിക്കുമ്പോൾ നമ്മൾ ചെറുതാവുന്നു. എപ്പോഴും ദൈവത്തെ നിഷേധിക്കുന്നവൻ ദൈവത്തെക്കുറിച്ചു മാത്രം ചിന്തിക്കുന്നു. മനുഷ്യന്റെ മനുഷ്യേതര ബന്ധത്തിന്റെ ഒരു രൂപമാണ് ഈശ്വരൻ. ഈ ബന്ധം മാറുമ്പോൾ ഈശ്വരൻ താനേ മരിക്കും. ഇത് നീഷേ പണ്ടേ പറഞ്ഞതാണ്. വകുപ്പുകൾ പോകുമ്പോൾ പിന്നെ മന്ത്രിയുണ്ടാകുകയില്ല. പണ്ടുണ്ടായിരുന്ന പല വകുപ്പുകളും ഈശ്വരനിൽ നിന്നു പൊയ്ക്കഴിഞ്ഞു. വിശ്വാസി ദൈവത്തിനേ തേങ്ങയുടയ്ക്കുന്നുള്ളൂ. നിരോധിക്കുന്നതേ നാം വാങ്ങിക്കഴിക്കൂ. പോറ്റാൻ കഴിയാത്ത പശുക്കളെ ദൈവത്തിനും, വിവാഹം ചെയ്യിക്കാൻ കഴിയാത്ത മക്കളെ കന്യാമഠത്തിലേക്കും, വില്ക്കാൻ കഴിയാത്ത തേങ്ങ അമ്പലത്തിലേക്കും കൊടുക്കുക എന്നതാണ് നമ്മുടെ രീതി.

നാം നമ്മുടെ യഥാർത്ഥ ശത്രുവിനെയോ പ്രശ്നത്തെയോ കാണുന്നില്ല. രാഷ്ട്രീയത്തിലെ പ്രശ്നവും ഇതുതന്നെ. ജപിച്ചു വിട്ട (ഹിപ്പ്നോട്ടൈസ്ഡ്) ഒരാളെക്കൊണ്ട് വലിയ ക്രൂരതകൾ ചെയ്യിക്കാം. കപ്പലുകൾ മാത്രമല്ല, ഭരണകൂടങ്ങളെയും സംഘടനകളെയും തുരങ്കം വക്കാം. പാപം ചെയ്തുകൊണ്ടു തന്നെ പാപബോധത്തിൽ നിന്നു മുക്തി നേടുവാൻ വിശ്വാസങ്ങൾ മതങ്ങളുടെ ആധിപത്യ യുഗങ്ങളിലും മനുഷ്യനെ സന്നദ്ധമാക്കിയിട്ടുണ്ട്. ശാസ്ത്ര വിരുദ്ധമായ വിശ്വാസത്തിന്റെ വിപത്ത് ഇനിയും വന്നുകൂടായ്കയില്ല. അതുകൊണ്ട് ചരിത്രഗതിയെക്കുറിച്ചുള്ള ബോധം പോലെ തന്നെ മനുഷ്യ മനസ്സിന്റെ അന്തർധാരകളെക്കുറിച്ചുള്ള ബോധവും ഒരു വിപ്ലവകാരിക്ക് അനിവാര്യമായിത്തീരുന്നു. പലപ്പോഴും മനുഷ്യന്റെ യുക്തിചിന്ത, യുക്തി ചെയ്യാതിരിക്കുന്നതിനുള്ള ഒരു കാരണമായിത്തീരാറുണ്ട്. രണ്ട് വൈരുദ്ധ്യങ്ങളെ സമന്വയിക്കുന്ന ഒരു മാർഗ്ഗമാണ് ഒരു ചിന്ത അഥവാ യുക്തി. വൈരുദ്ധ്യം എന്നത് നമ്മുടെ ആവശ്യവും നിറവേറ്റലും തമ്മിലുള്ള അകലം തന്നെയാകുന്നു, Freedom is the recognition of necessity. അതുകൊണ്ട് വിശപ്പിനെപ്പോലെ തന്നെ ജീവത്തായ പ്രശ്നങ്ങൾ ഇന്നുണ്ട്. ഉണരുകയാകുന്നു യഥാർത്ഥ മായ വൈരുധ്യാത്മക ചിന്തയുടെ ഒരു കടമ, പ്രശ്നങ്ങളറിയുകയാണ് അവയെ നേരിടാനുള്ള ആദ്യ മാർഗ്ഗം എന്നത് മാർക്സിസത്തിന്റെ ഒരു ബാല പാഠമാണല്ലോ. ജീർണ വസ്ത്രങ്ങൾ നമ്മെ രക്ഷിക്കുന്നതിനു പകരം വിചാരപരമായ നാണക്കേടുകളിലെത്തിക്കുകയേ ചെയ്യൂ. ഇന്നത്തെ യാഥാർത്ഥ്യത്തെക്കുറിച്ചുള്ള ബോധമാണ് മാർക്സിസ ത്തിന്റേതായ പുതിയ വസ്ത്രം. അതുകൊണ്ടു പുരോഗതിക്ക് തടസ്സമായ ജീർണ ചിന്തകൾ ജീർണ വസ്ത്രങ്ങൾ പോലെ നമുക്ക് ഉരിഞ്ഞെറിയേണ്ടി യിരിക്കുന്നു. പക്ഷേ ചിന്തകൾ നിരാകരിക്കുന്നത് എളുപ്പമല്ല. കാരണം യാഥാർത്ഥ്യത്തെ കണ്ടെത്തുക എന്നതിനേക്കാൾ അസുഖകരമായ മറ്റൊന്നും ഈ ലോകത്തിലില്ല തന്നെ.

●

1984

അടയാളങ്ങൾ

ജീവിച്ചു കൊണ്ടിരിക്കുന്ന ഒരു സമുദായം ഒരു അടയാളം സൃഷ്ടിക്കുമ്പോൾ അത് ജീവിത വ്യവസ്ഥയുമായി ബന്ധപ്പെട്ടിരിക്കും. ഈ വ്യവസ്ഥയയിൽ നിന്നാണ് അടയാളത്തിന് അർത്ഥമുണ്ടാകുന്നത്. ചുറ്റികയും അരിവാളും വെറും ഇരുമ്പല്ല, വ്യവസായ-കാർഷിക വ്യവസ്ഥകളുടെയും തൊഴിലാളികളുടെയും ഒരു സംയുക്തമാണ്, സ്ത്രീ-പുരുഷ സമത്വത്തിന്റെയും ഐക്യത്തിന്റെയും ചുരുക്കമാണ്. നേരിൽ കാണാവുന്ന ചുരുക്കം. എല്ലാ അടയാളങ്ങളിലും ഇതുപോലെ പരന്ന കാര്യങ്ങളുടെ ചുരുക്കങ്ങൾ ഉണ്ടാകും. വാറ്റിയെടുക്കുന്ന പനിനീരു പോലെ വ്യവസ്ഥയുടെ സുഗന്ധത്തെ വാറ്റിയെടുക്കുന്നു. ഒരു തുള്ളി കൊണ്ട് ഓർമ്മയുടെയും ബന്ധങ്ങളുടെയും ആകാശം ഉണ്ടാക്കുന്നു.

മുസോളിനി വിറകും മഴുവുമാണ് അടയാളമാക്കിയിരുന്നത്. മഴുവിന്റെ അർത്ഥതലങ്ങളിൽ പലതും മലയാളിക്കറിയാം. കൻമഴുവായാലും വെൺമഴുവായാലും അത് പ്രകൃതിയെ മറികടക്കുന്ന മറു ലോകങ്ങൾ സൃഷ്ടിക്കുന്നുണ്ട്. തൊഴിലാളികളുടെയും അദ്ധ്വാനിക്കുന്നവരുടെയും അടയാളമായിട്ടാണ് ഇറ്റാലിയൻ ഫാസിസം അതിന്റെ മുദ്ര സ്വീകരിച്ചത്. ഉപയോഗിക്കാനും ഉപേക്ഷിക്കാനും പറ്റിയ നല്ലൊരിനമാണ് തൊഴിലാളി വർഗമെന്ന് ഫാസിസം അന്നു തന്നെ മനസ്സിലാക്കിയിരുന്നു.

രണ്ടാമത്തെ ലോകയുദ്ധ കാലത്ത് ഉയർത്തിപ്പിടിച്ച രണ്ട് വിരലു കൊണ്ട് 'V' നിർമ്മിച്ച് ചർച്ചിൽ വിജയമുദ്ര കാണിച്ചിരുന്നു. മുദ്രകൾ ഉത്തേജക ഔഷധങ്ങളാണ്. മുദ്രാവാക്യങ്ങളെപ്പോലെ തന്നെ - 'V' ഫോർ വിക്ടറി. വേറിട്ടുയർത്തിയ പെരുവിരൽ ഒരു ഉത്തേജക പാനീയത്തിന്റെ അടയാളമായിത്തീരുന്നു. ലോകം ആണുങ്ങളുടേതായതു

കൊണ്ട് വാജീകരണത്തെ അവരെന്നും അവരുടെ വിജയമായിക്കണ്ടിരുന്നു. വിരലും ഒരു വ്യവസ്ഥതന്നെയാണ്. ഇന്ത്യയിലെ ഫാസിസ്റ്റ് ശക്തികൾ പഴയ അടയാളങ്ങൾ ഉപയോഗിച്ചു കൊണ്ടുള്ള ആക്രമണം ഇപ്പോഴും നിഷ്ഠയോടെ ചെയ്തു കൊണ്ടിരിക്കുകയാണ്. ഇതിലൊന്ന് ചിലരെ പലരിൽ നിന്നും വ്യത്യസ്തരാക്കിയ പഴയ കാവിയാകാം. യജ്ഞ പ്രയോഗങ്ങളിൽ നിന്ന് ഉരുത്തിരിഞ്ഞ കുറികൾ അഥവാ അടയാളങ്ങളാവാം.

പ്രസാദം ചിലപ്പോൾ മഞ്ഞയായും ചിലപ്പോൾ വെണ്ണീർ ആയും രക്തമായും വരുന്നു. ഇതും ആരാധനാ വ്യവസ്ഥകളുമായി ബന്ധപ്പെട്ട് വ്യവസ്ഥയായിത്തീരുന്നവയാണ്. അതുകൊണ്ട് ഒരടയാളത്തിന്റെ മാറ്റം ഒരടവിന്റെ മാറ്റത്തെയും സൂചിപ്പിക്കും. മതം രാഷ്ട്രീയത്തിന് ഉപയോഗിക്കുമ്പോൾ അടവുകളും അടയാളങ്ങളും മാറ്റേണ്ടി വരുന്നു. പക്ഷേ ഇതിനേക്കാൾ വലിയൊരു പ്രതിസന്ധി ഫാസിസ്റ്റ് അടയാള പ്രയോഗത്തിന് ഇന്ന് നേരിടേണ്ടി വരുന്നുണ്ട്. അത് വിവരസാങ്കേതിക വിദ്യയുടെ ആക്രമണമാണ്. നമ്മുടെ അറിവിൽ ആദ്യമായി, നാഗരികത മൗലികമായി ചിഹ്നങ്ങളുപയോഗിക്കുന്ന ഒരു കാലം വന്നു ചേർന്നിരിക്കുന്നു. ചിഹ്നങ്ങളുടെ പ്രയോഗത്തിനുള്ള ഒരു പരിമിതി ആവർത്തിക്കുന്തോറും അത് നിർഗുണമായിത്തീരുന്നു എന്നതാണ്. ഉരച്ചു കൊണ്ടിരിക്കുന്ന ഒരു മൺകടലാസു പോലെ. വികാരങ്ങൾ ആവർത്തിക്കുമ്പോൾ പൈങ്കിളിയും, മുദ്രാവാക്യങ്ങൾ ആവർത്തിക്കുമ്പോൾ അധര വ്യായാമവുമായിത്തീരും. നിരന്തരമായ പ്രയോഗത്തിലൂടെ പുതിയ വിവരസാങ്കേതിക അടയാളങ്ങളെ മണൽത്തരി പോലെ നിർവീര്യമാക്കിക്കൊണ്ടിരിക്കുന്നു. ഇന്ത്യൻ ഫാസിസ്റ്റ് പ്രയോഗത്തിന് അടയാളങ്ങൾ കൂടെക്കൂടെ മാറ്റേണ്ടി വരുന്നതും ഇതുകൊണ്ട് തന്നെയാണ്. ഇങ്ങനെ മാറ്റുമ്പോൾ പുതുമയുടെ ഊക്ക് കൂടുമെങ്കിലും ശീലത്തിന്റെ ശക്തി കുറയുക തന്നെ ചെയ്യും. അതുകൊണ്ട് ഇന്ത്യൻ ഫാസിസത്തിന്റെ അടയാള ശക്തി വളരെ വേഗം ക്ഷയിച്ചുകൊണ്ടിരിക്കുന്നു. ഇത് അവർക്കുമറിയാം.

●

1996

ഇന്ത്യൻ സംസ്കാരത്തിന്റെ രാഷ്ട്രീയ ഘടകങ്ങൾ

നാം ജീവിക്കുന്ന കാലത്തെ ഏറ്റവും വലിയ വിപത്ത് വർഗീയതയാണെന്നു തിരിച്ചറിയുകയും വർഗീതയെ നേരിടാൻ മുഴുവൻ മനുഷ്യ സ്നേഹികളും ഒത്തുചേരണമെന്നു പ്രഖ്യാപിക്കുകയും ചെയ്തു എന്നതാണ് പുരോഗമന കലാസാഹിത്യ സംഘത്തിന്റെ പെരുമ്പാവൂർ സമ്മേളനം അംഗീകരിച്ച രേഖയുടെ കാതൽ. ഇന്ത്യൻ മുതലാളിത്തത്തിന്റെ വളർച്ചയുടെ ഒരു ഘട്ടത്തിൽ പ്രാചീന ഇന്ത്യൻ സംസ്കാരത്തിന്റെ അംശങ്ങളെയും അടയാളങ്ങളെയുമെല്ലാം തന്നെ മുതലാളിത്തം ഒരു ഭാഗം പൊളിച്ചെടുക്കുകയും ഈ സംസ്കാരിക ചിഹ്നങ്ങളെ രാഷ്ട്രീയ ഉപകരണങ്ങളാക്കി മാറ്റാൻ ശ്രമിക്കുകയും ചെയ്തുകൊണ്ടിരിക്കുന്നു. ഇത് ഇന്നത്തെ ഇന്ത്യയിലെ പ്രധാനപ്പെട്ട ഒരു വസ്തുതയാണ്. നാം ഉപയോഗിക്കുന്ന ഭാഷയെയും നാം ഭക്ഷിക്കുന്ന ഭക്ഷണത്തെയും നാം തൊടുന്ന തൊടുകുറികളെയും നാം ധരിക്കുന്ന നിറങ്ങളെയും എല്ലാം തന്നെ രാഷ്ട്രീയ നാണയങ്ങളാക്കി പരിവർത്തനം ചെയ്യിക്കാനുള്ള ശ്രമങ്ങളാണ് ഇന്ത്യയിലെ ദേശീയ ഫാസിസ്റ്റ് ശക്തികൾ നടത്തുന്നത്. ഇത് വളരെ സൂക്ഷ്മമായി നടന്നു കൊണ്ടിരിക്കുന്ന ശ്രമമാണെന്ന് ഇന്നു നാം തിരിച്ചറിയുന്നു, ഒരുപക്ഷേ വൈകിയാണെങ്കിലും. ഇങ്ങനെ സാംസ്കാരികമായ ആയുധങ്ങളാക്കി മാറ്റിത്തീർക്കുകയും രാഷ്ട്രീയാധികാരം പിടിച്ചെടുക്കാനുള്ള ശക്തിയാക്കി രൂപാന്തരപ്പെടുത്തുകയും ചെയ്യാം എന്ന ഈ പരീക്ഷണത്തെ നേരിടുക എന്നത് നമ്മുടെ പ്രധാനപ്പെട്ട ഒരു കടമയായിത്തീരുന്നുണ്ട്.

ഇന്ത്യയിലെ പ്രധാനപ്പെട്ട മതത്തിന്റെ, ഹിന്ദുമതത്തിന്റെ അടയാളങ്ങളെയാണ് ഇന്ന് ദേശീയ ഫാസിസം പ്രധാനമായും

രൂപാന്തരപ്പെടുത്തുന്നത് എന്നു നമുക്കറിയാം. അതുകൊണ്ട് തീരെ അരാഷ്ട്രീയമായിരുന്ന ഒരു ചന്ദനക്കുറി നമ്മുടെ ചരിത്രത്തിന്റെ ഒരു പ്രത്യേക ഘട്ടത്തിൽ പ്രധാനപ്പെട്ട ഒരു രാഷ്ട്രീയ അടയാളമായി മാറാം. മൂലധനം മോഷ്ടിക്കപ്പെടുന്നതു പോലെ, നമ്മുടെ നെറ്റിയിലെ പൊട്ടും ആരോ മോഷ്ടിച്ചിരിക്കുന്നു എന്നാണ് ഇതിനർത്ഥം. നമ്മുടെ, ദേവന്മാരെയും ആരോ മോഷ്ടിച്ചിരിക്കുന്നു എന്നാണ് ഇതിനർത്ഥം. നമ്മുടെ സന്യാസത്തിന്റെ ഉടുതുണി പോലും മോഷ്ടിക്കപ്പെട്ടിരിക്കുന്നു എന്നു നാം മനസ്സിലാക്കുന്നു. നമ്മുടെ സംസ്കൃത ശ്ലോകങ്ങൾ, നമ്മുടെ ആയുർവ്വേദം, നമ്മുടെ പാരമ്പര്യം മുഴുവൻ നാം അറിയാതെ തന്നെ എവിടെയോ സമാഹരിക്കപ്പെടുകയും അവയെല്ലാം തന്നെ മറ്റൊരു സാംസ്കാരിക മൂലധനമായി രൂപപ്പെടുത്തപ്പെടുകയും ഈ മൂലധനം ഉപയോഗിക്കുവാനുള്ള തൊഴിലാളികളായി ഇവിടുത്തെ ഹിന്ദുക്കളെ മാറ്റിത്തീർക്കുകയും ചെയ്യുന്നു. ഇതാണ് സാംസ്കാരിക രംഗത്തു വന്ന പ്രധാനപ്പെട്ട ഒരു മാറ്റം. നമ്മുടെ മിച്ചമൂല്യം എങ്ങനെ മൂലധനമായി രൂപാന്തരപ്പെടുന്നുവോ അതുപോലെ ഇവിടത്തെ പാവപ്പെട്ടവരുടെ ഭക്തിയും പാവപ്പെട്ടവരുടെ ദൈവങ്ങളും അവരുടെ ഭാഷയും അവരുടെ തെയ്യക്കോലങ്ങളും അവരുടെ സൗന്ദര്യ സ്വരൂപങ്ങളും അവരുടെ തോറ്റം പാട്ടുകളുമെല്ലാം ഇങ്ങനെ ഒരിടത്തു സമാഹരിക്കപ്പെടുകയും ഈ സമാഹരിക്കപ്പെട്ട സാംസ്കാരിക മൂലധനം ഉപയോഗിച്ച് തൊഴിലാളികളെ കൂടുതൽ നിസ്വരാക്കിത്തീർക്കാമെന്നും ഫാസിസം കണ്ടെത്തിയിരിക്കുന്നു. അതുകൊണ്ട് അധികാരത്തിനു വേണ്ടിയുള്ള മത്സരത്തിൽ കരുക്കളാക്കുവാൻ, ഇവിടത്തെ തൊഴിലാളികളെ അതിനുവേണ്ടി സന്നദ്ധരാക്കുവാൻ ഫാസിസ്റ്റ ശക്തികൾക്ക് കഴിഞ്ഞിട്ടുണ്ട്. അതാണ് അയോധ്യയുടെ അർത്ഥം എന്നു നാം മനസ്സിലാക്കുന്നു. ദൽഹിയിലേക്കുള്ള യാത്രയ്ക്കു പകരം, അയോധ്യയിലേക്കു യാത്ര ചെയ്യുമ്പോൾ ('ദൽഹി ചലോ' എന്നത് നമ്മുടെ പഴയൊരു മുദ്രാവാക്യമാണ്.), അയോധ്യയെ ഒരു രാഷ്ട്രീയ ലക്ഷ്യമായി കാണുകയും സാംസ്കാരികാധിപത്യം നേടാമെന്ന് നാം ഉറങ്ങിക്കിടക്കുമ്പോൾ മനസ്സിലാക്കുകയും ചെയ്തു എന്നതാണ് ഇന്ത്യയിലെ ഫാസിസ്റ്റ് ശക്തികളുടെ വലിയൊരു വിജയം. അതുകൊണ്ട് ഇന്ന് എവിടെയെങ്കിലും ഒരു പഞ്ചവാദ്യം ഘോഷിക്കുമ്പോൾ അതൊരു രാഷ്ട്രീയ പഞ്ചവാദ്യമാണെന്നു തെറ്റിദ്ധരിക്കാൻ ഇടവരുന്നു. ഇതെല്ലാം, നമ്മുടെ വാദ്യങ്ങളടക്കം, നമ്മുടെ സംഗീതമടക്കം, നമ്മുടെ നാടൻ കലകളടക്കം, ആരു നിർമ്മിച്ചുവോ ആ തൊഴിലാളികളിൽ നിന്നാണ് അവ അപഹരിക്കപ്പെട്ടത്. ഈ അവസ്ഥ പൂർണ്ണമായും ഇന്ത്യൻ രാഷ്ട്രീയത്തെ നിറഭേദപ്പെടുത്തിയിരിക്കുന്നു.

ചരിത്രത്തെ ഒരു പ്രത്യേക കാലഘട്ടത്തിലേക്കു പിന്നോട്ടു കൊണ്ടു പോകുക (തീർച്ചയായും ഇന്ത്യാചരിത്രത്തെയും) എന്നതാണ് ഫാസിസം എന്നും സ്വീകരിക്കുന്ന തന്ത്രം, ഇറ്റലിയിലെയും ജർമ്മനിയിലെയും ഫാസിസ്റ്റുകൾ ചെയ്തത് ഇതാണ്. ഇന്ത്യയിലെ ഫാസിസ്റ്റ് ശക്തിയും ചരിത്രത്തെ പിന്നോട്ടു കൊണ്ടുപോയി ഒരു ഹിന്ദു വൈഷ്ണവ ഘട്ടത്തി ലെത്തിക്കുമ്പോൾ ഇന്ത്യയുടെ ഉടമാവകാശം അവർക്കായിത്തീരുന്നു എന്നതാണ് ചരിത്രത്തെ രാഷ്ട്രീയമായി ഉപയോഗിക്കുന്നതിന്റെ ഒരർത്ഥം. ഇതു പലതരത്തിൽ പറയാം. സാധാരണ പറയാറുണ്ടല്ലോ ഇന്ത്യയുടെ ഭരണം അവസാനമായി ബ്രിട്ടീഷ് ചക്രവർത്തിക്ക് ഏൽപ്പി ച്ചു കൊടുത്തത് ഇവിടത്തെ അവസാനത്തെ മുഗളരാജാവാണ് എന്ന്. വളരെ ദയനീയമായ വിധം ഇവിടുത്തെ ഭരണാധികാരം തിരികെ കിട്ടേണ്ടത് മുഗൾവംശത്തിൽപ്പെട്ടവർക്കാണ് എന്നു പറയാവുന്നതാണ്. ഈ സാമാന്യമായ തത്വം ചരിത്രത്തിന്റെ ഒരു വ്യാഖ്യാനമാണ്. ചരി ത്രത്തിന്റെ മറ്റൊരു വ്യാഖ്യാനത്തിൽ രാമജന്മഭൂമി-ബാബ്റി മസ്ജിദ് പ്രശ്നത്തിൽ ഉണ്ടായ മറ്റൊരു തർക്കവും വളരെ ചെറിയൊരു ലോജിക്കാണ്. ഫാസിസം എപ്പോഴും വളരെ സരളമായ യുക്തികൾ ഉപയോഗിക്കുന്നു. ബ്രിട്ടീഷുകാരെ ഭരണം ഏൽപ്പിച്ചത് മുഗളന്മാരാ ണെങ്കിൽ മുഗളന്മാരിലേക്ക് ഭരണം തിരിച്ചു പോകണമെന്നത് വളരെ സരളമായൊരു ലോജിക്കാണ്. അതുപോലെ ബാബർ ഇന്ത്യയിൽ വന്ന ആളാണ് എന്നും രാമൻ ഇന്ത്യയിൽ വന്ന ആളല്ല എന്നും തീർച്ചയായി രിക്കേ ബാബറിന്റെ ആളുകൾ തിരിച്ചു പോകണം എന്നുള്ളത് വളരെ സരളമായൊരു യുക്തിയാണ്. ഇന്ത്യയും പാക്കിസ്ഥാനുമായി ഇന്ത്യ രണ്ടായിരിക്കുന്നു എന്ന ചരിത്ര യാഥാർത്ഥ്യം മുൻനിർത്തിക്കൊണ്ട് മുസ്ലീങ്ങളെല്ലാം ഇന്ത്യ വിട്ടു പോകണം എന്നതും വളരെ സരളമായ ഒരു ലോജിക്കാണ്. ഇത്തരം അത്യന്തസരളമായ യുക്തികളാണ് ഫാസിസം എന്നും ഉപയോഗിക്കുന്നത്. നാം അത്തരം കാര്യങ്ങൾ വേണ്ടത്ര ശ്രദ്ധിച്ചിട്ടുണ്ടോ എന്നും സംശയമാണ്.

ഇന്ത്യ ആരുടേതാണ് എന്ന ചോദ്യത്തിന് ഇന്ത്യ ഹിന്ദുക്കളുടേതാണ് എന്നും ഹിന്ദുമതം പോലും ഒരു മതമല്ല എന്നും അതുകൊണ്ട് ഇന്ത്യ യിലുള്ള എല്ലാവരും ഹിന്ദുക്കളായിത്തീരണം എന്ന വാദവും വളരെ സരളമായ ഒരു യുക്തിയുടെ ഭാഗമാണ്. ആദ്യകാലത്തെ കമ്മ്യൂണിസ്റ്റ് എഴുത്തുകാർ പോലും (മാർക്സിന്റെയും ഏംഗൽസിന്റെയും രചനക ളിൽ പോലും) ഇന്ത്യയെ ഹിന്ദുക്കളുടേത് എന്നു വിശേഷിപ്പിച്ചിട്ടുണ്ടെന്ന് ഒരു ഫാസിസ്റ്റിനു ചൂണ്ടിക്കാണിക്കാൻ കഴിയും. ഒരു പദത്തെ തെറ്റിദ്ധരി പ്പിക്കുന്നതങ്ങനെയാണ്. മദിരാശിയിൽ നിന്നിറങ്ങുന്ന ഹിന്ദു പത്രത്തിന് ആ പേരുണ്ടായത് ഹിന്ദു എന്ന പദം കഴിഞ്ഞ നൂറ്റാണ്ടിൽ ഇന്ത്യക്കാരെ

മുഴവൻ സൂചിപ്പിക്കാൻ ഉപയോഗിച്ചിരുന്നതു കൊണ്ടാണ്. മുസ്ലീങ്ങളടക്കമുള്ള സകല ജനങ്ങളെയും ഹിന്ദുക്കളെന്ന വിളിച്ചിരുന്ന പഴയ ചരിത്രത്തിന്റെ ഓർമ്മയെടുത്തിട്ട് ഇന്ന് ഉപയോഗിക്കുകയും ഇന്ത്യയിലെ ജനങ്ങളെ മുഴവൻ ഹിന്ദുക്കളാക്കിത്തീർക്കണമെന്ന് പ്രചരിപ്പിക്കുകയും ചെയ്യുന്ന ഫാസിസ്റ്റ് യുക്തിയും വളരെ സരളമാണ്. ഇത്തരത്തിലുള്ള യുക്തികളിൽ നിന്ന് എങ്ങനെ ജനങ്ങളെ വിമോചിപ്പിച്ച കൊണ്ടുവരാം എന്നത് ഈ കാലഘട്ടത്തിലെ പ്രധാനപ്പെട്ട പ്രശ്നമായിരിക്കുന്നു. അതായത്, നമ്മുടെ കലകളെയാണ് ഇന്ന് രാഷ്ട്രീയാധിപത്യത്തിനു വേണ്ടി ഉപയോഗിക്കുന്നത് എന്നതുകൊണ്ടാണ് പുരോഗമന കലാസാഹിത്യ സംഘത്തിന്റെ ചരിത്രദൗത്യം ഇന്നും വളരെ പ്രധാനപ്പെട്ടതായിത്തീർന്നിരിക്കുന്നത്.

സാധാരണ കാലഘട്ടങ്ങളിൽ സാഹിത്യം പലപ്പോഴും അപ്രധാനമായിത്തീരാം. പക്ഷേ ചില കാലങ്ങളിൽ സാഹിത്യം വളരെ പ്രധാനപ്പെട്ടതായിത്തീരാം. 'വന്ദേമാതരം' എന്നുള്ള പദത്തിന് ചരിത്രത്തെ ഇളക്കിവിടാൻ കഴിയുന്നതു പോലെ, അമ്മ എന്ന പദത്തിന്റ അർത്ഥതലങ്ങളെ, അമ്മയോട് ധാർഷ്ട്യം കാണിക്കുന്ന, അമ്മയോട് അതിക്രമം കാണിക്കുന്ന ബ്രിട്ടീഷുകാരോടുള്ള എതിർപ്പാക്കി രൂപാന്തരപ്പെടുത്താൻ കഴിയും എന്നതാണ് ബങ്കിംചന്ദ്രൻ അദ്ദേഹത്തിന്റെ നോവൽ എഴുതിയപ്പോൾ ഉണ്ടായിരുന്ന സാംസ്കാരികമായ സന്ദർഭം. ഇങ്ങനെ ചരിത്രത്തിന്റെ അപൂർവ്വമായ സന്ദർഭങ്ങളിൽ സംസ്കാരത്തിന്, കലയ്ക്ക്, സാഹിത്യത്തിന് കലയേക്കാളും സാഹിത്യത്തേക്കാളും വലിയ ഒരു നിർണ്ണായകമായ ഒരു ചരിത്ര ശക്തി ഉണ്ടായിത്തീരും. ഇന്ന് നാം അത്തരമൊരു കാലഘട്ടത്തിൽ എത്തിച്ചേർന്നിരിക്കുന്നു. കാരണം ഇന്ന് ചരിത്രത്തെ നിയന്ത്രിക്കാൻ ഉപയോഗിക്കുന്ന പ്രധാനപ്പെട്ട കരു, ഇന്ത്യൻ സംസ്കാരത്തിന്റെ അർഥ ഭേദങ്ങൾ ആണെന്ന നമുക്കറിയാം. ഇന്ത്യൻ സംസ്കാരം ഒരു സങ്കീർണ സംസ്കാരമാണെന്നും സംയുക്ത സംസ്കാരമാണെന്നും ഇന്ത്യയിലിന്ന് അവശേഷിച്ചിട്ടുള്ള ലോകാത്ഭുതമായ താജ്മഹൽ ഒരു മുസൽമാന്റെ കണ്ണുനീർത്തുള്ളിയാണെന്നും ഈ കണ്ണുനീർത്തുള്ളിയുടെ സൗന്ദര്യമാണ് (ദുഃഖത്തിന്റെ സൗന്ദര്യമാണ്) രാമായണത്തെപ്പോലെ ഇവിടുത്തെ മറ്റൊരു സൗന്ദര്യ സൃഷ്ടിയായ താജ്മഹൽ പ്രഖ്യാപനം ചെയ്യുന്നത് എന്നും നാം കൂടെക്കൂടെ വിളിച്ച പറയേണ്ട ഒരു സന്ദർഭം ഉണ്ടായിത്തീരുന്നു.

ഇന്ത്യൻ ചിത്രകല, രാജാരവിവർമ്മ ചിത്രം വരക്കാൻ തുടങ്ങിയ കാലത്താരംഭിച്ച നവോത്ഥാനത്തോടു കൂടി ഉണ്ടായതാണ് എന്ന പറയുമ്പോൾത്തന്നെ ഇവിടുത്തെ ഹിന്ദുക്കൾ ഓർമ്മിക്കേണ്ടുന്ന ഒരു കാര്യമുണ്ട്. നമ്മുടെ ലക്ഷ്മിയുടെയും സരസ്വതിയുടെയും ചിത്രങ്ങൾ

വരച്ച രാജാരവിവർമ്മയെപ്പോലെ തന്നെ ഇന്ത്യയിലെ അല്ലെങ്കിൽ കേരളത്തിലെ പള്ളികളിലെ അൾത്താരകളിൽ വരച്ച് വച്ചിരുന്ന അൾത്താരാ ചിത്രങ്ങളാണ് കേരളത്തിലെയും ഇന്ത്യയിലെയും ചിത്രകലയുടെ നവോത്ഥാനത്തിന് കാരണമായിത്തീർന്നത് എന്ന് നാം അനുസ്മരിക്കേണ്ടതുണ്ട്. ഉത്തരേന്ത്യയിലെ സംഗീതം ഇവിടത്തെ സംഗീതത്തിന്റെയും പേർഷ്യൻ സംഗീതത്തിന്റെയും സങ്കലനമാണ് എന്നും നമുക്ക് ഓർമ്മിക്കേണ്ടതുണ്ട്. ഇവിടത്തെ ശില്പകലയും വാസ്തുവിദ്യയും ഹിന്ദുമുസ്ലീം സംയുക്തമായ ഒരു ശില്പമാണ് എന്നും നാം വിളിച്ചുപറയേണ്ടതുണ്ട്. ഈയൊരു പ്രത്യേകത, അതായത് ഇന്ത്യയിലെയും കേരളത്തിലെയും സംസ്കാരത്തനിമയെ രക്ഷിച്ചിട്ടുള്ളത് പലപ്പോഴും ഹിന്ദുക്കളല്ല എന്നും പലപ്പോഴും മുസ്ലീങ്ങളും ക്രിസ്ത്യാനികളുമാണ് എന്നും നാം തിരിച്ചറിയേണ്ടതുണ്ട്. വെള്ള മുണ്ടുടുക്കുക എന്നത് ഒരു ഹൈന്ദവ മതാചാരമല്ല എന്ന് നാം ചിലപ്പോഴെങ്കിലും ഓർക്കേണ്ടതുണ്ട്. ഈ വെള്ളവസ്ത്രം നമുക്കെവിടെ നിന്നു കിട്ടി എന്നോർക്കുമ്പോൾ തീർച്ചയായും നാം ഒരു ക്രൈസ്തവ സംസ്കാരത്തിന്റെ ശുഭ്രതയിലേക്ക് എത്തിച്ചേരാതിരിക്കില്ല. ഇത്തരം സംസ്കാരത്തിന്റെ ഘടകങ്ങളെ നാം മുന്നോട്ടു കൊണ്ടുവരികയും നാം ജീവിക്കുന്നത് സംയുക്തമായ, സങ്കീർണ്ണമായ ഒരു സംസ്കാരത്തിലാണ് എന്നു ജനങ്ങളെ ബോധ്യപ്പെടുത്തുകയും ചെയ്യേണ്ടത് പ്രധാനപ്പെട്ട ഒരു കടമയായിത്തീരുന്നുണ്ട്. കാരണം ഇപ്പോഴും നമ്മുടെ ഇന്ത്യയിൽ നിലവിലിരിക്കുന്നത് ഹിന്ദു സംസ്കാരം മറ്റെല്ലാ സംസ്കാരത്തെക്കാളും ഉയർന്നതാണ് എന്നും സവർണ്ണ ഹിന്ദു സംസ്കാരം മറ്റെല്ലാത്തിന്റെയും ഉയർന്ന തലമാണെന്നുമുള്ള വിശ്വാസമാണ്. ഈ വിശ്വാസത്തെ തകർക്കുവാൻ ഒരു നൂറ്റാണ്ടായി നമ്മുടെ സാഹിത്യ സാംസ്കാരിക പ്രവർത്തകർ നടത്തിയിട്ടുള്ള ശ്രമം ഇതുവരെ വിജയിച്ചിട്ടില്ല എന്നതാണ് മനസ്സിലാക്കുന്നത്. വളരെ മുമ്പുതന്നെ (തൊള്ളായിരത്തിമുപ്പതുകളിൽ തന്നെ) കേസരി ബാലകൃഷ്ണപിള്ള നമ്മുടെ നാട്ടിൽ പറഞ്ഞുകൊണ്ടിരുന്നത് ഇന്ത്യയിലെ സവർണ്ണ മേധാവിത്വം അവസാനിപ്പിക്കണമെന്നും, ലോകത്തിലെ ചിന്തിക്കുന്നവരുടെ മതം ബുദ്ധ മതവും ലോകത്തിലെ സഹോദര്യത്തിന്റെ മതം ഇസ്ലാം മതവുമാണെന്ന് നിഷ്പക്ഷമായി ചിന്തിക്കുന്നവർക്കെല്ലാം ബോധ്യമാവും എന്നുമാണ്. പക്ഷേ ഇന്ന് രണ്ടോ മൂന്നോ തലമുറക്കാലത്തിനു ശേഷവും നമ്മുടെ മനസ്സിന്റെ ആഴങ്ങളിൽ ഉള്ളത് ആഢ്യൻമാർ സംസാരിക്കുന്ന നമ്പൂതിരി ഭാഷയാണ് ഏറ്റവും നല്ല ഭാഷ എന്നും ആഢ്യൻമാർ ചെയ്യുന്ന പ്രവൃത്തികളാണ് ഏറ്റവും ശരിയായ പ്രവൃത്തികളെന്നുമുള്ള മൂഢമായ സാംസ്കാരികാധിപത്യ സങ്കല്പമാണ്. നാം നേരിടുന്നത് അത്തരം ഒരു സാംസ്കാരികാവസ്ഥയാണ്, ഈ അവസ്ഥയെ ചൂഷണം ചെയ്യാനാണ് ദേശീയ ഫാസിസ്റ്റുകളുടെ ശ്രമം.

ദീർഘകാലമായി ശൂദ്രരായി ജീവിച്ചു വന്ന ജനങ്ങളുടെ അടിമത്ത മനഃസ്ഥിതിയെ ചൂഷണം ചെയ്യാൻ വൈശ്യ, ബ്രാഹ്മണ ജനവർഗ്ഗങ്ങൾക്കു കഴിയുന്നു എന്നത് ഇന്ത്യൻ സംസ്കാരത്തിലെ പ്രധാനപ്പെട്ട ഒരു ഘടകമാണ്. വളരെ ചെറിയൊരു വിഭാഗമാണെങ്കിലും അവർക്ക് ആജ്ഞാ ശക്തിയുണ്ട്. കാരണം, നിരന്തരമായി കല്പിച്ചു പോന്ന ആളുകൾക്ക്, നിരന്തരമായി കല്പിച്ചു പോന്ന ജാതികൾക്ക്, നിരന്തരമായി കല്പിച്ചു പോന്ന കുടുംബങ്ങൾക്ക് കല്പിക്കുവാനുള്ള ചാതുര്യം വളരെ കൂടുതലായിരിക്കും എന്നത് സംസ്കാരത്തിന്റെ രാഷ്ട്രീയ ഘടകങ്ങളിൽ ഒന്നാണ്. ഇതാണ് നാം അറിയാതെ തന്നെ ഇന്ത്യൻ സംസ്കാരത്തെ നിയന്ത്രിച്ചുകൊണ്ടിരിക്കുന്ന ഒരു വസ്തുത. ഇതിപ്പോഴും നാം തിരിച്ചറിഞ്ഞിട്ടില്ല. അതായത് നമ്മുടെ ജാതി ശ്രേണിയുടെ ഫലമായി ഉയർന്ന ജാതിയിൽപ്പെട്ട ആളുകൾക്ക് നിരസിക്കപ്പെടുന്ന ജോലിയെക്കുറിച്ചുള്ള ആവലാതി മാത്രമല്ല ഉള്ളത്. ഉയർന്ന ജാതിക്കാരനുള്ള ധിക്കാരം, അധികാരം (മാനസികമായ അധികാരം) കൂടി കയ്യിലുണ്ട്. ഈ ആജ്ഞാ ശക്തി ഉപയോഗിച്ചു കൊണ്ടാണ് പലപ്പോഴും ഇന്ത്യൻ രാഷ്ട്രീയം പ്രവർത്തിക്കുന്നത് എന്നു നമുക്കു കാണാൻ കഴിയും. ഇതിനെതിരെ സമാന്തരമായ മന്ത്രം, സമാന്തരമായ വിവാഹച്ചടങ്ങുകൾ, സമാന്തരമായ ഒരു ദൈവം ഇങ്ങനെയുള്ള സമാന്തര ദൈവ പ്രവർത്തനത്തിൽ കൂടിയാണ് ശ്രീനാരായണൻ ഈ ആധിപത്യത്തെ തോല്പിക്കാൻ ശ്രമിച്ചത് എന്നു നമുക്കിന്ന് അറിയാം. അതുകൊണ്ട് ഈശ്വരൻ പോലും ഒരു തൊഴിലാളി വർഗ്ഗ സമൂഹത്തിന് സ്വന്തമായി നിർമ്മിക്കേണ്ടി വരുന്നു എന്ന ബോധം അന്ന് ശ്രീനാരായണനുണ്ടായിരുന്നു. അതുകൊണ്ട് അദ്ദേഹം സ്വന്തമായ ഒരു ദൈവത്തെ സൃഷ്ടിക്കുകയും എല്ലാ ക്ഷേത്രങ്ങൾക്കും സമാന്തരമായ ക്ഷേത്രങ്ങൾ നിർമ്മിക്കുകയും ക്ഷേത്രങ്ങൾക്ക് സമാന്തരമായ ആരാധനകളെ ഉണ്ടാക്കിത്തീർക്കുകയും ചെയ്തു. ഇന്നു കാലം വ്യത്യസ്തമാണെങ്കിലും ഇതിന്റെ അവശിഷ്ടങ്ങൾ ഇപ്പോഴും നമ്മുടെ മാനസിക തലങ്ങളിൽ ബാക്കിയായിട്ടുണ്ട്. ഇവയേയും നമുക്ക് തോല്പിക്കേണ്ടതായിട്ടുണ്ട്. കാരണം, നാം ചന്തുപ്പെരുവണ്ണാന് സമ്മാനം കൊടുക്കാൻ തുടങ്ങിയത് പത്തു കൊല്ലത്തിനിടയിലാണ്. കഥകളിക്ക് സമ്മാനം കൊടുത്തു പോന്ന, ഇവിടുത്തെ തമ്പുരാന്മാരെ ബഹുമാനിച്ചു പോന്ന, കഥകളിയെ ബഹുമാനിച്ചു പോന്ന, കേരളീയ സമുദായം ഇവിടുത്തെ തെയ്യത്തിന്റെയും തിറയുടെയും ആചാര്യന്മാർക്ക് ബഹുമതി നൽകാൻ തുടങ്ങിയത് പത്തു കൊല്ലത്തിനിടയിലാണ് എന്നർത്ഥം. യഥാർത്ഥമായ കല ജനകീയമാണ് എന്ന ബോധം നമ്മുടെ മനസ്സിൽ ഇപ്പോൾ വന്നുകൊണ്ടിരിക്കുന്നതേയുള്ളു. ഇത് വളരെ മുഖ്യമായ ഒരു സാംസ്കാരിക പ്രശ്നമാണ് എന്ന് എനിക്ക് തോന്നുന്നു.

എന്താണ് സംസ്കാരം. ആരാണ് സംസ്കാരത്തെ ഉത്പാദിപ്പിക്കുന്നത് എന്ന ചോദ്യം നമ്മുടെ മുമ്പിൽ പലപ്പോഴും ഉയർന്നു വരാറുണ്ട്. ഇതു ചോദിക്കുമ്പോൾ നാം മനഃപാഠമായി പറയുക രാമചരിതകാരൻ, കണ്ണശ്ശന്മാർ, തുഞ്ചത്തെഴുത്തച്ഛൻ, കുഞ്ചൻ നമ്പ്യാർ എന്നിങ്ങനെയായിരിക്കും. ഇങ്ങനെ പറഞ്ഞു പോകുന്നത് നമുക്കു കിട്ടിയ പ്രാഥമിക വിദ്യാഭ്യാസം, ഹൈസ്കൂൾ വിദ്യാഭ്യാസം ഇവരെ മാത്രം ഉൾക്കൊള്ളുന്ന ഒരു സാഹിത്യ വിദ്യാഭ്യാസം ആയതു കൊണ്ടാണ്. ഇതിനിടയിൽ ഉത്പാദിപ്പിക്കപ്പെട്ട ജനകീയ സാഹിത്യ രൂപങ്ങളെക്കുറിച്ച് നാം വേണ്ടത്ര ബോധവാന്മാരായിട്ടില്ല. ഇവിടെയുള്ള അന്യമതക്കാരുടെ, ഹിന്ദുമതക്കാരല്ലാത്തവരുടെ ഉത്സവങ്ങളെക്കുറിച്ച് കേരളീയർക്ക് വേണ്ടത്ര ബോധമുണ്ടായിക്കഴിഞ്ഞിട്ടില്ല. അതുകൊണ്ടാണ് തൃശ്ശൂർപൂരത്തെക്കുറിച്ച് വളരെ ഘോഷിക്കുകയും മലയാറ്റൂർ പെരുന്നാളിനെക്കുറിച്ച് വളരെ കുറച്ചു പറയുകയും ചെയ്യുന്നത്. മലയാറ്റൂർ പെരുന്നാൾ തീർച്ചയായും തൃശ്ശൂർപൂരത്തേക്കാൾ കൂടുതൽ ജനങ്ങൾ സമ്മേളിക്കുന്ന യഥാർത്ഥ മനുഷ്യർ സമ്മേളിക്കുന്ന-ഒരുത്സവമാണ്. ഇത് ഇപ്പോഴും നിലനില്ക്കുന്ന സവർണ്ണ സാംസ്കാരികാധിപത്യത്തിന്റെ ഒരു മുഖം ആണ്. നമ്മുടെ സാംസ്കാരിക പ്രവർത്തകർക്കെല്ലാം ഉണ്ടായിരിക്കേണ്ട ഒരു തിരിച്ചറിവ് കേരളീയ സംസ്കാരം, ഇന്ത്യൻ സംസ്കാരം ഒരു സംയുക്ത സംസ്കാരമാണ് എന്നും നാം കഴിക്കുന്ന ഭക്ഷണം മുതൽ, നാം ധരിക്കുന്ന വസ്ത്രം മുതൽ നാം പാടുന്ന പാട്ടുകൾ വരെ വളരെ സംയുക്തമായ, സങ്കീർണ്ണമായ ബഹുമത സംസ്കാരത്തിന്റെ തുടർച്ചയാണ് എന്നുമാണ്. ഇത് നമ്മുടെ പ്രവർത്തനത്തിന്റെ ഒരു സജീവ മുഖമായിരിക്കേണ്ടതാണ്.

വളരെ പ്രധാനപ്പെട്ട മറ്റൊരു മുഖം ഇന്നുവരെ നമ്മുടെ സാംസ്കാരിക മൂല്യങ്ങളെ രൂപപ്പെടുത്തുകയും സൂക്ഷിക്കുകയും ചെയ്തു പോന്ന മതത്തിനു സംഭവിച്ച മാറ്റമാണ്. മതം വളരെ അപ്രധാനമായ ഒന്നായിത്തീരുകയും മതത്തിന്റെ സ്ഥാനത്ത് ഒരു സെക്യുലർ സംസ്കാരം ഉരുത്തിരിയുകയും ചെയ്യുന്നുണ്ട്. ഞാൻ എടുത്തു പറയുവാൻ ആഗ്രഹിക്കുന്ന ഒരു കാര്യം, സെക്യുലർ സംസ്കാരം കമ്മ്യൂണിസ്റ്റുകാരോ, യുക്തിവാദികളോ ഉണ്ടാക്കിയിട്ടുള്ള ഒരു സംസ്കാരമെല്ലെന്നും മറിച്ച്, സെക്യുലറിസം, മതനിരപേക്ഷത എന്നുള്ളത് ബൂർഷ്വാസിയുടെ ഒരു പ്രധാനപ്പെട്ട പ്രവർത്തന ഘട്ടം ആണെന്നുമാണ്. ഒരു ഉദാഹണം പറഞ്ഞാൻ നമ്മുടെ നാട്ടിലെ എല്ലാവരും തൃശ്ശൂർപൂരത്തിനു പോകുന്നുണ്ടെങ്കിലും തൃശ്ശൂർപൂരം എങ്ങനെയുണ്ടായി എന്ന് ആരും അന്വേഷിക്കാറില്ല. തൃശ്ശൂർപൂരം ഉണ്ടായത്, തേക്കിൻകാട് വെട്ടിത്തെളിച്ചത് ഇവിടുത്തെ മുതലാളിത്തത്തിന്റെ ആദ്യ ഘട്ടത്തിലുണ്ടായ ഒരു സെക്യുലർ സംസ്കാരത്തിന്റെ

പ്രവർത്തനത്തിന്റെ ഭാഗമായിട്ടാണ്. നിങ്ങൾ ശക്തൻതമ്പുരാന്റെ കഥ ഓർക്കുമെങ്കിൽ ശക്തൻതമ്പുരാൻ എന്ന കൊച്ചിയിലെ അല്പം ചട്ടമ്പിയായ ഒരു രാജാവ് വടക്കുന്നാഥ ക്ഷേത്രത്തിനു ചുറ്റുമുള്ള കാടു വെട്ടിത്തെളിക്കുകയും കാടു വെട്ടിത്തെളിച്ചുകൊണ്ടിരിക്കുമ്പോൾ, ക്ഷേത്രത്തിലെ വെളിച്ചപ്പാട്, ഉറഞ്ഞു തുള്ളിയിട്ട് ഇത് ശിവന്റെ ജടയാണ്, ഇത് വെട്ടരുത് എന്നു കല്പിക്കുകയും അപ്പോൾ തമ്പുരാൻ ശിവനിനി ജട വേണ്ട എന്ന് തിരുവരുൾ ചെയ്തുവെന്നുമാണ് കഥ. തേക്കിൻകാട് മൈതാനം എന്ന നിരർത്ഥകമായ പേരിന്റെ അടിസ്ഥാനം ('കാട് മൈതാനം' എന്ന് ആരും പറയാറില്ല) ഇതാണ്. തേക്കിൻകാട് മൈതാനമായിത്തീർന്നത് ഇന്ത്യയിൽ മുതലാളിത്ത സംസ്കാരം വാണിജ്യ പ്രവർത്തനം തുടങ്ങുന്നതിന്റെ ഭാഗമായിട്ടാണ്. അവിടത്തെ തേക്കുകളെല്ലാം മുറിച്ച് അവിടത്തെ ക്രിസ്ത്യാനികളെ വിളിച്ച് അവർക്കു പള്ളി പണിയാൻ കൊടുത്തു എന്നതാണ് ശക്തൻ തമ്പുരാന്റെ ഒരു സെക്യുലർ പ്രവർത്തനം. തൃശ്ശൂരിനടുത്തുള്ള പള്ളികളുടെ നിർമ്മാണം തേക്കിൻകാട്ടിലെ ശിവന്റെ ജട കൊണ്ടാണ് എന്ന് നാം ഇന്ന് അറിയുന്നില്ല. ഈ ക്രിസ്ത്യാനികളെയാണ് തൃശ്ശിവപേരൂർ നഗരത്തെ വ്യവസായവൽക്കരിക്കുവാൻ ശക്തൻതമ്പുരാൻ നിയോഗിച്ചത്. അതോടു കൂടി തൃശ്ശിവപേരൂർ ഇന്നു നാം അറിയുന്നതുപോലെ ഇന്ത്യയിലെ ഏറ്റവും മതേതരമായ ഒരു നഗരമായിത്തീരുകയും ചെയ്തു. ആനയുടെ നെറ്റിപ്പട്ടമുണ്ടാക്കുന്നത്, പൂരത്തിനുള്ള കരിമരുന്നുണ്ടാക്കുന്നത്, അവിടത്തെ കച്ചവടം നടത്തുന്നത് അവിടുത്തെ ദേവന്റെ മുഴുവൻ കൈകാര്യവും നിർവഹിക്കുന്നത് ക്രിസ്ത്യാനികളാണെന്ന് ഇന്നു നാം അറിയുന്നു. ഇങ്ങനെയാണ് നമ്മുടെ നാട്ടിൽ സെക്കുലർ സംസ്കാരം വന്ന ഒരു രീതി. ഈ രീതിയിലാണ് ലോകത്തിലെ മുഴുവൻ ദൈവങ്ങളും സംഹരിക്കപ്പെടുകയും അതിന്റെ സ്ഥാനത്ത് മതേതര ദൈവങ്ങൾ ഉയർന്നു വരികയും ചെയ്യുന്നത്. അങ്ങനെയാണ് ഈശ്വരന്റെ കൈകളിൽ നിന്ന് ചിത്രകല വേർപെട്ടു പോരുകയും സംഗീതം വേർപെട്ടു പോരുകയും സാഹിത്യം വേർപെട്ടു പോരുകയും ജനകീയ സാഹിത്യം ഉണ്ടാവുകയും ചെയ്തത് എന്നു നമുക്കറിയാം. അതുകൊണ്ട് ഇന്നത്തെ യുഗത്തിൽ ആരൊക്കെ എത്ര തന്നെ എതിർത്താലും എത്ര തന്നെ ഇഷ്ടപ്പെടാതിരുന്നാലും നമ്മുടെ നാട്ടിൽ ദൈവ കല്പിതമല്ലാത്ത ഒരു സെക്യുലർ വ്യവസ്ഥ ഉണ്ടാവാതിരിക്കുകയില്ല. വളരെ ലളിതമായ ഒരു കാര്യമാണിത്. ലോകത്തിൽ ഏറ്റവും വികസിച്ച മുതലാളിത്ത രാജ്യങ്ങളിലൊന്നും ദൈവത്തിന് ഗണ്യമായ സ്ഥാനം ഇല്ല എന്നു നമുക്കറിയാം. ഇങ്ങനെ, നശിച്ചു കൊണ്ടിരിക്കുന്ന ദൈവിക ശക്തിയെ എങ്ങനെ രാഷ്ട്രീയ മൂലധനമാക്കാം എന്നാണ് ഇവിടത്തെ ദേശീയ ഫാസിസ്റ്റുകൾ അന്വേഷിക്കുന്നത്.

സെക്യുലർ ശക്തിയെ, ജനകീയ ശക്തിയെ ഇന്നു ബാധിച്ചിരിക്കുന്ന പ്രധാനപ്പെട്ട ഒരു ദുര്യോഗം ഇവിടത്തെ കലാരൂപങ്ങളെല്ലാം വ്യവസായത്തിന്റെ ഉപകരണങ്ങളായി മാറിക്കൊണ്ടിരിക്കുന്നു എന്നതാണ്. ഇന്ത്യയിലെ സെക്യുലർ സംസ്കാരത്തിന്റെ ഒരു മുഖമിതാണ്. അതായത് ഒരെഴുത്തുകാരൻ ഇന്നെഴുതുന്നത് ദൈവത്തിനു വേണ്ടിയല്ല. അയാൾ എഴുതുന്നത് ടെലിവിഷനോ റേഡിയോവിനോ വേണ്ടിയാണെന്നു വരുന്നു. എഴുത്തുകാരൻ അവന്റെ ഭാവന ഉപയോഗിക്കുന്നത് ഈശ്വരനെ പുകഴ്ത്താനോ വെണ്മണി നമ്പൂതിരിപ്പാട് ചെയ്ത പോലെ സ്ത്രീകളെ പുകഴ്ത്താനോ അല്ല, മറിച്ച് ഒരു അച്ചാറിനെ പുകഴ്ത്താനോ, ഒരു വാഷിങ്ങ്മെഷീനെ പുകഴ്ത്തനോ ഒരു പെപ്സിക്കോളയെ പുകഴ്ത്താനോ ആണെന്നു വന്നിരിക്കുന്നു. ദൈവത്തിന്റെയും രതിയുടെയും സ്ഥാനത്ത് ഇന്ന് ഉത്പന്നങ്ങൾ പകരം വക്കപ്പെട്ടുകയും നമ്മുടെ കവികളെല്ലാം തന്നെ വ്യവസായി ഉത്പന്നങ്ങളുടെ പ്രചരണമാണ് കലയുടെ പരമമായ മൂല്യം എന്ന വ്യവസായ ധാരണയിലേക്ക് എത്തിച്ചേർന്നു കൊണ്ടിരിക്കുകയും ചെയ്യുന്നു. ഒരു സാരിയുടെ ചിത്രകാരനായിത്തീരുവാൻ, ഒരു ടാൽക്കം പൗഡറിന്റെ മുദ്രാവാക്യ രചയിതാവായിത്തീരുവാൻ, ഒരച്ചാറിന്റെ പ്രചാരകനാവാൻ നിയുക്തനാകുന്നു എന്നതാണ് ഒരു വാണിജ്യ സംസ്കാരത്തിൽ കലാകാരന്റെ തലയിലെഴുത്ത് എന്നു വരുന്നു. എങ്ങനെ മനുഷ്യന്റെ സഹജമായ, സ്വാഭാവികമായ ആത്മവികാസമായിത്തീരേണ്ട കല ഇന്ന് ധനത്തിനു വേണ്ടി വിനിമയം ചെയ്യപ്പെട്ടുകയും നമ്മുടെ ബുദ്ധി വിലയ്ക്കെടുക്കപ്പെട്ടുകയും ചെയ്യുന്നു എന്നതാണ് ഇന്നത്തെ കാലഘട്ടത്തിലെ ഏറ്റവും പ്രധാനപ്പെട്ട വ്യവസായിക ദുരന്തമായി തീർന്നിരിക്കുന്നത്. ഈ രണ്ടു ഭീഷണികളിൽ നിന്ന് എങ്ങനെ ഒരു കലാകാരന്റെ ഭാവനയെ രക്ഷിക്കാം എന്നതാണ് പ്രശ്നം. ഒരു വശത്ത് മതമൗലിക വാദികളും മറുവശത്ത് ഫാസിസ്റ്റ് ശക്തികളും മതത്തെ ദുരുപയോഗിക്കുന്നതിൽ നിന്നും അതേസമയം തന്നെ ഒരു സെക്കുലർ രാജ്യത്ത് ജനങ്ങൾ നിർമ്മിക്കുന്ന സാഹിത്യ കലാ രൂപങ്ങൾ മുതലാളിത്തത്തിന്റെ ഉപകരണങ്ങളായിത്തീരുന്നതിൽ നിന്ന് എങ്ങനെ തടഞ്ഞു നിർത്താമെന്നും ഉള്ളതാണ് തീർച്ചയായും ഇന്ത്യൻ കലാകാരനെ അഭിമുഖീകരിക്കുന്ന രണ്ടു പ്രശ്നം എന്നതിൽ യാതൊരു സംശയവുമില്ല. പരസ്പര വിരുദ്ധമായി തോന്നാമെങ്കിലും ഇത് ഇന്ത്യൻ ജീവിതത്തിന്റെ ഒരു വൈരുദ്ധ്യമാണ്. ഇന്ത്യയുടെ ഒരു പകുതി അതിന്റെ ഫ്യൂഡൽ ഓർമ്മകളിൽ ജീവിക്കുന്നതും മറ്റൊരു പകുതി അതിന്റെ ബൂർഷ്വാ സമ്പന്നതയിൽ തിമിർക്കുന്നതും ആണ്. അതുകൊണ്ട് നമ്മുടെ ഒരു ദൈവം സ്ഥിതി ചെയ്യുന്നത് ബാബ്റി മസ്ജിദിലാണെങ്കിൽ മറ്റൊരു ദൈവം സ്ഥിതി ചെയ്യുന്നത്

സ്റ്റോക്ക്എക്സ്ചേഞ്ചിലാണ് എന്നു നാം തിരിച്ചറിയേണ്ടതാണ്. ഇതിനിടയിൽപ്പെട്ട് നരകിക്കുന്ന ഒരു കലാകാരൻ ജനങ്ങളെ കാണാതെ പോവുകയും തന്റെ കഴിവുകളെല്ലാം ഇന്നേറ്റവും വലിയ വില കിട്ടും വിധം ഭജനങ്ങൾ എഴുതുന്നതിലാണോ വ്യാവസായിക മുദ്രാവാക്യങ്ങൾ എഴുതുന്നതിനാണോ ഉപയോഗിക്കേണ്ടത് എന്ന ചോദ്യത്തിന്റെ മുമ്പിൽ പരുങ്ങുകയും ചെയ്യുന്നു. ഈ കലാകാരനെ മോചിപ്പിക്കുക എന്നുള്ളത് ഇന്ത്യനവസ്ഥയിൽ പുരോഗമന സാഹിത്യപ്രസ്ഥാനത്തിന്റെ ഒരു പ്രധാനപ്പെട്ട കടമയായിത്തീരുന്നു. നാം നമ്മുടെ ജനകീയ സംസ്കാരത്തെ വീണ്ടും കണ്ടെത്തുകയും സംസ്കാരത്തിന്റെയും സൗന്ദര്യത്തിന്റെയും മൂലധനത്തെ ഒരു വശത്ത് ഫാസിസ്റ്റുകളും മറുവശത്ത് ബൂർഷ്വാസിയും കുത്തകയാക്കിത്തീർക്കുന്നതിനെ എതിർക്കുകയും ചെയ്യേണ്ടതുണ്ട്.

●

1998

ഫാസിസത്തിന്റെ വഴികൾ

ഉത്തരവാദിത്തത്തിൽ നിന്നും ഒഴിഞ്ഞു മാറാനുള്ള ജനതയുടെ അലസതയിൽ നിന്നാണ് ഫാസിസം കരുത്താർജ്ജജിക്കുന്നത്. ഇന്ത്യക്ക് സത്യസന്ധനും സമാധാനകാംക്ഷിയുമായ ഭരണാധികാരിയെയല്ല വേണ്ടത് എന്ന ടി.എൻ.ശേഷന്റെ വാക്കുകൾ ഫാസിസത്തിന്റെ വാദ മുഖമാണ്. കർത്തവ്യത്തിൽ നിന്നുള്ള ഒളിച്ചോട്ടം ഫാസിസത്തിന് വഴി തുറക്കുന്നു. അതുകൊണ്ടാണ് ലോകത്തിന്റെ പല ഭാഗങ്ങളിലും ഫാസിസത്തിന് അംഗീകാരം ലഭിച്ചതും. നമ്മുടെ പ്രവർത്തനങ്ങളുടെയെല്ലാം നേട്ടങ്ങൾ ഊറ്റിക്കുടിക്കുന്ന ഈ ചാഴിവർഗ്ഗം സംസ്കാരികാന്തരീക്ഷത്തിലും നിറഞ്ഞിരിക്കുന്നു. ഈ യാഥാർത്ഥ്യത്തിലേക്കാണ് നാം ഓരോ ദിവസവും ഉണർന്നു കൊണ്ടിരിക്കുന്നത്. ഇത് ഇന്ത്യയുടെ ദുര്യോഗമാണ്. ചരിത്രഫലങ്ങളെ ചൂഴ്ന്നെടുക്കുവാനുള്ള പ്രസ്ഥാനമായിട്ടാണ് ഇന്ത്യയിലെ ഫാസിസ്റ്റ് പ്രവർത്തനം നിലനിന്നു പോന്നത്. ദൈർഘ്യമേറിയ സ്വാതന്ത്ര്യസമര കാലത്ത് ഇവിടുത്തെ ഫാസിസ്റ്റുകൾ എവിടെയായിരുന്നു എന്നു ചോദിക്കുവാൻ നാം മറന്നു പോയിരിക്കുന്നു. ഫാസിസം ആദ്യമായി അതിന്റെ കൃത്യമായ രൂപത്തിൽ പ്രത്യക്ഷപ്പെട്ടത് സ്വാതന്ത്ര്യസമരത്തിന്റെ പ്രധാന ശിൽപ്പിയായ ഗാന്ധിയെ കൊല്ലാനാണ്. എന്നാൽ മുപ്പതുകളിൽ തന്നെ കേരളത്തിലെ പല നഗരങ്ങളിലും ചെറു ഫാസിസ്റ്റ് സംഘങ്ങൾ പ്രവർത്തിച്ചിരുന്നു എന്ന് ഇപ്പോഴാണ് തിരിച്ചറിയുന്നത്. ജർമ്മനിയിലും ഇറ്റലിയിലും നാസിഫാസിസ്റ്റ് സംഘടനകൾ പ്രവർത്തിച്ചിരുന്ന കാലമാണത്. ഒരുപക്ഷേ, കമ്മ്യൂണിസ്റ്റ് പ്രസ്ഥാനത്തിന് സമാന്തരമായാണ് ഈ വിധം സക പ്രവർത്തനം ആരംഭിച്ചത്.

നമ്മുടെ മുന്നിലുള്ള യാഥാർത്ഥ്യം തിരിച്ചറിയാതെ പോകരുത്. എങ്ങനെയാണ് അവർണ്ണ ജനതയെ ഫാസിസ്റ്റ് മൊത്തക്കച്ചവടക്കാർ

വിലക്കെടുക്കുന്നത് എന്നും തൊഴിലാളി പ്രസ്ഥാനങ്ങൾ ഉയർന്നുവരു മ്പോൾ അതിനെ കാവിപ്പടയുടെ പക്ഷത്തേക്ക് മാറ്റാൻ ശ്രമിക്കുന്നത് എങ്ങനെയെന്നും നാം മനസ്സിലാക്കണം. രാജ്യത്തെ നിരന്തരമായി ഒറ്റിക്കൊടുത്തവർ, ഇവിടുത്തെ അവർണവർഗ്ഗത്തെ എല്ലായ്പ്പോഴും അടിച്ചമർത്തിയവർ തൊഴിലാളി വർഗ്ഗത്തിന്റെ മോചകരായി അഭിന യിക്കുന്നു. ഇത് ചരിത്രത്തിലെ വലിയൊരു ആഭാസ പ്രവർത്തനമാണ്.

വയനാട്ടിൽ ചെന്ന് ആദിവാസികളോട് ഫാസിസ്റ്റുകാർ പറയുന്നത് രാവണന്മാർ ക്രിസ്ത്യാനികളാണെന്നാണ്. അതിനാൽ ഭൂമികന്യകയെ മോഷ്ടിച്ച, പാലായിൽ നിന്നും പൊൻകുന്നത്തുനിന്നും വന്ന രാവണന്മാ രിൽ നിന്നും ആദിവാസികളെ രക്ഷിക്കുവാൻ ഒരു രാമൻ വരണമെന്നും അവർ പറയുന്നു. ഇതു തന്നെയാണ് ബാബ്റി മസ്ജിദ് പൊളിക്കാൻ വന്നപ്പോഴും പറഞ്ഞത്. അപ്പോഴും രാമന്റെ ചിത്രമാണ് വരച്ചത്; ആദിവാസി സമരം ഹിന്ദു-ക്രിസ്ത്യൻ പ്രശ്നമാക്കുവാനുള്ള ശ്രമം നടന്നു കൊണ്ടിരിക്കുകയാണ്. ആദിവാസികൾ എന്നും ചൂഷണം ചെയ്യപ്പെട്ടി ട്ടുണ്ട്. മനുഷ്യരായി ജീവിക്കാനാണ് ആദിവാസികൾ പോരാടുന്നത്. ഏതു മതത്തിൽപ്പെട്ടവനും മനുഷ്യനായിത്തീരുകയാണ് ഏറ്റവും വലിയ മതം. അതുകൊണ്ട് മനുഷ്യത്വമല്ലാതെ മറ്റു മതങ്ങളില്ല. രഥത്തിൽ അയോധ്യ യിൽ പോയാൽ ദൽഹിയിലെത്താമെന്നു ചിലർ കണക്കു കൂട്ടിയിട്ടുണ്ട്. എന്നാൽ അത്തരക്കാർക്ക് ഇന്ത്യയുടെ മനസ്സ് ഇതുവരെയും മനസ്സി ലാക്കാൻ കഴിഞ്ഞിട്ടില്ല. ക്ഷേത്രത്തെ സംരക്ഷിച്ചാൽ ഫാസിസത്തെ സംരക്ഷിക്കാമെന്ന അറിവാണ് ഹിന്ദു ഫാസിസ്റ്റുകൾക്കുള്ളത്. സിംഹാസനം ഉപേക്ഷിച്ചുപോയ രാമനു വേണ്ടി കാവിയുടുക്കുന്നത് സിംഹാസനം നേടാൻ വേണ്ടി മാത്രമാണ്. കാവി ഇന്ന് വഞ്ചനയുടെ നിറമായിത്തീർന്നിരിക്കുകയാണ്. സന്യാസിയാണെന്നു തെറ്റിദ്ധരി പ്പിക്കാനാണ് ഇതുപയോഗിക്കുന്നത്. കാവി വസ്ത്രം ഹിന്ദുത്വത്തെയും സന്യാസത്തെയും വഞ്ചിക്കുകയാണ്. മാംസപേശികൾ കൊണ്ട് ഇന്ത്യയെ പിടിച്ചുകെട്ടാമെന്ന് ഹിന്ദുത്വത്തിന്റെ വക്താക്കൾ കരുതുന്നു. സവർണതയെ, ഫാസിസത്തെ ചോദ്യം ചെയ്യേണ്ടത് ചരിത്രപരമായ കടമയാണ്.

ആരാണ് ഹിന്ദു എന്നു പറയാൻ വിഷമിച്ചു കൊണ്ട് ചിക്കാഗോവിലെ ഹോട്ടൽ മുറിയിൽ ഉറക്കമില്ലാതെ കിടന്നയാളായിരുന്നു വിവേകാന ന്ദൻ. പിറ്റേന്ന് മതകോൺഗ്രസിൽ ഹിന്ദുമതത്തെക്കുറിച്ച് എന്തു പറയു മെന്ന് ആലോചിച്ച ആളാണ് അദ്ദേഹം. കാരണം ഹിന്ദുമതമെന്നത് ഒരു മതമല്ലെന്നും അനേകം ജാതികളാണ് എന്നും ഒരു ഹിന്ദുവും ജനിക്കു മ്പോഴും മരിക്കുമ്പോഴും വിവാഹം കഴിക്കുമ്പോഴും ഉണ്ണുമ്പോൾ പോലും ഒരു പോലെയല്ല എന്നും വിവേകാനന്ദനറിയാമായിരുന്നു. എന്നാൽ,

വിവേകാനന്ദനു വേണ്ടി കേരളം മുഴുവൻ പോസ്റ്ററുകൾ ഒട്ടിക്കുമ്പോഴും ഹിന്ദു മഹാസമ്മേളനം നടത്തുമ്പോഴും ഫാസിസ്റ്റുകൾ അവതരിപ്പിക്കു ന്നത് ഈ വിവേകാനന്ദനെ അല്ല. ഫുട്ബോൾ കളിയാണ്. ഭക്ഷണ മാണ് ഇന്ത്യയുടെ മോചന മാർഗ്ഗം എന്നു പറഞ്ഞ വിവേകാനന്ദനെയല്ല, മറിച്ച്, കാവിയുടുത്ത വിവേകാനന്ദനെയാണ്. വിവേകാനന്ദന്റെ കാവി വസ്ത്രമാണ് യഥാർത്ഥത്തിൽ അവർ സ്വീകരിച്ചത്. അൽമോറയിലെ കുന്നിൻ മുകളിൽ നിന്നിറങ്ങി വന്നു മിഷനറി പ്രവർത്തനം നടത്തിയ, കോളറാ വിരുദ്ധ പ്രവർത്തനം നടത്തിയ രാമകൃഷ്ണ ശിഷ്യന്മാരെ കാവി യുടുത്ത കശ്മലന്മാരാക്കി മാറ്റുവാൻ കഴിയുമെന്ന് ഹിന്ദു ഫാസിസം തെളി യിച്ചിട്ടുണ്ട്. അവർ പ്രചരിപ്പിക്കുന്നത് ഇവിടുത്തെ ഏറ്റവും വലിയ കോളറ മുസ്ലീങ്ങളാണ് എന്നാണ്. നാട്ടു മുഴുവൻ നടന്നു സമാന്തര ക്ഷേത്രങ്ങൾ സ്ഥാപിച്ച അതിന്റെ വഴക്കങ്ങൾ മുഴുവൻ തീർത്തയാളായിരുന്ന ശ്രീ നാരായണനാണ്, ലോകത്തിലെ ഏറ്റവും മനോഹരമായ മുദ്രാവാക്യം എഴുതിവെച്ചത്.

ജാതിഭേദം മതദ്വേഷം
ഏതുമില്ലാതെ സർവ്വരും
സോദാരത്വേന വാഴുന്ന
മാതൃകാസ്ഥാനമാണിത്.

പണം കൊണ്ടും ഉടമസ്ഥവകാശം കൊണ്ടുമാണ് സവർണർ മുഷ്കുകാട്ടുന്നതെന്നും അതുകൊണ്ട് ഇവരെ പണം കൊണ്ടും സമ്പത്തു കൊണ്ടും ശ്ലോകംകൊണ്ടും വസ്ത്രം കൊണ്ടും തോൽപ്പിക്കാ മെന്നും അറിഞ്ഞതു കൊണ്ടാണ് കുമാരനാശാൻ ബാംഗ്ലൂരിൽ ചെന്നു സംസ്കൃതം പഠിച്ചത്. സംസ്കൃതം കൊണ്ട് ആളുകളെ തോൽപ്പിക്കാ മെന്നതും ഒരു ഫാസിസ്റ്റ് കണ്ടുപിടുത്തമാണ്.

നാം ഉപയോഗിക്കുന്ന ഭാഷയ്ക്കും സാധനങ്ങൾക്കും അതിനു വിപരീ തമായ ഉപയോഗം കൂടിയുണ്ട്. നിയമത്തിന്റെ ഒരു ഉപയോഗം അത് അനുസരിക്കലാണ്; മറ്റൊരുപയോഗം അത് ലംഘിക്കലും. മറ്റു പ്രസ്ഥാ നങ്ങളും പ്രവർത്തനങ്ങളും ഉണ്ടാക്കിയെടുത്ത സമത്വ ബോധങ്ങളെയും നേട്ടങ്ങളെയും എങ്ങനെ പിടിച്ചെടുക്കാമെന്നാണ്, കതിരുകൾ മാത്രം കൊയ്യുന്ന ഫാസിസ്റ്റ് വർഗ്ഗം ആലോചിക്കുന്നത്. ഇതുപോലെയാണ് ശ്രീനാരായണനെയും പിടിച്ചെടുക്കാൻ ശ്രമിക്കുന്നത്. നാളെ നമ്മുടെ തെരുവുകളിൽ ശ്രീനാരായണന്റെ ചിത്രവും, ജീവാത്മാവും പരമാത്മാവും ഒന്നാണെന്നു പറഞ്ഞ കോടിക്കണക്കിന് ഉദരംഭരികളായ കാവിവസ്ത്ര ക്കാരിൽ ഒരാളായി പ്രത്യക്ഷപ്പെടാനിടയുണ്ട്. അതേസമയം കാവിയുടു ക്കാൻ വിസമ്മതിച്ചയാളായിരുന്നു ശ്രീനാരായണൻ എന്ന കാര്യം ഇവർ മറച്ചുവക്കുന്നുമുണ്ട്. കാവിക്ക് ഇന്നുള്ള അപകടം അന്നേ കണ്ടറിഞ്ഞ

ആളായിരുന്ന ശ്രീനാരായണൻ.

ഗാന്ധിയുടെ ആശ്രമത്തിൽ, തന്നെയും അംഗമാക്കു എന്നു പറഞ്ഞെത്തിയ കാഷായക്കാരനായ സന്യാസിയോട്, ഈ വസ്ത്രം മാറ്റി വെള്ള ഖദർ ഉടുത്തു വരൂ എന്നാണ് ഗാന്ധി പറഞ്ഞത്. കാവിയുടുത്താൽ, ഒരു വലിയ ആളാണെന്ന് മറ്റുള്ളവർ തെറ്റിദ്ധരിക്കുമെന്നതിനാലാണ് ഗാന്ധി ഇങ്ങനെ പറഞ്ഞത്. സന്യാസിയെന്നാൽ മറ്റുള്ളവരുടെ ചെലവിൽ ജീവിക്കുന്ന ഒരാൾ എന്നാണ് സാമാന്യമായ അർത്ഥം. ഒന്നും ചെയ്യാതെയും അടുക്കളയിൽ തീയെരിക്കാതെയും തനിക്കുണ്ടെന്ന് ആളുകളെ തെറ്റിദ്ധരിപ്പിക്കുന്ന ആധ്യാത്മികത കൊണ്ടു ജീവിക്കുന്ന, തൊഴിലെടുക്കാത്ത ഒരു ജീവിയാണ് സന്യാസി. മുമ്പ് സന്യാസിക്ക് ഇന്ത്യൻ റെയിൽവെയിൽ ടിക്കറ്റ് എടുക്കേണ്ടിയിരുന്നില്ല. ഇത്തരം സന്യാസത്തെ, നമ്മുടെ പ്രവർത്തനത്തെ കൊയ്തെടുത്ത് അതിനു മുകളിൽ കുതിരകയറുന്ന ഒരു സംഘത്തെ-സംഘപരിവാർ- ഉണ്ടാക്കിത്തീർക്കുവാൻ കഴിഞ്ഞുവെന്നതും ഫാസിസത്തിന്റെ മിടുക്കാണ്.

സ്വതന്ത്ര ഇന്ത്യയിൽ നിന്നു പിരിഞ്ഞു പോയവർ മാത്രമല്ല, ഇവിടെയുള്ള മുസ്ലീങ്ങൾ കൂടി ഇന്ത്യക്ക് ആപത്താണെന്നാണ് ഹിന്ദു ഫാസിസം പറഞ്ഞുകൊണ്ടിരിക്കുന്നത്. മുസ്ലീങ്ങൾ വംശവർദ്ധനയുള്ള ഒരു ജനസ്സായതുകൊണ്ട് ഭൂരിപക്ഷമാകുമെന്നും അതിനാൽ ഇവരെ ആട്ടിപ്പായിക്കണമെന്നുമാണ് ഇന്ത്യൻ ഫാസിസം പ്രചരിപ്പിക്കുന്നത്. വിയറ്റ്നാമിൽ അമേരിക്കൻ പട ചെയ്ത മാസ് റെയ്പ്പ് സിദ്ധാന്തമാണ് ഫാസിസം നടപ്പാക്കുന്നത്. ബലാൽക്കാരത്തെ ഒരു രാഷ്ട്രീയ പ്രവർത്തനമായി മാറ്റിത്തീർക്കുക എന്നതാണ് ഇതിന്റെ മനഃശാസ്ത്രം. പലപ്പോഴും ഫാസിസം വരുന്ന വഴികൾ നാമറിയാറില്ല. വളരെ പതുക്കെയാണ്, പക്ഷേ തീരെ നിരങ്കുശമായാണ് എല്ലാ ഫാസിസ്റ്റ് അടവുകളും രൂപം കൊള്ളുന്നത്. അങ്ങനെയാണവർ കലാപങ്ങൾക്കു രൂപം കൊടുക്കുന്നത്.

മുസ്ലീമിന് അവകാശപ്പെട്ട പണം അവർക്കു കൊടുക്കണമെന്നും പാക്കിസ്ഥാന് നാം നൽകാനുള്ള പണം പണമായിത്തന്നെ നൽകണമെന്നും പറഞ്ഞതിനാണ് ഗാന്ധിയെ ഒരു പയ്യൻ വെടിവച്ചു കൊന്നത്. ആട്ടിപ്പായിക്കപ്പെട്ട മുസ്ലീങ്ങളുടെ സ്വത്ത് അപഹരിക്കുക എന്നത് ഹിന്ദുത്വത്തിന്റെ ആധ്യാത്മിക പ്രവർത്തനമാണ്. കുറ്റവാളികളെ സംഘടിപ്പിച്ച് പരിശീലനം നൽകി ആ പ്രദേശത്ത് താമസിക്കുവാൻ കഴിയാത്ത വണ്ണം ഭീകരാന്തരീക്ഷമുണ്ടാക്കുകയും ഭയപ്പെടുത്തി ആളുകളെ ഹിന്ദുത്വത്തിലേക്ക് ആട്ടിയോടിക്കുകയുമാണ് അവരുടെ രീതി; കുറ്റത്തെ പുണ്യമാക്കിത്തീർക്കുന്ന പുണ്യാഹകർമ്മം നടത്തുന്നു.

ഒരു മുസ്ലീം സ്ത്രീയെ ഗർഭിണിയാക്കുന്നത് ഹിന്ദുക്കളുടെ ദേശീയ കടമയാണെന്ന് ഒരുവനെ ധരിപ്പിച്ചാൽ, അവന്റെ അക്രമവാസന-ലൈംഗിക വാസന-ഒരു പുണ്യകർമ്മമായി രൂപാന്തരപ്പെട്ടു. ഇത്തരം കുറ്റവാളികളുടെ സംഘത്തെ പ്രൊട്ടക്ഷൻ സംഘമായി നിലനിർത്തുകയാണ് ചെയ്യുന്നത്. ഇവിടെയുള്ള ആളുകൾ പലരും എണ്ണ അന്വേഷിച്ചും പണം അന്വേഷിച്ചതും വിദേശത്തേക്കു പോകുമ്പോൾ ഇവിടെ ഭൂരിപക്ഷം മുസ്ലീങ്ങളായിത്തീരുമെന്ന് പ്രവചനം നടത്താനും അവർ മടിക്കില്ല. അതേ സമയം ഇവിടെ കടുത്ത മുസ്ലീം വിരുദ്ധ പ്രവർത്തനം നടത്തുമ്പോഴും തങ്ങളുടെ മക്കളെ മുസ്ലീങ്ങൾ മാത്രം താമസിക്കുന്ന സ്ഥലങ്ങളിലേക്ക് കയറ്റിയയച്ച് അവിടെ നിന്നുവരുന്ന ഡ്രാഫ്റ്റ് ഈമ്പിക്കുടിച്ച് ജീവിക്കുവാനും ഹിന്ദു ഫാസിസത്തിന് മടിയില്ല. അപകടകരമായ മറ്റൊരു രീതി ആളുകളെ ശത്രു-മിത്രങ്ങളായി തിരിക്കുകയാണ്. ഇവിടത്തെ അഹിന്ദുക്കളെല്ലാം ശത്രുക്കളാണെന്നും ഹിന്ദുക്കൾ നിർമ്മിച്ച സംസ്കാരം തകർക്കുന്നത് മുസ്ലീങ്ങളാണെന്നും അവർ ബോധ്യപ്പെടുത്തുവാൻ പാടുപെടുകയാണ്. ഇന്ത്യയിലെ ഒന്നാമത്തെ അത്ഭുതമായ താജ്മഹൽ ഉണ്ടാക്കിയത് മുസ്ലീം രാജവംശമാണെന്ന കാര്യം പോലും ചില ഉത്തരേന്ത്യൻ സംസ്ഥാനങ്ങളിലെ പാഠപുസ്തകങ്ങളിൽ നിന്നും നീക്കം ചെയ്തു കഴിഞ്ഞിട്ടുണ്ട്. ഗാന്ധിയെ ഗോദ്സെയെപ്പോലുള്ള ഏഴാം തരക്കാരൻ രാഷ്ട്രീയക്കാരനായി മാറ്റുകയും ചെയ്തിട്ടുണ്ട്. ഇത്തരം ഫാസിസത്തെ എങ്ങനെ പ്രതിരോധിക്കണമെന്ന് നമുക്കറിയില്ല.

മുംബൈയിലെ ചേരികളിൽ, കുറിതൊട്ട ശിവസേനക്കാർ ശിവജിയുടെ വാളുമായി ആക്രമിക്കാനെത്തിയപ്പോൾ അവരെ നേരിട്ടത് സാധാരണക്കാരാണ്, ബുദ്ധിജീവികളല്ല. സാധാരണക്കാർ ചട്ടിയും കലവും ഉലക്കയുമെടുത്ത് ആക്രമിക്കുകയും കലം പൊളിഞ്ഞാലും അവന്റെ തല പൊളിയണം എന്നു തീരുമാനിക്കുകയും ചെയ്തിട്ടുണ്ട്. നമുക്കിത് ചെയ്യാൻ പലപ്പോഴും കഴിയാറില്ല. കാരണം നാം സമ്പൂർണ്ണ സാക്ഷരതയുള്ള, ഒരുപാട് ചിന്തിക്കുന്ന, ബുദ്ധിജീവി അബദ്ധവർഗ്ഗമാണ്. ബുദ്ധിയെ തോൽപ്പിക്കുവാൻ, ബുദ്ധിയുടെ ഉറവിടമായ തല തല്ലിപ്പൊളിക്കുകയാണ് നല്ലതെന്ന കൃത്യമായ തന്ത്രം ഫാസിസ്റ്റുകൾക്കുണ്ട്. ആദ്യം നിങ്ങളെ അച്ചടിച്ച വാക്കുകൾകൊണ്ടും പിന്നീട് ഉരുട്ടിയെടുത്ത പാരകൾകൊണ്ടും ആക്രമിക്കുന്നു.

ഇത്തരം പ്രവർത്തനങ്ങളെ ചെറുക്കാൻ നമ്മുടെ പൗരുഷവും സ്ത്രീത്വവും വീണ്ടെടുക്കുക മാത്രമേ രക്ഷയുള്ളൂ. മൗനമാണ് ഫാസിസത്തിന് വളരാൻ ഏറ്റവും വളക്കൂറുള്ള മണ്ണ് എന്നു തിരിച്ചറിഞ്ഞ്, മൗനത്തെ ഭേദിക്കാനുള്ള പ്രവർത്തനം നടത്തണം.

അമ്പതുവർഷം മുമ്പ് സ്വാതന്ത്ര്യം ഇന്ത്യൻ ജനതയുടെ സ്വപ്നമായിരുന്നു. അത് യാഥാർത്ഥ്യമായപ്പോഴാണ് ഇന്ത്യ എന്താവണം എന്ന ചോദ്യം ഉയർന്നത്. സവർണ്ണനു മാത്രമേ കൃത്യമായ കണക്കുകൾ നിശ്ചയിക്കുവാൻ കഴിയൂ എന്ന് ധരിച്ച ഇന്ത്യയിൽ, രാജ്യത്തിന്റെ ഭാവി നിർണ്ണയിക്കുന്ന കുറ്റമറ്റ ഭരണഘടന തീർത്തത് ഒരു അധഃകൃതനാണ് എന്നത് വൈപരീത്യമാണ്. ഇന്ത്യയിൽത്തന്നെയാണ് ഹരിജനങ്ങളുടെ അംഗസംഖ്യ കുറയ്ക്കുവാൻ അവരെ വെടിവച്ചു കൊല്ലുക എന്ന എളുപ്പ മാർഗ്ഗം കണ്ടെത്തിയതും. ഇന്ത്യൻ ഭരണഘടനയുടെ ശില്പിയുടെ കഴുത്തിൽ ചെരുപ്പു മാലയിട്ടതിനു പ്രതിഷേധിക്കുവാൻ തടിച്ചുകൂടിയവരെയാണ് ഇന്ത്യയിലെ ജനാധിപത്യം വെടിവച്ചു കൊന്നത്. സുപ്രീം കോടതിയെയും സി.ബി.ഐയെയും വെട്ടിച്ച് അഴിമതി നടത്താൻ കഴിയുമെന്നും ഇന്ത്യൻ ജനാധിപത്യം തെളിയിച്ചുകഴിഞ്ഞു. പരസ്പരം അറിഞ്ഞും സഹകരിച്ചും സ്നേഹത്തിന്റെയും സൗഹൃദത്തിന്റെയും കൂട്ടായ്മകളിലൂടെ മാത്രമേ ജനാധിപത്യ വിരുദ്ധ ഫാസിസ്റ്റ് പ്രവർത്തനങ്ങളെ പ്രതിരോധിക്കാൻ കഴിയുകയുള്ളു. ഹിന്ദു വർഗീയതയുടെ കീഴിൽ മാത്രമേ അഹിന്ദുക്കൾക്കും രക്ഷയുള്ളു എന്ന വർഗീയതയുടെ പുതിയ വാദത്തെ ശ്രദ്ധിക്കേണ്ടതുണ്ട്. അംബേദ്കർ പ്രതിമയ്ക്ക് ചെരുപ്പുമാലയിട്ട് കെ.ആർ. നാരായണനു് വോട്ടുചെയ്യുന്ന ഗൂഢ രാഷ്ട്രീയ തന്ത്രമാണ് ഹിന്ദു വർഗീയതയുടേത്. ഒരു കൈ താങ്ങാൻ മായാവതിയെ കൂട്ടുപിടിക്കുന്ന ഹിന്ദുത്വം, നാളെ മറുകൈ താങ്ങാൻ ഇമാമിനെയും കൂട്ടുപിടിക്കും. ഇതും മതേതരത്വമാണ് എന്ന് ഹിന്ദു ഫാസിസ്റ്റുകൾ തെറ്റിദ്ധരിപ്പിക്കും. ഇതു തിരിച്ചറിയുമ്പോഴേ യഥാർത്ഥ മതേതരത്വം വിജയിക്കുകയുള്ളൂ.

●

1997

ഫാസിസത്തിന്റെ സ്ത്രീവിരുദ്ധ മനഃശാസ്ത്രം

ഫാസിസം ഞങ്ങൾക്ക് ചരിത്രത്തിന്റെ ഒരു ഭാഗമല്ല; ജീവചരിത്രത്തിന്റെ ഒരു ഭാഗമാണ്. അക്ഷരവിദ്യ പഠിച്ച് പത്രം തുറന്നു നോക്കിയ ആദ്യകാലത്ത്, അഞ്ചാറു വയസ്സുള്ള കാലത്ത് 1936-ൽ വന്ന വാർത്തകൾ ഇന്നും ഞാനോർക്കുന്നു. 'ദീപം' എന്നായിരുന്നു പത്രത്തിന്റെ പേര്. ഒരു പൈസ(പഴയ രണ്ടുകാശ്) വിലയുണ്ടായിരുന്ന ആ പത്രത്തിന്റെ ഒന്നാമത്തെ പേജിൽ മരക്കട്ടകളിൽ അടിച്ച വാർത്ത, അബിസീനിയയെ മുസോളിനി ആക്രമിച്ച വാർത്തയുണ്ടായിരുന്നു. എത്യോപ്യയെ അഥവാ അബിസീനിയയെ 1935-ൽ ഇറ്റലി ആക്രമിച്ചതോടു കൂടിയാണ് ഫാസിസത്തിന്റെ പ്രധാനപ്പെട്ട ഒരു മുഖം ലോകം അറിയുന്നത്. പിന്നീട്, 1939-ൽ ആരംഭിക്കുന്ന രണ്ടാം ലോക മഹായുദ്ധത്തോടു കൂടി ഫാസിസത്തിന്റെ യഥാർത്ഥമായ മുഖം ലോകം കാണുന്നു. ഇത് സാധാരണ രാഷ്ട്രീയകാര്യമാണ്; ചരിത്രവുമാണ്.

മനുഷ്യൻ എപ്പോഴും കൂട്ടക്കൊലകൾ ഇഷ്ടപ്പെടുന്നു, മനുഷ്യൻ എപ്പോഴും കൂട്ടക്കൊലകളെ പ്രകീർത്തിക്കുന്നു. ഒറ്റയൊറ്റ കൊലകളെ മനുഷ്യൻ ഇഷ്ടപ്പെടുന്നില്ലെന്നു മാത്രമല്ല നിന്ദിക്കുകയും ചെയ്യുന്നു. വല്ലപ്പോഴും ഒരിക്കൽ മാത്രമാണ് ഒരു അശോകന് താൻ കലിംഗത്തിൽ നടത്തിയ കൂട്ടക്കൊല തെറ്റാണെന്നു തോന്നുക. എന്തുകൊണ്ടാണ് മനുഷ്യൻ ഇങ്ങനെ ചെയ്യുന്നത്? എന്തുകൊണ്ട് ഒരാൾ മാത്രം ചുക്കാൻ പിടിക്കുന്ന ടോർപ്പിഡോകൾ ഉപയോഗിച്ച് ജാപ്പ് കപ്പലുകൾ അടിയിലൂടെ ചെന്ന് മറ്റുള്ളവയെ തകർത്തു വീഴുന്നു? അനേകായിരം ജനങ്ങളെ കൊന്നൊടുക്കുന്നു?

ജപ്പാനും ഇറ്റലിയും ജർമ്മനിയും പഴയ പ്രസിദ്ധ ഫാസിസ്റ്റ് ശക്തികളായിരുന്നുവല്ലോ, സൂര്യപുത്രനായ ജാപ്പ് ചക്രവർത്തിയുടെ ഇംഗിതമനുസരിച്ച മരിക്കാൻ തയ്യാറായി, ഒരു ടോർപ്പിഡോവിന്റെ രണ്ടാമത്തെ ടോർപ്പിഡോ ആയി പ്രവർത്തിക്കാൻ തയ്യാറായി, നിരവധി പേരുണ്ടായിരുന്നു. ഒരു ടോർപ്പിഡോ നഷ്ടപ്പെട്ടാൽ നഷ്ടം നാട്ടിനാണ്. അതുകൊണ്ട് ഓരോ ടോർപ്പിഡോവും കപ്പലിനെ മുക്കണം എന്ന ഉദ്ദേശ്യത്തോടു കൂടി ജപ്പാൻകാർ അവരുടെ ടോർപ്പിഡോവിൽ ഒരു ഡ്രൈവറെക്കൂടി, കപ്പലുകൾ നശിപ്പിക്കുന്ന യന്ത്രങ്ങളോടൊപ്പം യന്ത്രമാക്കിത്തീർക്കപ്പെട്ട ഒരു മനുഷ്യനെക്കൂടി ഉപയോഗിച്ചിരുന്നു. ഇതിലെ പ്രശ്നം മനുഷ്യൻ എങ്ങനെ യന്ത്രമാക്കപ്പെടുന്നു എന്നതാണ്. ഒരു യാന്ത്രിക സമുദായത്തിന്റെ ഘടകമായി, ഒരു യന്ത്രത്തിന്റെ ഭാഗമായി, തൊടുത്തു വിടുന്ന ഒരമ്പിന്റെ മുനയായി, വലിച്ചെറിയുന്ന ഒരു ബോംബിലെ സ്ഫോടക വസ്തുവായി എങ്ങനെ മനുഷ്യൻ മാറിത്തീരുന്നു, മനുഷ്യൻ മനുഷ്യനല്ലാതായിത്തീരുകയും അവന്റെ ഇച്ഛാ ശക്തി നഷ്ട പ്പെടുകയും താൻ ചെയ്യുന്നത് മുഴുവൻ ലോക നന്മയ്ക്കു വേണ്ടിയാണെന്നു വിശ്വസിക്കാൻ ഇടവരുകയും ചെയ്യുന്ന അവസ്ഥ എങ്ങനെയുണ്ടാകുന്നു എന്നത് ഫാസിസത്തിലെ മൗലികമായ പ്രശ്നമാണ്.

ലോകത്തിലെ ആദ്യത്തെ കൊലപാതകികൾ ഫാസിസ്റ്റുകളല്ല. ലോകത്തിലെ ആദ്യത്തെ കൂട്ടക്കൊലകൾ നടത്തിയതും ഫാസി സ്റ്റുകളല്ല. ഇന്ന് ഫാസിസമില്ല. അത് ഒരിടക്കാല സംഭവമാണ്. അതുകൊണ്ട് ഹിറ്റ്ലർ ഉണ്ടായിരുന്നില്ലെങ്കിൽ, മുസോളിനി ഉണ്ടായി രുന്നില്ലെങ്കിൽ മുസോളിനിയുടെ ഒരു കൂട്ടം മരത്തടികളും മരത്തടിയിൽ കെട്ടിവച്ച ഒരു മഴുവും ഉണ്ടായിരുന്നില്ലെങ്കിൽ ഹിറ്റ്ലറുടെ സ്വസ്തികയു ണ്ടായിരുന്നില്ലെങ്കിൽ ഫാസിസം ഉണ്ടാകുമായിരുന്നുവോ എന്നുള്ളത് വളരെ പ്രധാനപ്പെട്ട ഒരു കാര്യമാണ്. കാരണം ഹിറ്റ്ലർക്ക് മനഃശാ സ്ത്രജ്ഞന്മാരുണ്ടായിരുന്നു. തത്വചിന്തകന്മാരുണ്ടായിരുന്നു. അയാളുടെ റോസൻബർഗ് ഉണ്ടായിരുന്നു. ഏതു രാഷ്ട്രീയാഭിപ്രായങ്ങൾക്കും നമ്മുടെ ദാർശനികന്മാരെയോ ശാസ്ത്രജ്ഞന്മാരെയോ മനഃശാസ്ത്ര പണ്ഡിതന്മാ രെയോ, വിലയ്ക്കെടുക്കുവാൻ കഴിയും. അതുകൊണ്ട് വലിയ ബുദ്ധികൾ ജർമ്മനിയിൽ ആറ്റംബോംബ് നിർമ്മിച്ചു. ബുദ്ധിയില്ലാത്ത ആളുകൾ ക്ക് ഒരു ഘടനയ്ക്കു വേണ്ടി മനുഷ്യന്റെ പ്രവർത്തനങ്ങളെ, മനുഷ്യന്റെ ബുദ്ധിയെ നിയന്ത്രിച്ചു കൊണ്ടുപോവാൻ കഴിയുന്നു.

നേരത്തെ സൂചിപ്പിച്ചതു പോലെ മനുഷ്യർ എന്നും കൂട്ടക്കൊല നടത്തുകയും കൊല്ലുന്നവർക്ക് വീരചക്രങ്ങൾ കൊടുക്കുകയും ചെയ്യുന്ന ഒരു പരമ്പരാഗത ജനസമുദായമാണ്. നാമെപ്പോഴും അത്തരം ധീരാ ത്മാക്കളെ അഭിനന്ദിക്കുന്നു. അവർ നമ്മുടെ ധീരതയ്ക്കു പകരമായി,

ഭീരുക്കളായ നമ്മുടെ ധീരതയ്ക്ക പകരമായി പ്രവർത്തിക്കുന്നു. ഔദ്യോഗികമായി നമുക്ക് വേണ്ടി ഹിംസ ചെയ്യുന്ന നമ്മുടെ ജവാന് നാം മംഗളം പാടുന്നു. തീർച്ചയായും ഒരു ജവാൻ യുദ്ധക്കളത്തിൽ പോകുന്നത് ഹിംസ ചെയ്യുവാൻ വേണ്ടിയല്ല. അവന്റെ ഭാര്യയെയും കുഞ്ഞുങ്ങളെയും പോറ്റുവാനാണ്. ഒരുപക്ഷേ ലോകത്തിൽ ഏറ്റവും സ്നേഹമുള്ള മനുഷ്യൻ പട്ടാളക്കാരനാകാം. എങ്കിലും അയാൾ ഒരു യന്ത്രത്തിന്റെ ഭാഗമായി, എന്തിനു ഹിംസ ചെയ്യുന്നു എന്നുള്ളത് മനുഷ്യ മനസ്സിന്റെ പ്രധാനപ്പെട്ട ചോദ്യങ്ങളിൽ ഒന്നാണ്. എന്തുകൊണ്ട് നാം ഹിംസ ചെയ്യുന്നില്ല? നാമെല്ലാം സമതലങ്ങളിൽ അഹിംസയെക്കുറിച്ചു പ്രശംസിച്ചു കൊണ്ടിരിക്കുമ്പോൾ അവർ കൊട്ടുമുടികളിൽ പോയി കൊല്ലുകയും മരിക്കുകയും ചെയ്യുക എന്നുള്ളത് നാഷൻ സ്റ്റേറ്റുകളുടെ സാമാന്യ സ്വഭാവമായിത്തീർന്നിരിക്കുന്നു. നാഷണൽ സോഷ്യലിസ്റ്റ് പാർട്ടിയുടെ നാഷണലിസം മാത്രമല്ല, എല്ലാ നാഷണലിസ്റ്റ് സ്റ്റേറ്റുകളിലേയും നാഷണലിസം കൊല്ലാനും ചാകാനും വേണ്ടിയുള്ള നാഷണലിസമാണെന്ന് ഇന്ന് എല്ലാവർക്കമറിയാം. കാരണം ഒരു രാഷ്ട്രമുണ്ടാകുമ്പോൾ ആ രാഷ്ട്രത്തിന് ഒരു അയൽക്കൂട്ടമുണ്ടാവും. ഒരു അയൽ രാഷ്ട്രമുണ്ടാവുമ്പോൾ ഒരു അതിർത്തിയും തീർച്ചയായും യുദ്ധവും ഉണ്ടാകുന്നു. ഇത് ഒരു സ്വഭാവികമായ ദേശീയതയുടെ രൂപമാണ്. പക്ഷേ അതിലുള്ള മറ്റൊരു വലിയ പ്രശ്നം സാധാരണ ജനങ്ങൾ യുദ്ധം ആഗ്രഹിക്കുന്നില്ല എന്നു പറയുമ്പോഴും എന്തുകൊണ്ട് യുദ്ധത്തെ ഇഷ്ടപ്പെടുന്നു എന്നതാണ്.

ഞങ്ങൾ വിദ്യാർത്ഥികളായിരിക്കുമ്പോൾ എന്റെ ക്ലാസിലെ വിദ്യാർത്ഥികളിൽ അധികം പേരും ഹിറ്റ്ലറുടെ പക്ഷത്തായിരുന്നു. ഹിറ്റ്ലറുടെ ജയത്തെക്കുറിച്ച്, ഹിറ്റ്ലറുടെ മീശയെക്കുറിച്ച്, നെറ്റിയിൽ വീണു കിടക്കുന്ന ഹിറ്റ്ലറുടെ മുടിയെക്കുറിച്ച് അഭിമാനിക്കാത്ത, അതുപോലെയായിത്തീരണമെന്ന് ആഗ്രഹിക്കാത്ത വളരെ ചുരുക്കം വിദ്യാർത്ഥികളേ അന്ന് ഞങ്ങളുടെ ക്ലാസുകളിൽ ഉണ്ടായിരുന്നുള്ളൂ. ഹിറ്റ്ലറാകാൻ കഴിഞ്ഞില്ലെങ്കിൽ ഹിറ്റ്ലറെ ആരാധിക്കുക എന്നുള്ളത് മനുഷ്യ വർഗ്ഗത്തിന്റെ സാമാന്യ സ്വഭാവങ്ങളിൽ ഒന്നാണ്. ഹിറ്റ്ലർ ജയിക്കുന്നവനാണ്. നമുക്ക് ചെയ്യാൻ കഴിയാത്തത് ഹിറ്റ്ലർ ചെയ്യുന്നു. നമുക്കു ചെയ്യാൻ കഴിയാത്ത ഹിംസ, വീരകർമ്മങ്ങൾ ഹിറ്റ്ലർ ചെയ്യുന്നു. അതുകൊണ്ട് ഹിറ്റ്ലറെ മനസ്സാ ആരാധിക്കുന്നവരും മുസോളിനിയെ ആരാധിക്കുന്നവരും ഫാസിസത്തെയും നാസിസത്തെയും ആരാധിക്കുന്നവരായിരുന്നു.

എന്തുകൊണ്ടാണ് തൊഴിലാളികൾ ഹിറ്റ്ലറുടെയും മുസോളിനിയുടെയും പിന്നാലെ പോയത്? എന്തുകൊണ്ട് സ്വസ്തികയ്ക്ക് ചെങ്കൊടിയേക്കാൾ പ്രാധാന്യമുണ്ടായി? ഒരു ചെറിയ പാകപ്പിഴകൊണ്ടു മാത്രമാണ്. ഒരു ചെറിയ കൈക്കുറ്റപ്പാടുകൊണ്ട് മാത്രമാണ്. ഹിറ്റ്ലർ തോൽക്കുകയും,

സഖ്യകക്ഷികൾ ജയിക്കുകയും ചെയ്തത്. ഹിറ്റ്ലർ ജയിച്ചിരുന്നുവെങ്കിൽ ഹിറ്റ്ലർക്ക് അനുകൂലമായ ദർശനങ്ങളും മനഃശാസ്ത്രങ്ങളും, സെമിനാറുകളും നമ്മുടെ നാട്ടിൽ ഉണ്ടാകുമായിരുന്നു. കാരണം ഫാസിസം അല്ലെങ്കിൽ പുരുഷവാഴ്ചയുടെ ആധിപത്യം, അഥോറിറ്റേറിയനിസം ഹിറ്റ്ലറോടു കൂടി ആരംഭിക്കുന്നതല്ല. അതിന്ന് കുറെ പഴക്കമുണ്ട്, ഭൂമണ്ഡലത്തിലെ പരുഷൻമാർക്ക് നമ്മുടെ ഭൂമണ്ഡലത്തിൽ തന്നെയുള്ള പകുതി സ്ത്രീകളെ ഇന്നും അടിമകളാക്കി വക്കാൻ കഴിയുന്നുണ്ട്. ചരിത്രത്തിലെ ഒരു നീണ്ട കാലഘട്ടത്തിൽ ഒരുപക്ഷേ മരുമക്കത്തായത്തിനു ശേഷം മക്കത്തായം ഉണ്ടായിത്തീർന്ന കാലഘട്ടത്തോടു കൂടി സ്ത്രീയുടെ ആധിപത്യം അവസാനിക്കുകയും പുരുഷന്റെ ആധിപത്യം നിലവിൽ വരികയും, സ്ത്രീ പുരുഷന്റെ ഉപഭോഗ വസ്തുവായിത്തീരുകയും ചെയ്തു.

ഏകപത്നീ വ്രതം നമ്മുടെ നാട്ടിൽ ഒരു വലിയ പ്രശ്നമായിത്തീർന്നിരിക്കുകയാണ്. 'ഒരാൾക്കെത്ര മണ്ണു വേണം?'; ഇത് ടോൾസ്റ്റോയിയുടെ പഴയ ചോദ്യമാണ്. ഒരാൾക്കെത്ര പെണ്ണു വേണം എന്നു ചോദിച്ചാൽ നാം അഭിമാനത്തോടു കൂടി പറയാറുണ്ട് ഒന്നേ വേണ്ടൂ എന്ന്. പക്ഷേ ചരിത്രം വായിക്കുന്നതോടു കൂടി, നമുക്കുണ്ടാകുന്ന ഒരു ബോധം ഇന്ത്യയിൽ ഒരുപക്ഷേ ഏകപത്നീ വ്രതക്കാരനായിട്ട് ഒരു രാമൻ മാത്രമേ ഉണ്ടായിരുന്നുള്ളൂ എന്നാണ്. ഇന്ന് കോടിക്കണക്കിന് ഏകപത്നീവ്രതക്കാർ ഇന്ത്യയിലുണ്ട്. ആരെക്കുറിച്ചും ഒരു രാമായണം ഉണ്ടാകുന്നില്ല. നമ്മളോരോരുത്തരെക്കുറിച്ചും ഓരോ രാമായണം ഉണ്ടാകേണ്ടതായിരുന്നു. ഏകപത്നീ വ്രതം ചെറിയൊരു കാര്യമാണ്. പക്ഷേ രാജാക്കന്മാർക്ക് വലിയൊരു കാര്യമാണ്. രഘു പേർഷ്യയിൽ യുദ്ധം ചെയ്യാൻ പോയാലോ എന്നാണ് പലരും ചോദിച്ചത്. രഘു പേർഷ്യയിൽ പോയിട്ടില്ല എന്നാണ് ചരിത്രകാരന്മാർ പറയുന്നത്. പോയിരുന്നു എങ്കിൽ പാരസിക വനിതകളെയാകുമായിരുന്നു പിടിച്ചടക്കുന്നത്. സ്ത്രീകളെ പുരുഷന്മാരുടെ അടിമകളാക്കിത്തീർക്കുന്ന, മനുഷ്യരെ ഉപകരണങ്ങളായി മാറ്റിത്തീർക്കുന്ന, പഴയ വ്യവസ്ഥയുടെ സ്ഥാനത്ത് ഇന്നുണ്ടായിക്കൊണ്ടിരുന്നത് മിക്കവാറും നിയമങ്ങളിലൂടെ, തന്ത്രങ്ങളിലൂടെ, സ്മൃതികളിലൂടെ, ആചാരങ്ങളിലൂടെ സ്ത്രീയെ കീഴ്പ്പെടുത്തുക എന്നുള്ളതാണ്. ഇന്ത്യൻ മാതൃദായക്രമം പേടിയാർക്കിയായി മാറുന്ന കാലഘട്ടത്തിൽ നമ്മുടെ ആര്യ ജനവർഗ്ഗം അവരുടെ സ്മൃതികൾ കരുത്തോടു കൂടി ഉപയോഗിക്കുകയും സ്ത്രീദായക്രമത്തിൽ നിന്നു പുരുഷദായക്രമം അല്ലെങ്കിൽ പിതൃദായക്രമം ഉണ്ടായിത്തീരുകയും ചെയ്യുന്നു.

നീതി വിഭിന്നമാണെന്ന് സീത ശ്രീരാമനോട് പറയുന്നു. സീതക്കറിയാം, നീതി എന്നു പറയുന്നത് ഓരോരുത്തരെഴുതി വക്കുന്നതാണെന്ന്. ശ്രീരാമന്റെ വിചാരം നീതി ശാശ്വതമാണെന്നാണ്. ചിന്താവിഷ്ടയായ

സീതയുടെ പ്രസക്തിയിതാണ്. നീതി എന്ന് പറയുന്നത് തട്ടിപ്പാണെന്ന് സീത കൂടെക്കൂടെ രാമനെ ഓർപ്പെടുത്തുന്നു. രാമൻ പാവം മൂത്ത മകനാണ്. രാമൻ വളരെ ശ്രദ്ധനും അനുസരണ ശീലമുള്ളവനുമാണ്. ഇത്തരം ഒരു വ്യവസ്ഥയിൽ നിങ്ങളെ ചെറുപ്പത്തിൽ എന്ത് തീറ്റുന്നുവോ നിങ്ങൾ അതായിത്തീരുന്നു. സ്കൂളിലെ വിദ്യാഭ്യാസ രീതിയായി, നീതി സാരമായി, ശാരീരിക വ്യായാമ രീതികളായി തുടങ്ങി ഏതു തരത്തിലുള്ള ആശയവും നിങ്ങളെ പാകപ്പെടുത്തുന്നതിനു വേണ്ടിയുള്ള വളമാണ്. ഡ്രിൽ എടുക്കൽ ഫാസിസത്തിലെ പ്രധാനപ്പെട്ട ഒരു ഘടകമാണ്. കാരണം ശരീരത്തെ ഡ്രിൽ ചെയ്യിച്ചാൽ മനുഷ്യനെ യന്ത്രമാക്കിത്തീർക്കാം എന്ന് ഏതു ഫാസിസ്റ്റിനും അറിയാം. ശരീരംകൊണ്ട് നാം ഡ്രിൽ ചെയ്യുമ്പോൾ അതിനർത്ഥം ഞാനെന്റെ കൈകൊണ്ട് ഇങ്ങനെയാക്കുമ്പോൾ മറ്റേയാൾ കൈ ഇങ്ങനെയാക്കാൻ പാടില്ല. രണ്ടുപേർ രണ്ടുതരത്തിൽ പ്രവർത്തിക്കാൻ പറ്റില്ല എന്നാണ്. എല്ലാവരും ഒരു യന്ത്രം പോലെ പ്രവർത്തിക്കണം. അതുകൊണ്ട് മാസ്ഡ്രിൽ ആശയ ഐകരൂപ്യമുണ്ടാക്കാൻ ഫാസിസത്തിനും പ്രയോജനപ്പെടുത്താവുന്ന ശാരീരിക വ്യായാമ മുറയാണ്. ഒരുപക്ഷേ ഇതിനേക്കാൾ പ്രധാനമായിട്ടുള്ളത് നമ്മുടെ മാനസിക വ്യായാമ മുറകൾ നമുക്ക് പറ്റിയ ആശയ ഭക്ഷണം തന്നു വളർത്തുന്നു എന്നതാണ്. ഇതിൽ നിന്ന് നമുക്ക് മോചനം നേടാൻ കഴിയുമോ എന്നു സംശയമാണ്. ഏതു നിരത്തിന്മേൽ വച്ചും, പിരിഞ്ഞു വന്ന ഒരു പട്ടാളക്കാരനെ കണ്ടാൽ നമുക്കറിയാം. കാരണം അയാൾ നിവർന്നു നടക്കുന്നു. സി.വി കുഞ്ഞുരാമന്റെ വാക്കുപയോഗിച്ച് പറഞ്ഞാൽ, 'ഒരു ഇരുമ്പുലക്ക വിഴുങ്ങിയവനെപ്പോലെ നടക്കുന്നു.' സി.വി കുഞ്ഞുരാമൻ ഇരുമ്പുലക്ക എന്നു പറഞ്ഞത് വ്യായാമത്തെക്കുറിച്ചല്ല, ആശയത്തെക്കുറിച്ചാണ്.

തിരിച്ചുവന്ന പട്ടാളക്കാരനെയും പോലീസുകാരനെയും നമുക്ക് തിരിച്ചറിയാവുന്നത് അയാളുടെ ഡ്രില്ലിന്റെ പ്രത്യേകത കൊണ്ടാണ്. പക്ഷേ ഒരു മനുഷ്യന്റെ അകത്തേക്ക്, വഴങ്ങാത്ത ഒരു ഇരുമ്പുലക്ക, അതായത് ആശയങ്ങൾ കടന്നു പോയാൽ അയാൾ യന്ത്രമായിത്തീരുന്നു. അയാൾ പിന്നെ ഒരു മനുഷ്യനല്ല, വലിയൊരു യന്ത്രസമൂഹത്തിന്റെ ഭാഗമാണ്. ഒരു മനുഷ്യനെ ഒരു യന്ത്രസമൂഹത്തിന്റെ ഭാഗമാക്കിത്തീർക്കുക എങ്ങനെ എന്നതായിരുന്നു ഫാസിസത്തിന്റെ പ്രധാനപ്പെട്ട അന്വേഷണം. അതിനുള്ള സാങ്കേതിക മുറകൾ മിക്കവാറും ഒരു തരത്തിലല്ല, പല തരത്തിലാവാം. വളരെ പ്രസിദ്ധമായ ഫാസിസ്റ്റ് അടയാളമായ സ്വസ്തികയെടുക്കുക. 'സ്വസ്ത്യ സ്തുതേ' അതായത് നിങ്ങൾക്ക് നല്ലത്‌വരട്ടെ, ശുഭം വരട്ടെ, മംഗളം വരട്ടെ, എന്നർത്ഥം വരുന്ന മനോഹരമായ പദം. സ്വസ്തിക എന്നുള്ളത് ഒരു കുരിശിന് രൂപാന്തരം

വരുത്തിയതാണ്. റെയ്ഖ് അതിനെപ്പറ്റി പറയുന്നുണ്ട് (എന്തോ എനിക്ക് ആ ആശയത്തോട് മുഴുവൻ യോജിക്കാൻ കഴിഞ്ഞിട്ടില്ല) റെയ്ഖ്, കൈ മാറിൽ സ്വസ്തികാരൂപത്തിൽ പിണച്ചു വച്ചുകൊണ്ട് സ്വസ്തിക എന്നുള്ളത് ഒരു രതി ചിത്രമാണ്, രണ്ട് വ്യക്തികളുടെ, സ്ത്രീ പുരുഷന്മാരുടെ രതി ചിത്രമാണ് എന്നാണ് സൂചിപ്പിച്ചിട്ടുള്ളത്.

കാരണം യൂറോപ്പിൽ പണ്ട് പ്രചാരത്തിൽ ഇരുന്നിരുന്ന ഒരു പ്രതീകമാണ് സ്വസ്തിക. അത് ആര്യവർഗത്തിന്റെ പ്രതീകമായി ഹിറ്റ്ലർ ഉപയോഗിക്കുക മാത്രമാണ് ചെയ്യുന്നത്. (നമ്മൾ സാധാരണ ചിഹ്നങ്ങൾ ഉപയോഗിച്ച്, ആളുകളെ വരക്കാറുണ്ട്. തലയുടെ സ്ഥാനത്ത് ഒരു വട്ടം വരച്ച് നീളത്തിൽ താഴോട്ട് ഒരു വര വരച്ചാൽ ആളിന്റെ ചിഹ്നമായി). തണുപ്പത്ത് സ്വസ്ഥികാബന്ധം ചെയ്തു എന്ന് കൃഷ്ണഗാഥയിൽ ചെറുശ്ശേരി പറഞ്ഞത്, തണുത്ത് വിറച്ചിട്ട് കൈ മാറത്ത് കുറുകെ വക്കുന്നതിനാണ്. സ്വസ്തികാബന്ധം എന്നത് കീഴടങ്ങലിന്റെ അല്ലെങ്കിൽ ഞാൻ കൈ ഉപയോഗിക്കുകയില്ല എന്നതിന്റെ ഒരു ചിഹ്നമാണ്. കൈ കെട്ടുക എന്നതിന്റെ സിംബോളിക് അർത്ഥം നിങ്ങളുടെ കൈ ഉപയോഗിക്കാൻ കഴിയാതായിത്തീർക്കുക എന്നുള്ളതും നിങ്ങൾ പഞ്ചപുച്ഛമടക്കുന്ന എന്നുള്ളതും, നിങ്ങൾ ലൈംഗികമായിട്ട് കീഴടങ്ങുക എന്നുള്ളതും ആണ്. ഒരു മനുഷ്യനെ പഞ്ചപുച്ഛമടക്കിക്കുവാനുള്ള ഒരു സിംബൽ ആണ് സ്വസ്തിക. നമ്മുടെ നാട്ടിൽ മനുഷ്യന്റെ ലൈംഗികമായ കീഴടങ്ങൽ സൂചിപ്പിക്കുവാനായിട്ട് ഉപയോഗിച്ചിരുന്ന ആചാര വിധിക്കാണ് പഞ്ചപുച്ഛമടക്കുക എന്നു പറയുക.

അടങ്ങുക എന്നത് സ്ത്രീയോട് നമ്മുടെ വീടുകളിലൊക്കെ പറയുന്ന് വാക്കാണ്; 'പെണ്ണുങ്ങളായാൽ കുറച്ച് അടക്കവും ഒതുക്കവും വേണം'. സ്ത്രീകൾ അടങ്ങണം, പുരുഷൻ അടങ്ങണ്ട എന്നർത്ഥം. ഇത് നമ്മുടെ സംസ്കാരത്തിന്റെ, പുരുഷ സംസ്കാരത്തിന്റെ മഹത്വമാണ്, കിരീടമാണ്. അതുകൊണ്ട് അടങ്ങുക എന്നതിന്റെ ചിഹ്നമാണ് സ്വസ്തിക. ഓരോ കാലഘട്ടത്തിലും ഇത്തരം കാര്യങ്ങളെക്കുറിച്ച് പുതിയ ആശയങ്ങളുണ്ടായിത്തീരുന്നു-ഇണക്കം, അടക്കം, ലജ്ജ, തുടങ്ങിയ ആശയങ്ങൾ. സ്ത്രീകൾക്ക് ലജ്ജ വേണം എന്നുള്ളത് ഒരു പ്രശ്നമാണ്. പി.ടി ഉഷക്ക് ലജ്ജ വേണോ എന്നുള്ളത് ഒരു പ്രശ്നമാണ്. വളരെ പ്രസക്തിയുള്ള ഒരു കാര്യം. പി.ടി ഉഷയ്ക്കെന്തുകൊണ്ട് ലജ്ജയില്ല, നാണമില്ലാതെ ഇങ്ങനെ പാഞ്ഞു നടക്കുന്നു എന്നാണെല്ലാവരും പറയുക. കാരണം ഇതാണ്. അത് നമ്മെ എവിടെയോ സ്പർശിക്കുന്നു. നമ്മുടെ പുരുഷമേധാവിത്വമുള്ള സമുദായം എപ്പോഴെങ്കിലും നഷ്ടപ്പെട്ടു പോകുമോ എന്ന ഭയം എല്ലാ പുരുഷന്മാർക്കുമുണ്ട്.

ഫാസിസ്റ്റ് ജർമ്മനിയുടെയും ഫാസിസ്റ്റ് ഇറ്റലിയുടെയും പ്രധാനപ്പെട്ട മുദ്രാവാക്യങ്ങളിലൊന്ന് സ്ത്രീ അമ്മയായിരിക്കണം എന്നതായിരുന്നു. ലോകത്തിലെ ഏറ്റവും മനോഹരമായ വാക്യം, അതാണ് സ്ത്രീ അമ്മ യായിരിക്കണം എന്നത്. ഈ വാക്കെടുത്ത് റെയ്ഖ് ഒരുപാട് ചർച്ച ചെയ്യുന്നുണ്ട്. ടാഗോറിന്റെ ഉർവ്വശിയിൽ സ്ത്രീ അമ്മയാണ്, ഭാര്യയാണ്, മകളാണ്, അഭിസാരികയാണ്, ഗായികയാണ്, നർത്തകിയാണ്. പക്ഷേ, ഹിറ്റ്ലർ ഒന്നേ പറഞ്ഞിട്ടുള്ളൂ. സ്ത്രീ അമ്മയായിരിക്കണം എന്നാണത്. ഇതിന്റെ അർത്ഥം സ്ത്രീ ഭാര്യയായിരിക്കേണ്ടവളല്ല, സ്ത്രീ പെണ്ണായിരിക്കേണ്ടവളല്ല, സ്ത്രീ പ്രസവിക്കേണ്ടവളാണ് എന്നതാണ്.

●

1999

രഹസ്യത്തിൻമേൽ ജീവിക്കുന്ന ഫാസിസം

നമ്മുടെ വിദ്യാഭ്യാസ പദ്ധതി വളരെ വിചിത്രമാണ്. രാവിലെ പത്രം എടുത്തു നോക്കുമ്പോൾ ഒരു ദിക്കിൽ കമ്പ്യൂട്ടർ സയൻസാണ്. ഒരു ദിക്കിൽ ഇലക്ട്രോണിക്സാണ്. മറ്റൊരിടത്ത് ലൈബ്രറി കോഴ്സാണ്. പലതരത്തിലുള്ള കോഴ്സുകളാൽ അടിമപ്പെട്ടിട്ടുള്ള ഒരാൾ ഏതു വിദ്യാഭ്യാസ പദ്ധതിയാണ് തെരഞ്ഞെടുക്കേണ്ടത് എന്നു സംശയിക്കുന്നു. ഇത് ഒരു നല്ല ലക്ഷണമാണ്. കാരണം നമ്മൾ നമ്മുടെ വിദ്യാഭ്യാസ പദ്ധതിയെക്കുറിച്ച് അത്ര ഉറപ്പുള്ളവരല്ല. കുറച്ചു കഴിയുമ്പോൾ നമ്മുടെ വിദ്യാഭ്യാസ പദ്ധതി, വിദ്യാഭ്യാസ പദ്ധതിയേ അല്ലാതായിത്തീരുന്നു. 'വാസ്തവത്തിൽ ഇതു നമ്മുടെ അവയവങ്ങളെ വികൃതമാക്കിത്തീർക്കാൻ വേണ്ടി നമുക്കായി ചമച്ച തുരങ്കങ്ങൾ മാത്രമാണെന്ന് നമ്മുടെ സമുദായത്തിന് ബോദ്ധ്യപ്പെടാതിരിക്കയില്ല. ഇത്തരം തുരങ്കങ്ങൾ നിർമ്മിക്കുവാൻ എപ്പോഴും ഫാസിസ്റ്റുകൾ ശ്രമിച്ചു പോന്നിട്ടുണ്ട്. നമ്മളും ശ്രമിക്കുന്നുണ്ട്.

നമ്മുടെ എല്ലാ വിദ്യാഭ്യാസ പദ്ധതികളും കേട്ടത് തിരിച്ചു കൊടുക്കുന്ന പദ്ധതികളാണ്. അദ്ധ്യാപകന് അതേ നാണയത്തിൽ തിരിച്ചു കൊടുക്കുന്നതിനെയാണ് ഒരു ആൻസർ ബുക്ക് എന്നു സാധാരണയായി പറയുന്നത്. അയാൾ എഴുതിയത് നാം കുറേ വായിച്ചു. നമുക്ക് ചെയ്യാവുന്ന ഏറ്റവും വലിയ വിപ്ലവം അതാണ്. ഇതിന്റെ വലിയ ദോഷം നാം ഒന്നും പുതുതായി ഉണ്ടാക്കുന്നില്ല എന്നതാണ്. ഇതിന്റെ ഏറ്റവും വലിയ ഗുണം നാം ഉണ്ടാക്കിയതു തന്നെ ഉണ്ടാക്കുന്നു എന്നതാണ്. സാമാന്യമായി സമുദായം ഒരു യന്ത്രമായി രൂപാന്തരപ്പെടുന്നു. മനഃശാസ്ത്രഭാഷയിൽ ഇത് അന്യവൽക്കരണത്തിന്റെ തത്വമാണ്. ഇത് എറിക്

ഫ്രോം പറയുന്നതാണ്. മാർക്സ് പറഞ്ഞിട്ടുള്ളതാണ്. അതായത് ഒരു യാന്ത്രിക സമുദായത്തിന്റെ, അല്ലെങ്കിൽ ഒരു വ്യവസായവൽകൃത സമുദായത്തിന്റെ വളരെ സമർത്ഥമായ സമുദായ ഘടനയാണ് ഫാസിസം.

ഫാസിസത്തിന് ചില ഗുണങ്ങളുണ്ട്. അതിന് പണിയെടുപ്പിക്കാനറിയാം. അതിന് തോക്കുകൾ എടുത്തു കൈകാര്യം ചെയ്യാനറിയാം, അതിന് അടിയന്തരാവസ്ഥകൾ പ്രഖ്യാപിക്കാനറിയാം, അതിന് ജനങ്ങളെ ചട്ടപ്പടി നടത്താനറിയാം. ഇത് നാം ഉദ്ദേശിക്കുന്നതു പോലെ എല്ലാവരും വെറുക്കുന്ന ഒരു കാര്യമല്ല. പലരും ഇഷ്ടപ്പെടുന്നൊരു കാര്യമാണ്. അടിയന്തിരാവസ്ഥ വന്നപ്പോൾ പോലും ഈ നാട്ടിലെ ജനങ്ങൾ മുഴുവൻ അതിനെ എതിർത്തു എന്നു പറയുന്നത് വെറും നുണയാണ്. ഇപ്പോഴെങ്കിലും ഓഫീസിൽ പോയാൽ ആളുണ്ടല്ലോ എന്നു പറയുന്നവർ അനേകം ലക്ഷമായിരുന്നു. ടോർച്ചർ ചെയ്യപ്പെട്ട ആളുകൾ കുറച്ചാണ്. ഹിറ്റ്ലറുടെ പ്രസംഗം കേൾക്കുവാൻ ആയിരക്കണക്കിനാളുകൾ തടിച്ചുകൂടിയിരുന്നു. മുണ്ടശ്ശേരി മാസ്റ്ററുടെ പ്രസംഗം കേട്ടതിനേക്കാൾ കൂടുതൽ ആളുകൾ ഹിറ്റ്ലറുടെ പ്രസംഗം കേട്ടിരുന്നു.

ഇതെന്തുകൊണ്ടാണെന്നത് വളരെ പ്രധാനപ്പെട്ട ചോദ്യമാണ്. എന്തു കൊണ്ടാണ് നമ്മുടെ തൊഴിലാളികൾ ഇത്തരത്തിലുള്ള റെജിമെന്റേഷനു പിന്നാലെ പോകുന്നത്? ഈ ചോദ്യമാണ് മനഃശാസ്ത്രജ്ഞന്മാർ ചോദിക്കുന്നത്. ഈ ചോദ്യത്തിനുള്ള പല ഉത്തരങ്ങളിൽ ഒരുത്തരം മനുഷ്യന്റെ ബാല്യകാലത്തെ മുറിച്ചു നീക്കാൻ കഴിയുന്ന കാലത്തോളം, ഒരു ജാപ്പാനീസ് പെൺകുട്ടി ചെരിപ്പിലിട്ട് അവളുടെ കാലടികളെ പരുവപ്പെടുത്തുന്നത് പോലെ നമ്മുടെ തലച്ചോറിനെ നമ്മുടെ വികാരങ്ങളെ ഒരു നാഗരികതയുടെ ചെരുപ്പിനകത്തിട്ട് പരുവപ്പെടുത്തുവാൻ നമ്മുടെ സമുദായത്തിന് കഴിയുന്നിടത്തോളം കാലം, അവർ വളർന്നു വരുമ്പോൾ പുതിയ സമുദായം സൃഷ്ടിക്കുവാൻ കഴിയുകയില്ല എന്നതാണ്. മിക്കവാറും നിരാശതാ പൂർണ്ണമായ ഒരു ലോകവീക്ഷണം എന്നർത്ഥം.

ഫ്രോയിഡിന് ഇത്തരത്തിലുള്ള ഒരു നിരാശതാലിപ്തമായ ലോകവീക്ഷണമുണ്ടായിരുന്നു. അതുകൊണ്ട് അദ്ദേഹത്തെ നിരാശതയുടെ തത്വചിന്തകൻ എന്നു സാധാരണ പറയാറുണ്ടായിരുന്നു. ലോകത്തിലൊരിക്കലും സന്തോഷമുണ്ടായിരുന്നില്ല. എങ്ങനെയാണ് വേണ്ടതെന്നെനിക്കറിയില്ല. കാരണം ഒരു ശാസ്ത്രജ്ഞൻ ഒരു ശുഭാപ്തി വിശ്വാസിയോ ഒരു അശുഭാപ്തി വിശ്വാസിയോ അല്ല. ഒരു ശാസ്ത്രജ്ഞൻ എപ്പോഴും ഒരു ശാസ്ത്രജ്ഞൻ ആണ്. പൊളിറ്റീഷൻസിന് പലതും പറയാം. പക്ഷേ ശാസ്ത്രജ്ഞന് തങ്ങളുടെ സത്യങ്ങൾ മാത്രമേ പറയുവാൻ കഴിയൂ.

അതുകൊണ്ട് ഫ്രോയ്ഡ് അദ്ദേഹത്തിന്റെ ജീവിതത്തിന്റെ അവസാനംവരെ ഒരു ശുഭാപ്തി വിശ്വാസി ആയിരുന്നില്ല.

രണ്ടാം ലോകമഹായുദ്ധക്കാലത്ത് ഐൻസ്റ്റീനുമായി നടത്തിയ കത്തിടപാടുകളിൽ യുദ്ധം എപ്പോഴെങ്കിലും അവസാനിപ്പിക്കാൻ കഴിയും എന്നു താനിപ്പോൾ വിശ്വസിക്കുന്നില്ല എന്നു തന്നെ ഫ്രോയ്ഡ് സൂചിപ്പിക്കുന്നു. പിന്നെ ഇപ്പോൾ യുദ്ധം ഉണ്ടായില്ലല്ലോ എന്നു ചോദിക്കാം. ലോകത്തിൽ യുദ്ധമുണ്ടാകാതിരിക്കുന്നത് ലോകത്തിലെ രണ്ട് സഖ്യ ശക്തികൾക്കും ബോംബുണ്ട് എന്നതുകൊണ്ട് മാത്രമാണ്. നമ്മുടെ മൊറാലിറ്റി കൊണ്ടൊന്നുമല്ല. നമ്മുടെ മനസ്സിന്റെ ശുദ്ധി കൊണ്ടല്ല, മറിച്ച് നമ്മെത്തന്നെ നശിപ്പിക്കാതെ നമ്മുടെ ശത്രുവിനെ നശിപ്പിക്കാൻ കഴിയുകയില്ല എന്ന വ്യവസ്ഥ ലോകത്തിലാദ്യമായി വന്നിരിക്കയാണ്. പണ്ടത് സാദ്ധ്യമായിരുന്നു. ഇതാണ് റെയ്ഖും മറ്റും ചൂണ്ടിക്കാണിക്കുന്ന പ്രധാനപ്പെട്ട ഒരു കാര്യം.

മനുഷ്യൻ നശിപ്പിക്കുന്നു, ഈ മനുഷ്യൻ ഒരു ചക്രവർത്തിയാണ്; ഒരു അലക്സാണ്ടറാണ്. മാസിഡോണിയയിലെ ഫിലിപ്പാണ്. അല്ലെങ്കിൽ ചെങ്കിസ്ഥാനാണ്. അതുമല്ലെങ്കിൽ ഒരു കോളേജ് വിദ്യാർത്ഥിയാണ്. ഒരു കോളേജ് വിദ്യാർത്ഥി എന്തിന് ബെഞ്ചും ഡസ്ക്കും പൊളിക്കുന്നു എന്നുള്ളത്. നമ്മുടെ എല്ലാ ഗവണ്ണർമാരും കുട്ടികളുടെ ഇത്തരം സ്വഭാവങ്ങളെ അപലപിച്ചിട്ടുണ്ട്. പക്ഷേ കുട്ടികൾ പിന്നെയും ബെഞ്ചുകൾ പൊളിക്കുന്നു. പിന്നെയും അവർ ഇലക്ട്രിക് വയറുകൾ വലിച്ചു വീഴ്ത്തുന്നു. വാസ്തവത്തിൽ അവർ അവർക്ക് ജീവിക്കുവാൻ കുറേക്കൂടി അപകടങ്ങൾ കുറഞ്ഞ ഒരു ലോകമുണ്ടാക്കിത്തീർക്കുകയാണ് എന്നതാണ് അതിന്റെ സാമാന്യമായ മനഃശാസ്ത്ര വ്യാഖ്യാനം. അതായത് നിങ്ങൾക്ക് ജീവിക്കാനുള്ള ഒരു ക്രൂരമായ, പ്രാകൃതമായ വഴി, നിങ്ങളുടെ ശത്രുവിനെ നശിപ്പിക്കുകയാണ്. കാരണം അവനുണ്ടെങ്കിൽ നിങ്ങൾക്ക് ജീവിക്കാൻ പറ്റില്ല.

നിങ്ങൾക്കീ ചില കാര്യങ്ങളറിയാം. ശത്രുവിനെ വിഷം കൊടുത്തു കൊല്ലുക, അല്ലെങ്കിൽ നിങ്ങളുടെ ക്ലാസ്മേറ്റിനു, ഒന്നാമത്തെ മാർക്ക് കിട്ടുന്ന ക്ലാസ്മേറ്റിന് അതിരാവിലെ തന്നെ ചായയിൽ വിഷം കലർത്തിക്കൊടുക്കുക. ഇത് തോൽപ്പിക്കാനുള്ളൊരു വഴിയാണ്. ഒരു കുട്ടിയെ അവന് പരീക്ഷക്കെഴുതാൻ കഴിയാത്ത വിധത്തിലാക്കിത്തീർത്താൽ നിങ്ങൾക്ക് ഒന്നാം റാങ്ക് കിട്ടും. മനുഷ്യന്റെ നശീകരണ വാസന ഒരു മനുഷ്യന്റെ പരാജയ ബോധത്തിൽ നിന്നുണ്ടായിത്തീരുന്നതാണ് എന്നും മനുഷ്യന്റെ സർഗ്ഗ പ്രവർത്തനങ്ങളെ ഉദ്ദീപിപ്പിക്കുവാൻ കഴിഞ്ഞാൽ മനുഷ്യന്റെ ഹിംസാവാസനകളെ നിയന്ത്രിക്കുവാൻ കഴിയും എന്നും ഉള്ളതാണ് മനഃശാസ്ത്രജ്ഞന്മാരുടെ ഒരു മോഹം.

ഒരുപക്ഷേ വ്യാമോഹം എന്നു പറയാം. കാരണം നമുക്കെല്ലാവർക്കും ഒരുപോലെ ജീവിക്കാൻ കഴിയുന്ന ഒരു ലോകം ഇവിടെയില്ല.

ഓരോരുത്തരും കരുതുന്നത്, തനിക്ക് ഇന്ത്യയിലെ പ്രസിഡന്റാ യിത്തീരാം എന്നാണ്. അതു വളരെ തെറ്റായ ഒരു ഗണിതമാണ്. അതായത് ഇന്ത്യയിലെ ജനസംഖ്യ 'n' ആണെങ്കിൽ 'n-1' പ്രസിഡ ന്റുമാരല്ലായിരിക്കും. അങ്ങനെയാണെല്ലോ സാധാരണ ഗണിതശാ സ്ത്രത്തിൽ പറയുക. ഇന്ത്യയിൽ ഒരു പ്രസിഡന്റേ ഉണ്ടാവുകയുള്ളൂ. പക്ഷേ ഒരു കുട്ടിയും താൻ 'n' ൽ പെടുന്നു എന്നല്ലാതെ 'n-1'ൽപ്പെട്ട ആളാണ് എന്ന് വിചാരിക്കുന്നില്ല. എപ്പോഴും അസാദ്ധ്യമായിട്ടുള്ള മോഹങ്ങൾ മനുഷ്യന്റെ മനസ്സിലുണ്ടാക്കിത്തീർക്കുന്നു. ഈ മോഹം അസാദ്ധ്യമാണെന്നു തോന്നുന്ന നിമിഷങ്ങളിൽ കുട്ടി ഹിംസാസ്വഭാവ മുള്ളവനായിത്തീരുന്നു. നിങ്ങൾ പി.എസ്.സി പരീക്ഷയ്ക്ക് എഴുതിയിട്ട് ഒരു പോയിന്റിലെത്തുമ്പോൾ 'ഇതുകാണില്ല' എന്നു പറഞ്ഞ് വെട്ടിക്കളയും, അല്ലെങ്കിൽ വലിച്ചെറിയും. ഇങ്ങനെ എറിയുമ്പോൾ നിങ്ങൾ നമ്മുടെ സമുദായത്തെ ആദ്യമായി വിമർശിക്കുന്നു എന്നു പറയാം. നശീകരണം ഒരു തരത്തിലുള്ള നിർമ്മാണ പ്രവർത്തനമായി മാറുന്നു. ഇത്തരത്തിലു ള്ള എല്ലാ നശീകരണ പ്രവണതകളെയും ഇല്ലാതാക്കിത്തീർക്കുവാനും അങ്ങനെ മെരുക്കി എടുക്കുവാനും നാസികളുപയോഗിച്ചിരുന്ന ഒരു മാർഗ്ഗം നശീകരണ വാസനകളെ തിരിച്ചു വിടുക എന്നുള്ളതാണ്. ശത്രുവിന്റെ നേരെ തിരിച്ചുവിടുക എന്നുള്ളതാണ്. അതാണ് മിക്കവാറും വർണ്ണ സിദ്ധാന്തത്തിന്റെ അടിസ്ഥാനം എന്ന് ഇന്നെല്ലാവർക്കുമറിയാം.

ശത്രു എപ്പോഴും ജൂതനാണ് എന്നു പറയുക. ശത്രു എപ്പോഴും അനാ ര്യനാണ്; ശത്രു എപ്പോഴും തമിഴനാണ്. ശത്രു എപ്പോഴും മുസൽമാനാ ണെന്നും, ശത്രു എപ്പോഴും ഹിന്ദുവാണെന്നും സിക്കുകാരനാണെന്നും പറയുക. ഇത് ഒരു പ്രാഥമിക മനുഷ്യ തന്ത്രമാണ് എന്നർത്ഥം. നമ്മുടെ പാപങ്ങൾ നമ്മുടെ ശത്രുവിന്റെ പേരിൽ ആരോപിക്കുന്ന സൂത്രം. ശത്രു എപ്പോഴും ബോംബുണ്ടാക്കുന്നു എന്നു പരാതിപ്പെടുക. ഇതേ മാധ്യ മങ്ങൾ ഉപയോഗിച്ച് നമ്മുടെ ശത്രുക്കളും ഇതേ പരാതി കൊണ്ടുവരുന്നു. അയൽരാജ്യം ബോംബുണ്ടാക്കുന്നു എന്ന പരാതി, ലോകത്തിലൊരു രാജ്യത്തിനും ആക്രമണ മന്ത്രിയില്ല, പ്രതിരോധ മന്ത്രിയേയുള്ളൂ. ആരും മറ്റുള്ളവരെ ആക്രമിക്കാനല്ല, ആത്മരക്ഷക്കു വേണ്ടിയാണ് ആയുധം എടുക്കുന്നത്. ഇത് ഒരു പ്രാഥമിക മനുഷ്യ തന്ത്രമാണ് എന്നു ഹിറ്റ്ലർ ക്കറിയാമായിരുന്നു, മുസോളിനിക്ക് അറിയാമായിരുന്നു. അതുകൊണ്ട് കുറ്റവാളി ജൂതനാണ്, അവനെപ്പിടിക്കുക എന്ന മുദ്രവാക്യമുണ്ടായിത്തീ രുന്നു. ഇതിനുള്ള വലിയ ദോഷം ഇത് അയഥാർത്ഥമാണ് എന്നതാണ് ലോകത്തിലേറ്റവും വലിയ തെറ്റ്. യഥാർത്ഥ്യങ്ങൾക്ക് വിരുദ്ധമായ

വസ്തുതകളെ കടന്നു പിടിക്കുക എന്നതാണ്. ജൂതനാണ് തെറ്റുകാരൻ എന്നുപറയുന്നു. അതുകൊണ്ട് ഒരു യഹൂദനായിരുന്ന സിഗ്മണ്ട് ഫ്രോയിഡിന് രണ്ടാം ലോകമഹായുദ്ധത്തിന്റെ ആരംഭത്തിൽ ഇംഗ്ലണ്ടിലേക്ക് സ്വയം നാടുകടത്തൽ ചെയ്യേണ്ടി വന്നു. അദ്ദേഹത്തെ കട്ട് കടത്തുകയാണ് ചെയ്തത് ഇംഗ്ലണ്ടിലേക്ക്. യഹൂദനായിരുന്നതു കൊണ്ട് മാർക്സ് ജർമ്മനിയിൽ നിരോധിക്കപ്പെടുന്നു. ഇത് ഒരു വലിയ മാനസിക തന്ത്രമാണ്. എപ്പോഴും ആക്രമിക്കുന്നത് അന്യ മതക്കാരനാണെന്നും ഒരു സിയോണിസ്റ്റ് ആണെന്നും, എപ്പോഴും തെറ്റു ചെയ്യുന്നത്, കുറ്റങ്ങൾ ചെയ്യുന്നത് മറ്റേ ജാതിയിൽപ്പെട്ട ആളാണെന്നും നാം നിരന്തരമായി പ്രചാരണം നടത്തുന്നു. ഇത് ഒരു പ്രാഥമിക ഗോത്ര തന്ത്രമാണ്. ഓരോ ഗോത്രവും അന്യ ഗോത്രത്തിൽപ്പെട്ട ആളുകളെ ശത്രുക്കളായി കരുതുന്നു. അതുകൊണ്ട് ഹിറ്റ്ലർ ആവർത്തിച്ചു പറഞ്ഞത് നമ്മുടെ വർഗ്ഗത്തിന്റെ പരിശുദ്ധി സംരക്ഷിക്കുക എന്നാണ്. കാരണം സിയോണിസ്റ്റുകൾ അല്ലെങ്കിൽ യഹൂദന്മാർ നമ്മുടെ നാട്ടിൽ സിഫിലീസ് പരത്തുന്നവരാണ്, പ്ലേഗ് പരത്തുന്നവരാണ് എന്നാണ്. അതുകൊണ്ട് നമ്മുടെ രക്തത്തിന്റെ പരിശുദ്ധി സംരക്ഷിക്കുക (രക്തത്തിന്റെ പരിശുദ്ധി എന്ന പ്രയോഗം കഥയല്ല, മീൻകാഫിലെ കാര്യമാണ്.) നമ്മുടെ നാട്ടിൽ രോഗങ്ങൾ പരത്തുന്നത്, നമ്മുടെ വർഗ്ഗത്തെ അധഃപതിപ്പിക്കുന്നത് മറ്റു സമുദായത്തിൽപ്പെട്ട ആളുകളാണ് എന്ന് നിരന്തരമായി പ്രചരണം നടത്തിക്കൊണ്ടിരുന്നു.

എല്ലാ ഫാസിസ്റ്റ് സംഘടനകളുടെയും പ്രധാന മുദ്രാവാക്യം സ്ത്രീകൾ അപമാനിക്കപ്പെടുന്നു എന്നതായിരുന്നു, ഇപ്പോഴും അങ്ങനെയാണ്, ഇനിയും മിക്കവാറും അങ്ങനെ തന്നെയായിരിക്കും. ഫാസിസിറ്റ് സംഘടനയുടെ പ്രധാന മുദ്രാവാക്യങ്ങളിൽ ഒന്നായിരുന്നു, 'സ്ത്രീഷു ദുഷ്ടാസു കൗന്തേയാ, വാർഷ്ണേയ ജായതേ വർണസങ്കരം' എന്നത്. ലോകത്തിൽ വരാനിരിക്കുന്ന ഏറ്റവും വലിയ ദൗർഭാഗ്യം രണ്ട് വർഗ്ഗങ്ങൾ തമ്മിലുള്ള സങ്കരമാണ് എന്നത്, അല്ലെങ്കിൽ രണ്ട് ജാതിയിൽപ്പെട്ട ആളുകൾ തമ്മിലുള്ള സഹവാസമാണ് എന്നത് മൗലികമായൊരു ഫാസിസ്റ്റ് അല്ലെങ്കിൽ അഥോറിറ്റേറിയൻ ആശയമാണ്. ഇത് സ്ത്രീയെ നിലക്ക് നിർത്തുവാനുള്ള പഴയ അടവുകളിൽ ഒന്നു മാത്രമാണ്. സ്ത്രീയെ കീഴ്പ്പെടുത്താനുള്ള മനുഷ്യന്റെ പഴയ അടവുകളിൽ ഒന്ന്. ഫാസിസ്റ്റുകൾ പണ്ടും ഇതു പരീക്ഷിച്ചു പോന്നിരുന്നു.

ഒരു ഫാസിസ്റ്റ് സംഘടന എപ്പോഴും രഹസ്യത്തിന്മേൽ ജീവിക്കുന്നു. ഫാസിസ്റ്റ് സംഘടന നിങ്ങളുടെ ഹൃദയത്തിലെ വികാരങ്ങൾ ചോർത്തിയെടുത്തു കൊണ്ടുപോകുന്നു എന്നും ചിന്തകൾ ആവാഹിച്ചു കൊണ്ടുപോകുന്നുവെന്നും ഉള്ള ഒരു ബോധം നിങ്ങളിൽ

ഉണ്ടാക്കിത്തീർക്കുകയെന്നതാണ് മിക്കവാറും നമ്മെ ഇമ്മോബിലൈസ് ചെയ്യുവാനുള്ള ഒരു മാർഗ്ഗം. ഇത് യാന്ത്രികമായ കാഴ്ചയാണ്. പഴയ ആളുകൾ ഇതിനപ്പുറം ഒരു വിദ്യ കണ്ടുപിടിച്ചിരുന്നു. ആ വിദ്യ എല്ലാവരും അംഗീകരിച്ചിരുന്നുവോ എന്ന് എനിക്കറിയില്ല. നമ്മൾ ചെയ്യുന്നതെല്ലാം ഈശ്വരൻ കാണുന്നുണ്ട് എന്നതാണ് അത്. ഈശ്വരൻ കാണുന്നുണ്ട് എന്ന ബോധം ഉണ്ടെങ്കിൽ വളരെ കണ്ണിങ് ആയി കാര്യങ്ങൾ ചെയ്യാം. അനുവദനീയമല്ലെങ്കിലും നമുക്ക് പലതും ചെയ്യാതിരിക്കാൻ വയ്യ. നമുക്ക് ചെയ്യാൻ ആഗ്രഹമുള്ളതെല്ലാം ഈശ്വരൻ അനുവദിച്ചിട്ടുള്ളതുമില്ല. ഇതിന്റെ അർത്ഥം നാമെല്ലാവരും എപ്പോഴെങ്കിലും പാപം ചെയ്യുന്നവരാണ് എന്നതാണ്. ഇത് ലഘുവായ മെടിക്കുലേറ്റ് കാൽക്കുലേഷൻ ആണ്- അഥവാ ലോജിക്കൽ കാൽക്കുലേഷൻ ആണ്. അതുകൊണ്ട് നിങ്ങൾക്ക് ഒരിക്കലും പാപമോചനം നേടാൻ കഴിയില്ല. നിങ്ങൾക്ക് ഒരിക്കലും തെറ്റ് ചെയ്യാത്തവനായി ജീവിക്കാൻ സാധിക്കില്ല. നിങ്ങളുടെ മനസ്സിന്റെയുള്ളിൽ ഉണ്ടാക്കിയിട്ടുള്ള ഒരു കുരുക്കാണ് നിങ്ങൾ പാപിയാണ് എന്നുള്ളത്. നിങ്ങൾ ആഴ്ചയിൽ ആറു ദിവസം പാപം ചെയ്യുകയും ഒരു ദിവസം കുമ്പസാരിക്കുകയും ചെയ്യുന്നു. ഇത് ഒരു മതത്തിൽ മാത്രം ഒതുങ്ങി നിൽക്കുന്നില്ല. എല്ലാ മതത്തിലുമുണ്ട്. എല്ലാ മതങ്ങളും ഈ കുറ്റബോധം മനുഷ്യനിൽ ഉണ്ടാക്കിത്തീർക്കുന്നു. നീ ചെയ്യുന്നതെല്ലാം ദൈവം കാണുന്നുണ്ട് എന്ന് പറയുക. ഇത് എല്ലാ മതങ്ങളും പറയുന്നുണ്ട്. ഇത് ഒരു പഴയ യന്ത്രമാണ്.

ദൈവത്തിനു പകരം ഹിറ്റ്ലർ വരുമ്പോഴാണ്, തീർച്ചയായും ഹിറ്റ്ലറേക്കാൾ ഭേദം ദൈവമാണ് എന്ന മനസ്സിലാവുന്നത്. ദൈവം എന്നെന്നേക്കുമായി മരിച്ചിരുന്നുവെങ്കിൽ ഈ ലോകത്തിൽ വലിയ കുഴപ്പമൊന്നും ഉണ്ടാവുമായിരുന്നില്ല. പക്ഷേ, ദൈവം വരുത്തിവെച്ച ഒരു ഫലം ഹിറ്റ്ലർ ജീവിച്ചു എന്നതാണ്. ദൈവം സ്വർഗ്ഗത്തിലിരിക്കയാണ്. താഴേക്ക് ഇറങ്ങി വരികയില്ല. അവിടെ ഇരുന്നിട്ടാണ് സ്വർഗ്ഗസ്ഥനായ പിതാവ് നയിക്കുന്നത്. ഭൂമിയിലുള്ള ദൈവത്തിന്റെ പ്രതിപുരുഷനായ അധ്യാപകനും, ഉദ്യോഗസ്ഥന്മാരും, മന്ത്രിമാരും പോലീസുകാരും നമ്മെ ഭരിക്കുമ്പോൾ നമുക്ക് ദൈവത്തിന്റെ നിരന്തരമായ സാമീപ്യവും സാന്നിദ്ധ്യവും അനുഭവപ്പെടുന്നു. നടക്കുന്ന സമയത്ത് പിന്നിൽ ആളുണ്ടെന്ന് അനുഭവപ്പെടുമ്പോൾ തിരിഞ്ഞു നോക്കിയാൽ പിന്നിൽ ആരും ഉണ്ടായിരിക്കില്ല. അത് എന്റെ പേടിയാണ് എന്നർത്ഥം. അപ്രകാരം രാവിലെ പത്രം വായിക്കുന്ന സമയത്ത് പോസ്റ്റ് ഓഫീസിൽ പോയ ഒരാളെ കണ്ടില്ല എന്ന വാർത്ത കാണുമ്പോൾ, നാളെ ഞാനും കാണാതായിപ്പോവുമോ എന്ന ഭയം വരിക. അതുകൊണ്ട് ഞാൻ പതുക്കെ നടക്കും. വളരെ മാന്യനായിരിക്കും. ഞാൻ സത്യമായ ഭാഷയിൽ സംസാരിക്കും.

നാളെ ഞാൻ എന്റെ താടിയും, കൃതാവുകളും എടുത്തു മാറ്റും, ഞാൻ വിപ്ലവമൊന്നും സംസാരിക്കാതിരിക്കും. അതായത് നിങ്ങളുടെ പിന്നിൽ ഒരു പോലീസുകാരനെ നടത്താതെ തന്നെ ഒരു പോലീസുകാരനെ നടത്താൻ കഴിയുമെന്നതാണ് ആധുനിക രാഷ്ട്രത്തിന്റെ വലിയ ഒരു മിടുക്ക്. മിക്കവാറും ലോകത്തിലെ എല്ലാ രാജ്യങ്ങളിലും ഈ സ്പൈ സിസ്റ്റം പ്രവർത്തിക്കുന്നുണ്ട്. നിങ്ങളുടെ പിന്നിൽ അജ്ഞാതനായ ഒരാൾ ഉണ്ടെന്ന ബോധം, അർത്ഥശാസ്ത്രത്തിന്റെ കാലത്ത് കൗടല്യനും ഇതേക്കുറിച്ച് പ്രതിപാദിച്ചിട്ടുണ്ട്. എന്നാൽ ആ കാലത്ത് സാധാരണ ജനങ്ങളുടെ പിന്നിലായിരുന്നില്ല, രാജാവിന് അപകടമുണ്ടാക്കുമെന്ന് സംശയിക്കുന്നവരുടെ പിന്നാലെയാണ് ചാരന്മാർ നടന്നിരുന്നത്. ഇപ്രകാരം നിങ്ങൾ ചിലന്തി വലയിൽ അകപ്പെട്ടിരിക്കുന്നു എന്ന തോന്നൽ നിങ്ങളിൽ ഉണ്ടാക്കിത്തീർക്കുക എന്നതാണ് നാസി ഭരണ കൂടങ്ങൾ സ്വീകരിച്ചു വന്ന പ്രധാനമായ ഒരു രീതി. ഇതിനു കാരണം നാളെ ശക്തിയാകാൻ പോകുന്ന കമ്മ്യൂണിക്കേഷൻ സിസ്റ്റത്തിന്റെ പ്രത്യേകതയാണ്.

പണ്ടു കാലത്ത് രാജാക്കന്മാർ ചെണ്ട കൊട്ടിയാണ് കമ്മ്യൂണിക്കേഷൻ നടത്തിയിരുന്നത്. ഇന്ന് ഈ സ്ഥിതി ഇല്ല. പോലീസുകാർക്ക് മറ്റു സൗകര്യങ്ങളും വയർലസ് സെറ്റും ഉണ്ട്. അത് നമുക്കില്ല. നമുക്ക് ആകെയുള്ളത് വിനയം മാത്രമാണ്. മിക്കവാറും ഒരു രാജ്യത്തിലെ ജനങ്ങളെ മുഴുവൻ അയാളുടെ എല്ലാ സമരായുധത്തിൽ നിന്നും വിമോചിപ്പിക്കുക എന്നതാണ് ആധുനിക രാഷ്ട്രങ്ങൾ പ്രചരിപ്പിച്ചു വരുന്നത്. കാരണം ആയുധം അപകടകരമാണ്. ഇന്ന് നമ്മുടെ ഭരണകൂടങ്ങൾ കൂടുതലായും ശേഖരിക്കുന്നത് ആയുധങ്ങളാണ്. ആയുധങ്ങൾ ശേഖരിക്കുകയും ആയുധങ്ങളൊന്നുമില്ലാത്ത ജനതയെ സൃഷ്ടിക്കുകയും ചെയ്യുക എന്നതാണ് ബ്രിട്ടീഷുകാർ ഇന്ത്യയിൽ നടപ്പിലാക്കിയത്. നിരായുധരായ ജനതയെ എത്രകാലം വേണമെങ്കിലും ഭരിക്കാമെന്ന് അവർ ഭൗതികമായി കണ്ടെത്തുന്നു. എന്നാൽ, ഇത് എന്നെങ്കിലും ഒരു നാൾ ഭേദിക്കുവാൻ കഴിയുമെന്നു വരാം. ഇതിനേക്കാൾ ഭയാനകമായിട്ടുള്ളതാണ് മനസ്സിനെ ആർമർ ചെയ്യുവാനുള്ള യത്നം എന്നത്. നമ്മുടെ സമുദായം പ്രത്യേകിച്ചും ഓർത്തിരിക്കേണ്ടതാണ്. നമ്മുടെ ശരീരത്തെ നിരായുധീകരിക്കുന്നതു പോലെ തന്നെ നമ്മുടെ മനസ്സിനെ കളങ്കിതമാക്കുകയും ചെയ്യുന്നുവെന്നതാണ് ആധുനിക നാഗരികതയുടെ മഹാശാപങ്ങളിൽ, മഹാക്രൂരതകളിൽ ഒന്ന്. ഒരിക്കലും ഒരു പുതിയ കാര്യവും അകത്തു കടക്കുവാൻ കഴിയാത്ത ഒരു കവചം കൊണ്ട് നമ്മുടെ ചിന്താശക്തിയെ സ്നേഹവാത്സല്യങ്ങളെ, വികാരങ്ങളെ, കോപതാപങ്ങളെ കവചിതമാക്കിത്തീർക്കുക എന്നത് മിക്കവാറും ഫാസിസത്തിന്റെ

മൗലിക മാർഗ്ഗമാണ്. വ്യക്തിയുടെ കൈയിൽ നിന്ന് ആയുധം പിടിച്ചുപറ്റി മനസ്സിന് ഒരു തടവറ, ഒരു കവചം ഉണ്ടാക്കിത്തീർക്കുകയും ചെയ്യുന്നു. ലോകം മാറിക്കൊണ്ടിരിക്കുമ്പോഴും വാർദ്ധക്യം പ്രാപിച്ചുകൊണ്ടിരിക്കുന്ന നേതാവിനെയും മനസ്സിന് കവചം ഉണ്ടാക്കിത്തീർക്കുന്ന ആശയങ്ങളേയും നാം വകവച്ച് കൊള്ളണമെന്നത് മിക്കവാറും, നമ്മുടെ ജന്മകാലത്തിന് മുമ്പ് തന്നെ ഗുരുകാരണവന്മാർ നമ്മുടെ മനസ്സിൽ ഊട്ടിയിറപ്പിച്ചിട്ടുണ്ട്. ഗുരുകാരണവന്മാർ എന്നു സൂചിപ്പിക്കുന്നത് വലിയ വലിയ ആളുകളെയാണ്. ഈ പൊട്ടൻ ആശയങ്ങളെ, കവചമെന്ന ആശയ ശൃംഖലയെ ഭേദിക്കുവാൻ മിക്കവാറും സാധാരണക്കാരായ ജനങ്ങൾക്കു കഴിയില്ല.

ജർമ്മനിയിൽ ഫാസിസം സാദ്ധ്യമാക്കിത്തീർത്തത് സദാചാരത്തിൽ ലോകം വിശ്വസിച്ചിരുന്നതുകൊണ്ടാണ്. ഹിറ്റ്ലർ തന്റെ കിരാതമായ 'നാഷണൽ ഡമോക്രസി' നടപ്പിലാക്കാൻ സാദ്ധ്യമായത് അപ്രകാരമാണ്. ഈ ദുര്യോഗം അതായത് ഒരു ജനതയെ ആ ജനതയ്ക്കെതിരായിത്തന്നെ ഉപയോഗിക്കാൻ കഴിയുമെന്നുള്ളതാണ് ആധുനിക വിദ്യാഭ്യാസ രീതിയുടെയും ആധുനിക ജീവിത രീതിയുടെയും ആധുനിക വാർത്താവിനിമയ സംവിധാനത്തിന്റെയും വലിയ ദുരന്തങ്ങളിൽ ഒന്ന്. ഇതിനെ എതിർത്തു ജയിക്കുവാൻ ഒരു ശബ്ദം ഉണ്ടായാൽ ആ ശബ്ദം പോലും ഈ ലോകത്തിന്റെ വളർച്ചയെ സഹായിക്കുന്ന ഒന്നായിത്തീരും.

●

1985

ഫാസിസത്തിന്റെ വഴി അറിയാൻ

ഫാസിസം ലോകത്തിലെ ജനങ്ങളെ വിമോചിപ്പിക്കാനുള്ള ഒരു ആദ്ധ്യാത്മിക പ്രസ്ഥാനമാണെന്നാണ് അതിന്റെ ഉപജ്ഞാതാവ് ബനഡിറ്റോ മുസോളിനി പറഞ്ഞത്. അദ്ധ്യാത്മികതയുടെ അഭാവം കൊണ്ടാണ് ജനങ്ങൾക്ക് മുന്നേറ്റം ഉണ്ടാവാത്തത് എന്ന പ്രഖ്യാപനത്തോടെയായിരുന്നു അദ്ദേഹം ഫാസിസത്തെ ലോകത്തിനു മുന്നിൽ അവതരിപ്പിച്ചത്. ഇതെങ്ങനെയാണ് പ്രവൃത്തിയിൽ വന്നത് എന്ന് ഇറ്റലിയുടെ എത്യോപ്യൻ ആക്രമണം കൊണ്ട് 1930- കളിൽ തന്നെ ലോകം ആദ്യം അറിഞ്ഞതാണ്.

1948 ജനുവരി 30ന് ഇതേ ആദ്ധ്യാത്മിക പ്രവർത്തനം നടക്കുകയുണ്ടായി. പ്രാർത്ഥനാ യോഗത്തിൽ അനേകം പേരുടെ മുന്നിൽ പ്രാർത്ഥിച്ചുകൊണ്ടിരുന്ന ഗാന്ധിജിയെ നാഥുറാം വിനായക് ഗോഡ്സെ വെടിവച്ചു വീഴ്ത്തി. ഇതും മുസ്സോളിനിയുടെ ഭാഷയിൽ ആദ്ധ്യാത്മിക പ്രവർത്തനമാണ്. ഇത്, ഫാസിസത്തിന് രണ്ട് നാക്കുണ്ട് എന്നും രണ്ട് ഭാഷയുണ്ട് എന്നും വാക്കും പ്രവൃത്തിയും തമ്മിൽ ബന്ധിപ്പിക്കണമെന്ന അന്ധവിശ്വാസം ഫാസിസം വച്ചുപുലർത്തുന്നില്ല എന്നുമുള്ളതിന്റെ തെളിവാണ്.

മിക്കവാറും നാം ഫാസിസ്റ്റ് സിദ്ധാന്തങ്ങൾക്ക് മറുപടി പറയുന്നത് സിദ്ധാന്തത്തെ സിദ്ധാന്തം കൊണ്ട് തോല്പ്പിക്കാം എന്ന തെറ്റായ വിശ്വാസത്തോടു കൂടിയാണ്. എല്ലാ സിദ്ധാന്തങ്ങളെയും ശരീരത്തിന്റെ, മാംസപേശിയുടെ തലത്തിലേക്ക് ഇറക്കിക്കൊണ്ടു വരിക എന്നാണ്, അല്ലെങ്കിൽ എല്ലാ യുദ്ധങ്ങളെയും ആശയ യുദ്ധങ്ങളിൽ നിന്ന് ശാരീരിക

യുദ്ധങ്ങളാക്കി താഴ്ത്തിക്കൊണ്ടു വരിക എന്നതാണ് ഫാസിസ്റ്റ് ലക്ഷ്യം. ശരീരം നമ്മുടെ ക്ഷേത്രവും ആയോധന സ്ഥലവും ഒരുപക്ഷേ നമ്മുടെ കുരുക്ഷേത്രവുമാണ് എന്ന് അവർ മനസ്സിലാക്കുന്നു.

അമേരിക്കയിലെ രണ്ടാംകിട ഹോട്ടലിൽ താമസിച്ച് 'ഇന്ത്യ വലിയ രാജ്യമാണ്, ഇന്ത്യ വലിയ രാജ്യമാണ്.' എന്നു വിളിച്ചു പറഞ്ഞുകൊണ്ടിരുന്ന വിവേകാനന്ദന്റെ ആശയങ്ങളെ എങ്ങനെയാണ് ഫാസിസ്റ്റുകൾ വ്യാഖ്യാനിച്ചതെന്നും നാം അറിയേണ്ടതുണ്ട്. ഭാരതീയ നവോത്ഥാനത്തിന് സ്വാമി വിവേകാനന്ദൻ സന്ദേശ വാക്യങ്ങൾ കൊടുത്തിരുന്നു. സന്ദേശങ്ങൾ എന്ന നിലയ്ക്കല്ല. അദ്ദേഹത്തിന്റെ പ്രസംഗങ്ങളിൽ പറഞ്ഞു വച്ചിട്ടുള്ള കാര്യമാണ്.

തമാശക്കായി ചീനക്കാരുണ്ടാക്കിയ വെടിമരുന്ന് ചീനക്കാരല്ലാത്ത മറ്റുള്ളവരുടെ നെഞ്ചു പിളർക്കാൻ എങ്ങനെ ഉപയോഗിക്കാമെന്ന് കണ്ടെത്തിയ ചീനക്കാരല്ലാത്ത ആയോധന പട്ടക്കളെപ്പോലെയാണിത്. വെടിമരുന്ന് കണ്ടു പിടിച്ച ചീനക്കാരൻ ഇപ്പോഴും ഉണ്ടാക്കിക്കൊണ്ടേയിരിക്കുന്നു. അവർ ഇപ്പോൾ ആരെയും കൊല്ലുന്നില്ല. അപകടത്തിൽ പോലും. എന്നാൽ ചീനപ്പടക്കത്തിൽ അടങ്ങിയ വെടി മരുന്നുകൊണ്ട് പീരങ്കികളെയും തോക്കുകളെയും പ്രവർത്തന ക്ഷമമാക്കാമെന്നും മറ്റുള്ളവരെ വെടിവച്ചു വീഴ്ത്താമെന്നും ഇപ്പോൾ ചൈനക്കാരല്ലാത്തവർ തെളിയിച്ചു കൊണ്ടിരിക്കുന്നു. മരിക്കുമെന്ന ഭയം വന്നാൽ ഏതൊരാളും കീഴടങ്ങുമെന്നുള്ള തത്വശാസ്ത്രം വെടിമരുന്നിന്റെ മറ്റൊരു ഉപയോഗമാണ്. വെടിമരുന്നിന് ഒന്നിലധികം ഉപയോഗമുള്ളതു പോലെ വിവേകാനന്ദനും ഒന്നിലധികം ഉപയോഗമുണ്ട് എന്നു ഫാസിസ്റ്റുകൾ മനസ്സിലാക്കുന്നു. അദ്ദേഹത്തിന്റെ വാക്കുകളുടെ മറ്റുപയോഗങ്ങളും ഫാസിസ്റ്റുകൾ തിരിച്ചറിയുന്നു. ഇരുമ്പിന്റെ പേശികളും ഉരുക്കിന്റെ ഞരമ്പുകളും എന്നു പറഞ്ഞതിന്റെ അർത്ഥം കളരികൾ സംഘടിപ്പിക്കുകയും അഭ്യാസം നൽകുകയും ശരീരത്തെ പോഷിപ്പിക്കുകയും ശരീരം കൊണ്ട് ഭയപ്പെടുത്തുകയും ശരീരം കൊണ്ട് നിഷ്കാസനം ചെയ്യുകയും ചെയ്യുക എന്നുള്ളതാണ്. അത് സംഘ തത്വമായി രൂപാന്തരപ്പെടുത്തിയിരിക്കുന്നു.

ബുദ്ധൻ സംവിധാനം ചെയ്തപ്പോൾ സംഘത്തിന്റെ അർത്ഥമെന്തായിരുന്നു എന്നു നാം ഓർക്കേണ്ടതുണ്ട്. എല്ലാവരെയും പറ്റിക്കാമെന്നപോലെ ബുദ്ധനെയും പറ്റിക്കാമെന്ന് ഫാസിസ്റ്റുകൾ തിരിച്ചറിയുന്നു. അതുകൊണ്ടാണ് ശബരിമലയ്ക്കു പോകുന്നവരുടെ വസ്ത്രമെന്തായിരിക്കണം എന്ന കാര്യത്തിൽ ഒരു തീരുമാനത്തിലെത്താത്തത്. ആ വസ്ത്രത്തിന്റെ നിറം കറുപ്പാണ്. എന്നാണ് നാം ധരിച്ചിരിക്കുന്നത്.

കറുപ്പല്ല എന്ന് തെളിയിക്കാൻ എന്താണ് നാം മെനക്കെടാത്തത്? എന്നാരും ചോദിക്കാറില്ല. കാരണം ശബരിമല എന്നത് ഒരു ശക്തി കേന്ദ്രമാണെന്നും ആ ശക്തി കേന്ദ്രത്തെ പിടിച്ചെടുക്കാനുള്ള മാർഗം കറുപ്പിൽ വർണ്ണ വൈവിധ്യങ്ങൾ ചാർത്തുകയാണെന്നും ഫാസിസ്റ്റ് പ്രത്യയശാസ്ത്രത്തിനറിയാം. ഇത് പിടിച്ചെടുക്കലിന്റെ ഒരു രീതിയാണ്.

നിങ്ങൾ ചന്ദനക്കുറിയെ എതിർത്തു കൊണ്ടിരിക്കുമ്പോൾ ചന്ദന ക്കുറി അപ്രത്യക്ഷമാവുകയും കുങ്കുമക്കുറി ആ സ്ഥാനത്ത് വരികയും ചെയ്യും. നിങ്ങൾ പള്ളി പൊളിക്കുന്നതിനെയും ആ സ്ഥാനത്ത് അമ്പലം പണിയുന്നതിനെയും എതിർത്തു കൊണ്ടിരിക്കുമ്പോൾ, 'ആര് പള്ളി പൊളിച്ചു; ആരാണ് അമ്പലം പണിയാൻ പോകുന്നത്, ഞങ്ങൾക്ക് അങ്ങനെയൊരു അജണ്ടയേയില്ല.' എന്ന് അവർ തന്നെ പറഞ്ഞു കൊണ്ടിരിക്കും. അതാണ് വാസ്തവത്തിൽ ജനങ്ങൾക്ക് ആശയക്കുഴപ്പം ഉണ്ടാക്കാനുള്ള ഒരു തന്ത്രം.

ആശയസ്ഥിരത, അഭിപ്രായസ്ഥിരത തുടങ്ങിയ ആശയങ്ങൾ നാട്ടുകാർക്കും പത്രങ്ങൾക്കും ഭക്ഷിക്കാനുള്ളതാണെന്നും വേണ മെങ്കിൽ പത്ര പ്രവർത്തകർക്കും അത് ഭക്ഷിക്കാമെന്നു ഫാസിസം മനസ്സിലാക്കുന്നുണ്ട്. അതുകൊണ്ടാണ് നമ്മുടെ പത്ര പ്രവർത്തകർ ആശയക്കുഴപ്പങ്ങൾ സൃഷ്ടിച്ചുകൊണ്ടേയിരിക്കുന്നത്. നമ്മുടെ ബുദ്ധി ജീവികൾ അതേ വ്യായാമത്തിൽ ഏർപ്പെട്ടുകൊണ്ടിരിക്കുന്നത്. ഹരേ റാം എന്നു വിളിച്ചുകൊണ്ടിരിക്കുന്ന ഭക്തന്മാരുടെ മുന്നിൽ വച്ചാണോ ആളുകളെ കൊല്ലേണ്ടത്, കുട്ടികളുടെ മുന്നിൽ വച്ചാണോ, അച്ഛന്റെ മുന്നിൽ വച്ചാണോ, ഭാര്യയുടെയും അമ്മയുടെയും മുന്നിൽ വച്ചാണോ, ആളുകളെ കൊല്ലേണ്ടത് എന്ന ആശയത്തർക്കത്തിൽ ബുദ്ധിയില്ലാത്ത ബുദ്ധിജീവികൾ നിരന്തരമായി വ്യാപരിച്ചുകൊണ്ടേയിരിക്കുകയാണ്.

'ഉത്തിഷ്ഠത ജാഗ്രത പ്രാപ്യവരാന്നിബോധത' എന്ന ഉപനിഷത് സൂക്തം ഉദ്ധരിച്ചു കൊണ്ടാണ് വിവേകാനന്ദൻ നാടു നീളെ നടന്നി രുന്നത്. ഇന്ത്യ ലോകത്തിലെ ഏറ്റവും പ്രശസ്തമായ ശബ്ദമായി മാറുന്ന കാലം ഉണ്ടാവണം എന്ന് വിവേകാനന്ദൻ ആഗ്രഹിച്ചിരുന്നു. എന്നാൽ നമ്മൾ അങ്ങനെയല്ല കരുതുന്നത്. അതാണ് ദേശീയതയുടെ അബദ്ധവും. കാരണം, വിവേകാനന്ദൻ പറഞ്ഞതെല്ലാം ശരിയാണ് എന്ന് സമ്മതിച്ചു കൊടുക്കേണ്ട ചുമതലയൊന്നും നമുക്കില്ല. വിവേകാ നന്ദൻ ഡോ. പൽപ്പുവിനോട് പറഞ്ഞത് ഇതേ കാര്യമാണ്.

ഇന്ത്യയിൽ എല്ലാ കാര്യവും മതത്തിൽ കൂടിയേ നടത്താൻ പറ്റൂ എന്നും അത് രാഷ്ട്രീയമായാലും അങ്ങനെയേ സാധിക്കൂ എന്നുമായി രുന്നു. ഒരു പദാർത്ഥം അലിയിക്കാൻ ഒരു ദ്രവം ആവശ്യമാണെന്നും

മതത്തിൽ കൂടിയേ രാഷ്ട്രീയ പ്രവർത്തനം കഴിയൂ എന്നുമാണ് വിവേകാനന്ദൻ പറഞ്ഞതിന്റെ സാരം. ഇത് പിടിച്ചെടുക്കുകയും ഇതിനെ നവോത്ഥാനത്തിന്റെ ഒരു ഉപകരണമാക്കിത്തീർക്കുകയും ഇവിടെ സമാന്തര ക്ഷേത്രങ്ങൾ സ്ഥാപിച്ച്, സമാന്തര ശ്ലോകങ്ങൾ തേടിക്കൊണ്ട്, സമാന്തര തന്ത്രിമാരെയുണ്ടാക്കി, സമാന്തര പൂജകൾ നടത്തി, ഇളനീരാട്ടമുണ്ടാക്കി, മതം കൊണ്ട് ഇവിടത്തെ യാഥാസ്ഥിത ബ്രാഹ്മണാധിപത്യത്തെ, സർവാധിപത്യത്തെ, നശിപ്പിക്കാം എന്നുള്ള രാഷ്ട്രീയ സമര തന്ത്രത്തിനാണ് ഡോ. പൽപ്പ രൂപം കൊടുത്തത്. അങ്ങനെ ശ്രീനാരായണൻ കേരളീയ നവോത്ഥാനത്തിന്റെ ഏറ്റവും വലിയ ശില്പിയായി മാറുകയും ചെയ്തു.

ഇത് അർത്ഥം മനസ്സിലാക്കേണ്ട രണ്ട് രീതിയാണ്. വിവേകാനന്ദനെ എന്ത് ചെയ്യണം. അദ്ദേഹത്തെ എങ്ങനെ പാകപ്പെടുത്തിയെടുക്കണം എന്നതിന്റെ രണ്ട് ഉത്തരങ്ങൾ കൂടിയാണിത്. വിവേകാനന്ദനെ വെടിയുണ്ടയാക്കി മാറ്റാനും ഗാന്ധിജിയെ കൊല്ലുന്നതിനുള്ള ഉപകരണമാക്കി മാറ്റാനും മാംസപേശികൾക്കുള്ള ബലം വർദ്ധിപ്പിക്കാനും ഷർട്ടിടാതെ നഗരത്തിലൂടെ നടന്ന് മാംസപേശികൾകൊണ്ട് ആളുകളെ ഭയപ്പെടുത്തുവാനും ഉള്ള ഒരു ഉപകരണമാക്കി മാറ്റിത്തീർക്കാം എന്നും ഫാസിസ്റ്റുകൾ കരുതുന്നു.

വിവേകാനന്ദൻ മാംസം കഴിച്ചിരുന്നു. അദ്ദേഹം മറീന കടപ്പുറത്ത് സഖാക്കളെ ഗുസ്തി മത്സരത്തിന് ക്ഷണിക്കുകയും ചെയ്തിരുന്നു. ഇന്നത്തെ സന്ന്യാസിമാർക്ക് എല്ലാവർക്കുമറിയാം യോഗാഭ്യാസം വളരെ നല്ലതാണെന്ന്. ദൃഢമായ ശരീരത്തിൽ മാത്രമേ ദൃഢമായ മനസുണ്ടായിരിക്കുകയുള്ളൂ എന്നും ശാരീരികമായ ആരോഗ്യം മാനസികമായ ആരോഗ്യത്തിന്റെ ഒരു പ്രാഥമിക അവസ്ഥയാണ് എന്ന് പറഞ്ഞു നടക്കുകയും ചെയ്യുന്നു.

ഇന്ത്യയിലെ മൗലിക പ്രശ്നം ദാരിദ്ര്യവും പട്ടിണിയുമാണെന്നും ഇന്ത്യക്കാരുടെ അനുസരണശീലത്തിന്റെ അടിസ്ഥാനം രക്തക്കുറവാണെന്നും വിവേകാനന്ദൻ മനസ്സിലാക്കിയിരുന്നു. നാം മനസ്സിലാക്കിയ ഒരു കാര്യം രക്തക്കുറവുള്ള കുട്ടികൾ നല്ല അനുസരണശീലമുള്ള കുട്ടികളായിരിക്കും എന്നാണ്.

വാസ്തവത്തിൽ ധർമ്മം എന്നത് രക്തക്കുറവുള്ളവരുടെ സ്വഭാവമല്ലെന്നും മറിച്ച്, രക്തമുള്ളവരുടെ സ്വഭാവമാണ് എന്നും തിരിച്ചറിയുകയാണ് പിന്നീട് വിവേകാനന്ദനൻ ചെയ്തത്. അതു കൊണ്ടാണ് അദ്ദേഹം ഇന്ത്യക്കാർക്ക് ഇരുമ്പു കൊണ്ടുള്ള മാംസപേശികളും ഉരുക്കു കൊണ്ടുള്ള ഞരമ്പുകളും ഉണ്ടായിരിക്കണമെന്നു പറയുകയും

അവർ ഇംഗ്ലണ്ടിലെ വെളുത്ത തൊലിയുള്ളവരുടെ താഴെയല്ല എന്നു വിളിച്ചു പറയാനുള്ള ഒരു സന്ദർഭമായി ചിക്കാഗോവിലെ സർവമത സമ്മേളനത്തെ തെരഞ്ഞെടുക്കുകയും ചെയ്തത്. അപ്പോഴും അദ്ദേഹം അഭിസംബോധന ചെയ്യാൽ തെരഞ്ഞെടുത്ത പദം 'അമേരിക്കയിലെ എന്റെ ശത്രുക്കളേ' എന്നല്ല, 'സഹോദരീ സഹോദരന്മാരേ' എന്നാണ്. ഈ പദം ഫാസിസ്റ്റ് പ്രചാരകന് ഉപയോഗിക്കാൻ കഴിയാത്തതാണ്. ലോകത്തിലെ ജനങ്ങളെയെല്ലാം 'സഹോദരീ സഹോദരന്മാരേ' എന്നു വിളിക്കരുത് എന്നത് ഫാസിസ്റ്റ് പ്രത്യയ ശാസ്ത്രത്തിന്റെ അടിസ്ഥാന തത്ത്വങ്ങളിൽ ഒന്നുമാണ്.

മുസോളിനിയുടെ പ്രധാനപ്പെട്ട സിദ്ധാന്തങ്ങളിൽ ഒന്ന് ട്രേഡ് യൂണിയനുകളെ കൂട്ടായ വിലപേശലിന് ഉപയോഗിക്കരുത് എന്നും അത് സംഘടന കെട്ടിപ്പടുക്കാനുള്ള ഉപകരണം മാത്രമായേ ഉപയോഗിക്കാവൂ എന്നു മാത്രമായിരുന്നു. രാഷ്ട്രീയ വിമോചനത്തിനോ സാമ്പത്തിക വിമോചനത്തിനോ ട്രേഡ് യൂണിയനുകളെ ഉപയോഗിക്കരുത് എന്ന മുസോളനിയുടെ വാക്യമാണ് എന്നും രാവിലെയും ഉച്ചയ്ക്കും ഭക്ഷിച്ചു കൊണ്ടിരിക്കുന്നത് എന്ന് ഫാസിസ്റ്റ് നിയന്ത്രണത്തിലുള്ള ട്രേഡ് യൂണിയനുകളിലെ അംഗങ്ങൾ എന്തുകൊണ്ടോ മനസ്സിലാക്കുന്നില്ല.

തൊഴിലാളി വിരുദ്ധമായ ഒരു പ്രത്യയശാസ്ത്രം ഉപയോഗിച്ച് തൊഴിലാളികളെ കീഴ്പ്പെടുത്താൻ കഴിയും എന്ന് മന്ത്രം കൊണ്ടും നെറ്റിയിലെ കുറി കൊണ്ടും ഉച്ചരിക്കുന്ന അർത്ഥമറിയാത്ത വാക്കുകൾ കൊണ്ടും ഫാസിസ്റ്റുകൾ മനസ്സിലാക്കുന്നു. ഞാൻ വീണ്ടും വിവേകാനന്ദനെ ഓർക്കുകയാണ്. വിവേകാനന്ദൻ ബുദ്ധനെപ്പറ്റി ഒരിക്കൽ പറഞ്ഞു, ബുദ്ധന് ഒരു തെറ്റേ പറ്റിയിട്ടുള്ളൂ. സംസ്കൃതം ഉപേക്ഷിച്ച് നാട്ടുഭാഷയായ പാലിയിൽ മത പ്രസംഗം നടത്തിയതാണ് ബുദ്ധന്റെ ഏറ്റവും വലിയ തെറ്റ് എന്നും നാട്ടുഭാഷയിൽ സംസാരിക്കുമ്പോൾ ജനങ്ങൾക്ക് അത് മനസ്സിലാവുമെന്നും ജനങ്ങൾക്ക് മനസ്സിലാവുമ്പോൾ ജനങ്ങളുടെ മേൽ അധികാരം സ്ഥാപിക്കാൻ കഴിയില്ല എന്നും ബുദ്ധന് പറ്റിയ അബദ്ധമാണെന്ന് വിവേകാനന്ദൻ പറഞ്ഞിരുന്നു.

സംസ്കൃതം ആധിപത്യത്തിനുള്ള ഒരു മാർഗ്ഗമാണെന്ന് സംസ്കൃതമറിയാത്ത ഫാസിസ്റ്റുകൾക്കുമറിയാം. ജനങ്ങൾക്ക് അറിയാത്ത വാക്കുകൾ, അറിയാത്ത ശബ്ദാവലികൾ എന്നിവ ഉപയോഗിച്ച് മന്ത്രം ചൊല്ലുക ഒരു രീതിയാണ്. അർത്ഥ രഹിതമായ ശബ്ദത്തിന് നിങ്ങളുടെ തലക്ക് മുട്ടിക്കൊണ്ട് അടിക്കുന്നതു പോലുള്ള അനുഭവം ഉണ്ടാക്കിത്തീർക്കാൻ കഴിയും എന്നുള്ളത് ഒരു താന്ത്രിക സിദ്ധാന്തമാണ്. ഇവിടത്തെ ഫാസിസ്റ്റുകൾ താന്ത്രിക ഗ്രന്ഥങ്ങൾ നിത്യവും പാരായണം ചെയ്യുന്ന

അഗാധ പാണ്ഡിത്യമുള്ള സംസ്കൃത പണ്ഡിതന്മാരാണ്, ഈ താന്ത്രിക വേല, അതായത് നമുക്ക് അറിയാത്ത അക്ഷരങ്ങൾ കൊണ്ടു തലയ്ക്കടിക്കുക, എന്നുള്ള വിദ്യ. അറിയാത്ത 13-ന്റെ ഗുണനപ്പട്ടിക കൊണ്ട് കുട്ടികളെ തോൽപ്പിക്കുക എന്ന ഒരദ്ധ്യാപകന്റെ മിടുക്ക് പോലെ തന്നെ, അറിവില്ലായ്മ എന്നത് അധികാരം സ്ഥാപിക്കാനുള്ള ഒരു മാർഗ്ഗമാണ് എന്നുള്ളത് പ്രാഥമികമായ ഒരു ഫാസിസ്റ്റ് തന്ത്രമാണ്. അതുകൊണ്ട് എല്ലാവരെയും മുഴുവൻ കാര്യങ്ങളും അറിയിക്കരുത് എന്നും എല്ലാവർക്കും രാഷ്ട്രീയമായി തുല്യത നൽകരുത് എന്നും രാഷ്ട്രീയ തുല്യത എന്നത് ലോകത്തിലെ ഏറ്റവും മൂഢ വിശ്വാസമാണ് എന്നും പറഞ്ഞത് മുസ്സോളിനിയാണ്.

ലോകത്തിൽ രാഷ്ട്രീയ തുല്യത എന്നൊന്നില്ലെന്നും അധീശത്വം, അനുസരണം എന്നുള്ളതാണ് വാസ്തവത്തിൽ ഉള്ളതെന്നും അനുസരിക്കുന്ന ഒരു ജനവർഗ്ഗത്തിനു മാത്രമേ മുന്നേറാൻ കഴിയൂ എന്നും പറഞ്ഞ മുസോളിനിയെ അനുസരിക്കുകയും അനുസരിപ്പിക്കുകയും ചെയ്യുക എന്നത് ഇവിടെ ഫാസിസ്റ്റ് ശക്തികൾ ഒരു തന്ത്രമായി സ്വീകരിച്ചിരിക്കുന്നു. ഇത്തരത്തിൽ പ്രവർത്തിച്ചു കൊണ്ടിരിക്കുന്ന ഒരു സംഘത്തെ തീർച്ചയായും ആശയപരമായി മാത്രം നേരിടുവാൻ സാധ്യമല്ല. പിന്നെ എങ്ങനെ നേരിടാം എന്നത് എളുപ്പത്തിൽ പറയാവുന്ന ഒരു കാര്യമല്ല, പൊതു യോഗത്തിൽ പറയാവുന്ന ഒരു കാര്യവുമല്ല, രഹസ്യമായി പറയാവുന്നതും അല്ല. നമ്മുടെ മനസ്സിന്റെ കരുത്തു കൊണ്ടുമാത്രമേ വിശ്വാസത്തിന്റെ ദാർഢ്യം കൊണ്ടു മാത്രമേ, വാസ്തവത്തിൽ ദാർഢ്യം കൊണ്ടു മാത്രമേ നമ്മുടെ എതിർ വിശ്വാസങ്ങളെ പരാജയപ്പെടുത്തുവാൻ കഴിയൂ. പക്ഷേ ആയുധങ്ങൾ കൊണ്ട് കഴിഞ്ഞില്ല എന്നുവരാം. അതിനു പകരം നമ്മുടെ അക്കാദമിക്ക് വിദ്വാന്മാർ എന്തു സാധനത്തെയും ഗവേഷണത്തിന് വിധേയമാക്കിത്തീർക്കുന്നു. നമ്മുടെ ചില യഥാർത്ഥ ബുദ്ധിജീവികൾ ഇവിടത്തെ ആക്രമണങ്ങളെക്കുറിച്ച് ഗവേഷണം നടത്തുകയും ഇവിടത്തെ ആക്രമണത്തിന്റെ പ്രധാനപ്പെട്ട കാരണം കണ്ണൂർ ജില്ലയിലെ ജനങ്ങളുടെ ഗോത്ര സ്വഭാവമാണ് എന്നു കണ്ടെത്തുകയും ചെയ്തു. എം. എൻ ശ്രീനിവാസ്, ഡോ.അയ്യപ്പൻ തുടങ്ങിയവർക്ക് ശേഷം നമ്മുടെ നാട്ടിലുണ്ടായിട്ടുള്ള ഒരു പ്രധാനപ്പെട്ട നരവംശ ശാസ്ത്ര ഗവേഷണ ഫലമാണ് ഇവിടത്തെ ജനങ്ങൾ ഇപ്പോഴും ഗോത്ര സംസ്കൃതിയിൽ ജീവിക്കുന്നവരാണ് എന്നത്. കണ്ണൂരിനു പുറത്തു നിന്നാണ് ഇവർ ഇതൊക്കെ പറയാറുള്ളത്. അകത്തു നിന്ന് പറയുക വിഷമമാണ്.

ഇതേ കാര്യം തന്നെ, 1957 ൽ മദിരാശിയിൽ വരുന്നതിന് ഒരു ദിവസം മുമ്പ് ജവഹർലാൽ നെഹ്റുവും പറയുകയുണ്ടായി.

തിരുവള്ളുവരുടെ നാട്ടിലെ ജനങ്ങൾ, അതായത് തമിഴന്മാർ ഹിന്ദി യിലെഴുതിയ റെയിൽവേ ബോർഡുകൾ മാറ്റുകയും ഹിന്ദു അധ്യാപ കരെപ്പോലും ആക്രമിക്കുകയും ഹിന്ദിയിൽ പറയുന്ന എല്ലാവരെയും, ഹിന്ദി പഠിപ്പിക്കുന്ന എല്ലാ സ്ഥാപനങ്ങളെയും വകവരുത്തുകയും ചെയ്ത കാലമായിരുന്നു അത്. നെഹ്റു പറഞ്ഞത് 'ദിസ് ഈസ് ട്രൈബൽ ബിഹേവിയർ' (തമിഴന്മാർ കാണിക്കുന്നത് ഗോത്ര സ്വഭാവമാണ് എന്നർത്ഥം) എന്നായിരുന്നു. നെഹ്റുവുമായി അന്ന് തെറ്റിലായിരു ന്ന രാജഗോപാലാചാരി നെഹ്റുവിന്റെ വാക്യങ്ങളെ ഒരു പരിക്കും പറ്റാതെ തമിഴിലേക്ക് പരിഭാഷപ്പെടുത്തി പ്രസിദ്ധീകരിച്ചു. ട്രൈബൽ ബിഹേവിയർ എന്നതിന് 'കാട്ടു പിരാണ്ടിത്തരം' എന്നാണ് രാജഗോ പാലാചാരി പരിഭാഷപ്പെടുത്തിയത്. തമിഴന്മാർ കാട്ടു പിരാണ്ടികളാണ് എന്നു നെഹ്റു പറഞ്ഞതായി പത്രത്തിൽ വരികയും ചെയ്തു.

ഇതൊന്നുമറിയാതെ നെഹ്റു പിറ്റേ ദിവസം മറീനാ കടപ്പുറത്ത് കാറ്റുകൊള്ളാൻ പോയി. നടന്നായിരുന്നു പോയത്. എന്നാൽ നടന്നു പോയ നെഹ്റുവിന് പുറത്തു കടക്കാൻ കഴിഞ്ഞില്ല. കാരണം താൻ വളരെ നാഗരികനാണെന്നും തമിഴ്നാട്ടുകാർക്ക് സംസ്കാരമില്ലെന്നും നെഹ്റു പറഞ്ഞുവെന്നായിരുന്നു സൂചന. അതായത് ഒരു വംശത്തിന്റെ നാശം ഒരു വ്യക്തിയുടെ നാശത്തേക്കാൾ വലുതാണ് എന്നു കരുതുന്ന തിനെയാണ് ട്രൈബലിസം എന്നു പറയുക. ഒരു കുലം രക്ഷിക്കണമെ ങ്കിൽ ഒരു വിരൽ മുറിക്കണമെന്നത് ഒരു ട്രൈബൽ സിദ്ധാന്തമാണ്. തോണിയിൽ പോകുന്ന വിശ്വാസികൾ പണ്ടു പറഞ്ഞിരുന്നത് ഒരവി ശ്വാസിയെ എടുത്ത് കടലിലേക്കെറിഞ്ഞാൽ മറ്റുള്ള വിശ്വാസികൾ രക്ഷപ്പെടും എന്നായിരുന്നു. ഈ തത്വം, അതായത് ഒരു വ്യക്തിക്ക് ഒരു വ്യക്തിത്വമുള്ളതു പോലെ ഒരു സമൂഹത്തിന് ഒരു വ്യക്തിത്വമുണ്ട് എന്നും മനുഷ്യന്റെ പുരോഗതി സമൂഹത്തിന്റെ പുരോഗതിയാണ് എന്നുമാണ്. അതിനനുസരിച്ച് പ്രവർത്തിക്കുന്ന രീതിയെയാണ് നാം ഗോത്ര സംസ്കാരം എന്നു പറയുന്നത്.

ഈ ഗോത്ര സംസ്കൃതി വച്ചുകൊണ്ടാണ് കടന്നൽക്കൂടിന് കല്ലെറി യുമ്പോൾ കടന്നലുകൾ കൂട്ടമായി വന്ന് നിങ്ങളുടെ താടിയിൽ പൊതി യുന്നത്. ഇതൊരു ആത്മഹത്യാ സ്ക്വാഡാണ്. ഇത് എല്ലാ ജീവശാസ്ത്ര ഗവേഷന്മാർക്കും അറിയാം. തേനീച്ചകൾ വന്നു നമ്മെ പൊതിയുന്നത് തേനീച്ചക്കൂട്ടിനകത്തുള്ള റാണിയെ രക്ഷിക്കാനാണ് ഇന്ത്യയിലെ റാണിയെ രക്ഷിക്കുവാനും പല ആക്രമണങ്ങളും ഇതുപോലെ നടന്നിട്ടുണ്ട് എന്നു നാം അറിയുന്നു. ആക്രമണമുണ്ടാവുമ്പോൾ അവർ റാണിയെ വലയം ചെയ്യുകയും വലയം ചെയ്യുമ്പോൾ അവർ സ്വയം മരിക്കുന്നതിനിടയിൽ അവർ വംശത്തിന്റെ തുടർച്ചയ്ക്ക് ആധാരമായ

റാണിയെ രക്ഷിക്കുകയുമാണ് ചെയ്യുന്നത്. ഇത് തേനീച്ചയുടെ വംശ സ്വഭാവമാണ്. ഒരു വ്യക്തിയേക്കാൾ വലുത് ഒരു വർഗ്ഗമാണ് എന്നുള്ളത് വളരെ ശരിയായ സാമൂഹ്യബോധമാണ്. ഗോത്ര വർഗ്ഗത്തിൽക്കൂടി വളർന്നു വന്ന ഇന്നത്തെ പൊതു സമൂഹം ഗോത്ര വർഗ്ഗ സ്വഭാവത്തെ നിന്ദിക്കുന്നത് ചരിത്രത്തിന്റെ പരിചയക്കുറവുകൊണ്ടാകാനേ വഴിയുള്ളൂ.

നമ്മുടെ ജ്ഞാനികൾ പറഞ്ഞു പോകുന്ന പല കാര്യങ്ങളുമുണ്ട്. അതിൽ ഒരുകാര്യം വടക്കേ ഇന്ത്യയിൽ എവിടെയോ നടക്കുന്ന ഒരു ഹിന്ദു-മുസ്ലീം വഴക്കിനെച്ചൊല്ലി എന്തിനാണ് കേരളത്തിൽ വഴക്ക ടിക്കുന്നത് എന്നായിരുന്നു. വളരെ ശരിയായ ഒരു കാര്യമാകാം. കുറച്ചു കൊല്ലം മുമ്പ് നടന്ന തലശ്ശേരി കലാപത്തെക്കുറിച്ച് ഇവർ ഓർക്കാൻ തരമില്ല. എങ്ങനെയാണ്, രാവിലെ ഏഴര മണി സമയത്ത് അഞ്ചു കിലോമീറ്റർ ദൂരെയുള്ള ഒരു കുഗ്രാമത്തിൽ വച്ച് രാവിലെ ടൈപ്പിറൈ റ്റിങ്ങ് ഇൻസ്റ്റിറ്റ്യൂട്ടിൽ വന്ന് പെൺകുട്ടികളെ നഗ്നരാക്കി മുസ്ലീം കശ്മലൻ മാർ തെരുവിൽ കൂടി നടത്തി എന്നുള്ള വാർത്ത പ്രചരിക്കാൻ ഇടയാ യതെന്ന് മറ്റു ജില്ലയിലെ ഗവേഷകർ അന്വേഷിക്കാറേയില്ല. രാവിലെ എഴുന്നേൽക്കുമ്പോഴാണ് തലശ്ശേരിക്കാർ ഇതു കേട്ടത്. രാവിലെ ഏഴര മണിക്ക് തലശ്ശേരിയിലല്ല ഇന്ത്യയിൽ ഒരിടത്തും ഒരു ടൈപ്പ്റൈറ്റിങ്ങ് ഇൻസ്റ്റിറ്റ്യൂട്ടും തുറക്കുകയില്ല. എന്നാൽ സംഭവം കണ്ടവരെപ്പോലെ തലശ്ശേരിയിൽ ഉടനീളം ഈ വാർത്ത പറഞ്ഞു കൊണ്ടു നടന്നു. പിന്നെ പ്രചരിപ്പിച്ച വാർത്ത ഹിന്ദു പെൺകുട്ടികളെ നഗ്നരാക്കി ബി.ഇ.എം. പി സ്കൂളിൽ മുന്നിലൂടെ മുസ്ലീം കശ്മലന്മാർ നടത്തിക്കൊണ്ടു പോയി എന്നായിരുന്നു. ഇതോടെ ഹിന്ദുക്കളെല്ലാം ഇളകിമറിയുകയും അവർ നമ്മളൊക്കെ കരുതുന്നതിനു മുമ്പു തന്നെ മുസ്ലീം പള്ളികൾക്കു നേരെ കല്ലെറിയുകയും തീപ്പന്തമെറിയുകയും നാശനഷ്ടങ്ങൾ വരുത്തു കയും ചെയ്തു. ഇത് നമ്മുടെ ഗവേഷകർ കണ്ടെത്തിയിട്ടില്ല. തുറക്കാത്ത ടൈപ്പിറൈറ്റിങ്ങ് ഇൻസ്റ്റിറ്റ്യൂട്ടിൽ പോവുമ്പോൾ എങ്ങനെയാണ് പെൺകുട്ടികളെ അപമാനിക്കുക എന്ന് ബുദ്ധിമാന്മാരായ ഗവേഷകർ ഓർത്തില്ല. ഇങ്ങനെ ഒരുകാര്യം പറയുമ്പോൾ അതിന് വസ്തുതാപരമായ അടിസ്ഥാനം ഉണ്ടാവണം എന്നുള്ള മൗഢ്യം ഫാസിസത്തിനില്ല എന്ന് ഇത് തെളിയിക്കുന്നു. ഇതാണ് ഫാസിസത്തിന്റെ പ്രത്യായന ശക്തി. അതുകൊണ്ട് വിദഗ്ധനായ ഒരു കള്ളൻ, 'ഇതാ കള്ളൻ വരുന്നു' എന്നു പറഞ്ഞ് ഓടിക്കൊണ്ടേയിരിക്കുന്നു. നമ്മൾ അയാളുടെ പിന്നാലെ ഓടുകയും ഒരിക്കലും കള്ളനെ പിടിക്കാൻ കഴിയാതെ വരികയും 'ഇതാ കള്ളൻ വരുന്നു' എന്നു പറഞ്ഞ് ഓടിക്കൊണ്ടേയിരിക്കുകയും ചെയ്യുന്നു.

കള്ളന്മാരിൽ നിന്നു നമുക്ക് പലതും പഠിക്കാനുണ്ട്. ഈ തന്ത്രവും അവരിൽ നിന്നു പഠിക്കാവുന്നതാണ്. കാരണം ഒരു കൊല്ലന് തുറക്കാൻ

കഴിയാത്ത പൂട്ട് എത്ര എളുപ്പത്തിലാണ് കള്ളൻ തുറക്കുന്നത് എന്നു കണ്ടു പഠിക്കേണ്ടതാണ്. രാത്രി മുഴുവൻ ഏതാണ്ട് രണ്ടു മണി വരെ കണ്ണടക്കാതെ ഇരിക്കുകയും അസമയത്ത് പോയി കളവു നടത്തുകയും ചെയ്യുന്ന കള്ളന്റെ ജാഗ്രതയുടെ ഒരംശം പോലും നമുക്കില്ല. ഇവരിൽ നിന്നു പഠിക്കേണ്ട പല കാര്യങ്ങളിലൊന്ന് പറയുന്നതും പ്രവർത്തിക്കു ന്നതും തമ്മിൽ ബന്ധം ഉണ്ടായിരിക്കണമെന്നില്ല എന്നാണ്. ജനങ്ങളെ എങ്ങനെ വ്യാമോഹിപ്പിക്കാം എന്നത് ഫാസിസ്റ്റുകൾ മനസ്സിലാക്കിയ ഒരു വൈകാരിക തന്ത്രമാണ്. ഇതിനെയാണ് ആദ്ധ്യാത്മിക പ്രവർ ത്തനം എന്നപറയുന്നത്. ഭൗതികമായി യാതൊരു അടിസ്ഥാനവുമി ല്ലാതെ നിങ്ങൾക്ക് ലോകത്തിൽ സംഭവങ്ങളുണ്ടാക്കാം എന്നതാണ് ഇതിന്റെ അർത്ഥം. ഒരു പ്രത്യേക തരത്തിൽ ശ്വാസം കഴിക്കുമ്പോൾ ലോകം പോലും സ്തംഭിച്ചു പോകുമെന്ന് വിവേകാനന്ദൻ ഒരിക്കൽ പറഞ്ഞു വച്ചിട്ടുണ്ട്. നിങ്ങൾ പ്രാണായാമം ചെയ്തിട്ട് ശ്വാസത്തെ ഉള്ളിൽ അടക്കിപ്പിടിച്ചു നിന്നാൽ ലോകം മുഴുവൻ സ്തംഭിച്ചു പോകുമെന്നും ലോകം തന്റെ കാൽക്കീഴിൽ വരുമെന്നുമാണ് ബുദ്ധിശാലിയായ അദ്ദേഹം പറഞ്ഞത്. ഇതിലുണ്ട് സത്യം. നിങ്ങൾക്ക് വസ്തുതകൾ ഉപയോഗിക്കാതെ യാഥാർത്ഥ്യം ഇല്ലാതെ ലോകത്തിൽ സംഭവങ്ങൾ ഉണ്ടാക്കാൻ കഴിയും എന്നതാണ്. ഇത് വ്യാപാരികൾക്കറിയാം. ടാറ്റാ കമ്പനിക്കറിയാം.

നിങ്ങളുടെ ചർമ്മം പതിനാലു ദിവസം കൊണ്ട് വെളുക്കുകയില്ലെ ന്നും മുഖക്കുരു പതിനാലു കൊല്ലം കൊണ്ടേ മാറിക്കിട്ടുകയുള്ളുവെന്നും അറിയാവുന്ന ആളുകൾ തന്നെയാണ് പതിനാലു ദിവസം കൊണ്ട് മുഖക്കുരു മാറിക്കിട്ടുമെന്നും യുവജനോത്സവത്തിൽ പങ്കെടുക്കാമെന്നും പെൺകുട്ടികളോടും പെൺകുട്ടികളുടെ അച്ഛനമ്മമാരോടും പറഞ്ഞുകൊ ണ്ടേയിരിക്കുന്നത്. ഇതാണ് പ്രത്യായന തന്ത്രം. ഇത് രാഷ്ട്രീയത്തിലും ഉപയോഗിക്കാം. നമ്മുടെ പ്രധാന ഉത്തരേന്ത്യൻ നഗരത്തിലെ കുളക്ക രയിൽ മുഴുവൻ സ്ത്രീകളുടെ വസ്ത്രങ്ങൾ ചിതറിയിടുകയും ഈ വസ്ത്രങ്ങ ളെല്ലാം അപമാനിതരായ ഇന്ത്യൻ സ്ത്രീകളുടേതാണ് എന്നു പ്രചരിപ്പി ക്കുകയും ചെയ്തു കൊണ്ടാണ് ഉത്തരേന്ത്യയിൽ കലാപമുണ്ടാക്കിയത്. നിങ്ങൾക്ക് എവിടെ നിന്നു വേണമെങ്കിലും സ്ത്രീകളുടെ അടിവസ്ത്രങ്ങൾ കൊണ്ടുവന്ന് അത് ചിതറിയിട്ടാൽ ഇവിടെ വലിയ യുദ്ധം നടന്നു എന്ന തോന്നലുണ്ടാക്കാൻ കഴിയും. ഇങ്ങനെയുള്ള ചെറിയ മാന്ത്രിക വിദ്യകളിൽക്കൂടി ചരിത്ര സംഭവങ്ങളുണ്ടാക്കുവാൻ കഴിയുമെന്നും ഇത് മനുഷ്യ മനസ്സിന്റെ ഒരു ദൗർബല്യമാണ് എന്നും ഫാസിസ്റ്റുകൾ തിരിച്ച റിയുന്നു. ഇതിനെയാണ് മനസ്സിന്റെ പ്രവർത്തനം അഥവാ ആദ്ധ്യാത്മിക പ്രവർത്തനം എന്ന് ഫാസിസ്റ്റുകൾ വിളിക്കുന്നത്.

മനുഷ്യമനസ്സിന്റെ ദൗർബല്യം മുതലെടുക്കാൻ ഫാസിസ്റ്റുകൾ പല മാർഗ്ഗങ്ങളും ഉപയോഗിക്കുന്നു. ഈ മാർഗ്ഗങ്ങളൊന്നും നമ്മൾ ഉദ്ദേശിക്കുന്ന വിധത്തിൽ ബി.ജെ.പി. അജണ്ടയിലുണ്ടോ, ആർ.എസ്. എസ്. അജണ്ടയിലുണ്ടോ, സഖ്യകക്ഷികളുടെ അജണ്ടയിലുണ്ടോ എന്ന തർക്കത്തിലാണ് നാം വ്യാപൃതരായിക്കൊണ്ടിരിക്കുന്നത്. അജണ്ട എന്നത് നിശ്ചിതമായ ഒരു സാധനമല്ലെന്നും മാറിക്കൊണ്ടിരിക്കുന്ന ഒന്നാണെന്നും അറിയാം. അതുകൊണ്ട് അവർ അങ്ങനെ മാറ്റുകയും ക്ഷേത്രം പണിയണമോ വേണ്ടയോ എന്ന കാര്യത്തിൽ നിരന്തരമായ വാക് സമരങ്ങൾ നടത്തുകയും ചെയ്യുന്നുണ്ട്. എന്താണ് വേണ്ടത് എന്ന് അവർ മാറിമാറി തീരുമാനിച്ചു കൊണ്ടേയിരിക്കുന്നു. അജണ്ട എന്നത് മനുഷ്യന്റെ പല വ്യാമോഹങ്ങളിലൊന്നാണ് എന്ന് ഒരു വ്യർത്ഥ പദമാണ് എന്ന്, രാഷ്ട്രീയ അസഭ്യമാണ് എന്ന് ഫാസിസം മനസ്സിലാക്കുന്നു. അതുകൊണ്ട് നാമാണെങ്കിൽ ആ വാക്കിൽ തൂങ്ങിപ്പിടിക്കുകയും അജണ്ടയിൽ ഇങ്ങനെ പറഞ്ഞിട്ടില്ലേ എന്നു പറഞ്ഞ് നമ്മുടെ തൊണ്ടയിലെ വെള്ളം മുഴുവൻ വറ്റിച്ചു കൊണ്ടേയിരിക്കുകയും ചെയ്യുന്നു. ഇങ്ങനെ നമ്മുടെ ജീവിതം വ്യർത്ഥമാക്കിത്തീർക്കാമെന്നും ഫാസിസം മനസ്സിലാക്കുന്നു. ഡമോക്രസി, ലിബറലിസം, സോഷ്യലിസം എന്നീ മൂന്നു പദങ്ങൾ രാഷ്ട്രീയത്തിലെ നികൃഷ്ട പദങ്ങളാണ് എന്ന് മുസോളിനിയാണ് പ്രഖ്യാപിച്ചത്. എങ്കിലും ഡമോക്രസിയിൽ പരിശീലനം സിദ്ധിച്ച ആളുകൾ ഭൂരിപക്ഷമെന്ന വ്യാമോഹത്തിൽ, അംബേദ്കറുടെ ഭരണഘടന എന്ന വ്യാമോഹത്തിൽ കടുങ്ങിക്കിടക്കുകയും എപ്പോഴും അവർ പറഞ്ഞതിന് ബാധ്യസ്ഥരാണ് എന്നുള്ള ബോധം ഫാസിസ്റ്റുകൾക്കില്ലെന്ന് സത്യം അറിയാൻ മടിക്കുകയും ചെയ്യുന്നു.

വാസ്തവത്തിൽ നമ്മുടെ പ്രവർത്തനങ്ങൾക്ക് വരുന്ന പാളിച്ച ഇതാണ്. ഇങ്ങനെയുള്ള ഒരു മനസ്സിനെ സൃഷ്ടിക്കാൻ-അതായത് അവർ പറയുന്നതു മാത്രം കേൾക്കുകയും നമ്മൾ പറയുന്നത് കേൾക്കാതിരിക്കുകയും ചെയ്യുന്ന ഒരു മനസ്സ് സൃഷ്ടിക്കാൻ- ഹിപ്നോട്ടിസത്തിന് ഉപയോഗിക്കുന്നത് ഈ മാർഗ്ഗമാണ്. വാസ്തവത്തിൽ ഹിപ്നോട്ടിസത്തിലൂടെ ചെയ്യുന്നത് ഒരാൾ മാത്രം അനുസരിക്കുന്നതുമായ അവസ്ഥ രണ്ട് വ്യക്തികൾ തമ്മിൽ ഉണ്ടാക്കിത്തീർക്കുക എന്നതാണ്. ആരു വിളിച്ചാലും അവർ വിളികേൾക്കില്ല, അയാൾ വിളിച്ചാലേ വിളി കേൾക്കൂ, ആരു ചോദിച്ചാലും അയാൾ സത്യം പറയില്ല, അയാൾ ചോദിച്ചാലേ സത്യം പറയൂ.

അതായത് എപ്പോഴും കാതുകളടയ്ക്കുകയും ചുണ്ടുകൾ അടയ്ക്കുകയും നിർദ്ദേശങ്ങൾക്കു വേണ്ടി മാത്രം കാതോർത്തിരിക്കുകയും ചെയ്യുക എന്ന അവസ്ഥയുണ്ടാക്കാൻ മനുഷ്യനെ മൂകരാക്കണം എന്നു ഫാസിസം

തിരിച്ചറിയുന്നു. അതുകൊണ്ട് ഒരു യഥാർത്ഥ ഫാസിസ്റ്റ് വളരെ കുറച്ചു മാത്രമേ സംസാരിക്കുകയുള്ളൂ. അയാൾ അഭിപ്രായങ്ങൾ പറയാതിരിക്കുകയും അയാൾക്ക് താൽപര്യമുള്ള അഭിപ്രായങ്ങൾ മാത്രമായി, പ്രവർത്തന പദ്ധതികൾക്കു മാത്രമായി കാതോർത്തിരിക്കുകയും ആ പദ്ധതികൾ നടപ്പിലാക്കുകയും ചെയ്യുന്ന ഒരു തെരഞ്ഞെടുത്ത കേൾവി മാത്രമുള്ള വ്യക്തിയായി രൂപാന്തരപ്പെടുകയും ചെയ്യുന്നു.

●

2003

കൊലയുടെ തത്വശാസ്ത്രം

ഒരാൾ പറയുന്നതു മാത്രം അനുസരിക്കുന്ന, ഏകാധിപത്യ രീതിയിലേക്ക് വ്യക്തികളെ മാറ്റിയെടുക്കാനുള്ള ഒരു വലിയ പ്രവർത്തന തന്ത്രമാണ് ഇവിടെ ഫാസിസ്റ്റ് പ്രവർത്തകർ നടത്തിക്കൊണ്ടിരിക്കുന്നത്. അതുകൊണ്ട് നിങ്ങൾ ഉന്നയിക്കുന്ന വാദങ്ങൾ ഫാസിസ്റ്റ് ചെവികളിൽ എത്തിച്ചേരുന്നില്ല. ഇത്തരത്തിലുള്ള പ്രത്യായനം ഉണ്ടാക്കിത്തീർക്കാൻ നിങ്ങൾക്ക് പല മാർഗ്ഗങ്ങൾ സ്വീകരിക്കാം. നാമം ജപിക്കാം, സങ്കീർത്തനങ്ങൾ ചൊല്ലാം, ഒരേ രീതിയിൽ വസ്ത്രം ധരിച്ച് കവാത്തെടുക്കാം. ഒരേ രീതിയിൽ വസ്ത്രം ധരിച്ചാൽ ഒരേ രീതിയിൽ ചിന്തിക്കും എന്നുള്ളത് ഒരു പട്ടാള തത്ത്വമാണ്. 'ദി ബേഡ് വിത്ത് സെയിം ഫെദർ' എന്ന തത്ത്വം പക്ഷികളിൽ നിന്ന് മനുഷ്യൻ പഠിക്കുകയും ഒരേ തരത്തിലുള്ള കാക്കിത്തുവലുകൾ അല്ലെങ്കിൽ ഒലീവ് ഗ്രീൻ തുവലുകൾ വസ്ത്രത്തിനു കൊടുക്കുകയും ചെയ്തുകഴിഞ്ഞാൽ പട്ടാളക്കാർ ഒരേ തരത്തിൽ ചിന്തിക്കുകയും ഒരേ തരത്തിൽ പ്രവർത്തിക്കുകയും ഒരു നേതാവിന്റെ ആജ്ഞ മാത്രം അനുസരിക്കുകയും ചെയ്യുന്നു. ഒരാൾ മാത്രം പറയുന്നത് അനുസരിക്കുന്ന, ഏകാധിപത്യ-സ്വേച്ഛാധിപത്യ വ്യവസ്ഥ ഉണ്ടാക്കിത്തീർക്കാനുള്ള മാർഗ്ഗം ഇത്തരത്തിലുള്ള പ്രത്യായന പ്രവർത്തനത്തോടുകൂടി ഹിപ്നോട്ടൈസ് ചെയ്ത ഒരു ജനതയെ സൃഷ്ടിക്കുക എന്നതാണ്. ഇതിന് അത്ഭുതങ്ങൾ വേണം, അടയാളങ്ങൾ വേണം, കർമ്മപരിപാടികൾ വേണം, തീർത്ഥയാത്രകൾ വേണം, ഇതിന് സങ്കീർത്തനങ്ങളും ഭജനങ്ങളും വേണം.

ഒരേ ഈണത്തിലുള്ള പാട്ട് മനുഷ്യന് ഉറക്കമുണ്ടാക്കിത്തീർക്കും എന്നും ഒരേ തരത്തിലുള്ള നിർദ്ദേശങ്ങൾ മനുഷ്യന്റെ ബുദ്ധിയെ

മന്ദീഭവിപ്പിക്കുമെന്നും അറിയുന്ന ഒരു ഫാസിസ്റ്റ് പ്രചാരകൻ ഇത്തരത്തിലുള്ള പ്രചരണ തന്ത്രങ്ങൾ ഉപയോഗിക്കുന്നു. ഇതിനെ താന്ത്രിക വിദ്യ എന്നാണ് പറയുന്നത്. ആയുധങ്ങൾ ഉണ്ടാക്കുന്നതു പോലെ തന്നെ ഫാസിസ്റ്റുകളെ രൂപപ്പെടുത്തിയെടുക്കുന്ന ആദ്ധ്യാത്മിക പ്രവർത്തനങ്ങൾ അഥവാ, താന്ത്രിക വിദ്യകൾ രൂപപ്പെടുത്തിയെടുക്കുന്നതിനും പ്രത്യേകമായ താന്ത്രിക സെല്ലുണ്ട്. ഇത് പലപ്പോഴും മറ്റുള്ള ആയുധങ്ങളെപ്പോലെ തന്നെ മറ്റുള്ളവരെ കൊല്ലാനോ ആത്മഹത്യ ചെയ്യാനോ പ്രയോജനപ്പെട്ടുവെന്നു വരാം. ഒരുപക്ഷേ അങ്ങനെയാണ് സംഭവിക്കുന്നതും, ഇത്തരത്തിലുള്ള ഒരു അടച്ചിട്ട മനസ്സ് നിർമ്മിക്കുവാൻ, ഒരു ചെറിയ കിളിവാതിൽ മാത്രം തുറന്നിട്ടിരിക്കുന്നതും നിർദ്ദേശം കേൾക്കാൻ ഒരു ദിക്കിൽ മാത്രം ഉണർന്നിരിക്കുന്നതുമായ ഒരു മനസ്സുണ്ടാക്കിത്തീർക്കുവാൻ, വളരെ ശ്രദ്ധയോടെ ഉള്ള ഒരു ശ്രമമാണ് ഇന്ത്യയിലെയും കേരളത്തിലെയും ഫാസിസ്റ്റ് ശക്തികൾ വാസ്തവത്തിൽ അവരുടെ കേന്ദ്രങ്ങളിൽ നടത്തിക്കൊണ്ടിരിക്കുന്നത്. അതുകൊണ്ട് തൊടുത്തുവിട്ട ഒരു ബാണം പോലെ ഒരു കുറ്റബോധവുമില്ലാത്ത അവർക്ക് ഏതു ക്രൂരതയും ചെയ്യാൻ കഴിയുന്നു.

കൊല്ലുന്നവന് കൊലയാണ് ധർമ്മമെന്ന് ശ്രീകൃഷ്ണൻ പറഞ്ഞിട്ടുണ്ട്. 'അർജ്ജുനാ നീ കൊല്ലുക' എന്നു പറയുന്നത് കൊല്ലുന്നതിന്റെ സാധൂകരണവും കൊല്ലുന്നതിന്റെ മഹത്വ പ്രകീർത്തനവും ആയിത്തീരുന്നു.

'യുദ്ധത്തിനായി ഉണരുക' എന്ന് പറയുന്ന അർജ്ജുനനോട് 'നീ ക്ഷത്രിയനാണ്' എന്നും ക്ഷത്രിയൻ യുദ്ധം ചെയ്യണമെന്നും സമാധാന ശ്രമത്തിൽ പങ്കെടുക്കുന്ന ഒരു ക്ഷത്രിയൻ സ്വന്തം ധർമ്മത്തെ വഞ്ചിക്കുകയാണ് എന്നുമുള്ള ഉപദേശത്തെ ഉപകരണമാക്കിക്കൊണ്ട്, തങ്ങൾക്ക് ഒരു കുറ്റവാളിയെ ഉണ്ടാക്കാനും ചെയ്യുന്ന കുറ്റത്തിൽ നിന്ന് അയാളെ കുറ്റ വിമുക്തമാക്കാനും കഴിയും എന്നു ഫാസിസ്റ്റുകൾ മനസ്സിലാക്കുന്നു. ഒരാളെ കുറ്റ വിമുക്തമാക്കാൻ അയാൾ ചെയ്യുന്നത് പാപമല്ല എന്ന് അയാളെ ബോധ്യപ്പെടുത്തിയാൽ മതി. നിങ്ങളുടെ ശരീരത്തിൽ ചെളി പൂശിയിട്ട് അതു ചെളിയല്ലെന്നും അതു കളഭമാണെന്നും നിങ്ങളെ ബോധ്യപ്പെടുത്തിയാൽ നിങ്ങൾക്ക് അത് ചെളിയാണെന്ന് തോന്നുകയില്ല. ഇതാണ് നന്മതിന്മകളെക്കുറിച്ചുള്ള വളരെ പ്രാഥമികമായ ലോകതത്ത്വം. നാം ഏറ്റവും അധികം വന്ദിക്കുന്നത് പാവങ്ങളുടെ ഈശ്വരനായ ശിവനെയാണ്. ചുടലയിലെ ചാരമാണ് ശിവൻ ശരീരം മുഴുവൻ പൂശുന്നത്. ഇത് ഈജിപ്തിലെ പ്രാചീന മനുഷ്യൻ ചെയ്തിരുന്ന ഒരു ആചാരമാണ്. ഹോമിച്ച മൃഗങ്ങളുടെ ചാമ്പലെടുത്ത് ശരീരത്തിൽ പൂശുക എന്നത് അതിപ്രാചീനമായ മനുഷ്യ വർഗ്ഗത്തിന്റെ ഒരാചാരമാണ്. ഈ ചാമ്പലെടുത്ത് പൂശുന്നത് ഒരു പുണ്യ കർമ്മമാണ്, പാപ കർമ്മമല്ല.

ഇങ്ങനെ വെണ്ണീർ പൂശുന്നത് പുണ്യ കർമ്മമാണ് എന്നു ധരിക്കുന്നതു പോലെ കൊല ചെയ്യുന്നത് പുണ്യമാണെന്ന് ധരിപ്പിക്കാൻ കഴിയും. അതായത്, കൊല്ലുകയെന്നത് നിന്റെ ധർമ്മമാകയാൽ നീ കൊല്ലുക എന്നും അങ്ങിനെ ചെയ്താൽ നീ പാപ വിമുക്തനായിരിക്കും എന്നുമുള്ള ബോധം നിങ്ങളുടെ മനസ്സിൽ ഉറപ്പിച്ചാൽ നിങ്ങൾ സംശയമില്ലാതെ കൊല്ലും. കൊല്ലുന്നവന്റെ ആയുധങ്ങൾ കുറിക്കു കൊള്ളുകയും ചെയ്യും. ഇത്തരത്തിലുള്ള പാപ വിമുക്തി ഉണ്ടാക്കാനുള്ള തന്ത്രം വാസ്തവത്തിൽ ഫാസിസ്റ്റുകൾ ആവിഷ്കരിച്ചു കൊണ്ടേയിരിക്കും.

നാമറിയാത്തത്, നാം നമ്മുടെ സാമാന്യ ബുദ്ധി ഉപയോഗിച്ച് എല്ലാ കൊലപാതകങ്ങളും മോശമാണ് എന്നും ശ്രീരാമനു പോലും ശംബൂകനെ കൊല്ലുമ്പോൾ കൈ വിറച്ചുവെന്നുമുള്ള കാര്യമാണ്. തന്റെ കൈവിറയ്ക്കുന്നത് കണ്ടിട്ട് ശ്രീരാമൻ തന്നെ തന്റെ കൈയോട് ചോദിക്കുന്നുണ്ട്. 'ഈ രാജ്യം മുഴുവൻ രക്ഷിച്ചു പോരുന്ന രാമന്റെ കൈകൾ, ബ്രാഹ്മണക്കുട്ടിയെ കൊന്ന ശംബൂകനെ കൊല്ലുമ്പോൾ, രാമാ നിന്റെ കയ്യെന്താണ് വിറയ്ക്കുന്നത്?' എന്ന് ചോദിക്കുന്നത്, കൈ വിറക്കുന്ന രാമൻ ക്ഷത്രിയനല്ല എന്നു വരുത്താനാണ്. കൈ വിറയ്ക്കുന്ന കൊലയാളി കൊലയാളിയല്ല എന്നു കൊലയാളിയെ ബോധ്യപ്പെടുത്താൻ കഴിഞ്ഞാൽ കൈ വിറയ്ക്കില്ല, എന്നു മാത്രമല്ല വെട്ടുന്നത് കൊള്ളേണ്ടിടത്ത് കൊള്ളുകയും ചെയ്യും. ഇത്തരത്തിലുള്ള ഇമ്മ്യൂണിറ്റി നമ്മുടെ ബുദ്ധിക്ക് ഉണ്ടാക്കിക്കൊടുക്കുക എന്നത് അതിപ്രധാനമായ ഒരു ഫാസിസ്റ്റ് തന്ത്രമാണ്.

കൊല നിങ്ങളുടെ ധർമ്മമാണ് എന്നു പറയുക എന്നുള്ളതും 'മാൻ ഈസ് നോട്ട് ആൻ ഇൻഡിവിജ്വൽ ബട്ട് ഈസ് ആൻ ഇൻസ്ട്രുമെന്റ് ഓഫ് മൊറാലിറ്റി' എന്നുള്ളതും മുസോളിനിയുടെ പ്രധാനപ്പെട്ട ഒരു വാക്യമാണ്. പേഴ്സണാലിറ്റിയല്ല മൊറാലിറ്റിയാണ് വലുത് എന്നതാണ് ഇതിന്റെ അർത്ഥം. ഒരു ധർമ്മത്തിനു വേണ്ടി ഒരു വ്യക്തിയെ ത്യജിക്കുക എന്നത് ധർമ്മത്തിന്റെ രക്ഷയ്ക്ക് ആവശ്യമാണ് എന്നും മുസോളിനി അയാളുടെ പാഠപുസ്തകത്തിൽ എടുത്തെടുത്ത് പറയുന്നുണ്ട്. മൊറാലിറ്റിയെക്കുറിച്ച് പറയുമ്പോൾ ഇപ്പോൾ കൂടെക്കൂടെ കേൾക്കേണ്ടി വരുന്ന ഒരു വാക്യം, ഇന്ത്യയെ വിഭജിക്കേണ്ടി വരുമോ എന്നും ഇന്ത്യയെ ഒരു മത രാഷ്ട്രമായി പ്രഖ്യാപിക്കുകയില്ല എന്നുമുള്ള നമ്മുടെ ഭരണകൂടത്തിന്റെ പ്രഖ്യാപനമാണ്. ഇത് ഇറ്റലിയിൽ മുസോളിനി പറഞ്ഞ അതേ വാക്യമാണ്.

രാമക്ഷേത്രം നമ്മൾ പണിയുകയില്ല എന്ന് ആവർത്തിച്ച് ആണയിട്ട് പറയുമ്പോഴും നമ്മൾ മനസ്സിലാക്കാത്ത ഒന്ന്, രാമക്ഷേത്രം നിർമ്മിക്കുക എന്നത് ഫാസിസ്റ്റ് അജണ്ടയല്ല എന്നതാണ്. ദില്ലിയിലെ കോട്ട

പിടിച്ചെടുക്കുക എന്നതാണ് യഥാർത്ഥത്തിൽ ഫാസിസ്റ്റ് അജണ്ട, ഇന്ത്യയിലെ ജനങ്ങളെ അധീനപ്പെടുത്തുക എന്നതും.

ത്രേതാ യുഗത്തിൽ ജനിച്ച രാമന് ഒരു ക്ഷേത്രം പണിതു കൊടുക്കുകയല്ല, ഫാസിസ്റ്റുകളെ ലക്ഷ്യമെന്ന് നമ്മുടെ മുഴുവൻ രാമഭക്തന്മാർക്കും മനസ്സിലാകുന്നില്ല, നമ്മൾ പോലും മനസ്സിലാക്കുന്നില്ല. അതുകൊണ്ടാണ് നാം നോക്കിയിരിക്കെത്തന്നെ അവർ ഈ പൂജാ പാത്രങ്ങളും ആരാധനാപാത്രങ്ങളും സൂത്രമാർഗ്ഗങ്ങളും ഉപേക്ഷിക്കുകയും ഫാസിസം അതിന്റെ തനിരൂപത്തിൽ പ്രത്യക്ഷപ്പെടുകയും ഹിന്ദുത്വം എന്നു പറയുന്നത് ഹിന്ദുത്വവുമായി ഒരു ബന്ധവുമില്ലാത്ത സാധനമാണ് എന്ന് ഹിന്ദുക്കൾ തന്നെ അറിയേണ്ടി വരികയും ചെയ്യുന്നത്. നാമിപ്പോൾ ഹിന്ദു ഫാസിസത്തെക്കുറിച്ച് പറഞ്ഞു കൊണ്ടിരിക്കുമ്പോഴും വാസ്തവത്തിൽ ഹിന്ദുത്വമതം എന്നു സങ്കല്പിക്കുന്ന വിശ്വാസികളെ സംരക്ഷിക്കുക എന്നത് ഫാസിസ്റ്റ് അജണ്ടയിൽപ്പെട്ട ഒരു കാര്യമേ അല്ല. ഹിന്ദുത്വമെന്നുള്ളത്, ജാതി എന്നുള്ളത് പുഷ്പം കൊണ്ടോ പാത്രം കൊണ്ടോ ഫലം കൊണ്ടോ പൂജിക്കാനുള്ളതല്ല, മറിച്ച് ഒരു മതത്തിൽ അധിഷ്ഠിതമായിരിക്കുന്ന അധികാര ശക്തിയെ, ഒരു ശബരിമലയിൽ, ഒരു വർക്കലയിൽ, ഒരു ഗുരുവായൂരിൽ, ഒരു മഥുരയിൽ, ഒരു അയോധ്യയിൽ നിക്ഷിപ്തമായ അധികാര ശക്തിയെ പിടിച്ചെടുക്കുകയാണ്. അമ്പലം പണിയുക എന്ന ആർക്കിടെക്ചറല്ല അവരുടെ ആത്യന്തിക ലക്ഷ്യം, മറിച്ച് ഒരു പൊളിറ്റിക്കൽ ആർക്കിടെക്ചറാണ്. അതായത് ഒരു രാഷ്ട്രീയ ശില്പ നിർമ്മാണമാണ്. അകത്ത് കടക്കാൻ മാത്രം വഴിയുള്ളതും പുറത്തുകടക്കാൻ വഴിയില്ലാത്തതുമായ ഒരു ആർക്കിടെക്ചർ ഉണ്ടാക്കുക എന്നതാണ് ഫാസിസ്റ്റ് ആരാധനാ തന്ത്രം. ഇതിന് മുസ്ലീങ്ങളെ അടിച്ചമർത്തണം എന്നുതോന്നിയാൽ മുസ്ലീങ്ങളെ അടിച്ചമർത്തും. ഫാറൂക്ക് അബ്ദുള്ളയെ കൂട്ടുപിടിക്കാൻ തോന്നിയാൽ അങ്ങനെ ചെയ്യും. ഇത് എളുപ്പത്തിൽ നടക്കും.

മനുഷ്യനെ തോല്പിക്കാനുള്ള പല മാർഗ്ഗങ്ങളിലൊന്ന് അവനെ ഭയപ്പെടുത്തുകയാണ് എന്നത് ഒരു പ്രാചീന യുദ്ധ തന്ത്രമാണ്. ആദ്യ യുദ്ധ ഘട്ടങ്ങളിൽ ഗോത്ര യുദ്ധങ്ങൾ നടന്നിരുന്ന കാലത്ത്, നാം ശത്രുക്കളെ കൊല്ലാറുണ്ടായിരുന്നു. എന്നാൽ ബുദ്ധിമാന്മാരായ ഇംപീരിയലിസ്റ്റുകൾ അങ്ങനെയല്ല. ശത്രുക്കളെ കൊല്ലുന്നതിനേക്കാൾ നല്ലത് അവരെ അടിമകളാക്കി വളർത്തുകയാണെന്നും അടിമകളെക്കൊണ്ട് ജോലി ചെയ്യിക്കാമെന്നും അടിമപ്പെണ്ണുങ്ങളെ വെറുതെ വിവാഹം കഴിച്ചു കൊണ്ടിരിക്കാമെന്നും അവർ കണ്ടുപിടിച്ചിരിക്കുന്നു.

മനുഷ്യവർഗ്ഗത്തിന്റെ കണ്ടുപിടിത്തങ്ങളുടെ ഒരു പുതിയ ഘട്ടമാണിത്. 'ഒരു പരാജിതമായ രാഷ്ട്രം ഒരു ഇംപീരിയലിസ്റ്റ് രാഷ്ട്രമാണ്' എന്നും മുസോളിനി പറഞ്ഞു വച്ചിട്ടുണ്ട്. പ്ലാറ്റോ തോൽപ്പിക്കപ്പെട്ട ഒരു രാഷ്ട്രീയത്തിൽ ജീവിച്ചിരുന്ന ആളാണ്. അതുകൊണ്ട് അയാൾ പടപ്പാട്ട് മാത്രം എഴുതിയാൽ മതി, പ്രണയഗാനം എഴുതേണ്ട എന്നും എഴുതുകയുണ്ടായി. അതുകൊണ്ട് ഒരു പരാജിത രാഷ്ട്രം എന്നുപറയുമ്പോൾ ഇന്ത്യൻ ഫാസിസ്റ്റുകൾ കരുതുന്നത് ബ്രിട്ടീഷുകാരാൽ മാത്രമല്ല ബാബറിനാൽ പോലും പരാജയപ്പെടുത്തപ്പെട്ട അത് ഒരു സാമ്രാജ്യ രാജ്യമായിത്തീരുമെന്നും സാമ്രാജ്യത്വത്തിലാണ് മനുഷ്യന്റെ വളർച്ച അതിന്റെ പാരമ്യത്തിലെത്തിക്കുന്നത് എന്നുമാണ്. ഇതു ഫാസിസ്റ്റ് ആദർശമാണ്. നാമെല്ലാം ഞായറാഴ്ചകളിൽ മാനവികതയെ കുറിച്ച് പറഞ്ഞു കൊണ്ടേയിരിക്കുന്നു. പക്ഷേ ഇത് തിരിച്ചറിയുന്നില്ല. ഇംപീരിയലിസം എന്നുള്ളത് ഇന്ത്യയെ ഒരു ഗ്രേറ്റർ ഇന്ത്യയായി രൂപപ്പെടുത്തുകയും ഇന്ത്യയെ ഒരു ഗ്രേറ്റർ ജർമ്മനിപോലെ വികസിപ്പിക്കുകയും ചെയ്തു കൊണ്ട് നാളെ ഇന്ത്യയുടെ ലോകമാണ് എന്നു വിളിപ്പിച്ചാൽ ആ മുദ്രാവാക്യം മനുഷ്യവർഗ്ഗത്തിന് അപമാനകരമായ മുദ്രാവാക്യമാണെന്ന് നാം തിരിച്ചറിയില്ല. നാളെത്തെ ലോകം മനുഷ്യരുടെ ലോകമാണ് എന്നു പറയുന്നതിനു പകരമാണ് ഇന്ത്യയുടെ ലോകമെന്നു പറയുന്നത്.

ദേശീയത എന്നു പറയുന്നത് ഒരു വങ്കത്തരമാണെന്നും ഒരു ജയിലറയാണെന്നും പ്രഖ്യാപിച്ചത് ബംഗാളിലെ രവീന്ദ്രനാഥ ടാഗോറാണ്. ഇന്ത്യ ആധിപത്യം പുലർത്തുന്ന ഒരു ലോകത്തിനു വേണ്ടിയല്ല, ഒരു മനുഷ്യനും ആധിപത്യമില്ലാത്തതും എല്ലാവർക്കും ആധിപത്യമുള്ളതുമായ സാർവ്വലൗകിക സൗഭാഗ്യത്തിനു വേണ്ടി ശ്രമിക്കുകയാണ് മനുഷ്യന്റെ കടമ എന്നത് പല തിരക്കുകൾക്കിടയിൽ നാം മറന്നു പോകുന്ന ഒരു വാക്യം കൂടിയാണ്. ഇപ്പോൾ കേട്ടു കൊണ്ടിരിക്കുന്ന മുദ്രാവാക്യം, വരാൻ പോകുന്ന ലോകം ഇന്ത്യയുടേതാണ് എന്നതാണ്. ഇത് നുണയാണ് എന്നുമാത്രമല്ല ചതിയുമാണ്. വരാനിരിക്കുന്ന ലോകം, ലോകത്തിന്റെ ലോകം ആയിരിക്കണമെന്നും ഹിറ്റ്ലറുടെ ലോകമായിരിക്കരുത് എന്നും ബ്രിട്ടന്റെ സൂര്യനസ്തമിക്കാത്ത സാമ്രാജ്യമായിരിക്കരുത് എന്നു പറയുന്നതിൽ എത്രമാത്രം ശരിയുണ്ടോ അത്രയും ശരി, വരുന്ന ലോകം ഇന്ത്യയുടെ ലോകമായിരിക്കരുത് എന്നു പറയുന്നതിലും ഉണ്ട്. അതുകൊണ്ട് നാം ഇന്ത്യക്കാരനല്ലാത്തവരെ കൊല്ലുന്നത് പുണ്യമാണ് എന്നു കരുതുന്നത് ഒരു മൗഢ്യമാണ് എന്നു മനസ്സിലാക്കേണ്ടിയിരിക്കുന്നു. കാശ്മീരിൽ മരിക്കുന്നവരെല്ലാം മഹാന്മാരാണ് എന്നും കണ്ണൂരിൽ മരിക്കുന്നവരെല്ലാം മോശക്കാരാണ് എന്നുമുള്ള ധാരണ നമ്മുടെ തലയിൽ കയറ്റി വച്ചത് ആരാണ്?

കൊല്ലുന്നതിൽ പാപമുണ്ടെന്നും പുണ്യമുണ്ടെന്നും നമ്മെ ധരിപ്പിക്കുകയും നാടിനു വേണ്ടി കൊല്ലുന്നതും ദേശീയതയ്ക്കു വേണ്ടി കൊല്ലുന്നതും മാന്യമാണ് എന്നും ദേശീയതയ്ക്കു വേണ്ടിയല്ലാതെ കൊല്ലുന്നത് അമാന്യമാണ് എന്നും വിശ്വസിപ്പിക്കാൻ ശ്രമിക്കുകയും ചെയ്യുന്നത് കൊലപാതകത്തെക്കുറിച്ചുള്ള ബോധമില്ലായ്മകൊണ്ടാണ്. ഇത് ചെറിയൊരു കാര്യമാണെങ്കിൽക്കൂടി വലിയ കാര്യം കൂടിയാണ്. അതായത്, വരാനിരിക്കുന്ന ലോകം എല്ലാ മനുഷ്യർക്കുമുള്ള ലോകമായിരിക്കണം. 'ഒരു ജാതി, ഒരു മതം, ഒരു ദൈവം കേരളക്കാർക്ക്' എന്നല്ല, 'ഇന്ത്യക്കാർക്ക്' എന്നല്ല, 'മനുഷ്യന്' എന്നാണ് ശ്രീനാരായണൻ പറഞ്ഞത്.

ലോകത്തിലുള്ള എല്ലാ തൊഴിലാളികളും സംഘടിക്കണമെന്നും നിങ്ങൾക്ക് നഷ്ടപ്പെടാൻ വിലങ്ങുകൾ മാത്രമാണ് ഉള്ളതെന്നുമാണ് മാർക്സ് പറഞ്ഞത്. ജർമ്മനി നാളത്തെ ലോകമായിരിക്കണമെന്നല്ല, 'ജർമ്മനിയിലെ തൊഴിലാളികളെ സംഘടിക്കൂ' എന്നോ, 'യൂറോപ്പിലുള്ള തൊഴിലാളികളെ, സംഘടിക്കൂ' എന്നോ അല്ല. നേരത്തേ പറഞ്ഞതിലുള്ള ചതി നമ്മുടെ ദൃഢമായ ദേശാഭിമാനത്തിൽ നാം ചിലതു മറന്നു പോകുന്നു എന്നതാണ്. ജയിക്കേണ്ടത് ഇന്ത്യയല്ല ലോകമാണ് എന്നും ജയിക്കേണ്ടത് മനുഷ്യത്വമാണ് എന്നുമുള്ളതാണ്. നാളത്തെ മനുഷ്യർക്കെല്ലാം ഒരുപോലെ ജീവിക്കാൻ കഴിയുന്ന, ഒരു വർഗ്ഗത്തിൽപ്പെട്ടവരെ അതേ വർഗ്ഗത്തിൽപ്പെട്ടവർ കൊന്നൊടുക്കാത്ത ഒരു ലോകമായിരിക്കണം എന്ന ചിന്ത നാം വിസ്മരിച്ചു പോകുന്നു. ദേശീയത നല്ല സാധനമാണ് എന്നു നാം ഇപ്പോഴും ധരിച്ചുകൊണ്ടേയിരിക്കുന്നു. യൂറോപ്യൻ ദേശീയതയാണ് സമീപകാല ദുരിതങ്ങൾ, കൂട്ടക്കൊലകൾ മുഴുവൻ ഉണ്ടാക്കിയത് എന്നു നാം അറിയണം. എങ്കിലും ഈ ദേശീയത നാം കൊണ്ടാടുന്നു. പണ്ടു പറഞ്ഞുവരുന്നതു പോലെ, രണ്ടു രാജ്യമുണ്ടെങ്കിൽ ഒരതിർത്തിത്തർക്കമുണ്ടാവും എന്ന് റസ്സൽ തന്റെ പ്രബന്ധത്തിൽ പറയുന്നുണ്ട്. അതുകൊണ്ട് രണ്ടു രാജ്യങ്ങൾ ഉള്ള കാലത്തോളം അതിർത്തിയുണ്ടാവുകയും അതിർത്തിയുള്ളിടത്തോളം കാലം അതിർത്തിത്തർക്കവുമുണ്ടാവുകയും ചെയ്യും. അത് ചിലപ്പോൾ മക്മോഹൻ രേഖയെക്കുറിച്ചോ, ലൈൻ ഓഫ് ആക്ച്വൽ കൺട്രോളിനെക്കുറിച്ചോ ആയിത്തീരുകയും യുദ്ധങ്ങൾ തുടർന്നു കൊണ്ടിരിക്കുകയും ചെയ്യും. യുദ്ധത്തിൽ ഒരു സത്യം മാത്രമേ ഉള്ളൂ. ജയിക്കുന്നവർ പറയുന്നതാണ് സത്യം എന്നതാണ്.

യുദ്ധത്തിന്റെ കാര്യത്തിൽ ജയിക്കുന്നവർ പറയുന്നത് സത്യവും തോല്ക്കുന്നവർ പറയുന്നത് കള്ളവും ആണ്. അതുകൊണ്ട് ഇത്തരം മൗഢ്യങ്ങളിൽ നിന്ന് തീർച്ചയായും ഫാസിസത്തിന്റെ വഴികളും ഊടുവഴികളും തിരിച്ചറിയുകയും നമ്മുടെ വ്യർത്ഥമായ മറ്റു പരിശ്രമങ്ങളെ

ഉപേക്ഷിക്കുകയും ചെയ്യുക എന്നുള്ളത് ഒരുപക്ഷേ നമുക്ക് സാധ്യമായ ഒരു ഫാസിസ്റ്റ് പ്രവർത്തനത്തിന്റെ ഭാരം ആയിത്തീരേണ്ടതാണ്. നമ്മുടെ ചിന്തയിൽ വരേണ്ട മാറ്റം ലോക ഫാസിസത്തിന്റെ ചരിത്രത്തിൽ നിന്നുള്ള പാഠങ്ങൾ ഉൾക്കൊണ്ടു കൊണ്ട് വരുത്തേണ്ട മാറ്റങ്ങളായിരിക്കാം. എങ്ങനെയാണ് മറ്റു നാടുകളിൽ ഈ പ്രവർത്തനങ്ങൾ ഈ നൂറ്റാണ്ടിന്റെ ആദ്യ വർഷങ്ങളിൽ നടന്നു കൊണ്ടിരിക്കുന്നത് എന്ന് സൂക്ഷ്മമായി തിരിച്ചറിയുക തന്നെ വേണം.

കമ്മ്യൂണിസ്റ്റുകാരെക്കുറിച്ച് പറയാറ്, അവർ ജർമ്മനിയിൽ നിന്നുള്ള ആശയങ്ങൾ വ്യാപാരം ചെയ്യുന്നവരാണെന്നാണ്. ജർമ്മനിയിൽ നിന്നുള്ള മൊട്ടു സൂചിയും സേഫ്റ്റിപിന്നും മാത്രമല്ല പ്രത്യയശാസ്ത്രങ്ങളും വ്യാപാരം ചെയ്തു കൊണ്ടിരിക്കുന്ന ഫാസിസ്റ്റുകളാണ് ഇങ്ങനെ പറയുന്നത് എന്നത് ഈ നൂറ്റാണ്ടിലെ ഏറ്റവും വലിയ തമാശയാണ്. ഈ പ്രത്യയശാസ്ത്രം, തമാശയായി പറഞ്ഞാൽ, അത് ഹിറ്റ്ലറുടേത് അല്ലാതാവുന്നില്ല. ഫാസിസ്റ്റ് അടിസ്ഥാന പ്രമാണങ്ങളെക്കുറിച്ചുള്ള ബോധം നമുക്കുണ്ടായിരിക്കേണ്ടത് വളരെ ആവശ്യമാണ്. അതുകൊണ്ട് പത്രങ്ങളിൽക്കൂടിയുള്ള സമരം കൊണ്ടു മാത്രമല്ലാതെ, മനുഷ്യത്വത്തിന്റെ യഥാർത്ഥ മുഖം തുറന്നു കാട്ടുന്നതും ഫാസിസത്തിന്റെ ദ്വിമുഖം തുറന്നു കാട്ടുന്നതുമായ പ്രവർത്തനമാണ് ആവശ്യം.

നമ്മുടെ നാട്ടിലെ എന്നല്ല ഒരു നാട്ടിലെയും ആരും തന്നെ മരിക്കരുത് എന്നുള്ളത് മരണത്തോട് അടുത്തു നില്ക്കുന്ന എല്ലാവരുടേയും ഒരാഗ്രഹമാണ്. അതുകൊണ്ട് ഇത്തരം ഒരാഗ്രഹം ഏതാനും ആളുകളിൽ മാത്രം ഒതുക്കി നിർത്താതെ, ലോകത്തിലുള്ള ഒരു മനുഷ്യനും മരിക്കരുത് എന്നും എല്ലാ മനുഷ്യർക്കും ജീവിക്കാനുള്ള ഇടം ഈ ലോകത്തിലുണ്ട് എന്നും നാം ഓർക്കണം, നമ്മുടെ പഴയ ഡെമോഗ്രാഫിക് വിദഗ്ധനും മന്ത്രിയുമായിരുന്ന ചന്ദ്രശേഖരൻ, ഇന്ത്യയിലെ ജനങ്ങൾ പത്തു വർഷത്തിനുള്ളിൽ മരിക്കും എന്ന് 1954-ൽ പ്രസംഗിച്ചത് കേട്ടിട്ട് ബ്രിട്ടീഷ് ശാസ്ത്രജ്ഞനായ ജെ. ബി. എസ് ഹാൽഡേൻ പറഞ്ഞത്, ഇന്ത്യയിലെ എന്നല്ല ലോകത്തിലെ ജനങ്ങൾക്ക് ആവശ്യമുള്ള ഭക്ഷണം കപ്പയുടെ ഇലയിൽ നിന്നും മറ്റു ചെടികളുടെ ഇലയിൽനിന്നും ഉണ്ടാക്കിയെടുക്കാം എന്നാണ്. ഇന്ത്യയിലെ ജനങ്ങൾ പത്തുകൊല്ലം കൊണ്ട് മരിച്ചില്ല എന്നു മാത്രമല്ല, ഇന്ത്യ ഭക്ഷ്യ കാര്യങ്ങളിൽ സ്വയം പര്യാപ്തത കൈവരിക്കുകയും ചെയ്തു. ലോകത്തിലെ എല്ലാ മനുഷ്യർക്കും താമസിക്കാനുള്ള ഇടം, ഭക്ഷിക്കാനുള്ള ഭക്ഷണം, ശ്വസിക്കാനുള്ളള വായു എല്ലാമുള്ള ഒരു ലോകത്തിൽ നിന്നുകൊണ്ട്, ഈ ഏകാധിപത്യത്തിലേക്ക് നയിക്കുന്ന വിശ്വാസം നമുക്ക് ആവശ്യമില്ല എന്നു പറയേണ്ടത് തീർച്ചയായും കണ്ണൂരിലെ ജനങ്ങളുടെ മാത്രം കടമയല്ല. ഇവിടത്തെ

ജനങ്ങൾ അവരുടെ നെഞ്ചുകൊണ്ട് ലോകത്ത് വരാനിരിക്കുന്ന ആപത്തിനെ ചെറുക്കുമ്പോൾ, ആ നെഞ്ചിനെ പഴിക്കുന്ന മറ്റുള്ളവർക്ക് ഹൃദയമുണ്ടോ എന്നു സംശയിക്കേണ്ടിയിരിക്കുന്നു. തീർച്ചയായും ആരുടെ മരണത്തിലാണ് നമ്മുടെ മാനവീയത കെട്ടിപ്പടുക്കേണ്ടത് എന്ന ചുമതല മരിക്കാതെയിരിക്കുന്ന മറ്റു ഭീരുക്കൾക്ക് ഉണ്ടാകേണ്ട കാലം അതിക്രമിച്ചിരിക്കുന്നു.

●

1999

ഫാസിസം
ഭീരുക്കളുടെ സിദ്ധാന്തം

മനുഷ്യൻ കണ്ടുപിടിച്ച ഏറ്റവും വലിയ വിഡ്ഢിത്തമാണ് ജനാധിപത്യമെന്ന് മുസോളിനി വിശ്വസിച്ചു. അങ്ങനെയൊരു നിർവ്വചനത്തോടെയാണ് ഫാസിസത്തെക്കുറിച്ചുള്ള ചർച്ച അദ്ദേഹം തുടങ്ങിയത്. അധികാരങ്ങളെല്ലാം ഒരാളിൽ കേന്ദ്രീകരിക്കുന്ന ഫാസിസത്തിന് ഒരിക്കലും പിഴവു പറ്റില്ലെന്ന് മുസോളിനി പറഞ്ഞു. എന്നാൾ ഏതു മനുഷ്യനും തെറ്റു സംഭവിക്കാമെന്ന ചിന്തയാണ് ജനാധിപത്യത്തിന്റേത്. ഫാസിസം ഇത് അംഗീകരിക്കുന്നില്ല. രാഷ്ട്രീയത്തിൽ എന്ന പോലെ ഭാഷയിലും ജീവിതത്തിന്റെ ഇതര മേഖലയിലും ഫാസിസം സ്വാധീനിക്കുന്നു. അത് ആകർഷകമായ ഒരു തത്ത്വമാണെന്ന് ചിലർക്ക് തോന്നിപ്പോകുന്നു.

അമ്പതു വർഷം മുമ്പ് എറണാകുളത്ത് ഒരു സദസ്സിൽ ഇടതു വശത്തിരുന്ന സ്ത്രീകളെല്ലാം നിറമുള്ള വസ്ത്രങ്ങളും വലതു വശത്തിരുന്ന പുരുഷന്മാരെല്ലാം നിറമില്ലാത്ത വസ്ത്രങ്ങളും ധരിച്ചിരിക്കുന്നത് എന്തുകൊണ്ടാണെന്ന് എം.വി. ദേവൻ ചോദിച്ചു. വസ്ത്രം ഒരു സാംസ്കാരിക പ്രയോഗമാണ്. സ്ത്രീകൾ എന്തു വേഷം ധരിക്കണമെന്നതും പുരുഷന്മാർ എന്തും വേഷം അണിയണം എന്നതും ഏതു വർണ്ണം വേണം എന്നതും സംസ്കാരത്തിന്റെ ഒരു തലത്തെക്കുറിക്കുന്നു.വസ്ത്രധാരണം നാണം മറയ്ക്കാൻ വേണ്ടിയാണ് എന്നത് പല അന്ധവിശ്വാസങ്ങളിൽ ഒന്നു മാത്രമാകുന്നു. നവോത്ഥാന കാലത്തിനു തൊട്ടുമുമ്പ് ചാന്നാർ ലഹള ഉണ്ടായി. ആദരിക്കേണ്ട ഒരാൾ എതിരെ വരുമ്പോൾ നാം തലേക്കെട്ട് മാറ്റുന്നു.

വസ്ത്രം അധികാരത്തിന്റെ ചിഹ്നമാണ്. രാജാവിന് ഒരു വേഷമുണ്ടായിരുന്നു. മാറു മറയ്ക്കാനുള്ള അവകാശത്തിനു വേണ്ടിയായിരുന്നു ചാന്നാർ ലഹള; അധികാരത്തിനു വേണ്ടിയുള്ള ചരിത്ര പ്രസിദ്ധമായ ഒരു സമരം.

അത് ഒരു ചെറിയ കാര്യമാകാം. എങ്കിലും നഗ്നത മറയ്ക്കുക എന്ന പ്രാഥമിക ലക്ഷ്യം മാത്രമല്ല അതിലുള്ളത്. മദിരാശിയിലെ എസ്.ഐ .ടി കോളേജിൽ ഏതാനും വർഷം മുമ്പ് പെൺകുട്ടികൾ എന്തു വസ്ത്രം ധരിക്കണം എന്നത് ഒരു തർക്ക വിഷയമായി. പ്രത്യേക രീതിയിൽ വസ്ത്രം ധരിച്ച പെൺകുട്ടികൾ സത്യാഗ്രഹം ഇരുന്നു. അപ്പോൾ വസ്ത്രം ധരിക്കുക എന്നത് അധികാരത്തിന്റെ പ്രയോഗവും ഒരു സാംസ്കാരിക വടംവലിയുടെ അടയാളവും ആയി മാറുന്നു. മുണ്ടുടുക്കരുത് എന്നത് ഒരു അധികാര പ്രയോഗമാണ്.

വസ്ത്രധാരണം പോലെ തന്നെ പ്രധാനമാണ് ഭക്ഷണത്തിന്റെ കാര്യവും. നമ്മുടെ അയൽനാടായ തമിഴ്നാട്ടിൽ ജനങ്ങളെ ശൈവന്മാരെന്നും അശൈവന്മാരെന്നും വേർതിരിച്ചു. ശിവനെ ആരാധിക്കുന്നവരും അല്ലാത്തവരും എന്ന വിഭജനമല്ല ഇത്. പച്ചക്കറി കഴിക്കുന്നവരും മത്സ്യമാംസമുൾപ്പെടെ എല്ലാം ഭുജിക്കുന്നവരും എന്ന വേർതിരിവാണ്. ലോകത്ത് രണ്ടു ജാതി മനുഷ്യന്മാരുണ്ടെന്നും അതിലൊന്ന് പച്ചക്കറി കഴിക്കുന്നവരും മറ്റൊന്ന് എല്ലാം ഭക്ഷിക്കുന്നവരുമാണ് എന്നതാണ് ഒരു സാംസ്കാരിക വിഭജനം. ശൈവന്മാർ അശൈവന്മാരെ ശത്രുക്കളായി കരുതുന്നു. ഇരുകൂട്ടരും ഒന്നല്ലാത്തതു കൊണ്ട് രണ്ടു വർഗ്ഗങ്ങളായി പിരിയുന്നു. അപ്പോൾ ആഹാരരീതി ലോകത്തെ അവകാശപ്പെടാനുള്ള നമ്മുടെ അധികാരത്തിനു വേണ്ടിയുള്ള ഒരു സാംസ്കാരിക രീതിയായി മാറുന്നു.

ഒരുവൻ എങ്ങനെ തന്റെ തലമുടി കൊണ്ടുനടക്കുന്നു എന്നതിൽ നിന്ന് അവന്റെ മതം തീരുമാനിക്കാം എന്ന് ബഷീർ ഒരു ഗംഭീര തമാശ പറഞ്ഞിട്ടുണ്ട്. തലയും തലമുടിയും തമ്മിലുള്ള ബന്ധം ഒരു ദാർശനിക ബന്ധമാണ്. ഷെല്ലി തന്റെ മുടി നീട്ടി വളർത്തി, ഷെയ്ക്സ്പിയർക്ക് നീണ്ട തലമുടിയായിരുന്നു. ശ്രീകൃഷ്ണനും മുടി നീട്ടി വളർത്തിയിരുന്നു. നീണ്ട മുടിയുള്ളവർ ലൈസൻഷ്യസ് ആയിരിക്കും എന്നതാണ് ഒരു ധാരണ. മുടി നീട്ടി വളർത്തുക എന്നത് വീക്ഷണത്തിലെ ഒരു ഉദാരതയാണ്. അത് നമ്മുടെ സംസ്കാരത്തിന്റെ ഒരു അടയാളവുമാണ്. ഒരു പട്ടാളക്കാരന് വളരെ ക്ലോസ് കട്ട് ക്രോപ്പ് ആണ് ഉള്ളതെന്ന് പറഞ്ഞാൽ അയാളുടെ തല അനുസരണയുടെയും അച്ചടക്കത്തിന്റെയും ഒരു തൊപ്പിക്കുള്ളിൽ ഒതുക്കി വക്കാനുള്ളതാണ് എന്നാണ് അർത്ഥം.

ലോക പ്രശസ്തനായ ഒരു രാഷ്ട്രീയ നേതാവ് തന്റെ ഗ്രാമത്തിലേക്ക് കഴിഞ്ഞ വർഷം തിരിച്ചെത്തിയപ്പോൾ തല മുണ്ഡനം ചെയ്താണ് മശായി ഗോത്രത്തലവൻ അദ്ദേഹത്തെ സ്വീകരിച്ചത്. മശായി വംശത്തിൽ തിരിച്ചെത്തണമെങ്കിൽ മുടി മുറിച്ചിരിക്കണം എന്നതാണ് നിയമം. അപ്പോൾ

തലമുടി കണ്ടാൽ ആളുടെ മതമറിയാം എന്ന ചൊല്ല് നമ്മുടെ ഭാഷയിലും ഉണ്ടായിത്തീരുന്നു. അങ്ങനെ ആഹാരത്തിൽ മാത്രമല്ല, വസ്ത്രധാരണ രീതിയിലും വേഷത്തിലും നടപ്പിലും ഇരിപ്പിലും എല്ലാം ഒരു ശൈലി ഉണ്ടായിത്തീരുന്നു. ഏറെപ്പേർ ഏറെക്കാലം ചെയ്താൽ ആ ശൈലി നമ്മുടെ സംസ്കാരത്തിന്റെ ഭാഗമാകുകയും ചെയ്യുന്നു. ഒരു ജീവിത ശൈലിയും സാംസ്കാരിക രീതിയും നമുക്കുണ്ടാകുകയും കുറേക്കാലം അതു തുടർന്നാൽ ഇങ്ങനെയൊരു ജീവിതരീതി മാത്രമേ ഉള്ളൂ എന്നും ഇതിൽ നിന്നു വ്യത്യസ്തമായ ശൈലിയുള്ളവർ നിന്ദ്യരായിത്തീരുമെന്നും വരുന്നു.

ഇന്ത്യയിൽ ഏറെക്കാലം ഉണ്ടായിരുന്നത് ഒരു സവർണ്ണ ഹൈന്ദവ ശൈലിയായിരുന്നു എന്നും അതുകൊണ്ട് ഇവിടുത്തെ ഫാസിസ്റ്റ് സ്വഭാവത്തിന് ഒരു സവർണ്ണ ഹൈന്ദവ രീതിയാണുള്ളതെന്നും നമുക്കറിയാം. അതുകൊണ്ട് ഹൈന്ദവർ ചെയ്യുന്നതെല്ലാം ശരിയാണെന്നും പ്രചരിക്കുന്നു. ഞങ്ങൾക്ക് ഒരു മലയാളം അധ്യാപകനുണ്ടായിരുന്നു. അദ്ദേഹം മലയാളത്തിൽ നിരൂപണം എഴുതിയ ഒരു യുവാവിനെപ്പറ്റി ക്ലാസിൽ നോട്ടു കൊടുത്തത് ഗോമാംസം ഭക്ഷിക്കുന്ന ക്രിസ്ത്യാനിക്കുണ്ടോ ആർഷ സംസ്കാരത്തിന്റെ വിലയറിയുന്നു എന്നാണ്. ആ നിരൂപകൻ പിന്നീട് വലിയ ആളായിത്തീരുകയും ജോസഫ് എന്നു പേരുള്ള അദ്ദേഹം ജോസഫ് മുണ്ടശ്ശേരി എന്ന് അറിയപ്പെടുകയും ചെയ്തു.

ആഹാരം, വേഷം എന്നിവ പോലെ ആരാധനാ രീതിയും പ്രധാനമാകുന്നു. അഗ്നി കൊണ്ടു പൂജിക്കുന്നവരും പൂവു കൊണ്ട് പൂജിക്കുന്നവരും വെള്ളം കൊണ്ട് പൂജിക്കുന്നവരും ഉണ്ടാകുന്നു. ഒരു പ്രത്യേക രീതിയിലുള്ള ആരാധനാക്രമം മറ്റുള്ളവർ അംഗീകരിച്ചെന്നു വരില്ല. സംസ്കാരങ്ങളുടെ ഒരു സമന്വയം ഉണ്ടാകുമ്പോൾ എല്ലാ ആരാധനാ ക്രമങ്ങളും ഒന്നാകുന്നു. അക്കാലത്താണ് ഗീതയുണ്ടായതെന്നു കേൾക്കുന്നു. പുഷ്പം, പത്രം, ഫലം, തോയം എന്നത് നാലു വസ്തുക്കളുടെ പേരല്ല. മറിച്ച് നാല് ആരാധനാ ക്രമങ്ങളുടെ പേരാണ്. സ്വർഗ്ഗവും ഭൂമിയും തമ്മിൽ, കാണുന്നതും കാണാത്തതും തമ്മിൽ ബന്ധിപ്പിക്കുവാനുള്ള വസ്തുക്കൾ. ഇതെങ്ങനെ വേണം എന്നത് ഒരു ആരാധനാശൈലിയായി മാറാം. നിലവിളക്ക് കത്തിച്ചു വച്ചിട്ടു വേണോ അല്ലാതെ വേണോ എന്ന തർക്കം ഉദ്ഭവിക്കുന്നു. വിളക്ക് വെളിച്ചം നൽകുമെന്നു നമുക്കറിയാം. അതിനപ്പുറം നിലവിളക്ക് ഒരു ആരാധനാ ക്രമത്തിന്റെ വിശ്വാസത്തിന്റെ, സംസ്കാരത്തിന്റെ അടയാളമായി മാറുന്നു. അത് അന്യമാണെന്നു കരുതുന്നു. കേരളത്തിലെ ആദ്യത്തെ പള്ളി കൊടുങ്ങല്ലൂരാണ്. അവിടൊരു നിലവിളക്കുണ്ട്. സമന്വയകാലത്ത് പല വിശ്വാസങ്ങളും ആരാധനാക്രമങ്ങളും കൂടിക്കുഴയാറുണ്ട്. ഇന്തോനേഷ്യയിലെ മുസ്ലീങ്ങൾ

രാമായണം അഭിനയിക്കുന്നതു പോലെ. എന്നാൽ സംഘർഷ കാലത്ത് വിപരീതാനുഭവങ്ങൾ ഉണ്ടാകുന്നു. ഓരോ വിഭാഗവും പരസ്പരം കോട്ടകെട്ടി ഒറ്റപ്പെടുകയും അന്യോന്യം കലഹിക്കുകയും തന്റെ വിശ്വാസമാണ് മഹത്തരമെന്ന് കരുതി മാറി നില്ക്കുകയും ചെയ്യും. ഇത് സാംസ്കാരികമായ ഭയം കൊണ്ട് ഉണ്ടാകുന്നതാണ്.

ഭയത്തിന്റെ ഒരു പ്രധാന സ്വഭാവം ആക്രമണമാണ്. തന്നെ ആരോ ആക്രമിക്കാൻ വരുന്നു എന്ന ഭീതിയിൽ നിന്നാണ് ഒരാൾ സ്വയം, അക്രമനിരോധന വകുപ്പുള്ളതു പോലെ, എവിടെയും ഒഫൻസ് ഇല്ലെങ്കിൽ പിന്നെ ഡിഫൻസ് വകുപ്പ് എന്തിനാണ്? ഒരു സർക്കാരിനും ഒഫൻസ് വകുപ്പും ഒഫൻസ് മന്ത്രിയും ഇല്ല. എല്ലാ ആക്രമണങ്ങളും ഉണ്ടാകുന്നത് സാംസ്കാരികമായ ഒരു ഭയത്തിൽ നിന്നാണ്. അതുകൊണ്ട് ഫാസിസത്തെ ഞങ്ങൾ വിളിക്കുന്നത് ഭീരുക്കളുടെ സിദ്ധാന്തം എന്നാണ്. പക്ഷേ മുസോളിനി പറയും അതൊരു ആത്മീയ സിദ്ധാന്തമാണെന്ന്. ഫാസിസം ഈസ് സ്പിരിച്വൽ എന്നു പറഞ്ഞാൽ മാർക്സിസം ഈസ് എ മെറ്റീരിയലിസ്റ്റിക് ഐഡിയോളജി എന്നാണ്. ആത്മീയ സിദ്ധാന്തം മനസ്സിനെയാണ് ആദ്യം കീഴ്പ്പെടുത്താൻ ശ്രമിക്കുക. മാനസിക പ്രവർത്തനങ്ങളിൽ ഊന്നിക്കൊണ്ട് രാഷ്ട്രീയ പ്രവർത്തനം നടത്തുക. അതുകൊണ്ട് ഫാസിസം സംസ്കാരത്തിന്റെ ആത്മീയതലങ്ങളെ ആക്രമിക്കുകയും കീഴ്പ്പെടുത്തുകയും ഉപയോഗിക്കുകയും ചെയ്യുന്ന ഒരു ദർശനമായിത്തീരുന്നു. മനസ്സിനെ ആക്രമിച്ച കീഴ്പ്പെടുത്തുക, സംസ്കാരത്തെ ആക്രമിച്ച കീഴ്പ്പെടുത്തുക, വസ്തുത്തെ, വിശ്വാസത്തെ ആക്രമിച്ച കീഴ്പ്പെടുത്തുക. അങ്ങനെ ചെയ്താൽ ഒരു ഭീരുവായ മനുഷ്യനെ സൃഷ്ടിക്കാം എന്നു ഫാസിസം കരുതുന്നു. അനുസരണയുള്ള ഒരു മനുഷ്യനെ ഉണ്ടാക്കാമെന്നു വിശ്വസിക്കുന്നു. അതുകൊണ്ട് ഫാസിസം എപ്പോഴും ഭയപ്പെടുത്തുന്ന തന്ത്രം ആവിഷ്കരിക്കുന്നു.

ഒരു പാതിരിയെ കൊന്നാൽ ആചാര വിശ്വാസങ്ങളിൽ, ഭിന്നസംസ്കാര വിഭാഗങ്ങൾക്കിടയിൽ ഭയം സൃഷ്ടിക്കാമെന്നു ഫാസിസം കരുതുന്നു. വാസ്തവത്തിൽ അതു കൊല്ലാൻ വേണ്ടി കൊല്ലുന്നതല്ല. ആകസ്മികമെന്ന പോലെ ആസൂത്രിതമായി ആവിഷ്കരിക്കുന്ന ഇത്തരം കൊലപാതകങ്ങൾ ഭയം ജനിപ്പിക്കാൻ വേണ്ടി ഫാസിസം കാട്ടുന്ന ഒരു തന്ത്രമാണ്. പെട്ടെന്ന് ഉണ്ടാകുന്നതു പോലെ തോന്നും, പക്ഷേ കരുതിക്കൂട്ടി ആസൂത്രണം ചെയ്തതാണ്. സാംസ്കാരികമായ വിനയത്തിലേക്ക്, അടിമത്തത്തിലേക്ക് വിരുദ്ധ സമൂഹങ്ങളെ കൊണ്ടുവരാനുള്ള തന്ത്രം. ഭയമുണ്ടാക്കി കീഴ്പ്പെടുത്തി സാംസ്കാരികത്തടവുകാരാക്കുക എന്നത് ലോക യുദ്ധതന്ത്രം അതിന്റെ രണ്ടാം ഘട്ടത്തിൽ പഠിച്ച ഒരു പാഠമാണ്. വെറുതെ ആളുകളെ കൊല്ലുന്നതിനു പകരം

അടിമകളാക്കി പണിയെടുപ്പിക്കുന്നത് കൂടുതൽ ലാഭകരമാണെന്നു ഫാസിസം മനസ്സിലാക്കി. ആരാണ് ഇന്ത്യയുടെ ദേശീയതയെ നിർവ്വചിക്കേണ്ടത് എന്നത് ഒരു രാഷ്ട്രീയ തന്ത്രമാണ്. അതൊരു ഭാഷാപരമായ പ്രയോഗമല്ല. ഒരു രാഷ്ട്രീയ പ്രശ്നമാണ്. അതുകൊണ്ട് സാംസ്കാരിക ഫാസിസം എന്നത് ഒരു വലിയ വിഷയമാണ്. മാത്രമല്ല, തൊട്ടാൽ എല്ലാവർക്കും പൊള്ളുന്ന ഒരു വിഷയവുമാണ്.

●

2000

ഫാസിസവും പുരോഗമന സാഹിത്യവും

ഇപ്പോൾ പറയുന്ന ഒരു കാര്യം പുരോഗമന സാഹിത്യകാരന്മാർ എന്തിനാണ് ഫാസിസത്തിനെതിരെ ഇങ്ങനെ മുറവിളി കൂട്ടുന്നത് എന്നാണ്. മാർക്സിസ്റ്റുകാർക്കു പോലും ഇല്ലാത്ത വാശിയിൽ എന്തിനാണ് പുരോഗമന സാഹിത്യകാരന്മാർ ഫാസിസത്തെ എതിർക്കുന്നത് എന്നാണ് അവരുടെ ചോദ്യം. കലാകാരന്മാരും സാഹിത്യകാരന്മാരും പൊതുവെ ദുർബലന്മാരാണ് എന്നുള്ളതാണ് ഇതിന്റെ ഉത്തരം. അതുകൊണ്ട് നമ്മുടെ തലയ്ക്കു മുകളിൽ കൂടി വീശുന്ന കാറ്റിനെക്കുറിച്ച് നാം കേൾക്കുന്ന ആഘാതങ്ങളെക്കുറിച്ച്, നമ്മുടെ ചരിത്ര വിപര്യയങ്ങളെക്കുറിച്ച് ആദ്യം മനസ്സിലാക്കുക ഇവിടത്തെ ദുർബലരായ കവികളും കലാകാരന്മാരുമായിരിക്കും. തൊള്ളായിരത്തിമുപ്പതുകളിലും അങ്ങനെയാണ് ഉണ്ടായത്. പുരോഗമന സാഹിത്യ പ്രസ്ഥാനമാണ് ഫാസിസത്തതിനെതിരായ ആദ്യത്തെ മുന്നറിയിപ്പു നല്കിയത്. അതൊരു നല്ല മുന്നറിയിപ്പായിരുന്നു എന്ന് ജവാഹർലാൽ നെഹ്റു പോലും പറഞ്ഞിരുന്നു. അതുകൊണ്ട് പുരോഗമന സാഹിത്യം ആരംഭിക്കുന്നതു തന്നെ നല്ല കവിതയും കഥയും നോവലും എഴുതിയിട്ട് അവാർഡ് വാങ്ങാൻ വേണ്ടിയായിരുന്നില്ല. അന്നൊന്നും എഴുതിയത് കവിതയേ ആയിരുന്നില്ല, കവിതയുടെ പ്രയോജനമെന്താണ് എന്ന ചോദ്യം ഉന്നയിക്കുക മാത്രമാണ് ചെയ്തത്. ഇപ്പോഴും നമ്മളതിനെക്കുറിച്ച് ഒരുപാടു സംശയങ്ങൾ ചോദിച്ചു കൊണ്ടേയിരിക്കുന്നു. കവിതയുടെ ലക്ഷ്യം കവിതയല്ലെന്നും മനുഷ്യന്റെ ലക്ഷ്യം പോലും കവിതയല്ല എന്നും ജീവിതത്തിന്റെ ഒരു ഭാഗം മാത്രമാണ് കവിത എന്നും, ചിലപ്പോൾ പുര കത്തുമ്പോൾ കവിത പോലും ഒരായുധമാക്കിത്തീർക്കാം എന്നുമുള്ളതാണ്

പുരോഗമന സാഹിത്യകാരന്റെ തത്വശാസ്ത്രം. സ്പാനിഷ് യുദ്ധ കാലത്ത് അവിടത്തെ കലാകാരന്മാർ, സംഗീതജ്ഞർ, കവികൾ, സാഹിത്യ കാരന്മാർ എന്നിവർ യുദ്ധത്തിൽ പങ്കെടുക്കുകയും തോക്കെടുത്ത് പോരാടുകയും ചെയ്തിട്ടുള്ള ആളുകളാണ്. തോക്കു ചാരിവച്ച് അതിന്റെ തണലിലിരുന്ന് കവിത എഴുതുകയും ചെയ്തിരുന്നു. കവിത എഴുതുന്ന വർക്കും വേറെ ലക്ഷ്യങ്ങളുണ്ട് എന്നുള്ളതാണ് ഇതിന്റെ അർത്ഥം. നാടിന് തീപിടിച്ചിരിക്കുന്നു എന്ന് ഉറങ്ങിക്കിടക്കുന്നവർ അറിയുന്നില്ല, ചിലപ്പോൾ ഉണർന്നിരിക്കുന്നവരും അറിയുന്നില്ല, വേവലാതിപ്പെട്ടിരിക്കു ന്നവർ മാത്രമേ അറിയുന്നുള്ളു. ഉറങ്ങാതെ വിഷമിച്ചിരിക്കുന്ന, ഭ്രാന്തനു തുല്യരായ കവികൾ മാത്രമാണ് ആദ്യം തിരിച്ചറിയുന്നത്, ഇവിടെ എന്തൊക്കെയോ കുഴപ്പമുണ്ട് എന്ന് ആദ്യം വിഷമിക്കുകയും പിന്നീട് അതിനെതിരായി വിളിച്ചു പറയുകയും ചെയ്യുന്നത് അവരാണ്. ഒരു കാലഘട്ടത്തിലെ ഏറ്റവും സെൻസിറ്റീവായിരിക്കുന്ന, ഏറ്റവും സ്പർശന ക്ഷമമായിരിക്കുന്ന സ്ഥലത്തിനെയാണ് കലയുടെ വികാരത്തിന്റെ തലം എന്നു പറയുക. നാടാകെ നശിച്ചു കൊണ്ടിരിക്കുന്നു എന്ന ബോധം ഒരുപക്ഷേ അവർക്കാണ്, കലാകാരന്മാർക്കും കവികൾക്കുമാണ് ഉണ്ടാവുന്നത്. എന്നു മാത്രമല്ല, അവരതു വിളിച്ചു പറയുകയും ചെയ്യുന്നു. അതേറ്റു പറയാൻ ആളില്ലാതെ വരുമ്പോൾ നമ്മുടെ നാട് വലിയൊരു ദുരന്തത്തിലേക്ക് എത്തിച്ചേർന്നിരിക്കുന്നു എന്നു കരുതാം. ഫാസിസം എന്നത് പലരും വളരെ ഉദാസീനമായി ഉപയോഗിക്കുന്ന ഒരു ചീത്ത വാക്കല്ല; പണ്ടങ്ങനെയാണ്. നീ കമ്മ്യൂണിസ്റ്റാണ് എന്നു പറയുന്നത് ഒരു ചീത്ത വാക്കായിരുന്നു. ഫാസിസ്റ്റാണ് എന്നു പറയുന്നത് ഒരു ചീത്തവാക്കല്ല, മറിച്ച്, വളരെ കൃത്യമായ ഒരു തിരിച്ചറിവു തന്നെയാണ്.

●

2002

ഫാസിസവും സാംസ്കാരികാക്രമണങ്ങളും

സാംസ്കാരികരംഗത്ത് ഒരാക്രമണ സ്വഭാവം കേരളത്തിലെ വർഗീയ വാദികൾ ഉണ്ടാക്കിയെടുത്തിട്ടുണ്ട്. ഫിസിക്കലായി കടന്നാക്രമിക്കാം, സാംസ്കാരികമായും കടന്നാക്രമിക്കാം. സാംസ്കാരികമായി ആക്രമിക്കുമ്പോൾ കുഞ്ഞിക്കുട്ടൻ തമ്പുരാന്റെ മഹാഭാരതത്തെ ആക്രമിക്കുകയും അദ്ദേഹത്തിന്റെ ജന്മദിനം കൊണ്ടാടുകയും ചെയ്തു കൊണ്ട് കുഞ്ഞിക്കുട്ടൻ തമ്പുരാനും പഴയ സാധനങ്ങളുമെല്ലാം തങ്ങളുടേതാണ് എന്നു വെളിപ്പെടുത്താനുള്ള ഒരു ശ്രമം നടക്കുന്നു. ഇതാണ് മരിച്ചവരെ പിടിച്ചെടുക്കുക എന്നത്. സ്വദേശാഭിമാനി രാമകൃഷ്ണപിള്ള മരിച്ചത് കണ്ണൂരാണ്; അടക്കം ചെയ്തത് പയ്യമ്പലം കടപ്പുറത്തും. ഒരു ദിവസം അത് കിളച്ചുമറിച്ച് ഒരു എല്ല് എടുത്തു കൊണ്ടുപോയി. ഒരാഴ്ച കഴിഞ്ഞപ്പോൾ തിരുവനന്തപുരത്ത് മന്ത്രിസഭ വീണതായി കേട്ടു. അത് ഒരു വിപ്ലവകാരിയുടെ ഒരു എല്ലുകൊണ്ട് ഒരു മന്ത്രിസഭയെ മറിച്ചിടാം എന്നുള്ള ബോധമാണ്.

നമ്മെക്കാൾ ഭംഗിയുണ്ട് മയിലിന് എന്നറിയാവുന്നതു കൊണ്ടാണ് മയിലിന്റെ പീലി ഒടിച്ചിട്ട് നമ്മൾ നമ്മുടെ തലയിൽ വക്കുന്നത്. ശ്രീകൃഷ്ണനും അങ്ങനെ വച്ചിരുന്നു. ഒരുതരം ഡെക്കറേഷൻ. നിങ്ങളുടെ എല്ലാവരുടെയും കുട്ടികളെ ഒരു പീലിയും വച്ചങ്ങനെ നടത്തിക്കഴിഞ്ഞാൽ ഇപ്പോൾ ഒരു മയിലിനേക്കാൾ ഭംഗിയുള്ളവനായല്ലോ എന്ന സന്തോഷം ഏതൊരമ്മയ്ക്കുമുണ്ടാകും. ഇതാണ് ഒരാശയത്തെ, ഒരു ബിംബത്തെ പിടിച്ചെടുത്തിട്ട് ഒരു ജനതയെ എങ്ങനെ രൂപപ്പെടുത്താം എന്നുള്ളത്. അങ്ങനെ കുട്ടികളെ പിടിച്ചെടുക്കാൻ, ഉണ്ണിക്കണ്ണനായ കൃഷ്ണനെ പിടിച്ചെടുക്കാൻ ഉണ്ണിക്കണ്ണനെക്കൊണ്ട് കുട്ടികളെ പിടിച്ചെടുക്കുന്ന രീതി നടപ്പാക്കുക.

ഇമരേവ വേലാ 'യീൗിഴ. ഒരു ഉണ്ണിക്കൃഷ്ണനായിരിക്കുമ്പോൾ അവനെ പിടിക്കുക. തലയിൽ ഒരു പീലി ചാർത്തുക, അവനെ നടത്തുക, അമ്മമാർ കണ്ട് കുളിർക്കും. മെമ്പർഷിപ്പ് എടുക്കും എന്നുള്ള ഒരു ബോധം ഉണ്ടായി ത്തീരും. ഇത് നമ്മൾ ഉദ്ദേശിക്കുന്നതിനേക്കാൾ വളരെ ഇഫക്ടീവ് ആണ്. വളരെ ശക്തമായ പ്രവർത്തനങ്ങളാണ്. ഇത്തരം അടയാള പ്രവർത്തന ങ്ങൾ കൊണ്ട്, കുട്ടികളുടെ പ്രവർത്തനം കൊണ്ട് നിങ്ങൾ അറിയാതെ തന്നെ ഒരു ഗോത്രത്തിന്റെ ഭാഗമായിത്തീരുന്നു. ഇതറിയാവുന്ന ഫാസി സ്റ്റുകൾ മതത്തിന്റെ അടയാളങ്ങൾ ഉപയോഗിക്കുന്നു. ഇതൊരു വർഗ്ഗീ യതയാണെന്നു പറയുന്നത് പരിമിതമായ ഒരു പ്രയോഗമാണ്. ശരിക്കും ഇതൊരു വർഗ്ഗീയതയല്ല. ഇതൊരു ഫാസിസമാണ്. വർഗ്ഗീയതയെ ഉപയോഗിക്കുന്ന ഫാസിസമാണ് ഇവിടെയുള്ളത്. ഫാസിസ്റ്റ് യാത്രയ്ക്കു വേണ്ടി മതം ഉപയോഗിക്കുന്നു. അന്തിമമായ ലക്ഷ്യം പലരും പറയുന്നതു പോലെ ഒരു ഹിന്ദു സമുദായമല്ല, മറിച്ച് ഒരു ഫാസിസ്റ്റ് സമുദായമാണ്. ഹിന്ദുത്വം എന്നു പറയുന്നത് ഹിന്ദുക്കളുടേത് എന്ന അർത്ഥത്തിലല്ല.

മുസോളിനിയുടെ പഴയ വാക്യം 'It is the state that determines nationality and not nationality that determined the state' എന്നാണ്. ഒരു രാജ്യത്തിന്റെ ദേശീയത എന്താണ് എന്നു ഭരണകർത്താ വാണ് പറയേണ്ടത്; ദേശീയത ഭരണകർത്താവിനെ തെരഞ്ഞെടുക്കുകയ ല്ല എന്നത് മുസോളിനിയുടെ വാക്കാണ്. ഇതാണ് ഇന്ത്യയുടെ ദേശീയത ഹിന്ദുത്വമാണ് എന്നു പറയാൻ സംഘപരിവാറിനെ പ്രേരിപ്പിച്ചത്. ഇതു ഒരു ഫാസിസ്റ്റ് പ്രയോഗമാണ്. ഇത് ആകസ്മികമായി ഉണ്ടായ വാക്കല്ല. തങ്ങൾ ഏതാണ്ട് ഭരിക്കാൻ തയ്യാറായി എന്നു തോന്നിയപ്പോഴാണ് ഇന്ത്യ യുടെ ദേശീയത ഹിന്ദുത്വമാണ് എന്നവർ പെട്ടെന്ന് എടുത്തു പറയുന്നത്. ണല മൃല ൃലമറ്യ ീ ൃൗഹല എന്നു തോന്നുന്ന നേരത്താണ് അവർ ഇത് പറഞ്ഞു തുടങ്ങിയത്. ഇന്ത്യയുടെ ദേശീയത എന്താണെന്ന് ഫാസിസ്റ്റ് ഭരണകർത്താവോ ഭരണ കക്ഷിയോ പറയുകയും ഇന്ത്യയുടെ ദേശീയത ഹിന്ദുത്വമാണെന്ന് നിർബന്ധപൂർവ്വം നിർവ്വചിക്കുകയും ചെയ്യുന്നു. ഇതൊരു ചർച്ചാ വിഷയമല്ല, മറിച്ച് ഒരു നിയമമാണ് എന്ന് ഫാസിസം കരുതുന്നു. ഇത് ചർച്ചയിലൂടെയോ അഭിപ്രായ സമന്വയത്തിലൂടെയോ അല്ല നടപ്പാക്കുന്നത്. നിങ്ങൾ ഹിന്ദുക്കളാണെന്നു പറഞ്ഞു കഴിഞ്ഞാൽ നിങ്ങൾ ഹിന്ദുക്കളാകും. നിങ്ങളുടെ ഭാഷ സംസ്കൃതമാണെന്നു പറഞ്ഞു കഴിഞ്ഞാൽ ഒരുകൊല്ലം കൊണ്ടോ അഞ്ചുകൊല്ലം കൊണ്ടോ എല്ലാ പേരുടെയും ഭാഷ സംസ്കൃതമാകും. അതുകൊണ്ട് ഏതായിരിക്കണം ദേശീയ ഭാഷ എന്നത് കോൺസ്റ്റിറ്റ്യുവന്റ് അസംബ്ലിയിൽ ചർച്ച ചെയ്യുകയില്ല. നിയമം മൂലം നടപ്പാക്കുകയാണ് വേണ്ടത്. ജനങ്ങളുടെ ഇച്ഛ അപ്രധാനമാണെന്നും സർക്കാരിന്റെ അല്ലെങ്കിൽ ബുദ്ധിശാലി കളുടെ കല്പനകൾ പ്രധാനവുമാണെന്നും കരുതുന്ന പ്രത്യയശാസ്ത്രമാണ്

ഫാസിസം. ഏറ്റവും അധികം ആളുകളെ കൊന്ന ആളുകളെയാണ് നാം മഹാൻ എന്നു വിളിക്കുന്നത്. കലിംഗയിൽ ഏറ്റവും അധികം ആളുകളെ കൊന്ന അശോകനെ നാം മഹാനെന്നു വിളിക്കുന്നു. അതുപോലെ അലക്സാണ്ടറെ നാം മഹാനെന്നു വിളിക്കുന്നു. നശീകരണം ചെയ്യുന്ന ആളുകളെ നാം ബഹുമാനിക്കുകയും നന്മ ചെയ്യുന്നവരെ നാം അശ്ലീല സാഹിത്യകാരന്മാരായി തിരസ്ക്കരിക്കുകയും ചെയ്യുന്നു. ഇത് മനുഷ്യന്റെ പൊതു രീതിയാണ്. അതുകൊണ്ട് ഒരാളെ കൊല്ലുമ്പോൾ ഞാൻ കൊല്ലു കയല്ലേ എന്ന സംശയം പാടില്ല. കാരണം സംശയം മരണമാണ് എന്ന് നമ്മുടെ പഴയ പുസ്തകത്തിൽ പറഞ്ഞിട്ടുണ്ട്. 'സംശയാത്മാ വിനശ്യതി' സംശയിക്കരുത്. ഉറപ്പിച്ചു ചെയ്യണം. അങ്ങനെ ഉറപ്പിക്കാൻ വിശ്വാസം വേണം. അതുകൊണ്ട് ആയുധവും ആയുധത്തിന്റെ കൂടെ വിശ്വാസവുമു ണ്ടെങ്കിൽ ആയുധത്തിന് പത്തിരട്ടി ഫലമുണ്ടാകും എന്നുള്ളതാണ് വിശ്വാസവും ആയുധവും കൂടി ചേർന്നാലുള്ള ഫലം. വിശ്വാസത്തിന് ഇളക്കം തട്ടിയപ്പോഴാണ് ആറ്റംബോംബിട്ട പയ്യൻ ആത്മഹത്യ ചെയ്തത്. ഞാൻ ചെയ്തത് പാപമാണല്ലോ എന്ന് ഒരു നിമിഷം തോന്നിയപ്പോൾ അയാൾ ആത്മഹത്യ ചെയ്യുകയാണുണ്ടായത് അതുകൊണ്ട് ഫാസിസം റൂത്ത് ലെസാണ്. അതായത്, അനുകമ്പയില്ലാത്ത, കൃത്യമായ ലക്ഷ്യ ബോധം മാത്രമുള്ള ഒരു പ്രവർത്തന ശൈലിയാണ്. അവർ സമാഹരി ക്കുന്ന കാര്യങ്ങൾ അത് ഭക്തിയാകാം, ഭജനമാകാം, കീർത്തനമാകാം, പൊട്ടാകാം, അടയാളമാകാം. അവരുടെ പക്ഷമല്ല, അവരുടെ ഉപകര ണമാണ് എന്നു നാം അറിയണം. ഭക്തി എന്നുള്ളത് ഫാസിസത്തിന്റെ ഒരു ഘടകമേയല്ല എന്നു ഭക്തന്മാരെങ്കിലും മനസ്സിലാക്കേണ്ടതുണ്ട്.

ആദ്യമായി ഇന്ത്യൻ ഫാസിസ്റ്റുകൾക്ക് ഒരു ഭരണമുണ്ടായപ്പോൾ അതിൽ ചേർന്നത് ഫറൂക്ക് അബ്ദുള്ളയും ഫെർണാണ്ടസും മറ്റുമാണ്. ഒരു തനതു മന്ത്രിസഭ ഉണ്ടാക്കാൻ കഴിയാത്ത സമയത്ത് ഹിറ്റ്ലറും ചെയ്തത് മറ്റുള്ളവരെ പ്രീണിപ്പിക്കുകയാണ്. ഇവിടെയും ചെയ്തത് മറ്റുള്ളവരെ പ്രീണി പ്പിക്കുക, മറ്റുള്ളവരേക്കാൾ ദാനശീലരാകുക എന്നതാണ്. അതുകൊണ്ട് അവരെ അകത്തു കൊണ്ടുവരികയും പിന്നീട് പുറത്തു പോകാൻ കഴിയാ ത്തവരായിരിക്കുകയും ചെയ്യുക എന്നുള്ളത് ഒരു രാഷ്ട്രീയ സാങ്കേതികത യാണ്. അകത്തു നിന്നാൽ പിന്നീട് പുറത്തു വരുമ്പോൾ ചില അടയാള ങ്ങളൊക്കെയുണ്ടാകും. പിന്നെ നിങ്ങളെ ആരും കൂട്ടത്തിൽ കൂട്ടില്ല. എന്റെ അയൽക്കാരനായ ഒരു സുഹൃത്ത് ഒരു കുറുക്കനെ പിടിച്ച് മണികെട്ടി വിട്ടു. പിന്നീട് മണി ശബ്ദം കേൾക്കാതായി. കാരണം മണി കിലുക്കം കേട്ട് ശത്രു വരുന്നു എന്നു വിചാരിച്ച് സഹപ്രവർത്തകർ അതിനെ കൊല്ലുകയാണു ണ്ടായത്. അതുകൊണ്ട് അകത്താക്കി പുറത്താക്കുമ്പോൾ അകത്തേക്കു പോയ അളല്ല പുറത്തേക്കു വരുന്നത് എന്നതൊരു രാഷ്ട്രീയ സത്യമാണ്.

അതുകൊണ്ട് മറ്റു സമുദായങ്ങളെ പ്രീണിപ്പിക്കുവാൻ ഔദാര്യം കാണിക്കുകയും പന്നീട് അവർക്കു പുറത്തേക്കു പോകാൻ കഴിയാത്ത ഒരു അവസ്ഥയുണ്ടാക്കുകയും ചെയ്യുന്ന ഒരു സിദ്ധാന്തം ഫാസിസ്റ്റുകൾ സ്വീകരിക്കുന്നു. പിന്നീട് അത് ഒരു ആത്മഹത്യാപരമായ അവസ്ഥയിലേക്ക് സമുദായങ്ങളെക്കൊണ്ടെത്തിക്കുകയും ചെയ്യുന്നുണ്ട്.

അനുനയത്തിന്റെ, സാന്ത്വനത്തിന്റെ, സൗഹാർദ്ദത്തിന്റെ എല്ലാ നയങ്ങളും സ്വീകരിക്കുകയും അതേ സമയം തന്നെ കൊലപാതകത്തിന്റെയും ഉന്മൂലനത്തിന്റെയും സമീപനങ്ങളും സ്വീകരിക്കുകയും ചെയ്യുന്ന സമ്മിശ്ര ആക്രമണ രീതിയാണ് ഫാസിസം ഇന്ത്യയിൽ സ്വീകരിച്ചിരിക്കുന്നത്. ഒരു മന്ത്രിസഭയിൽത്തന്നെ ഒരാൾ ഇങ്ങനെയാണ്, മറ്റെയാൾ അങ്ങനെയാണ് എന്നുവരുത്തിയാണ്, അതായത്, ഭരണവും എതിർപ്പും കൊലയും സഹതാപവും ഒരാൾ തന്നെ ചെയ്യുകയെന്നുള്ള തന്ത്രം ഉപയോഗിച്ചു കൂടിയാണ് ഫാസിസം പ്രവർത്തിക്കുന്നത്. വ്യാമോഹങ്ങൾ കൊണ്ട് മറ്റു സമുദായങ്ങളെ പ്രീണിപ്പിക്കാൻ ശ്രമിക്കുകയും ചെയ്യുന്നു. പ്രീണനത്തിന്റെ അവസാനം മരണമാണെന്ന് അറിയുമ്പോഴേക്കും നിങ്ങൾ രക്ഷപ്പെടാൻ കഴിയാത്ത അവസ്ഥയിലാകും. മതങ്ങളെ സംബന്ധിച്ചിടത്തോളം ഇന്ത്യ അത്തരത്തിലുള്ള ഒരവസ്ഥയിൽ എത്തിച്ചേരുകയും ചെയ്തിരിക്കുന്നു.

കേരളം ഒരു നൂറ്റാണ്ടു കാലത്തെ പ്രയത്നംകൊണ്ട്, ഉണർന്ന, വെളിച്ചം കണ്ട ഒരു പ്രദേശമാണ്. ഒരു എൻലൈറ്റന്റ് ജനത, പട്ടിണി കിടക്കുമ്പോഴും കണ്ണിൽ വെളിച്ചമുള്ള ഒരു ജനതയാണ്. ബുദ്ധിയുണ്ടെന്നു പറയുന്നത് വെറുതെയാണ്. വിദ്യാഭ്യാസമുണ്ടെന്നത് ശരിയാണ്. അതുകൊണ്ട് നമ്മുടെ ജീവിതത്തിൽ ചിന്തയുടെ ലെവൽ വേറൊരു വിധത്തിലാണ്. അങ്ങനെയുള്ള ഒരു ജനതയെ എങ്ങനെ ആക്രമിച്ചു കീഴടക്കാം എന്നുള്ളത് ഇവിടത്തെ ഫാസിസ്റ്റ് ശക്തികളുടെ ഒരു വെല്ലുവിളിയായി തീർന്നിട്ടുണ്ട്. നിങ്ങൾ ഹിന്ദുവാണെന്നും ഞാൻ ഹിന്ദുവല്ല എന്നും ഒരു ബോധം ഉണ്ടാക്കാൻ ഒരു ചെറിയ ആക്ഷന് കഴിയും എന്ന് ഹിന്ദുത്വവാദികൾക്ക് അല്ലെങ്കിൽ ഫാസിസ്റ്റുകൾക്കറിയാം. ഇത്തരത്തിലുള്ള വർഗീയമായ പ്രവർത്തനങ്ങൾ കേരളത്തിൽ ഇനിയും ഉണ്ടായിക്കൊണ്ടിരിക്കുമെന്ന് അറിഞ്ഞു കൊണ്ട് അതിനെ ചെറുക്കുവാനും തോല്പിക്കുവാനുമുള്ള കരുത്ത് നമ്മുടെ പ്രവർത്തനം കൊണ്ട് നാം ഉണ്ടാക്കിയെടുക്കണം. അത്തരം തീരുമാനമെടുക്കുവാനുള്ള ഒരു സന്ദർഭമാണിത്, അത് മറക്കരുത്.

•

2003

ഹിംസയുടെ നിറങ്ങൾ

പ്രശസ്തനായ ഇന്ത്യൻ മനഃശാസ്ത്രജ്ഞൻ സുധീർ കക്കറിന്റെ The colour of violence (ഹിംസയുടെ നിറങ്ങൾ) എന്ന പുതിയ പുസ്തകം ക്രുദ്ധമാകുന്ന വർഗീയതയുടെ നിറങ്ങൾ അന്വേഷിക്കുന്നു. താൻ കാണിയും പങ്കാളിയുമായ ചരിത്രത്തിന്റെ കടുത്ത നിറക്കൂട്ട്. വിഭജന കാലത്ത് ആറേഴ് വയസ്സായ സുധീറിന്റെ കാഴ്ചകളും കേൾവികളും ശാസ്ത്രീയമായ ഈ പഠനത്തെപ്പോലും സ്നേഹത്തിന്റെ ഇളം ചൂടുള്ള അനുഭവമാക്കിത്തീർക്കുന്നു.

അരനൂറ്റാണ്ടു കാലം ഇടവിട്ടിടവിട്ട് കൊള്ളയും കൊലയും കൈയേറ്റവും നടത്തിപ്പോന്നവർ ജന്മം കൊണ്ടോ ശീലം കൊണ്ടോ കുറ്റവാളികളായ ക്രൂരന്മാരല്ലെന്നും വികാരം മുറ്റുന്ന ചരിത്ര സന്ദർഭങ്ങളിൽ അസാമാന്യരായിത്തീരുന്ന സാമാന്യ മനുഷ്യരാണെന്നും അദ്ദേഹം തിരിച്ചറിയുന്നു. അവർ ഒരു സമൂഹത്തിനു വേണ്ടി അതിന്റെ ക്രോധം ഏറ്റെടുക്കുകയും കൊന്നും ചത്തും മുടിയുകയും ചെയ്യുന്നവരാണ്. നീറിപ്പുകയുന്ന പകയോടെ മാന്യന്മാർ സ്വയം നശിപ്പിക്കുമ്പോൾ ആളിപ്പടരുന്ന ആവേശത്തോടെ അവർ നാടിന് തീ കൊടുക്കുകയും സ്വയം കത്തിത്തീരുകയും ചെയ്യുന്നു.

ഉച്ചത്തിൽ പിണങ്ങുകയും ഉച്ചത്തിൽ ഇണങ്ങുകയും ചെയ്യുന്ന ഈ കുന്നുമുനകൾക്ക് ഉയരം കൂടിയ അഹങ്കാരം ഉണ്ടാകും. കോമരത്തെപ്പോലെ കത്തിയും ചോറും കഴിക്കുമെങ്കിലും ഉറയുമ്പോൾ സമൂഹത്തിന്റെ ഉന്മാദമായി അവർ സർവവും തിന്നു തീർക്കുന്നു. അവർക്ക് ത്യാഗത്തിന്റെയും ക്രൗര്യത്തിന്റെയും പാഠഭേദങ്ങൾ ഉണ്ടാവുകയും ചെയ്യുന്നു. ചരിത്രം മുന്നിൽ നിന്ന് പിന്നോട്ടെഴുതാം, പിന്നിൽ നിന്ന് മുന്നോട്ടും. വലിയ ഒരു ജനാവലി ഭൂതക്കണ്ണാടി പോലെ കാഴ്ചകളെ പെരുപ്പിക്കുകയും

ഉച്ചഭാഷിണി പോലെ ശബ്ദങ്ങൾ ഉയർത്തുകയും ചെയ്യും. സ്വപ്നത്തെപ്പോലെ അത് മനുഷ്യന്റെ ഇച്ഛകളെയും അതിരറ്റു വളർത്തുന്നു എന്ന് ഏതു സമൂഹശാസ്ത്രജ്ഞനും അറിയാം. കൂട്ടവ്യായാമം കൊണ്ടോ കൂട്ട നടത്തം കൊണ്ടോ കൂട്ട മനസ്സുണ്ടാക്കാമെന്നത് സാമാന്യ മാനസിക തന്ത്രമാണ്. ലാത്തി കൊണ്ടൊന്നും ചെയ്യാൻ കഴിയില്ലെങ്കിലും ലാത്തി ധരിച്ച ആൾക്കൂട്ടത്തിന് ഒറ്റ മനസ്സുണ്ടാക്കാൻ കഴിയും.

ആയുധമല്ലല്ലോ വെൽവ-
താളുകൾ തൻ ദൃഢ ചിത്തം

ഒരു തേനീച്ചക്കൂട് ഒറ്റ തേനീച്ചയാകുന്നതു പോലെ ഒരു ശോഭ യാത്ര ഒറ്റയായ സമൂഹ ശരീരത്തെയും സൃഷ്ടിക്കുന്നു. അതുകൊണ്ടാണ് രോഷത്തിന്റെ ഊർജ്ജം ഘോഷ യാത്രകളിലും അടയാളങ്ങളിലും സൂക്ഷിക്കുകയും പെരുപ്പിക്കുകയും ചെയ്യാൻ കഴിയുന്നത്. ഇന്ത്യയിലെ വർഗീയ കലാപങ്ങൾ ഈ സാങ്കേതിക മാർഗ്ഗം നിരന്തരമായി ഉപയോഗിക്കുന്നു.

ഇങ്ങനെ നിർമ്മിച്ച ഒരു സമൂഹ സ്വരൂപമാണ് 47-ൽ മുറിക്കപ്പെട്ടത്. ആക്രമിക്കപ്പെട്ട, പരാധീനമാക്കപ്പെട്ട ഒരു മാതൃ ശരീരമായിരുന്നു അത്. ഒരു ജനതയുടെ രോഷങ്ങളെയും പ്രക്ഷേപണം ചെയ്യുവാൻ കഴിഞ്ഞിരുന്ന 'വരൻ' സ്വാതന്ത്ര്യത്തോടു കൂടി ഇല്ലാതായിത്തീരുന്നു. ഇന്ത്യൻ സ്വത്വത്തിന്റെ ഏകോപനവും നിർവ്വചനവും അതോടെ വിഷമമായിത്തീരുകയും ചെയ്യുന്നു. ഇന്ത്യൻ വർഗീയതയുടെയും മത മൗലിക വാദത്തിന്റെയും വളർച്ച ഈ അരക്ഷിതാവസ്ഥയുടെ ഫലമാണെന്ന് നാം ഇന്നു മനസ്സിലാക്കുന്നു. ഒരു സമൂഹത്തിന്റെ ഐഡിന്റിറ്റി, തനിമ ഉറപ്പിക്കുവാനുള്ള മാർഗം വൈജാത്യങ്ങളിൽ ഊന്നുകയാണ്. സാമാന്യതകളിൽ ഊന്നുകയല്ലതാനും. അതുകൊണ്ട് വിദേശീയനിൽ നിന്ന് പിൻവലിച്ച അന്യബോധം അന്യോന്യം ആരോപിക്കുവാൻ ഹിന്ദുവിനും മുസൽമാനും ഏറെ എളുപ്പമായിത്തീരുന്നു.

ഒരിക്കൽ നഷ്ടപ്പെട്ടതും വീണ്ടെടുക്കാൻ കഴിയാത്തതുമായ പഴയ ദേശീയ സ്വരൂപത്തിനു പകരമാണ് ഹിന്ദുത്വത്തിന്റെ ബിംബം വർഗീയ വാദികൾ ഉയർത്തിക്കൊണ്ടു വരാൻ ശ്രമിക്കുന്നത്. ഹിന്ദുത്വത്തെ മതമല്ലാതാക്കിത്തീർക്കുകയും അതിനെ ദേശീയതയായി പുനർനിർവചിച്ച് നഷ്ടപ്പെട്ട ദേശീയതയെയും അധീശത്വത്തെയും വീണ്ടെടുക്കുകയും ആണ് ഹൈന്ദവതത്വത്തിന്റെ തന്ത്രം. ഈ തന്ത്രം ഹിന്ദുത്വ ദേശീയതയെ അസാധ്യമാക്കിത്തീർക്കുകയും മുസ്ലീംങ്ങളെ കൂടുതലായ മാനസികാരക്ഷിതത്വത്തിലേക്കും മൗലിക വാദത്തിലേക്കും കൊണ്ടെത്തിക്കുകയും ചെയ്യുന്നു.

ഓരോ ഭാരതീയനെയും അധികമധികം ഹിന്ദുവായും മുസ്ലീമായും മാറ്റിക്കൊണ്ടിരിക്കുന്ന ഒരന്തരീക്ഷമാണ് ഇന്നിവിടെയുള്ളത്. വീണ്ടും പൊട്ടാവുന്ന വടം വലിയുടെ മുറുക്കം. കേവലമായ സൗഹാർദ്ദ പ്രസ്ഥാനങ്ങൾക്ക് ഈ നില മാറ്റാൻ കഴിയുമെന്ന് കരുതുക വയ്യ. ഉദാരത മതങ്ങളുടെ പ്രഖ്യാപനങ്ങളാണ്, പ്രവർത്തന ശൈലിയല്ല. ഈ വാസ്തവം അംഗീകരിക്കാത്ത ഒരു പരിഹാരവും പരിഹാരമാവുകയും ഇല്ല. മതഗ്രന്ഥങ്ങൾ കൂട്ടി വായിക്കുകയോ പ്രാർത്ഥനകൾ ചേർന്നു പാടുകയോ പോംവഴിയല്ലെന്ന് അനുഭവം നമ്മെ പഠിപ്പിച്ചിട്ടുണ്ട്. ഹിന്ദുത്വത്തിൽ എല്ലാവരെയും ലയിപ്പിക്കുന്ന ഐക്യം പോലെ മറ്റൊരു മിഥ്യയാകുന്നു ഇതും. ഗാന്ധിജിയെപ്പോലെ പ്രഭാവശാലിയായ ഒരു നേതാവിനു പോലും ഈ വഴിക്ക് മുന്നോട്ടു പോകാൻ കഴിഞ്ഞില്ല. നമുക്ക് യാഥാർത്ഥ്യങ്ങളെ ഒഴിഞ്ഞു മാറാമെങ്കിലും യാഥാർത്ഥ്യങ്ങൾ ഒരിക്കലും നമ്മെ ഒഴിഞ്ഞു മാറുന്നില്ല. അതുകൊണ്ടാണ് ഫാസിസ്റ്റ് മർദ്ദനം കൊണ്ടോ ആദർശ സ്വപ്നങ്ങൾ കൊണ്ടോ വർഗീയത പരിഹരിക്കപ്പെടുകയില്ലെന്നു പറയുന്നത്. തലവേദനയെ നേരിടുവാനുള്ള മാർഗ്ഗം തലവേദനയിലേക്കു തന്നെ കടന്നു ചെല്ലുകയാണ്.

മതപരവും ജാതീയവുമായ വ്യത്യസ്ത ജീവിത രീതികളോടു കൂടിയ ഒരേ ചരിത്രഭാഗധേയമുള്ള ജനത എന്ന നിലയിൽ മാത്രമേ ഇന്ത്യക്കാർക്ക് ഇണങ്ങി വാഴാൻ കഴിയൂ. ശാസ്ത്രത്തിന്റെ ഭാഷയിൽ ഇതിനെ യാഥാർത്ഥ്യത്തിന്റെ അംഗീകാരം (Reality principle)എന്നു പറയുന്നു.

●

1996

ബലാൽക്കാരം കൊണ്ടുള്ള സിന്തസിസ്

'ചരിത്ര'മെന്നുള്ളത്, 'ആദ്ധ്യാത്മികത' എന്നുള്ളത്, 'മനസ്സ്' എന്നുള്ളത്, 'പൂർവ്വകാല സ്മൃതികൾ' എന്നുള്ളത് വാസ്തവത്തിൽ വർത്തമാന കാലത്തിൽ നിന്നും ഭാവിയിലേക്കുള്ള പ്രയാണത്തിൽ റോക്കറ്റിന്റെയോ മിസൈലിന്റെയോ പ്രയാണത്തിൽ ഇന്ധനമായി ഉപയോഗിക്കാമെന്ന് ഫാസിസം മനസ്സിലാക്കുന്നുണ്ട് They are manipulating our memories and history. കാരണം നമ്മളെല്ലാവരും ജനിച്ചുവീഴുന്നത് മതത്തിലേക്കോ ജാതിയിലേക്കോ ആണ്. നമ്മുക്ക് മറ്റൊരു വഴിയില്ല. ഏത് ആശുപത്രിയിൽ ജനിച്ചാലും നമ്മുടെ മതവും ജാതിയും രേഖപ്പെടുത്തുന്നു. നമ്മുടെ ആദ്യകാല ജീവിതം പൂർണ്ണമായും മതത്തിലും ജാതിയിലും രൂപപ്പെടുത്തിക്കൊണ്ടു വരുന്നു. നമ്മളറിയാതെ തന്നെ നമ്മുടെ ജീവിത ക്രമങ്ങളെല്ലാം രൂപപ്പെടുന്നത്, നമ്മുടെ അഞ്ചോ ആറോ വയസ്സുള്ള Pre School daysൽ രൂപപ്പെടുത്തിയെടുക്കുന്നത് മതമോ ജാതിയോ ആണെന്നുള്ളത് നമ്മുടെ ഒരു ബാദ്ധ്യതയാണ്. ഇതിൽ നിന്ന് പുറത്ത് കടക്കാൻ കഴിയില്ല. ഒരുപക്ഷേ നമുക്ക് മതത്തിൽ നിന്നും പുറത്ത് കടക്കാം. പക്ഷേ ഒരു ഇന്ത്യക്കാരന് ജാതിയിൽ നിന്ന് പുറത്തു കടക്കാൻ പറ്റില്ല. ഇത് ഒരു ഇന്ത്യൻ വൈരുദ്ധ്യമാണ്, പ്രഹേളികയാണ്.

പണ്ട് ചെയ്തിരുന്നത് സ്വർണ്ണം കൊണ്ട് വലിയ ഗർഭപാത്രം ഉണ്ടാക്കുകയും ഹിരൺമയമായ ഗർഭപാത്രമുണ്ടാക്കുകയും ആളെ ചുരുട്ടിയിട്ട് ആ ഗർഭപാത്രത്തിനുള്ളിൽ വക്കുകയും പൂജയ്ക്ക് ശേഷം തിരിച്ചെടുക്കുകയുമാണ്. അങ്ങനെയൊരു റിച്വൽ പ്രവർത്തനം കൊണ്ട് അയാളെ വീണ്ടും ജനിപ്പിക്കാറുണ്ട്. ഇത് കഴിഞ്ഞാൽ ഈ ഗർഭപാത്രം-സ്വർണ്ണത്തിന്റെ

ഗർഭപാത്രം പുരോഹിതനുള്ളതാണ്. ഇതാണ് ജാതി മാറാൻ ഇന്ത്യ ഉപയോഗിച്ചിരുന്ന തന്ത്രം.

ഇങ്ങനെ ജാതി മാറുന്നതിലും നല്ലത് മരിക്കുന്നതാണെന്ന് ആർക്കുമറിയാം. അതുകൊണ്ടാണ് ജാതി നമുക്ക് രക്ഷപ്പെടാൻ കഴിയാത്തൊരു സ്ഥലമാണ് എന്നും അതാണ് ഇന്ത്യ ലോകത്തിന് സംഭാവന ചെയ്തിട്ടുള്ള കെണി അല്ലെങ്കിൽ ചതി എന്നും പറയുന്നത്. എന്നിട്ടാണ് നമ്മൾ വളരെ കഷ്ടപ്പെട്ട് ദക്ഷിണാഫ്രിക്കയിൽ പോയിട്ട് വർണ്ണ വിവേചനത്തിനെതിരായി അവർക്ക് ഉദ്ബോധനങ്ങൾ കൊടുത്തുകൊണ്ടിരുന്നത്. കാരണം വർണവിവേചനം കണ്ടുപിടിച്ച ആദ്യത്തെ രാജ്യം, ചിലപ്പോൾ അവസാനത്തെ രാജ്യം ഇന്ത്യയായിരിക്കും എന്നതിൽ ഒരു സംശയവുമില്ല. അതുകൊണ്ട് ജാതികൾ തമ്മിൽ കലർന്നാൽ വർണ സങ്കരമുണ്ടായാൽ നാട് നശിച്ചു പോകുമെന്നും നാം കരുതിപ്പോന്നു. അയ്യപ്പൻ മാഷ്ക്ക്- സഹോദരൻ അയ്യപ്പൻ- അത് അറിയാത്തതുകൊണ്ടാണ് അയ്യപ്പൻമാഷ് മിശ്ര വിവാഹം ചെയ്യുകയും നല്ല രണ്ട് മൂന്ന് മക്കൾ ഉണ്ടാകുകയും ചെയ്തത്. ഇത് എപ്പോഴും സാധ്യമായിക്കൊള്ളണമെന്നില്ല. കാരണം എല്ലാവരും മിശ്രവിവാഹം ചെയ്ത് ജാതി നശിക്കുന്നതുവരെ കാത്തിരിക്കാൻ ചരിത്രത്തിന് സമയമില്ലാത്തതു കൊണ്ട് മിശ്ര വിവാഹം നമ്മുടെ സമുദായ പരിവർത്തനത്തിനുള്ള എളുപ്പമുള്ള മാർഗമല്ല, കൃത്യമായ മാർഗമല്ല, സമയബന്ധിത കാര്യമല്ല, അതൊരു അടയാളമാണ്.

ഒരു സദസിൽ ആരുണ്ട് ഒരു വിധവയെ വിവാഹം കഴിക്കാൻ എന്നു ചോദിക്കുമ്പോൾ, ഞാനുണ്ട് എന്ന് പറയുന്ന എം.ആർ.ബി. ഇങ്ങനെ ചരിത്രത്തെ അടയാളപ്പെടുത്തുകയായിരുന്നു. ഒരുപക്ഷേ ഫാസിസ്റ്റ് മോധാവിത്വമുള്ള ഇന്ത്യയിൽ ആരുണ്ട് എന്നതാണ് ഇന്നത്തെ ചോദ്യങ്ങളിൽ ഒരു ചോദ്യം.

ഇന്ത്യയിൽ ജാതിയെ എങ്ങനെ കുടിയിരുത്താമെന്നത് ഒരു ഫാസിസ്റ്റ് പ്രശ്നമാണ്. രാമായണം അതിനു വേണ്ടി ഉണ്ടായതാണ്. രാമായണത്തിലുള്ള വിവിധ പതിപ്പുകൾ കൊണ്ടല്ല. കുട്ടിക്കൃഷ്ണമാരാർ ഒരിക്കൽ പറഞ്ഞത് നല്ല ഒരു വാല്മീകി രാമായണം മനുഷ്യർ വായിക്കാൻ ഇടയാവാതിരുന്നത് വളരെ മോശപ്പെട്ട രാമായണം എഴുത്തച്ഛൻ പരിഭാഷപ്പെടുത്തിയതു കൊണ്ടാണ് എന്നാണ്. കാരണം അദ്ധ്യാത്മരാമായണം വൈഷ്ണവ വിശ്വാസമനുസരിച്ചാണ് എഴുതിയിരിക്കുന്നത്. പഴയ കാലത്തെ വിശ്വാസത്തിന്റെ നിർമിതിക്ക് ഉപയോഗിച്ചിരുന്ന ഇന്ത്യൻ സിദ്ധാന്തത്തെയാണ് വൈഷ്ണവയിസം എന്ന് നമ്മൾ പറയുന്നത്.

ആളുകളെ എങ്ങനെയാണ് കുടിയിരുത്തുക - യുദ്ധം കഴിഞ്ഞാൽ ആളുകളെ കുടിയിരുത്തുന്ന ഒരു ഒത്തുതീർപ്പുണ്ടാകും. ഒരു തെരഞ്ഞെടുപ്പ് കഴിഞ്ഞാൽ ഉണ്ടാകുന്നതു പോലെ തന്നെ പല സ്ഥാനങ്ങളും ഉണ്ടാകും, മന്ത്രിസ്ഥാനങ്ങളുമുണ്ടാകും, കോർപ്പറേഷനുമുണ്ടാകും. എല്ലാവർക്കുമിവിടെ ഇരിക്കാം, പക്ഷേ തൊടരുത്. എല്ലാവർക്കും ഇവിടെ ഇരിക്കാം, പക്ഷേ അടുത്തു വരരുത്. എല്ലാവർക്കും ഇവിടെ ഇരിക്കാം, പക്ഷേ ഒന്നിച്ചിരുന്ന് ഉണ്ണരുത്. എല്ലാവർക്കും ഒരുമിച്ചിരിക്കാം, പക്ഷേ വിവാഹം കഴിക്കരുത്. ഇങ്ങനെ ഒരു വ്യവസ്ഥയുണ്ടാക്കുകയും ഈ വ്യവസ്ഥ അനാദിയായൊരു വ്യവസ്ഥയാണെന്ന് നമ്മെ പറഞ്ഞ് ബോദ്ധ്യപ്പെടുത്തുകയും ചെയ്യുന്ന ഒരു വ്യവസ്ഥയ്ക്കാണ് നമ്മൾ വർണ്ണവ്യവസ്ഥയെന്നു പറയുന്നത്. ഇങ്ങനെ ഒരു വ്യവസ്ഥയുണ്ടാക്കി പല തരത്തിൽ ആരാധിക്കുന്നവരെ- പൂ കൊണ്ട് ആരാധിക്കുന്നവർ, വെള്ളം കൊണ്ട് ആരാധിക്കുന്നവർ- പലയിടങ്ങളിലായി ഇരുത്തുന്നു. തീ കൊണ്ട് ആരാധിക്കുന്നത് പാഴ്സികളും പൂ കൊണ്ട് ആരാധിക്കുന്നത് തമിഴരുമാണ്. പൂജ എന്നുള്ളത് ഉത്തരേന്ത്യയിൽ ആര്യന്മാരുടേതായിരുന്നില്ല എന്നാണ് തമിഴന്മാർ വാദിച്ചുപോന്നിരുന്നത്. കാരണം പൂജ എന്നത് ഒരു തമിഴ് വാക്കാണ്. അതൊരു സംസ്കൃത പദമല്ല. പൂ കൊണ്ട് ചെയ്യുന്നതു കൊണ്ടാണ് അതിനെ പൂജ എന്നു പറയുന്നത് എന്നാണ് ഒരു തമിഴൻ വിശ്വസിക്കുന്നത്. അത് വളരെ കൃത്യമായ ഒരു സിന്തസിസ് അല്ലെങ്കിൽ ബലാൽക്കാരം കൊണ്ടുള്ള ഒരു സിന്തസിസ് ആണ്. ഇത് ഇന്ത്യൻ സമൂഹത്തിൽ ഉണ്ടാക്കുകയും എല്ലാ വ്യവസ്ഥകളും അംഗീകരിച്ച് നമുക്ക് അന്യോന്യം ചൂഷണം ചെയ്യാനുള്ള ഒരു വ്യവസ്ഥയിലേക്ക് ആളുകൾ മാറിത്തീരുകയും ചെയ്യുന്ന നേരത്താണ് വാസ്തവത്തിൽ നമ്മുടെ നാട്ടിൽ സമാധാനമെന്നു പറയുന്ന ഒരവസ്ഥ ഉണ്ടായിരുന്നത്. സമാധാനം എന്ന് പറയുന്നത് നമ്മൾ ഉണ്ടാക്കിത്തീർക്കുന്ന ഒരു വ്യാജത്തിന്റെ പേരാണ്. ഇത്തരത്തിലുള്ള ഒരു വ്യാജമുണ്ടാക്കുന്നത് ഒരു ഒത്തുതീർപ്പുണ്ടാകുമ്പോഴാണ്. ഇത്തരത്തിലുള്ള സമാധാനം ഒരു വ്യവസ്ഥാസ്ഥാപനമാണ്. ഇതാണ് യഥാർത്ഥത്തിൽ രാമായണത്തിലും മറ്റും നടത്തുന്നത് എന്ന് നമുക്കറിയാം.

•

2002

ആർട്ട് ഓഫ് ലിവിംഗ്

ധ്യാനിക്കുകയും വിശ്വസിക്കുകയും ചെയ്യുമ്പോൾ നമുക്ക് ചിന്തിക്കുവാനുള്ള ജോലി ഒഴിവായിക്കിട്ടുന്നു. വിശ്വസിക്കുന്നത് എന്തോ അതാണ് സത്യം എന്നുള്ളത് വളരെ പഴകിയ, ക്രിസ്തുവിന് മുമ്പു ജീവിച്ചിരുന്ന യവന ബുദ്ധിജീവികളുടെ ഒരു സിദ്ധാന്തമാണ്. അങ്ങനെ വിശ്വസിക്കുവാൻ ശ്രമിച്ച യവനന്മാർക്ക് അബദ്ധത്തിലെങ്കിലും ചിന്തയുടെ വഴിയിൽ ചെന്നു ചാടാതിരിക്കുവാൻ കഴിയാതെ പോയി. എന്നാൽ ഇന്ന് ധ്യാന യോഗത്തിലും വിശ്വാസത്തിലും ജീവിതം കഴിക്കുന്നവർക്ക് ചിന്തിക്കാതിരിക്കാൻ വേണ്ടുന്ന വിദഗ്ധ പരിശീലനം ലഭിച്ചിരിക്കുന്നു. മനുഷ്യ പ്രവർത്തനത്തിൽ വച്ച് ഏറ്റവും പരിശുദ്ധമായത് ശ്വസന ക്രിയയാകയാൽ ശ്വസന പ്രവർത്തനത്തിലേക്ക് ചുരുങ്ങുക എന്നതാണ് സത്യത്തിലേക്കുള്ള വഴി എന്നു കരുതിയ പ്രാചീനന്മാരുടെ പുത്തൻ പതിപ്പുകൾക്ക് രക്തമില്ലാത്ത ധമനികളാണുണ്ടായിരുന്നത് എന്നു പതിനാറാം നൂറ്റാണ്ടിലെ ഒരു പാശ്ചാത്യ ചിന്തകൻ പറയുന്നു.

മറ്റൊന്നും ചെയ്യാതെ ഇരിക്കാൻ കഴിയുന്ന അവസ്ഥയാണ് യോഗം. ഇരിക്കാനുള്ള രീതികൾ യോഗത്തിലുണ്ട്. ഇത്തരം ആസനങ്ങളിൽക്കൂടി നമുക്കു മോക്ഷം കണ്ടെത്താം എന്നു പറയുന്നവർ ഒരു വലിയ ഫാസിസ്റ്റ് വലയിലാണ് ചെന്നു പെട്ടിരിക്കുന്നത്. ഒരു നൂറ്റാണ്ടിന്റെ നവോത്ഥാന പ്രവർത്തനം കൊണ്ട് വിമോചിതമായിട്ടുള്ള കേരളത്തിലെ ജനങ്ങളുടെ ബുദ്ധിയെ നിശ്ചലമാക്കുവാൻ ശ്വസന ക്രിയയുടെ മെറ്റാഫിസിക്സിന് കഴിയുന്നു.

ഒന്നും ചെയ്യാതിരിക്കുന്നതിനെ നാം ആർട്ട് ഓഫ് ലിവിംഗ് എന്നു വിളിക്കുകയും ഒന്നും ചെയ്യാതിരിക്കുന്നതിനെക്കുറിച്ചു ചർച്ച ചെയ്യുന്നതിനായി നാം ഒരുപാടു സ്ഥലം കണ്ടെത്തുകയും സ്ഥലം അങ്ങനെയുള്ള

ചർച്ചകൾ നടത്താൻ വേണ്ടിയുള്ളതാണ് എന്നു തീരുമാനിക്കുകയും ചെയ്തിരിക്കുന്നു. പട്ടിണി പിടിപെട്ട ആദിവാസിയെയും ദളിതനെയും കർഷകനെയും പാർപ്പിക്കാൻ വേണ്ട സ്ഥലം നമ്മുടെ കൈവശമില്ലെന്നും നമ്മുടെ സ്ഥലം യോഗത്തെയും ധ്യാനത്തെയും കുറിച്ച് ചർച്ച ചെയ്യാനുള്ളതാണെന്നും നാം മനസ്സിലാക്കിയിരിക്കുന്നു. അതുകൊണ്ട് കർഷകനും തൊഴിലാളിയും ദളിതനും ആദിവാസിയും സംസ്കരിക്കപ്പെടാൻ സ്ഥലം ലഭിക്കാത്ത വണ്ണം ചരിത്രത്തിലില്ലാത്തവരും മരിച്ചവരുമാണെന്ന് ശ്വസന ക്രിയയ്ക്കു വേണ്ടി നീക്കിവക്കപ്പെട്ട സ്ഥലത്തിരുന്നുകൊണ്ട് നാം പ്രഖ്യാപിക്കുന്നു. ഇങ്ങനെയുള്ള ശ്വസന ക്രിയയിലൂടെ നാം ബുദ്ധിയില്ലായ്മയുടെ സ്ഥലത്തിന്റെ അധികാരികളായിത്തീരുന്നു. എന്തിനെക്കുറിച്ചാണോ നാം ചിന്തിക്കേണ്ടത് അതിനെക്കുറിച്ച് ചിന്തിക്കാതിരിക്കാനും, എന്തിനെക്കുറിച്ചാണോ നാം ദുഃഖിക്കേണ്ടത് അതിനെക്കുറിച്ച് ദുഃഖിക്കാതിരിക്കാനും എന്തിനാണോ നാം സ്ഥലം കണ്ടെത്തേണ്ടാത്തത് അതിനു സ്ഥലം കണ്ടെത്താനും നാം ശീലിച്ചിരിക്കുന്നു. അതുകൊണ്ട് ആദിവാസിയെക്കുറിച്ച്, ദളിതനെക്കുറിച്ച്, സ്ത്രീയെക്കുറിച്ച്, പരിസ്ഥിതിയെക്കുറിച്ച്, ഇടത്തരക്കാരനെക്കുറിച്ച്, തൊഴിലാളിയെക്കുറിച്ച് ചിന്തിക്കാതിരിക്കാൻ വേണ്ട പരിശീലനം നമുക്കു ലഭിച്ചിരിക്കുന്നു. ശ്വസനക്രിയയുടെ ഫിസിക്സിൽ പ്രവൃത്തിയെടുത്തുകൊണ്ടിരിക്കുമ്പോൾ പട്ടിണി മരണങ്ങളെയും ആത്മഹത്യകളെയും കുറിച്ച് അറിയാതിരിക്കാൻ നമുക്കു കഴിയുന്നു. ഇത് ഒരു രാഷ്ട്രീയമായ കഴിവാണ്. ഇതിനെയാണ് നാം ആർട്ട് ഓഫ് ലിവിംഗ് എന്നു വിളിക്കുന്നത്. പട്ടിണി പിടിപെട്ടു മരിക്കുന്നതും മരിക്കാനിരിക്കുന്നതും നമ്മളല്ല എന്ന് ഉറപ്പുള്ളതു കൊണ്ട് മാത്രമാണ് ഇങ്ങനെയൊരു കഴിവ് വികസിപ്പിച്ചെടുക്കാൻ നമുക്കു കഴിയുന്നത്. മരിച്ചു പോവാൻ മാത്രമല്ല ജീവിച്ചു പോവാനും ബുദ്ധിയുടെ ആവശ്യമില്ല എന്നാണ് വിശ്വാസം നമ്മളെ പഠിപ്പിക്കുന്നത്.

●

2001

മതവും ഫാസിസവും

“

ഇന്ത്യയിലെ പ്രധാനപ്പെട്ട മതത്തിന്റെ, ഹിന്ദുമതത്തിന്റെ അടയാളങ്ങളെയാണ് ഇന്ന് ദേശീയഫാസിസം പ്രധാനമായും രൂപാന്തരപ്പെടുത്തുന്നത് എന്ന് നമുക്കറിയാം. അതുകൊണ്ട് തീരെ അരാഷ്ട്രീയമായിരുന്ന ഒരു ചന്ദനക്കുറി നമ്മുടെ ചരിത്രത്തിന്റെ ഒരു പ്രത്യേകഘട്ടത്തിൽ പ്രധാനപ്പെട്ട ഒരു രാഷ്ട്രീയ അടയാളമായി മാറാം. മൂലധനം മോഷ്ടിക്കപ്പെടുന്നതുപോലെ, നമ്മുടെ നെറ്റിയിലെ പൊട്ടും ആരോ മോഷ്ടിച്ചിരിക്കുന്നു എന്നാണ് ഇതിനർത്ഥം. നമ്മുടെ, ദേവന്മാരെയും ആരോ മോഷ്ടിച്ചിരിക്കുന്നു എന്നാണ് ഇതിനർത്ഥം. നമ്മുടെ സന്യാസത്തിന്റെ ഉടുതുണി പോലും മോഷ്ടിക്കപ്പെട്ടിരിക്കുന്നു എന്നു നാം മനസ്സിലാക്കുന്നു.

കാവിയും കപാലമാലയും

നമ്മുടെ എല്ലാ പ്രവർത്തനങ്ങളെയും മറികടന്നു കൊണ്ട് അതിന്റെ ഫലങ്ങൾ ഊറ്റിക്കുടിക്കുന്ന ഒരു ചാഴിവർഗ്ഗം നമ്മുടെ സാംസ്കാരിക അന്തരീക്ഷത്തിൽ നിറഞ്ഞിരിക്കുന്നു എന്ന യാഥാർ ഥ്യത്തിലേക്കാണ് നാം ഓരോ ദിവസവും ഉണർന്നുകൊണ്ടിരിക്കുന്നത്. ഇപ്പോൾ മാത്രമല്ല, കേരള ചരിത്രത്തിന്റെയും ഇന്ത്യാ ചരിത്രത്തിന്റെയും എല്ലാ ഘട്ടങ്ങളിലും ഉണ്ടാകുന്ന ചരിത്ര ഫലങ്ങളെ ചൂഴ്ന്ന് എടുക്കാനുള്ള ഒരു പ്രസ്ഥാനമായിട്ടാണ് ഇന്ത്യയിലെ ഫാസിസ്റ്റ് പ്രവർത്തനം നിലനിന്ന് പോരുന്നത്.

നീണ്ട സ്വാതന്ത്ര്യ സമരത്തിന് ശേഷം 1947-ൽ ഇന്ത്യക്ക് സ്വാതന്ത്ര്യം പ്രഖ്യാപിക്കുന്നത് വരെ ഇന്ത്യയിലെ ഫാസിസ്റ്റുകൾ എവിടെയായിരുന്നുവെന്ന് നാം ചോദിക്കാൻ മറന്ന് പോയിക്കൊണ്ടേയിരിക്കുന്നു. ഫാസിസം ആദ്യമായി, സ്പഷ്ടമായി പ്രത്യക്ഷപ്പെട്ടത് സ്വാതന്ത്ര്യ സമരത്തിന്റെ വലിയ ശില്പിയായ ഗാന്ധിജിയെ കൊല്ലാനാണ് എന്ന് നാം ഓർക്കുന്നു. നാം ഓർക്കാതെ പോകുന്നത് ഈ കാലഘട്ടങ്ങളിലെല്ലാം ഇവർ എവിടെയായിരുന്നു എന്നാണ്. 1930-കളിൽ തന്നെ, കേരളത്തിലെ നഗരങ്ങളിൽ ചെറു ഫാസിസ്റ്റ് സംഘങ്ങൾ പ്രവർത്തിച്ചിരുന്നു എന്ന് ഇപ്പോഴാണ് നാം തിരിച്ചറിയുന്നത്. ജർമ്മനിയിലും, ഇറ്റലിയിലും നാസി ഫാസിസ്റ്റ് സംഘങ്ങൾ പ്രവർത്തിച്ചിരുന്നു. അതേ കാലഘട്ടത്തിൽ തന്നെ, മുസ്സോളിനിയുടെ കുറിപ്പുകളും ഹിറ്റ്ലറുടെ മീൻകാഫും എഴുതി പ്രസിദ്ധീകരിച്ചിരുന്ന കാലഘട്ടത്തിൽ തന്നെ, ഒരു ഫാസിസ്റ്റ് പ്രത്യയശാസ്ത്രം ചെറിയ ഗ്രൂപ്പുകളിൽ ഇവിടെ പ്രവർത്തിച്ചിരുന്നു എന്ന് നാം മനസ്സിലാക്കുന്നു.

ഒരുപക്ഷേ കമ്മ്യൂണിസ്റ്റ് പാർട്ടിയുടെ പ്രവർത്തനം ആരംഭിച്ച അതേ കാലഘട്ടത്തിൽത്തന്നെ അതിന് സമാന്തരമായി ഈ വിധ്വംസക പ്രവർത്തനം ആരംഭിച്ചു എന്നതാണ് ഇതിന്റെ ഒരു വശം. പലരും ഓർമ്മിക്കാൻ ഇടയുള്ള ഒരു കാര്യം കേരളത്തിൽ കമ്മ്യൂണിസ്റ്റ് പ്രസ്ഥാനം ആരംഭിക്കുന്നതിന് മുമ്പേ ഇവിടെ ഒരു യുവജന പ്രസ്ഥാനം ഉണ്ടായിരുന്നു എന്നുള്ളതാണ്. ഇതിനർഥം യുവാക്കൾ കാലഘട്ടത്തെ തിരിച്ചറിഞ്ഞു എന്നാണ്. ചലനങ്ങളെ തിരിച്ചറിയുന്നു എന്നാണ്. ഇതു മുഴുവനും ശരിയായിക്കൊള്ളണമെന്നില്ല. പക്ഷേ ഇതിൽ വലിയൊരു ശരിയുണ്ട്. ഇന്ന് എന്ത് നടക്കുന്നുവെന്നും വരേണ്ടത് എന്താണ് എന്നും നാളെ എന്താണ് വരാൻ പോകുന്നത് എന്നും, തിരിച്ചറിയുന്നത് ലോകത്തോട് സംവദിക്കാൻ കഴിയുന്ന യുവത്വത്തിനാണ് എന്നും അതുകൊണ്ട് പഴയ യുവജന സംഘടനയ്ക്ക് ചരിത്രത്തിൽ എന്ത് സ്ഥാനം ഉണ്ടായിരുന്നോ അതേ സ്ഥാനം യുവജന സംഘടനക്ക് വീണ്ടും കൈവന്നിരിക്കുന്നു എന്നുള്ളതും നാം ഓർക്കേണ്ടതാണ്.

എന്താണ് നമ്മുടെ മുന്നിലുള്ള യഥാർത്ഥ സാന്നിദ്ധ്യം എന്നും എങ്ങനെയാണ് ചരിത്രത്തിന്റെ ഫലങ്ങളെപ്പോലും ചൂഴ്ന്നെടുത്ത് കൊണ്ടുപോകുന്നത് എന്നും നാം തിരിച്ചറിയണം. ക്ഷേത്രപ്രവേശനം വിളംബരം ചെയ്യപ്പെട്ടപ്പോൾ അന്നുവരെ പ്രവേശനം നിഷേധിക്കപ്പെട്ടിരുന്ന അവർണ്ണ വർഗ്ഗത്തെ, വിമോചിതമായ അവർണ്ണ വർഗ്ഗത്തെ ഫാസിസ്റ്റ് മൊത്തക്കച്ചവടക്കാർ വിലക്കെടുക്കുന്നത് എങ്ങനെ എന്നും, തൊഴിലാളി പ്രസ്ഥാനം വളർന്ന് പലരൂപത്തിലുള്ള സാർവ്വദേശീയ തൊഴിലാളി പ്രസ്ഥാനമായി വികസിക്കുമ്പോൾ അതിനെ കാവിപ്പടയുടെ തൊഴിലാളി പ്രസ്ഥാനമാക്കി മാറ്റിത്തീർക്കാൻ ശ്രമിക്കുന്നത് എങ്ങനെ എന്നും കൂടി നാം തിരിച്ചറിയേണ്ടതാണ്.

സ്വാതന്ത്ര്യത്തെ നിരന്തരമായി ഒറ്റിക്കൊടുത്തവർ, അവർണ്ണ വിഭാഗത്തെ നിരന്തരമായി അടിച്ചമർത്തിക്കൊണ്ടിരിക്കുന്നവർ, തൊഴിലാളി വർഗ്ഗത്തെ നിരന്തരമായി പീഡിപ്പിച്ചു പോന്നവർ പെട്ടെന്ന് പ്രത്യക്ഷപ്പെടുകയും തൊഴിലാളി വർഗ്ഗത്തിന്റെയും അവർണ്ണ വിഭാഗത്തിന്റെയും മോചകരായി അഭിനയിക്കാൻ തുടങ്ങുകയും ചെയ്യുന്നു. ഗുരുവായൂർ സത്യാഗ്രഹത്തോടനുബന്ധിച്ച് ഗാന്ധിജി കേരളത്തിൽ വന്നപ്പോൾ മുളങ്കാലിൽ കെട്ടിയുണ്ടാക്കിയ സ്റ്റേജ് വലിച്ചിടാനായി സനാതനികൾ കാത്തിരിക്കുന്നു. ഒരുപക്ഷേ സസ്യാഹാരം കൊണ്ടുള്ള ക്ഷീണം കൊണ്ടാകാം അന്ന് അത് വലിച്ചിടാൻ അവർക്ക് കഴിയുന്നില്ല. അതുകൊണ്ടാണ് ഗാന്ധിജി വീഴാതെ, മുടന്ത് പറ്റാതെ രക്ഷപ്പെട്ടത്. അതേ സനാതനികൾ ഇന്ന് വ്യാസന്റെയും, അവർണ്ണരുടെയും, വാല്മീകിയുടെയും, ആദിവാസികളുടെയും സംരക്ഷകരായി മാറുന്നു.

വിമോചിതരായ അവർണ്ണ സമൂഹത്തെ കാവി കൊണ്ട് മൂടാൻ ശ്ര മിക്കുകയും ചെയ്യുന്നു. ഇത് നമ്മുടെ ചരിത്രത്തിന്റെ വലിയൊരു ആഭാസ പ്രവർത്തനമാണ്. വയനാട്ടിൽ ചെന്ന് ഇപ്പോൾ ഫാസിസ്റ്റുകൾ പറയുന്നത് വയനാട്ടിലെ രാവണന്മാർ അവിടത്തെ ക്രിസ്ത്യാനികൾ ആണെന്നാണ്. നിങ്ങളെ രക്ഷിക്കാൻ ഒരു രാമൻ വരണമെന്നും, ഭൂമി കന്യകയെ മോഷ്ടിച്ച് കൊണ്ട് പോയത് വാസ്തവത്തിൽ കോട്ടയത്തു നിന്നും പാലയിൽ നിന്നും വന്ന കുരിശുള്ള ഒരു വർഗ്ഗമാണെന്നും ഉപദേശിക്കുന്നു. ഇത് തന്നെയാണ് ബാബ്റി മസ്ജിദ് പൊളിക്കാൻ വന്നപ്പോഴും അവർ പറഞ്ഞത്. അവിടെയും അവർ വരച്ചത് രാമന്റെ ചിത്രമാണ്. അപ്പോഴും ശ്രീരാമന്റെ കൈയിൽ കോദണ്ഡം ഉണ്ടാ യിരുന്നു. ത്രേതായുഗത്തിൽ രാമൻ ജനിച്ചതു തന്നെ ബാബ്റി മസ്ജിദ് പൊളിക്കാനാണെന്ന് പ്രചരിപ്പിക്കുന്നു. രാമനെക്കൊണ്ട് പോസ്റ്ററുകൾ വഴിയെങ്കിലും ശ്രീലങ്ക കത്തിക്കാനും, ശ്രീലങ്കയെന്ന് പറയുന്നത് ബാബ്റി മസ്ജിദാണ് എന്ന് ധരിപ്പിക്കുവാനും കഴിഞ്ഞു എന്നതാണ് ചരിത്രത്തിന് ഫാസിസ്റ്റുകൾ നൽകിയിട്ടുള്ള പാഠം. ഇന്ത്യ ആരുടെയാണ് എന്ന ചോദ്യത്തിന് ഇവിടുത്തെ ഹിന്ദുത്വ വർഗ്ഗീയത നൽകി വരുന്ന പാഠം ഇതാണ്. ഹിന്ദുത്വം പുനർനിർവചിക്കപ്പെടുന്ന ഈ സന്ദർഭത്തിൽ ആരാണ് ഹിന്ദു എന്ന് പറയാൻ വിഷമിച്ചു കൊണ്ട് ചിക്കാഗോയിലെ ഒരു ഹോട്ടൽ മുറിയിൽ ഉറക്കമില്ലാതെ കിടന്ന വിവേകാനന്ദനെ അവർ ഇന്ന് പോസ്റ്റർ പരസ്യങ്ങളാക്കി മാറ്റിയിരി ക്കുന്നു. പിറ്റേന്ന് ചിക്കാഗോ മതകോൺഗ്രസ്സിൽ പ്രസംഗിക്കുമ്പോൾ എന്താണ് ഹിന്ദു മതമെന്ന് എങ്ങനെ പറയുമെന്ന് വിഷമിച്ചു കിടന്ന ഒരാളായിരുന്നു പഴയ വിവേകാനന്ദൻ. കാരണം ഹിന്ദു മതമെന്നത് ഒരു മതമല്ലെന്നും അനേകം ജാതികളാണെന്നും ഒരു ഹിന്ദു ജനിക്കു മ്പോഴും മരിക്കുമ്പോഴും വിവാഹം കഴിക്കുമ്പോഴും ആഹാരം കഴിക്കു മ്പോഴും ഒരേ വിധത്തിൽ ജനിക്കുകയും മരിക്കുകയും ഭക്ഷിക്കുകയും ചെയ്യുന്നില്ല എന്നും വിവേകാനന്ദന് അറിയാമായിരുന്നു. അതുകൊണ്ട് ഈ ജാതീയതയുടെ മൂർത്ത രൂപമായ കേരളം ഭ്രാന്താലയമാണ് എന്ന് മാത്രം പറഞ്ഞു കൊണ്ട് കടന്നു പോകാനേ വിവേകാനന്ദന് കഴി ഞ്ഞുള്ളൂ. പക്ഷെ വിവേകാനന്ദന് കേരളത്തിൽ മുഴുവൻ പോസ്റ്ററുകൾ ഒട്ടിക്കുകയും, ത്രിശ്ശിവപേരൂരിൽ ഹിന്ദു മഹാസമ്മേളനം നടത്തുകയും ചെയ്യുമ്പോൾ ഈ വിവേകാനന്ദനെ അല്ല ഇവർ അവതരിപ്പിക്കുന്നത്. ഭക്ഷണമാണ്, ഫുട്ബോൾ കളിയാണ് ഇന്ത്യയുടെ വിമോചന മാർഗ്ഗം എന്നു പറഞ്ഞ വിവേകാനന്ദനെയല്ല, മാംസ ഭക്ഷണം കഴിക്കണമെന്ന് പറഞ്ഞ വിവേകാനന്ദനെയല്ല, മറീന കടപ്പുറത്ത്, എന്റെ മസിലുകളോട് യുദ്ധം ചെയ്യാൻ ആരുണ്ട് എന്ന് ചോദിച്ച വിവേകാനന്ദനെയല്ല, മറിച്ച്

കാവി ഉടുത്ത വിവേകാനന്ദനെയാണ്. ആ വിവേകാനന്ദന്റെ കാവിവസ്ത്രം മാത്രമാണ് നമ്മൾ സ്വീകരിച്ചിരിക്കുന്നത് എന്നും ഓർമ്മിക്കണം. എങ്ങനെയാണ് കാവി വസ്ത്രം മോഷ്ടിക്കപ്പെടുന്നതെന്നും, കാവി വസ്ത്രത്തിന്റെ വളർച്ചയുടെ മൂർധന്യത്തിൽ അത് കൊയ്തെടുക്കുന്നത് എന്നും അറിയണം. അൽമോറിയിലെ കുന്നിൽ പ്രദേശങ്ങളിൽ നിന്ന് പതിനാറ് നെട്ടുവടികളുമായി ഇന്ത്യയിലേക്ക് ഇറങ്ങി വന്ന പതിനാറ് രാമകൃഷ്ണ ശിഷ്യന്മാർ ഈ നാട് മുഴുവൻ നടന്ന് ഭക്ഷണത്തിന്റെ പ്രാധാന്യത്തെക്കുറിച്ചും, മസിലുകളുടെയും ഞരമ്പുകളുടെയും പ്രാധാന്യത്തെക്കുറിച്ചും ഐക്യത്തിന്റെയും സംഘടനയുടെയും പ്രാധാന്യത്തെക്കുറിച്ചും പറഞ്ഞു നടന്നു. ആ മിഷനറി പ്രവർത്തകരെ എങ്ങനെ കാവിയുടുത്ത കശ്മലന്മാരാക്കി മാറ്റിത്തീർക്കാൻ കഴിഞ്ഞുവെന്ന് ഹിന്ദു ഫാസിസം തെളിയിച്ചിട്ടുണ്ട്. ആ മിഷനറിമാർ നടത്തിയത് ആശുപത്രികളാണ്. കോളറ വിരുദ്ധ പ്രവർത്തനങ്ങളാണ്. മുസ്ലിം വിരുദ്ധ പ്രവർത്തനങ്ങളല്ല. ഹിന്ദുത്വ വാദികൾ പറയുന്നത് ഇവിടുത്തെ ഏറ്റവും വലിയ കോളറ മുസ്ലീങ്ങൾ ആണ് എന്നാണ്. ഇങ്ങനെ ഒരു പാഠഭേദമുണ്ടാക്കിത്തീർക്കുമ്പോൾ വാസ്തവത്തിൽ അവർ എന്താണ് ചെയ്യുന്നതെന്ന് നാം മനസ്സിലാക്കിയേ ഒക്കൂ. നാടായ നാട്ടു മുഴുവൻ നടന്ന് സമാന്തര ക്ഷേത്രങ്ങൾ സ്ഥാപിക്കുകയും അവിടെയൊക്കെ തീയ്യ സമുദായത്തിലെ ആളുകളുമായി വഴക്കിട്ട് ക്ഷേത്രത്തിന്റെ ആധാരം പോലും രജിസ്റ്ററാക്കി സഞ്ചരിക്കുകയും ചെയ്തിരുന്ന ഒരു ഭൗതിക വാദിയായ ഒരാധ്യാത്മിക വാദിയായിരുന്നു ശ്രീ നാരായണൻ. ക്ഷേത്രമെന്നത് യുദ്ധത്തിനുള്ള, വഴക്കിനുള്ള സ്വത്താണ് എന്ന് അദ്ദേഹത്തിന് അറിയാമായിരുന്നു. അതുകൊണ്ടാണ് അരുവിപ്പുറം ഇന്ന് എന്തായിത്തീരാൻ പോകുന്നു എന്ന് നാം അറിയുന്നത്. ലോകത്തിലെ ഏറ്റവും ഭംഗി കുറഞ്ഞ ക്ഷേത്രങ്ങളിൽ ഒന്നാണ് അരുവിപ്പുറം. ഇങ്ങനെ ഒരു ക്ഷേത്രമുണ്ടാക്കാൻ ഒരു ആർക്കിടെക്ടിനും കഴിയില്ല. പക്ഷേ, ലോകത്തിലെ ഏറ്റവും മനോഹരമായ മുദ്രാവാക്യം അവിടെയാണ് എഴുതി വച്ചിട്ടുള്ളത്. മുദ്രാവാക്യം നമ്മളും ഉണ്ടാക്കുന്നുണ്ട്. പക്ഷേ, ഇത്രയും നല്ലൊരു മുദ്രാവാക്യം നമുക്ക് പോലും ഉണ്ടാക്കാൻ കഴിഞ്ഞിട്ടില്ല. '

ജാതിഭേദം മതദ്വേഷം' എന്ന് തുടങ്ങുന്ന മുദ്രാവാക്യം ഒട്ടും ഭംഗിയില്ലാത്ത അക്ഷരങ്ങളിൽ എഴുതി വച്ചിട്ടുണ്ട്. ഇതാണ് ഒരു സ്വപ്നം കൊണ്ട് ഒരു ലോകത്തെ സൃഷ്ടിക്കുന്ന വലിയ കലാ വിദ്യ.

കുമാരനാശാൻ നളിനി എഴുതിയത് എല്ലാവർക്കുമറിയാം. അദ്ദേഹം ചിന്താവിഷ്ടയായ സീത എഴുതിയത് ചിലർക്കറിയാം. കാരണം യുവാക്കളെയും വൃദ്ധരെയും ആണായി ജനിച്ചവരെയെല്ലാം പൊട്ടന്മാരാണെന്ന് പറയുന്ന കൃതിയാണത്. അതിനാൽ ആണുങ്ങളെല്ലാം മുഖം

ച്ചളിച്ചേ അത് വായിക്കാറുണ്ടായിരുന്നുള്ളൂ. അത് രാമായണത്തിന്റെ സ്ത്രീ പാഠമാണ്. ഇവിടുത്തെ സ്ത്രീ വിമോചന പ്രസ്ഥാനങ്ങൾ ഉണ്ടാകുന്നതിന് മുമ്പെഴുതിയ ഒരു സ്ത്രീ പാഠമാണ് ഈ കൃതി. അതായത് നളിനി മാത്രമല്ല, കരുണ മാത്രമല്ല, കുമാരനാശാൻ ഒരു ഓട്ടു കമ്പനി കൂടി നിർമ്മിച്ചിരുന്നു. പണം കൊണ്ടും ഉടമസ്ഥാവകാശം കൊണ്ടുമാണ് സവർണ്ണർ മുഷ്ക് കാട്ടുന്നത് എന്നും, പണം കൊണ്ട് അവരെ തോൽപിക്കാം, ശ്ലോകം കൊണ്ടും തോൽപിക്കാം, സമ്പത്ത് കൊണ്ട് തോൽപിക്കാം, നല്ല വസ്ത്രംകൊണ്ട് തോൽപിക്കാം, നല്ല വിദ്യകൊണ്ടും പ്രസംഗം കൊണ്ടും തോൽപിക്കാം എന്നും കുമാരനാശാൻ മനസ്സിലാക്കിയിരുന്നു. സംസ്കൃതം കൊണ്ട് സവർണ്ണരെ തോൽപിക്കാനാണ് കുമാരനാശാൻ ബാംഗ്ലൂരിൽ പോയി സംസ്കൃതം പഠിച്ചത്. സംസ്കൃതം കൊണ്ട് എങ്ങനെ ആളുകളെ തോൽപ്പിക്കാമെന്നാണ് ഹിന്ദുത്വ ഫാസിസം ഇന്ന് അന്വേഷിക്കുന്നത്. കാലടിയെ എന്താക്കിത്തീർക്കുന്നുവെന്ന് നമുക്കറിയാം. കാലടി എന്നത് ശങ്കരാചാര്യരുടെ അപമാനമായിത്തീരുകയും സംസ്കൃത ഭാഷ കേരള സംസ്കാരത്തിന്റെ ഏറ്റവും വലിയ ബാധ്യതയായി തീരുകയും ചെയ്തിട്ടുണ്ട്.

സംസ്കൃത ഭാഷയെ എങ്ങനെ ഒരു മർദ്ദനോപകരണമാക്കിത്തീർക്കുന്നു എന്നും ഇതിനെക്കൊണ്ട് തന്നെ അതിന്റെ വിഴുപ്പുകൾ ചുമപ്പിക്കാമെന്നും മനസ്സിലാക്കിയതു കൊണ്ടാണ് കുമാരനാശാൻ സംസ്കൃതം പഠിച്ചത്. ഒരു മഹാകവിയും ഇന്നുവരെ എഴുതിയിട്ടില്ലാത്ത അത്രയും മനോഹരമായി സംസ്കൃതത്തിൽ ആശാൻ ശ്ലോകം എഴുതുകയും ചെയ്തിരുന്നു.

ഇത് ഭാഷ കൊണ്ടുള്ള യുദ്ധ പ്രഖ്യാപനമാണ്. ഒരു ഭാഷ ഒരു വിപ്ലവ ഉപകരണായിത്തീരും എന്നതിന്റെ വിളംബരമാണ്. ഒരു ക്ഷേത്രം എങ്ങനെ മനുഷ്യന്റെ ബുദ്ധിയെ മന്ദീഭവിപ്പിക്കാനുള്ള ഉപകരണമാക്കിത്തീർക്കാമോ അതുപോലെ ഒരു സമാന്തര ക്ഷേത്രം, ഒരു സമാന്തര സംസ്കൃതിയുടെ സമാന്താര പ്രസ്ഥാനത്തിന്റെ അടയാളമായിത്തീരുന്നു എന്നുകൂടി കാണിച്ച പ്രസ്ഥാനമാണ് ശ്രീനാരായണന്റേത്. ഒരു ക്ഷേത്രത്തെ തോൽപിക്കാൻ രണ്ട് വഴികളുണ്ട്. ഒന്ന് പഴയ തിരുവിതാംകൂർ സ്റ്റേറ്റ് കോൺഗ്രസ്സ് നേതാവ് സി.കേശവൻ പറഞ്ഞത്- ക്ഷേത്രത്തിന് തീ കൊടുക്കുക.

ഹിന്ദുക്കളെല്ലാം ചേർന്ന് മുസ്ലീങ്ങളുടെ വീടിന് തീ കൊടുക്കുക എന്ന മുദ്രാവാക്യവും ഇപ്പോൾ പ്രചരിപ്പിക്കുന്നുണ്ട്. ക്ഷേത്രത്തിന് തീ കൊടുക്കുക എന്നത് ക്ഷേത്രത്തിന് എതിരെയുള്ള ഒരു പ്രതിഷേധമാണ്. നിങ്ങളെ ക്ഷേത്രത്തിൽ കയറ്റുന്നില്ല എങ്കിൽ നിങ്ങളുടെ ക്ഷേത്രത്തെയും,

നിങ്ങളുടെ ദൈവത്തെയും നിങ്ങളുടെ പ്രാർത്ഥനയെയും നിങ്ങളുടെ താന്ത്രിക പൂജയെയും നിങ്ങൾ സ്വയം സൃഷ്ടിക്കും എന്നത് മറ്റൊരു സമാന്തര തന്ത്രമാണ്. രണ്ടാമത്തെ വഴി, ഈ തന്ത്രമാണ് ശ്രീനാരായണൻ ഉപയോഗിച്ചത്. ദൈവം ഒരു മൂലധനമായിത്തീരുമ്പോൾ സഹകരണാടിസ്ഥാനത്തിൽ മറ്റൊരു ദൈവത്തെ ഉണ്ടാക്കിത്തീർക്കുക. അദ്ദേഹം പുഴയിൽ മുങ്ങിത്തപ്പി ഒരു സഹകരണ ദൈവത്തെ, ദുർബലമായ ഒരു ദൈവത്തെ എടുക്കുകയും അതിനെ പ്രതിഷ്ഠിക്കുകയും ചെയ്തു. അതിന് ചുറ്റും ഒട്ടും ഭംഗിയില്ലാത്ത, ഗോപുരമില്ലാത്ത, ഒരു പുര പണിയുകയും അവിടെ മണി കിലുക്കി പൂജ നടത്തിക്കുകയും ചെയ്തു. അപ്പോൾ ശ്ലോകം എന്നത്, തന്ത്രമെന്നത് ഒരു വിപ്ലവ തന്ത്രമായി മാറുന്നു എന്ന് കാണാം.

നാം ഉപയോഗിക്കുന്ന സാധനങ്ങൾക്കൊക്കെ അതിന് വിപരീതമായ ഉപയോഗം കൂടി ഉണ്ടെന്ന് നാം അറിയുന്നു. നിയമത്തിന്റെ ഒരു ഉപയോഗം നിയമം അനുസരിക്കുക എന്നതാണ്. മറ്റൊരു ഉപയോഗം നിയമം ലംഘിക്കുക എന്നതും. നിയമം ലംഘിച്ചാൽ അടി കിട്ടുമെന്ന് പയ്യന്നൂർ മൈതാനത്ത് ഇരിക്കുന്ന ആളുകളോട് ആരും പറയേണ്ട. കാരണം നിയമം ലംഘിക്കാനുള്ളതാണ് എന്ന് മനസ്സിലാക്കിയ ഒരു വിഭാഗം പയ്യന്നൂരിൽ ഇന്നും ഉണ്ട്. ക്ഷേത്രത്തെ പോലും അതിലംഘിക്കാനുള്ള ഒന്നാണ് എന്ന് മനസ്സിലാക്കിയവർ ഉണ്ടായിരുന്നു. അതുകൊണ്ട് ശ്രീ നാരായണൻ സമാന്തര ക്ഷേത്രത്തെ, സമാന്തര ദൈവത്തെ, സമാന്തര വ്യവസായത്തെ, സമാന്തര ജീവിതക്രമത്തെ സൃഷ്ടിച്ചുകൊണ്ട് ഇവിടത്തെ ഭൂരിപക്ഷം വരുന്ന അവർണ്ണ ജനതയുടെ മോചനത്തിന്റെ തുടക്കമായിത്തീർന്നു. അങ്ങനെ മോചിക്കപ്പെട്ട, പകുതി മോചിക്കപ്പെട്ട ഒരു ജനത, ക്ഷേത്രത്തിനുള്ള അധികാരം മാത്രമല്ല സമ്പത്തിനുള്ള അധികാരവും മൂലധനത്തിനുള്ള അധികാരവും തൊഴിലാളി വർഗ്ഗത്തിന്റേതാണ് എന്ന് മനസ്സിലാക്കി, മൂലധനം പിടിച്ചടക്കുക എന്നത് കടമയായി കരുതുന്ന തൊഴിലാളി വർഗ്ഗത്തെ സൃഷ്ടിക്കുകയും ചെയ്യുന്നു. ശ്രീനാരായണ പ്രസ്ഥാനവും കമ്മ്യൂണിസ്റ്റ് പ്രസ്ഥാനവും തുടർച്ചയായി സൃഷ്ടിച്ച ഒരു മനുഷ്യ സമത്വ ബോധം കേരളത്തിന്റെ ആകാശത്ത്, കേരളത്തിന്റെ മണ്ണിൽ ഇന്നുണ്ട്. ഈ സമത്വബോധത്തെ പിടിച്ചെടുത്ത് ഒരു ഫാസിസ്റ്റ് ബോധമാക്കി മാറ്റിയെടുക്കാമെന്ന് കതിരുകൾ മാത്രം കൊയ്തെടുക്കുന്ന ഫാസിസ്റ്റുകൾ ഇന്ന് അന്വേഷിച്ചു കൊണ്ടിരിക്കുകയാണ്.

അതുകൊണ്ട് അവർ കാലടിയിൽ പോവുകയും പഴയ മനുഷ്യാദ്വൈതത്തെ കുറിച്ച് പറഞ്ഞ ശ്രീനാരായണനെ ജീവാത്മപരമാത്മാക്കളുടെ അദ്വൈതം പറഞ്ഞു നടന്നിരുന്ന ഒരു പാവം മനുഷ്യനാക്കി

ചുരുക്കിക്കൊണ്ടു വരികയും ചെയ്തു. ശ്രീനാരായണനെക്കുറിച്ച് പ്രബന്ധങ്ങൾ എഴുതുകയും ഈ പ്രബന്ധമാണ് ഏറ്റവും പഴയ പ്രബന്ധമെന്ന് മറ്റുള്ളവരെക്കൊണ്ട് ഇവർ പറയിക്കുകയും ചെയ്യുന്നു. ഇതാണ് മൂലധനം പിടിച്ചെടുക്കുന്ന, ദൈവത്തെ പിടിച്ചെടുക്കുന്ന ഒരു സാങ്കേതിക മാർഗ്ഗം. നാളെ നമ്മുടെ തെരുവുകളിലെല്ലാം ശ്രീനാരായണന്റെ ചിത്രം ജീവാത്മാവും പരമാത്മാവും ഒന്നാണ് എന്ന് പറഞ്ഞ കോടിക്കണക്കിന് ഉദരംഭരികളായ കാവി വസ്ത്രക്കാരിൽ ഒരാളുടേതായിത്തീരും എന്നതിന് യാതൊരു സംശയവുമില്ല. അപ്പോഴും അവർ നിങ്ങളോട് പറയാത്തത്, നമ്മൾ ആരോടും പറയാത്തത് കാവി വസ്ത്രം ഉടുക്കാൻ വിസമ്മതിച്ചിരുന്ന ഒരു സന്യാസിയായിരുന്നു ശ്രീനാരായണൻ എന്നാണ്. ഓന്നോ രണ്ടോ ഫോട്ടോഗ്രാഫുകളിലൊഴിച്ച് മറ്റൊരിടത്തും അദ്ദേഹം കാവി വസ്ത്രം ഉടുത്തിരുന്നേയില്ല. ഇന്ന് കാവിക്കുള്ള അപകടം അന്നുതന്നെ കണ്ടറിഞ്ഞ ആളായിരുന്നു ശ്രീ നാരായണൻ എന്നാണ് അതിനർത്ഥം. ഇത് ശ്രീനാരയണൻ മാത്രമല്ല ഗാന്ധിജി കൂടി കണ്ടറിഞ്ഞിരുന്നു. അതിനാലാണ് ഗാന്ധിജിയെ കൊല്ലേണ്ട ആളുടെ ഹിറ്റ്ലിസ്റ്റിൽ ഒന്നാമതായിട്ട് ഫാസിസം ഉൾപ്പെടുത്തിയിരുന്നത്.

●

വിഷം തുപ്പുന്ന വിശുദ്ധ രൂപങ്ങൾ

സന്യാസി എന്നതിന് മറ്റുള്ളവരുടെ ചെലവിൽ ജീവിക്കുന്ന ഒരാൾ എന്നാണ് സാമാന്യമായ നിർവചനം. ഒന്നും ചെയ്യാതെയും അടുക്കളയിൽ തീയെരിക്കാതെയും, തനിക്കുണ്ട് എന്ന് ആളുകളെ തെറ്റിദ്ധരിപ്പിക്കുന്ന ബുദ്ധിശക്തി കൊണ്ട്, ആദ്ധ്യാത്മികത കൊണ്ട് ജീവിക്കുന്ന, ഒരു തൊഴിലും എടുക്കാത്ത, തൊഴിലാളിയെയാണ് വാസ്തവത്തിൽ സന്യാസി എന്ന് പറയുന്നത്. തന്നെക്കൂടി ആശ്രമത്തിൽ മെമ്പറാക്കു എന്ന് അപേക്ഷിച്ചു ചെന്ന ഇത്തരം ഒരു കാവി വസ്ത്രക്കാരനോട് ഗാന്ധിജി പറഞ്ഞത് വേഗം പോയി വസ്ത്രം മാറ്റി വരൂ, ഒരു വെളുത്ത ഖദർ മുണ്ടുടുത്താൽ ഞാൻ മെമ്പർഷിപ്പ് തരാമെന്നാണ്. കാവി, തെറ്റിദ്ധാരണയുണ്ടാക്കുന്ന കാലമാണ് അന്നെന്നും നിങ്ങളോർക്കണം. കാവിയുടുത്ത് ഇന്ത്യൻ റെയിൽവേയിൽ സഞ്ചരിക്കുന്ന ഒരു 'വയറ്റിപ്പിഴപ്പുകാരൻ സന്യാസി'ക്ക് അന്ന് ടിക്കറ്റെടുക്കേണ്ടിയിരുന്നില്ല. ഇതാണ് സന്യാസത്തിന്റെ മിടുക്ക്. ഈ സന്യാസത്തെ ടിക്കറ്റെടുക്കാതെ നമ്മുടെ മനസ്സിൽ കൂടി യാത്ര ചെയ്യാനുള്ള ഒരു മാർഗ്ഗമാക്കി തീർക്കുകയും എല്ലാ വിപ്ലവ പ്രവർത്തനങ്ങളുടെയും ഫലങ്ങളെ കൊയ്തെടുക്കുകയും, അതിന്റെ മുകളിൽ കുതിര കയറുകയും ചെയ്യുന്ന ഒരുസംഘം, സംഘപരിവാർ ഉണ്ടാക്കിത്തീർക്കാൻ ഇന്ന് ഫാസിസ്റ്റ് അണികൾ ശ്രമിച്ചുകൊണ്ടിരിക്കുകയാണ്.

ഇന്ത്യൻ നവോത്ഥാനത്തെ എങ്ങനെ ഒറ്റിക്കൊടുക്കാമെന്നും, നവോത്ഥാനത്തിന്റെ ഫലങ്ങളെ എങ്ങനെ കവർന്നെടുക്കാം എന്നുമുള്ള വളരെ ആസൂത്രിതമായ അന്വേഷണത്തിലാണ് ഫാസിസം ഇന്ന് എത്തിച്ചേർന്നിരിക്കുന്നത്. അതുകൊണ്ടാണ് ഇന്ത്യയിലെ സ്വാതന്ത്ര്യസമരത്തിൽ ഒരിക്കലും പങ്കെടുക്കാതിരുന്ന ആളുകൾ, സ്വതന്ത്രമായ

ഇന്ത്യയിൽ നിന്ന് പിരിഞ്ഞ് പോയ മുസ്ലീങ്ങൾ മാത്രമല്ല ഇവിടെയുള്ള മുസ്ലീങ്ങളും ഇന്ത്യയ്ക്കാപത്താണെന്ന് വിളിച്ചു പറയുന്നത്. സ്വാതന്ത്ര്യത്തിന്റെ പേരിൽ മുസ്ലീങ്ങളെ ഈ നാട്ടിൽ നിന്ന് ആട്ടിപ്പായിക്കണം എന്ന് പറയുന്നത് മുസ്ലീങ്ങൾ വംശ വർദ്ധനയുള്ള ജനസ്സാണ് എന്നതുകൊണ്ട് അവർ കുറച്ചു കാലംകൊണ്ട് ഭൂരിപക്ഷമായിത്തീരുമെന്നും ഭൂരിപക്ഷത്തിന്റെ ഭരണമുള്ള ഒരു മുടിഞ്ഞ ജനാധിപത്യ ഇന്ത്യയിൽ അങ്ങനെ മുസ്ലിംകൾ ഭരിക്കുമെന്നുള്ള പ്രചരണം ഒരു ജനാധിപത്യ വിരുദ്ധ പ്രവർത്തനമായി ഫാസിസ്റ്റുകൾ ഇവിടെ അടിച്ചുവിടുന്നു. ഒരുപക്ഷേ ഇവിടെ നടക്കുന്ന ഫാസിസ്റ്റ് രീതിയുള്ള വർഗ്ഗ ശുദ്ധീകരണം-വർഗ്ഗങ്ങളെ നശിപ്പിക്കുക എന്ന വർഗ്ഗ ശുദ്ധീകരണം വിയറ്റ്നാമിൽ അമേരിക്കൻ പട ചെയ്തു പോയ - ഒരു മാസ്റേപ്പ് സിദ്ധാന്തം, അർജ്ജുനൻ ഗീതയിൽ ഭയപ്പെട്ട ആ വർഗ്ഗസങ്കരത്തിന്റെ രൂപാന്തരം മാത്രമാണ് എന്നുകൂടി ഓർക്കേണ്ടതാണ്. "സ്ത്രീഷു ദുഷ്ടാസു വാർഷണേയ ജായതേ വർണ്ണ സങ്കരഃ" -സ്ത്രീകളെ ദൂഷിപ്പിച്ചാൽ വർണ്ണസങ്കരമുണ്ടാകുമെന്നും മുസ്ലീം സ്ത്രീകളെ ദൂഷിപ്പിച്ചാൽ മുസ്ലീം സമുദായത്തെ നശിപ്പിക്കാമെന്നും അവർ കരുതുന്നു. ഇതാണ് വാസ്തവത്തിൽ മുസ്ലീം സ്ത്രീകളെ ബലാത്സംഗം ചെയ്യുന്നതിന്റെ പ്രത്യയശാസ്ത്രം എന്നു പറയാം. ഇത്തരമൊരു പ്രത്യയശാസ്ത്രം വച്ചു കൊണ്ടാണ് ഹിന്ദു ഫാസിസം പ്രവർത്തിക്കുന്നത്, 1947 വരെ ഇന്ത്യയുടെ ജനാധിപത്യ പ്രസ്ഥാനത്തിൽ എവിടെയും കാണാതിരുന്ന ഒരടി പോലും വാങ്ങാൻ കൂട്ടാക്കാതിരുന്ന, അടിക്കുകയാണ് അടികൊള്ളുകയല്ല നമ്മുടെ കർത്തവ്യമെന്ന് കരുതുന്ന സംഘപരിവാർ ഇന്ന് ചെയ്തുകൊണ്ടിരിക്കുന്ന ഏറ്റവും വലിയ സാംസ്കാരിക പ്രവർത്തനം ഇതാണ്. ബലാത്സംഗം എന്നത് ഒരു പ്രത്യയശാസ്ത്രത്തിലേക്ക് നീങ്ങിക്കൊണ്ടിരിക്കുന്നു എന്നർത്ഥം.

ഇത് വളരെ മാന്യമായ കാര്യമാണ്. കാരണം പെട്ടെന്നുള്ള ക്ഷോഭം കൊണ്ട് ആണിനോ പെണ്ണിനോ തോന്നുന്നതല്ല; മറിച്ച് ബലാൽക്കാരത്തെ രാഷ്ട്രീയ പ്രവർത്തനമാക്കിത്തീർക്കുന്നു എന്നതാണ് ഇതിന്റെ വ്യത്യാസം. സംഭവങ്ങൾ റിപ്പോർട്ട് ചെയ്യുകയല്ല, സംഭവങ്ങൾ ഉണ്ടാക്കുകയാണ് വേണ്ടത് എന്ന ഇന്നത്തെ സംഭവ വ്യവസായം പോലെ അഥവാ വാർത്താവ്യവസായം പോലെയാണ് ഇന്നത്തെ ഫാസിസം . ഇവിടുത്തെ ഒരു ജനവിഭാഗത്തിന്റെ രക്തത്തെ വർണ്ണപരമായി ദൂഷിപ്പിച്ചാൽ ആ വർഗ്ഗത്തെ നശിപ്പിക്കാം എന്നുള്ള ഒരു പ്രത്യയശാസ്ത്രത്തിന്റെ അടിസ്ഥാനത്തിലാണ് തീർച്ചയായും ആ പ്രവർത്തനം നടക്കുന്നത് എന്നുകൂടി നാം തിരിച്ചറിയേണ്ടതാണ്.

നമ്മുടെ ഓരോ പ്രവർത്തനത്തിന്റെയും ഫലത്തെ (മലയപുലയനിൽ നിന്നും, വാഴയ്ക്ക് വെള്ളം കോരിയിരുന്ന പെണ്ണുങ്ങളിൽ

നിന്നും, കുട്ടികളിൽ നിന്നും) ഉത്തരേന്ത്യൻ സവർണ്ണ മേധാവിത്തം കവർന്നെടുക്കുവാൻ ശ്രമിച്ചു കൊണ്ടിരിക്കുന്ന എന്നതിന്റെ മുഖ്യ വിളംബരം കൂടിയാണ് ഫാസിസ്റ്റ് പ്രവർത്തനത്തിന്റെ പുതിയ രീതികൾ. നാം ഓർക്കാത്ത ഒരു കാര്യം പറയാം. 20 കൊല്ലം മുമ്പ് തന്നെ തലശ്ശേരി നഗരത്തിൽ ഒരു കാറിൽ ടേപ്പ് ചെയ്ത ഹിന്ദി പ്രസംഗം പ്രക്ഷേപണം ചെയ്തുകൊണ്ട് ഒരു രാഷ്ട്രീയ കക്ഷി സഞ്ചരിച്ചു. ഒരു പത്രവും ഇത് അന്ന് റിപ്പോർട്ട് ചെയ്തില്ല. ഹിന്ദി പ്രക്ഷേപണം ചെയ്തു കൊണ്ട് കാറിൽ സഞ്ചരിച്ചത് ആരുടെയും വോട്ട് കിട്ടാനായിരുന്നില്ല. ആർക്കും മനസ്സിലാകാനമായിരുന്നില്ല. ഇവിടെ ഭരിക്കേണ്ടത് ഹിന്ദുവാണെന്നും, ഹിന്ദിയാണെന്നും, ഹിന്ദുത്വമാണിവിടെ വരാൻ പോകുന്ന ദേശീയത എന്നുമുള്ള വിളംബരം മാത്രമായിരുന്നു ഇത്. ഇങ്ങനെയാണ് ഫാസിസം വരുന്ന വഴികളെന്ന് നാം അറിയാറേയില്ല. വളരെ പതുക്കെയാണ് പക്ഷേ തീരെ നിശങ്കശമായാണ് എല്ലാ ഫാസിസ്റ്റ് അടവുകളും രൂപം കൊള്ളുന്നത് എന്നും, അങ്ങനെയാണ് കലാപത്തിന് രൂപം കൊടുക്കുന്നത് എന്നും അറിയുക.

അമ്പത് പേരടങ്ങുന്ന സംഘം തലശ്ശേരിയിൽ വർഗ്ഗീയ കലാപം ഉണ്ടാക്കിയ പോലെ തന്നെയാണ് അമ്പത് ആളുകളുടെ സംഘങ്ങൾ കൊല്ലത്തും, വൈക്കത്തും കലാപങ്ങൾ ഉണ്ടാക്കിയത്. രാവിലെ ഏഴ് മണിക്ക് വീടിന്റെ മുന്നിലിരിക്കുന്ന ആളുകളെല്ലാം കേൾക്കുന്നത്, ഏഴ് മണിക്ക് മുമ്പായി നഗരത്തിലെത്തിയ ഹിന്ദു പെൺകുട്ടികളെ മുസ്ലീം കശ്മലന്മാർ വസ്ത്രമില്ലാതെ നിരത്തിൽ കൂടി നടത്തിക്കൊണ്ടു പോയി എന്നാണ്. ആരും തലശ്ശേരിയിൽ പോയിട്ടില്ല. ആരും റിപ്പോർട്ട് കൊണ്ടു വന്നിട്ടുമില്ല. ഇത് പ്രചരിപ്പിക്കാൻ കാരണം, വർഗ്ഗീയ വികാരം അന്ധമാണ് എന്ന് നമുക്കറിയാത്ത സത്യസന്ധമായ ഒരു വാസ്തവം, ഫാസിസ്റ്റുകൾക്ക് അറിയാമെന്നതാണ്. അതുകൊണ്ട് അവിടെയുണ്ടായിരുന്ന ഒരുപക്ഷേ ഇടതുപക്ഷ ചായ്‌വുള്ള ഹിന്ദുക്കൾ പോലും "ആരാണ് നമ്മുടെ കുട്ടികളെ വിവസ്ത്രരാക്കിയത്" എന്ന് ക്രുദ്ധരാവുകയും പെട്ടെന്ന് നഗരത്തിലേക്ക് കുതിക്കുകയും ചെയ്തു. ഇത്തരം അബദ്ധങ്ങൾ നമ്മെ വിശ്വസിപ്പിക്കാൻ കഴിയും. ഒരു പ്രത്യേക മാനസികാവസ്ഥയിൽ മനുഷ്യൻ എന്തും വിശ്വസിക്കും എന്നും, അങ്ങനെ വിശ്വസിക്കുന്ന ആളുകൾക്ക് മാസ്സ് ഹിസ്റ്റീരിയ ഉണ്ടാക്കിത്തീർക്കാമെന്നും, കൂട്ടം കൂടി ഉന്മത്തരായി തീർന്നവരെക്കൊണ്ട് പ്രവർത്തിക്കാൻ കഴിയുമെന്നും. കൂട്ടം കൂടി നിൽക്കുന്ന ആളുകൾ പ്രത്യേകമായി ചാർജ് ചെയ്യപ്പെട്ട, ബുദ്ധിപരമായി, ആവേശപരമായി തീർന്നിട്ടുള്ള ഒരവസ്ഥയിൽ ഒരുവൻ എന്തും ചെയ്യുമെന്നും അറിയുന്നവരാണ്, ഫാസിസ്റ്റുകൾ. തീർച്ചയായും ഇത്തരം ആൾക്കൂട്ടങ്ങളെ ക്ഷേത്രത്തിന്റെയോ, പെൺകുട്ടികളുടെയോ,

ആരാധനയുടെയോ, ദൈവത്തിന്റെയോ പേരിൽ സംഘടിപ്പിക്കുക എളുപ്പമാണ് എന്നും ഇവർ മനസ്സിലാക്കിയിരിക്കുന്നു. അതുകൊണ്ടാണ് സാന്നിദ്ധ്യങ്ങളെക്കുറിച്ച് നാം വളരെ ജാഗരൂകരായിരിക്കണമെന്ന് പറയുന്നത്. നാം വളരെ മടിയോടു കൂടിയാണ് സാമുദായിക കലാപത്തിന്റെ അടുത്തേക്ക് പോകുന്നത്. കലാപം നടന്നതിന്റെ പിറ്റേ ദിവസത്തെ ഫലം, ഹിന്ദു ഹിന്ദുവിന്റെ കടയിൽ നിന്നും , മുസ്ലിം മുസൽമാന്റെ കടയിൽ നിന്നും സാധനം വാങ്ങാൻ തുടങ്ങുന്നു എന്നതാണ്. ഇത് വളരെ ചെറിയൊരു മാറ്റമാകാം. തലശ്ശേരിയിൽ ഇതാണ് ഉണ്ടായത്. അടുത്ത ഘട്ടത്തിൽ, ചായക്കടയിൽ, പാൽക്കടയിൽ ഇരിക്കുന്ന സ്ഥലങ്ങളിൽ, ബസ്സിൽ പോലും നാം അറിയാതെ ഓരോ തരത്തിലുള്ള മതപരമായ, വർഗ്ഗീയമായ ധ്രുവീകരണം ഉണ്ടാകുന്നു, ഈ ധ്രുവീകരണമാണ് ഒരു കാലത്തിന്റെ മൗലികമായ ലക്ഷ്യം.

അന്ന് തലശ്ശേരി കലാപത്തിൽ അവർ കൊടുത്ത ഏറ്റവും വലിയ പ്രതിഫലം കടകളിൽ നിന്നും കൊള്ളയടിക്കപ്പെട്ട ബെയ്ൽ കണക്കിന് തുണികളാണ്. യുദ്ധം നടക്കുമ്പോൾ കിട്ടുന്ന കൊള്ള മുതലാണ് പട്ടാളക്കാരുടെ ആദ്യ പ്രലോഭനം. രണ്ടാമത്തെ പ്രലോഭനം ഇഷ്ടം പോലെ ബലാൽസംഗം ചെയ്യാൻ കിട്ടുന്ന ശത്രു പെൺസമൂഹമാണ്. ഈ രണ്ടു വസ്തുതകളും ഫാസിസ്റ്റ് പടയണികളിലും ഉപയോഗിക്കുന്നു എന്നുള്ളത് വളരെ കൃത്യമായ ഒരു തിരിച്ചറിവാണ്. അതുകൊണ്ട് ഇത്തരം പ്രവർത്തനങ്ങൾ മോഷണമല്ല മതപരമായ ഒരു തരം സ്വാംശീകരിക്കലാണ്.

മുസ്ലീമിന് അവകാശപ്പെട്ട പണം അവർക്ക് കൊടുക്കണമെന്നും, പാക്കിസ്ഥാന് കുറേ പണം കൊടുക്കാനുണ്ടെന്നും, അമ്പത് കോടിയോളം വരുന്ന ആ പണംപണമായിത്തന്നെ കൊടുക്കണമെന്നും പറഞ്ഞതിനാണ് ഗന്ധിയെ നിലക്കടല കൊറിച്ചിരുന്ന ഒരു പയ്യൻ വെടിവച്ച് കൊന്നത്, ആട്ടിപ്പായിക്കപ്പെട്ട മുസ്ലീമിന്റെ സ്വത്ത്, മുസ്ലീം അഭയാർത്ഥിയുടെ സ്വത്ത്, സാമ്പാദ്യത്തിന്റെ പണം, ഏത് പട്ടേൽ പറഞ്ഞാലും, ഏത് നെഹ്റു പറഞ്ഞാലും, ക്യാഷ് ആയിത്തന്നെ പാക്കിസ്ഥാന് കൊടുക്കണമെന്ന് പറഞ്ഞതു കൊണ്ടാണ് ഗാന്ധിയെ പെട്ടെന്ന് കൊന്നത് എന്ന് ചരിത്രം പറയുന്നു. ഫാഷിസ്റ്റ് ആക്രമണത്തിൽ, പട്ടാള ആക്രമണത്തിൽ, മുതൽ കൊയ്തെടുക്കുക എന്നത് പ്രലോഭനമാണ് എന്നർത്ഥം. മുസ്ലീമുകളുടെ സ്വത്ത് അപഹരിക്കുക എന്നത് ഒരു ഹിന്ദുത്വ ആദ്ധ്യാത്മിക പ്രവർത്തനമാണ്. മുസൽമാന്റെ കടയിൽ നിന്നും വെള്ളയപ്പം എടുത്തു തിന്നുക എന്നതും ഒരു അദ്ധ്യാത്മിക പ്രവർത്തനമാണ്. ഇത്തരം പ്രലോഭനമില്ലെങ്കിൽ വാസ്തവത്തിൽ ഹിന്ദുത്വ വാദികൾക്ക് പ്രവർത്തിക്കാൻ കഴിയില്ല എന്നവർക്കറിയാം. കൊള്ളയടിക്കുക എന്നത് എല്ലാ കലാപത്തിന്റെയും മൗലികമായ

ഘടകമാണ്. കലാപം ഉണ്ടാകുമ്പോൾ മരണം മാത്രമല്ല, അടി മാത്രമല്ല, കൊള്ളയും നടക്കുന്നു.

രണ്ടാമത്തെ പ്രലോഭനം ബലാൽസംഗത്തിനുള്ള അദ്ധ്യാത്മിക അനുവാദമാണ്. ഇതാണ് നാം ആദ്ധ്യാത്മികമായ മതാന്ധതയെ എതിർക്കുന്നതിനുള്ള ഒരു കാരണം. അതായത് അവർ ബലാത്സംഗത്തെ ആദ്ധ്യാത്മികമായ പ്രവർത്തനമാക്കിത്തീർക്കുകയും ദേശീയ കടമയാക്കിത്തീർക്കുകയും ചെയ്യുന്നു. കുറ്റകരമായ പ്രവർത്തനത്തെ കുറ്റത്തിൽ നിന്ന് വിമോചിപ്പിക്കുക എന്നതാണ് ഫാസിസ്റ്റ് പ്രവർത്തനത്തിന്റെ ഒരു രീതി. അതുകൊണ്ട് എവിടെയെല്ലാം കുറ്റവാളികളെ സംഘടിപ്പിക്കുകയും കുറ്റവാളികളുണ്ടോ അവിടെയൊക്കെ പോയി അവരെ ബുക്ക് ചെയ്യുകയും കവല സംഘങ്ങൾ ഉണ്ടാക്കുകയും സാമാന്യമായ ജനജീവിതം അസാധ്യമാക്കിത്തീർക്കുകയും ചെയ്യുന്നു. ഭയപ്പെടുത്തി ഹിന്ദുത്വത്തിലേക്ക് ആട്ടിയോടിക്കുക എന്നതാണ് ആ സാങ്കേതിക രീതി. അതിന് ഉപയോഗിക്കുന്ന തന്ത്രം കുറ്റത്തെ പുണ്യമാക്കി മാറ്റിത്തീർക്കുക എന്ന 'മെറ്റമോർഫോസിസ്'' ആണ്. ഈയ്യം പൊന്നാക്കി തീർക്കുന്നതു പോലെ ചെമ്പ് പൊന്നാക്കി തീർക്കുന്നതു പോലെ ഏത് കുറ്റത്തെയും കുറ്റമല്ലാതാക്കിത്തീർക്കാമെന്നും ഒരു പ്രത്യയശാസ്ത്രം കൊണ്ട് പുണ്യമാക്കിത്തീർക്കാമെന്നും അതുകൊണ്ട് ഒരു മുസ്ലിം സ്ത്രീയെ ഗർഭിണിയാക്കിത്തീർക്കുന്നത് ഹിന്ദുക്കളുടെ ദേശീയ കടമയാണ് എന്ന് അവനെ ബോദ്ധ്യപ്പെടുത്തിയാൽ അവന്റെ അക്രമവാസന, ലൈംഗിക വാസന ഒരു പുണ്യകർമ്മമായി രൂപാന്തരപ്പെടുത്താം എന്നും അവർക്ക് അറിയാം. ഇങ്ങനെയാണ് ലോകത്തിലെ എല്ലാ കുറ്റങ്ങളും ന്യായീകരിക്കുന്നത് എന്ന് ഫാസിസ്റ്റുകൾക്കറിയാം. ഈ ഫാസിസ്റ്റ് തന്ത്രമാണ് ക്രിമിനലുകളെ റിക്രൂട്ട് ചെയ്യാൻ ഫാസിസ്റ്റുകൾക്ക് സൗകര്യമുണ്ടാക്കിക്കൊടുക്കുന്നത്.

●

ഡിസംബർ 6

ഡിസംബർ ആറ് ഇപ്പോൾ കലണ്ടറിലെ ഒരു തീയതി അല്ല. ഇന്ത്യാചരിത്രത്തിന്റെ കറയാകുന്നു. ആൾത്തിരക്കൊന്നു മില്ലാത്ത ഒരു പഴയ പള്ളിയുടെ മുഖപ്പുകൾ പ്രതിഫലേച്ചു കൂടാതെ സേവകന്മാർ ഏറെ പണിപ്പെട്ട് പൊളിച്ചു തീർത്തതിന്റെ ഓർമ്മപ്പെരു ന്നാളാണ് ഇന്ന്. ചെറിയൊരു സംഭവം കൊണ്ട് ലോകത്തിന്റെ കണ്ണിൽ ഹിന്ദുവിന്റെയും ഹിന്ദുത്വത്തിന്റെയും നിറമേ മാറിപ്പോയിരിക്കുന്നു. ഏറെ പുകഴ്ത്തപ്പെട്ടു പോന്ന ഇന്ത്യൻ സഹിഷ്ണുത ഞൊറിവച്ച ഭീരുത തന്നെ യായിരുന്നുവെന്ന് ഒറ്റ ദിവസം കൊണ്ട് തെളിയിക്കപ്പെട്ടു. അവസരം കാത്തു നിൽക്കുന്ന ദൗർബല്യത്തിന്റെ പേരായിരുന്നുവോ സഹിഷ്ണുത. സ്ത്രീകളിൽ എന്ന പോലെ ന്യൂനപക്ഷങ്ങളിൽ പരാക്രമം കാണിക്കുന്ന ഈ ശൂരത പെട്ടെന്ന് എവിടെ നിന്നുണ്ടായി. ശൂരതയുടെ പിറന്നാളായി വിശ്വഹിന്ദുക്കൾ ഇന്ന് ആഘോഷിക്കുന്ന ഈ പുണ്യദിനം എങ്ങനെ സംഭവിച്ചു.

ഹിന്ദുവിന്റെ ഈ വീരോദാര സൗഭാഗ്യങ്ങൾ വിവരിച്ചു കൊടുക്കുവാ നായിരിക്കുമോ ഏതാണ്ട് ഒരു നൂറ്റാണ്ട് മുമ്പ് വിവേകാനന്ദൻ ചിക്കാ ഗോവിൽ പോയത്. പട്ടിണി കിടന്നും പാഴ്ത്തറകളിൽ ഉറങ്ങിയും തന്റെ നാടിനെയും ഗുരുവിനെയും പരിചയപ്പെടുത്തിക്കൊണ്ട് നടന്ന ചെറുപ്പ ക്കാരൻ ഇങ്ങനെയൊരു വലിപ്പം തന്റെ നാടിന് ഉണ്ടാകുമെന്ന് കൊതി ച്ചിരിക്കുകയേ ഇല്ല. നാടിന്റെ യാത്ര പെട്ടെന്ന് ഒരു ഡിസംബറിൽ വഴി തിരിഞ്ഞു പോകുന്നു.

ചെറിയ സംഭവങ്ങൾ ഇങ്ങനെയാണ്. കാലം കൊണ്ട് കനം വക്കു ന്നത്. സ്കൂളിൽ നിന്ന് കിട്ടിയ ഒരു നുള്ള് പോലും പ്രായമെത്തുമ്പോൾ ക്രൂരമായ ഒരു ജീവിത ചരിത്ര സ്മൃതിയാകാം. ദ്രൗപതിയുടെ മുടി പോലെ, ജൂദാസിന്റെ നാണയങ്ങൾ പോലെ, വീണ്ടും വീണ്ടും പൊട്ടിപ്പുറക്കുന്ന

ഒരു പുണ്ണ് പോലെ ഈ വിഷാനുഭവങ്ങൾ സമുദായ ശരീരത്തെ തന്നെ വിഷമയമാക്കുന്നു. അത് ചരിത്രത്തിലും വിശ്വാസങ്ങളിലും വ്യാപിച്ച് കടുത്ത വർണ്ണ വിവേചനങ്ങൾ ഉണ്ടാക്കുന്നു. സാമാന്യമായി ഒരു വിഷാദ രോഗിക്ക് ആത്മഹത്യ ചെയ്യുവാൻ ഇത്രയും ചെറിയ കാരണം മതി. മനുഷ്യ സമുദായങ്ങളെയും ഇതുപോലെ ആത്മഹത്യയുടെ മുനമ്പിൽ എത്തിക്കാൻ കഴിയും.

അല്ലെങ്കിൽ പ്രശസ്തനായ രാമന്റെ പേരിൽ എങ്ങനെയാണ് പുതിയ രാമഭക്തന്മാർ ഇത്രയും സാധിച്ചെടുക്കുക. രാമൻ പണ്ട് നേരിട്ടിരുന്നത് ന്യൂനപക്ഷങ്ങളെയായിരുന്നില്ല. തന്നോടൊപ്പം കരുത്തുള്ളവരോട് തന്നെ കവിഞ്ഞ് നിൽക്കുന്നവരോട് നേരിടുകയാണ് ശൂരത്വം എന്ന് പാവം രാമൻ കരുതിയിരുന്നു. രാമന് വിശ്വഹിന്ദുക്കളുടെ മുദ്രാവാക്യം പരിചിതമായിരുന്നില്ല. അതുകൊണ്ടാണ് കൈലാസമെടുത്ത് അമ്മാനമാടിയ തന്റെ ശത്രുവിനെ രാമൻ ബഹുമാനിച്ചുവെന്ന് കാളിദാസൻ രാമനെക്കുറിച്ച് പറയുന്നത്- "രാമസ്ഖലിത കൈലാസം അരാതിം ബഹുമന്യതാ" ആരോ തന്നെ അനാവശ്യമായി പുകഴ്ത്തുന്നത് ത്രേതായുഗത്തിലെ രാമൻ ദൂരക്കൂടുതൽ കൊണ്ട് കേൾക്കുന്നേയുണ്ടാവുകയില്ല. രാമായണം ഒരു ന്യൂനപക്ഷോന്മൂലനം ആണ് എന്ന പാഠഭേദം രാമൻ പഠിക്കുന്നതും ഒരുപക്ഷേ ആദ്യമായിട്ടാകും. രാമൻ പട്ടം കിട്ടിയ ഒരു ഭീരു ആയിരുന്നില്ലല്ലോ.

•

2002

പശുക്കളും രാഷ്ട്രീയവും

ഗുജറാത്തിന്റെ സൗഭാഗ്യം ഇന്ത്യയുടെ മറ്റ് സ്റ്റേറ്റുകളിലും ആവർത്തിക്കുമെന്ന് ഒരു ഹിന്ദുത്വ നായകൻ ഈയിടെ പറഞ്ഞത് വെറും ഒരു പ്രവചനമാകാൻ ഇടയില്ല. അത് ഒരു പരിപാടി തന്നെയായിരിക്കണം. കേരളത്തിലും ഇതിന്റെ അനുഷ്ഠാനങ്ങൾ ആരംഭിച്ചിരിക്കുന്നു. ജന്മാഷ്ടമിയുടെ ആഘോഷങ്ങളിൽ ഒരിടത്തെങ്കിലും ഗോപൂജ നടന്നതായി റിപ്പോർട്ട് ചെയ്തിട്ടുണ്ട്. ഗോക്കളെയും ശ്വാക്കളെയും വേർതിരിച്ച് തന്നെയാണ് കാണേണ്ടത്. മൃഗങ്ങൾക്കും ധ്രുവീകരണമുണ്ട്. ഭേദബുദ്ധി വളർത്തുക എന്നതാണ് നാം ഇതിനെ പണ്ട് പറഞ്ഞിരുന്നത്. ഏറെ കൃത്യമായുള്ള ഒരു രാഷ്ട്രീയ പ്രവർത്തനം.

പശുവിൽ നിന്ന് നമുക്ക് ലഭിക്കുന്നത് പഞ്ചഗവ്യം മാത്രമാണ് എന്നത് പഴയ ഒരു സാമ്പത്തിക ജ്ഞാനം മാത്രമാണ്. അതുകൊണ്ട് പാലും വെണ്ണയും പിന്നെ ഗോപാലന്മാർക്ക് ഐശ്വര്യവും നേടിയെടുക്കാനാണ് ഡോക്ടർ കുര്യൻ അവിടെ പണിപ്പെട്ടിരുന്നത്. അതിൽ നിന്നു തന്നെ മൃഗ രാഷ്ട്രീയം എന്നൊരു ഷൽഗവ്യം കൂടി ഉണ്ടാക്കിയെടുക്കാം എന്ന പരീക്ഷണമാണ് നൂറ്റാണ്ടുകൾക്കു ശേഷം ഭാരതത്തിൽ വീണ്ടും ആരംഭിച്ചിരിക്കുന്നത്. പശു ഒരു വീട്ടു മൃഗമാണ് എന്ന പാഠപുസ്തക സങ്കല്പത്തിൽ നിന്ന് അത് ഒരു രാഷ്ട്രീയ സാന്നിദ്ധ്യം കൂടിയാണെന്ന് ഉത്തരേന്ത്യക്കാരെങ്കിലും അറിഞ്ഞിരുന്നു. കേരളീയർക്ക് ഇതൊരു പുതിയ അനുഭവമാണ്.

സംഘടിതവും പ്രചരണാത്മകവുമായ മതത്തിന് ആഘോഷങ്ങളും ആർഭാടങ്ങളും മുഖ്യമായ ഉത്തേജകങ്ങളാണ്. കണ്ണഞ്ചിപ്പിക്കുന്ന കാഴ്ചകളും കാതടപ്പിക്കുന്ന പ്രഘോഷങ്ങളും. ശബ്ദത്തിന്റെയും കാഴ്ചയുടെയും ഇത്തരം അതിശയോക്തികളെ ഇലക്ട്രോണിക്സിന്റെ സാങ്കേതിക യുഗത്തിൽ എളുപ്പത്തിലും വേഗത്തിലും പെരുപ്പിക്കുവാനും

പ്രചരിപ്പിക്കുവാനും കഴിയും. പഴയ ഒരു യുഗപരിവർത്തനത്തിന് ഇപ്പോൾ അഞ്ച് വർഷം മതി. അതാണ് രണ്ട് തെരഞ്ഞെടുപ്പുകൾക്കിട യിലുള്ള ദൂരം. ഇത് വേണ്ട വിധം ഉപയോഗിച്ചാൽ കാര്യവിചാരം ചെയ്തു കൊണ്ടിരിക്കുന്ന രാഷ്ട്രീയ മാനേജീരിയൽ പ്രവർത്തനത്തിന് അടുത്ത യുഗസന്ധി മറികടക്കുവാൻ കഴിയും. വർഗ്ഗീയതയുടെയും മുതലാളിത്ത സാങ്കേതിക കൗശലത്തിന്റെയും സംയുക്തത്തിന് ഇത് അത്രവലിയ കാര്യമല്ല.

വേഗമേറിയതും ഉന്മാദാത്മകവുമായ പുതിയ നാഗരികത സംസ്കാരത്തിന്റെ അടയാളങ്ങൾ എളുപ്പത്തിൽ ഉണ്ടാക്കിയെടുക്കുമെങ്കിലും ഉണ്ടായതെല്ലാം എളുപ്പത്തോടെ മാഞ്ഞുപോവുകയും ചെയ്യുന്നു. ക്ഷണികതയാണ് ഇപ്പോൾ കൊടിയിലുള്ള അടയാളം. ഇതാണ് സ്റ്റേജും സ്ക്രീനും തമ്മിലുള്ള വ്യത്യാസം. അതുകൊണ്ടാണ് ഫാസിസ്റ്റ് ഗവേഷണ കേന്ദ്രങ്ങൾക്ക് അടയാളങ്ങളും നിറങ്ങളും മാത്രമല്ല ഓരോ സ്റ്റേറ്റിന്റെയും ചുമതലയുള്ള മാനേജർമാരെയും മാറ്റി നിയമിക്കേണ്ടി വരുന്നത്.

തിലകനും കൂടി വളർത്തിയെടുത്ത ഉത്തരേന്ത്യൻ ഗണേശോത്സവത്തിനും ഈ നിയമം ബാധകമാണ്. ഹിന്ദുത്വ വാദികൾ വലിയ ഒരുക്കത്തോടെയാണ് ഈ വർഷം ഇവിടെ ചതുർത്ഥി ആഘോഷിച്ചത്. ഉത്തരേന്ത്യയിലുള്ള രാഷ്ട്രീയ 'കവിരാജൻ' മാരുടെ ഔഷധച്ചാർത്ത് അനുസരിച്ച തന്നെ ദക്ഷിണേന്ത്യ അടക്കമുള്ള ദേശങ്ങളെ സാംസ്കാരികമായും രാഷ്ട്രീയമായും പിടിച്ചടക്കുവാനുള്ള പട നീക്കത്തിന്റെ പരേഡുകളായി ഇതിനെ കണക്കാക്കാവുന്നതാണ്. മുതലാളിത്ത കാലത്തെ സാംസ്കാരിക ഉല്പന്നങ്ങളും മറ്റുള്ളവയെപ്പോലെ താല്ക്കാലികങ്ങളായതുകൊണ്ട് പഴയ വൈഷ്ണവ പ്രഭാവ കാലത്തെ രാഷ്ട്രീയം ഇന്ന് ആവർത്തിക്കാൻ കഴിയുമെന്ന മോഹം ഒരു വ്യാമോഹം മാത്രമായി മാറാം.

രാഷ്ട്രീയം കൂടുതൽ പ്രകടനാത്മകവും ആഘോഷ പൂർണ്ണവുമായി ത്തീരുന്ന പുതിയ കാലത്ത് ഓർമ്മയിൽ വേരറ്റം തൊട്ടു നിൽക്കുന്ന മാതാചാരങ്ങളെ വീണ്ടും ഉയർപ്പിക്കുന്നതിന് സർഗാത്മകതയുടെ വലിയ കഴിവുകൾ ആവശ്യമില്ല. ഒരു പുതിയ ട്യൂൺ ഇടുന്നതിനേക്കാൾ എളുപ്പമാണ് പഴയ ഒരു ഭജന പാടുന്നത്. ഫാസിസം ജീവിത വിരുദ്ധമായിത്തീരുന്നത് അത് എല്ലാ രംഗങ്ങളിലും സൃഷ്ടിയിൽ നിന്ന് മരണത്തിലേക്ക് നമ്മെ തിരിച്ചു വിളിക്കുന്നതു കൊണ്ടാണ്. സ്വാതന്ത്ര്യത്തിന്റെയും ഭാവനയുടെയും ഇച്ഛയുടെയും മരണം.

●

2002

ഫാസിസം മതത്തെ ആചരിക്കുകയല്ല ഉപയോഗിക്കുകയാണ്

ഒരു പ്രത്യേക വ്യവസ്ഥ വന്നു കഴിയുമ്പോൾ നാം പഴയതിനെ വീണ്ടും അംഗീകരിക്കുകയാണ് എന്ന് പറയാം. രാമായണം ഇത്തരത്തിലുള്ള ഒരു പുസ്തക വ്യവസ്ഥയും സാമൂഹ്യ വ്യവസ്ഥയുമാണ്. ഒരു കളം വരച്ചിട്ട് അവിടെ എല്ലാവരെയും ഇരുത്തുക. ഇരുത്തുന്ന ആളുകൾക്ക് സ്ഥാന ചലനമുണ്ടാവാം. നമ്മുടെ സർപ്പക്കാവുകൾക്ക് സംഭവിക്കുന്നതും അതാണ്. വലിയ നഗരങ്ങളിൽ സർപ്പക്കാവുകൾ ഉണ്ടാകുമ്പോൾ സർപ്പങ്ങൾക്ക് ഇത്തരം വലിയ കാവുകളും കാടുകളും ഇല്ല എന്നും സർപ്പത്തിനെ മാറ്റി പാർപ്പിക്കണമെന്നും പറയുന്നു. വയനാട്ടിൽ നടക്കുന്നതു പോലുള്ള മാറ്റിക്കുടിയിരുത്തലുകൾ. സർപ്പങ്ങളെ മാറ്റിപ്പാർപ്പിക്കുകയും സ്ഥലം മുഴുവൻ മന്ത്രപൂർവ്വമായി ഒഴിപ്പിക്കുകയും സ്ഥലം റിയൽ എസ്റ്റേറ്റ്സിന്റെ പരസ്യത്തിലേക്ക് പോവുകയും, പാമ്പ് തന്റെ ചെറിയ കൂട്ടിലേക്ക് മടങ്ങിപ്പോവുകയും ചെയ്യുന്നു. ഇതൊരു വ്യവസ്ഥയാണ്, വ്യവസ്ഥാപനമാണ്. എങ്ങനെ ഒരു പാമ്പിനെ കൂട്ടിലാക്കാം എന്നത് ഒരു വ്യവസ്ഥയാണ്. ഒരു പൂജാരിയുടെ പൂണൂലും ഭക്ഷണവും മന്ത്രവുമുണ്ടെങ്കിൽ ഏത് പാമ്പിനെയും കൂട്ടിലടക്കാമെന്നാണ് കേരളത്തിൽ നടക്കുന്ന പരീക്ഷണം. ഇങ്ങനെ ഒരു വ്യവസ്ഥിതി ഉണ്ടാകുമ്പോൾ നമ്മുടെ മനസ്സ് അതിനോട് ഇണങ്ങിച്ചേരുകയും ഇത് സ്വാഭാവികമാണ് എന്ന് നാം കരുതുകയും ചെയ്യും. പാവ്ലോവ് എന്ന റഷ്യൻ മനഃശാസ്ത്രജ്ഞൻ ചെയ്തതും ഇത്തരത്തിലൊരു പരീക്ഷണമായിരുന്നു. പാവ്ലോവ് ഒരു നായയെ പരീക്ഷണ വിധേയമാക്കി അതിനെ ആദ്യം പൊള്ളിക്കുകയും പിന്നീടതിന് ഭക്ഷണം നല്കുകയും ചെയ്തു.

ഇതൊരു വ്യവസ്ഥാപിത പ്രക്രിയയാണ്. ആദ്യം അടി പിന്നെ മിഠായി. ഇതൊരു നായകനും ജനാധിപത്യ വിശ്വാസിക്കും നേരെ ഉപയോഗിക്കുന്ന ഒരു തന്ത്രമാണ്. ആദ്യം അടിക്കുകയും പിന്നീട് കൈയിൽ വെച്ച് കൊടുക്കുകയും ചെയ്യുമ്പോൾ ഇത് അംഗീകാരമാണ് എന്ന് നാം മനസ്സിലാക്കുന്നു. പിന്നെ അടുത്ത അടി കാത്തുനിൽക്കുകയും ചെയ്യുന്നു. ഇതൊരു പ്രത്യായനമാണ്. ഇങ്ങനെയാണ് നാം വളരെ വില കൊടുത്ത് കയ്പ്പ് കാപ്പി കുടിക്കുന്നത്. കയ്പ്പ് ഒരു കണ്ടീഷനിംഗ് ആണ്. കഴിഞ്ഞ ആഴ്ച സംഘ്പരിവാർ ഞങ്ങളൊരു പള്ളി പണിത് കൊടുക്കാം എന്നു പറയുകയുണ്ടായി. ഇത് രാഷ്ട്രീയമായോ മറ്റേതെങ്കിലും രീതിയിലോ ഉപയോഗിക്കാവുന്ന ഒരു തന്ത്രമാണ്. ഈ തന്ത്രമാണ് ഗുജറാത്തിൽ നടന്നത്. അതിന് അവിടുത്തെ ഭരണാധികാരികൾ കൂട്ടുനിൽക്കുകയും ചെയ്തു. എന്നാൽ നാമെല്ലാവരും മോഡിയെ മാറ്റിയാൽ പ്രശ്നങ്ങൾ തീരുമെന്നാണ് കരുതുന്നത്. ഇതൊരു വലിയ മണ്ടത്തരമാണ്. ഇത് ആർ.എസ്സ്.എസ്സിനും ബി.ജെ.പിക്കുമറിയാം.

ശ്രീകൃഷ്ണൻ വന്ന് ഗീതയിൽ അർജ്ജുനാ നീ വെറും ചട്ടുകം മാത്രമാണ് എന്ന് പറയുകയുണ്ടായി. ഇളക്കിക്കൊണ്ടിരിക്കുമ്പോൾ ചട്ടുകം രുചി അറിയുന്നില്ല. കഴിക്കുന്ന ആൾ മാത്രമേ രുചി അറിയുന്നുള്ളൂ. ചരിത്രപാത്രത്തിൽ ഉപയോഗിക്കുന്ന ഒരു ചട്ടുകം മാത്രമാണ് ഭരണാധികാരിയെന്നും ഇതെല്ലാം വലിയൊരു ഗൂഢാലോചനയുടെ അജണ്ടയുടെ ഭാഗമാണെന്നും ഹിന്ദുത്വ വാദികളുടെ മൗലിക ലക്ഷ്യം ഹിന്ദുത്വത്തിന്റെ സ്ഥാപനമല്ല എന്നും നമ്മുടെ ഭക്തന്മാർ പോലും മറന്നു പോകുന്നു. ഹിറ്റ്ലർക്ക് ആര്യ ജനവർഗ്ഗത്തിന്റെ ഉന്നമനം എത്രത്തോളം ലക്ഷ്യമായിരുന്നോ അത്രത്തോളമേ ഹിന്ദുത്വം ഹിന്ദുത്വ വാദികൾക്ക് ലക്ഷ്യമായിട്ടുള്ളൂ. ഇത് ഒരു ഉപകരണമാണ് എന്നതാണ് അതിന്റെ അർത്ഥം. ഇതൊരു ഭക്തന്മാരുടെ സങ്കേതമല്ല. നിരീശ്വരവാദികളോ വിശ്വാസികളല്ലാത്തവരോ അല്ല മതത്തെ ഒരു ഉപകരണമായി ഉപയോഗിക്കുന്നത്. ഒരബദ്ധവും ഒരിക്കലും പറഞ്ഞിട്ടില്ല എന്ന് നാം കരുതുന്ന വിവേകാനന്ദൻ പറഞ്ഞിട്ടുള്ള ഒരു കാര്യമാണ് ഇത്. വിവേകാനന്ദനും രാമനുമെല്ലാം നമ്മെപ്പോലെ മനുഷ്യരാണ് എന്ന് നാം കരുതാത്തതാണ് ഈ പ്രശ്നത്തിന് കാരണം. അമേരിക്കയിൽ പോയി കാശില്ലാതെ വലഞ്ഞപ്പോൾ മദിരാശിയിലുള്ള ചെട്ട്യാർക്ക് എങ്ങനെയെങ്കിലും കുറച്ച് കാശയച്ച് തരണമെന്നും അങ്ങനെ ഞാൻ പ്രസംഗം പറയാമെന്നും കാണിച്ച് കമ്പിയടിച്ച ഒരു വിവേകാനന്ദനുണ്ട്. അമേരിക്കയിൽ ഒരു തെരുവിൽ നവോത്ഥാന കലാ ചരിത്രകാരന്മാരുടെ പടത്തിൽ കണ്ണിമക്കാതെ നോക്കി നിന്നപ്പോൾ സഹതാപം തോന്നി ഒന്നെടുത്തു കൊള്ളാൻ പറഞ്ഞ കടയുടമയോട് വിവേകാനന്ദൻ പറഞ്ഞത് അതെനിക്ക് വേണ്ട

കാരണം അത് വാങ്ങിയാൽ ഞാനൊരു ഉടമാവകാശിയായിത്തീരും അങ്ങനെയായാൽ ഞാനും ചിത്രം നോക്കുകയില്ല എന്നാണ്. ഇങ്ങനെയൊരു വിവേകാനന്ദനുമുണ്ട്. പിന്നീടൊരിക്കൽ വിവേകാനന്ദൻ പറയുകയുണ്ടായി ബുദ്ധൻ സംസ്കൃതത്തിൽ പറയാതിരുന്നതാണ് ഏറ്റവും വലിയ വങ്കത്തമെന്ന്. ബുദ്ധൻ പറഞ്ഞത് കൂടുതലും പാലിയിലാണ്. പാലിയുടെ പ്രത്യേകത അത് പറഞ്ഞാൽ മനസ്സിലാകുമെന്നതാണ്. എന്നാൽ സംസ്കൃതത്തിന്റെയൊരു പ്രത്യേകത അതു പറഞ്ഞാൽ മനസ്സിലാകില്ല എന്നതാണ്. മന്ത്രം മനസ്സിലാകാതെ പറയണം എന്നുള്ളത് മന്ത്രത്തിന്റെ ഒരു തന്ത്രമാണ്. അതുകൊണ്ടാണ് മന്ത്രം ഉറക്കെ പറയുന്നത്. ഒരിക്കൽ ബനാറസിലെ ഒരു തലശ്ശേരിക്കാരനായ സ്വാമി പാണിനീയം അഷ്ടാധ്യായം ചൊല്ലുകയും കേൾവിക്കാർ ദക്ഷിണ നൽകുകയും അങ്ങനെ അയാൾ സുഖമായി ജീവിച്ചു പോവുകയും ചെയ്തു. ഇങ്ങനെ ചെയ്യണമെന്നാണ് വിവേകാനന്ദൻ പറഞ്ഞത്. കാരണം When you communicate you loose your glamour. നിങ്ങൾ പറയുന്നത് മനസ്സിലായാൽ നിങ്ങളെ ആരും ബഹുമാനിക്കില്ല. നിങ്ങളെ ഏക വചനത്തിൽ വിളിക്കാം. മൂലൂർ പറഞ്ഞതു പോലെ: മാരാരെ എന്ന് വിളിക്കില്ല മാരൻ എന്നു വിളിക്കാം; പണിക്കരെ എന്നതിന് പകരം പണിക്കനെ എന്ന് വിളിക്കും. മനസ്സിലായാൽ നിങ്ങളെ മാരാനെ എന്നു വിളിക്കും. മനസ്സിലായില്ലെങ്കിൽ നിങ്ങളെ മാരാരെ എന്ന് വിളിക്കും. അങ്ങനെ ബഹു വചനത്തിനുമുണ്ട് രാഷ്ട്രീയം. ഒരു കാര്യം മനസ്സിലാകാതെ വരുമ്പോൾ ഒരാൾ അപ്രാപ്യനായി വരുമ്പോൾ- നമ്മൾ അയാളെ ബഹുമാനിക്കുന്നു. സ്റ്റേജ് കെട്ടുന്നതിന്റെ പിന്നിലെ മനഃശാസ്ത്രം ഇതാണ്. ഉയർന്ന നിലയിൽ ഇരിക്കുന്നവർ ഉയർന്ന കാര്യങ്ങൾ പറയുമെന്ന് വിവേകാനന്ദൻ തന്നെയാണ് പറഞ്ഞത്. ഏത് കാര്യം പറയുമ്പോഴും മതത്തിലൂടെ പറയണമെന്ന്!

ഇന്ത്യൻ രാഷ്ട്രീയം പറയുമ്പോൾ പോലും മതത്തിലൂടെ പറയണമെന്ന ഫോർമുല ഉരുത്തിരിഞ്ഞു വന്നത് വിവേകാനന്ദനിലൂടെയാണ്. ജീവിതത്തിന്റെ എല്ലാ തുറകളിലും മതവുമായി ഇഴ ചേർന്നു കിടക്കുന്ന മനുഷ്യനെ സമീപിക്കുന്നത് മതത്തിലൂടെയായിരിക്കണമെന്നത് വിവേകാനന്ദന്റെ വിശ്വാസ പ്രമാണം ആണ്. ഔഷധച്ചാർത്താണ്. ഇതാണ് ഹിന്ദുത്വ വാദികൾ പിന്നീട് അവരുടെ ഇഷ്ടത്തിന് വ്യാഖ്യാനിക്കുന്നത്. ഇന്ത്യയെ മതവുമായി അടുപ്പിച്ചാൽ മതം നേടാമെന്നല്ല അയോദ്ധ്യയിലേക്ക് പോയാൽ ഡൽഹിയിലേക്ക് എത്തിച്ചേരാമെന്നാണ് അവരുടെ ലക്ഷ്യം. ഇതാണ് ആർ.എസ്സ്.എസ്സ്. പരീക്ഷണം. അവർ മതത്തെ ആചരിക്കുകയില്ല മതത്തെ ഉപയോഗിക്കുകയാണ് ചെയ്യുന്നത്. ജ്ഞാനം അബദ്ധമാണ് എന്ന് ആർ.എസ്സ്. എസ്സിനറിയാം.

അതുകൊണ്ട് ജ്ഞാനത്തിൽ നിന്ന് അകന്നു നിൽക്കുകയും ഒരു വാദ പ്രതിവാദത്തിലും ഏർപ്പാടാതിരിക്കുകയും ചെയ്യുന്നു. അതേ സമയം അധികാരത്തോട് അടുക്കുകയും ചെയ്യുന്നത് അധികാരമുറപ്പിച്ചു പറഞ്ഞാൽ അധികാരമായിത്തീരുമെന്നും കളവ് ഉറക്കെ പറഞ്ഞാൽ അത് സത്യമായിത്തീരുമെന്നുള്ള സിദ്ധാന്തമനുസരിച്ചാണ്. മതത്തെ ഒരു ഉപകരണമായി മത ചിഹ്നങ്ങളെയൊക്കെ ഒരു ഉപകരണമായി ഉപയോഗിക്കുന്നു.

ഒരു വൈഷ്ണവനോട് ഒരിക്കലും നിങ്ങൾ മാംസം കഴിക്കരുതെന്ന് പറയാൻ പറ്റില്ല. ഒരു വൈശ്യനോട് മാംസം കഴിക്കണമെന്നും പറയാൻ പറ്റില്ല. നേരെമറിച്ച് ഒരു മതത്തിന്റെ അടയാളങ്ങളെ രാഷ്ട്രീയ അടയാളമാക്കി മാറ്റിത്തീർക്കാൻ ശ്രമിച്ചുകൊണ്ടിരിക്കുന്ന ഹിന്ദുത്വ വാദി (ഹിന്ദുക്കളല്ല)കളുടെ അജണ്ടയിൽ നിറങ്ങൾ മാറുകയും പൊട്ടുകൾ മാറുകയും പരിപാടി മാറുകയും ചെയ്യുന്നു എന്നുള്ളത് വാസ്തവത്തിൽ അവർ അനുകരിക്കുന്നത് ഇന്ത്യൻ തത്വശാസ്ത്രത്തെയല്ല ഹൈന്ദവ ധർമ്മ സംഗതികളെയല്ല മറിച്ച് മീൻകാഫിനെയും മുസോളിനിയുടെ പുസ്തകങ്ങളെയുമാണ് എന്നാണ് വ്യക്തമാക്കുന്നത്. കാവി വസ്ത്രമെന്നുള്ളത് കാവിയുടുത്ത സന്യാസിമാരുടെ വസ്ത്രമല്ല. കാവി ഷർട്ടിട്ട, ബ്രൗൺ ഷർട്ട് എന്നത് അംഗരക്ഷകരുടെ വസ്ത്രത്തിന്റെ നിറമാണ്. ബ്രൗൺ ഷർട്ടുകളെന്ന ഹിറ്റ്ലറുടെ അംഗരക്ഷകരമായ യോദ്ധാക്കളുടെ കുപ്പായത്തിന്റെ നിറമാണ് വാസ്തവത്തിൽ കാവിയുടേത്. കാവി സ്വീകരിക്കാമോ എന്നതിനെക്കുറിച്ച് ഒരുപാട് ചർച്ചകൾ എല്ലാ ഞായറാഴ്ചയും ഏഴ് ദിവസത്തിൽ ഒരിക്കൽ വരുന്നു. അതുകൊണ്ട് നമ്മുടെ ഞായറാഴ്ചപ്പതിപ്പുകൾ എന്നും ചർച്ചാ വിഷയമാണ്. കാവി ഒരു ചർച്ചാ വിഷയമായിരുന്നു. കാവി മണ്ണിന്റെ നിറമാണ്. കാവി ത്യാഗത്തിന്റെ നിറമാണ്.

കാവിയെക്കുറിച്ച് ഒരുപാട് പുസ്തകങ്ങൾ സാഹിത്യ അക്കാദമിയുടെ പഴയ ഒരു പ്രസിഡണ്ട് എഴുതിയിട്ടുണ്ട്. എണ്ണക്കുടം എന്നാണ് ആ പുസ്തകത്തിന്റെ പേര്. എണ്ണങ്ങളെക്കുറിച്ചാണ്. ഒന്ന്, രണ്ട്, മൂന്ന് തുടങ്ങി ഒന്നിന്റെ പ്രത്യേകതയെന്താണ്. ഒന്ന് ആദ്യത്തെ അക്കമാണ്. രണ്ടിന്റെ പ്രത്യേകത എന്താണ്, രണ്ട് ഒന്നിന് ശേഷം വരുന്നു എന്നതാണ്. ഇങ്ങനെയാണ് ആ പുസ്തകത്തിലെ വിവരണം.

അങ്ങനെ നമ്മുടെ പത്രങ്ങൾ കാവിയുടെ പ്രയോജനത്തെക്കുറിച്ച് ചർച്ച ചെയ്യുന്നു. കാവിയുടെ ഒരു ഗുണം അഴുക്കായാൽ അറിയില്ല എന്നുള്ളതാണ്. അഴുക്കായാൽ അറിയില്ല എന്നാൽ പാപം ചെയ്താൽ അറിയില്ല എന്നു കൂടിയാണ് അതിന്റെ അർത്ഥം. പാപത്തിന് ഒരു

മറയാണ്. ഈ മാറ്റിവക്കൽ. ഒരു വസ്തു എന്നുള്ള നിലയിൽ അതുപയോഗിക്കുന്നത് ഘോഷിക്കപ്പെടുന്ന ഭാരതീയ പാരമ്പര്യം വച്ചുകൊണ്ടല്ല. വേദത്തിൽ ഗണിത ശാസ്ത്രമുണ്ട് എന്ന് പറയുന്നത് ആ ഗണിത ശാസ്ത്രമുപയോഗിച്ചിട്ട് നമ്മുടെ മിസൈലുകൾ ഉണ്ടാക്കിയതു കൊണ്ടല്ല. അത് വേറെയാണ് ഉണ്ടാക്കിയത്. ലോകത്തിലുള്ള മിക്ക കാര്യങ്ങളും നവീനനാഗരികതയുടെ മിക്ക കാര്യങ്ങളും നസ്രാണികൾ കണ്ടുപിടിച്ചതാണ് എന്നുള്ള മൗഢ്യം കൊണ്ട് എന്റെ ഒരു ക്രിസ്ത്യാനി സുഹൃത്ത് സാധാരണ പറയാറുള്ളത് നിങ്ങൾ എന്താണ് ഉപയോഗിക്കുന്നത്, ഇതിൽ ക്രിസ്ത്യാനികൾ കണ്ടുപിടിച്ചത് അല്ലാതെ മറ്റെന്താണ് ഉള്ളത് എന്നാണ്. അതായത് ദേശീയത ഉറപ്പിക്കാനുള്ള ഒരു മാർഗം പൂജ്യം ഇവിടെയാണ് കണ്ടുപിടിച്ചത് എന്നു പറയുക, ഈശാവാസ്യം എന്നുള്ള ആശയം ഇവിടെയാണ് കണ്ടുപിടിച്ചത് എന്ന് പറയുക എന്നതാണ്.

ഇങ്ങനെ എല്ലാം കണ്ടുപിടിച്ചത് ഇവിടെയാണ് എന്ന് പറയുകയും ലോകത്തിന്റെ കേന്ദ്രം ഇവിടെയാണെന്ന് സ്ഥാപിക്കുകയും ചെയ്യുക. മേരുദണ്ഡത്തെക്കുറിച്ചുള്ള വാദം മുഴക്കുക ഇത്തരം ആശയങ്ങൾ ഞാൻ നിൽക്കുന്നതാണ് എന്റെ കേന്ദ്രം എന്ന് പറയുവാനുള്ള ഒരു ഈഗോസെൻട്രിക് സിദ്ധാന്തത്തിന്റെ വിപുലനമാണ്. ഊരകത്ത് ജനിച്ച ഒരു സാഹിത്യകാരൻ പറഞ്ഞത് ഊരകത്തു നിന്നാണ് നമ്മുടെ കേരളീയ സംസ്കാരം ഉത്ഭവിച്ചത് എന്നാണ്. വടക്കൻ പറവൂരിൽ ജനിച്ച ഒരു നിരൂപകൻ പറഞ്ഞത് വടക്കൻ പറവൂരിന് ചുറ്റിപ്പറ്റിയാണ് ലോക സംസ്കാരം ഉത്ഭവിച്ചത് എന്നാണ്. ഇത് വലിയ പ്രാദേശിക അഭിമാനമാണെങ്കിലും അത് ചെറിയ സത്യം പോലുമല്ല എന്നതാണ് അതിന്റെ പ്രധാന ന്യൂനത.

●

2002

ഭജഗോവിന്ദം

സാഫ്രണൈസേഷന് പത്രക്കാർ കൊടുക്കുന്ന പരിഭാഷയാണ് കാവിവൽക്കരണം. കേരളത്തിലെയോ ഇന്ത്യയിലെയോ ഹിന്ദുക്കൾക്ക് കാവി എന്ന യൂണിഫോം ഇല്ലല്ലോ. കാവിയുടുക്കുന്നവരെല്ലാം ബി.ജെ.പിക്കാരല്ല. ബി.ജെ.പിക്കാരെല്ലാം ഹിന്ദുക്കളുമല്ല. സന്ന്യാസം കൈക്കൊള്ളുന്നവരും ശെമ്മാശന്മാരും കാവിയുടുത്തിരുന്നു. ശ്രീനാരായണ ഗുരു മിക്കപ്പോഴും കാവി ഒഴിവാക്കുവാനാണ് ശ്രമിച്ചിരുന്നത്. ഇതു കാവിയുടെ ചെറിയ ചരിത്രം.

അതുകൊണ്ട് നമ്മുടെയും പ്രശ്നം നിറമോ വർണമോ അല്ല. മതേതരത്വത്തിന്റെയും മത രാഷ്ട്രീയത്തിന്റെയും ഏറ്റുമുട്ടലാണ്. ആദർശവും സൗകര്യവും തമ്മിലുള്ള തിരഞ്ഞെടുപ്പാണ്. നമുക്കദ്ദേഹത്തെ നിർബന്ധിച്ച് വോട്ട് ചെയ്യിക്കാനാവില്ല. വാക്കുകൾക്കും വ്യാകരണങ്ങൾക്കും ഒരുപാട് ഉപയോഗങ്ങളുണ്ട്. ഗുണകോഷ്ഠം കുട്ടികളെ ഗുണദോഷിക്കാൻ നല്ലതാണ്. ആരെയും കൂസാത്ത പത്രക്കാരെ കൊച്ചാക്കുവാൻ രാജാജി പത്രസമ്മേളനങ്ങളിൽ അവരുടെ കുറിപ്പുകൾ പെട്ടെന്ന് വാങ്ങി സ്പെല്ലിങ്ങ് തിരുത്തി തിരിച്ചു കൊടുക്കുമായിരുന്നു. നരസിംഹറാവുവിനും ഉദാരവൽക്കരണത്തിനും മുമ്പ് രാജാജിയാണ് കോൺഗ്രസ് ഭരണത്തെ ലൈസൻസ്- പെർമിറ്റ് രാജ് എന്ന് വിളിച്ചത്. 62-ൽ ചീനയോട് ഇഞ്ചോടിഞ്ച് പൊരുതുന്നുവെന്ന് പാർലമെന്റിൽ പറഞ്ഞ നമ്മുടെ കൃഷ്ണമേനോനോട് "എത്ര മൈലാണ് ഒരിഞ്ച്" എന്ന് എഴുതി ചോദിച്ചതും രാജാജി തന്നെയായിരുന്നു. കണക്കിലും പല പ്രയോജനങ്ങളുണ്ട്.

സമുദായത്തിന്റെ അർഥബോധം മാറുമ്പോഴാണ് വാക്കുകളുടെ അർഥവും മാറുന്നത്. ധർമ്മം ധർമ്മക്കാരനാകുന്നത്. അർഥം പിടിച്ചു പറിക്കുന്നതുപോലെ, സന്ന്യാസിമാരുടെ കാവിയും പിടിച്ചു പറിക്കാം. വസ്തുവും വർണ്ണവും ആശയം തന്നെയാണ്. ജനാധിപത്യം എന്ന

അബദ്ധത്തിന് പകരം സദ്വിപ്രന്മമാരുടെ സദ്ഭരണത്തിനു വേണ്ടി നിലകൊള്ളുന്ന കൂട്ടങ്ങൾ ഇന്ത്യയിലും ഉണ്ടായിരുന്നു. പ്ലേറ്റോവും കരുതിയിരുന്നത് സദ്വിപ്രന്മാരുടെ ഭരണമാണ് നല്ലത് എന്നാണ്. ഇതുപോലെ കുറിയും നിറവും ആളുകളെയും ചരിത്രത്തെയും വേർതിരിച്ച് വകതിരിച്ചു നിർത്തുവാനുള്ള പഴയ വഴിയാണ് എന്നും തിരുവസ്ത്രത്തിൽ ഭക്തിഭാരം കനം തൂങ്ങുന്നുവെന്നും നാം അറിഞ്ഞു പോരുന്നതാണ്. അത് വെറും തുണിയോ വർണ്ണമോ അല്ല മോഷ്ടിക്കപ്പെടുന്ന വസ്ത്രം മോഷ്ടിക്കപ്പെടുന്ന ജനവികാരമാണ്. ജാഗരൂകമായ ജനാധിപത്യത്തിന് ഈ തിരിച്ചറിവ് ഉണ്ടായേ പറ്റൂ.

ഹിന്ദുവെന്ന പഴയ വാക്കിനെ ഹിന്ദുത്വമാക്കി നിർവചിക്കുകയും ഹിന്ദുത്വത്തെ ഇന്ത്യയുടെ ദേശീയതയായി അവരോധിക്കുകയുമാണ് നമ്മുടെ ലക്ഷ്യം എന്ന് ബി.ജെ.പി തെളിച്ച് പറഞ്ഞിട്ടുണ്ട്. ദേശീയത സ്റ്റേറ്റിനെയല്ല സ്റ്റേറ്റ് ദേശീയതയെയാണ് നിർണ്ണയിക്കുന്നത് എന്ന വാക്യം പഴയ മുസ്സോളിനിയുടെ നോട്ട്ബുക്കിൽ നിന്ന് എടുത്തതാണ്.

അതുകൊണ്ടാണ് ഒരു വാക്കിന്റെ അർഥത്തിൽ നിന്ന് രക്ഷപെടുവാൻ വ്യാകരണത്തിൽ അഭയം തേടരുത് എന്ന് പറയുന്നത്. അധ്യാപകരെയല്ലാതെ മറ്റാരെയും വ്യാകരണം രക്ഷിക്കുകയില്ല 'സംപ്രാപ്തേ സന്നിഹിതേ കാലേ' എന്ന് പറഞ്ഞത് ശങ്കരാചാര്യരാകും.

●

2001

ഹിംസയുടെ യുക്തികൾ

ഹിംസ വീണ്ടും നമ്മുടെ മുഖ്യമായ ചിന്താവിഷയമായി തീർന്നിരിക്കുന്നു. യുദ്ധമാണ് ഹിംസയെ ന്യായീകരിക്കുന്ന ചരിത്രപരമായ ഒരു തലം. ദേശത്തിന്റെയോ സമൂഹത്തിന്റെയോ അനിവാര്യത കൊണ്ട് യുദ്ധങ്ങൾ എപ്പോഴും നീതീകരിക്കപ്പെട്ടു വരുന്നു. രണ്ടാം ലോകമഹായുദ്ധത്തിന് ശേഷം ഇതിന്റെ ഔപചാരികമായ സാധ്യത കുറഞ്ഞിട്ടുണ്ടെങ്കിലും പരിമിത യുദ്ധങ്ങളും അപരിമിതമായ ഹിംസകളും തുടർന്നു കൊണ്ടിരിക്കുന്നുണ്ട്. ജയിച്ചുവോ തോറ്റുവോ എന്ന് തിരിച്ചറിയാൻ കഴിയാത്ത വിധം എല്ലാം അനൗപചാരികമായി അവസാനിക്കുകയും ചെയ്യുന്നു. യുദ്ധം അവസാനിപ്പിക്കുവാനുള്ള യുദ്ധം. ജനാധിപത്യം പുനഃസ്ഥാപിക്കുവാനുള്ള യുദ്ധം, തിന്മയുടെ മേൽ നന്മയുടെ വിജയം. ഇങ്ങനെ ഈ ചരിത്രത്തിന് പലമുഖങ്ങളുമുണ്ട്. നന്മ എപ്പോഴും വിജയിക്കുന്നു. എന്തുകൊണ്ടെന്നാൽ ജയിക്കുന്നതിനെയാണ് നാം നന്മ എന്ന് വിളിക്കുന്നത്.

വിശ്വാസം ഹിംസയെ വിട്ടുവീഴ്ചയില്ലാതെ സാധൂകരിക്കുന്നു. കാരണങ്ങളെല്ലാം ഒളിച്ചുവച്ചിരിക്കുന്ന കറുത്ത പെട്ടിയാണിത്. സ്ഫോടനത്തിന്റെ കാരണങ്ങൾ എന്നും ബ്ലാക്ക് ബോക്സിൽ സുരക്ഷിതമായിരിക്കും. അതുകൊണ്ടാണ് സാമുദായിക കലാപങ്ങളുടെ കാരണങ്ങൾ ഒരിക്കലും വെളിച്ചം കാണാത്തത്. കാരണങ്ങൾക്ക് കൈയെത്താത്ത ഇടങ്ങളിൽ അവ സൂക്ഷിച്ചു വച്ചിരിക്കുന്നു.

പക്ഷേ രാഷ്ട്രീയ വിശ്വാസങ്ങൾ ബാല്യത്തിൽ ആരംഭിക്കുന്നതേയില്ല, ചേരി തിരിവുകളെല്ലാം മുതിർന്നവരുടേതാണ്. അതുകൊണ്ട് കൈവിട്ട രാഷ്ട്രീയ സംഘർഷങ്ങൾ പോലും സമർത്ഥമായി അണയ്ക്കുവാൻ കഴിയും. അവയുടെ താൽപര്യങ്ങൾ ഏറെക്കുറെ ബോധപൂർവമാണ് എന്നതാണിതിന് കാരണം. മറിച്ച്, സാമുദായിക സ്വത്വ ബോധം നമ്മെ ഒന്നും

അറിയിക്കാതെ തന്നെ ജനനത്തോടെ ആരംഭിക്കുന്നു. ഒരു തുടർച്ചയായതു കൊണ്ട് അത് വ്യക്തിക്കതീതമായി നില നിൽക്കുകയും ചെയ്യുന്നു. നമുക്ക് നേരിട്ടു തിരുത്തുവാൻ കഴിയാത്ത നമ്മുടെ തന്നെ ഒരു പകുതി. രാഷ്ട്രീയമായ സുരക്ഷിതത്വം തളരുമ്പോൾ സാമുദായിക അരക്ഷിതത്വവും, അതുകൊണ്ട് സ്വത്വബോധം ഉണരുകയും, നമ്മുടെ ജീവിത രീതിയുടെ നിയന്ത്രണം അവർ ഏറ്റെടുക്കുകയും ചെയ്യുന്നു. ഏത് സഹനവും അതിന്റെ അതിരുകളിൽ പൊട്ടിത്തെറിയായിത്തീരും എന്ന് സാമൂഹ്യ ശാസ്ത്രജ്ഞന്മാർക്കും അറിയാം. അതുകൊണ്ട് രാജ്യത്തിനുള്ള അതിരുകൾ പോലെ സഹനത്തിന്റെ അതിരുകളും കാത്തുകൊണ്ടിരിക്കേണ്ടത് സമൂഹത്തിന്റെ കടമയായിത്തീരുന്നു. കേരളത്തിന്റെ സാമൂഹ്യ ബോധം വലുതും സാമൂഹ്യ അബോധം ചെറുതുമായതു കൊണ്ടാണ്, നാമൊരാളവോളം ഉണർന്ന ജനതയായതു കൊണ്ടാണ്, സാമുദായിക സംഘർഷങ്ങളെ നമുക്ക് നിലക്ക് നിർത്താൻ കഴിയുന്നത്. ഈ നിയന്ത്രണ രേഖയും നഷ്ടപ്പെടുത്തുവാൻ ചിലപ്പോൾ ഏത് മികച്ച സമൂഹത്തിനും കഴിയും. അങ്ങനെയൊരു കാലത്താണ് അഹിംസയുടെ ഇന്ത്യ ഹിംസയുടെ ഇന്ത്യയായി തീർന്നത്. ജാഗ്രതക്കും ചിലപ്പോൾ ഉറക്കം വരാം.

സമൃദ്ധിക്ക് ഇതുപോലെ ഒരു വിപരീത ഫലം കൂടിയുണ്ട്. അത് ഐക്യം അനിവാര്യമല്ലാതാക്കി തീർക്കുകയും ശിഥിലീകരണം സ്വഭാവികമാക്കുകയും ചെയ്യും. റോയ് ചൗധരിയുടെ കല്ല് കൂട്ടായ് ഉയർത്തുന്നവരുടെ കൂട്ടായ്മ, ക്രെയിനുയർത്തുമ്പോൾ ആവശ്യമില്ലാതായിത്തീരും. അകലങ്ങളിലെ ദാസ്യം അടുത്തുള്ളതിനേക്കാൾ, കാണപ്പെടുന്നതിനേക്കാൾ എത്രയോ സുഖകരമാണ്. മൂല്യങ്ങളെല്ലാം പണത്തിൽ വിലയം പ്രാപിക്കുകയും, അത്തരമൊരവസ്ഥയിൽ പണത്തിനു വേണ്ടിയുള്ള ഏത് പ്രവർത്തനവും സ്വയം ന്യായീകരിക്കപ്പെടുകയും ചെയ്യും. അപ്പോൾ പണം അന്തിമ യുക്തിയായിത്തീരുന്നു. അതിലേക്കുള്ള വഴികൾ നാട്ടിൻ പുറത്തെ കളവോ നഗരങ്ങളിലെ കയ്യേറ്റമോ സാർവത്രികമായി, സ്വയംകൃതമായ അടിമത്തമോ ആകാം. പിന്നീട് അന്താരാഷ്ട്രീയത്തെക്കുറിച്ചും മനുഷ്യത്വ രാഹിത്യത്തെക്കുറിച്ചും വിലപിച്ചുകൊണ്ടിരിക്കുന്നത് ഒരു പാഴ്‌വേലയായിത്തീരും. മനുഷ്യൻ മനോഹരമായ ഒരു പദമല്ല, കിലുങ്ങുന്ന ഒരു നാണയമാണ് എന്ന് നാം അംഗീകരിക്കുകയും ചെയ്യും.

●

2004

ഹിന്ദുത്വവും ഫാസിസവും

മതമല്ല പ്രധാനം എന്നാണ് ശ്രീനാരായണ ഗുരു സ്വാമി പറഞ്ഞത്, മനുഷ്യനാണ് പ്രധാനം. മതമേതായാലും മനുഷ്യൻ നന്നായാൽ മതി എന്നതിന് ആ ഒരു അർത്ഥമേയുള്ളൂ. ഇന്ത്യൻ മനസ്സിലേക്ക് പ്രവേശിക്കാൻ മതമാണ് വഴി എന്ന മനസ്സിലാക്കുകയും മതം എന്നുള്ളത് ഒരു ബന്ധനമല്ല, വിമോചനമാണ് എന്ന് ഉദ്ബോധിപ്പിക്കുകയും ചെയ്തു കൊണ്ട് മതത്തെ വിമോചിപ്പിക്കാനുള്ള ആയുധമാക്കുകയായിരുന്നു വിവേകാനന്ദൻ. ഒരുപക്ഷേ ശ്രീനാരായണഗുരു കേരളത്തിൽ അത്ഭുതാവഹമായ വിധത്തിൽ അതാണ് ചെയ്തത്.

അങ്ങനെ നടന്നു കൊണ്ടേയിരിക്കുമ്പോൾ നാട്ടു മാറിക്കൊണ്ടേയിരിക്കും. നമ്മളൊക്കെ നടക്കാറുണ്ട്. ചെരിപ്പിട്ടു നടക്കാറുണ്ട്. ഈ ചെരുപ്പിനൊന്നും ഒരർത്ഥവുമില്ല. ശ്രീരാമന്റെ ചെരിപ്പിന് അർത്ഥമുണ്ടായിരുന്നുവെന്നു പറയുന്നുണ്ട്. ശ്രീനാരായയണ ഗുരു സ്വാമികളുടെ ഇട്ടുതേഞ്ഞ ചെരിപ്പാണ് മുലൂർ എസ്. പത്മനാഭപ്പണിക്കരുടെ വീട്ടിലെ ഒരു ചില്ലു കൂട്ടിൽ സൂക്ഷിച്ചിരിക്കുന്നത്. എന്തിനാണ് മെതിയടി ഇടുന്നത് എന്നതിന് മറുപടി അതിനകത്തുണ്ട്. മെതിയടി ഇട്ടു നടക്കുമ്പോൾ നടന്ന വഴിയെല്ലാം മാറിത്തീരുന്നു എന്നും ഞാൻ നടക്കുമ്പോൾ ഒരു പാതയുണ്ടായിത്തീരുന്നുവെന്നും അത് നവോത്ഥാനത്തിന്റെയും വിമോചനത്തിന്റെയും പാതയാണെന്നും ഞാൻ ക്ഷേത്രം സൃഷ്ടിക്കുമ്പോൾ ക്ഷേത്രങ്ങൾ നശിക്കുന്നു എന്നും സ്ഥാപിച്ചു കൊണ്ടേയിരുന്ന ഒരു മനുഷ്യൻ, അങ്ങനെ നാട്ടു മുഴുവൻ നടന്നിട്ട് നാട്ടു മുഴുവൻ മാറ്റിത്തീർക്കാൻ ശ്രമിച്ചു. മതത്തിൽ കൂടി ഒരു ജനതയെ മാറ്റിത്തീർക്കാനുള്ള പ്രവർത്തനമായിരുന്നു അത്. എപ്പോൾ അതിനെ സ്വീകരിക്കണമെന്നും എപ്പോൾ നിരാകരിക്കണമെന്നും അദ്ദേഹത്തിന് കൃത്യമായി അറിയാമായിരുന്നു. ഇനി ക്ഷേത്രം വേണ്ട, വ്യവസായം മതി, സ്കൂൾ

മതി എന്നും വിദ്യയാണ് വിവേചനത്തിന്റെ അടുത്ത മാർഗ്ഗം എന്നും അദ്ദേഹം പറഞ്ഞു. ഇതിനെയാണ് സാമാന്യ ബുദ്ധി എന്നു പറയുന്നത്. ഒരു ജനതയെ മുഴുവൻ മാറ്റിത്തീർക്കാനും ഇങ്ങനെ മാറുമ്പോൾ മാറ്റത്തിനുസരിച്ച് മാറാനും അദ്ദേഹത്തിനു കഴിഞ്ഞിരുന്നു.

അതുകൊണ്ടാണ് നാരായണഗുരു ഒരു ദിവസം കുമാരനാശാനെ വിളിച്ചിട്ട് പറഞ്ഞത് നീ ബാംഗ്ലൂരിൽ ചെന്ന് സംസ്കൃതം പഠിക്കു എന്ന്. അത് സംസ്കൃതത്തോടുള്ള ബഹുമാനം കൊണ്ടോ ഇംഗ്ലീഷിനോടുള്ള വെറുപ്പ കൊണ്ടോ ആയിരുന്നില്ല. സംസ്കൃതമാണ് നമ്മുടെ തലയ്ക്കു ചൊട്ടാനായിട്ട് ആഢ്യന്മാർ ഉപയോഗിച്ചിരുന്ന ഒരായുധം എന്നുള്ളതു കൊണ്ടാണ്. ഇങ്ങോട്ട് തലയ്ക്കുമുട്ടിക്കൊണ്ട് അടിക്കുമ്പോൾ അതുപോലെ തിരിച്ചും അടിക്കാൻ സംസ്കൃതം തന്നെ വേണം. മറ്റുള്ളവർ നിസ്സാരനെന്നു പറഞ്ഞ ആളെക്കൊണ്ടു തന്നെ ഞാൻ നിസ്സാരനല്ലെന്ന് പറയിപ്പിക്കും എന്നാണ് ആശാൻ പറഞ്ഞത്. സംസ്കൃതത്തെ തോല്പിക്കാൻ സംസ്കൃതം തന്നെ വേണമെന്നു ശ്രീനാരായണന് അറിയാമായിരുന്നു. ഇതൊരു ചെറിയ കര്യമല്ല. മുള്ളെടുക്കാൻ മുള്ളു തന്നെ വേണമെന്നു ബുദ്ധൻ പറഞ്ഞതും അതുകൊണ്ടു തന്നെയാണ്. രണ്ടു മുള്ളും കൂടി മാംസത്തിൽ തറച്ചു വയ്ക്കുകയല്ല ചെയ്യുന്നത്. രണ്ട് മുള്ളും കൂടി എടുത്തു കളയുകയും മനുഷ്യനെ ബാക്കിയാക്കി നിർത്തുകയും ചെയ്യുക എന്നുള്ള ആദർശത്തിനു പകരം മതം അടിച്ചു കയറ്റുകയും എന്നിട്ട് മതത്തെയും ഈശ്വരനെയും വിശ്വാസത്തെയും നിരാകരിക്കുകയുമാണ് വാസ്തവത്തിൽ ഹിന്ദുത്വം ചെയ്യുന്നത് എന്ന് നാം കൃത്യമായി മനസ്സിലാക്കേണ്ടതുണ്ട്, കാരണം ഇന്ത്യയുടെ ദേശീയത ഹിന്ദുത്വമാണ് എന്നുള്ള ബി.ജെ.പി. പ്രഖ്യാപനം ഏതാനും വർഷം മുമ്പുണ്ടായതാണ്.

വാസ്തവത്തിൽ ഒരു ദേശീയത നിർണ്ണയിക്കുന്നത് ചരിത്രകാരന്മാരല്ല സാംസ്കാരിക നായകന്മാരല്ല, അവിടുത്തെ ജനങ്ങൾ പോലുമല്ല, ഭരണകൂടമാണ് എന്ന് ഇറ്റലിയിൽ പ്രഖ്യാപിച്ചത് മുസോളിനി ആയിരുന്നു. ഇത് ഹിന്ദു രാജ്യമാണ് എന്നു നാം പ്രഖ്യാപിച്ചാൽ അത് ഹിന്ദു രാജ്യമാവുമെന്നും ഇത് മുസ്ലീം രാജ്യമാണെന്ന് പ്രഖ്യാപിച്ചാൽ അതായിത്തീരുമെന്നും ഇതൊരു ചരിത്ര വിഷയമല്ല ഒരു ഭരണ വിഷയമാണ് എന്നുമാണ് മുസോളിനി പറഞ്ഞത്.

അതുകൊണ്ട് വേദത്തിൽ ഗണിതത്തെ അന്വേഷിക്കുന്നവർ, ഉപനിഷത്തിലെ ശാന്തി മന്ത്രത്തെ അന്വേഷിക്കുന്നവർ, പുരാണങ്ങൾ പരത്തുന്നവർ, പകൽ അവർ അത് പരത്തുകയും രാത്രി മുസോളിനിയുടെയും ഹിറ്റ്ലറുടെയും പുസ്തകങ്ങളിൽ അവരുടെ ആശയങ്ങൾ പരതി നടക്കുകയുമാണ് ചെയ്യുന്നത് എന്നുകൂടി കൃത്യമായി നാം മനസ്സിലാക്കണം.

സമ്പൂർണ്ണമായ അധികാരം, കേവലമായ അധികാരം അല്ലെങ്കിൽ സ്വന്തമായ ഭൂരിപക്ഷം കിട്ടുന്നതു വരെ എത്രത്തോളം അനുനയത്തോടെ പെരുമാറണമെന്ന് ഹിറ്റ്ലർക്കും അറിയാമായിരുന്നു. ഇന്ത്യയിലെ ഫാസിസ്റ്റുകൾക്കും അതറിയാം. അതുകൊണ്ടാണ് കളങ്കമില്ലാത്ത ഒരു ഭരണം കാഴ്ചവക്കാനും എല്ലാവരെയും ഒരുപോലെ ആദരിക്കുന്നുവെന്നു വരുത്തിത്തീർക്കാനും ഭരണഘടനയെ ബഹുമാനിക്കുന്നതു കൊണ്ടാണ് ഗുജറാത്തിലെ മോഡിയെ പിരിച്ചു വിടാത്തതെന്നു വാശിപിടിക്കാനും ഇടയാവുന്നത്. ഇത് ഒരു വൈരുധ്യമാണ്. നമ്മുടെ മുമ്പിലുള്ള ഒരു യഥാർത്ഥ വസ്തുതയാണ്. ഇത് സൂര്യനസ്തമിക്കും മുമ്പ് സന്ധ്യക്കുള്ള തിളക്കം പോലെയാണ്. സന്ധ്യക്ക് നല്ല ഭംഗിയുണ്ടാവും. അതിന്റെ അർത്ഥം ഇരുട്ടു വരാൻ പോകുന്നു എന്നാണ്. ഇന്ന് ഒരുപാട് ഭംഗിയുണ്ടാവുന്നത് നാളെ ഇരുട്ടുവരുന്നതിന്റെ സൂചനയാണ് എന്നും ഇന്ന് കാശ്മീരിലെ ഫാറൂഖ് അബ്ദുള്ളയെയോ ഒരു ഫെർണാണ്ടസിനെയോ അനേകം മുസ്ലീം സുഹൃത്തുക്കളെയോ സമാഹരിച്ച് സ്ഥാനങ്ങളിൽ ഇരുത്തുന്നത് വരാനിരിക്കുന്ന ഗളച്ഛേദത്തിന്റെ ഒരു ദാനമാണ് എന്നും ഫാസിസത്തിന്റെ ചരിത്രം അറിയാവുന്നവർക്കെല്ലാം മനസ്സിലാവുന്ന ഒരു കാര്യമാണ്. അതുകൊണ്ട് മതം ഉപയോഗിച്ച്, ആര്യവംശ മേധാവിത്തം ഉപയോഗിച്ച് ഹിറ്റ്ലർ ആര്യന്മാരല്ലാത്ത യഹൂദന്മാരെ ചുട്ടുകരിക്കുകയും ഗ്യാസ് ചേമ്പറിലിട്ട് നശിപ്പിക്കുകയും ചെയ്തതിനു ശേഷം അടുത്ത പടിയായിട്ട് കത്തോലിക്കരെയാണ് നശിപ്പിച്ചത് എന്ന കാര്യം നശിപ്പിച്ചതിനു ശേഷമാണ് കത്തോലിക്കർക്കു പോലും മനസ്സിലായത്.

ഇന്ത്യയിലെ ഹിന്ദുത്വത്തിന്റെ മുഖം ഇതാണ്. ഹിന്ദുവിനെ രക്ഷിക്കാനോ ഹിന്ദുത്വത്തെ രക്ഷിക്കാനോ വേദത്തെ രക്ഷിക്കാനോ വേദഗണിതത്തെ രക്ഷിക്കാനോ ശ്രീകൃഷ്ണനെ രക്ഷിക്കാൻ പോലുമോ അല്ല, ഇവിടെ ഫാസിസ്റ്റ് സംഘടനകൾ ഉണ്ടാവുന്നത്. മറിച്ച്, ഇവയെ ഉപയോഗിക്കുവാനാണ്. ഫാസിസത്തിന് മതം ഒരു ഉപകരണമാണ്. മതത്തിന്റെ ശക്തിയെ മതത്തിന്റെ വിനിമയ ശക്തിയെ, നാണയ ശക്തിയെ അവർ ഉപയോഗിക്കുന്നു. മതത്തിൽ അവർക്കു വിശ്വാസമുണ്ട്. കാരണം, നമ്മൾ ബാങ്കിൽ പണം ഇടുന്നതു പോലെ നമ്മൾ ഭക്തി കൊണ്ടിടുന്ന സ്ഥലമാണ് മതം. എല്ലാവരും അവരുടെ ഭക്തി, വിശ്വാസം, അവരുടെ അർപ്പണം, അവരുടെ ദുഃഖം എല്ലാം യാഥാർത്ഥ്യമാണെന്നും അതുകൊണ്ട് സമ്പത്ത് നിക്ഷേപിക്കുന്ന ഒരു സ്ഥലം പോലെ മതമോ ക്ഷേത്രമോ ആരാധനാലയങ്ങളോ വിശ്വാസത്തിന്റെ ഒരു അർപ്പിത കേന്ദ്രമാണ് എന്നും ഫാസിസ്റ്റുകൾക്കറിയാം. ഹിന്ദുക്കളെ രക്ഷിക്കാനല്ല, മറിച്ച് പഠിച്ച പാഠപുസ്തകത്തിലെ ഒരു നിറം, അടയാളം, ഒരു പ്രയോഗ രീതി ഇതൊക്കെ സ്വീകരിച്ച്, മതത്തെ എങ്ങനെ ഉപയോഗപ്പെടുത്താം

എന്ന്, മതപരമായ മൂല്യത്തെ എങ്ങനെ രാഷ്ട്രീയ മൂല്യമാക്കി മാറ്റിത്തീർക്കാം എന്ന്, അതായത് ഉറുപ്പിക ഡോളറാക്കുന്നതു പോലെ, ഡോളർ സ്റ്റെർലിങ് ആക്കുന്നതു പോലെ, മതത്തിന്റെ ശക്തിയെ അല്ലെങ്കിൽ മത ഭക്തിയെ എങ്ങനെ രാഷ്ട്രീയ ശക്തിയാക്കി മാറ്റിത്തീർക്കാം എന്നുള്ളതാണ് ഫാസിസത്തിന്റെ കൃത്യമായ ഒരു ഗുണപാഠം. അതുകൊണ്ട് ഇതിനു പ്രത്യേകിച്ച് അധ്വാനിക്കുകയൊന്നും വേണ്ട. കൃഷ്ണപിള്ളയൊക്കെ ചെയ്തതു പോലെ നാടു മുഴുവൻ നടന്നിട്ട് ലോകത്തിൽ രണ്ടു വർഗ്ഗമേയുള്ളൂ. അത് ഉള്ളവനും ഇല്ലാത്തവനുമാണെന്ന് ആരെയും പഠിപ്പിക്കേണ്ട ആവശ്യമൊന്നുമില്ല. ഹിന്ദു ഇവിടെയുണ്ട്. മുസൽമാനും ക്രിസ്ത്യാനിയും സിഖും പാർസിയും ഉണ്ട്. ഇവരെ കണ്ടാൽ ആർക്കും തിരിച്ചറിയാം. മുടിയുടെ രീതികൊണ്ട്, ഭക്ഷണത്തിന്റെ രീതികൊണ്ട് ഇവരെ തിരിച്ചറിയാം. ഇങ്ങനെ നിലവിലുള്ള വ്യത്യാസങ്ങളെ പിടിച്ചെടുക്കുകയും ഇതിനെ ശക്തമാക്കിത്തീർക്കുകയും ഹിന്ദുവിനെ ഹിന്ദുവിന്റെ പാളയത്തിലേക്കും മുസ്ലീമിനെ അനാഥത്വത്തിലേക്കും ആട്ടിയോടിക്കുകയും ചെയ്യുക എന്നുള്ള എളുപ്പ മാർഗ്ഗമാണ് 1947-നു ശേഷം ഇവിടത്തെ ഫാസിസ്റ്റു സംഘടനകൾ സ്വീകരിച്ചു പോന്നിരുന്നത്. ഇതിന് ഹിന്ദുമതവുമായി യാതൊരു ബന്ധവുമില്ല.

ഹിന്ദുമതത്തിന്റെ അടയാളങ്ങൾ പിടിച്ചെടുക്കുക എന്നതാണ് ഫാസിസത്തിന്റെ ഒരു രീതി. അതൊരു കുറിയാകാം, ഭജനമാകാം, കീർത്തനമാകാം, മറ്റെന്തുമാകാം. ഈ അടയാളങ്ങൾ പിടിച്ചെടുക്കുകയും പിടിച്ചെടുത്ത അടയാളങ്ങളെക്കൊണ്ട് അതിനപ്പുറത്തുള്ള രാഷ്ട്രീയ ശക്തി സമാഹരിക്കുകയും ചെയ്യുകയെന്നുള്ള ഒരു മാർഗ്ഗമാണ് ഒരു പരിക്കും പറ്റാത്ത ഫാസിസ്റ്റുകൾ സ്വീകരിക്കുന്നത്.

●

2002

മതഭേദങ്ങളെ കവിഞ്ഞുനിൽക്കുന്ന ലക്ഷ്യം വേണം

പലരും പ്രകീർത്തിക്കുന്ന പോലെ മതങ്ങൾ തമ്മിൽ സ്വാഭാവികമോ സാധാരണമോ ആയ മൈത്രിയൊന്നുമില്ല. അങ്ങനെ സംഭവിക്കുന്നുവെങ്കിൽത്തന്നെ അത് മതങ്ങൾക്കപ്പുറത്തുള്ള ആവശ്യങ്ങൾ കൊണ്ടു മാത്രമായിരിക്കും, ഐക്യം അനിവാര്യമാക്കിത്തീർക്കുന്ന ലക്ഷ്യങ്ങൾ കൊണ്ടായിരിക്കും. സഹിഷ്ണുത പോലും ഇങ്ങനെയുണ്ടായിത്തീരുന്ന ഒരു മനോഭാവം മാത്രമാണ്. ഇന്നറിയുന്ന ഒരു മതവും ചിന്തയിലോ പ്രവൃത്തി എന്ന അനുഷ്ഠാനത്തിലോ ഔദാര്യം അനുവദിക്കുന്നില്ല. പരിഷ്ക്കരിക്കാൻ തുടങ്ങുമ്പോഴേക്കും മതം പിളർന്നു പോകുന്നു.

സെമറ്റിക് മതങ്ങളിലും അന്യമതങ്ങളിലും ഇതു തന്നെയാണ് സംഭവിക്കുന്നത്. വൻ പിളർപ്പുകൾ ഉണ്ടായിത്തീരുന്നു. ഒരിക്കൽ പിളർന്നാൽ പിന്നെ നമുക്ക് സ്വന്തക്കാരും ശത്രുക്കളും എന്ന രണ്ടു വർഗ്ഗമേയുള്ളൂ. ഏതു വിശ്വാസവും ഉറപ്പിക്കാൻ വ്യത്യാസങ്ങൾ പെരുപ്പിച്ചു കാണിക്കേണ്ടതുണ്ട്. മനുഷ്യർ വാസ്തവത്തിൽ ഒരു ജാതിയായതിനാൽ സഹജമല്ലാത്ത വ്യത്യാസങ്ങൾ ഉണ്ടാക്കുകയും പെരുപ്പിക്കുകയും വേണം. പക്ഷേ, ജൈവപ്രകൃതി അതിനു കൂട്ടുനിൽക്കുന്നില്ല. താടിയും മുടിയും നാം ഇതിനായി ഉപയോഗിക്കാറുണ്ട്. ഈ വാസ്തവം ബഷീർ ഒരിക്കൽ വിളിച്ചു പറഞ്ഞിരിക്കുന്നു. ബഹുകൃത വേഷം എന്നാൽ ബഹുകൃത വിന്യാസമാണ്. അതുകൊണ്ട് അടയാളങ്ങൾ മതങ്ങളുടെ തിരിച്ചറിവുകളും വിളംബരങ്ങളും ആയിത്തീരുന്നു. നീ അവനല്ല എന്നു വിപരീതമായി പറയുന്ന കൃത്യമായ ഒരു 'തത്ത്വമസി' ഉണ്ടാവുന്നു. അവർ ചെയ്യുന്നതൊന്നും നീ ചെയ്യരുത് എന്ന നിർദ്ദേശം; മനുഷ്യരെ പിടിക്കുവാനും

പിടിച്ചവരെ ഇണക്കി നിർത്തുവാനും ശത്രുത അനുപേക്ഷണീയമാണ്. അതുകൊണ്ട് എല്ലാ മതങ്ങളുടെയും നന്മ കൊണ്ടുണ്ടാക്കുന്ന ഒരാദർശ മതം എല്ലാ പക്ഷികളുടെയും തൂവലുകൾ ചേർത്തുണ്ടാക്കുന്ന ഒരു ഇല്ലാപ്പക്ഷിയാണ്. ആരും സമ്മതിക്കുന്ന ഒരു സർവസമ്മതം.

എന്നിട്ടും നാമിങ്ങനെ ജീവിച്ച് പോരുന്നത് മതത്തിന്റെ ആയുധങ്ങളെ കറിക്കത്തികൾ പോലെ നാം നിത്യോപയോഗ വസ്തുക്കളാക്കിത്തീർക്കുന്നതു കൊണ്ടാണ്. ചിലതിനെ മാത്രം കാഴ്ച ബംഗ്ലാവുകളാക്കി മാറ്റുന്നു. കുളിച്ച്, തൊഴുത്, കുറിയിട്ട് തീർക്കുകയും അഞ്ചു തവണ നിസ്കരിച്ച് ഒതുക്കുകയും പ്രാർത്ഥനയ്ക്കായി ഒരു ഞായറാഴ്ച നീക്കി വക്കുകയും ചെയ്യുന്ന ഒരു സാധനമായി സാധാരണക്കാരൻ മതത്തെ രൂപാന്തരപ്പെടുത്തുന്നു. മത തീവ്രവാദികളാകട്ടെ തയഞ്ഞുപോയ(തേഞ്ഞുപോയ എന്നത് ഞങ്ങൾ കൊടുങ്ങല്ലൂർക്കാർ പറയുന്നത് ഇങ്ങനെയാണ്) മുനകളെയെല്ലാം മൂർച്ചവപ്പിക്കുകയും വീണ്ടും അതിനെ ഒരായുധമാക്കി മാറ്റുകയും ചെയ്യുന്നു.

നമ്മുടെ ചില പഴമക്കാർക്ക് സ്വാതന്ത്ര്യ സമരക്കാലത്തെക്കുറിച്ചുള്ള ഓർമ്മകൾ ഉണ്ടാകും. 'സോദരർ തമ്മിലെ പോരൊരു പോരല്ല' എന്ന് വള്ളത്തോളെഴുതിയ കാലം. മതങ്ങളെയെല്ലാം കവിഞ്ഞു നിൽക്കുന്ന ദേശീയ സ്വാതന്ത്ര്യ ദാഹത്തിന് മതമൈത്രി ഉണ്ടാക്കാൻ കഴിയും എന്നാണ് ഇന്ത്യൻ സ്വാതന്ത്ര്യ സമരത്തിന്റെ ഒരർത്ഥം. സ്വന്തം രാഷ്ട്രീയ വിധിയോടു പൊരുതുന്ന ഒരു ജനതയായി, അപ്പോൾ ഇന്ത്യക്കാർ മാറുന്നു. പക്ഷേ, സ്വാതന്ത്ര്യം യാഥാർത്ഥ്യമായിത്തീരുമ്പോൾ നാം വിഭാഗീയതയുടെ ഇരുട്ടിലേക്കു തന്നെ വളരുന്നുവെന്നാണ് 1947 കാണിച്ചു തന്നത്. രാഷ്ട്രീയത്തിൽ നിന്ന് വിഭാഗീയതയിലേക്ക്. ഇതുപോലെ മതത്തെ മറികടക്കുന്ന മറ്റു സാംസ്കാരിക ഘടകങ്ങളും ഉണ്ടാകാം എന്നാണ് പാക്കിസ്ഥാന്റെ പിളർപ്പ് തെളിയിക്കുന്നത്. മതത്തിനു കഴിയാത്തത് ചിലപ്പോൾ ഭാഷയ്ക്കു കഴിയും. പൗരത്വമില്ലെങ്കിലും തിരിച്ചു പോകാത്ത മലയാളികളും ഈ വാസ്തവം നമ്മെ ഓർമ്മിപ്പിക്കുന്നുണ്ട്. മതാതീതമായ ഒരു ജീവിതശൈലി മലയാളികൾ പകുതിയോളമെങ്കിലും രൂപപ്പെടുത്തിയിട്ടുണ്ട്. മതങ്ങൾ വേറെ വേറെ ഭാഷകൾ സംസാരിക്കുന്ന ഉത്തരേന്ത്യൻ രീതികൾ കേരളത്തിലില്ല. ഉറൂബ് നല്ല മലയാളം കണ്ടെത്തിയത് പൊന്നാനിത്തെരുവുകളിൽ നിന്നായിരുന്നുവല്ലോ.

'ശപിക്കപ്പെട്ട' മുതലാളിത്തം ഒരുപാടു വികസനക്കെടുതികൾ ഉണ്ടാക്കുന്നുണ്ടെങ്കിലും പൊതുവിപണി പഴയ മത ഭേദങ്ങളെ മറികടന്ന് ലാഭം എന്ന ഒരു മതാതീത മതത്തിൽ പുതിയ മനുഷ്യരെ കൊണ്ടെത്തിക്കുന്നു. പണ്ട് അജ്ഞേയമായത് ദൈവമായിരുന്നുവെങ്കിൽ ഇന്നത് സ്റ്റോക്ക് എക്സ്ചേഞ്ചുകളും ലോട്ടോയുമായി തീർന്നിരിക്കുന്നു. ഹിന്ദുത്വത്തേയും

മൗലിക വാദത്തെയും വിഴുങ്ങുവാൻ സാമ്പത്തിക സാമ്രാജ്യത്വത്തിന് ഏറെ വിഷമമുണ്ടാകില്ല. വിശ്വാസത്തെ പിളർക്കുവാനുള്ള മുതലാളിത്തത്തിന്റെ കഴിവ് പശ്ചിമേഷ്യൻ സംഘർഷങ്ങൾ വിളിച്ചു പറയുന്നു. ഗുജറാത്തിൽ എന്ന പോലെ ന്യൂനപക്ഷ പീഡനം ഒരു കേരളീയ അനുഭവമല്ല. പക്ഷേ, ഇന്ന് ന്യൂനപക്ഷങ്ങളിൽ സംശയവും ഭയവും വർദ്ധിച്ചു വരികയാണ്. ഒരിക്കൽ രാഷ്ട്രീയമായിരുന്ന ഹിന്ദുത്വ ഭയം ഇപ്പോൾ സാമുദായിക ഭയമായി വ്യാകരണത്തിൽ നിന്നും വിഭിന്നവും പൂർണമായി അന്ധവും ആയിരിക്കും എന്ന് ഇന്ത്യൻ ജനതയ്ക്ക് പണ്ടും മനസ്സിലാക്കേണ്ടി വന്നിട്ടുണ്ട്. കേരള രാഷ്ട്രീയത്തിന്റെ സന്തുലനത്തിൽ ലീഗിനു കിട്ടിയിരുന്ന നിർണ്ണായകമായ മുക്കം ഒരു അഭയം എന്നതു പോലെ നാളെയൊരു ഭയമായിത്തീർന്നുവെന്നു വരാം. അറബ് ദേശീയ വിമോചനം ഇവിടെയുണ്ടാക്കിയ സമൃദ്ധിയോടൊപ്പം മതത്തിന്റെ പേരിൽ തന്നെയുള്ള അധികാരവും പലർക്കും അസൂയാവഹമായിത്തീർന്നുവെന്നും വരാം. കേരളത്തിലെ ജനങ്ങൾ ഈ അവസ്ഥകളെ ഇപ്പോൾ, ഇരുത്തത്തോടെ കൈകാര്യം ചെയ്യുന്നുണ്ട്. പക്ഷേ മാറാട് പോലെയുള്ള ആസൂത്രിതമായ വങ്കത്തങ്ങൾ തിരുത്താൻ വിഷമമായ രാഷ്ട്രീയ പരിണാമങ്ങൾ ഉണ്ടാക്കുന്നു. മതത്താൽ ന്യായീകരിക്കപ്പെടുന്ന ഉന്മാദാവസ്ഥകൾ സൃഷ്ടിക്കുന്നു. രണ്ടു തവണയായി മാറാട് നടന്ന കൂട്ടക്കൊലകൾ കേരളത്തിൽ വ്യാപിക്കുമെന്നോ ആവർത്തിക്കുമെന്നോ കരുതാൻ കാരണങ്ങളില്ല. അതൊരു ഒറ്റപ്പെട്ട അസംബന്ധമായി അവസാനിക്കാനാണ് ഇട. പക്ഷേ, രാഷ്ട്രീയമായി മാറാട് മാറ്റങ്ങൾ ഉണ്ടാക്കും. ലീഗിന്റെ ഏകശിലാരൂപം ശിഥിലമാവുകയും അതിന്റെ നിർണ്ണായകമായ രാഷ്ട്രീയസ്വാധീനം കുറയുകയും ചെയ്യും. ഇതിനപ്പുറം ഹിന്ദുത്വത്തെ മാറാട് സഹായിക്കുമെന്ന് ഇപ്പോൾ തോന്നുന്നില്ല.

മതഭേദങ്ങളെ കവിഞ്ഞു നിൽക്കുന്ന ലക്ഷ്യങ്ങൾക്കും ഭാഗധേയങ്ങൾക്കും മാത്രമേ നമ്മുടെ നാടിനെ രക്ഷിക്കാൻ കഴിയൂ എന്ന് മതേതരവാദികൾ പറഞ്ഞുകൊണ്ടേയിരിക്കുന്നത് ഇതിനാലാണ്. സ്വയം ചുരുങ്ങിക്കൊണ്ടിരിക്കുകയും സ്വയം മടങ്ങിക്കൊണ്ടിരിക്കുകയും ചെയ്യുന്ന ഒരു ജന സമൂഹത്തിന് ഇങ്ങനെ ഒരു സ്വപ്നം എളുപ്പമാകണമെന്നില്ല. ഒന്നിച്ചുള്ള മാനുഷിക ജീവിതത്തിന്റെ ഇടങ്ങൾ വർദ്ധിപ്പിക്കുകയാണ് യാഥാർത്ഥ്യ ബോധത്തിലേക്കുള്ള ഒരേയൊരു വഴി. ഇതിന് മനപ്പൂർവ്വമായ യത്നങ്ങൾ ആവശ്യമായി വരും. ഒന്നിച്ച് അനുഭവിക്കുന്ന ദുരിതങ്ങളും അറിയാതെ ഒന്നിച്ച് കാണുന്ന സ്വപ്നങ്ങളും മാത്രമേ ഏകത്വത്തെക്കുറിച്ചുള്ള ബോധം വളർത്തുകയുള്ളൂ. നമ്മുടെ ഭാവി നമ്മൾ തന്നെ സൃഷ്ടിക്കുക.

●

2003

ഇതിഹാസവും ഫാസിസവും

“

സിംഹാസനം ഉപേക്ഷിച്ചുപോയ രാമനുവേണ്ടി കാവിയുടുക്കുന്നത്
സിംഹാസനം നേടാൻ വേണ്ടി മാത്രമാണ്.
കാവി ഇന്ന് വഞ്ചനയുടെ നിറമായിത്തീർന്നിരിക്കുകയാണ്.
സന്യാസിയാണെന്നു തെറ്റിദ്ധരിപ്പിക്കാനാണ് ഇതുപയോഗിക്കുന്നത്.
കാവി വസ്ത്രം ഹിന്ദുത്വത്തെയും സന്യാസത്തെയും വഞ്ചിക്കുകയാണ്.

രാമായണത്തിന്റെ രാഷ്ട്രീയം

ദേശീയത എന്ന സങ്കൽപം നമ്മുടെ ഭാഷയിലും നമ്മുടെ ചിന്തയിലും പ്രചരിച്ചിട്ട് ചില്ലറ നൂറ്റാണ്ടുകളേ ആകുന്നുള്ളൂ. ഇന്ത്യയിലത് ഉണ്ടായത് ബ്രിട്ടീഷ് അധിനിവേശം കൊണ്ടാണ് എന്ന് പറയാറുണ്ട്. ബ്രിട്ടീഷുകാർ വന്നില്ലായിരുന്നുവെങ്കിൽ ഇന്ത്യ ഉണ്ടാകുമായിരുന്നില്ല എന്നുള്ളത് ഒരു പഴയ മൊഴിയാണ്. പക്ഷേ, 'പാശ്ചാത്യ ദേശീയത' എന്ന ആശയം, പാശ്ചാത്യ കൃതികളുടെ വായനയിലൂടെയും വിദ്യാഭ്യാസത്തിൽ കൂടിയും, ഇവിടെ ദേശീയ ബോധത്തെ വളർത്തുന്നതിന് ഒരുപാട് സഹായിച്ചിട്ടുണ്ടെന്ന് നമുക്കറിയാം. ഇംഗ്ലീഷ് വിദ്യാഭ്യാസത്തെ എതിർത്തത് ഒരു ഭരണവർഗ്ഗത്തിനെ സൃഷ്ടിക്കുന്നതാണ് എന്നും ഇംഗ്ലീഷ് അറിയുന്നവരും അറിയാത്തവരുമായ രണ്ട് വർഗ്ഗം ഇന്ത്യയിൽ ഉണ്ടാകുന്നുവെന്നും ഇംഗ്ലീഷ് അറിയുന്നവർ അധീശ വർഗ്ഗമായിത്തീരുന്നുവെന്നും ഉള്ള കണക്കു വച്ചിട്ടാണ്. അതുകൊണ്ട് സാധാരണ പറയാറുള്ളത് കൽക്കത്തയിലെയും ബാംഗ്ലൂരിലെയും പുരുഷന്മാർ ഇംഗ്ലീഷിൽ സംസാരിക്കുകയും സ്ത്രീകൾ അവിടത്തെ നാട്ടുഭാഷകളിൽ സംസാരിക്കുകയും ചെയ്തിരുന്നു എന്നാണ്. കാരണം പുരുഷന്മാർക്ക് ഭരിക്കാനുള്ളവരാണ് സ്ത്രീകൾ. അതുകൊണ്ട് സ്ത്രീകൾക്ക് നാട്ടുഭാഷ മതി. വീട്ടിലെ ആധിപത്യം തന്നെയാണ് നാട്ടിലെയും ആധിപത്യം. മാത്രമല്ല ആധിപത്യത്തിന്റെ ഒരു ഉപകരണം ഭാഷയാണ് എന്നു കൂടിയാണ് അതിന്റെ അർത്ഥം.

അതുകൊണ്ട് ഇംഗ്ലീഷ് പഠിച്ചാൽ ആളുകളെ അടിച്ചിരുത്താം. അതാണ് ഭാഷയുടെ അധിനിവേശ സ്വഭാവം. ഇതിനു മുമ്പ് ഇന്ത്യയിൽ അത് സാധിച്ചത് സംസ്കൃതഭാഷ കൊണ്ടാണ്. ഒരു ശ്ലോകം ചൊല്ലിയാൽ സമ്മതിക്കാത്ത ഒരു കാര്യവുമുണ്ടായിരുന്നില്ല, നമ്മുടെ നാട്ടിൽ. അങ്ങനെ ശ്ലോകം ചൊല്ലി ഇരുത്തിയിരുന്ന കാലത്താണ് നാരായണ ഗുരു കുമാരനാശാനോട് പറഞ്ഞ് 'പോയി സംസ്കൃതം പഠിച്ചിട്ട് വാ' എന്ന്.

സംസ്കൃതം പഠിച്ച് ആളെ ഇരുത്തുന്ന ഒരു കാലഘട്ടത്തിൽ സംസ്കൃതം പഠിച്ച് എഴുന്നേറ്റ് നിൽക്കുക എന്നതാണ് സംസ്കൃതത്തിന്റെ രാഷ്ട്രീയം. ഒരു ഭാഷ ഒരു ആധിപത്യമാക്കിത്തീർക്കാം എന്നും ഭാഷകൊണ്ട് നിങ്ങൾക്ക് അനുസരിപ്പിക്കാം എന്നും ഭാഷകൊണ്ട് ജീവിതത്തെ ക്രമപ്പെടുത്താം എന്നുമാണ് അതിന്റെ അർത്ഥം. ഭാഷയിൽ ആധിപത്യമുണ്ട്. മാത്രമല്ല ആധിപത്യത്തിന്റെ ഒരു ശ്രേണി ഭാഷ ഉണ്ടാക്കിത്തീർക്കുന്നുണ്ട്. ഓരോ വാക്കും അനുഭവത്തിന്റെ ഒരു വിത്താണ് എന്നു പറയാം. വാസ്തവത്തിൽ എരിവ് എന്നു പറയുന്നത് നമ്മൾ അനുഭവിച്ച സംഭവത്തിന്റെ ഒരു വിത്താണ്. വിത്തിന് ചെടിയുടെ രൂപമൊന്നുമുണ്ടാവില്ല. ഒരു വെള്ളരിക്കുരുവിന് വെള്ളരിയുടെ രൂപമുണ്ടാവില്ല. പക്ഷേ, മുളച്ചു വരുമ്പോൾ വെള്ളരി പോലെ പടരും. അതിനാണ് വാക്കിൽ നിന്ന് അർത്ഥം പുറത്തെടുക്കുക എന്നു പറയുന്നത്. ചത്ത, വറുത്ത വിത്തുണ്ട്. അത് മുളയ്ക്കില്ല. അതിനാണ് 'ക്ലീഷെ' എന്നു പറയുക. എത്ര വെള്ളമൊഴിച്ചാലും വളമിട്ടാലും മുളയ്ക്കില്ല, നന്നാവുകയുമില്ല. അതിനെ 'വാസ്തുാരി' എന്നാണ് പറയുക. അങ്ങനെ കുറേക്കാലം ഉപയോഗിച്ച് കഴിഞ്ഞാൽ പഴകിയ വിത്തു പോലെ പഴകിയ വാക്കുകൾക്കും ഒരർത്ഥവുമില്ലാതായിത്തീരും.

വിത്തുകൾ മുളയ്ക്കാതായിത്തീരുന്നതു പോലെ വാക്കുകൾ അർത്ഥശൂന്യമായിത്തീരും. പക്ഷേ, ഒരു പുതിയ ആശയം പോലെ ഒരു പുതിയ വിത്തിടുമ്പോൾ ആ വിത്ത് മുളയ്ക്കുകയും വളരുകയും ചെടിയായിത്തീരുകയും ചെയ്യുമെന്നും ഒരു വാക്കിന്റെ അകത്ത് ഒരു അനുഭവം അന്തർഭവിച്ചിരിക്കുന്നു എന്നുമാണ് നാമതിൽ നിന്ന് മനസിലാക്കുക.

വിത്തുകൊണ്ട് ചെയ്യുന്ന കൃഷിക്കാണ് നാം സാഹിത്യമെന്നോ സംഭാഷണമെന്നോ ക്ലാസ്സിക് എന്നോ പറയുന്നത്. ഇങ്ങനെ, ചേർത്തുവച്ച അനുഭവങ്ങൾ, സ്വന്തമായ അനുഭവങ്ങൾ മാത്രമല്ല കടം വാങ്ങിച്ച അനുഭവങ്ങളും വാക്കിൽ ഉൾക്കൊണ്ടിരിക്കുന്നു. എന്താണ് സ്നേഹം എന്ന ചോദ്യം വന്നപ്പോഴാണ് കുമാരനാശാൻ കവിത എഴുതിക്കളയാം എന്നു തീരുമാനിച്ചത്. സ്നേഹത്തെപ്പറ്റി പറഞ്ഞിട്ട് മതിയാവുന്നില്ല. എഴുതിയത് മാറ്റിയെഴുതുന്നു. അത് നളിനി അഥവാ ഒരു സ്നേഹം എന്നാണ്. അത് ഒരു സ്നേഹം ആണ്. ലീല പക്ഷേ വേറൊരു സ്നേഹമാണ്. കരുണ മറ്റൊരു സ്നേഹമാണ്. ദുരവസ്ഥ ഇനിയും വേറൊരു സ്നേഹമാണ്. ഒരുപക്ഷേ രാഷ്ട്രീയ-സാമൂഹ്യ വിപ്ലവത്തിനുള്ള സ്നേഹമാണ്. എല്ലാറ്റിനും സ്നേഹമെന്നാണ് പറയുക. ഇതൊക്കെ ഒരുപോലെയല്ല. നളിനിയിലെ സ്നേഹം സന്യാസിനിയുടെ സ്നേഹമാണ്. ലീലയുടെ സ്നേഹം നമ്മൾ ഇപ്പോൾ അറിയുന്ന, നാട്ടുനടപ്പുള്ള സ്നേഹമാണ്. ഒരു കോളറ പോലെ നാട്ടുനടപ്പുള്ള ഒരു രോഗം എന്നാണ് സാധാരണ പറയുക. റൊമാന്റിക് ലവ് എന്നും പറയും. കരുണയിലുള്ളത് സ്നേഹമല്ല, മറ്റൊന്നാണ്.

വലിയ 'ഉയരത്തിൽ നിന്ന് താഴേക്ക് നോക്കുന്ന ഒരു സ്നേഹത്തിന്റെ, കാരുണ്യത്തിന്റെ സ്വഭാവമതിന് വരുന്നു. നിസ്വാർത്ഥത എന്നൊക്കെപ്പ റയാം. ആനന്ദന്റെ പിന്നാലെ പോയ ഒരു പെൺകുട്ടി ചെന്നെത്തിയത് ഒരു ആശ്രമത്തിലാണ്. അനുരാഗത്തിന്റെ പിന്നാലെ പോയിട്ട് ഒരു പെൺകുട്ടി എത്തിച്ചേരുന്നത് അനുരാഗത്തിലല്ല, ഒരു കുടുംബത്തില ല്ല, പെറ്റുപെരുകുന്ന ഒരു സ്ഥലത്തല്ല, ഒരു പുതിയ ലോകത്തിലാണ്. ഇവിടെ ഇല്ലാതിരുന്ന ഒരു സമത്വത്തിന്റെ ലോകത്തിലേക്കാണ് ആനന്ദൻ പെൺകുട്ടിയെ കൊണ്ടുപോയത്. ദുരവസ്ഥയിൽ റവല്യൂ ഷണറി ലവ് ആണുള്ളത്. ഇപ്പോൾ സ്നേഹം എന്നൊരു വാക്കിൽ ഒമ്പത് കാര്യമാണ്. അല്ലെങ്കിൽ ഒമ്പതിനായിരം കാര്യമുണ്ട്. പച്ചയിൽ വരക്കാം എന്നു പറഞ്ഞാൽ, ആയിരം പച്ചയുണ്ട് അതിൽ ഏതു പച്ച എന്നു ചോദിക്കുന്ന ആളെയാണ് ആർട്ടിസ്റ്റ് എന്നു പറയുക. ഒരു പച്ചയേ ഉള്ളൂ എന്നു പറയുന്നവൻ പച്ചയും ചുകപ്പും തിരിച്ചറിയാത്തവനാണ്. സ്നേഹത്തിന് പല നിറങ്ങൾ ഉണ്ട്. വടക്കൻ പാട്ടിൽ സ്നേഹിക്കാൻ പോകുമ്പോൾ ഒരു വാളും കയ്യിലെടുത്ത് പോകുമായിരുന്നു. ഇപ്പോൾ ആരും സ്നേഹിക്കാൻ പോകുമ്പോൾ വാളും കയ്യിലെടുത്ത് പോകാറില്ല. വാളില്ലാതെ പണ്ട് സ്നേഹിക്കാൻ കഴിയില്ല എന്നതാണ് വടക്കൻ പാട്ടിന്റെ സന്ദേശം. ഭീഷ്മർ സ്നേഹിക്കാൻ പോയപ്പോൾ ഒരു തേരും കൊണ്ടാണ്, ഒരു വാഹനം കൊണ്ടാണ് പോയത്. എന്നിട്ട് രണ്ടുമൂന്നു പേരെ ആ വാഹനത്തിലിട്ട് തിരിച്ചു കൊണ്ടുവന്നു. അതും സ്നേഹം ആണ്.

ഒരു വാക്കിൽ ഒരുപാട് കാര്യങ്ങൾ പറയാം എന്നുള്ളതാണ് ഒരു വാക്ക് സൂചിപ്പിക്കുന്ന അർത്ഥതലം. മുളയ്ക്കുന്ന വാക്കിനെ അർത്ഥമുള്ള വാക്കുകൾ എന്നു പറയും. ഇരുമ്പ് ഇരിക്കെ കെട്ടുപോകും എന്നു പറയാ റുണ്ട്. ഇരുമ്പു മാത്രമല്ല വാക്കും ഇരിക്കെ കെട്ടു പോകും.

വാക്കുകൾ അനുഭവത്തിന്റെ ബീജമാണ്. ഒരു കാര്യം മറ്റൊരാളോട് പറയാനുള്ള ഒരു മാർഗ്ഗമാണത്. ഒരു സംഭവം പറയാനുള്ള ഏറ്റവും ചുരുങ്ങിയ അളവിനാണ് ഒരു വാക്യം (Sentance) എന്നു പറയുക. ഒരു വാക്യത്തിനകത്ത് ഒരു സംഭവമുണ്ടാകും. ഒരു ചെറിയ സംഭവം.

പ്രശസ്ത കമ്യൂണിസ്റ്റ് നിരൂപകനായിരുന്ന ക്രിസ്റ്റഫർ കോഡ്വെൽ, കവിതയിൽ വാക്ക് നോക്കണം പക്ഷേ, നോവലിൽ വാക്യം നോക്കിയാൽ മതി എന്നുപറയുന്നുണ്ട്. വാക്കുകൾ കൊണ്ട് ഉണ്ടാക്കുന്ന ഒരു ശില്പമാണ് ഒരു കവിത. പക്ഷേ ഒരു നോവൽ/കഥ എന്നു പറയുന്നത് സംഭവങ്ങൾ കൊണ്ടുണ്ടാക്കിയ ഒരു സ്ട്രക്ചർ, ശില്പം ആണ് എന്നു പറയാം. പിന്നെ എന്തു സംഭവിച്ചു എന്ന് ഒരു കവിത വായിച്ചിട്ട് ചോദിക്കാറില്ല. ഇങ്ങനെ

സംഭവങ്ങളെക്കൊണ്ട് ഒരു ശില്പമുണ്ടാക്കാമെന്നും ഇങ്ങനെ ഉണ്ടാക്കുന്ന ശില്പങ്ങൾ വാസ്തവത്തിൽ ജീവിതശില്പങ്ങൾ ആയിത്തീരാമെന്നും വരുന്നു.

പലതരം ഉത്തരങ്ങൾ കൊണ്ടുണ്ടാക്കുന്ന ഒരു സംഭവത്തിന്റെ യൂണിറ്റിനെയാണ് ഒരു 'കഥ' എന്നു പറയുന്നത്. ഇതിന് പല കാലങ്ങളിൽ പല മാറ്റവും വരും. ഒരു സംഭവം ഉണ്ടാകുമ്പോൾ അത് ജീവിതത്തിന്റെ ഒരു മാതൃകയാണ് എന്ന് വരും. എങ്ങനെ ജീവിക്കണം എന്ന ചോദ്യത്തിന് ഓരോ കാലത്തും ഓരോ ഉത്തരം നൽകാം. സാമ്രാജ്യത്വം എന്നത് രാജാവിന്റെ ഒരു ആദർശമായിരുന്നു. നമ്മൾ സാമ്രാജ്യത്വ വിരുദ്ധരാണ്. എല്ലാവരും അങ്ങനെയാണ്. പക്ഷേ 'സാമ്രാജ്യഗീത' എന്ന കവിത നമ്മുടെ നാട്ടിൽ എഴുതുമ്പോൾ വാസ്തവത്തിൽ കവികൾ സാമ്രാജ്യ വിരുദ്ധരായിരുന്നില്ല. കാരണം അന്ന് നമ്മളെക്കൊണ്ട് പറയിപ്പിച്ചിരുന്നത് സൂര്യൻ അസ്തമിക്കാത്ത സാമ്രാജ്യം എന്നാണ്. സാമ്രാജ്യത്വം എന്ന പദം ആയിരത്തിത്തൊള്ളായിരത്തിൽ ഒരു മികച്ച വാക്കാണ്. ഒരു രാജ്യത്തെ വികസിപ്പിക്കുന്ന ഒരാളാണ് ചക്രവർത്തി. തനിക്ക് കിട്ടിയ പതിമൂന്ന് സെന്റ് പതിമൂന്ന് ഏക്കറായി വർധിപ്പിക്കുന്ന ഒരാളാണ് ഒരു യഥാർത്ഥ കുടുംബനാഥൻ, അയാളാണ് ജന്മി.

ഗാന്ധിജിയുടെ ജീവിതത്തെക്കാൾ ഒരുപക്ഷേ, ഉയർന്നു നിൽക്കുന്നത് ഗാന്ധിജിയുടെ മരണമാണ്. പക്ഷി പോലും ചിലയ്ക്കാത്ത നിശ്ശബ്ദമായ വളരെ ഭീകരമായ ഒരു ലോകം. അത് ചെയ്യാൻ കഴിഞ്ഞത് ഒരു മരണത്തിനാണ്. അതാണ് മൂല്യം എന്നു പറയുന്നത്. ഈ മൂല്യം ഉണ്ടാക്കുന്നത് പലപ്പോഴും ഒരു പുസ്തകമാവാം. കാരണം, പുസ്തകങ്ങൾ അല്ലെങ്കിൽ ഉപദേശങ്ങൾ, സന്ദേശങ്ങൾ, മത ഗ്രന്ഥങ്ങൾ, മറ്റ് ഗ്രന്ഥങ്ങൾ ഇവയൊക്കെ ഉണ്ടാക്കിത്തീർക്കുന്ന ആദർശത്തോട് ഇണങ്ങിയും പിണങ്ങിയും ആണ് വാസ്തവത്തിൽ നാം ജീവിച്ചു പോരുന്നത്. അതുകൊണ്ടാണ് ഇന്ത്യയുടെ ദേശീയതയ്ക്ക് കാരണം ഇന്ത്യയിലെ ഭാഷയല്ല, കാലാവസ്ഥയല്ല മറിച്ച് ഇന്ത്യയിൽ നിലനിന്നു പോന്ന ഒന്നോ രണ്ടോ സാഹിത്യ കൃതികളാണ് എന്നു പറയുന്നത്. രാമായണവും ഭാരതവുമാണത്. ഈ രണ്ട് പുസ്തകങ്ങൾ ഉണ്ടാക്കിത്തീർത്ത ഒരുദേശം എന്നാണ് പാശ്ചാത്യ നിരീക്ഷകർ പറയാറുള്ളത്.

ഇന്ത്യ മുഴുവൻ രാമായണം വ്യാപിച്ചിരിക്കുകയാണ്. ആദർശ പുരുഷനായി രാമൻ വരികയാണ്. ഇങ്ങനെ ജീവിതത്തിന്റെ മാതൃകയുണ്ടാക്കാൻ ഒരു ഗ്രന്ഥത്തിനു കഴിഞ്ഞു എന്നുള്ളതാണ് രാമായണത്തെ അസാമാന്യ പുസ്തകമാക്കിത്തീർക്കുന്നത്. എങ്ങനെ ജീവിക്കണം എന്നതിന്റെ ഒരു ഉത്തരമാണ് രാമായണം. അങ്ങനെ ജീവിക്കേണ്ട എന്ന് പറയുന്നവർക്ക് അത് എതിർക്കാനുള്ള ഒരു സാധനവും കൂടിയാണ്.

അങ്ങനെയാണ് രാമായണത്തിൽ രാഷ്ട്രീയമുണ്ടാകുന്നത്. അച്ഛൻ മകനോട്, മകൻ അച്ഛനോട്, ഭാര്യ ഭർത്താവിനോട്, സഹോദരൻ സഹോദരനോട് എങ്ങനെ പെരുമാറണം എന്നതിനെക്കുറിച്ചുള്ള ഒരു വ്യവസ്ഥ. ഒരു ജീവിത വ്യവസ്ഥ ഉണ്ടാക്കിത്തീർക്കുന്ന പുസ്തകമായിട്ടാണ് രാമായണം രൂപപ്പെട്ടു വരുന്നത്. അതുകൊണ്ടാണ് അത് വീണ്ടും വീണ്ടും വായിക്കണമെന്നും കർക്കിടകത്തിൽ വായിക്കണമെന്നും വായിച്ചുറപ്പിക്കണമെന്നും ഇതിൽ നിന്ന് പഠിക്കണമെന്നും ഒക്കെ ആളുകൾ പറഞ്ഞും കേട്ടും വന്നു പോന്നത്. അതൊരു ജീവിതാദർശമായി, എങ്ങനെ ജീവിക്കണമെന്ന ചോദ്യത്തിന്റെ പറയാത്ത, അറിയാത്ത ഒരു ഉത്തരമായി നിലനിന്നു പോന്നിട്ടുള്ളത്. അങ്ങനെ വരുമ്പോൾ ചില കാലഘട്ടങ്ങളിൽ ഇത് ചോദ്യം ചെയ്യപ്പെടുകയും അങ്ങനെ ചോദ്യം ചെയ്യപ്പെടുമ്പോൾ നിങ്ങൾ രാമായണ വിരുദ്ധരായിത്തീരുകയും ചെയ്യും.

മൂന്നാമത്തെ അയോധ്യയാണ്, നമ്മൾ നേരിടുന്ന അയോധ്യ എന്ന് മിക്കവാറും എല്ലാവരും മറന്നു പോയിട്ടുണ്ട്. ആദ്യത്തെ അയോധ്യ മിക്കവാറും ബലൂചിസ്ഥാൻ പ്രദേശത്തായിരുന്നുവെന്നും അത് ഇപ്പോൾ പറയുന്ന ഇന്ത്യക്ക് പുറത്തായിരുന്നുവെന്നും സരയൂനദിയുടെ തീരത്തേക്ക് വന്ന അയോധ്യയാണ് ഇപ്പോൾ കൊണ്ടാടുന്നത് എന്നും നാം ഓർക്കുന്നില്ല. ദശരഥൻ ഒരു ചെറിയ രാജ്യത്തിലെ രാജാവായിരുന്നു. ആ രാജ്യത്തെയാണ് അയോധ്യ എന്നു പറയുന്നത്. പിന്നീട് തലസ്ഥാന നഗരി മാറ്റി സ്ഥാപിക്കുന്ന കൂട്ടത്തിൽ മൂന്നാമതോ നാലാമതോ ഉണ്ടായിത്തീർന്ന അയോധ്യയാണ് ഇപ്പോഴുണ്ടായിത്തീർന്നിട്ടുള്ള അയോധ്യ എന്നാണ് ചരിത്രകാരന്മാരുടെ പൊതുവായ ബോധം.

പഴയ നഗരങ്ങൾ (Old Cities) അതായത് കാടിന്റെ നടുവിൽ, അല്ലെങ്കിൽ ഒരു പ്രദേശം, സുരക്ഷിതമായ ഒരു സ്ഥലമാക്കാൻ ചുമര് കെട്ടുക എന്ന രീതി നിലവിലുണ്ടായിരുന്നു. നഗരങ്ങൾക്ക് മതില് കെട്ടുക ആ മതിലിനകത്ത് ജീവിച്ചു മരിക്കുക. കോട്ട എന്നു പറയും. അങ്ങനെ ചുറ്റും കോട്ട കെട്ടിയ ഭേദിക്കാൻ കഴിയാത്ത ഒരു സ്ഥലത്തിനാണ് സാധാരണ നഗരമെന്നോ അയോധ്യയെന്നോ പറഞ്ഞിരുന്നത്. ഒരുപക്ഷേ, യുദ്ധം ചെയ്ത് തോൽപിക്കാൻ കഴിയാത്ത ഒരു സ്ഥലം (Protected Area) എന്ന നിലയിൽ പഴയ നഗരം (Old Cities) എന്നാണ് അതിന് പറയുക- അങ്ങനെയുള്ള ഒരു ചെറിയ സ്ഥലത്ത് ജീവിച്ചിരുന്ന ദശരഥൻ അദ്ദേഹത്തിന്റെ ആയിരം കൊല്ലത്തെ ഭരണത്തിനു ശേഷം ഗ്രാമീണർ, നാഗരികൻമാർ എന്നിവരെയൊക്കെ വിളിച്ചു വരുത്തി പറഞ്ഞു- ആയിരം കൊല്ലമായി ഞാൻ ഭരിക്കുന്നു. എനിക്ക് പ്രായമായി. ഇനി എന്റെ മകനെ യുവരാജാവായി അഭിഷേകം ചെയ്യണം. ഇങ്ങനെ സഭയിൽ ശ്രീരാമനെ അഭിഷേകം ചെയ്തു എന്നാണ് പറയുന്നത്. ആ സമയത്താണ് മുടക്കം

ഉണ്ടാകുന്നത്. അതാണ് കഥ.

അതൊക്കെ നാടൻ കഥയാണ്. എഴുതാത്ത കഥയാണ്. എഴുതാത്ത കഥകൾ സഞ്ചരിക്കുമ്പോൾ കഥ മാറിക്കൊണ്ടിരിക്കും. കഥ കുറച്ചു കൊണ്ടിരിക്കും. ചേർത്തു കൊണ്ടിരിക്കും. ഒരു കഥ തെക്കു നിന്ന് വടക്ക് എത്തുമ്പോഴേക്കും കഥ മറ്റൊരു കഥയായിത്തീർന്നിരിക്കും. അതാണ് കഥയുടെ പ്രത്യേകത. അങ്ങനെ കഥ പറഞ്ഞിട്ടാണ് ഒതേനന്റെ കഥ പ്രചരിച്ചത്. വടക്കൻ പാട്ടുകൾ പ്രചരിച്ചത്, ഉണ്ണിയാർച്ചക്കഥകൾ പ്രചരിച്ചത്. ഒരുപാട് ഉണ്ണിയാർച്ച കഥകളുണ്ട്. ഒരുപാട് ഒതേനൻ കഥകളുണ്ട്. ഒന്നുമൊന്നും ഒരുപോലെയല്ല.

ഇങ്ങനെ എഴുതാത്ത ഒരു കാലത്ത് വാമൊഴിയായി പ്രചരിക്കുന്ന കഥകൾ പിന്നീട് വരുന്ന സംഭവങ്ങൾ കൂട്ടിച്ചേർത്ത് വലുതാക്കുകയും ഉള്ള സംഭവങ്ങൾ ഉപേക്ഷിച്ച് ചെറുതാക്കുകയും തൽക്കാലത്തെ ആവശ്യങ്ങൾ ഉൾക്കൊണ്ട് വ്യത്യസ്തമാക്കുകയും ചെയ്യാറുണ്ട്. അതാണ് ഓറൽ ലിറ്ററേച്ചർ എന്ന് പറയുന്ന വാമൊഴി സാഹിത്യത്തിന്റെ ഒരു പ്രത്യേകത. അതിന് കോപ്പിറൈറ്റ് ഇല്ല, അതിന് അച്ചടിയില്ല. അതുകൊണ്ട് കൃത്യമായ രൂപമില്ല.

ചരിത്രകാരന്മാർ വിശ്വസിക്കുന്നത് രാമൻ ഏതാണ്ട് ബി.സി. ഏഴായിരത്തോടെ ജീവിച്ചിരുന്നു എന്നാണ്. ഒരുപക്ഷേ അതിന് അടുത്തു തന്നെയാണ് ശ്രീകൃഷ്ണൻ ജീവിച്ചിരുന്നത് എന്നും അതിനു ശേഷമാണ് ബുദ്ധൻ ഉണ്ടായത് എന്നും അതിനു ശേഷമാണ് ഗ്രീക്ക് ആക്രമണം അല്ലെങ്കിൽ അലക്സാണ്ടറുടെ ആക്രമണം ഉണ്ടായത് എന്നും ആണ് നമ്മുടെ ഇന്നത്തെ കണക്ക്. അതുകൊണ്ട് രാമൻ എന്നു പറയുന്ന സങ്കല്പത്തിലെ വ്യക്തി മനുഷ്യനായിരുന്നു. വാല്മീകി രാമായണത്തിലെ രാമൻ ഒരു മനുഷ്യനാണ്. അതിനൊരു കാരണം കൂടിയുണ്ട്. മനുഷ്യനു മാത്രമേ രാവണനെ കൊല്ലാൻ കഴിയൂ എന്നതാണ് രാവണൻ നേടിയ വരം. അതുകൊണ്ട് മനുഷ്യനാകാതെ ദൈവത്തിനു പോലും രാവണനെ കൊല്ലാൻ കഴിയില്ല. ഇങ്ങനെയാണ് ആ കഥ യോജിപ്പിക്കുന്നത്. പിന്നീട് ഒരു ഘട്ടത്തിൽ രാമനെ അംശാവതാരം അല്ലെങ്കിൽ ഭാഗികമായിട്ട് ദൈവ അംശാവതാരമാക്കുകയും പിന്നീട് ഭക്തിയുടെ പാരമ്യത്തിൽ രാമനെ പൂർണമായി ഒരു ദൈവാവതാരമാക്കുകയും ആണ് ചെയ്യുന്നത് എന്ന് നമുക്ക് അറിയാം. ദൈവാവതാരമാക്കുക എന്നുവച്ചാൽ ചോദ്യം ചെയ്യപ്പെടാത്ത ഒരു വസ്തുതയാക്കിത്തീർക്കുക എന്നാണർത്ഥം. അതാണ് പൂർണ്ണമായ അവതാരം എന്നുള്ളതിന്റെ മാനസികമായ അർത്ഥം. പിന്നെ ചോദ്യം ചെയ്തുകൂടാ എന്നാണ്. ഒരു മനുഷ്യൻ തെറ്റു ചെയ്യും. പക്ഷേ, ഒരു ദൈവം തെറ്റ് ചെയ്യില്ല. അതുകൊണ്ട് നിങ്ങൾ

ഒരു അവതാരമാക്കി ഒരാളെ അവരോധിക്കുമ്പോൾ തെറ്റുകൾക്ക് അതീതമാണ് അയാളുടെ വ്യക്തിത്വം എന്ന് നാം നമ്മുടെ മനസ്സിനെത്തന്നെ വിശ്വസിപ്പിക്കുകയാണ്.

ഒരു മാനസിക സത്യമായി അത് അംഗീകരിക്കുകയും ചോദ്യം ചെയ്യപ്പെടാത്ത ഒരു വസ്തുതയായി അതിനെ സ്വീകരിക്കുകയുമാണ് ചെയ്യുന്നത്. അത് ദൈവവചനമാവാം. ദൈവസ്വരൂപമാവാം. ദൈവ പുത്രനാകാം. ഇങ്ങനെ പലതുമാകാം. അതാണ് ചോദ്യം ചെയ്യപ്പെടാത്ത സത്യം, രൂപം എന്നൊക്കെ പറയുന്നത്.

അങ്ങനെ ഒരവസ്ഥയിലേക്ക് രാമൻ വരുന്നതിനു മുമ്പ് ഈ കഥകൾക്ക് ഒരുപാട് മാറ്റമുണ്ടാവുന്നുണ്ട്. ബുദ്ധന്റെ കാലത്ത് ഒരുപക്ഷേ ക്രിസ്തുവിന് നാലഞ്ച് നൂറ്റാണ്ടുമുമ്പ്- ബുദ്ധന്റെ ജാതക കഥകളിൽ ജൈന കഥകളിലൊക്കെ രാമായണം പല തരത്തിൽ പറയുന്നുണ്ട്. രാമായണം ഒരുപാട് അഭിനയിക്കുന്നത് അധികവും മുസ്ലീങ്ങളാണ്. കഥകളും വ്യത്യസ്തമാണ്. ഓരോ ദിക്കിൽ ചെല്ലുമ്പോഴും ഇതിന് പാഠഭേദങ്ങൾ ഉണ്ടായിത്തീരുകയും നമ്മുടെ ആവശ്യത്തിനനുസരിച്ച് നമ്മളതിനെ മാറ്റിത്തീർക്കുകയുമാണ് ചെയ്യാറുള്ളത്.

ജൈന രാമായണം, ബൗദ്ധ രാമായണം അല്ലെങ്കിൽ ദശരഥ ജാതകം എന്നു പറയുന്ന കഥയിലെ രാമനെ കഴിയുന്നിടത്തോളം ബുദ്ധന്റെ അവതാരമാക്കിത്തീർക്കാൻ ശ്രമിക്കുകയും ചെയ്യുന്നുണ്ട്. ദശാവതാരം പറയുമ്പോൾ ഒരാൾ ബുദ്ധനാണ്. നിങ്ങൾക്ക് ഒരു രാഷ്ട്രീയ ശത്രുവിനെ ഇല്ലാതാക്കിത്തീർക്കാനുള്ള ഒരു മാർഗ്ഗം അയാൾക്ക് ഒരു സീറ്റ് കൊടുക്കുകയാണ് എന്നർത്ഥം. ഇങ്ങനെ ബുദ്ധനെ വിഷ്ണുവിന്റെ അവതാരമാക്കിത്തീർത്താൽ പിന്നെ ബുദ്ധനെക്കൊണ്ട് ഒരു ശല്യമില്ല എന്നത് ഒരു അടവാണ്. വാസ്തവത്തിൽ ഈ അടവ് പണ്ടേ ഉണ്ടായിരുന്നു എന്നർത്ഥം. ഒരാളെ നശിപ്പിക്കാനുള്ള വഴി അയാളെ സ്വീകരിക്കുകയാണ് എന്നത് ഒരു രാഷ്ട്രീയമായ അടവാണ്. ബുദ്ധൻ പ്രശസ്തനായിത്തീരുമെന്ന് കരുതിയിട്ട് ബ്രാഹ്മണർ മാംസ ഭക്ഷണം ഉപേക്ഷിച്ചു എന്നു നാം മനസിലാക്കുക. മാംസ ഭക്ഷണം നിർബന്ധമായി കഴിക്കുകയും ഗോമേധം നടത്തി, പശുവിന്റെ ഇറച്ചി ഒന്നിച്ച് കഴിച്ച്, കൊന്ന മൃഗത്തിന്റെ കൂടെ കിടന്നുറങ്ങുകയും ചെയ്യുന്ന ആളുകളായിരുന്നു അവർ. അതാണ് അശ്വമേധത്തിന്റെയും ഗോമേധത്തിന്റെയുമൊക്കെ വിധി. അതിരാത്രത്തിന്റെ രീതിയും അങ്ങനെ തന്നെയാണ്. പിന്നെ ഇത് ഉപേക്ഷിക്കാൻ കാരണം, എങ്ങനെയാണ് നിങ്ങളുടെ എതിരാളികൾ പ്രശസ്തരായിത്തീരുന്നത് ആ അടവ് ഉപയോഗിച്ച് അവരുടെ മിടുക്ക് സമ്പാദിക്കുക എന്നതാണ്. നമ്മുടെ നാട്ടിലുള്ള ഒരു പ്രത്യേകത

എന്തെങ്കിലും ഉപേക്ഷിച്ചാൽ നാം അവരെ ബഹുമാനിക്കും എന്നുള്ളതാണ്. 'ത്യാഗം എന്നതേ നേട്ടം, താഴ്മതാൻ അഭ്യുന്നതി'. അതുകൊണ്ട് 1947-വരെ ത്യാഗം ചെയ്ത ആളുകൾ 47-നു ശേഷം ഭൂമി പതിച്ചു തരുവാൻ ആവശ്യപ്പെട്ടു എന്നാണ് അതിനർത്ഥം. നിങ്ങളുടെ കയ്യിലിരിക്കുന്ന പണം ബാങ്കിൽ കൊണ്ടിട്ടാൽ അത് പലിശയോടു കൂടി തിരിച്ചു കിട്ടും എന്നുള്ളതാണ് കർമ്മ സിദ്ധാന്തം. രാമന്റെ കഥ പിന്നീട് പലതരത്തിൽ ഉപയോഗിക്കപ്പെടുന്നു. അവസാനമായിട്ട് ലങ്കയല്ല നശിപ്പിക്കേണ്ടത് പള്ളിയാണ് എന്ന് കുലച്ച വില്ലുമായി നിൽക്കുന്ന ഒരു രാമനെ നാം കണ്ടിട്ടാണ് ഇതിനിടയിൽ ഉറങ്ങാൻ പോയത്.

ലങ്ക എന്നു പറയുന്നത് ലങ്കയല്ല. ഉയരത്തിൽ ഒന്ന് നിൽക്കുന്നുണ്ട് അതാണ് നശിപ്പിക്കേണ്ടത്. രാഷ്ട്രീയമായി എങ്ങനെ ഉപയോഗിക്കാം എന്നാണ് അത്, രാഷ്ട്രീയശൈലിയുടെ, അടവിന്റെ രീതിയാണത്. അതുകൊണ്ട് ഈ അറ്റം വരെ രാമന്റെ കഥ പല തരത്തിൽ ഉപയോഗിക്കപ്പെടുകയും ബൗദ്ധ-ജൈന മതത്തിലേക്ക് സ്വാംശീകരിക്കാം, സാമ്രാജ്യത്വങ്ങളിലേക്ക് കൊണ്ടു പോകാം, കേരളത്തിലാണെങ്കിൽ കുടുംബജീവിതത്തിന്റെ സംവിധാനത്തിന് പ്രയോജനപ്പെടുത്താം എന്നൊക്കെ വരുന്നു.

ശ്രീരാമകഥ കുട്ടികളെ പഠിപ്പിക്കുമ്പോൾ വ്യാകരണവും ശ്രീരാമന്റെ കഥയും കുട്ടികൾ പഠിച്ചിരിക്കും. പഠിച്ചു കഴിയുമ്പോൾ ഇതുപോലെയാണ് ജീവിക്കേണ്ടത് എന്നു കൂടി പഠിക്കും. കുട്ടിക്കാലത്ത് പഠിപ്പിക്കുന്ന കഥ ഒരു ആദർശമായിരിക്കുമെന്നതുകൊണ്ട് കുട്ടിക്കാലത്തു തന്നെ പഠിപ്പിക്കുന്ന രീതി ഉണ്ടായിത്തീരുകയും വീണ്ടും വീണ്ടും വായിക്കണമെന്നും വരുന്നു. ഒരു പുരാണം ഒരു തവണ വായിച്ചാൽ പോര. അതാണ് ഒരു നോവലും പുരാണവും തമ്മിലുള്ള വ്യത്യാസം. നോവൽ ഒരു തവണ വായിച്ച് ഉപേക്ഷിക്കാനുള്ളതാണ്. അത് വ്യവസായ യുഗത്തിന്റെ ഒരു ഉൽപന്നമാണ്. ഒരു പ്രാചീനയുഗത്തിന്റെ, ഒരു പ്രീ-ഫ്യൂഡൽ യുഗത്തിന്റെ ഉൽപന്നമായ ഒരു പുരാണം വായിക്കുകയും വീണ്ടും വീണ്ടും വായിക്കുകയും അത് സ്വാംശീകരിക്കുകയും അതുപോലെ ജീവിക്കുകയും ചെയ്യാനുള്ള ഒരു ഉപദേശ ഗ്രന്ഥമാണ്. അതുകൊണ്ട് രാമായണം ഒരു തവണ വായിച്ചാൽ പോര. പലതവണ വായിക്കണം. തുഞ്ചത്ത് എഴുത്തച്ഛൻ അദ്ദേഹത്തിന്റെ രാമായണത്തിന്റെ ഓരോ ഭാഗത്തും രാമായണം ചുരുക്കി വീണ്ടും വീണ്ടും പറഞ്ഞു കൊണ്ടേയിരിക്കും. ആവർത്തനം എന്നുള്ളത് പുരാണത്തിൽ ദോഷമല്ല, നോവലിൽ ദോഷമാണ്. ആവർത്തനം ഒരു സജസ്റ്റീവ് ടെക്നോളജി ആണ്. ആവർത്തിച്ച് ആവർത്തിച്ച് കേൾക്കുന്ന കാര്യങ്ങൾ മനസ്സിൽ പതിയുകയും നമ്മുടെ മനസ്സിൽ പതിഞ്ഞതു കൊണ്ട് നമ്മുടെ മൂലധനമായിത്തീരുകയും ചെയ്യുന്നു.

ഇന്നത്തെ ഭാഷയിൽ പറഞ്ഞാൽ രാമായണം മാനുഷികമായ ഒരു ഗ്രന്ഥമാണ്. അദ്ഭുതങ്ങളൊക്കെ മാറ്റി വച്ചാലും അതിൽ വേറെ ചില സാധനങ്ങളുണ്ട്. എങ്ങനെയാണ് ഭാര്യ-ഭർതൃ ബന്ധം ഇരിക്കേണ്ടത്, എങ്ങനെയാണ് പിതൃ-പുത്ര ബന്ധം ഇരിക്കേണ്ടത് എങ്ങനെയാണ് സഹോദര ബന്ധമുണ്ടാകേണ്ടത് എന്നുള്ള ആദർശങ്ങളൊക്കെ അതിനകത്തുണ്ട്. ഇതാണ് അതിന്റെ രാഷ്ട്രീയം. കുടുംബ രാഷ്ട്രീയം, വംശ രാഷ്ട്രീയം, ഒരുപക്ഷെ ജാതി രാഷ്ട്രീയം. ശംബൂകൻ എന്ന അംബേദ്കർ തപസ്സ് ചെയ്തു കൊണ്ടാണ് ബ്രാഹ്മണന്റെ കുട്ടി ജനിച്ച ഉടനെ മരിച്ചു പോയത് എന്നാണ് ബ്രാഹ്മണന്റെ പരാതി. അയാൾ അബ്രാഹ്മണനാണ്. തപസ്സ് ചെയ്യാൻ പാടില്ലാത്തവനാണ്. അയാൾ ധൂമപാനം നടത്തുകയും- ഒരുപക്ഷേ കഞ്ചാവ് വലിക്കുകയും- തലകീഴായി മരത്തിൽ കിടന്നിട്ട് തപസ്സ് ചെയ്യുകയും ചെയ്തു. അയാളെക്കൊല്ലുകയാണ് അതിന്റെ ചികിത്സ. അയാളെക്കൊന്നു; കുട്ടി ജീവിച്ചു എന്നാണ് ഒരു കഥ. കാളിദാസന്റെ രഘുവംശത്തിലും ഭവഭൂതിയുടെ ഉത്തരരാമചരിത്രത്തിലും ഇത് പറയുന്നുണ്ട്. അതായത് ബ്രാഹ്മണക്കുട്ടികൾ മരിക്കുന്നത് ജാതി ധർമ്മത്തിന് വിരുദ്ധമായി അബ്രാഹ്മണർ, ശൂദ്രർ, അവർണ്ണർ തപസ്സു ചെയ്യുന്നതു കൊണ്ടാണ് എന്നും അങ്ങനെ ചെയ്യുന്നവരെ വധിക്കണമെന്നും അത് രാജാവിന്റെ കടമയാണ് എന്നും ഉള്ളതാണ് അന്നത്തെ നീതി നിയമം. സ്മാർത്ത വിചാരം പോലയുള്ള നിയമം. ബ്രാഹ്മണർ നിർമ്മിച്ചിട്ടുള്ള ജീവിത നിയമങ്ങൾ നിലനിർത്തേണ്ടത് ക്ഷത്രിയനായ രാജാവിന്റെ കടമയാണ് എന്നുള്ള നിയമസംഹിതയുണ്ടായിരുന്ന ഒരു കാലത്ത് ബ്രാഹ്മണന്റെ കുട്ടി മരിച്ചാൽ അതിന് കാരണമായ ശൂദ്രനെ കൊല്ലുക എന്നത് രാജാവിന്റെ ധർമ്മമാണ് എന്ന് രാജാവിനെ ബോധ്യപ്പെടുത്തുകയും ചെയ്തു.

ആ കൃതിയിൽ, ശ്രീരാമൻ വാളെടുത്ത്, തലകീഴായി കിടക്കുന്ന ശംബൂകനെ കൊല്ലാൻ നോക്കുകയാണ്. അപ്പോൾ പറയുന്നുണ്ട്; ധർമ്മം അനുഷ്ഠിക്കാൻ പോകുന്ന രാമന്റെ കയ്യിലെ വാൾ എന്തുകൊണ്ടാണ് വിറയ്ക്കുന്നത് എന്ന്. അത് വളരെ പ്രധാനപ്പെട്ട ഒരു ചോദ്യമാണ്. എന്തുകൊണ്ടാണ് ധർമ്മം അനുഷ്ഠിക്കുമ്പോൾ, ജഡ്ജി ഒരാളെ മരണം വരെ തൂക്കിക്കൊല്ലുക എന്ന് വിധിക്കുമ്പോൾ എന്തുകൊണ്ടാണ് വിറയ്ക്കുന്നത്, അപ്പോൾ ധർമ്മത്തിന് ഒരു സംശയം വന്നിരിക്കുന്നു എന്നാണ് അതിനർത്ഥം. ഞാൻ ചെയ്യുന്നത് ശരിയാണോ എന്ന സംശയം ജഡ്ജിക്ക് വന്നാൽ അദ്ദേഹത്തിന്റെ പേന വിറയ്ക്കും. രാമന്റെ വാൾ വിറയ്ക്കും. ഉത്തരരാമചരിത്രത്തിലെ ഈ ഭാഗം ഒരു ധർമ്മ സംശയം ആ കാലഘട്ടത്തിൽ ഉണ്ടായിട്ടുണ്ട് എന്ന് തെളിയിക്കുന്നു. ഇത്തരം സംശയങ്ങളിൽ നിന്നാണ് ലോകത്തിൽ മാറ്റങ്ങൾ ഉണ്ടാകുന്നത്. അങ്ങനെ സംശയിക്കാൻ

കഴിയുന്ന ഒരു മനസ്സിൽ നിന്നാണ് ചോദ്യം ചെയ്യാൻ കഴിയുന്ന ഒരു മനസ്സുണ്ടാവുകയും ചോദ്യം ചെയ്യലിൽ നിന്നാണ് ഒരു പുതിയ ലോകം ഉണ്ടായിത്തീരുകയും ചെയ്യുന്നത്.

രാമായണം ഒരു പ്രചാരണ സാഹിത്യമാണ്. 7-ാം നൂറ്റാണ്ട് ആവു മ്പോഴേക്കും ശംബൂക വധം ഒരു പ്രധാനപ്പെട്ട കഥയായിത്തീരുകയും ബ്രാഹ്മണ-അബ്രാഹ്മണ ഭേദം ഒരു സാമൂഹ്യ വസ്തുതയായിത്തീരുകയും ബ്രാഹ്മണർ ആധിപത്യം ഉറപ്പിക്കുകയും ചെയ്തിരിക്കുന്നു എന്ന ഒരു സന്ദേശമാണ് അതിൽ നിന്ന് കിട്ടുന്നത്.

ബ്രാഹ്മണർ തീരുമാനിക്കുകയും ക്ഷത്രിയൻ നിറവേറ്റുകയും ബാക്കി യുള്ള ആളുകൾ സഹിക്കുകയും ചെയ്യുന്ന ഒരു വ്യവസ്ഥ. ഈ വ്യവസ്ഥ വളരെക്കാലം നമ്മുടെ നാട്ടിൽ നിലനിന്നിരുന്നു. ഈ വ്യവസ്ഥയെ പിന്നീട് വന്ന ആളുകൾ ഒരു കാലത്ത് ചോദ്യം ചെയ്യാൻ ഇടവന്നു.

ഹനുമാനെ പ്രശംസിക്കുന്നുണ്ടെങ്കിലും ഇവർ വാനരൻമാരാണെന്നും വാലുള്ളവരാണെന്നും തെക്കുള്ളവരാണെന്നും ദ്രാവിഡൻമാരാണെന്നും മിക്കവാറും തമിഴൻമാരാണെന്നും ഉള്ള സൂചനയാണ് രാമായണത്തിൽ. അപ്പോൾ ഞങ്ങൾക്ക് വാലില്ല എന്ന് ഇ.വി.രാമസ്വാമി നായ്ക്കർക്ക് മനസ്സിലാവുന്നു. അതുകൊണ്ട് അദ്ദേഹം കീമായണം നിർമ്മിക്കുകയും സേലത്തുള്ള ബ്രാഹ്മണൻമാരുടെ പൂണുനൂൽ പൊട്ടിക്കുകയും അവരുടെ കുടുമ മുറിച്ചു കൊണ്ട് നിരത്തിൻമേൽ എറിയുകയുമാണ് ചെയ്യുന്നത്.

അതിൽ രണ്ടുമൂന്ന് ഘടകങ്ങളുണ്ട്. ഒന്ന് അത് തെക്കും വടക്കും തമ്മി ലുള്ള ഒരു മത്സരമായിരുന്നു. ബ്രാഹ്മണരെ വടക്കു നാട്ടുകാർ എന്നാണ് തമിഴൻമാർ പറഞ്ഞിരുന്നത്. വടക്കുള്ളവർ തെക്കുള്ളവരുടെ മേൽ ആധിപത്യം സ്ഥാപിക്കുന്ന ഒരു രീതിയാണെന്നും സംസ്കൃതം തമിഴിന്റെ മേൽ ആധിപത്യം സ്ഥാപിക്കുന്നതിന്റെ മാർഗമാണെന്നും ബ്രാഹ്മണൻ അബ്രാഹ്മണരുടെ മേൽ ആധിപത്യം സ്ഥാപിക്കുന്നതിന്റെ ഒരു രീതിയാ ണെന്നും വന്നു. അവിടുത്തെ തേരുൽസവങ്ങളിൽ, പൂണുനൂലിട്ട പൂജാരി തേരിന്റെ അകത്ത്, ദേവനെ കെട്ടിപ്പിടിച്ചിരിക്കുകയും അബ്രാഹ്മണരായി ട്ടുള്ളവർ ഇത് വലിച്ചു കൊണ്ടു പോവുകയും ചെയ്യും. ഫലത്തിൽ പൂണുനൂലു ള്ളവരെ വലിക്കാനുള്ളവരാണ് പൂണുനൂലില്ലാത്തവർ എന്നുള്ള ഒരാശയം അതിലുണ്ട്. അതിനെയാണ് ഇ.വി.രാമസ്വാമി നായ്ക്കർ എതിർത്തത്. നിങ്ങളെ വലിച്ചു കൊണ്ടുപോകാനുള്ളവർ അല്ല ഞങ്ങളെന്ന് പറയുകയും വടക്കിന്റെ ആധിപത്യം തെക്ക് പാടില്ല എന്ന് പറയുകയും ദേവൻമാരെ ചോദ്യം ചെയ്യുകയും ഇങ്ങനെ വാനരൻമാരുടെയും രാവണൻമാരുടെ യും പക്ഷത്തുള്ളവരാണ് ഞങ്ങളെന്ന് പറയുകയും അദ്ദേഹം വൈക്കം സത്യാഗ്രഹത്തിൽ പങ്കെടുക്കുകയും കേരളീയ നവോത്ഥാനത്തെ

പ്രോത്സാഹിപ്പിക്കുകയും ചെയ്ത ഒരാളാണ്. ഇവിടെ പള്ളത്ത് രാമൻ എന്ന പ്രശസ്തനായ കവി, മിക്കവാറും നിരീശ്വരവാദിയായിരുന്നു. രാവണ പക്ഷം തുടങ്ങിയ കൃതികളെഴുതുകയും പകുതി യുക്തിവാദപരവും പകുതി ശ്രീരാമ വിരുദ്ധവുമായ പ്രസ്ഥാനം കേരളത്തിൽ ആരംഭിക്കുകയും ചെയ്തു. അത് ബ്രാഹ്മണവിരുദ്ധ പ്രക്ഷോഭം ആണ്. ഒരു ജാതി വിരുദ്ധ പ്രക്ഷോഭവും. അതൊന്നും ഇപ്പോൾ ആരും ഓർക്കുന്നില്ല.

കട്ടുകൊണ്ടു പോകപ്പെട്ട സീതയെ വീണ്ടെടുക്കാനായി ഒരു രാജ്യത്തെ മുഴുവൻ നശിപ്പിക്കുന്ന രാമനെ എന്തിന് നാം ആരാധിക്കുന്നു എന്ന ചോദ്യം വളരെ പ്രസക്തമായ ഒരു ചോദ്യമായി ചോദിക്കപ്പെട്ടുകൊണ്ടിരുന്നു. അങ്ങനെയാണ് ഒരു രാവണപക്ഷം ഉണ്ടാകുന്നത്.

പള്ളത്ത് രാമൻ രാമായണത്തെ വിമർശിച്ചു കൊണ്ട് എഴുതുന്ന കാര്യങ്ങൾ സ്ഥാപിക്കുവാൻ രാമയണം ഒരിക്കൽക്കൂടി എഴുതിയാൽ മതി എന്ന് കുമാരനാശാന് അറിയാമായിരുന്നു. അതുകൊണ്ട് കുമാരനാശാൻ രാമായണ വിരുദ്ധമായി ഒന്നും ചെയ്തില്ല. ആശാൻ ബാലരാമായണം തർജ്ജമ ചെയ്തു. പക്ഷേ, ആശാൻ സീതയെക്കൊണ്ട് ആസന്ന മരണ ചിന്ത നടത്തിച്ചു. രാമായണത്തെ പിന്തിരിഞ്ഞു നോക്കുന്ന, ഒരു ഓർമ്മയിൽക്കൂടി രാമായണത്തെ നിഷ്കാസനം ചെയ്യാം എന്ന് കാണിക്കുന്ന ഒരു കൃതിയാണ് ചിന്താവിഷ്ടയായ സീത.

"സുതർ മാമുനിയോടയോദ്ധ്യയിൽ
ഗതരായോരളവന്നൊരന്തിയിൽ
അതിചിന്ത വഹിച്ചു സീത പോയ്
സ്ഥിതി ചെയ്താളുടെ ജാന്തവാടിയിൽ"

അങ്ങനെ വളരെ ഓർമ്മയുണർത്തുന്ന സന്ധ്യാ സമയം, പകൽ മുഴുവൻ കഴിഞ്ഞ, സംഭവങ്ങൾ മുഴുവൻ കഴിഞ്ഞ ഒരു സമയം. സംഭവങ്ങളിലേക്ക് ഇരുട്ടിൽക്കൂടി തിരിഞ്ഞു നോക്കുന്ന, ആ സംഭവങ്ങൾക്ക് ഇരയായിത്തീർന്ന ഒരു സ്ത്രീ. ഏത് ധർമ്മ സ്തംഭമാണ് ശ്രീരാമൻ സൃഷ്ടിച്ചത്, ഏത് ജീവിതമാണ് ശ്രീരാമനുണ്ടാക്കിയത്, ഈ ജീവിതം അനുകരിക്കത്തക്കതാണോ എന്നുള്ള ഒരു ചോദ്യം സീതയെക്കൊണ്ട് ചോദിക്കുമ്പോൾ രാമായണം തനിയേ നിരാകരിക്കപ്പെടുന്നു എന്നുള്ളത് ഒരു സന്ദേശമായിത്തീരാം. അതുകൊണ്ട് ചിന്താവിഷ്ടയായ സീത, അല്ലെങ്കിൽ സീത ഓർമ്മിക്കുന്ന രാമായണം (പലരുമതിനെ സീതായനം എന്നു വിളിച്ചിട്ടുണ്ട്) രാമായണത്തിന്റെ നിഷേധമായിത്തീരുന്നു. രാമായണത്തെ തോൽപിക്കാൻ രാമായണം ഒരിക്കൽക്കൂടെ വായിച്ചാൽ മതി എന്നതായിരുന്നു കുമാരനാശാൻ കണ്ടെത്തിയ ഒരു മാർഗ്ഗം. ബംഗാളിലും അത്തരം കൃതികൾ ഏതാണ്ട് അക്കാലത്തുണ്ടായിരുന്നു എന്നുകൂടി ഓർക്കണം. അന്ന് ഇവിടുത്തെ അവർണ്ണർ ഉണരുന്ന കാലമായിരുന്നു.

മറ്റൊന്ന്, ഇവിടുത്തെ സ്ത്രീകൾ ഉണരുന്ന കാലവും ആയിരുന്നു. ചിന്താവിഷ്ടയായ സീത സ്ത്രീ വിമോചനത്തെക്കുറിച്ചുണ്ടായിട്ടുള്ള മലയാളത്തിലെ ഏറ്റവും പ്രധാനപ്പെട്ട ഡോക്യുമെന്റാണ്. ഇന്നും അതു തന്നെയാണ്. പുരുഷാധിപത്യത്തെ നഖശിഖാന്തം ചോദ്യം ചെയ്യുന്ന ഒരു കൃതിയാണ്.

"പെരുകും പ്രണയാനുബന്ധമാ-
മൊരു പാശം വശമാക്കിയീശ്വരാ!
കുരുതിക്കുഴിയുന്ന നാരിയെ-
പുരുഷന്മാരുടെ ധീരമാനിത!"

അർധാസനത്തിൽ സീതയെ ഇരുത്തുന്നതിനർത്ഥം ശ്രീരാമന് ഉള്ളതാണ് ഇരിപ്പിടം, സീതയ്ക്ക് സ്വന്തമായി ഇരിപ്പിടമില്ല എന്നാണ്. നമ്മൾ പറയുക സീതയ്ക്ക് പകുതി സ്ഥാനം കൊടുത്തു എന്നാണ്. അതല്ല അതിന്റെ അർഥം, 'സ്ത്രീ അർത്ഥം' എന്നുപറഞ്ഞ് സംസ്കൃതത്തിൽ ഒരു സാധനമില്ല. നാല് പുരുഷാർഥങ്ങൾ, അത് ധർമ്മം, അർത്ഥം, കാമം, മോക്ഷം എന്നുള്ളതാണ്. ഇങ്ങനെ പുരുഷാർത്ഥം ചെയ്തുകൊണ്ടിരിക്കുന്ന പുരുഷന്റെ കസാലയുടെ ഒരു മൂലയ്ക്ക് ഇരിക്കാനുള്ളവളാണ് സ്ത്രീ എന്നുള്ളതാണ് അതിന്റെ കൃത്യമായ അർത്ഥം. അത് പിന്നീട് നാം വ്യാഖ്യാനിച്ച് എന്തെല്ലാമോ ആക്കിത്തീർക്കുന്നു. അങ്ങനെ കാഞ്ചന സ്ത്രീയെ ഇരുത്തി എന്നും സ്ത്രീ ഇല്ലെങ്കിൽ സ്വർണ്ണം കൊണ്ടുണ്ടാക്കിയ ഒരു സ്ത്രീ മതി എന്നുള്ള സങ്കല്പം ഉണ്ടായിത്തീരുന്നു. പുരുഷന്റെ ധർമ്മമനുഷ്ഠിക്കുവാൻ പുരുഷനെ സഹായിക്കുന്ന ഒരാളാണ് സ്ത്രീ എന്നുള്ള പുരുഷമേധാവിത്തപരമായ സങ്കല്പമാണിത്. സ്ത്രീക്ക് സ്വന്തമായി ഒരു വ്യക്തിത്വമില്ല എന്നുള്ളതാണ് പുരുഷ സിദ്ധാന്തം.

ഇതൊരു വ്യവസ്ഥയാണ്. ഈ വ്യവസ്ഥയെ ചോദ്യം ചെയ്യാൻ സ്ത്രീക്ക് മാത്രമേ കഴിയൂ. ജീവിതം മുഴുവൻ പതിവ്രതയായിരുന്നിട്ട് പതിവ്രതയല്ല എന്ന് മുദ്രകുത്തപ്പെട്ട ഒരു സ്ത്രീയാണ് സീത. ഇന്ത്യയിൽ പാതിവ്രത്യം സംശയിക്കപ്പെടുന്ന ഒരു സ്ത്രീയേയുള്ളൂ പുരാണത്തിൽ, അത് സീതയാണ്. ഇതാണ് പാതിവ്രത്യത്തിന്റെ ഫലം. ഈ സീതയെക്കൊണ്ടു തന്നെ തിരിച്ച് വിമർശിപ്പിക്കണം.

അഭിമാനം രാമനു മാത്രമല്ല എനിക്കുമുണ്ടെന്ന് സീത പറഞ്ഞു. അതിന് ഇത്രയും കാലം വേണ്ടി വന്നു. അത് വലിയൊരു സോഷ്യൽ ഡവലപ്മെന്റാണ്. കേസരി ബാലകൃഷ്ണപിള്ള പള്ളത്തിനെ വിമർശിച്ചപ്പോൾ പള്ളത്ത്, രാവണന്റെ പേരിൽ ചെയ്ത കാര്യങ്ങൾ തന്നെ രാമന്റെ പേരിൽ ചെയ്തു കൊണ്ട് കുമാരനാശാൻ ആളുകളെ ബോധ്യപ്പെടുത്തി എന്നു പറഞ്ഞിട്ടുണ്ട്.

രാമായണം വീണ്ടും വായിച്ചാൽ മറ്റൊരു സ്ഥലത്ത് എത്തിച്ചേരും.

ഇത് യഥാർത്ഥ രാമായണത്തിലെ കഥയല്ല മാറ്റിമറിക്കപ്പെട്ട രാമായണത്തിലെ കഥയാണ്. തുടക്കത്തിലെ രാമായണത്തിൽ ഇതൊന്നുമില്ല. അങ്ങനെയുള്ള ഒരു കഥ ഇവിടുത്തെ രാഷ്ട്രീയം കൊണ്ട് നിറം പിടിപ്പിക്കുകയും ഏഴാം നൂറ്റാണ്ടാവുമ്പോഴേക്കും അത് പുരുഷ മേധാവിത്തത്തിന്റെയും ദളിതന്മാരുടെ മേലുള്ള ബ്രാഹ്മണാധിപത്യത്തിന്റെയും സാധൂകരണമായി തീരുകയും പിന്നീട് ഇങ്ങനെ തുടർന്നു പോകുന്ന രാമായണ വ്യവസ്ഥയെ നവോത്ഥാന കാലത്ത് ചോദ്യം ചെയ്തു എന്നുള്ളതുമാണ് രാമായണത്തിന്റെ കൃത്യമായ രാഷ്ട്രീയം. അതുകൊണ്ട് രാമായണം മാറ്റത്തിന്റെ ഒരു കൃതിയാണ്. പ്രത്യേകിച്ചും നമ്മുടെ നാട്ടിലും ബംഗാളിലും മറ്റുപല ദിക്കിലും അങ്ങനെ ആയിരുന്നില്ല. ഒരു ബാറ്ററി പോലെ ഒരു സാഹിത്യ കൃതി ഒരു എനർജി സോഴ്സ് ആണ്.

ഉത്തരേന്ത്യയിൽ രാമായണ കഥ ഉപയോഗിച്ചത് മറ്റൊരു തരത്തിലാണ്. അത് രാമലീലയ്ക്കായി ഉപയോഗിക്കുകയും ഹൈന്ദവ ഏകീകരണത്തിനായി ഉപയോഗിക്കുകയും ചെയ്തതിൽ പ്രമുഖ സ്ഥാനം ബാലഗംഗാധരതിലകന് തന്നെയായിരുന്നു. മാത്രമല്ല ഗാന്ധിജി അക്കാലത്ത് പറഞ്ഞ ഒരു കാര്യം ഗോഖലെയാണ് എന്റെ രാഷ്ട്രീയ ഗുരു, തിലകനല്ല എന്നാണ്. അത് നമ്മൾ ഓർക്കണം.

രാമനെ എങ്ങനെ ഉപയോഗിക്കാം എന്നുള്ളതാണ് വാസ്തവത്തിൽ ഒരു പ്രശ്നം. രാമനെ ഗാന്ധി ഉപയോഗിച്ചത് ശംബൂകനെ വച്ചല്ല, ഹിന്ദു ഐക്യത്തിനു വേണ്ടിയല്ല മറിച്ച് ഇന്ത്യയിലെ ജനവിഭാഗങ്ങളെല്ലാം യോജിച്ച് ബ്രിട്ടീഷുകാരെ എതിർക്കണം എന്നുള്ള ആശയം പ്രചരിപ്പിക്കാനാണ്.

ഈ രാമരാജ്യത്തെ, അല്ലെങ്കിൽ തന്നെത്തന്നെ ത്യജിച്ചു കൊണ്ട് ലോകത്തിന് നന്മ ചെയ്യുക എന്നുള്ള രാമന്റെ ആദർശത്തെ പിന്നീട് അയോധ്യയെ ഡൽഹി പിടിച്ചടക്കാനുള്ള ഒരായുധമായി രാഷ്ട്രീയമായി ഉപയോഗിക്കുകയും ചെയ്തു. കാല്ലാനുപയോഗിക്കുന്ന ആയുധം കൊണ്ടു തന്നെ ആത്മഹത്യ ചെയ്യാം. ഇത്തരത്തിലുള്ള ഒരു ആയുധത്തിന്റെ ഉപയോഗം ആയുധം ഉപയോഗിക്കുന്നവരുടെ ഇച്ഛയുടെ ഉപയോഗമാണ്.

ആത്മഹത്യയ്ക്ക് ഉപയോഗിക്കുന്ന ഒരു ആയുധത്തെ ഇന്ത്യയിലെ വർഗ്ഗീയത നശിപ്പിക്കാൻ ഗാന്ധി ഉപയോഗിക്കുകയും വർഗ്ഗീയത വളർത്തുവാൻ ഗാന്ധിയെ വധിച്ച ആളുകൾ ഉപയോഗിക്കുകയും ചെയ്തു എന്നത് ഇന്ത്യൻ രാഷ്ട്രീയത്തിന്റെ ഒരു വൈപരീത്യമാണ്.

രാമൻ എന്നുള്ളത് കേരളമൊഴിച്ചുള്ള മറ്റു ദിക്കുകളിൽ ഒരടയാളമായി തുടരുകയും ചെയ്യുന്നു. അധ്യാത്മികതയെ രാഷ്ട്രീയമാക്കി

മാറ്റിത്തീർക്കാനുള്ള, ഒരു മതശക്തിയെ രാഷ്ട്രീയ ശക്തിയാക്കി മാറ്റി ത്തീർക്കാനുള്ള പരീക്ഷണമാണ് ഇപ്പോൾ നടത്തിക്കൊണ്ടിരിക്കുന്നത്. പണത്തിന്റെ ശക്തിയെ 'എങ്ങനെ രാഷ്ട്രീയ ശക്തിയാക്കാം എന്ന പരീക്ഷണമാണ് അത്.' മസിൽപവർ, മണിപവർ.

ഗാന്ധി മനംമാറ്റം വരാൻ പട്ടിണി കിടക്കുകയാണ് ചെയ്തിരുന്നത്, തിങ്കളാഴ്ച മിണ്ടാതിരിക്കും. ഞാൻ പട്ടിണി കിടന്നാൽ ജനങ്ങൾക്ക് സിം പതിയുണ്ടാവും എന്നാണ് ഗാന്ധി കരുതിയിരുന്നത്. പട്ടിണി ഇന്ന് ഒരു ആയുധമല്ലാതായിത്തീർന്നിരിക്കുന്നു. ഒരു ഡ്രാഫ്റ്റിന് ആയിരം പട്ടി ണിയുടെ ഫലം ചെയ്യാൻ കഴിയും. പണ മുതലാളിത്തത്തിന്റെ കാലത്ത് നിങ്ങളുടെ അഭിപ്രായം മാറ്റാൻ തലയിൽ നെല്ലിക്കയൊന്നും ഇടേണ്ട, തളംവയ്ക്കേണ്ട, പണം വച്ചാൽ മതി.

വർഗ്ഗീയ ഫാസിസ്റ്റുകൾ ചെയ്യുന്നത് മതശക്തിയെ രാഷ്ട്രീയ ശക്തി യാക്കി മാറ്റുകയാണ്. അതുകൊണ്ടാണ് അയോധ്യ പിടിച്ചടക്കാം അത് ദൽഹി പിടിച്ചടക്കുന്നതിന് സമമാണ് എന്നും നമുക്ക് അമ്പലം പിടിച്ചട ക്കാം അത് നിയമസഭ പിടിച്ചടക്കുന്നതിന് സമമാണ് എന്നും കരുതാൻ ഇടയായത്.

അയ്യപ്പൻ മാസ്റ്റർ പറഞ്ഞത് അങ്ങനെയല്ല. ക്ഷേത്രപ്രവേശനം വന്നു എന്നറിഞ്ഞപ്പോൾ ആർക്കു വേണം ക്ഷേത്രം, നമുക്ക് ഹജ്ജൂർ കച്ചേരിയുടെ, സെക്രട്ടറിയേറ്റിന്റെ വാതിലല്ലേ തുറന്നു കിട്ടേണ്ടത് എന്ന് ചോദിച്ച അയ്യപ്പൻ മാഷ് നിരീശ്വരവാദിയായിരുന്നു.

അധികാരം ഇരിക്കുന്ന ഒരു സ്ഥാനം അമ്പലമാണ്. നമ്മുടെ വിശ്വാസം മുഴുവൻ കൊണ്ടിടുന്ന ഒരു ബാങ്കിനാണ്, ഒരു ക്ഷേത്രം എന്ന്, ഒരു പള്ളി എന്നു പറയുക. അത് ആരെല്ലാമോ എടുത്ത് ധൂർത്തടിക്കുക യാണ്. വിശ്വാസം രാഷ്ട്രീയമായി ഉപയോഗിക്കപ്പെടുന്നു. അതും ഇപ്പോൾ മാഞ്ഞു കൊണ്ടിരിക്കുന്നു. പണമല്ലേ നല്ലത് എന്ന് അവരും മനസ്സിലാക്കി ത്തുടങ്ങിയിരിക്കുന്നു. അതുകൊണ്ട് നമ്മുടെ രാഷ്ട്രീയം കൺവർട്ട് ചെയ്ത് എന്തുകൊണ്ട് പണമാക്കിക്കൂടാ എന്നുള്ള ചോദ്യത്തിലേക്ക് രാഷ്ട്രീയം വന്നുകൊണ്ടിരിക്കുകയാണ്. ശ്രീരാമൻ അപ്രസക്തനായിത്തീരുകയും ശ്രീരാമ ക്ഷേത്രങ്ങൾ അപ്രസക്തമായിത്തീരുകയും ചെയ്യുന്നു. മറിച്ച് ബാങ്കുകൾ, എ.ഡി.ബി.യോ ലോക ബാങ്കോ കൂടുതൽ പ്രസക്തമായി ത്തീർന്നു എന്നും വരാം. രാമായണത്തിന്റെ അവസാനം ഒരുപക്ഷേ ഇങ്ങനെ ആയിത്തീരാതിരിക്കട്ടെ.

●

ഭാരതീയ ദർശനം

ഋഗ്വേദം ഭൗതികമായ സിംബോളിക് ഭാഷ ഉപയോഗിച്ച ഒരു ചരിത്ര ഗ്രന്ഥമാണ്. ഇന്നത്തെ ഉസ്ബെക്കിസ്താനിൽ നിന്ന് ആദ്യത്തെ നരവംശം ഇന്ത്യയിൽ എത്തിച്ചേരുമ്പോൾ അവർ പല കഥകളും കൂടെ കൊണ്ടുവന്നിരുന്നു. ഈ ആര്യന്മാർ നൊമാഡുകൾ, സഞ്ചാരികൾ ആയിരുന്നതു കൊണ്ട് അവർക്ക് ഗൃഹ നിർമ്മാണ ശാസ്ത്രത്തെക്കുറിച്ച് കാര്യമായി ഒന്നുമറിയുമായിരുന്നില്ല. അവർക്ക് ഒരു ആർക്കിടെക്ചർ ഉണ്ടായിരുന്നില്ല. ഒരുപക്ഷേ ആർട്ടും ഉണ്ടായിരുന്നില്ല. അവർക്ക് അറിയാമായിരുന്ന ഒരു കല മുണ്ട്നെയ്യുക എന്നതായിരുന്നു. എ. ബാലകൃഷ്ണപിള്ള പറയുന്നത് പാർവ്വതിയാണ് ആദ്യമായി നെയ്ത്ത് കണ്ടുപിടിച്ചത് എന്നാണ്.

ആര്യന്മാർ കൂടെക്കൊണ്ടു വന്നത് അവരുടെ പാതി മെരുങ്ങിയ കുതിരകളെയും എഴുത്തില്ലാത്ത ഭാഷയും ആണ്. ആര്യന്മാർക്ക് ശ്രുതിയാണ് ഉണ്ടായിരുന്നത്. അവരുടേത് പാട്രിയാർക്കൽ സമുദായം ആയിരുന്നു. മൗലികമായി പാട്രിയാർക്കലും വലിയ ശരീരമുള്ളവരും ആയ ആളുകൾ ഇന്ത്യയിൽ വരികയും ഇന്ത്യയിൽ മറ്റു തരത്തിൽ ജീവിച്ചിരുന്ന ആളുകളുമായി ഏറ്റുമുട്ടുകയും ചെയ്തതിന്റെ കഥ *ഋഗ്വേദ*ത്തിൽ പറയുന്നുണ്ട്.

ഇങ്ങനെ വന്നെത്തിയ ആര്യന്മാരുടെ നായകൻ ഇന്ദ്രനായിരുന്നു. ഇന്ദ്രനെ വേദങ്ങൾ സ്തുതിക്കുന്നു. ഇന്ദ്രനും അഗ്നിയുമാണ് വേദങ്ങളിലെ പ്രധാന ദേവതകൾ. കൃഷ്ണൻ വേദത്തിലെ ഒരു പ്രധാന ദേവതയല്ല, പ്രധാനപ്പെട്ട ഒരു പ്രതിദേവതയായിരുന്നു. കൃഷ്ണൻ ഇന്ദ്രന്റെ എതിരാളിയായിരുന്നു. ഗോവർദ്ധനാദ്രി കുടയാക്കി ഗോകുലത്തെ രക്ഷിക്കുന്ന ശ്രീകൃഷ്ണൻ മഴ പെയ്യിക്കുന്ന ഇന്ദ്രന്റെ ശത്രുവായിരുന്നു. ഇന്ദ്രനെന്നെ ജേതാവിന്റെ കീഴിൽ ഇന്ത്യയിലേക്കു വന്ന ആര്യന്മാർ ഇവിടെയുള്ള

സ്വസ്ഥരായ, പരിഷ്കൃതരായ ഒരു ജനവർഗ്ഗത്തെ പരാജയപ്പെടു ത്തി, അവരുടെ രഹസ്യങ്ങൾ കൈക്കലാക്കി. വിഷ്ണു മോഹിനിയുടെ വേഷത്തിൽ വന്ന് മദ്യത്തിന്റെ മഹാ രഹസ്യം കൈക്കലാക്കുന്ന കഥ നമ്മുടെ പുരാണത്തിലുണ്ട്. വിഷ്ണു അമൃത കുംഭം തട്ടിക്കൊണ്ടു പോകുന്നു. ഈ അമൃതം മദ്യമാണെന്ന കാര്യത്തിൽ നമുക്ക് യാതൊരു സംശയവുമില്ല.

ഇങ്ങനെ ഭൗതിക ജീവിതാനുഭവങ്ങളെ കഥയാക്കി മാറ്റിയതാണ് പുരാണങ്ങളിൽ നാം കാണുന്നത്. വിഷത്തെ എങ്ങനെ അമൃതമാക്കാം എന്നുള്ള രഹസ്യം, വെനത്തെ എങ്ങനെ ആന്റിവെനം ആക്കാം എന്നുള്ള അറിവ് ശിവൻ നേടിയെടുത്തതിന്റെ കഥയാണ്. പാലാഴി കടഞ്ഞെടുത്ത വിഷം ശിവൻ ഉൾക്കൊള്ളുകയും അതിനെ അമൃതമാക്കുകയും ചെയ്തതിന്റെ കഥ. അങ്ങനെയാണ് ശിവൻ നീലകണ്ഠനായത്. കാലനോട് മരണത്തിന്റെ രഹസ്യം അന്വേഷിക്കുന്ന നചികേതസ്സിന്റെ കഥയ്ക്കും ഇങ്ങനെയൊരു സിംബോളിക് അർത്ഥമുണ്ടാകാം. കാലന്റെ ലോകം ഒരു പ്രൊട്ടക്റ്റഡ് ഏരിയ ആണ്. ഇത് കാക്ക മാത്രം പോകുന്ന ഒരു ലോകമാണ്. രഹസ്യ സങ്കേതങ്ങളിൽ പോയി പശുക്കളെ മോഷ്ടിച്ചു കൊണ്ടുവരാൻ കഴിയുന്ന ഒരു വിദ്യയെക്കുറിച്ചുള്ള രഹസ്യ കഥയാവാം നചികേതസ്സിന്റെ കഥ.

മരണത്തിന്റെ രഹസ്യം എന്താണ് എന്നുള്ളത് നമ്മെ സംബന്ധി ച്ചിടത്തോളം മിക്കവാറും അപ്രസക്തമായ ഒരു കാര്യമാണ്. മരണം എന്നത് ഒരു സംഭവമേയല്ല. സംഭവങ്ങൾ ഇല്ലാതാവലാണ്. പക്ഷേ മരണം ഒരു പ്രധാനപ്പെട്ട ചിന്താ വിഷയമായിരുന്നു ബുദ്ധന്. നമ്മുടെ ആര്യചിന്തയുടെ ഒരു ഘട്ടത്തെയാണ് ബുദ്ധൻ പ്രതിനിധാനം ചെയ്യു ന്നത്. ബുദ്ധന്റെ കഥ കേവലം ഒരു ഭൗതിക കഥ എന്നതിനേക്കാൾ മനസ്സിലേക്കു തന്നെ പിൻമടങ്ങിപ്പോയ, മനസ്സിൽ മായാലോകങ്ങൾ സൃഷ്ടിച്ച ഒരാളുടെ കഥയാണ്. ബുദ്ധൻ തന്റെ കൊട്ടാരത്തിൽ നിന്നു പുറത്തു കടന്ന്, തലമുടി അരിഞ്ഞു കളഞ്ഞ്, കുതിരപ്പുറത്ത് കയറി നഗരാതിർത്തിയിലേക്ക് സാധനങ്ങളും ഉപേക്ഷിച്ച ലോകത്തിന്റെ ആദിമമായ സത്യം ദുഃഖമാണെന്നും പറഞ്ഞു ദുഃഖത്തെ സ്വയം വരിച്ചു. പിന്നീട് ബുദ്ധൻ ബോധി വൃക്ഷത്തിന്റെ (അമ്മയുടെ) തണലിൽ ഇരുന്ന് വിശ്രമിക്കുമ്പോൾ താനിതേവരെ ചെയ്തതെല്ലാം ഭാഗികമായി മാത്രമേ ശരിയായിരുന്നുള്ളു എന്നു കണ്ടു. മരണത്തെ ജയിക്കാനുള്ള മാർഗ്ഗമെ ന്താണ് എന്നന്വേഷിച്ചു നടന്ന ഭാരതീയർ എത്തിച്ചേർന്നത് ദുഃഖത്തെ ഉപേക്ഷിക്കാനുള്ള വഴി സുഖത്തെ ഉപേക്ഷിക്കുക എന്നിടത്താണ്. ഇന്ത്യൻ ചിന്തയുടെ ഒരടിസ്ഥാനതത്വം നിർദ്വന്ദ്വത്വം എന്നതാണ്. എല്ലാ വെളിച്ചത്തോടൊപ്പവും നിഴലുണ്ടെന്നും എല്ലാ സുഖത്തിനും

ദുഃഖമുണ്ടെന്നും അതുകൊണ്ട് ദുഃഖത്തെ ഒഴിവാക്കാനുള്ള മാർഗ്ഗം സുഖമില്ലാതിരിക്കുക എന്നതുമാണ്, ബുദ്ധൻ കണ്ടെത്തിയത്. ഇത് വളരെ വിചിത്രമായൊരു വഴിയായിരുന്നു. ഇത് ഭാരതീയ വീക്ഷണത്തിന്റെ ഒരു മാർഗ്ഗമാണ്. തപസ്സിന്റെ മാർഗ്ഗം, അല്ലെങ്കിൽ സ്ത്രീകളെ വർജ്ജിക്കുന്ന മാർഗ്ഗം, ആശ്രമത്തിൽ ഭിക്ഷുണികളെ ചേർക്കണമെന്ന ആശയം ആനന്ദൻ മുന്നോട്ടു വയ്ക്കുന്നതുവരെ ബുദ്ധമതത്തിലുണ്ടായിരുന്നില്ല. ബുദ്ധൻ ഇതിനെ ആദ്യമേ എതിർക്കുകയും പിന്നീട് മനസ്സില്ലാമനസ്സോടെ സമ്മതിക്കുകയും ചെയ്തു. ഇന്ത്യൻ ദർശനങ്ങളിലെ പ്രധാനപ്പെട്ട ഒരാശയം സ്ത്രീ വിദ്വേഷമാണ്.

സ്ത്രീയെ എന്തു ചെയ്യണം എന്നത് ഒരു ദാർശനിക പ്രശ്നമല്ല, നൊമാഡിക് സമൂഹങ്ങളിലെ ഒരു പ്രായോഗിക പ്രശ്നം ആണ്. സഞ്ചരിക്കുന്ന സമൂഹങ്ങളിലെ സ്ത്രീ ഒരു ഭാരമാണ്. നൊമാഡിക് സമുദായങ്ങൾക്കു ശേഷം കാർഷിക വ്യവസ്ഥ നിലവിൽ വന്നപ്പോൾ, സ്ത്രീ ഒരാവശ്യമായിത്തീർന്നു. അങ്ങനെ വന്നപ്പോൾ കാവുകളുണ്ടാവുകയും കാവുകളെ രക്ഷിക്കാൻ സ്ത്രീകളുണ്ടാവുകയും മരങ്ങളെ രക്ഷിക്കാൻ കവയത്രികളുണ്ടാവുകയും ചെയ്തു. സ്ത്രീയെന്നുള്ളത് സസ്യങ്ങളുടെ രക്ഷകയാണ്. കാവുകൾ അമ്മ ദൈവങ്ങളുടെ അമ്പലമാണ്. അമ്മ ദൈവങ്ങൾ ഈ കാർഷിക വ്യവസ്ഥയുടെ ദേവതകളാണ്. കാരണം കൃഷിയുണ്ടാകുമ്പോൾ മനുഷ്യൻ ഒരിടത്ത് താമസിക്കുകയും സ്ത്രീ പ്രബലയാവുകയും ചെയ്യുന്നു. അങ്ങനെ സ്ത്രീ കുടുംബത്തിന്റെ വിളക്കാവുന്നു. ഇന്ത്യയിലെ പഞ്ചനദങ്ങളുടെ മുഖങ്ങളിൽ ആര്യന്മാർ താമസമാക്കിയതിന് ശേഷമാണ് ഇത് സംഭവിച്ചത്.

ആര്യന്മാർ ഇവിടെ വരികയും എല്ലാം തട്ടി നിരപ്പാക്കുകയും ചെയ്തപ്പോൾ അവർ ഇന്ത്യക്കാരുടെ എല്ലാ രഹസ്യങ്ങളും ചോർത്തിയെടുത്തു. ഒരു പുതിയ ആക്രമണം പഴയ വ്യവസ്ഥയെ മാറ്റിത്തീർക്കുന്നു. വൃത്രനെ പലവുരു കൊല്ലുന്ന ഇന്ദ്രന്റെ കഥ വേദങ്ങളിലുണ്ട്. നദീമുഖത്ത് ആദി ഭാരതീയയർ കെട്ടിപ്പടുത്ത ബണ്ടുകളെ, അണക്കെട്ടുകളെ ആണ് വൃത്രൻ എന്നു പറഞ്ഞിരിക്കുന്നത്. ഈ അണക്കെട്ടുകളെ തകർത്ത് ഇവിടത്തെ കാർഷിക വ്യവസ്ഥയുടെ നട്ടെല്ലൊടിച്ചവനാണ് ഇന്ദ്രൻ എന്നതാണ് ഇന്നത്തെ ഗവേഷകന്മാർ കണ്ടെത്തിയിരിക്കുന്ന ഒരു പ്രധാനപ്പെട്ട വസ്തുത. ആര്യാക്രമണത്തിന്റെ ആദ്യകാല ചരിത്രമാണ് വൃത്രനും ഇന്ദ്രനും തമ്മിലുള്ള യുദ്ധം. പിന്നീട് ഇന്ദ്രൻ നമ്മുടെ ദേവനായി. അപ്പോഴും മറ്റുള്ളവരെ പേടിപ്പിക്കണം എന്ന ഒറ്റ ജീവിത ലക്ഷ്യം മാത്രമുള്ള ഒരു ദേവനായിട്ടാണ് ഇന്ദ്രൻ അറിയപ്പെട്ടത്. ജനങ്ങളുടെ ഭാഗത്തു നിന്ന് ഇന്ദ്രനെ എതിർത്തവനാണ് കൃഷ്ണൻ. കൃഷ്ണനെപ്പറ്റി പല കഥകളുമുണ്ട്. ഖാണ്ഡവ ദാഹം, അല്ലെങ്കിൽ നാഗന്മാരുടെ കാട്

നശിപ്പിക്കാൻ (തീ കൊടുക്കാൻ) നാഗന്മാർക്കെതിരായി കൂട്ടുനിന്ന ഒരു ദേവനാണ് കൃഷ്ണൻ. ഇന്ത്യയിലെ കാർഷിക വ്യവസ്ഥയുടെ ആദ്യ ഘട്ടത്തിൽ ഇത്തരം കാടുവെട്ടി തെളിച്ചുള്ള കൃഷി(പുനം കൃഷി) കൃഷ്ണൻ ഇന്ത്യൻ ജീവിതത്തിൽ വരുത്തുന്ന പ്രധാനപ്പെട്ട മാറ്റമാണ്. നൊമാഡുകളായി വന്ന പഴയ ജനവർഗ്ഗങ്ങളെയും ഇന്ത്യയിലെ കാർഷിക ജനസമൂഹങ്ങളെയും യോജിപ്പിക്കുകയും, പശുക്കൾക്ക് ഒരു പുതിയ ഉപയോഗം കണ്ടെത്തുകയും ചെയ്യുന്നു എന്നത് കൃഷ്ണന്റെ വലിയൊരു സംഭാവനയാണ്.

പശുവിന് ഇറച്ചി മാത്രമല്ല പാലും വെണ്ണയും ഉണ്ടെന്നും അതിനെ കൊല്ലേണ്ടതില്ല എന്നുമുള്ള ഒരാശയം ഒരു കാർഷിക വ്യവസ്ഥയിൽ വരുന്ന പരിണാമത്തിന്റെ പ്രത്യക്ഷമായ ഉദാഹരണമാണ്. മാംസഭക്ഷണം നടപ്പിൽ വരുത്താൻ ആടുമാടുകളെ പോറ്റാൻ വിശാലമായ സ്ഥലം വേണമെന്നുള്ളതാണ് മാംസഭക്ഷണത്തിന്റെ ഒരേയൊരു ദോഷം. ആ സ്ഥലം ഇല്ലാതായിത്തീരുകയും ജനങ്ങൾ വർദ്ധിക്കുകയും ചെയ്യുമ്പോൾ മിക്കവാറും മാംസഭക്ഷണം പ്രയോഗികമല്ലാത്ത ഒരു ജീവിതരീതിയായിത്തീരുകയും, ധാന്യ ഭക്ഷണം കൂടുതൽ പ്രായോഗികമായ ഒരു ജീവിതരീതിയാവുകയും ചെയ്യും. ഈ ജീവിത രീതികളെ ഇണക്കിച്ചേർക്കുന്ന ഒരു കണ്ണിയായിട്ട് കൃഷ്ണൻ പിൽക്കാലത്ത് പല തരത്തിൽ പ്രത്യക്ഷപ്പെട്ടിട്ടുണ്ട്. കൃഷ്ണൻ കറുത്ത ദൈവമാണ്. കൃഷ്ണൻ കറുത്തത് ഇന്ത്യയിൽ വന്ന് വെയിൽ കൊണ്ടിട്ട്, അതായത് ജനങ്ങളെ സേവിച്ചിട്ടാണെന്നാണ് ചരിത്രകാരന്മാരുടെ ഇന്നത്തെ ഊഹം. മിക്കവാറും തണുത്ത പ്രദേശങ്ങളിൽ നിന്ന് ഇന്ത്യയിൽ വന്നിട്ട് ഇന്ത്യയിൽ ജീവിതത്തെ ഇണക്കിച്ചേർക്കാനുള്ള ശ്രമത്തിൽ ശ്രീകൃഷ്ണൻ ഒരു കറുത്ത ദൈവമായിത്തീരുകയും, പിന്നീട് ഒരു പിതൃദായ സമുദായത്തെ സംയോജിപ്പിക്കുകയും ചെയ്യുന്നു. ശ്രീകൃഷ്ണനിൽ ഒരു പാട്രിയാർക്കൽ അംശമുണ്ട്. ശ്രീകൃഷ്ണൻ കൊല്ലുന്നത് അച്ഛനെയല്ല, അമ്മാവനെയാണ്. അമ്മാവനെ കൊല്ലുക എന്നതാണ് പിതൃദായ വ്യവസ്ഥയുടെ നിയമം. മൂത്ത കാരണവന്മാരെ, അമ്മാവന്മാരെ കൊല്ലണമെന്നും അതിനുശേഷം ചെറിയ അനന്തിരവന്മാർ രാജ്യഭരണം ഏൽക്കണം എന്നുമുള്ളത് ഒരു കാലത്ത് ലോക നീതിയായിരുന്നു. മിക്കവാറും ആ രീതിയുടെ ഒരു മാതൃക മാത്രമേ ഇന്ന് നമ്മുടെ നാട്ടിൽ അവശേഷിച്ചിട്ടുള്ളൂ. അത് സാമൂതിരിപ്പാടിന്റെ മാമാങ്കോത്സവമാണ്. രാജാവിനെ പന്ത്രണ്ട് കൊല്ലം കൂടുമ്പോൾ പരസ്യമായി കൊല്ലുക എന്നതാണത്. ആളെ കൊല്ലുന്നതിനു പകരം കൊല്ലുന്ന ഒരു നാടകം അവതരിപ്പിച്ച് പിരിയുക എന്നതാണ് മാമാങ്കത്തിന്റെ ഒരർത്ഥം. ശ്രീകൃഷ്ണൻ സിമ്പോളിക് ആയിട്ടല്ല, ശരിക്കും തന്റെ അമ്മാവനെ കൊല്ലുന്നു. ഈ മരുമക്കത്തായ

കഥയിലും വർണ്ണകഥയിലും ഒക്കെയുള്ളത് ഇന്ത്യയിലെ പിൽക്കാല ത്തെ ധാർമ്മിക ചിന്തയുടെ ദർശനങ്ങളുടെ ഒരു ആകാരമായി നാം കരുതുന്ന ശ്രീകൃഷ്ണന് ഇന്ത്യയിലുണ്ടായിരുന്ന ധർമ്മം എന്തായിരുന്നു എന്നാണ്.

ഒരു സ്ത്രീദായക്രമം അല്ലെങ്കിൽ ഒരു കാർഷികദായക്രമം, ഒരു നൊമാഡ് ദായക്രമവുമായിട്ട് ഏറ്റുമുട്ടുന്നതും അതിന്റെ ഫലമായി സങ്കലനം വഴി ഉണ്ടാവുന്ന ഒരു പുതിയ സമുദായവുമാണ് ആര്യ ദാർശനിക വ്യവസ്ഥയിലെ ഒരു അടിത്തറ. ഇവിടെ നമുക്ക് പലതും നഷ്ടപ്പെട്ടിട്ടുണ്ട്. നമ്മുടെ പല രഹസ്യങ്ങളും ചോർന്നു പോയിട്ടുണ്ട്. നഗര നിർമ്മാണ കല ലോകത്തിൽ ആദ്യമായി നടപ്പിൽ വരുത്തിയ പ്രദേശം പഞ്ചാബ് ആണ്. ഇതിനൊക്കെ പകരമായി മാതൃപിതൃദായ ക്രമങ്ങളുടെ ഒരു പുതിയ സങ്കരവ്യവസ്ഥ ഉണ്ടായിത്തീർന്നു. ഈ കാല ഘട്ടത്തിലുണ്ടായ സങ്കീർണ്ണതകളിലൊന്ന് സ്ത്രീ ഒരനുഗ്രഹമാണോ, ഭാരമാണോ എന്നുള്ളതാണ്.

ബുദ്ധനെ തോൽപ്പിക്കുകയായിരുന്നു ശങ്കരാചാര്യരുടെ ഔദ്യോഗി കമായ കടമ. അദ്ദേഹം ബുദ്ധമതത്തെ അഹിംസാത്മകമായി തോൽ പ്പിച്ചു. ബുദ്ധനെ സ്വാംശീകരിക്കാൻ, ആനിഹിലേറ്റ് ചെയ്യാൻ വേണ്ടി യുണ്ടായ ശങ്കരചാര്യർ അനുവർത്തിച്ചു പോരുന്ന ഒരു സ്വഭാവം ഈ സ്ത്രീ വിദ്വേഷമാണ്. സ്ത്രീ മാംസത്തിന്റെ ഒരു വികാരം മാത്രമാണ്. ഒരു ശരീരത്തെക്കുറിച്ചാലോചിക്കുമ്പോൾ നവദ്വാരങ്ങളിൽ നിന്ന് പുറപ്പെ ടുന്ന അഴുക്കിനെക്കുറിച്ച് ആലോചിക്കുക. നിങ്ങൾക്ക് വെറുപ്പുണ്ടാകും. ശരീരമെന്നത് ഈ അഴുക്കുകളെ സൂക്ഷിച്ചു വക്കുന്ന ഒരു മൺപാ ത്രമാണ്. ശരീരത്തെക്കുറിച്ച് ഇങ്ങനെ ശങ്കരനും ബുദ്ധനും മിക്കവാറും ഒരേഭാഷ തന്നെയാണുപയോഗിക്കുന്നത്. ശരീരത്തെ നിന്ദിക്കുകയെ ന്നത് ഇന്ത്യൻ ദാർശനിക ചിന്തയുടെ പ്രധാനപ്പെട്ട ഒരു ഘടകമാണ്. ഇങ്ങനെ ബാഹ്യമായി സ്ത്രീ ശരീരത്തെ നിന്ദിക്കുകയും ആന്തരികമായി ഒരു ശരീരത്തെ, അല്ലെങ്കിൽ സ്ത്രീ ശരീരത്തെ ധ്യാനിക്കുകയും ചെയ്യുക എന്നതിനെയാണ് താന്ത്രിക മതം എന്നു നാം പറയുന്നത്. അതുകൊണ്ട് സ്ത്രീ ശരീരത്തെ നിന്ദിച്ച അതേ ശങ്കരചാര്യർ തന്നെ 'സൗന്ദര്യ ലഹരി' യിൽ ദേവിയെ കേശാദിപാദം വർണ്ണിക്കുകയും ദേവിയെന്നുള്ളത് അമാ നുഷമായ സൗന്ദര്യത്തിന്റെ സ്വരൂപമാണ് എന്ന് വിവരിക്കുകയും ചെയ്തു.

ഇങ്ങനെ ഒരു വസ്തുവെത്തന്നെ രണ്ടാക്കി, ദേവിയെ ദുർഗ്ഗയും പാർ വ്വതിയും ആക്കി. കറുത്ത കാളിയും വെളുത്ത ഗൗരിയും ആക്കി മാറ്റുകയും ഒന്നിനെ നിന്ദിക്കുകയും മറ്റൊന്നിനെ ആരാധിക്കുകയും ചെയ്യുകയെ ന്നുള്ള രീതി ഭാരതീയർ ദീർഘകാലം പരിശീലിച്ചു പോന്നിരുന്നു. ഇത്

മിക്കവാറും എല്ലാ കാര്യങ്ങളിലും ഉണ്ട്. ഇത് വലിയ ദുർഘടത്തിനും ഇടയായിത്തീരുന്നുണ്ട്. എങ്ങനെയാണ് ആത്മാവിനെ സൂക്ഷിച്ചുകൊണ്ട് ശരീരത്തെ രക്ഷിക്കുക എന്നുള്ളത് ഒരു വലിയ പ്രശ്നമാണ്. ഇതിന് പല ഉത്തരങ്ങളുമുണ്ട്. ഇതിനുള്ള ഉത്തരങ്ങളെയാണ് നാം ഷഡ്ദർശനങ്ങൾ എന്നു വിളിക്കുന്നത്. ശങ്കരൻ അതിന് രണ്ട് ഉത്തരം നൽകുന്നുണ്ട്. ഒന്ന്, ലോകം മായയാണ് എന്ന്. രണ്ട്, ലോകത്തിന് വ്യാവഹാരിക സത്യമുണ്ട് എന്ന്. ഈ ലോകം ഒരു വ്യാവഹാരിക സത്യമാണ് എന്നുള്ളതുകൊണ്ടാണ് ശങ്കരൻ മഠങ്ങൾ സ്ഥാപിച്ചത്. പക്ഷേ ശങ്കരനും ഒരു അബ്സ്ട്രാക്ട് തിങ്കിംഗ് വേറെയുണ്ടായിരുന്നു. ലോകമെന്നത് സത്യത്തിന്റെ തോന്നലാണ് എന്നുള്ളത് ശങ്കരന്റെ ആശയമാണ്. യാഥാർത്ഥ്യത്തെ, ജീവിത യാഥാർത്ഥ്യത്തെ ഒരു അബ്സല്യൂട്ട് റിയാലിറ്റി, സ്ലീപ്പിംഗ് റിയാലിറ്റി ആക്കിത്തീർക്കാനുള്ള ഭാരതീയരുടെ നിരന്തരമായ ഒരു ശ്രമത്തിന്റെ ഭാഗമാണിത്.

ഇത് പല തരത്തിലും ചെയ്യുന്നുണ്ട്. ഒന്ന്, പ്രകൃതിയും പുരുഷനുമാണ് എന്നുപറയുക. സാംഖ്യത്തിൽ അങ്ങനെയാണ്. വൈശേഷികന്മാർ പ്രകൃതി സത്യമാണ് എന്നംഗീകരിക്കുന്നവരാണ്. പക്ഷേ ആത്മാവുണ്ട് എന്നവർ കരുതിയിരുന്നു. ബുദ്ധൻ ആത്മാവിനെ പ്രത്യേകിച്ച് അംഗീകരിച്ചിരുന്നില്ലെങ്കിലും ലോകം ദുഃഖമാണെന്നും ദുഃഖമായ ലോക ജീവിതത്തിൽ നിന്നുള്ള വിമോചനമാണ് നിർവ്വാണം എന്നും കരുതിയിരുന്നു. ഇത് ഇന്ത്യൻ തത്ത്വചിന്തയുടെ സാമാന്യമായ ഒരു സ്വഭാവമാണ്.

ഇന്ത്യൻ തത്ത്വചിന്തയുടെ മൗലികമായ മാർഗ്ഗം നിവൃത്തി മാർഗ്ഗമാണ്, പ്രവൃത്തി മാർഗ്ഗമല്ല എന്നു പറയാം. ഇത് നമ്മുടെ ജീവിതത്തെയാകെ ബാധിച്ചിട്ടുണ്ട്. നാം നിഷേധാത്മകമായ ഒരു മൊറാലിറ്റി ശീലിക്കുന്ന ആളുകളാണ്. യമം എന്നുള്ളത് പല കാര്യങ്ങളും ചെയ്യാതിരിക്കലാണ്. മിണ്ടുന്നവൻ പാപിയും മിണ്ടാതിരിക്കുന്നവൻ മുനിയുമാണ്. വിവാഹിതനായാൽ പാപമാണ്. വിവാഹിതനായ ആളുടെ കുടുംബജീവിതത്തിൽ നിന്നുണ്ടാവുന്ന ധാന്യം ഭിക്ഷയായി സ്വീകരിച്ച് അവിവാഹിതനും പരാന്നജീവിയും ആയി ജീവിക്കുന്ന സന്യാസി പുണ്യവാനാണ്, നമ്മുടെ വെർച്യൂ ഒരു നെഗറ്റീവ് വെർച്യൂ ആണ്. ദീർഘകാലം ജനസേവനം ചെയ്തിട്ട് തെരഞ്ഞെടുപ്പിന് നിൽക്കാത്തയാളെ നാം ബഹുമാനിക്കുന്നു. ഇത് ജനാധിപത്യ നിയമം അനുസരിച്ച് ശരിയല്ല. അയാൾ ഒരു ജനസേവകനാണെങ്കിൽ അധികാരത്തിന്റെ പ്രഭാവമായ ജന പ്രാതിനിധ്യത്തിലേക്ക് കുതിച്ചു കയറുകയും അവിടെയിരുന്ന് അധികാരം ഉപയോഗിച്ച് നമ്മുടെ സമുദായത്തെ മാറ്റിത്തീർക്കുകയുമാണ് ചെയ്യേണ്ടത്. വളരുന്നതിനു പകരം വളരാതിരിക്കുക എന്നത് മനുഷ്യന്റെ വെർച്യൂ ആണെന്ന് ഭാരതീയർ വളരെക്കാലം

കരുതിപ്പോന്നിരുന്നു. അതിനെയാണ് ഭാരതീയർ യോഗവിദ്യ എന്ന് സാധാരണയായി പറയാറുള്ളത്.

യോഗവിദ്യ എന്നുള്ളത് ശാരീരികമായി ഭ്രൂണാവസ്ഥയിലേക്കുള്ള പിൻമാറ്റത്തിനുള്ള ശ്രമമാണ്. ഇത് എന്റെ അഭിപ്രായമല്ല; ഭ്രൂണശാസ്ത്രത്തെക്കുറിച്ച് ഗവേഷണം നടത്തിയ ഭാസ്ക്കരൻ നായർ പറയുന്നതിതാണ്. അനങ്ങാതെ ഒന്നും ചെയ്യാതെ എത്രനേരം ഇരിക്കാൻ കഴിയും എന്നുള്ളതിന്റെ അക്രോബാറ്റിക്സ് ആണ് മിക്കവാറും ആസനം എന്നു പറയുന്നത്. ശീർഷാസനം നിൽക്കുന്നതിന്റെ ഒരർത്ഥം നാം നമ്മുടെ അമ്മയുടെ ഉദരത്തിൽ ശീർഷാസനം നിൽക്കുകയാണ് എന്നതാണ്. ജീവിതത്തിൽ നാമാകെ എട്ടൊമ്പത് മാസക്കാലം മാത്രമേ മന്ദോഷ്ണമായ ഒരറയിൽ താമസിക്കുന്നുള്ളൂ. അത് അമ്മയുടെ ഗർഭപാത്രത്തിലാണ്. ഭാരതീയന്റെ എക്കാലത്തുമുള്ള ഒരാഗ്രഹം അമ്മയുടെ ഗർഭപാത്രത്തിലേക്ക് എങ്ങനെ മടങ്ങിപ്പോകാം എന്നുള്ളതാണ്. ഇത് കഥയല്ല. മനസ്സിന്റെ എല്ലാ വൃത്തികളുടെയും നിരോധനം എന്നതാണ് യോഗത്തിന്റെ ലക്ഷ്യം. ഒന്നും ആലോചിക്കാതിരിക്കുന്നവനെ യോഗി എന്നു വിളിക്കുന്ന ഒരു പ്രത്യേകത നമ്മുടെ നാട്ടിൽ മാത്രമേയുള്ളൂ. മനസ്സിന്റെ വ്യാപാരങ്ങളാണ് എല്ലാ തിന്മകളുടെയും കാരണമെന്നും അതുകൊണ്ട് തിന്മയെ അകറ്റുവാൻ മനസ്സിന്റെ ആഗ്രഹങ്ങളെ ഉപേക്ഷിക്കുകയാണ് വേണ്ടത് എന്നുമുള്ളത് ഭാരതീയ ചിന്തയുടെ മൗലികമായ ഒരു ധാരയായി എന്നും ഉണ്ടായിരുന്നു. ഇഷ്ട പ്രകാരം മരിക്കുക; അതിനെക്കുറിച്ചുള്ള പരീക്ഷണമാണ് യോഗവിദ്യ എന്ന് ആർതർ കൊയ്സ്ലറും പറഞ്ഞിട്ടുണ്ട്. എല്ലാ ചലനവും ദുഃഖമാണെന്നും ദുഃഖത്തിൽ നിന്നുള്ള മോചനം നിശ്ചലതയിലേക്ക് മടങ്ങിപ്പോവുമ്പോഴാണ് ഉണ്ടാവുക എന്നും അതുകൊണ്ട് നാം നിശ്ചലരായിരിക്കുക, നിർദ്വന്ദ്വരായിരിക്കുക, സ്ഥിതപ്രജ്ഞരായിരിക്കുക, സുഖദുഃഖങ്ങളിൽ സമന്മാരായിരിക്കുക എന്നുമുള്ളത് ഭാരതീയന്റെ ഒരാദർശമാണ്. ഇത് വേറൊരു തരത്തിലും വരാം. സുഖം വരുമ്പോൾ ദുഃഖം കാണിക്കുകയും ദുഃഖം വരുമ്പോൾ സുഖം കാണിക്കുകയും ചെയ്യുക. പുഞ്ചിരി, ഹാ, കുലീനമാം കള്ളം. ഗീതയുടെ വലിയൊരു അനുയായിയായിരുന്നു എം.ആർ.നായർ മിക്കവാറും ഈ സംശയം ആവർത്തിക്കുന്നുണ്ട്.

കരളെരിഞ്ഞാലും തലപുകഞ്ഞാലും
ചിരിക്കണമതേ വിദൂഷകധർമ്മം.

നമുക്ക് എന്തു തോന്നുന്നുവോ അത് ചെയ്യാതിരിക്കുക എന്നത് ഭാരതീയർ ഒരു ധർമമായി അംഗീകരിച്ചു പോന്നിരുന്നു എന്നതാണ് ഇതിന്റെ സാമാന്യമായ അർത്ഥം.

മനുഷ്യ വികാരങ്ങളെ അതിന്റെ മുളയിൽത്തന്നെ നുള്ളിക്കളയുകയും അതിനെ ഒരു വലിയ അഭിലാഷമായി പടരാൻ അനുവദിക്കാതിരിക്കുകയും ചെയ്താൽ മനുഷ്യന് സുഖമുണ്ടാവും എന്നുള്ളത് ഭാരതീയ ചിന്തയുടെ ബൗദ്ധ ഹൈന്ദവ ചിന്തയുടെ മൗലികമായ ഒരന്തർധാരയാണ്. ഇത് വാസ്തവത്തിൽ ഒരു ശൈശവാഭിലാഷം, അല്ലെങ്കിൽ ഒരു മൃത്യുഅഭിലാഷം ആണെന്നു പറയാൻ കഴിയും. മനഃശാസ്ത്ര ഭാഷയിൽ ഇത് ഒരു നാർസിസ്റ്റിക് ചിന്തയാണ് എന്നു പറയാം. എനിക്ക് കുട്ടിയായിരിക്കണം. എനിക്ക് കൂടുതൽ കുട്ടിയായിരിക്കണം. എനിക്ക് നശിക്കാതിരിക്കണം.

പുനരപി ജനനം പുനരപി മരണം
പുനരപി ജനനീ ജഠരേ ശയനം

ജീവിതത്തെ ഒരു വലിയ ദുഃഖമായി കാണുന്ന ആദർശം ഇന്ത്യൻ ചിന്തയെ വളരെ ഗാഢമായി സ്വാധീനിച്ചിട്ടുണ്ട്. ഇത് അതിന്റേതായ ഗുണങ്ങളുണ്ടാക്കിയിട്ടുണ്ടാവാം. പക്ഷേ അതിന്റേതായ ദോഷങ്ങളുമുണ്ടായിട്ടുണ്ട്. ഭാരതീയരുടെ മൗലികമായ ജീവിത രീതി, അവരുടെ നന്മയും തിന്മയും ഒക്കെ കാരണമായ ഒരു ജീവിത രീതി, നാമൊക്കെ ഒരടി മുന്നോട്ടു വയ്ക്കുമ്പോൾ രണ്ടടി പിന്നോട്ടു പോകുന്നു എന്നുള്ളതാണ്. നാം എപ്പോഴും അമ്മയുടെ അരികിലേക്ക് പോകാൻ ആഗ്രഹിക്കുന്നു എന്നുള്ളതാണ്. നാം ഒരാറ്റമിക് സംസ്കാരം ഉണ്ടാക്കിയെടുക്കണം എന്നാഗ്രഹിക്കുമ്പോൾ, നാം വീണ്ടും പഴയ നാഗരികതയിലേക്ക് മടങ്ങിപ്പോവണം എന്നാഗ്രഹിക്കുന്നു. അത് ഒരു റിഗ്രഷൻ ആണ്. ഭരതീയ വ്യക്തിത്വത്തിന്റെ ഒരു പ്രത്യേകത അത് മുന്നോട്ടു പോവുമ്പോൾ എപ്പോഴും ഒന്നോ രണ്ടോ അടി പിന്നോട്ടു വച്ചുകൊണ്ടിരിക്കുന്നു എന്നതാണ്. ഇത് നന്മയോ തിന്മയോ എന്നെനിക്കറിയില്ല. ഇത് ഇന്ത്യാ ചരിത്രത്തെ നിയന്ത്രിച്ചു കൊണ്ടിരിക്കുന്ന പ്രധാന വസ്തുതകളിൽ ഒന്നാണ് എന്നു മാത്രമറിയാം.

●

1984

ഭഗവദ്ഗീത വർത്തമാനകാല ഇന്ത്യയിൽ

യൂറോപ്പിൽ ഫാസിസം ആരംഭിച്ച്, താമസിയാതെയാണ് അതിന്റെ ജീനുകൾ ഇന്ത്യയിൽ എത്തുന്നത്. മയങ്ങിക്കിടന്നിരുന്ന അത്തരം ജീനുകൾ സ്വാതന്ത്ര്യത്തോടു കൂടിയാണ് വീണ്ടും ഉണരുകയും വ്യാപിക്കുകയും ചെയ്യുന്നത് എന്നു നാം വളരെ വൈകിയാണ് മനസ്സിലാക്കുന്നത്. ഇതിനുപയോഗിക്കാവുന്ന ശാരീരികവും മാനസികവും ആദ്ധ്യാത്മികവുമായ മാർഗ്ഗങ്ങൾ മനസ്സിലാക്കുകയും പ്രതിരോധിക്കുകയും ചെയ്യാനുള്ള ശ്രമം ഒരുപക്ഷേ, വേണ്ടത്ര നമ്മുടെ ഭാഗത്തു നിന്ന് ഉണ്ടായിട്ടുണ്ടോ എന്ന കാര്യം വളരെ സംശയമാണ്. വഴിമാറിപ്പോകുകയാണ്. നേരിടുകയല്ല എളുപ്പം എന്ന തത്ത്വശാസ്ത്രത്തിലേക്ക് നാം എപ്പോഴോ വഴുതി വീണു കഴിഞ്ഞിരിക്കുന്നു. അതുകൊണ്ട് നമ്മുടെ മുറ്റത്ത് അരിച്ചെത്തുമ്പോൾ മാത്രമാണ് നാം അപകടം തിരിച്ചറിയുന്നത്. ഓരോ സമയത്ത് അത് ഓരോ രൂപത്തിലാണു വരിക. ഒരുപക്ഷേ, ചില സന്ദർഭത്തിൽ അത് ഗീതയുടെ രൂപത്തിൽ വരുന്നു.

ഗീത വളരെ പഴയ ഒരുപകരണമാണ്. ഒരു പുസ്തകത്തിന് പല പാഠങ്ങൾ ഉണ്ടാകാമെന്നും, പല ഉപയോഗങ്ങൾ ഉണ്ടാകാമെന്നും അതിന് പല ചരിത്ര താൽപര്യങ്ങളും പ്രയോഗ സാദ്ധ്യതകളും ഉണ്ടാകാമെന്നും തെളിയിക്കുന്ന ഒരു പുസ്തകം ഗീതയാണ്. ഒരുപക്ഷേ, മറ്റൊരു പുസ്തകം രാമായണമാണ്. അതുകൊണ്ട് നമ്മുടെ പഴമയെ ഉണർത്തുവാനും, പഴയ ആധിപത്യത്തെയും, പഴയ യുദ്ധ രംഗങ്ങളെയും ഓർമ്മപ്പെടുത്തുവാനും പഴയ യുദ്ധം തുടർന്നുകൊണ്ടു പോകണം എന്നു വിളിച്ചു പറയാനും ഉള്ളൊരു ഉപകരണമായിട്ടാണ് നവോത്ഥാന കാലത്ത് രാമായണത്തെ ഉപയോഗിച്ചു പോന്നത്.

ഗീതയിലിതിന് 'നിമിത്തമാത്രം ഭവഃ സവ്യസാചിൻ' (നീ കൊല്ലുന്നില്ല, നീ ചാകുന്നില്ല) 'ന യം ഹന്ത്യ നിഹന്ത്യതേ' (നീ കൊന്നില്ലെങ്കിൽ മറ്റാരെങ്കിലും കൊല്ലും എന്നും നീ മരിച്ചില്ലെങ്കിൽ മറ്റാരെങ്കിലും അതിനു പകരമായി മരിക്കേണ്ടി വരും) എന്നു പറയും. സ്വന്തം ഇച്ഛയുടെ പ്രവർത്തനം നിഷേധിക്കുക എന്നത് അപൗരുഷേയമായ എല്ലാ സിദ്ധാന്തങ്ങളുടെയും ഒരു ലക്ഷ്യമാണ്. അതിന്റെ ഒരു ഗുണം അത് നിങ്ങളെ പാപത്തിൽ നിന്നും വിമോചിപ്പിക്കുന്നു എന്നുള്ളതാണ്. ഒരു പോലീസുകാരൻ അടിക്കുമ്പോൾ അയാൾ കുറ്റം ചെയ്യുന്നില്ല എന്നും, തെരുവിലൊരുവൻ അതേ രീതിയിൽ അടിക്കുമ്പോൾ കുറ്റമാണ് ചെയ്യുന്നത് എന്നുമുള്ള, ഒരു സംഭവത്തിന്റെ രണ്ടു വ്യാഖ്യാനം പോലെയാണിത്. പോലീസുകാരൻ ഒരുപകരണമാണ്. ഒരു നീതി വ്യവസ്ഥയുടെ ഉപകരണമാണ്. അയാൾ അടിക്കുന്നത് അയാൾക്കു വേണ്ടിയല്ല, മറിച്ച് പോലീസുകാരും പട്ടാളക്കാരും അതു ചെയ്യുന്നത് ധർമ്മത്തെ സംരക്ഷിക്കുക എന്ന പേരിലാണ്. സുരക്ഷിതമായ ഒരു അഹിംസാ മേഖലയിലാണ് ലോകത്തിലെ പൗരന്മാർ എപ്പോഴും ജീവിക്കുന്നത്. ഇവിടെ നിന്നു നാം വൈകുന്നേരങ്ങളിൽ അഹിംസയെക്കുറിച്ച് സംസാരിക്കുന്നു. നമ്മുടെ കാവലാളുകൾ ഹിംസ ചെയ്യുകയും നാം ഓർഡെയ്ൻ ചെയ്തിട്ടുള്ള ഹിംസകൾ ചെയ്യുകയും, ഈ ഹിംസയുടെ ഫലത്തിൽ നിന്ന് അവർ രക്ഷപെടുകയും ചെയ്യുവാനുള്ള തന്ത്രത്തെയാണ് നാം വാസ്തവത്തിൽ ധർമ്മ തന്ത്രം എന്നു പറയുന്നത്. നീ ചെയ്യുന്നത് നിനക്കു വേണ്ടിയല്ല എന്നും, നീ ചെയ്യുന്നത് ധർമ്മമാണ് എന്നും, നീ അതിന് നിയുക്തനാണ് എന്നുമുള്ള ധർമ്മ വ്യവസ്ഥ വാസ്തവത്തിൽ രക്ഷപ്പെടുത്തുന്നത് മനുഷ്യനെ അവന്റെ പാപബോധത്തിൽ നിന്നുമാണ്. ഇങ്ങനെ പാപബോധത്തിൽ നിന്നു മനുഷ്യനെ രക്ഷപ്പെടുത്തുവാനുള്ള പല മാർഗ്ഗങ്ങൾ ലോകത്തിലെ പല ധർമ്മ വ്യവസ്ഥകളും ഒരു കാലത്തു സ്വീകരിച്ചു വന്നിരുന്നു എന്നു നമുക്കറിയാം. അതുകൊണ്ടാണ് ശംബൂകനെ വധിക്കാൻ വാളോങ്ങുമ്പോൾ ധർമ്മ വികാരങ്ങളുള്ള ഒരു മനുഷ്യനായ രാമനും ധർമ്മനിരതനായ രാമനും തമ്മിലേറ്റുമുട്ടുന്നത്. ബ്രാഹ്മണ ശിശുവിന്റെ മരണത്തിനു കാരണമായ ശംബൂകനെ കൊല്ലാൻ വാളോങ്ങി നിൽക്കുമ്പോൾ എന്തുകൊണ്ടാണ് തന്റെ കൈ വിറയ്ക്കുന്നത് എന്ന് രാമൻ ആശ്ചര്യപ്പെടുകയും ചെയ്യുന്നു. മനുഷ്യനെ നിരാകരിക്കുകയും മനുഷ്യനു പകരം ഒരു വ്യവസ്ഥയെ സ്ഥാപിക്കുകയും ചെയ്യുന്ന പരമമായ പരീക്ഷണമാണ് ഫാസിസം. അതിന്റെ ഒരു പരീക്ഷണമാണ് ജാതി. 'നീ കൊല്ലാൻ വിധിക്കപ്പെട്ടവനാണ്' എന്നും, 'നീ മരിക്കാൻ വിധിക്കപ്പെട്ടവനാണ്' എന്നും ബോദ്ധ്യപ്പെടുത്തിയാൽ ഒരു ക്ഷത്രിയനായ അർജ്ജുനനു യുദ്ധം ചെയ്യാം എന്നതാണ് ഗീതയുടെ വളരെ പരസ്യമായ ഒരു സന്ദേശം.

എങ്ങനെയാണ് ഞാൻ ചോര പുരണ്ട ചോറു കഴിക്കുക എന്നത് വളരെ ശക്തമായ ഒരു പ്രയോഗമാണ്. 'ഭുഞ്ജീയ ഭോഗാൻ രുധിരപ്രദിഗ്ധാൻ.' നമ്മുടെ കവി അതു തർജ്ജമ ചെയ്തത്, രക്തം കൂടിയ ചോറോ ഉണ്മത് എന്നുള്ള ചോദ്യമായായാണ്. ഒരു ചോദ്യം, വല്ലാത്ത ചോദ്യം, ഒരു ധർമ്മ സംശയം അർജ്ജുനൻ ഉന്നയിക്കുന്നുണ്ട്. ഇത്തരം ധർമ്മ സംശയങ്ങൾ പഴയ നിയമത്തിലെ ഇയ്യോബും ഒരുപക്ഷേ, ഈഡിപ്പസും, ഒരിക്കൽ കർണ്ണനും ഉന്നയിക്കുന്നുണ്ട്. ഞാനെന്ത് തെറ്റാണ് ചെയ്തത് എന്നുള്ള ചോദ്യം. ഇങ്ങനെയൊക്കെ വരാൻ എന്തു തെറ്റു ചെയ്തു എന്ന് ഇയ്യോബ് യഹോവയോടു ചോദിക്കുന്നുണ്ട്. ഈഡിപ്പസ് തന്റെ വിധിയോട് ചോദിക്കുന്നുണ്ട്. കർണ്ണൻ നിയന്താവിനോടു ചോദിക്കുന്നുണ്ട്. തന്റെ ഗുരുക്കന്മാരെയും ആചാര്യന്മാരെയും കൊന്നിട്ട്-

ഗുരൂനഹത്വാ ഹി മഹാനുഭാവാൻ
ശ്രേയോ ഭോക്തും ഭൈക്ഷ്യമപീഹ ലോകേ

ഞാൻ ഇവരെ കൊന്നിട്ട് എന്ത് ഐശ്വരമാണ് ഭുജിക്കുന്നത് എന്ന അർജ്ജുനന്റെ ചോദ്യത്തിന് ഉത്തരം പറയുക എന്നതാണ് ഒരു ധർമ്മചക്രത്തിൽ വ്യക്തിയെ കുടുക്കുക എന്ന ശ്രമത്തിന്റെ പരമമായ ഉദ്ദേശ്യം. നീ അല്ല കൊല്ലുന്നത്, നീ കൊല്ലുന്നില്ല, നീ മരിക്കുന്നില്ല എന്നും, നീ നിമിത്തം മാത്രമാണ് എന്നുമുള്ള ആശയം അഥവാ ബോധം ഉറപ്പിച്ചു കഴിഞ്ഞാൽ നിങ്ങളെ കുറ്റ വിമുക്തനാക്കുവാൻ, നിങ്ങളെ കർമ്മനിരതനാക്കുകയും കർമ്മത്തിന്റെ യജമാനനല്ലാതാക്കിത്തീർക്കുകയും ചെയ്യുന്ന ഒരവസ്ഥയാണ്, പൂർണ്ണമായി ജനാധിപത്യ വിരുദ്ധതയാണ് ഫാസിസം എന്നു നാം മനസ്സിലാക്കുന്നു. ഒരു വ്യക്തിക്ക് സ്ഥാനമില്ലാതിരിക്കുകയും, വ്യവസ്ഥയ്ക്കു മാത്രം സ്ഥാനം ഉണ്ടായിരിക്കുകയും വ്യവസ്ഥ അപൗരുഷേയമായിത്തീരുകയും ചെയ്യുന്നു.

ഇമം വിവസ്വതേ യോഗം പ്രോക്തവാനഹമവ്യയം
വിമസ്വാൻ മനുവേ പ്രാഹ, മനുരിക്ഷ്വാകവേളബ്രവീൽ

ഞാനിത് ആദ്യം സൂര്യന് ഉപദേശിച്ചു. 'ഞാൻ' എന്നു പറയുന്നത് കൃഷ്ണൻ. സൂര്യൻ പിന്നീട് അദ്ദേഹത്തിന്റെ പരമ്പരയിലെ മനുവിനും, മനു ഇക്ഷ്വാകുവിനും, പിന്നീട് രാജ പരമ്പരകൾക്കും ഉപദേശിക്കപ്പെട്ടു ലഭിച്ച ധർമ്മമാണ് ഞാൻ പറയുന്നത്. ഈ പ്രയോഗം വാസ്തവത്തിൽ ഒരു സിദ്ധാന്തത്തെ മാനുഷികതലത്തിൽ നിന്ന്, പുരുഷതലത്തിൽ നിന്ന്, അപൗരുഷേയമാക്കിത്തീർക്കുവാനുള്ള ഒരു ശ്രമമാണ്. മഹാത്മരുടെ ജന്മത്തെക്കുറിച്ചുള്ള രഹസ്യത്തിനും അടിസ്ഥാനം ഇതാണ്. എല്ലാം വലിയവരുടെയും ജന്മ ഹേതു അഥവാ അച്ഛനാരാണ്, അമ്മയാരാണ്, എന്നറിയില്ല മിക്കപ്പോഴും അച്ഛനാരാണ് എന്നറിയില്ല. അച്ഛനാരാണ് എന്നറിയുന്നത് നമ്മുടെ നാടൻ ശൈലിയിൽ മാന്യതയാണ്. പക്ഷേ,

ജ്ഞാനത്തിന്റെ മാർഗ്ഗത്തിൽ അതൊരു തടസ്സമാണ്. നിങ്ങൾ ബ്രാൻഡ് ചെയ്യപ്പെടുന്നു. ഒരാളുടെ മകനാണ് എന്നത്, നിങ്ങളെ ബ്രാൻഡ് ചെയ്യുകയും, നിങ്ങളെ പരിമിതനാക്കുകയും നിങ്ങളുടെ അറിവിനെയും നിങ്ങളുടെ കഴിവിനെയും വിളിച്ചു പറയുകയും ചെയ്യുന്ന ഒരു പ്രസ്താവനയാണ്. അതുകൊണ്ട് മഹാത്മരുടെ ഉറവിടം അന്വേഷിക്കേണ്ടതില്ല എന്നും നദിയുടെ ഉറവിടം അന്വേഷിക്കേണ്ടതില്ല എന്നുമുള്ള ചൊല്ലിന്റെ ധാർമ്മികമായ അർത്ഥം എന്തെന്നാൽ മഹത്വം അജ്ഞേയതയിൽ നിന്ന് ഉത്ഭവിക്കുന്നതാണ് എന്നും അത് അപൗരുഷേയമായ ദൈവികതയിൽ നിന്ന് ഉറവെടുക്കുന്നതാണ് എന്നും അതുകൊണ്ട് ചോദ്യം ചെയ്യാൻ പാടില്ലാത്തതാണ് എന്നുള്ളതാണ്. ചോദ്യം ചെയ്യാതിരിക്കാനുള്ള ഒരു മാർഗ്ഗം ആയി ഈ അപൗരുഷേയത്വം ഉപയോഗിക്കുന്നു. അതുകൊണ്ടാണ് ഗീതയിൽ അർജ്ജുനൻ ചോദിക്കുന്ന സംശയത്തിന്, (ഈ ചോദ്യവും ഇതേ ധർമ്മത്തിന്റെ ഉറപ്പിനു വേണ്ടിയുള്ളതാണ്)

അപരം ഭവതോ ജന്മ
പരം ജന്മ വിവസ്വതഃ

നിങ്ങൾ ജനിക്കുന്നതിനു വളരെ മുമ്പാണല്ലോ വിവസ്വാന്റെ ജനനം, നിങ്ങൾ അതിനു ശേഷമാണല്ലോ, പിന്നെ നിങ്ങളെങ്ങനെയാണ് പറഞ്ഞു കൊടുക്കുന്നത്, എന്നതിന് ശ്രീ കൃഷ്ണൻ നൽകുന്ന ഉത്തരം

ബഹൂനി മേ വ്യതീതാനി
ജന്മാനി തവ ചാർജ്ജുന
താന്യഹം വേദ സർവ്വാണി
ന ത്വം വേത്ഥ പരം തപ

എന്നാണ്. എനിക്കെല്ലാമറിയാം, നിനക്കൊന്നുമറിയില്ല എന്നതാണ് ഇതിന്റെ മലയാളം. എനിക്കെല്ലാമറിയാം, നിനക്കൊന്നുമറിയില്ല എന്നുള്ളത് നിങ്ങൾക്ക് പലതരത്തിൽ വ്യാഖ്യാനിക്കാം. അതിൽ വ്യാഖ്യാനിക്കാവുന്ന ഒരു ഫാസിസ്റ്റ് പാഠം ജനാധിപത്യം മൗഢ്യമാണ് എന്നും ജനങ്ങൾ അനുസരിക്കാനുള്ളവരും മറ്റുള്ളവർ ശാസിക്കാനുള്ളവരും എന്ന രണ്ടു വർഗ്ഗത്തിൽപ്പെട്ടവരാണ് എന്നും ഞാൻ കല്പിക്കാം, നീ അനുസരിക്കുക എന്നുമുള്ള നിയമം ആണ്. അതുകൊണ്ട് ഗീതയെ ഒരു ഫാസിസ്റ്റ് ടെക്സ്റ്റായി ഉപയോഗിക്കാൻ കഴിയും എന്നുള്ളതാണ് ഗീതയുടെ ഒരു പ്രയോജനം.

ഒരു പുസ്തകത്തിന് ഒരുപാട് പ്രയോജനങ്ങളുണ്ട്. ചീനക്കാർ വെടിമരുന്നു കണ്ടുപിടിച്ചപ്പോൾ അവർ അതുകൊണ്ട് പൊട്ടാസുണ്ടാക്കുകയും ആകാശത്തു പൂക്കളുണ്ടാക്കാൻ ശ്രമിക്കുകയും ചെയ്തു. ഇതേ വെടിമരുന്നു കൊണ്ട് തന്നെ സാമ്രാജ്യ ശക്തികൾ ലോകം പിടിച്ചടക്കി. വെടിമരുന്ന്

തോക്കിൽ നിറയ്ക്കുകയും ഇവിടെ വന്നിട്ട് വടക്കൻ പാട്ടുകളിലെ ആയുധങ്ങളെ മുഴുവൻ നിഷ്കാസനം ചെയ്യുകയും ചെയ്തു. വാളിന് പകരം തോക്കു വന്നതോടു കൂടി പാട്ടുകളില്ലാതായിത്തീരുകയും ചെയ്യുന്നു എന്നു നാം അറിയുന്നു. അതുകൊണ്ട് വെടിമരുന്നിന് രണ്ട് പ്രയോജനങ്ങളെങ്കിലുമുണ്ട്. ഒന്ന്, നിങ്ങൾക്ക് അമിട്ട് പൊട്ടിക്കാം. മറ്റൊന്ന് നെഞ്ചുപൊട്ടിക്കാം. ഗീതയ്ക്കും അങ്ങനെ ഒരുപാട് പ്രയോജനങ്ങളുണ്ട്. അതിലൊരു പ്രയോജനം, എനിക്കെല്ലാമറിയാം, നിനക്കൊന്നുമറിയില്ല എന്ന ജനാധിപത്യ വിരുദ്ധ ഫാസിസ്റ്റ് ബോധം ജനങ്ങളിൽ ഉണ്ടാക്കുവാൻ ഗീതയെ ഒരുപകരണമാക്കിത്തീർക്കാം എന്നുള്ളതാണ്. ഒരു പുസ്തകം ഒരു പാഠമാണ് എന്നും അത് കാലഘട്ടത്തിലും വ്യക്തികളിലും സന്ദർഭങ്ങളിലും വിഭിന്ന രീതിയിൽ വായിക്കപ്പെടുന്നു എന്നുമുള്ളത് ഇന്നും ഒരുപക്ഷേ പണ്ടും നമുക്കറിയാവുന്ന ഒരു സത്യമാണ്.

വിഷാദപരമായ ഒരു കാലഘട്ടത്തിൽ മനുഷ്യനെ ഉണർത്തുവാൻ ഉത്തേജകങ്ങൾ പണ്ട് ഉപയോഗിച്ചിരുന്നു. പണ്ട് ഉപയോഗിച്ചിരുന്ന ഉത്തേജകങ്ങളിൽ ഏറ്റവും പ്രധാനപ്പെട്ടത് പ്രശംസ എന്നുള്ളതായിരുന്നു. അങ്ങനെ പ്രശംസിച്ച് ആളുകളെ വർദ്ധിത വീര്യന്മാരാക്കുന്ന തൊഴിലിനാണ് സ്തുതി പാഠകന്മാർ എന്ന സർക്കാരുദ്യോഗപ്പേർ വരുന്നത് എന്നു നാം ഓർക്കണം. സ്തുതി പാഠകന്മാർ എന്നുപറയുന്നത് ശകാരിക്കാനുള്ള ഒരു പദമായല്ല, മറിച്ച് നിർവ്വീര്യന്മാരായ രാജാക്കന്മാരെ വീര്യവാന്മാരാക്കിത്തീർക്കുവാൻ അവർ വലിയവരാണ് എന്ന് അടുത്തിരുന്ന് പറയുന്നവരെയാണ്. ഒരുപക്ഷേ ലോകത്തിലെ സാമ്രാജ്യത്വ വ്യാപനത്തിലെ ഒരു ഹേതുവാണ് രാഷ്ട്രീയ ഉത്തേജകങ്ങൾ. മനുഷ്യന്റെ ഏറ്റവും വലിയ ഉത്തേജകം ഭൂതകാലമാണ് എന്ന് ഫാസിസം തിരിച്ചറിയുന്നു. അതിനെ ഒരു ഉത്തേജകമായി സ്വീകരിക്കുകയും അനുയോജ്യമായ പാഠങ്ങൾ നിർമ്മിക്കുകയും ചെയ്യുന്നു.

വിവേകാനന്ദൻ ഉപനിഷത്തിൽ നിന്ന് ഒരു വാക്യം എടുക്കുകയും അതിനെ രാമകൃഷ്ണ മിഷന്റെ ഒരു മുദ്രാവാക്യമായി സ്വീകരിക്കുകയും ചെയ്തു എന്നു നാം മനസ്സിലാക്കുന്നുണ്ട്. 'ഉത്തിഷ്ഠത ജാഗ്രത പ്രാപ്യവരാന്നിബോധത' നിങ്ങളുടെ ലക്ഷ്യം നേടിയിട്ടു മാത്രമേ വിശ്രമമുള്ളൂ എന്നുള്ള ഒരു സന്ദർഭത്തിലെ ഒരു വാക്യം എടുത്തിട്ട്, ഒരുപക്ഷേ, വിമോചനത്തിനു ശേഷമേ വിശ്രമമുള്ളൂ എന്ന ഒരു ചരിത്ര വാക്യമായി അതിനെ രൂപാന്തരപ്പെടുത്തി ഉപയോഗിക്കുകയാണ് നവോത്ഥാന പ്രസ്ഥാനം ഒരു കാലത്ത് ചെയ്തത്. ഇത് ഭൂതകാലത്തിന്റെ ഒരു ആക്റ്റിവൈസേഷൻ ആണ്. ഭൂതകാലത്തിലെ ഒരാശയത്തിന്റെ ഊർജ്ജീകരണമാണ്. ഒരുപക്ഷേ, തറവാടിത്ത ഘോഷണമാണ് എന്നു പറയാം. ഈ തറവാടിത്തം, ഞാൻ രഘുവംശക്കാരനാണ് എന്നു പറയുമ്പോൾ,

ഞാൻ തറവാടിയാണ് എന്ന പറയുമ്പോൾ, ഞാൻ പ്രത്യേക ജാതിയിൽ പെട്ടവനാണ് എന്ന പറയുമ്പോൾ ഉണ്ടാകുന്ന തോന്നലാണ്. ഇത് കുറച്ച കാലം കേട്ട കഴിയുമ്പോൾ നമുക്ക തോന്നും, ഞാൻ നയിക്കാൻ വേണ്ടി ജനിച്ചവനല്ല എന്ന്, ഇങ്ങനെ ഒരു തോന്നലുണ്ടാക്കിയാൽ നിങ്ങൾക്ക് ചെയ്യാൻ കഴിയാത്ത കാര്യങ്ങൾ പലതും ചെയ്യാൻ കഴിയും. ചരിത്രത്തിൽ ഇത്തരം ഒരു ഉന്മാദ കാലഘട്ടം ഉണ്ടാക്കിത്തീർത്താൽ അതിനർത്ഥം, ഞങ്ങൾ ജയിക്കും എന്നും ഇരുപത്തൊന്നാം നൂറ്റാണ്ട് ഇന്ത്യയുടെ നൂറ്റാണ്ടായിരിക്കും എന്നുമാണ്. ഓഹരിത്തകർച്ച ഈ പ്രസ്താവനയെ അംഗീകരിക്കുന്നില്ല. ചരിത്രത്തിൽ ഉന്മാദാവസ്ഥകളുണ്ടാവാം. പക്ഷേ ചരിത്രത്തിൽ ഉന്മാദാവസ്ഥകൾക്ക് ഒരു വീഴ്ച പറ്റുമ്പോൾ, വീണടുത്തുനിന്ന് എഴുന്നേല്ക്കാൻ കഴിയാത്ത അവസ്ഥ വരികയും അത് നിങ്ങളെ വലിയൊരു വിഷാദാത്മകമായ ഒരു കുഴിയിലേക്ക കൊണ്ടെത്തിക്കുകയും ചെയ്യുന്ന എന്നുള്ളത് ചരിത്രത്തിലെയും സാമ്പത്തിക ശാസ്ത്രത്തിലെയും കുടുംബ ജീവിതത്തിലെയും ഒരു അനുഭവമാണ്.

ഇൻഫ്ളേഷൻ, സാങ്കേതികമായിട്ട് കാറ്റ് അടിച്ച കേറ്റൽ, ടയർ ഇൻഫ്ളേറ്റ ചെയ്യുന്നതുപോലെ ആളുകളെയും ഇൻഫ്ളേറ്റ ചെയ്യാമെന്നും അവരെ അത്ഭുത കർമ്മാക്കളാണെന്ന തെറ്റിദ്ധരിപ്പിക്കാമെന്നും ഉള്ളത് ഒരു വ്യാവസായിക സിദ്ധാന്തമാണ്, ഒരു ബൂസ്റ്റ് സിദ്ധാന്തമാണ് എന്ന വേണമെങ്കിൽ പറയാം. 'ഇറ്റ് ഈസ് ദ സീക്രറ്റ് ഓഫ് മൈ എനർജി' എന്ന പറയുന്ന ഒരു സാങ്കേതിക മാർഗ്ഗം മുതലാളിത്തത്തിന്റെ മാർഗ്ഗം ആണ്. നേരെ മറിച്ച് 'ഗീത ഈസ് ദ സ്ക്രീറ്റ് ഓഫ് മൈ എനർജി' എന്ന പറയാം. അത് അതിന്റെ ഫാസിസ്റ്റ് സിദ്ധാന്തമാണ്. 'ഗീതയ്ക്കുമാതാവായ ഭൂമി യേ ദ്ദഢമിതുപോലൊരു കർമ്മധീരനെ പ്രസവിക്കു' എന്ന് വള്ളത്തോളിനു പോലും തോന്നിയിരുന്നു. 'ഗീതയ്ക്ക മാതാവായ ഭൂമിയേ..' ഇതൊരു ബൂസ്റ്റിംഗ് ടെക്നിക്കാണ്. ഗീത ഉണ്ടായ നാട്ടിൽ, ഗംഗ ഒഴുകുന്ന നാട്ടിൽ, കാവേരി ഒഴുകുന്ന നാട്ടിൽ എന്നൊക്കെ നദിയുടെ പേരു പറഞ്ഞ്, നമ്മുടെ കാരണവന്മാരുടെ പേരു പറഞ്ഞ്, പഴയ കാലത്ത് എഴുതിയ പുസ്തകങ്ങളുടെ പേരു പറഞ്ഞ് നമ്മളെ ഇൻഫ്ളേറ്റ ചെയ്യാം എന്നുള്ളത് മനസ്സിന്റെ ഒരു സാങ്കേതിക കൗശലം ആണ്. ഇങ്ങനെ ഓരോ കാലത്തും ഇത്തരം കൗശലങ്ങൾ വർഗ്ഗീയവാദികൾ മാത്രമല്ല, എല്ലാവരും ഉപയോഗിച്ച പോന്നിട്ടുണ്ട്.

ഇതിനെ വളരെ വ്യവസ്ഥാപിതമായിട്ട്, ആസൂത്രിതമായിട്ട്, ഗവേഷണപരമായിട്ട് ഉപയോഗിക്കുന്ന ഒരു പ്രസ്ഥാനം എന്നുള്ള നിലയിൽ ഫാസിസം ഇന്നത്തെ കാലഘട്ടത്തിൽ വലിയ ഒരു ഗവേഷണ പ്രവർത്തനമാണ്. പ്രത്യായനം എന്നുള്ളത് ഒരു ഗവേഷണ പ്രവർത്തനമാണ്. മതങ്ങൾ അംഗീകാരം ഉണ്ടാക്കിയത് രോഗം മാറ്റിയിട്ടാണ്. കുഷ്ഠ

രോഗിയുടെ രോഗം മാറ്റിക്കൊടുക്കുക, വെള്ളത്തിന്റെ മീതെ നടക്കുക, അജീർണ്ണം മാറ്റിക്കൊടുക്കുക തുടങ്ങിയ പല വിദ്യകൾ ഉപയോഗിച്ചിട്ടാണ് ബുദ്ധമതവും ക്രിസ്തുമതവും മറ്റു മതങ്ങളുമൊക്കെ മനുഷ്യരെ മതങ്ങളിലേക്ക് ആകർഷിച്ചിരുന്നത്. ആതുര ശുശ്രൂഷ എന്നുള്ളത് ആകർഷകമായ പ്രവർത്തന രംഗമാണ്. ഒരുപക്ഷേ, മതം ഉപയോഗിച്ചിരുന്ന മറ്റൊരു മാർഗ്ഗം കെട്ടുകാഴ്ചകൾ, സ്പെക്റ്റക്കിൾ ആണ് എന്നു നമുക്കറിയാം. അതിനാണ് പൂരം ആഘോഷിക്കുന്നത്- തൃശ്ശൂർ പൂരം ആയാലും ഏതു പൂരമായാലും. ദേവൻ ആനയുടെ പുറത്തിരുന്നാണ് എഴുന്നള്ളുന്നത്. ആനയുടെ പുറത്തിരിക്കുന്ന ആളാണ് ഞങ്ങളുടെ ദേവൻ എന്നു പറയാനാണത്.

പൊൻതിടമ്പേറി ദേവൻ പെരുമാറുമാപെരും
മസ്തകകടാഹത്തിൽ മന്ത്രി പ്പൂ പിശാചുക്കൾ

തലയിൽ പെരുമാളെയും കയറ്റി എഴുന്നള്ളിക്കുന്ന സമയത്തും ആനയുടെ അകത്തിരിക്കുന്ന പിശാചിന്റെ വിചാരം എനിക്കൊരു മന്ത്രിയാകണം എന്നാണ്. ഇങ്ങനെ കെട്ടുകാഴ്ച എന്ന ആശയം ഒരുപക്ഷേ വടക്കൻ ബുദ്ധമതത്തിൽ നിന്ന് കേരളത്തിലേക്കും വ്യാപിച്ചതാണ് എന്നാണ് ആളുകൾ കരുതുന്നത്. പൂരം കാണാൻ ആളുകൾ വരികയും അതിന്റെ കണ്ണഞ്ചിപ്പിക്കുന്ന വെളിച്ചത്തിൽ കീഴ്പ്പെടുകയും ചെയ്യുന്നു.

നിങ്ങളെ കീഴ്പ്പെടുത്താനുള്ള ഒരു മാർഗ്ഗം വലിയ വെളിച്ചമാണ്. കണ്ണഞ്ചിപ്പിക്കുന്ന വെളിച്ചം, കാതടപ്പിക്കുന്ന ശബ്ദം (കതിന പൊട്ടിക്കുന്ന ശബ്ദമാകാം, സംഗീതമാകാം, പ്രാർത്ഥനയാകാം, മറ്റെന്തുമാകാം) ഉച്ചത്തിൽ ശബ്ദിക്കുമ്പോൾ അത് നമ്മെ കീഴ്പ്പെടുത്തുന്നു. കാഴ്ചയുടെ ഉന്മാദം, കേൾവിയുടെ ഉന്മാദം, ഭജനത്തിന്റെ ഉന്മാദം മറ്റു തരത്തിലുള്ള കൂട്ടമായി ഉന്മാദങ്ങൾ ഉണ്ടാക്കുക എന്നുള്ളത്, ഒരു മനുഷ്യനെ എല്ലാ മനുഷ്യരിലും ലയിപ്പിക്കാനും കൂട്ടത്തിന്റെ ശക്തി, കൂട്ടായ്മയുടെ ശക്തി ഉണ്ടാക്കുവാനും വ്യക്തിത്വത്തെ മറക്കുവാനും ഉള്ള ഒരു മാർഗ്ഗമാണ് എന്ന് മതങ്ങൾക്കു പണ്ടും അറിയാമായിരുന്നു. അതുകൊണ്ട് വലിയ ഘോഷയാത്രകൾ, വലിയ കെട്ടുകാഴ്ചകൾ, ഒരുപാട് വെളിച്ചം, ഒരുപാട് പന്തം, ഒരുപാട് കാവടികൾ, അലുക്കുള്ള അലങ്കാരങ്ങൾ ഇതൊക്കെ കൂടിയുള്ള ഒരു യാത്ര നമ്മെ വിഭ്രമിപ്പിക്കുകയും, ഈ വിഭ്രമ സമയത്ത് സംഭവിക്കുന്നതെല്ലാം നാം വിശ്വസിക്കാനിട വരികയും ചെയ്യുന്നു. പരിഭ്രമിച്ചാൽ വേഗം വിശ്വസിക്കും. രോഗം വന്നാൽ വേഗം വിശ്വസിക്കും, അതുകൊണ്ട് രോഗാവസ്ഥയാണ് മതപരിവർത്തനത്തിന് ഏറ്റവും സൗകര്യമുള്ള സമയം. ആശുപത്രിയാണ് മതപരിവർത്തനം നടത്താൻ ഏറ്റവും നല്ലത്. കാരണം നിങ്ങൾ അവശനായിരിക്കും. അവശരായ

ആളുകളെ ഏതു മണ്ടത്തരവും പറഞ്ഞ് വിശ്വസിപ്പിക്കാം. അതുപോലെ നിങ്ങളെ അമ്പരപ്പിച്ചു കഴിഞ്ഞാൽ നിങ്ങൾക്കു തരുന്ന നിർദ്ദേശം പെട്ടെന്ന് വിശ്വസിച്ചു പോകും.

കെട്ടുകാഴ്ചകൾ മതങ്ങൾ പണ്ടുകാലം മുതലേ ഉപയോഗിച്ചിരുന്നു. ഇന്ത്യയിലെ ഫാസിസ്റ്റു ശക്തികൾ ഇതെല്ലാം ഉപയോഗിക്കുന്നുണ്ട്. അതുപോലെ ഭാവി ഞങ്ങളുടേതാണ്, വരുന്ന നൂറ്റാണ്ട് ഞങ്ങളുടേതാണ്, ലോകം ഞങ്ങളുടേതാണ്, എല്ലാ കയറ്റുമതിയും ഞങ്ങളുടേതാണ്, എല്ലാ ഇറക്കുമതിയും ഞങ്ങളുടേതാണ് എന്നിങ്ങനെയുള്ള തന്ത്രങ്ങൾ കൊണ്ട് ജനതയുടെ മേൽ പ്രത്യായനം നടത്തിക്കൊണ്ടിരിക്കുന്നു. എവിടെയുമില്ലാത്ത ഒരാൾ നാളെ എവിടെയും ഞാനാണ് ഉണ്ടാകുക എന്ന് ആയിരം തവണ പറഞ്ഞാൽ അതു സംഭവിക്കാം എന്നുള്ളത്, മനുഷ്യ മനസ്സിൽ നടക്കുന്ന പ്രത്യായന പ്രവർത്തനത്തിന്റെ ഫലമാണ്. 'ഞങ്ങളിവിടെയുമുണ്ട്' എന്നു പറഞ്ഞാൽ ഞങ്ങൾ വരുമ്പോൾ ഞങ്ങളുടെ പിന്നാലെ എല്ലാവരും വരും എന്നാണ്. ഇതു നിങ്ങളെ പലതവണ വിശ്വസിപ്പിക്കാനും കഴിഞ്ഞാൽ- ഇതൊരു മന്ത്രവാദത്തിന്റെ ടെക്നോളജിയാണ്- ഒരുപക്ഷേ ജയിക്കുന്ന ആളുകൾക്ക് നിങ്ങളും വോട്ടു കൊടുത്തു എന്നു വരാം.

ഞങ്ങൾ ജയിച്ചു എന്നും അടുത്ത നൂറ്റാണ്ട് ഞങ്ങളുടേതാണെന്നും, ലോക സംസ്കാരത്തിലും ഞങ്ങൾ ഭരിക്കും എന്നും, നാളത്തെ ലോകം ഞങ്ങൾ ഉണ്ടാക്കും എന്നുമുള്ള പ്രസ്താവനകൾ, പ്രഖ്യാപനങ്ങൾ, ഉറപ്പുകൾ, ശ്രദ്ധാപൂർവ്വമായ വെളിപാടുകൾ അത്തരത്തിലുള്ളൊരു ദുർബ്ബലമായ മാനസികാവസ്ഥയെ ഉണ്ടാക്കിത്തീർക്കും. ഈ അവസ്ഥകൊണ്ട് കൂടുതൽ ഇച്ഛാശക്തി കുറഞ്ഞവനും, വിധേയത്വം കൂടിയവനുമായ ഒരാളാക്കി മനുഷ്യനെ മാറ്റിത്തീർക്കാൻ കഴിയും. പണ്ട് അതിനെ ഉപയോഗിച്ചിരുന്ന മാർഗ്ഗങ്ങളിൽ ഒന്ന് 'ഈ അറിവ് എന്റേതല്ല, എന്നോട് അച്ഛൻ പറഞ്ഞതാണ്, മാഷ് പറഞ്ഞതാണ്' എന്നൊക്കെയായിരുന്നു. പാരമ്പര്യ ചികിത്സയുടെ ഒരു രഹസ്യം ഇതാണ്. അതായത് ഇതൊന്നും ഞാനുണ്ടാക്കിയതല്ല, വിദൂരമായ ഒരു പ്രഭാവത്തിൽ നിന്നുണ്ടായതാണ്. ഈ വിദൂരത ഒരു വിശ്വാസമായിത്തീരുകയും നാം ഈ സംഭവങ്ങൾ വിശ്വസിക്കാൻ തുടങ്ങുകയും ചെയ്യുന്നു. ഇത്തരത്തിലുള്ള മാർഗ്ഗങ്ങൾ എല്ലാം തന്നെയാണ് വിവസ്വാന് ഞാൻ പറഞ്ഞുകൊടുത്തും വിവസ്വാൻ ഇക്ഷ്വാകുവിനോട് പറഞ്ഞു കൊടുത്തതും പിന്നീട് ജനങ്ങളെല്ലാമറിഞ്ഞതും മനുവംശം മുഴുവൻ അറിഞ്ഞതുമായ ജ്ഞാനം; ഇതിന് മാറ്റമില്ല എന്നു പറയുന്നത് ജ്ഞാനത്തെ അപൗരുഷേയമായി അനാദ്യന്തമാക്കിത്തീർക്കുവാനുള്ള ഒരു മാർഗ്ഗമാണ് എന്നും, ചോദ്യം ചെയ്യപ്പെടാത്ത ഒന്നാക്കിത്തീർക്കുവാനുള്ള ഒരു മാർഗ്ഗമാണ് എന്നും

നാമറിയുന്നു. അവസാന രംഗത്തിൽ ഗീതയിൽ തന്നെ ഭഗവാൻ പറഞ്ഞിട്ട് വിശ്വസിക്കാൻ മടിക്കുന്ന അർജ്ജുനന് വിശ്വരൂപം കാണിച്ചു കൊടുക്കുകയും വിഭ്രമിപ്പിക്കുകയുമാണ് ചെയ്യുന്നത്. മാജിക്ക് ഇത്തര മൊരു പ്രത്യായന പ്രക്രിയയാണ്. ഒച്ചപ്പാടുകൾക്കിടക്ക് പ്രത്യേകം സജ്ജമാക്കിയ സ്ഥലത്താണ് മാജിക്ക് നടത്തുന്നത്.

തന്റെ മുന്നിൽ അർജ്ജുനൻ ഉന്നയിക്കുന്ന ഒരു ധർമ്മ സംശയത്തെ, എങ്ങനെയാണ് എന്റെ സുഹൃത്തിനെ, അയൽക്കാരനെ, എന്റെ പിതാമഹനെ, അമ്മാവനെ കൊല്ലുക എന്നുള്ള ചോദ്യത്തിനുത്തര മാണ് 'നീ കൊല്ലുന്നില്ല, അവർ ചാകുന്നില്ല' എന്നുള്ള ഉത്തരം, ഇത്തരം ഒരു ഉത്തരം. വിശ്വസിച്ചാൽ അതുകൊണ്ട് നിങ്ങൾക്കുണ്ടാകുന്ന മെച്ചം, നിങ്ങൾ കുറ്റ വിമുക്തനാക്കപ്പെടുകയും, നിങ്ങൾ ഒരു ഉപകര ണമായിത്തീരുകയും ചട്ടുകമായിത്തീരുകയും നിങ്ങൾ കർമ്മത്തിന്റെ ഉത്തരവാദി അല്ലാതായിത്തീരുകയും ചെയ്യുന്നു എന്നുള്ളതാണ്. ഇങ്ങനെയുള്ള ഒരാളെക്കൊണ്ട് ഒരു കൊലപാതകം വേണമെങ്കിൽ നടത്താം എന്നാണിതിന്റെ അർത്ഥം. ഒരു കൊലയാളിയെ ഉണ്ടാക്കാ നുള്ള മാർഗ്ഗം അയാൾക്ക് മനഃസാക്ഷിയില്ലാതാക്കിത്തീർക്കുകയാണ്. അതോടെ കൊല്ലുക എന്നത് ഒരു ധർമ്മമായിത്തീരും എന്നതാണ്. ഈ മനഃസാക്ഷി അകത്തു നിന്നും പുറത്തു നിന്നും ഇല്ലാതാക്കി തീർക്കാം; അതെന്റെ ഡ്യൂട്ടിയാണ്, എന്നു പറഞ്ഞിട്ടു കൊല്ലാൻ വിധിക്കുന്ന ജഡ്ജി, ഒരു അപേക്ഷ തള്ളിക്കളയുന്ന ഉദ്യോഗസ്ഥൻ, കഴുത്തിൽ കൊലക്കയ റിടുന്ന ആരാച്ചാർ; ഇവരെ സംബന്ധിച്ചിടത്തോളം ഇങ്ങനെ ഒരവസ്ഥ ഉണ്ടാക്കിത്തീർത്താൽ മാത്രമേ ധർമ്മം നിലനില്ക്കൂ എന്നുള്ളത് ധർമ്മ വ്യവസ്ഥയുടെ ഒരു മൗലിക സിദ്ധാന്തമാണ്.

ഞാൻ കുറേക്കാലം ജീവിച്ചിരുന്നത് ആരാച്ചാരന്മാരുടെ തെരുവിലാണ്. കുറച്ചു വിദ്യാഭ്യാസം ഉണ്ടായതിന് ശേഷം, ഈ പരമ്പരയിൽപ്പെട്ട ആളുകൾ, ഞങ്ങളിനി തൂക്കാൻ പോകുന്നില്ല എന്നു പറഞ്ഞു. അത് ഒരു സാംസ്ക്കാരിക പ്രതിസന്ധിയുണ്ടാക്കുന്നു. ജഡ്ജിക്ക് വിധിക്കാം, പക്ഷേ, ജഡ്ജിക്ക് ആളെ തൂക്കിക്കൊല്ലാൻ അറിഞ്ഞുകൂടാ. ജഡ്ജിമാർക്കും അവരുടെ പരിമിതികളുണ്ട്. ഒരാഴ്ചയ്ക്കകം കൊച്ചി നഗരം സംശുദ്ധമാക്കിത്തീർക്കാൻ ഒരു ജഡ്ജിക്ക് കല്പിക്കാം. പക്ഷേ, ജഡ്ജിക്ക് ഒരിക്കലും ഒരു കുപ്പത്തൊട്ടി വൃത്തിയാക്കാൻ കഴിയില്ല. അതുകൊണ്ട് ആരാച്ചാർ തൂക്കിക്കൊല്ലുന്നതിൽ നിന്നു വിട്ടു നിന്നാൽ എന്തു ചെയ്യും? ഇത്തരം ഒരു പ്രതിസന്ധി തമിഴ്നാട്ടിലുണ്ടാകു കയും,അതുകൊണ്ട് വളരെ അകലെ നിന്ന് പുതിയ കൊലയാളികളെ, മനഃസാക്ഷി ഒരിക്കലും നാമ്പിട്ടിട്ടില്ലാത്ത കൊലയാളികളെ കൊണ്ടുവ ന്ന് കൊല നടത്തുകയും ചെയ്തു.

അപ്പോൾ ഇത്തരത്തിലുള്ള ഒരു വ്യവസ്ഥ ഉണ്ടാക്കിത്തീർക്കുന്ന ഗ്രന്ഥം എന്ന നിലയിൽ ഗീത ഒരു വൈദിക ഗ്രന്ഥമല്ല. ഭാരതീയ ഇതിഹാസമായ മഹാഭാരതത്തിലെ ഒരു ഭാഗമാണ്. ഗീത വേദമല്ല, ഉപനിഷത്തുമല്ല, ഒരു പ്രത്യേക സന്ദർഭത്തിൽ മഹാഭാരതം എന്ന ഇതിഹാസത്തിൽ അന്തർഭവിച്ചിട്ടുള്ള ഒരു ഭാഗമാണ് ഗീത. അത് അന്തർഭവിച്ചിട്ടുള്ളതാണോ എന്നതിനെക്കുറിച്ച് തർക്കങ്ങൾ ഉണ്ടാകാം, നമുക്ക് അത്തരം ഗവേഷണപരമായ തർക്കങ്ങളിലല്ല താൽപര്യം. മറിച്ച്, ഇതിന്റെ ഉദ്ദേശ്യം ഒരു ധർമ്മത്തെ എങ്ങനെ നീതീകരിക്കാം എന്നുള്ളതാണ്. അതുകൊണ്ട് ഇന്ത്യൻ നവോത്ഥാനത്തിന്റെ തുടക്കത്തിൽ ജനങ്ങളെ ഉത്തേജിതരാക്കുവാൻ വിവേകാനന്ദൻ ഉപയോഗിക്കുന്ന മാർഗ്ഗംപോലെ തന്നെ 'ഉത്തിഷ്ഠത! ജാഗ്രത! പ്രാപ്യവരാ നിബോധിത' എന്നുള്ള മുദ്രാവാക്യം പോലെ തന്നെ, ഇത് പിന്നീട് നമ്മുടെ ലക്ഷ്യത്തിന്റെ നിർവ്വചനം ആയിത്തീരുകയും ചെയ്തു. ഒരു സന്ദർഭത്തിൽ വിവേകാനന്ദൻ, നമുക്ക് ഒരുപാട് മാറ്റം വേണം. ഏറ്റവും ചുരുങ്ങിയത് സോഷ്യലിസം, എന്നു കൂടി പറയുകയും ചെയ്തു. മാത്രമല്ല വിവേകാനന്ദൻ ഗീതയെപ്പറ്റി പറഞ്ഞത് 'You will be nearer to God through playing football, than through the study of Gita' എന്നാണ് അതായത് ശാരീരിക ശക്തി കൊണ്ട് മാനസികമായി സ്വസ്ഥത ഉണ്ടാകുമെന്നും, ഇന്ത്യക്കാരുടെ പാരതന്ത്ര്യത്തിനുള്ള ഒരു കാരണം ഇന്ത്യക്കാരുടെ അനീമിയയാണ് എന്നും വിവേകാനന്ദന് അറിമായിരുന്നു എന്നും വേണം കരുതാൻ. അതുകൊണ്ട്, വിവേകാനന്ദൻ കരുതിയത് ബുദ്ധി വികസിക്കണമെങ്കിൽ ശരീരം സജ്ജമായിരിക്കണമെന്നും കരുത്തുറ്റ ശരീരം ഉറപ്പുള്ള മനസ്സിനെ ഉണ്ടാക്കുമെന്നും ഉറപ്പുള്ള ജനങ്ങൾ ഒരു ഉറപ്പുള്ള ഭാവിയെ സൃഷ്ടിക്കും എന്നുമാണ്. ഈ ആശയം ഒരുപക്ഷേ, വിവേകാനന്ദന്റെ ഉത്തേജിത മനസ്സിൽ ഉണ്ടായിരുന്നിരിക്കാം. ഇന്ത്യയിലെ ഏറ്റവും ആദർശോന്മത്തനായ ഒരാൾ വിവേകാനന്ദനായിരുന്നു. ഭാവിയെക്കുറിച്ച് ഇത്രയധികം വിശ്വാസമുള്ള ഇന്ത്യക്കാർ വളരെ കുറച്ചേ ഉണ്ടായിട്ടുള്ളു.

അതിനാൽ ഗീത ഇത്തരത്തിലുള്ള ആവശ്യങ്ങൾക്കു വേണ്ടി നേരത്തെ ഉപയോഗിച്ചു പോന്നിരുന്നു എന്നും തിലകൻ ഉപയോഗിച്ചു എന്നും പിന്നീട് ഗാന്ധി അദ്ദേഹത്തിന്റെ അക്രമരഹിതവും അഹിംസാത്മകവുമായ വീക്ഷണങ്ങളെ മുൻനിർത്തി ഇതിനനുസരിച്ച് ഒരു വ്യാഖ്യാനം എഴുതാൻ ശ്രമിച്ചു എന്നുമുള്ളത് പ്രസിദ്ധമായ കാര്യം ആണ്. ഗാന്ധിയുടെ 'അനാസക്തിയോഗം' എന്ന വ്യാഖ്യാനം, മഹാഭാരതത്തിലെ യുദ്ധം വാസ്തവത്തിൽ ഭാരതത്തിൽ നടക്കുന്നതല്ല എന്നും വാസ്തവത്തിൽ ധർമ്മ യുദ്ധം ഹൃദയത്തിലെ യുദ്ധമാണ് എന്നും

അഹിംസാത്മകമായി ഇതിനെ പരിഭാഷപ്പെടുത്താനാണ് ഗാന്ധി ശ്രമിച്ചത് എന്നത്

നമുക്ക് 'അനാസക്തിയോഗ'ത്തിൽനിന്നറിയാം. ഗാന്ധി പറഞ്ഞത് ശരിയായിരുന്നോ എന്നെനിക്കറിയില്ല. തിലകൻ പറഞ്ഞത് ശരിയായിരുന്നോ എന്നും അറിയില്ല. ജ്ഞാനേശ്വരി പറഞ്ഞത് ശരിയായിരുന്നോ എന്നും അറിയില്ല. കൃഷ്ണൻ പറഞ്ഞു എന്നുപറഞ്ഞ് എന്തോ എഴുതിവച്ചിട്ടുണ്ട്- അതാണ് നമുക്കറിയാവുന്നത്.

കൃഷ്ണനു പറയാമെങ്കിൽ ഞങ്ങൾക്കും ചിലതു പറയാം എന്നാണ് നാമിന്നു സ്വീകരിക്കേണ്ട ഒരു മാർഗ്ഗം. അത് കൃഷ്ണന്റെ അഭിപ്രായമാണ്. നമുക്ക്, നമ്മുടെ അഭിപ്രായം പറയാം എന്നുള്ളത് കൃഷ്ണനോട് നമുക്കുണ്ടാകേണ്ട സാമാന്യ ബോധമാണ്. കൃഷ്ണൻ പഴയ ഒരവസ്ഥയെക്കുറിച്ചും നാം നമ്മുടെ അവസ്ഥയെക്കുറിച്ചും ആണ് സംസാരിക്കുന്നത് എന്നും നമ്മുടെ പ്രശ്നങ്ങൾ നമുക്കു മാത്രമേ തീർക്കാൻ കഴിയൂ, അതുകൊണ്ട് ഗീത പലതരത്തിൽ വ്യാഖ്യാനിക്കപ്പെടുകയും, ഗീത അഹിംസാത്മകമായ ഒരു കൃതിയാണ് എന്ന് ഗാന്ധിജി കരുതുകയും, യുദ്ധങ്ങൾ യാഥാർത്ഥത്തിൽ വികാരങ്ങളും ധർമ്മങ്ങളും തമ്മിലുള്ള യുദ്ധമാണ് എന്നദ്ദേഹം കരുതാൻ ഇടവരികയും ചെയ്തു എന്നതിന്റെ താൽപര്യം നമ്മുടെ ആശയങ്ങളാണ് നാം വായിക്കുന്ന ഗ്രന്ഥങ്ങളിൽ നാം കാണുന്നത് എന്നതാണ്.

'കാമീ സ്വതഃ പശ്യതി' എന്നു പറയുന്ന നാം നമ്മുടെ ആശയങ്ങൾ മറ്റു ഗ്രന്ഥങ്ങളിൽ കാണുകയും അതു വായിച്ചെടുക്കുകയും ആണ് ചെയ്യുന്നത്. ഇതിനിടെ ഒരാൾ എന്നോടു പറഞ്ഞു. ജാതി വ്യവസ്ഥയ്ക്കെതിരായിട്ട് ഗീതയിൽ മൂന്നുദിക്കിൽ പറഞ്ഞിട്ടുണ്ട് എന്ന്. ഒരുദിക്കിൽ പറഞ്ഞിട്ടുണ്ടെങ്കിൽ മതിയായിരുന്നു. ഗീതയിൽ മൂന്നു തവണ പറഞ്ഞിട്ടുണ്ടെങ്കിലും ഇല്ലെങ്കിലും നമുക്കു ജാതി വേണ്ട എന്നതാണ് നമ്മുടെ അഭിപ്രായമെങ്കിൽ, ജാതി വേണ്ട എന്നുള്ളതാണ് നമ്മുടെ നിലപാട്. ജാതി വേണമോ വേണ്ടയോ എന്നുള്ളത് ഗീതയുടെ ഒരു ഗവേഷണ പ്രശ്നമല്ല, നമ്മുടെ ഒരു സാമൂഹ്യ പ്രശ്നമാണ്. ഗീതയിലെന്തു പറഞ്ഞിട്ടുണ്ടോ അത് ചെയ്യുകയും ഗീതയിലെന്തു പറഞ്ഞിട്ടുണ്ടോ അത് ചരിത്രമാക്കുകയും ചെയ്യേണ്ടതില്ല മറിച്ച് നമ്മുടെ ചരിത്രം സ്വയം സൃഷ്ടിക്കുകയാണ് മനുഷ്യന് ചെയ്യാവുന്ന ഒരേ ഒരു കാര്യം എന്നു നാം മനസ്സിലാക്കുന്നു. അതുകൊണ്ട് വ്യാഖ്യാന ഭേദങ്ങളുണ്ടാകാം.

തീരെ അവിശ്വസനീയമായ വ്യാഖ്യാനങ്ങളും ഉണ്ടാകാം. അതുകൊണ്ട് ഒരു ഉത്തേജകം എന്ന നിലയിൽ ഗീത ഉപയോഗിക്കാം എന്ന് ഫാസിസം ഇടക്കാലത്ത് മനസ്സിലാക്കി. മാത്രമല്ല, അവരിതിന്റെ

പരിമിതി മനസ്സിലാക്കിക്കൊണ്ട് ഇതുപയോഗിക്കുന്നത് ഒരു പ്രത്യേക സന്ദർഭത്തിലാണ്. ബുദ്ധിജീവികൾ ഫാസിസത്തിനെതിരായിട്ട് നീങ്ങുന്ന സമയത്ത് അവരെ ബുദ്ധിപരമായി എതിർക്കണം എന്നുള്ള തുകൊണ്ടാണ് ഗീത ഒരു വിഷയമായിത്തീരുന്നത്.

ശ്രീകൃഷ്ണന് ഒരുപാട് ഇമേജുകൾ ഉണ്ട്. മയിൽപീലിയും ചാർത്തി തെരുവിൽക്കൂടെ പോകുന്ന ഒരു ഇമേജുണ്ട്. അത് ബാലകൃഷ്ണനാണ്, ബാലകൃഷ്ണന്റെ വികാരം വാത്സല്യമാണ്. വാത്സല്യത്തിൽ കൂടെ നമ്മുടെ കുഞ്ഞിലേക്കു കടക്കാം. ഒരമ്മയിലേക്ക് കടക്കാം. അതുകൊണ്ട് സ്ത്രീകളെയും കുട്ടികളെയും സ്വാധീനിക്കാനുള്ള മാർഗ്ഗം ബാലകൃഷ്ണനാണ്, ഗോപാലകൃഷ്ണനാണ്. അതുകൊണ്ട് നിങ്ങൾക്ക് ഒരുവശത്ത് വാത്സല്യത്തിൽ കൂടി ശ്രീകൃഷ്ണനിലേക്ക് കടക്കാം. മറുവശത്ത് ഭക്തിയിൽ കൂടിയും ശ്രീകൃഷ്ണനിലേക്കു കടക്കാം. ഗുരുവായൂരിൽ ഭക്തിയാണ്. വേറൊരു തരത്തിൽ ജ്ഞാനത്തിൽ കൂടി ശ്രീകൃഷ്ണനിലേക്കു കടക്കുകയും ചെയ്യാം. കൃഷ്ണൻ യോഗേശ്വരനാണ്, കൃഷ്ണൻ വസ്ത്രാപഹരണത്തിലെ കൃഷ്ണനാണ്, കൃഷ്ണൻ ഗോപികാരമണനാണ്, കൃഷ്ണൻ രാധാകൃഷ്ണനാണ്. ഈ വിഭിന്നമുഖങ്ങളൊക്കെ തീർച്ചയായും ജനങ്ങളെ സമീപിക്കുവാനുള്ള പല വാതിലുകളാണ് എന്നു ഫാസിസം മനസ്സിലാക്കുന്നുണ്ട്. അതുകൊണ്ട് കുട്ടികളെ പിടിക്കാൻ പീലിയുമായി വരികയും ഭക്ഷണമായി വരികയും, കുട്ടികളെ പിടിക്കാൻ, നീയൊരു കുട്ടിയല്ല വാസ്തവത്തിൽ ശ്രീകൃഷ്ണന്റെ അവതാരമാണ് എന്ന് ധരിപ്പിക്കുകയും ചെയ്യുക എന്നുള്ളതാണ്. തലയിൽ ഒരു കിരീടം വച്ചു കാട്ടുകുക. എല്ലാ മയിലിനും വാലുണ്ടല്ലോ, മനുഷ്യനു മാത്രം നല്ല വാലില്ലല്ലോ എന്നു തോന്നുന്ന മനുഷ്യൻ മയിലിന്റെ വാലുപറിച്ചെടുത്ത് തന്റെ തലയിൽ വക്കുമ്പോൾ മയിലിനെപ്പോലെ മനോഹരനായിത്തീരുന്നു. അതാണല്ലോ അലങ്കരണ(ഡക്കറേഷന്റെ) തത്വം. കൊമ്പുള്ള മൃഗങ്ങളെ കൊന്നിട്ട് കൊമ്പ് തലയിൽ വക്കുന്ന ഒരു പ്രാകൃത രാജാവ്, ഒട്ടകപ്പക്ഷിയുടെ തൂവൽ തലയിൽ കൊരുത്തുന്ന ഒരു കേരളീയ രാജാവ്; ഇതുപോലെ ഒരു കുഞ്ഞിലേക്കു കടക്കാൻ കുഞ്ഞിനെ അലങ്കരിക്കുകയാണ്. ഇങ്ങനെ ഒരു ഡെക്കറേറ്റീവ് മനോഭാവം മനുഷ്യനിലുള്ളതു കൊണ്ട്, ഡെക്കറേഷനിലൂടെ കുട്ടികളെ സ്വാധീനിക്കുകയും, കുട്ടികളെ ഡെക്കറേറ്റു ചെയ്തു കാണാനുള്ള അമ്മയുടെ ആഗ്രഹത്തെ ഉപയോഗിക്കുകയും അമ്മയും കുട്ടിയും കൂടെ അവർ അറിയാതെ ഒരു 'പൈഡ് പൈപ്പറി' ന്റെ പിന്നാലെ കടലിലേക്കു പോയി മുങ്ങിച്ചാകുകയും ചെയ്യുന്നു എന്നതാണ് തീർച്ചയായും ഫാസിസത്തിന്റെ ഒരു രീതി. ഞാനിങ്ങനെ വരുമ്പോൾ എന്റെ പിന്നാലെ കുറെ ആളുകൾ വരും എന്നു പറയുന്നതിന്റെ അർത്ഥമതാണ്. ഹെവിലിനിലെ പൈഡ് പൈപ്പർ അങ്ങനെയാണ് ചെയ്തത്. എലിയെ കൊല്ലാനായിട്ട് എന്താ

വഴി എന്നന്വേഷിച്ച വിഷമിക്കുമ്പോൾ ഞാൻ കൊല്ലാം എന്ന പറഞ്ഞിട്ട് പൈഡ് പൈപ്പർ കുഴലൂതിക്കൊണ്ട് കടലിലിറങ്ങുന്ന, എലികളും കടലിലിറങ്ങുന്ന, എലികൾ മുങ്ങിച്ചത്തുപോകുന്ന, പൈഡ് പൈപ്പർ കരയ്ക്കുവരുന്നു. ഇങ്ങനെ ആകർഷിച്ച കൊണ്ടുപോയി മുക്കിക്കൊല്ലാനുള്ള ഒരു മാർഗ്ഗം എന്നുള്ള നിലയിൽ, ആകർഷണം കൊണ്ട് വധിക്കാനുള്ള ഒരുപകരണം എന്ന നിലയിൽ വാത്സല്യം ഒരുപകരണമാക്കാം, ഭക്തി ഒരുപകരണമാക്കാം, സെക്സ് ഒരുപകരണമാക്കാം. കീഴടക്കാനുള്ള ഒരു മാർഗ്ഗം സെക്സാണ്. കീഴടക്കുകയാണ് പുരുഷന്റെ ധർമ്മം എന്ന് പുരഷന്മാർ ഇപ്പോഴും കരുതിക്കൊണ്ടിരിക്കുന്നതുകൊണ്ടാണ് പുരുഷമേധാവിത്വത്തെക്കുറിച്ച് ഇത്രയും തർക്കങ്ങൾ ഉണ്ടാകുന്നത്.

മറ്റൊന്ന് ബുദ്ധിയാണ്. 1930-കളിൽ കേസരി ബാലകൃഷ്ണപിള്ള എഴുതിയ ലേഖനങ്ങളിൽ പറയുന്ന ഒരു പ്രധാന കാര്യം ഇവിടുത്തെ സവർണ്ണമേധാവിത്വത്തിന്റെ (ഫാസിസം എന്ന വാക്ക് അദ്ദേഹം ഉപയോഗിക്കുന്നില്ല) തലച്ചോറിൽ ലോകത്തിലേറ്റവും അധികം വിവരമുള്ളത് അവർക്കാണ് എന്ന വിചാരം ഉണ്ട് എന്നും ഇത് തകർത്തില്ലെങ്കിൽ നാളെ വരാനിരിക്കുന്ന ലോകത്തിൽ മനുഷ്യന്ന ജീവിക്കാൻ കഴിയില്ല എന്നുമാണ്. കേസരി 30-കളിൽ ഇതുവിളിച്ച പറഞ്ഞിട്ടുണ്ട്. അതുകൊണ്ട് അദ്ദേഹം, ലോകത്തിനു മുഴുവൻ ഒരു മിഥോളജിയെ ഉള്ളൂവെന്നും പറയുന്നു. രാമായണത്തിൽ പറയുന്നതും മഹാഭാരതത്തിൽ പറയുന്നതും താൽമൂദിൽ പറയുന്നതും പഴയ നിയമത്തിൽ പറയുന്നതും വാസ്തവത്തിൽ ഒരു കാലഘട്ടം മുഴുവൻ അദ്ദേഹം ഗവേഷണം നടത്തി. ലോകം മുഴുവൻ ഒരൊറ്റ ജനവർഗ്ഗത്തിന്റെ വിഭാഗങ്ങളാണ് എന്നും അതുകൊണ്ട് ഇവിടത്തെ ബ്രാഹ്മണർക്കോ ആര്യന്മാർക്കോ ശ്രേഷ്ഠന്മാരാണ് എന്നഹങ്കരിക്കുവാൻ യാതൊരു ന്യായവുമില്ല എന്നും അദ്ദേഹം സൂചിപ്പിക്കുന്നുണ്ട്.

ഗ്രീസിലെ കെന്താറാണ് ഇന്ത്യയിലെ ഗന്ധർവ്വന്മാർ എന്ന പറഞ്ഞ് ഒരു ലേഖനം കേസരി ഹിന്ദു പത്രത്തിൽ എഴുതിയിരുന്നു. ഇത് ശരിയോ തെറ്റോ എന്നുള്ളതല്ല, ഇതിന്റെ ഒരർത്ഥം ഗന്ധർവ്വന്മാർ എന്ന പറയുന്നത് നമ്മുടെ സ്വന്തമല്ല എന്നും അത് ഒരു സാർവലൗകിക പ്രതിഭാസമാണ് എന്നും ഗന്ധർവ്വന്മാർ ഒരു ജീവിത രീതിയാണ് എന്നുമാണ്. ഇങ്ങനെ ലോകത്തിലെ മുഴുവൻ മിഥോളജിയും ഒരു മനുഷ്യവർഗ്ഗത്തിന്റെ മിഥോളജിയുടെ വിഭജനമാണ് എന്നുമുള്ള ബോധമുണ്ടായി വരുമ്പോൾ വാസ്തവത്തതിൽ സംസ്കാരത്തിന്റെ ആധിപത്യം എന്ന ബോധം ഇല്ലാതായിത്തീരുകയും ചെയ്യും എന്നദ്ദേഹം കരുതിയിരുന്നു. ആരുമത് പിന്തുടർന്നില്ല. അദ്ദേഹത്തിനും അത് പിന്തുടരാൻ കഴിഞ്ഞില്ല. കാരണം, അന്നത്തെ പ്രധാനപ്പെട്ട സത്യം ദാരിദ്ര്യമായിരുന്നു. ഒരുപുറം

അച്ചടിച്ച കടലാസിന്റെ പുറത്താണ് അദ്ദേഹം എഴുതിക്കൊണ്ടിരുന്നത്.

ഇന്ന് നാം ആ സ്ഥലത്ത് എത്തിയിരിക്കുകയാണ്. കാരണം, നമ്മുടെ ബുദ്ധി അപഹരിക്കപ്പെടുകയും നമ്മുടെ ചരിത്രം തിരുത്തി എഴുതുകയും നമ്മുടെ ഓർമ്മയെ നാനാവിധമാക്കുകയും ചെയ്യുന്ന പ്രവർത്തനങ്ങൾ ഫാസിസം ചെയ്തു കൊണ്ടേയിരിക്കുന്നു. നമുക്ക് മൂന്നു കാലമുണ്ടല്ലോ; ഭൂതം, വർത്തമാനം, ഭാവി. ഇങ്ങനെ ഉണ്ടോ എന്ന് ഇപ്പോഴും അറിയില്ല. കാലം ഒരു തർക്ക പ്രശ്നമാണല്ലോ. ഇതിൽ ഭൂതകാലത്തെ ആക്റ്റിവേറ്റ് ചെയ്താൽ, അല്ലെങ്കിൽ കഴിഞ്ഞ കാലത്തെ ഉപയോഗിച്ച്, ഭാവിയെ സൃഷ്ടിക്കാം എന്നുള്ളത് ഭാവി നിർമ്മാണത്തിന്റെ ഒരു പാഠം ആണ്. അതുകൊണ്ട് 1947-നു മുമ്പുള്ള ഇന്ത്യാ ചരിത്രം എടുത്തു നോക്കുമ്പോൾ അതിൽ ഒരൊറ്റ ഫാസിസ്റ്റിനെയും കാണാത്തതുകൊണ്ടും അതൊരു ഫാസിസ്റ്റ് തരിശുനിലമായതുകൊണ്ടും ഇന്ത്യൻ സ്വാതന്ത്ര്യ സമര ത്തിനു മുമ്പുള്ള കാലം ഇന്ത്യൻ ഫാസിസ്റ്റുകളുടെ കാലമല്ല. ഇപ്പോൾ ടാഗോറിന്റെ ഇരുട്ടിൽപ്പെട്ട കുട്ടിയെപ്പോലെ ഫാസിസ്റ്റുകൾ ചോദിക്കു ന്നു. ഞങ്ങളെവിടെയാണ്? ചരിത്രത്തിൽ ഞങ്ങൾ അവിടെ ഉണ്ടായിരു ന്നു. കെ.എൻ പണിക്കരെപ്പോലെയുള്ള ചരിത്രകാരന്മാർ കാണാഞ്ഞി ട്ടാണ് എന്നു പറഞ്ഞ് പണിക്കരെ ശാസിക്കുകയും ചെയ്യുന്നു.

'ഞങ്ങളിവിടെത്തന്നെ ഉണ്ടായിരുന്നു'വെന്നും 'ഞങ്ങളിത് അട്ടി മറിക്കാൻ ശ്രമിക്കുകയായിരുന്നു'വെന്നും പറയുന്നു. 'ഞങ്ങളന്നു വേറെ പേരിലാണു വന്നിരുന്നത്. വിവേകാനന്ദനെന്നു പറഞ്ഞിരുന്നു. ചിലപ്പോൾ ശ്രീനാരായണ ഗുരു എന്നു പറഞ്ഞിരുന്നു. ശ്രീനാരായണനെ ഞങ്ങൾ വ്യാഖ്യാനിക്കാം, വിവേകാനന്ദ സ്ഥാപനങ്ങൾ പിടിച്ചു പറ്റാം, വിവേകാനന്ദന്റെ പുസ്തകങ്ങൾ ഒക്കെ ഞങ്ങൾ എടുക്കാം, വിവേകാന ന്ദന്റെ പോസ്റ്ററുകൾ ഞങ്ങൾ എല്ലാ തെരുവുവിളക്കുകാലിലും തൂക്കാം. ചരിത്രം പിടിച്ചെടുക്കാനുള്ള മാർഗ്ഗം വിളക്കുകാലുകൾ പിടിച്ചെടുക്കുക യാണ് എന്നു ഫാസിസത്തിന് അറിയാം. നിങ്ങളുടെ കാഴ്ചയെ മുഴുവൻ പിടിച്ചെടുത്താൽ നിങ്ങളുടെ ഓർമ്മയെ പിടിച്ചെടുക്കാൻ കഴിയും എന്നു ഫാസിസത്തിനറിയാം. അതുകൊണ്ട് ഭൂതകാലത്തെ പിടിച്ചെടുക്കുക യും, ഒരുപക്ഷേ, ശ്രീകൃഷ്ണൻ ഒരു ഫാസിസ്റ്റായിരുന്നു എന്നു സ്ഥാപി ക്കുകയും ചെയ്യുന്നത് ഫാസിസത്തിന് വളരെ പ്രയോജനം ചെയ്യും. അതുകൊണ്ട് ഗീതയ്ക്ക് ഒരു ഫാസിസ്റ്റ് പാഠം ഉണ്ടായിത്തീരുകയും സ്വച്ഛത ഉണ്ടാകാൻ, സമത്വം ഉണ്ടാകാൻ, സ്ഥിതപ്രജ്ഞ ഉണ്ടാകാൻ, നൂറാളെ കൊന്നിട്ടും ചോരയോട്ടു കൂടിയിരിക്കുന്ന അവസ്ഥയിലും

ദുഃഖേഷ്വനുദ്വിഗ്നമനാഃ സുഖേഷു വിഗതസ്പൃഹഃ
വീതരാഗഭയക്രോധഃ സ്ഥിതധീർമുനിരുച്യതേ.

അങ്ങനെ മുനിയെപ്പോലെ, ബുദ്ധനെപ്പോലെ, കല്ലുപോലെ ഇങ്ങനെ ഇരിക്കുന്ന ഒരവസ്ഥ ഉണ്ടാക്കിത്തീർക്കുക. കാരണം നിങ്ങളാരെയും കൊന്നിട്ടില്ല, കോടതി ചോദിക്കുമ്പോൾ പറയാം. ഇതാണ് കൊലപാതകത്തിന്റെ എക്സോണറേഷൻ. ഇങ്ങനെ ഒരവസ്ഥ ഉണ്ടാക്കിയാൽ മാത്രമേ ഒരാൾ കൊല്ലൂ. ഇങ്ങനെ ഒരു മനസ്സ് ഉണ്ടാക്കിത്തീർക്കാനുള്ള ശ്രമം, വാസ്തവത്തിൽ കൃതികൾ കൊണ്ട്, ആശയങ്ങൾ കൊണ്ടുള്ള പ്രത്യായനങ്ങളാണ് താന്ത്രിക പ്രവർത്തനം എന്നാണ് വാസ്തവത്തിൽ ഇതിനെ പറയേണ്ടത്. ഇതാണ് ഫാസിസം ചെയ്തുകൊണ്ടേയിരിക്കുന്നത്. അവർ ഉപയോഗിക്കുന്ന പുസ്തകങ്ങളിൽ ഒന്ന് ഗീതയായിത്തീരുകയും, ഗീതയുടെ വാക്യങ്ങൾ അതിനനുസരിച്ച് വ്യാഖ്യാനിക്കുകയും ചെയ്യുന്നു.

ഗീത മാത്രമല്ല രാമയണം വ്യാഖ്യാനിക്കാം; രാമനു ശേഷമാണ് ഗീത എന്ന് ഓർക്കണം. ഇന്നാണ് ഗീത, ഇന്നലെ രാമനായിരുന്നു; വില്ലുകുലച്ച രാമൻ. ഈ വില്ലുകുലച്ച രാമന്റെ അർത്ഥം അമ്പ് എങ്ങോട്ട് അയയ്ക്കണം എന്നുള്ളതാണ്. എന്താണ് ഈ അമ്പിന്റെ ലക്ഷ്യം? എവിടെയാണ് തീ കൊടുക്കേണ്ടത്? കത്തുന്ന ഒരു പുര? ഏതോ ഒരു പുരയ്ക്കു തീ കൊടുക്കാൻ കാത്തു നില്ക്കുന്ന വില്ല്. അതുപോലെ ധനുർദ്ധരനായ ഒരു പാർത്ഥൻ, സൂതനായ ഒരു കൃഷ്ണൻ- ഇത് തൊടുത്തു നിൽക്കുന്ന ഒരു ആക്രമണത്തിന്റെ ചിഹ്നമായി ഫാസിസം ഉപയോഗിക്കുന്നു. ഗീത ഉപദേശിക്കുന്ന ഭാഗം വ്യാഖ്യാനിച്ചു കൊടുക്കുന്നത് ബുദ്ധിജീവികൾ എന്നു പറയുന്ന ജീവികൾക്കാണ്. തൊടുക്കുന്നത് മറുപക്ഷത്തിരിക്കുന്ന ആളുകൾക്കു നേരെയാണ്. അതായത് ന്യൂനപക്ഷങ്ങൾക്കു നേരെയാണ്.

കൃഷ്ണൻ എന്തുപറഞ്ഞാലും ഞങ്ങൾക്കെന്താണ് എന്ന് ഒരു ക്രിസ്ത്യാനിയോ മുസ്ലീമോ ചോദിച്ചുവെന്നു വരാം. കൃഷ്ണൻ ഞങ്ങൾക്ക് പ്രശ്നമേ അല്ല എന്നു പറയും. അതുകൊണ്ട് അയാളുടെ നേരെ തൊടുക്കേണ്ടത് ഒരു അസ്ത്രമാണ്. ഈ അമ്പെയ്യാതിരിക്കണമെങ്കിൽ കീഴടങ്ങുക. ഇപ്പോൾ യുദ്ധം പ്രയോഗികമായിട്ടുള്ളത് കീഴടക്കുന്ന തന്ത്രമാണ് എന്നു ഫാസിസം മനസ്സിലാക്കിത്തുടങ്ങിയിരിക്കുന്നു. കൊല്ലുന്നതിനേക്കാൾ നല്ലത് കീഴടക്കുകയാണ് എന്നും ഒരു പ്രതിയോഗിയിൽ അടിമത്ത മനോഭാവം ഉത്പാദിപ്പിക്കുവാൻ കഴിഞ്ഞാൽ നിങ്ങൾക്ക് ശത്രുവിനെ സംഹരിക്കുക മാത്രമല്ല കൂലിപ്പടയാളികളെക്കൂടി കിട്ടുമെന്നുള്ള തരത്തിൽ പുതിയ തന്ത്രത്തിലേക്കാണ് ഫാസിസം നീങ്ങിക്കൊണ്ടിരിക്കുന്നത്. അതുകൊണ്ട് കുട്ടികളെ സ്വാധീനിക്കുവാനും ചെറുപ്പക്കാരെ സ്വാധീനിക്കുവാനും ബുദ്ധിശാലികളെ സ്വാധീനിക്കുവാനും ഉപയോഗിക്കുന്ന തന്ത്രങ്ങളൊക്കെ ഭിന്നമായ തന്ത്രങ്ങളായിരിക്കും. ഇതെല്ലാം കൂടി ഒരേ സമയത്തു ചെയ്യുകയും ഒരൊറ്റ രഥവേഗത്തിൽ ഒരു രാജ്യത്തിന്റെ ഭാഗധേയം മുഴുവൻ മാറ്റിത്തീർക്കാൻ കഴിയും എന്നു ജനങ്ങളെയും

അവരവരെയും വിശ്വസിപ്പിക്കുകയും ചെയ്യുന്ന ഒരു പ്രവർത്തനത്തിലാണ്, ഒരുപക്ഷേ ഈ ദിനങ്ങളിൽ ഫാസിസം ഏർപ്പെട്ടിരിക്കുന്നത്; ഒരുപായം എന്ന നിലയിലാണ്, അല്ലെങ്കിൽ പല ഉപായങ്ങളിൽ ഒരുപായം എന്ന നിലയിലാണ് ഗീത ഉപയോഗിക്കുന്നത് എന്നും നാം മനസ്സിലാക്കണം. ഒരുപക്ഷേ, ഇതിനെ നേരിടണം എന്നുള്ളത് വലിയൊരു പ്രശ്നമല്ല. കാരണം, നമ്മുടെ തടസ്സം ഗീതയല്ല, നമ്മുടെ തടസ്സം ഭീരുത്വമാണ്. നമ്മൾ എപ്പോഴും വെയിലുള്ളപ്പോൾ എവിടെയാണ് തണലുള്ളത് എന്നന്വേഷിക്കുന്നു. ശബ്ദം കേൾക്കുമ്പോൾ, എവിടെയാണ് നിശബ്ദത എന്നന്വേഷിക്കുന്നു, എപ്പോഴും എന്തെങ്കിലും സംഭവിച്ചുകൊണ്ടിരിക്കുമ്പോൾ, എവിടെയാണ് ശാന്തി എന്നന്വേഷിക്കുന്നു. അതുകൊണ്ട് ശാന്തി തേടുന്നവർക്ക്, സമാധാനം തേടുന്നവർക്ക്, തണൽ തേടുന്നവർക്ക് ഉണ്ടാവുന്ന ഒരു ഫലം- ജീവിതം അവർക്ക് നഷ്ടപ്പെടുന്നു എന്നുള്ളതാണ്. അതുകൊണ്ട് വെയിലെവിടെയാണ്, വെയിലത്ത് എന്താണ് ഉണക്കുന്നത് എന്ന്, ഇരുളിൽ എന്താണ് പാകപ്പെടുത്തുന്നത് എന്നു തിരിച്ചറിയുകയും അതിനെ പ്രതിരോധിക്കുകയും ചെയ്യേണ്ടത് നമ്മുടെ പ്രധാനപ്പെട്ട കർത്തവ്യം ആയിത്തീരുന്നുണ്ട്. ഒഴിഞ്ഞു നില്ക്കുകയല്ല, മറിച്ച് നേരിടുകയാണ്, യഥാർത്ഥത്തിൽ അർത്ഥവത്തായി നേരിടുകയാണ് ഫാസിസത്തെ നേരിടാനുള്ള മാർഗ്ഗം. കേരളീയ ജനതയും ഇന്ത്യൻ ജനതയും ഇത് പരിമിതമായെങ്കിലും മനസ്സിലാക്കേണ്ട ഒരു സന്ദർഭത്തിലാണ് നാം എത്തി നിൽക്കുന്നത്.

•

2004

ശാസ്ത്രവും ഫാസിസവും

"

നമുക്ക് ശാസ്ത്രഭ്രാന്താണെന്നും
ശാസ്ത്രം നമ്മെ ആപത്തിലേക്കേ നയിച്ചിട്ടുള്ളൂ എന്നും,
ശാസ്ത്രത്തിന്റെ എല്ലാ നേട്ടങ്ങളും
നമ്മെ അബദ്ധങ്ങളിലേക്കാണ് കൊണ്ടെത്തിക്കുന്നത് എന്നും
നാം നമ്മുടെ ഭാരതീയതയിലേക്ക് തിരിച്ചു പോവണമെന്നും
പ്രകൃതിയിലേക്കു മടങ്ങണമെന്നുമുള്ള
ഒരു തെറ്റായ മുദ്രാവാക്യംചില കേന്ദ്രങ്ങളിൽ നിന്ന്
ഇപ്പോൾ വന്നു തുടങ്ങിയിട്ടുണ്ട്.

ഇന്ത്യൻ മനസ്സും ശാസ്ത്രബോധവും

സാങ്കേതിക വിദ്യ പാശ്ചാത്യ നാഗരികതയുടെ ഒരുത്പന്നമാണെന്നും അത് ഇന്ത്യൻ, ഏഷ്യൻ ജീവിത രീതികൾക്ക് അനുയോജ്യമല്ല എന്നുമുള്ള അഭിപ്രായം പണ്ഡിതന്മാരായ ചില ശാസ്ത്രജ്ഞന്മാർ പോലും വച്ചുപുലർത്തുന്നുണ്ട്. 1962-ൽ മരിച്ച സ്വിസ് മനഃശാസ്ത്രജ്ഞനായ യുങ് ഇന്ത്യയിൽ വന്ന സമയത്ത് രമണമഹർഷിയുടെ ശിഷ്യന്മാർ അദ്ദേഹത്തെ രമണ മഹർഷിയെ കാണാൻ ക്ഷണിച്ചു. അദ്ദേഹമന്നു പറഞ്ഞു: "ഇന്ത്യയിലെല്ലാവരും രമണമഹർഷിമാരാണ്. ഞാനീ നിരത്തിൽ കാണുന്നവരെല്ലാവരും രമണമഹർഷിമാരാണ്. അതുകൊണ്ട് എനിക്കദ്ദേഹത്തെ തനിച്ചു പോയി കാണേണ്ടതില്ല." ഇന്ത്യക്കാരുടെ യോഗവിദ്യ പാശ്ചാത്യർ അഭ്യസിക്കരുത് എന്നു നിർദ്ദേശിച്ച ഒരാളായിരുന്നു കാൾ യുങ്. അത് ഇന്ത്യക്കാർക്കു മാത്രം ചേരുന്ന ഒരു വിദ്യയാണെന്ന് അദ്ദേഹം കരുതിയിരുന്നു. പാശ്ചാത്യർക്ക് അപഗ്രഥന വിദ്യയും ഇന്ത്യക്കാർക്കു യോഗത്തിൽ ഉദ്ഗ്രഥന രീതിയുമാണ് ചേരുക എന്നദ്ദേഹം വാദിച്ചു പോന്നിരുന്നു. ഇതുപറഞ്ഞത് ഇന്ത്യയ്ക്ക് പ്രത്യേകം ഒരു മനസ്സും ചൈനക്കാർക്ക് മറ്റൊരു മനസ്സും പാശ്ചാത്യനാഗരികതയ്ക്ക് അതിന്റേതായ ഒരു മനസ്സും ഉണ്ടെന്ന വിശ്വാസം സാധാരണക്കാരിൽ മാത്രമുള്ളതല്ല എന്നു ചൂണ്ടിക്കാണിക്കാനാണ്.

നാരായണനെക്കുറിച്ച് അതായത് വെള്ളത്തിൽ നിന്ന് ഉയിർക്കുന്ന ആദിമ ജലദേവനായ നമ്മുടെ നരനാരായണന്മാരിലെ നാരായണനെക്കുറിച്ച് യുങ് ഒരു പ്രബന്ധം എഴുതിയിട്ടുണ്ട്. അതിലദ്ദേഹം കൽപ്പാന്ത കാലത്ത് അരയാലിലയിൽ മയങ്ങിക്കിടക്കുന്ന നമ്മുടെ പഴയ ബാലഗോപാല രൂപത്തെ അനുസ്മരിക്കുന്നു. പഴയ

ആളുകളുടെയൊക്കെ മനസ്സിലുള്ള ഒരു രൂപമാണിത്. അരയാലില യിൽ പ്രളയജലത്തിൽ മയങ്ങിക്കിടക്കുന്ന ഉണ്ണിക്കൃഷ്ണന്റെ രൂപം. ആ രൂപത്തിന്റെ ഒരു സവിശേഷത ഉണ്ണികൃഷ്ണൻ തന്റെ പെരുവിരൽ കുടിച്ചുകൊണ്ടിരിക്കുന്നു എന്നതാണ്. ഇത് വളരെ നിസ്സാരമായ ഒരു കാര്യമായി തോന്നാം. ഭാരതീയ ജീവിത തന്ത്രങ്ങളുടെ ഒരുദാഹര ണമാണ് ഉണ്ണികൃഷ്ണന്റെ ആ രൂപം. അമ്മയുടെ മുലപ്പാൽ കുടിക്കുന്ന ഒരു ശിശു മുലപ്പാൽ കുടി നിറുത്തുകയും വിരൽ കുടിച്ചു തുടങ്ങുകയും ചെയ്യുമ്പോൾ നാം പെട്ടെന്ന് പരിഭ്രാന്തരായിത്തീരുകയും കൈതട്ടി ക്കളയുകയും ചെയ്യാറുണ്ട്. എന്തിനാണ് കൈ തട്ടുന്നത്? നമുക്കറിഞ്ഞു കൂടാ. നമുക്കറിയാത്തതുകൊണ്ട് നാമതിന് പല ശാസ്ത്രീതമായ വിശ ദീകരണങ്ങളും കൊടുക്കാറുണ്ട്. വിരൽ കുടിച്ചുകൊണ്ടിരുന്നാൽ പല്ലു തള്ളും, അക്ഷരസ്പുടതയുണ്ടാവില്ല. മറ്റു പല അപകടങ്ങളുമുണ്ട് എന്നി ങ്ങനെ വിരൽ കുടിച്ചുകൊണ്ടിരിക്കുന്നതിൽ കുട്ടി കാണിക്കുന്ന തന്ത്രം അമ്മയെ നിരാകരിക്കുക എന്നുള്ളതാണ്. "എനിക്ക് നിങ്ങളുടെ പാല് വേണ്ട എനിക്കെന്റെ വിരൽ മതി" എന്നു പറയുന്നതിന് തുല്യമാണ് കുട്ടി സ്വന്തം വിരൽ കുടിക്കുന്നത്.

ഇത് മൗലികമായ ഒരു ഭാരതീയ ജീവിത തന്ത്രമായി വളർന്നിട്ടുണ്ട്. ശ്രീകൃഷ്ണൻ തന്റെ പെരുവിരൽ കുടിക്കുമ്പോൾ തന്റെ വിരലും വായും കൊണ്ട് ജീവിതത്തിന്റെ ഒരു വൃത്തം പൂർണമാക്കുന്നു. വിശപ്പും വിശപ്പ ടങ്ങാനുള്ള മാർഗ്ഗവും ഒരു ജൈവരൂപത്തിൽ അടങ്ങിയിരിക്കുന്നു എന്നു ള്ളതാണ് വിരൽ കുടിക്കുന്ന കുട്ടിയുടെ സവിശേഷത. എന്റെ ഭക്ഷണം എന്റെ കയ്യിൽത്തന്നെയുണ്ട്. അതുകൊണ്ട് എനിക്കീ ലോകത്തെ നിരസിക്കാം. അതായത്, എനിക്കു വിഷയങ്ങളെ നിരസിക്കാം. വിഷ യങ്ങളെ നിരസിക്കുവാനുള്ള ഒരു മാർഗ്ഗം അല്ലെങ്കിൽ ഭാരതീയ മാർഗ്ഗം വിരൽ കുടിക്കുക എന്ന ആത്മരാമത്വമാണ്. 'സ്ഥിരമാത്മനിബന്ധനം സുഖം, പരതന്ത്രം സുഖമൊക്കെ ദുഃഖമാം' തന്നിൽത്തന്നെ എങ്ങനെ സുഖം കണ്ടെത്താമെന്നും തന്നിൽ നിന്ന് പുറത്തുള്ള സുഖമൊക്കെ ദുഃ ഖമായിരിക്കും എന്നുമുള്ളത് പ്രാചീന ഭാരതീയ മനസ്സിന്റെ ഒരു തന്ത്രമാ യിരുന്നു എന്ന് ഇന്നു ഭാരതീയർ തന്നെ മനസ്സിലാക്കിത്തുടങ്ങിയിട്ടുണ്ട്.

ആത്മസംതൃപ്തി എന്നതിന്റെയും ആത്മരാമത്വമെന്നതിന്റെയും അർത്ഥം വസ്തുക്കളിൽ നിന്ന് നമ്മുടെ മനസ്സിനെ പിൻതിരിക്കുകയും നമ്മിൽത്തന്നെ നിമഞ്ജിക്കുകയും, നമ്മുടെ മനസ്സിൽ നിബന്ധിച്ച നമ്മുടെ ചിത്തവൃത്തികളെക്കൊണ്ട് സ്വയം സുഖം ആസ്വദിക്കുകയും ചെയ്യുക എന്നതാണ്. ദുഃഖമില്ലാതിരിക്കുവാനുള്ള മാർഗ്ഗമായി ഭാരതീയർ മാത്രമല്ല, മറ്റു പലരും അങ്ങനെ കരുതിയിട്ടുണ്ട്. ബുദ്ധൻ പോലും ദുഃഖ ത്തിനുള്ള നിവാരണ മാർഗ്ഗമായി ഇച്ഛയെ ഉപേക്ഷിക്കയാണ് വേണ്ടത്

എന്നു നിർദ്ദേശിക്കുകയുണ്ടായി. നമ്മുടെ നാട്ടിൽത്തന്നെ വിവേകാന ന്ദനേക്കാൾ കൂടുതൽ വിദ്യാഭ്യാസം നേടിയ എം.എ ക്കാരനായിരുന്ന രാമതീർത്ഥൻ എന്ന പഴയ സന്യാസി- ആരെങ്കിലും അദ്ദേഹത്തിനെ ഓർക്കുന്നുണ്ടോ എന്നെനിക്കറിയില്ല- അദ്ദേഹത്തിന്റെ പ്രസിദ്ധമായ ഒരു പ്രസംഗത്തിൽ പറഞ്ഞത്, ലോകത്തെ ജയിക്കുവാനുള്ള ഒരു മാർഗ്ഗം ഇച്ഛകളെ ഉപേക്ഷിക്കുക എന്നതാണെന്നാണ്. നിങ്ങളുടെ മനസ്സിൽ ഒരാഗ്രഹം വരുമ്പോൾ അതിനെ മുളയിലേ നുള്ളിക്കളയുകയും അതിനു സാദ്ധ്യമല്ലാതെ വരുമ്പോൾ സ്വച്ഛമായ ഒരു സ്ഥലത്തു ചെന്ന് ഓങ്കാരം ജപിച്ചു കൊണ്ടിരിക്കുകയും ചെയ്താൽ നിങ്ങൾക്ക് നിങ്ങളുടെ മനസ്സിനെ സ്വസ്ഥമാക്കാൻ കഴിയും, സുഖം നേടാൻ കഴിയും എന്നാണ് വളരെ വിദ്യാഭ്യാസമുള്ള രാമാതീർത്ഥൻ പോലും പറയുന്നത്. ഇതു തെറ്റാകാം, ശരിയാകാം. പക്ഷേ ഇതു ജീവിതത്തെ നേരിടുവാനുള്ള ഒരു പ്രാചീന തന്ത്രമാണ്.

ഇച്ഛയെ ഉപേക്ഷിച്ച് ഇച്ഛയെ ജയിക്കുക, ആഗ്രഹങ്ങളെ നിരാകരിച്ച് ആഗ്രഹങ്ങളെ ജയിക്കുക, ചിത്ത വൃത്തികളെ നിരോധിച്ച് ചിത്തത്തെ ജയിക്കുക. 'യോഗാഃ ചിത്തവൃത്തിനിരോധഃ' പതഞ്ജലിയുടെ യോഗ നിർവ്വചനമാണിത്. ഈ നിർവ്വചനത്തിന്റെ അർത്ഥം മനസ്സിന്റെ മൃഗീയമായ സ്വഭാവം, മനസ്സിന്റെ ചഞ്ചലത്വം, 'മനോ ദുർനിഗ്രഹം ചലം' എന്ന പ്രസിദ്ധമായ മുദ്രാവാക്യമനുസരിച്ച് മനസ്സു ചലിച്ചുകൊ ണ്ടിരിക്കുന്ന ഒന്നാണെന്നും മനസ്സിനെ നിയന്ത്രിക്കുന്നവൻ സുഖം പ്രാപിക്കുന്നു എന്നുമുള്ളത് ഇച്ഛാ ഭംഗം ഒഴിവാക്കാനുള്ള ഒരു മാർഗ്ഗ മാണ്. ഇതു വളരെ ലളിതമായ ഒരു സൂത്രവാക്യമാണ്. മോഹഭംഗം ഒഴിവാക്കാൻ മോഹിക്കാതിരിക്കുകയും ഇച്ഛാഭംഗം ഒഴിവാക്കാൻ ഇച്ഛിക്കാതിരിക്കുകയും ചെയ്യുകയാണ് മൗലികമായ തന്ത്രം എന്നു ഭാരതീയർ കുറെക്കാലമെങ്കിലും പറയുകയെങ്കിലും ചെയ്തിരുന്നു. അവർ അതു പരീക്ഷിച്ചിരുന്നുവോ എന്നു സംശയമാണ്. അതുകൊണ്ട് നാം പ്രവർത്തിക്കുന്നവരെ നിന്ദ്യരായി കാണുകയും പ്രവർത്തിക്കാത്ത വരെ മാന്യരായി കാണുകയും ചെയ്തു വന്നു. നിവൃത്തി അഥവാ ഒന്നും ചെയ്യാതിരിക്കലാണ് വിശിഷ്ടമായ പ്രവൃത്തി എന്നും പ്രവൃത്തി എന്നത് നിസ്സാരമായ മനുഷ്യർ ചെയ്യുന്ന കർമ്മങ്ങളാണ് എന്നും പ്രവൃത്തി ദുഃഖത്തിനു കാരണമാകുന്നു എന്നുമുള്ളത് ഭാരതീയർ വളർത്തിയെടുത്ത ഒരു ജീവിത രീതി ആകുന്നു. ഇതിന്റെ ഒരു ഫലം ഭിക്ഷക്കാരെ മാന്യരായി കാണുക എന്നുള്ളതാണ്. ഗൃഹസ്ഥന്മാർ അമാന്യന്മാരായിത്തീരുകയും അവർ കാമക്രോധ ലോഭങ്ങൾക്ക് അടിപ്പെട്ടവരായിത്തീരുകയും മറിച്ച് അവരുടെ അദ്ധ്വാനത്തിന്റെ ഫലം അനുഭവിക്കുന്ന ഭിക്ഷാം ദേഹികൾ മാന്യരും വന്ദ്യരും ആയിത്തീരുകയും ചെയ്യുന്നു. അതുകൊണ്ട് ഇന്ത്യൻ

സംസ്കാരം ദീർഘകാലം ഭിക്ഷക്കാരെ ബഹുമാനിക്കുകയും നമ്മുടെ ധർമ്മം എന്ന പദം ധർമ്മക്കാരൻ എന്ന പദത്തോട് ചേർന്നു നിൽക്കുകയും ചെയ്യുന്നു. 'ധർമ്മം ധർമ്മക്കാരനുമായീപോലും' എന്നു വൈലോപ്പിള്ളി ഈ വൈപരീത്യത്തെക്കുറിച്ചു പറഞ്ഞിട്ടുണ്ട്. എങ്ങനെയാണ് ഒരു ധർമ്മവും ചെയ്യാത്ത ആളെ നാം ധർമ്മക്കാരൻ എന്നു വിളിക്കുന്നത്?

ഒരു ധർമ്മവുമില്ലാത്തവനാണ് ധർമ്മക്കാരൻ; അഥവാ പ്രവൃത്തി ചെയ്യുന്നത് നിന്ദ്യമായിത്തീരുകയും നിവൃത്തി അഥവാ പ്രവൃത്തി ചെയ്യാതിരിക്കൽ മാന്യമായിത്തീരുകയും ചെയ്യുന്ന ഒരു സമുദായത്തിൽ മാന്യനായ മനുഷ്യൻ ഭിക്ഷുവാണ്. ഭിക്ഷുവിന്റെ ഏറ്റവും വലിയ ഗുണം അയാൾ ഒരു അവധൂതനായിത്തീരുമ്പോൾ ചെന്നിടത്ത് ഉറങ്ങുകയും കിട്ടിയതു ഭക്ഷിക്കുകയും നാളെയെക്കുറിച്ച് ചിന്തിക്കാതിരിക്കുകയും ചെയ്യുന്ന ഒരു സർവതന്ത്ര സ്വതന്ത്രനായിരിക്കുന്നുവെന്നതാണ്. ബൗദ്ധ കാലങ്ങളിലെ സർവ്വകലാശാലകൾ ആയിരുന്ന സ്ഥലം കുഴിച്ചു നോക്കിയപ്പോൾ കണ്ടതായി പറയുന്ന കാര്യം, ബൗദ്ധ വിദ്യാലയങ്ങളിൽ, അവിടുത്തെ ഹോസ്റ്റലുകളിൽ അടുക്കളകളില്ല എന്നതാണ്. അതിനു കാരണം അവിടെ അരി വച്ചിരുന്നില്ല എന്നതാണ്. അവിടുത്തെ വിദ്യാർത്ഥികൾ തെണ്ടീശ്വരന്മാരായിരുന്നു എന്നതാണിതിനു കാരണം. രാവിലെ എഴുന്നേൽക്കുക, ധ്യാനിക്കുക, അടുത്തുള്ള ഗ്രാമങ്ങളിൽ ഭിക്ഷയെടുക്കാൻ പോവുക- ഇതായിരുന്നു വിദ്യാർത്ഥികളുടെ അന്നത്തെ രീതി. ബ്രാഹ്മചാരികളെ അഥവാ ഒരു വലിയ വിദ്യാർത്ഥി സമൂഹത്തെ നിലനിർത്തിപ്പോന്നത് അവർക്കു ചുറ്റുമുള്ള ഗ്രാമങ്ങളിലെ അദ്ധ്വാനിക്കുന്ന ജനങ്ങളും കാർഷിക വൃത്തിയുമായിരുന്നു എന്ന് ഇന്നു തെളിഞ്ഞിട്ടുണ്ട്. ഇത് സമുദായത്തിൽ ഒരു ക്രൈസിസ് ഉണ്ടാക്കി. ബുദ്ധമതത്തിന്റെ പരാജയത്തിന്റെ ഒരു കാരണം ഭിക്ഷുക്കളുടെ ജീവിതരീതി വളരെ എളുപ്പമായ ഒന്നാണ് എന്നത് വളരെ വ്യാപകമായ വിശ്വാസമായിത്തീർന്നു എന്നതാണ്. ഇത്തരം വിശ്വാസങ്ങളെയാണ് മധ്യമവ്യയോഗം തുടങ്ങിയ നാടകങ്ങളിൽ നമ്മുടെ കവികൾ പരിഹസിച്ചു പോന്നത്. ആരാനും പണിയെടുക്കുക, ഞാൻ ജീവിക്കുക. ഇങ്ങനെ അന്യന്റെ അധ്വാനം കൊണ്ടു ജീവിച്ചുപോന്ന ആൾക്കാരെ നാം എന്നും ബഹുമാനിക്കുകയും ചെയ്തിട്ടുണ്ട്. ഒരുപക്ഷേ ബുദ്ധമതത്തിന്റെ പ്രചാരത്തിന്റെ ഫലമായി ഉണ്ടായ ഈ ഒരു വൈപരീത്യത്തോടുള്ള എതിർപ്പ് കാളിദാസന്റെ ഗാർഹസ്ഥ്യ പ്രശസ്തിയിൽ കാണാം. കാളിദാസൻ, ഗൃഹസ്ഥാശ്രമത്തെ പ്രകീർത്തിക്കാനുള്ള കാരണം ഗൃഹസ്ഥാശ്രമം അത്ര വലിയ ആശ്രമമായതുകൊണ്ടല്ല, മറിച്ച് ഗൃഹസ്ഥനാണ് ഈ ലോകത്തിലെ മറ്റുള്ള എല്ലാപേരെയും തീറ്റിപ്പോറ്റുന്നത് എന്നതിനാലാണ്. നാം പലപ്പോഴും ഇക്കാര്യങ്ങൾ ഓർക്കും. ഇന്ത്യയിൽ ആദ്യമൊരു യുദ്ധമുണ്ടായപ്പോൾ

നാം ആദ്യം 'ജയ് ജവാൻ' എന്നു പറയുകയും പിന്നീട് 'ജയ് കിസാൻ' എന്നു പറയുകയും ചെയ്തു. പട്ടാളക്കാരൻ യുദ്ധം ചെയ്യണമെങ്കിൽ, അവന്റെ വയറ് യുദ്ധ സന്നദ്ധമായിത്തീരണമെന്നും, ഒരു കർഷകന്റെ അധ്വാനത്തിന്റെ ഫലമായാണ് ഒരു യോദ്ധാവ് തന്റെ രാജ്യം സംരക്ഷിക്കുവാൻ സമർത്ഥനായിത്തീരുന്നത് എന്നും ആണ് അതിന്റെ ആശയം.

ഇന്ത്യൻ സമ്പദ്‌വ്യവസ്ഥയുടെ പരാജയത്തിന് മൗലികമായ ഒരു കാരണം ആത്മരാമത്വമാണ്. അല്ലെങ്കിൽ സ്വയം സംതൃപ്തനായിത്തീരുക എന്ന ജീവിത രീതിയാണ് ഏറ്റവും ഉൽകൃഷ്ടമായതെന്ന് ഏതോ ഒരു കാലത്ത് ഇന്ത്യൻ ജനത വ്യാപകമായി വിശ്വസിച്ചു പോന്നതാണ്. അതുകൊണ്ട് നാം അധ്വാനിക്കുന്നതിനു പകരം ലോകത്തിന്റെ പരമമായ തത്വം എന്താണെന്നു കണ്ടുപിടിക്കാൻ ശ്രമിച്ചു. നേരത്തെ പറഞ്ഞ കാര്യം ഇത് വ്യക്തമാക്കും. ഊണുകഴിച്ചാൽ ചോറ് തീർന്നു പോകും. വിരലു കുടിച്ചാൽ വിരൽ തീർന്നു പോവില്ല. ഇത് സുഖങ്ങൾ തേടിയുള്ള മനുഷ്യന്റെ അന്വേഷണത്തിന്റെ ഒരു ഘട്ടമാണ്. 'ഒരിക്കലും ഉണ്ടാൽ തീരാത്ത ഒരു ഉരുളയാണ് എനിക്കെന്റെ അമ്മ തരുന്നത്' എന്നതൊരു പഴഞ്ചൊല്ലാണ്. ഒരിക്കലും ഉണ്ടാൽ തീരാത്ത, കുടിച്ചാൽ തീരാത്ത ഒരു വിരലാണ് കുട്ടി തന്റെ കയ്യിൽ കൊണ്ടുനടക്കുന്നത്. അതുകൊണ്ട് തന്റെ വിരൽ തന്റെ ജീവിതത്തിന്റെ പരമ സൗഭാഗ്യത്തിന്റെ ലക്ഷണമായിത്തീരുന്നു.

ഇങ്ങനെ വസ്തുക്കളിൽ നിന്നു സുഖത്തെ മാത്രം വേർതിരിച്ചെടുക്കാൻ കഴിയുമോ എന്നൊരന്വേഷണം ഇന്ത്യയിലും ഇന്ത്യക്കു പുറത്തും വളരെക്കാലം നടന്നു പോന്നിരുന്നു. എല്ലാ വസ്തുക്കളിൽ നിന്നും അതിന്റെ രസം വേർതിരിച്ചെടുക്കുക, ഇതിനെ നാം 'രസസിദ്ധാന്തം' എന്നു പറയുന്നു. ഒരു കലാ സൃഷ്ടിയിൽ നിന്ന് അതിന്റെ രസം വേർതിരിച്ചെടുക്കുക, വെറ്റിലയിൽ നിന്ന് അതിന്റെ രസം വേർതിരിച്ചെടുക്കുക. വെറ്റില തിന്നുന്നതിന്റെ ഒരു സവിശേഷത വെറ്റില ഒരിക്കലും തിന്നുന്നില്ല എന്നുള്ളതാണ്. വെറ്റില ചവയ്ക്കുകയും, വീണ്ടും ചവയ്ക്കുകയും അതിന്റെ രസം മാത്രം അനുഭവിച്ചു കൊണ്ടിരിക്കുകയും, എത്ര തിന്നാലും നമ്മുടെ വയറ് നിറയാതെയിരിക്കുകയും ചെയ്യുന്നു. രസാസ്വാദനത്തിനുള്ള ഒരു മനുഷ്യ സാങ്കേതിക തന്ത്രമാണ് വെറ്റില ചവയ്ക്കുക എന്നത്. ഇത് ഒരു സാംസ്കാരിക തന്ത്രമാണ്. അതുകൊണ്ട് വെറ്റില ചവയ്ക്കുന്ന ഒരു മുത്തശ്ശിക്ക് ഭക്ഷണം കിട്ടിയില്ലെങ്കിലും വലിയ വിരോധമില്ല. ഈ വെറ്റിലയെ ആധുനികമനുഷ്യൻ ഒരു ച്യൂയിംഗം കൊണ്ട് സബ്സ്റ്റിറ്റ്യൂട്ട് ചെയ്യുകയും എപ്പോഴും ചവയ്ക്കുവാനുള്ള, ഒരിക്കലും തിന്നാൻ കഴിയാത്ത ഒരു വസ്തു വായിലിട്ട് ചവച്ചു ചവച്ചുകൊണ്ടിരിക്കുമ്പോൾ അത് കേവലം സുഖം മാത്രം തരികയും ഒരിക്കലും നിങ്ങൾക്ക് ഉദരരോഗം

വരുത്താതിരിക്കുകയും ചെയ്യുന്നു. രസാസ്വാദനത്തിനുള്ള ആധുനിക മനുഷ്യന്റെ ഒരു തന്ത്രം അവന്റെ ച്യൂയിംഗം ആണെന്നു വരുന്നു. ഇത് ഒരു താന്ത്രിക വിദ്യയാണ് എന്നർത്ഥം. ലോകത്തുള്ള വസ്തുക്കളിൽ നിന്ന് അതിന്റെ രസം വേർതിരിച്ചെടുക്കുന്നതു പോലെ, എള്ളിൽ നിന്ന് എണ്ണ വേർതിരിച്ചെടുക്കുന്നതു പോലെ, താംബൂലത്തിൽ നിന്ന് രസം വേർതിരിച്ചെടുക്കുന്നതു പോലെ എങ്ങനെ ഒരു മനുഷ്യനിൽ നിന്നും അവന്റെ രസം വേർതിരിച്ചെടുക്കാമെന്നത് സാഹിത്യത്തിലെ ഒരന്വേഷ ണമാണ്. അതുകൊണ്ട് ഒരു കലാസൃഷ്ടിയുടെ ഉത്തമമായ ലക്ഷ്യം അത് രസത്തിനുണ്ടാക്കിയ ചട്ടക്കൂടാണ് എന്നു ഞങ്ങൾ കുട്ടികളെ പഠിപ്പിച്ചു പോന്നു. ലോകത്തിലെ ഏറ്റവും വലിയ വസ്തുത ദൈവമായതുകൊണ്ട് ദൈവം പ്രപഞ്ചത്തിന്റെ രസമാണ് എന്നു ഭാരതീയർ പറഞ്ഞു വന്നു.

ഇങ്ങനെ ലോകത്തെ എല്ലാ വസ്തുക്കളുടെയും രസം അതിൽ നിന്നു വേർതിരിച്ചെടുക്കുകയും ഈ രസത്തെ ആസ്വദിച്ചുകൊണ്ട് ഒരിക്കലും അവസാനിക്കാത്ത രസാസ്വാദനം ഉണ്ടാക്കിത്തീർക്കുവാൻ എന്താണ് മാർഗം എന്നന്വേഷിക്കുകയും ചെയ്തതിന്റെ ഒരു ഫലമാണ് നമ്മുടെ വാത്സ്യായനന്റെ കാമസൂത്രം. ഒരിക്കലും അവസാനിക്കാത്ത രതിസുഖം എങ്ങനെ മനുഷ്യനു നേടാം എന്നുള്ള ഭാരതീയ മൂഢാ ന്വേഷണത്തിന്റെ ഒരു ഫലമാണിത്. ഒരു ബുദ്ധിയുള്ള മനുഷ്യനും ഇത്തരത്തിലുള്ള വിഡ്ഢിത്തം തലയിൽ തോന്നാൻ വയ്യ. കാരണം അത് ശാരീരികമായ ഒരു പ്രവർത്തനത്തിന്റെ സ്വാഭാവികമായ ഒരു ഫലമാ ണെന്നും അത് ശാശ്വതീകരിക്കുകയല്ല ജീവിതത്തിന്റെ ലക്ഷ്യമെന്നും വാത്സ്യായനനെങ്കിലും മനസ്സിലാക്കേണ്ടതായിരുന്നു. പക്ഷേ ഒരു കാലഘട്ടത്തിലെ ഭാരതീയ ജനത മുഴുവൻ, ആദ്ധ്യാത്മികവാദികളാണ് എന്നു നാം കരുതിയിരുന്ന ജനങ്ങൾ മുഴുവൻ, നടത്തിയത് ഒരിക്കലും അവസാനിക്കാത്ത രതിസുഖം എങ്ങനെ നേടിയെടുക്കാമെന്ന അന്വേഷണമായിരുന്നു. ഇതിനു ചെറിയ കാരണം, എല്ലാ രതിക്രിയ യുടെയും അവസാനം മനുഷ്യൻ ക്ഷീണിച്ചു പോവുന്നു എന്നുള്ളതാണ്. ഇതുകൊണ്ട് നാം രതിസാദം എന്നതു മരണം ആണെന്ന് കരുതുകയും രതിസാദം എന്നത് യക്ഷി നമ്മെ പനയുടെ മുകളിലേക്കു കൊണ്ടുപോയി പല്ലും മുടിയും ഒഴിച്ച് ബാക്കിയെല്ലാം കടിച്ചീമ്പിയെടുക്കുന്ന ഒന്നാണ് എന്നു കരുതുകയും ചെയ്തു. പുരുഷന്മാരുടെ ഈ ഭയത്തിൽ നിന്നാണ് ഒരുപക്ഷേ വാൽസ്യായനന്റെ കാമശാസ്ത്രമുണ്ടായത്. ഇത് ഭാരതീയ രുടെ അവസാനിക്കാത്ത സുഖാസ്വാദനത്തിനുള്ള ഒരു മാർഗമായിരുന്നു. ഞാനിതോർക്കാൻ കാരണം, ഞങ്ങളുടെ പഴയ പ്രൈമറി സ്കൂളിലെ അറബിപണ്ഡിതനും മലയാള പണ്ഡിതനും കൂടി ഇതുപോലുള്ളൊരു പ്രയത്നത്തിലേർപ്പെട്ടിരുന്നു. അത് 1930-കളിലാണ്. രണ്ടുപേരും കൂടി

ചെയ്തത് പണ്ട് ചൈനയിൽ ചെയ്തിരുന്ന ഒരു വിദ്യയാണ്. ഒരു വിദ്യയെ നാം 'ആൽക്കെമി' എന്നു പറയുന്നു. ആൽക്കെമിയിൽ നിന്നാണ് കെമിസ്ട്രിയുണ്ടായത് എന്ന് ആളുകൾ വിശ്വസിക്കുകയും ചെയ്തിരുന്നു. ഈ രണ്ട് അധ്യാപകരും കൂടി ശ്രമിച്ചത് ചെമ്പ് പൊന്നാക്കിത്തീർക്കാനുള്ള ആയോധന മുറയാണ്. ഇത് കഥയല്ല, എന്റെ കുട്ടിക്കാലത്തെ അനുഭവമാണ്. അവർ ചെയ്ത വിദ്യ ചെമ്പ് ചെറിയ ശകലങ്ങളാക്കി നുറുക്കുകയും ഈ നുറുക്കിയ ചെമ്പു തകിടുകൾ പിണ്ണാക്കിൽ ചേർത്ത് ആദ്യം കോഴിക്ക് കൊടുക്കുകയുമാണ്. കോഴിയിൽ നിന്ന് ഏറെക്കുറെ ഒന്നോ രണ്ടോ മാറ്റുള്ള സ്വർണ്ണത്തിന്റെ നിറത്തിലാണത് പുറത്തു വരിക. അതിന്റെ കറ മുഴുവൻ ഇളകിയിട്ടുണ്ടാകും. ഇത് വീണ്ടും കോഴിക്കു കൊടുക്കുകയും അങ്ങനെ പിണ്ണാക്ക് തിന്നു കോഴി തടിച്ചു വരികയും ഞങ്ങളുടെ അറബി-മലയാളം അധ്യാപകർ ശോഷിച്ചു വരികയും ചെയ്തു. കൊടുവേലിക്കിഴങ്ങ് എന്നത് ആൽക്കെമിയിലെ പ്രധാനപ്പെട്ട ഒരൗഷധമായിരുന്നു. അതുകൊണ്ടാണ് നീലക്കൊടുവേലി എന്ന വാക്ക് പ്രചാരത്തിൽ വന്നത്. അവർ ഈ കിഴങ്ങെടുത്തിട്ടാണ് മറ്റൊരു രസായനം ചെയ്തിരുന്നത്. ഇങ്ങനെ ഞങ്ങളുടെ സ്കൂളിലെ അറബിക് അധ്യാപകൻ ഏഴു മാറ്റുള്ള സ്വർണ്ണം വരെ തങ്ങളുണ്ടാക്കിയെടുത്തു എന്ന് അവകാശപ്പെട്ടിട്ടുണ്ട്. ഏഴു മാറ്റുള്ള സ്വർണ്ണവുമായി ഒരു തട്ടാന്റെ അടുത്തേക്ക് പോവാനാവാത്തതിനാൽ അദ്ദേഹം വളരെ ദരിദ്രനായി, കുറെ മക്കളുടെ പിതാവായി മരിച്ചു പോവുകയും ചെയ്തു.

പക്ഷേ ഇതിലടങ്ങിയ ഒരു തത്വമുണ്ട്. ചൈനയിലും അറേബ്യയിലും ദീർഘകാലം പരീക്ഷിച്ചിരുന്ന തത്വം; അടിസ്ഥാന ലോഹങ്ങളെ എങ്ങനെ സ്വർണ്ണമാക്കാം എന്ന തത്വം. ഈ ചിന്തയുടെ മറ്റൊരു വശമാണ് ഒരടിസ്ഥാന മനുഷ്യനെ എങ്ങനെ ഒരു സുവർണ മനുഷ്യനാക്കാം എന്നുള്ളത്. അതായത്, നിങ്ങൾ ഒരു ചെമ്പു നീറ്റിക്കൊണ്ടിരിക്കുമ്പോൾ ചെമ്പു തകിടുകൾ മാത്രമല്ല നീറ്റുന്നത്, നിങ്ങളുടെ ഹൃദയത്തെയും നീറ്റുന്നു എന്നും നിങ്ങൾ ഒരു പരിവർത്തനത്തിനു വിധേയമായിത്തീരുന്നു എന്നുമാണ് രാസപ്രവർത്തനത്തിന്റെ പ്രധാനമായ ഒരു തത്വം. ആൽക്കെമി എന്ന ആശയത്തിന് രണ്ടു മുഖമുണ്ട്. ഒന്ന്, അത് പദാർത്ഥത്തെ അതിന്റെ വിശുദ്ധിയിലേക്ക് കൊണ്ടുപോകുന്ന ഒരു രാസപ്രവർത്തനവും മറ്റൊന്നു മനസ്സിനെ അതിന്റെ വിശുദ്ധിയിലേക്കു കൊണ്ടുപോകുന്ന ഒരു ആത്മീയ പ്രവർത്തനവുമാണ്. ഇങ്ങനെ ആത്മീയമായ വിശുദ്ധിക്കു വേണ്ടി ശ്രമിച്ചിരുന്ന ഭാരതീയർ അതിന് പല മാർഗ്ഗങ്ങൾ ഉപയോഗിച്ചിരുന്നു. അതിൽ ഒരു മാർഗ്ഗമാണ് ഞാൻ നേരത്തെ സൂചിപ്പിച്ച നിരാസം അഥവാ സന്യാസം, വൈരാഗ്യം, ഉപേക്ഷ എന്നിങ്ങനെയൊക്കെ വിവക്ഷിക്കപ്പെടുന്ന തത്വം. വൈരാഗ്യം

എന്ന വാക്ക് വിശിഷ്ടമായി കരുതുന്ന ഒരേയൊരു ജനത ഭാരതീയരായിരിക്കും. എനിക്കു നിങ്ങളോട് വൈരാഗ്യം ഉണ്ട് എന്നത് മനോഹരമായ ഒരു വാക്യം അല്ല. പക്ഷേ വൈരാഗ്യത്തെയാണ് ഏറ്റവും വിശിഷ്ടമായ ഒരു മാനസിക ഗുണമായി ഏറെക്കാലം നാം പുകഴ്ത്തിപ്പോന്നത്. '

വൈരാഗ്യമേറിയൊരു വൈദികനാട്ടെ' എന്നാരംഭിക്കുന്ന കുമാരനാശാന്റെ വരികൾ തന്റെ തന്നെ മനസ്സിനെ ആവരണം ചെയ്തു കൊണ്ടിരിക്കുന്ന വൈരാഗ്യ സങ്കല്പത്തിൽ നിന്ന് രാഗസങ്കല്പത്തിലേക്ക് തന്റെ മനസ്സിനെയും കേരളീയ ജനതയെയും തിരിച്ചു കൊണ്ടുവരുവാൻ അദ്ദേഹം നടത്തിയ ഒരു യത്നമായിരുന്നു. അതുകൊണ്ട് ഒരു വൈദികന് ഒരു പൂവിനോട് സ്നേഹം തോന്നി എന്നു പിന്നീട് ഒരു സന്യാസിക്ക് തന്റെ കാമുകി മരിച്ചു കഴിഞ്ഞതിനു ശേഷമെങ്കിലും, നളിനി മരിച്ചു കഴിഞ്ഞതിന് ശേഷമെങ്കിലും, നളിനിയോട് എന്തോ ഹൃദയപൂർവ്വമായ ഒരു അടുപ്പം തോന്നി എന്നും വേശ്യയായ വാസവദത്ത കരുണയിൽ മോക്ഷം പ്രാപിക്കുകയും ഉത്തമനായ ഉപഗുപ്തൻ മോക്ഷം പ്രാപിക്കാതിരിക്കുകയും ചെയ്യുന്നു എന്നുകൂടി എഴുതിവച്ചിട്ടാണ് ആശാൻ മരണം പ്രാപിച്ചത്. ഇന്ത്യയിലെ നവോത്ഥാന - റൊമാന്റിക് കാലഘട്ടം ഇങ്ങനെ വൈരാഗ്യ മാർഗ്ഗത്തിൽ നിന്ന് രാഗമാർഗ്ഗത്തിലേക്ക്, സന്യാസത്തിൽ നിന്ന് ജീവിത്തിലേക്ക് തിരിച്ചുവരാം എന്നുള്ളതിനെക്കുറിച്ചുള്ള വലിയൊരന്വേഷണമായിരുന്നു. അതുകൊണ്ടാണ് അന്നത്തെ സന്യാസിയായിരുന്ന വിവേകാനന്ദൻ നിങ്ങൾക്ക് ഗീത പഠിച്ച് ഈശ്വരന്റെ അരികിലെത്തിച്ചേരുന്നതിനേക്കാൾ എത്രയോ എളുപ്പം ഫുട്ബോൾ കളിച്ച് ഈശ്വരന്റെ അരികിലെത്താം എന്നു പറഞ്ഞത്. വിവേകാനന്ദൻ ഇങ്ങനെ പറഞ്ഞുവെങ്കിലും നാം ഇപ്പോഴും ഗീത പഠിക്കുകയും ഫുട്ബോൾ കളിക്കാതിരിക്കുകയും എന്നിട്ടും വിവേകാനന്ദനെ അനുസരിക്കുന്നു എന്നു വിശ്വസിച്ചുകൊണ്ടിരിക്കുകയും ചെയ്യുന്നു.

●

മതവും ശാസ്ത്രവും

ഇന്ത്യൻ സംസ്കാരത്തിന് വന്നുചേർന്ന ഒരു പരിവർത്തനം ഒരു വ്യക്തിയുടെ മോക്ഷമാണോ മതത്തിന്റെ ലക്ഷ്യമായിരിക്കേണ്ടത് എന്ന മൗലികമായ ചോദ്യത്തിന് ഉണ്ടായിട്ടുള്ള ഉത്തരങ്ങളാണ്. ഒരുപക്ഷേ വിവേകാനന്ദന്റെ മനസ്സിലും ശ്രീരാമകൃഷ്ണന്റെ മനസ്സിലും ശ്രീനാരായണന്റെ മനസ്സിലും ഉണ്ടായിരുന്നത് വ്യക്തിപരമായ മോക്ഷത്തിന്റെ ഈ സാമൂഹ്യവൽക്കരണമാണ്. അതുകൊണ്ടാണ് അവനവനാത്മസുഖത്തിനാചരിക്കുന്നവ അപരന്ന് ഗുണത്തിനായി വരേണം എന്ന, ഞാൻ പഠിച്ചതിൽ വച്ച് പ്രയോജനപ്പെട്ട ഒരേ ഒരു സിദ്ധാന്തം, ശ്രീനാരായണഗുരു പറയാനിടയായത്. ഇത് സമുദായ ജീവിതത്തെക്കുറിച്ചുള്ള പരമമായ തത്വമാണ്, എന്നുമാത്രമല്ല ഒരു സന്യാസിയുടെ ഐഹിക ജീവിതത്തിലേക്കുള്ള തിരിച്ചു വരവിനെക്കൂടി ഇതു കാണിക്കുന്നു. ശ്രീനാരായണൻ തന്റെ കുടുംബത്തെ ഉപേക്ഷിച്ച് വനാന്തരങ്ങളിലേക്കു പോവുകയും വനാന്തരങ്ങളുപേക്ഷിച്ച് കേരളത്തിലേക്കു തിരിച്ചു വരികയും ചെയ്തുവെന്നതാണ് അദ്ദേഹത്തിന്റെ ജീവിതവൃത്തത്തെ പൂർണമാക്കുന്നത്. അത് നമ്മുടെ ചരിത്ര ബന്ധത്തെ പൂർണമാക്കുകയും ചെയ്യുന്നു. ഒരു സന്യാസിയുടെ സാക്ഷാത്ക്കാരം എന്നത് സമുദായത്തിലുണ്ടാകേണ്ടതാണ് എന്നു മനസ്സിലാക്കിയതാണ് നവോത്ഥാന കാലത്ത് ഇന്ത്യൻ മനസ്സിനു വന്നുചേർന്ന ഒരു പ്രധാന പരിവർത്തനം. അതോടു കൂടി ഇവിടുത്തെ സന്യാസിമാരെല്ലാം രാഷ്ട്രീയക്കാരായിത്തീരുകയും പിന്നീട് സന്യാസിമാർ മാത്രം രാഷ്ട്രീയക്കാരാവുകയും ചെയ്യുന്ന ഒരു സ്ഥിതി വന്നു ചേർന്നുകൊണ്ടിരിക്കുകയും ചെയ്യുന്നു.

ഇത് ഇന്ത്യാ ചരിത്രത്തിലെ വളരെ പ്രധാനപ്പെട്ട ഒരു മാറ്റമാണ്. ഇന്ത്യയിലെ എല്ലാ മാറ്റങ്ങളും മതത്തിൽക്കൂടിയേ സംഭവിക്കൂ എന്നു വിവേകാനന്ദൻ വീണ്ടും വീണ്ടും പ്രസംഗിച്ചു നടക്കാറുണ്ടായിരുന്നു.

അതിന് ഞങ്ങൾ മനസ്സിലാക്കിയ അർത്ഥം, ഇന്ത്യയിലെ വൈരാഗ്യ മാർഗ്ഗത്തിന് മൗലികമായ ഒരു പരിവർത്തനം വരേണ്ടതാണെന്നും അത് രാഗത്തിന്റെ, അഥവാ സമുദായത്തിൽ സാക്ഷാത്കരിക്കപ്പെടു ന്നതാണ് മോക്ഷം എന്നുള്ള തത്വത്തിന്റെ കണ്ടെത്തലാണ് എന്നുമാണ്. അതുകൊണ്ട് ഒരു സന്യാസിയായി ഋഷികേശത്തിലേക്കു പോകുന്നതിനു പകരം ഉയരങ്ങളിൽ നിന്ന് വിവേകാനന്ദൻ താഴേക്കിറങ്ങി വരികയും തന്റെ സുഹൃത്തുക്കളായ പത്തുപതിനഞ്ചു സന്യാസിമാരോടു കൂടി ഇന്ത്യ മുഴുവൻ അലഞ്ഞു നടക്കുകയും ഇന്ത്യയിൽ ആശ്രമങ്ങൾ സ്ഥാപിക്കുക യും കൂട്ടത്തിൽ കേരളത്തെ ഒരു ഭ്രാന്താലയം എന്നുവിളിച്ച് മടങ്ങിപ്പോ വുകയും ചെയ്തു. ഇത് വിവേകാനന്ദന്റെ മഹത്വമാണോ എന്നെനിക്കറി ഞ്ഞുകൂടാ. പക്ഷേ ഇന്ത്യാ ചരിത്രത്തിലെ ഒരു വലിയ സംഭവമാണ്, ഒരു വലിയ അട്ടിമറിയാണ് വാസ്തവത്തിൽ ഇന്ത്യൻ നവോത്ഥാന കാലത്ത് നടന്നത്. അതുകൊണ്ട് ഇന്ത്യയിലെ സന്യാസിമാർ ആവശ്യപ്പെട്ടത് ഇവിടെ വ്യവസായങ്ങൾ വേണമെന്നും ഇവിടെ വിദ്യാഭ്യാസ സ്ഥാപ നങ്ങൾ വേണമെന്നുമാണ്. ശ്രീനാരായണൻ പറഞ്ഞത് ഇന്ത്യയിലും കേരളത്തിലും വ്യവസായങ്ങൾ വേണം എന്നാണ്. കുമാരനാശാൻ പറഞ്ഞത് ഇവിടെ കവിത മാത്രം പോരാ ഓട്ടുകമ്പനി കൂടെ വേണം എന്നാണ്. അതുകൊണ്ടദ്ദേഹം ആലുവയിൽ ഒരു ഓട്ടുകമ്പനി സ്ഥാ പിക്കുകയും അദ്ദേഹത്തേക്കാൾ സമർത്ഥമായി ഭാനുമതിയമ്മ അതു നടത്തിക്കൊണ്ടു പോവുകയും ചെയ്തു.

ഇത് നമ്മുടെ വൈരാഗ്യത്തിന്റെ മാനുഷിക പരിവർത്തനമാണെന്നു കാണാം. ഇന്ത്യൻ മനസ്സ് മാറാത്ത ഒരു സാധനമല്ല എന്നും, ഇന്ത്യൻ മനസ്സിന്റെ പ്രത്യേകമായ ഒരവസ്ഥയ്ക്ക് കാരണം അന്നത്തെ ഇന്ത്യ യുടെ ഭൗതികാവസ്ഥയാണെന്നും ഈ ഭൗതികാവസ്ഥയെ ഭേദിക്കാൻ കഴിയുമ്പോൾ ഇന്ത്യക്കാർ ജീവിതത്തിലേക്കു തിരിച്ചുവരും എന്നുമാണ് അതിന്റെ സാമാന്യമായ അർത്ഥം. ഇന്ത്യക്കാർ ആത്മീയവാദികളാണ് എന്നു പറയുന്നത് കേവലം ഒരു തമാശയാണ്. ഇന്ത്യക്കാർ ആത്മീയ വാദികളായിരുന്നുവെങ്കിൽ വൃദ്ധന്മാരെ ചെറുപ്പക്കാരാക്കി മാറ്റാനുള്ള ച്യവനപ്രാശം ഇന്ത്യയിൽ ഒരു മഹർഷി കണ്ടുപിടിക്കുമായിരുന്നില്ല. ഇന്ത്യയിൽ ആത്മീയതയ്ക്ക് നാം ഉദ്ദേശിക്കുന്ന പ്രാധാന്യം ഉണ്ടാ യിരുന്നെങ്കിൽ ഒരു മകനോട് വൃദ്ധനായ പിതാവ് നിന്റെ യൗവനം എനിക്കു തരിക, എനിക്കു ജീവിതം ആസ്വദിച്ച് മതിയായിട്ടില്ല എന്നു പറയുമായിരുന്നില്ല. നാം അത്തരം യയാതിമാരെയും പുരുവിനെയും കൊണ്ടാടുമായിരുന്നില്ല. ഒരു പിതാവും അനാത്മവാദികളുടെ നാട്ടിൽ പോലും മകനോട് നിന്റെ യൗവനം എനിക്കു തരൂ, എനിക്ക് യൗവനം മതിയായിട്ടില്ല എന്ന് പറയാൻ ധൈര്യപ്പെടില്ല. ആത്മീയവാദികളായ

ഭാരതീയരുടെ നാട്ടിൽ മാത്രമാണ് അച്ഛൻ മകനോടിങ്ങനെ പറയുകയും മകൻ അതനുസരിക്കുകയും ചെയ്യുന്നത്. ഈ അടിച്ചേൽപ്പിക്കപ്പെട്ട അനുസരണമാണ് ഇന്ത്യൻ ജീവിതത്തിന്റെ വലിയൊരു വൈപരീത്യത്തിനു കാരണം. ഇന്ത്യക്കാർ ഇന്ത്യക്കാരുടെ കുട്ടികളെ ഇങ്ങനെ നശിപ്പിക്കുവാനായുപയോഗിച്ചിരുന്നത് സ്നേഹം എന്ന ഒരു പ്രത്യേക മാർഗ്ഗമായിരുന്നു.

സ്നേഹമാണ് മനുഷ്യനെ നശിപ്പിക്കാനുള്ള പ്രധാനപ്പെട്ട ഒരു പകരണം. ഇന്ത്യക്കാരുടെ പ്രധാനപ്പെട്ട ഒരു കണ്ടുപിടുത്തമാണിത്. ഇത് എന്റെ ആശയമല്ല. ദീർഘകാലം ഇന്ത്യൻ മനസ്സിനെക്കുറിച്ച് ഗവേഷണം നടത്തിയ ഒരു പാശ്ചാത്യ പണ്ഡിതൻ അഭിപ്രായപ്പെട്ടിട്ടുള്ളത് ഏറ്റവും ലാളിക്കപ്പെടുന്ന കുട്ടികൾ ഇന്ത്യയിലെ കുട്ടികളാണ് എന്നാണ്. ഏറ്റവും ലാളിക്കപ്പെടുന്ന കുട്ടി എന്നു പറഞ്ഞാൽ വളരാനനുവദിക്കപ്പെടാത്ത കുട്ടി എന്നാണർത്ഥം. 38 വയസ്സുവരെ വിദ്യാഭ്യാസം ചെയ്യുകയും "മുപ്പത്തെട്ടു വയസ്സിനുശേഷം മാത്രം നീ സർക്കാരുദ്യോഗം തേടിയാൽ മതി" എന്നു തീരുമാനിക്കുകയും ചെയ്യുന്ന ഒരേ ഒരു രാജ്യം ഭൂമിയിൽ ഇന്ത്യ മാത്രമായിരിക്കും. നമുക്ക് വളരെ നീണ്ട ഒരു ബാല്യം തരികയും ഈ നീണ്ട ബാല്യത്തിനിടയിൽ നിന്ന് നമ്മുടെ യൗവനം ആരോ മോഷ്ടിച്ചെടുക്കുകയും ചെയ്യുന്നു. തീർച്ചായായും ഇങ്ങനെ മോഷ്ടിക്കുന്നത് ഇവിടുത്തെ വൃദ്ധന്മാരാണ്; ഞങ്ങളാണ്. ഒരു കുട്ടിയെ സ്നേഹിച്ച് അവന്റെ ചുമലിൽ കയ്യിട്ടിട്ട് അവനെ വളരാൻ അനുവദിക്കാതിരിക്കുക, അവനെ ലാളിക്കുക, നെയ്യുരുളച്ചോറ് കൊടുക്കുക, എപ്പോഴും അമ്മയുടെ മടിയിലിരുത്തുക. 'ആറ്റിലേക്കൊരിക്കലും അച്യുതാ നീ പോകേണ്ട, വീട്ടിലെ പൊയ്കയിൽ പോയി നീന്താം' എന്ന് അവനോടെപ്പോഴും പറഞ്ഞു കൊണ്ടിരിക്കുക, ആറുകളും സമുദ്രങ്ങളും എപ്പോഴും അവന് അപ്രാപ്യങ്ങളും വീട്ടിലെ കളിക്കുളങ്ങൾ അവനെപ്പോഴും സുഗമങ്ങളും ആക്കിത്തീർക്കുക എന്നുള്ളത് ഭാരതീയ സ്നേഹത്തിന്റെ ഒരു വിപരീത തന്ത്രമായി എന്നും നിലനിന്നു പോന്നിട്ടുണ്ട്. അതുകൊണ്ട് നാം സ്നേഹം എന്നു പറയുന്നത് നമ്മുടെ വൈരാഗ്യം ആണ്. ഇതിനേക്കാൾ വളരെ സരളമനസ്കരായ ആഫ്രിക്കക്കാർ പണ്ടു പറയുന്നത് സത്യമാണെങ്കിൽ ആഫ്രിക്കക്കാരി ഒരമ്മയ്ക്ക് കുട്ടി കരയുന്നതു കേട്ട് ദേഷ്യം വന്നപ്പോൾ അതിനോട് അടങ്ങാൻ പറഞ്ഞു, വീണ്ടും അടങ്ങാൻ പറഞ്ഞു, അടങ്ങുന്നില്ല കുട്ടി എന്നു കണ്ടപ്പോൾ നെല്ലു കുത്തിക്കൊണ്ടു നിന്ന ഒരു സ്ത്രീ ആ കുട്ടിയെയും ഉരലിലിട്ടിടിക്കുകയാണ് ചെയ്തത്. ഇത് ഒരു വലിയ പാപമായി ഭാരതീയർ കരുതുന്നു. പക്ഷേ ഇതൊരു വലിയ സത്യസന്ധതയാണ്. നാം നമുക്ക് വെറുപ്പുള്ള കുട്ടികളെ സ്നേഹം നടിച്ചു കൊല്ലുകയും ആഫ്രിക്കക്കാർ വെറുപ്പുള്ള

കുട്ടികളെ ക്രോധം നടിച്ച് സ്നേഹിക്കുകയും ചെയ്യുന്നു എന്നുള്ളതാണ് രണ്ട് മനസ്സുകളും തമ്മിലുള്ള വ്യത്യാസം.

നുണ പറയുകയും ചെയ്യുകയും എന്നത് നമ്മുടെ ജീവിതത്തിന്റെ പരമമായ ഒരു തന്ത്രമായി നാം വളർത്തിയെടുത്തുകൊണ്ടുവരുന്നു. ഇത് നമ്മുടെ ജീവിതത്തെ ഒരുപാട് വിഷമിപ്പിച്ചിട്ടുണ്ട്. ഇന്ത്യയിൽ ആത്മീയവാദികളായി ആരെങ്കിലും ഉണ്ടോ എന്നു സംശയമാണ്. ആത്മീയവാദം പറയുമ്പോഴെല്ലാം അത് ശരീരവാദത്തിലെത്തിച്ചേരുന്നു. നാം ഈശ്വരനെ സൃഷ്ടിക്കുമ്പോഴെല്ലാം അത് ലൈംഗിക രൂപങ്ങളായി ത്തീരുന്നു. നമ്മുടെ പ്രധാനപ്പെട്ട ക്ഷേത്രങ്ങളിലൊന്ന് കൊണാർക്ക് ആവുന്നു. നമ്മുടെ ഋഷിമാരിലൊരാൾ കാമസൂത്രക്കാരനായിത്തീരുന്നു. എന്നിട്ടും നാം പറഞ്ഞുകൊണ്ടിരിക്കുന്നത് ഭാരതീയർ ആധ്യാത്മികത യുടെ വക്താക്കളാണ് എന്നാണ്.

നമുക്ക് ഭൗതികത തീരെ പറ്റുകയില്ലെന്നു പറയുമ്പോഴും ക്ഷേത്രങ്ങൾ, പ്ലാസ്റ്റിക് ഉപകരണങ്ങൾ നാം കിട്ടാവുന്നത്ര വാടകയ്ക്ക് വിൽക്കാൻ കൊടുക്കുകയാണ്. ഇന്ത്യയിലെ എല്ലാ ക്ഷേത്രങ്ങളും വാസ്തവത്തിൽ പ്ലാസ്റ്റിക് ഉത്പന്നങ്ങളുടെ വാണിഭ കേന്ദ്രങ്ങളായിത്തീർന്നിരിക്കുന്നു. എന്തുകൊണ്ടിതു നടക്കുന്നു? ദേവനെന്നത് വാങ്ങുവാനും വിൽക്കുവാ നുമുള്ള ഒരു സാധനമാണ് എന്നും ലോകത്തിലെ പലചരക്കുകളിലൊ ന്നാണ് ഈശ്വരനെന്നും ഉള്ള ഒരവസ്ഥയിലേക്ക് ഇന്ത്യൻ സമുദായം ഇന്നെത്തിച്ചേർന്നിരിക്കുന്നു. ഇത് ആത്മീയതയുടെ ഫലമല്ല. ഇത് ഭൗതികവാദത്തിൽ നിന്ന് നാം മൗലികമായി ഒരടി പോലും മുന്നോട്ടു പോയിട്ടില്ല എന്നതിന്റെ ഒരു ഫലമാണ്. വാസ്തവത്തിൽ ഇന്ത്യക്കാർ ക്കിന്നാവശ്യം കൂടുതൽ ആദ്ധ്യാത്മികവാദമാണ്. നാം നമ്മുടെ മനസ്സ് എന്നു പറഞ്ഞുകൊണ്ട് നമ്മുടെ ശരീരത്തെ പീഡിപ്പിച്ച് ജീവിക്കുന്നു. ഇതിന് പല മാർഗങ്ങളുണ്ട്. ഒരു ധ്യാനിയായ മനുഷ്യൻ, ഒരു രോഗി, സന്ന്യാസി എന്നിവർ എപ്പോഴും തന്റെ ശരീരത്തെക്കുറിച്ചു മാത്രമാണ് ചിന്തിച്ചുകൊണ്ടിരിക്കുന്നത്. ഒരു രോഗിയുടെ ഏറ്റവും വലിയ ദോഷങ്ങ ളിലൊന്ന് അയാൾ എപ്പോഴും തന്റെ ശരീരത്തെക്കുറിച്ച് ചിന്തിക്കുന്നു എന്നുള്ളതാണ്.

യോഗാഭ്യാസം കൊണ്ട് മനസ്സമാധാനം നേടാം. മനസ്സമാധാനം നേടാനുള്ള ഒരു മാർഗ്ഗം മനസ്സിനെ കൊല്ലുകയാണ്. മനസ്സ് നശിച്ചിട്ടുള്ള മനസ്സമാധാനമാണ് ഇന്ത്യക്കാർ എന്നും ആഗ്രഹിച്ചു പോന്നിട്ടുള്ളത്. ഒരു മനുഷ്യൻ സമുദായത്തിനു വേണ്ടി തന്റെ കർമങ്ങൾ അർപ്പിക്കു മ്പോൾ, അവൻ ഉണ്ടാക്കുന്ന ഉത്പന്നങ്ങളിൽക്കൂടി അവൻ ആഹ്ലാദി ക്കുമ്പോൾ അതാണവന്റെ ആഹ്ലാദം എന്ന യാഥാർത്ഥ സാമുദായിക

ബോധത്തിലേക്ക്, യഥാർത്ഥ ആത്മീയ ബോധത്തിലേക്ക് ഭാരതീയർ ഇനിയും വളരെ പതുക്കെ മാത്രമേ ഉണർന്നെത്തുന്നുള്ളു. ഇതാണ് ഇന്ത്യയിലെ ഇന്നത്തെ കാപട്യത്തിന്റെ ഒരവസ്ഥ. നാം നമ്മെത്ത ന്നെ ആത്മീയവാദികളെന്നു തെറ്റിദ്ധരിപ്പിക്കുന്നു. അതിന്റെ വളരെ കൗതുകകരമായ ഒരു ഫലം നാം ഇന്ത്യയിലിന്ന് ബഹുമാനിക്കുന്നത് പലതരം സാധനങ്ങൾ ഉപേക്ഷിക്കുന്നയാളുകളെയാണ്. മദ്യം, മാംസം, സ്ഥാനമാനങ്ങൾ, സമ്മാനങ്ങൾ എന്നിവ ഉപേക്ഷിക്കുന്ന ആളുകളെ നാം ബഹുമാനിക്കുന്നു. ഇത് വാസ്തവത്തിൽ നിഷേധാത്മകമായ ഒരു ജീവിത ദർശനമാണ്.

ത്യാഗമെന്നത് ജീവിതത്തിലെ ഒരു വലിയ അനുഗ്രഹമായി എന്നും ഇന്ത്യക്കാർ കരുതിപ്പോന്നിട്ടുണ്ട്. ഇതെപ്പോഴും ശരിയാകണമെന്നില്ല; പലപ്പോഴും ഒരു ദോഷമാകാം. അതായത് ഒരുവൻ ത്യാഗം ചെയ്യു മ്പോൾ അതുകൊണ്ടുണ്ടാകുന്ന ഒരു ഫലം ത്യാഗം ചെയ്യുന്ന മനുഷ്യൻ പറയുന്നത് ശരിയാണെന്നുള്ള തെറ്റിദ്ധാരണയാണ്. ഇത് മിക്കപ്പോഴും ശരിയാകണമെന്നില്ല. ഒരുദാഹരണം പറയാം; ഉപവാസം, ഇന്ത്യൻ സമരതന്ത്രത്തിലെ ഒരു ആയുധമായി. ഭക്ഷണം ഉപേക്ഷിക്കുന്നവൻ പറയുന്നത് ശരിയായിരിക്കാം എന്നുള്ളതാണ് അതിലുള്ള തന്ത്രം. ഒരു ശാസ്ത്ര രീതിയനുസരിച്ചും ഭക്ഷണമുപേക്ഷിക്കുന്നവൻ പറയുന്നതു ശരി യാകണമെന്നില്ല. അതുകൊണ്ട് ഇന്ത്യൻ സമരതന്ത്രത്തിന്റെ ഒരു ഘട്ട ത്തിൽ ഗാന്ധിജി ഹരിജനങ്ങൾക്കു വേണ്ടി ഉപവാസമനുഷ്ഠിക്കുകയും, ഗാന്ധിജിയുടെ ഉപവാസം കൊണ്ട് ക്രുദ്ധനായിത്തീർന്ന അംബേദ്കർ അടുത്തുതന്നെ വീണ്ടും ഉപവാസം തുടങ്ങുകയും അതോടുകൂടി ഗാന്ധിജി ഉപവാസമുപേക്ഷിക്കുകയും ചെയ്തു എന്നു നാം ചരിത്രത്തിൽ ഓർക്കുന്നു ണ്ട്. ഗാന്ധിജിയെക്കുറിച്ചുള്ള അനാദരം കൊണ്ടല്ല ഇങ്ങനെ പറഞ്ഞത്. മറിച്ച് ഉപവാസം, അതായത് ഭക്ഷണം നിഷേധിക്കുക എന്നുള്ളത്, മാംസവും സുഖഭോഗങ്ങളും നിഷേധിക്കുക എന്നുള്ളത്, എന്തുകൊണ്ടോ ശരിയുടെ പര്യായമായി നാം കരുതിപ്പോരുന്നു. ഞാൻ കമ്മ്യൂണിക്കേ റ്റ് ചെയ്യപ്പെടുന്നില്ല എന്നെനിക്കറിയാം. കാരണം നമ്മുടെ മനസ്സിൽ അത്രമാത്രം രൂഢമൂലമായ ഒരഭിപ്രായമാണിത്. അതുകൊണ്ട് ഞാനി പ്പറയുന്ന കാര്യങ്ങളെല്ലാം നിങ്ങളുടെ മനസ്സ് ഇപ്പോൾ പുറന്തള്ളിക്കൊ ണ്ടിരിക്കുകയാണ് എന്നെനിക്കു മനസ്സിലാകുന്നുണ്ട്.

ഒരു വ്യക്തി ഭക്ഷണമുപേക്ഷിക്കുന്നു എന്നത് അയാൾ പറയുന്ന കാര്യത്തെ ശരിയാക്കിത്തീർക്കുന്നില്ല എന്നു നാമിപ്പോഴും മനസ്സി ലാക്കിയിട്ടില്ല. ഇങ്ങനെ ഭക്ഷണമുപേക്ഷിച്ചവർ, ത്യാഗികളാണെന്നു നാം കരുതിയവർ, പിന്നീട് സ്വാതന്ത്ര്യത്തിന്റെ രണ്ടാം ഘട്ടത്തിൽ ത്യാഗം എന്നത് നദീമുഖങ്ങളിലെ ഫലഭൂയിഷ്ഠമായുള്ള ഭൂമിക്ക് വേണ്ടി,

രത്നങ്ങൾക്കു വേണ്ടി അന്ന് അനുഷ്ഠിച്ച ഒരു പ്രവർത്തനമായിരുന്നു എന്നു പിന്നീട് തെളിയിക്കുകയുണ്ടായി. എത്ര വേഗമാണ് ഒരു വലിയ ജനസമൂഹം മാറിത്തീരുകയും ത്യാഗികളുടെ ഒരു തലമുറ ഭോഗികളുടേതായിത്തീരുകയും ചെയ്തത് എന്നത് ഇന്ത്യാ ചരിത്രത്തിലെ ഒരു വലിയ അത്ഭുതമാണ്. അതിനു കാരണം ത്യാഗം എന്നത് ഒരു ഇന്ത്യൻ കപടതന്ത്രം ആയിരുന്നു എന്നതാണ്. ചരിത്രത്തിൽ ഇതാവശ്യമാകാം. കാമോഫ്ലാഷ് എന്നുള്ളത് ജീവിത തന്ത്രത്തിലെ ഒരു വിധിയാണ്. അതായത് നിങ്ങൾക്ക് ഒരു ജീവിയായി നിലനിൽക്കണമെങ്കിൽ ഈ തന്ത്രം പ്രയോഗിക്കണം.

ജപ്പാൻകാരുടെ തീരങ്ങളിലെ ഞണ്ടുകളെക്കുറിച്ച് വളരെ പ്രസിദ്ധമായ ഒരു കഥയുണ്ട്. ഞണ്ടുകളിൽ സന്യാസിമാരുടെ ഛായയുള്ളവ രക്ഷപെടുകയും അല്ലാത്തവ ജപ്പാൻകാരുടെ ഭക്ഷണമായിത്തീരുകയും ചെയ്യുകയാണ് പതിവ്. ജപ്പാൻകാർ ഒരു സാധനവും തിന്നാതെ വിടാറില്ല. പക്ഷേ സന്യാസി ഞണ്ടുകളെ ഒരിക്കലും തിന്നാറില്ല. അതിനു കാരണം ആ ഞണ്ടുകൾക്ക് അവരുടെ ഗുരുനാഥൻമാരായ സെൻ ആചാര്യന്മാരുടെ മുഖഛായ ഉണ്ടായിരുന്നു എന്നുള്ളതാണ്. ആകസ്മികമായി ഒരു ത്യാഗിയുടെ മുഖഛായയയുള്ള ഒരാളെ നാം ബഹുമാനിക്കുകയും അയാളെ - കൊല്ലേണ്ട (തിന്നേണ്ട) ഒരാളെ - പലപ്പോഴും കൊല്ലാതെ വിടുകയും, അയാൾ വീണ്ടും നാടുതോറും നടന്ന് ഞണ്ടിന്റെ വിക്രിയകൾ കാണിച്ചുകൊണ്ടിരിക്കുകയും ചെയ്യുന്നു എന്നതാണ് ഇന്ത്യൻ സന്യാസി ഞണ്ടുകളുടെ തലയിലെഴുത്ത്.

ഇന്ത്യയിൽ ഞണ്ടുകൾക്കു മാത്രമല്ല ഇങ്ങനെ സംഭവിച്ചിട്ടുള്ളത്. എന്റെ ഓർമ്മയനുസരിച്ച് 50-60 കൊല്ലം മുമ്പ് ഇന്ത്യയിലെ ഏതു തീവണ്ടിയിലും ഒരു സന്യാസിക്ക് ടിക്കറ്റില്ലാതെ യാത്ര ചെയ്യാമായിരുന്നു. എന്റെ കാരണവന്മാരിൽ പലരും അങ്ങനെ ഭാരത ദർശനം നടത്തിയിട്ടുള്ളവരാണ്. ഒരു കാവിമുണ്ടുടുത്താൽ ഒരു ടിക്കറ്റ് എക്സാമിനറും അയാളോടു ടിക്കറ്റ് ചോദിക്കുമായിരുന്നില്ല. അതിൽ ഒരു കാരണവർ പറഞ്ഞ കഥ ഞാനോർക്കുന്നു. ഒരു നദീ തീരത്തെ റെയിൽവേ സ്റ്റേഷനിലാണ് തീവണ്ടി ചെന്നത്. ടിക്കറ്റ് എക്സാമിനർ ടിക്കറ്റെവിടെ എന്നു ചോദിച്ചു. സന്യാസിമാർ മിക്കവാറും സത്യമേ പറയൂ. അതുകൊണ്ട് കാരണവർ അന്ന് തീവണ്ടിക്കല്ല വന്നതെന്നാണ് പറഞ്ഞത്. പിന്നെ എവിടെന്നാ വന്നത് എന്ന ചോദ്യത്തിന് നല്ല ഇരുട്ടുള്ള ആ സമയത്ത് അദ്ദേഹം കൈനീട്ടി കാണിച്ചു. ടിക്കറ്റ് എക്സാമിനർ ചിരിച്ചിട്ട് തിരിച്ചു പോവുകയും ചെയ്തു. രാവിലെ സന്യാസി റെയിൽവേ പ്ലാറ്റ്ഫോമിൽ ഉണർന്നെണീറ്റ് നോക്കിയപ്പോൾ താൻ കൈ നീട്ടിക്കാണിച്ച സ്ഥലം ഒരഗാധമായ പുഴയാണ് എന്നു കണ്ടെത്തി. ആ പുഴയിൽ നിന്നാണ്

താൻ വരുന്നതെന്നാണ് ഇന്നലെ നുണ പറഞ്ഞത്. എങ്കിലും ടിക്കറ്റ് എക്സാമിനർ അയാളെ പിടികൂടുകയോ ഫൈൻ ചെയ്യുകയോ ഉണ്ടായില്ല. കാരണം ഒരു സന്യാസിയേക്കാൾ ഫൈൻ ആയി ഒരിന്ത്യക്കാരനില്ലെന്ന് ടിക്കറ്റ് എക്സാമിനർക്ക് അറിയാം. അതുകൊണ്ട് നാം ചെയ്യുന്ന അശാസ്ത്രീയമായ പ്രവൃത്തി, ത്യാഗികളെ, അവരുടെ വാക്കുകളെ, ഒരുപക്ഷേ ആവശ്യത്തിലധികം ബഹുമാനിക്കുന്നു എന്നുള്ളതാണ്, ഇത് സമുദായ തന്ത്രത്തിലെ ഒരു തത്വമാണ്. ആരും ഉപേക്ഷിക്കുന്ന ആളുകളെ -രക്തസാക്ഷികളെ- ബഹുമാനിക്കുക; ത്യാഗം എന്നുള്ളത് ഇന്ത്യൻ ജീവിതത്തിന്റെ നിലനിൽപ്പിന് ദീർഘകാലമായി കൈവന്ന ഒരു കാര്യമാണ്. അതുകൊണ്ട് വിവാഹം കഴിക്കാത്ത ആളുകളെ നാം കൂടുതൽ ബഹുമാനിക്കുന്നു; വിവാഹിതരേക്കാൾ. അയാളെന്തായാലും നമുക്കു വിരോധമില്ല, വിവാഹം കഴിക്കരുതെന്നേയുള്ളു. ജോലി ചെയ്യാത്തവരെ നാം ബഹുമാനിക്കുന്നു - ജോലി ചെയ്യുന്നവരേക്കാൾ. എന്തായാലും അയാൾ ജോലി ചെയ്യരുത് എന്നു മാത്രമേയുള്ളൂ.

ഇങ്ങനെ നമ്മുടെ ജീവിത വീക്ഷണത്തിന്റെ ഒരു സവിശേഷത നിഷേധം എന്ന പ്രത്യേക മാനസിക തന്ത്രമായിത്തീരുന്നു. ഇത് ഒരു ദിവസം കൊണ്ട്പോയി എന്നുവരില്ല. അതുകൊണ്ട് ഇന്ത്യൻ ജനങ്ങൾ ഇപ്പോഴും അവർക്ക് കിട്ടുന്ന അനുഗ്രഹങ്ങളെ അനുഗ്രഹങ്ങളല്ലാതായി കരുതുകയും വാസ്തവത്തിൽ അവയെ വഴിമാറി വരുന്ന നിഗ്രഹങ്ങളായി കരുതുകയും ചെയ്യുന്നു. ഇന്ത്യയിലെ മുതിർന്നവർ കുട്ടികൾക്കുണ്ടാക്കിക്കൊടുക്കുന്നതും, ഗുരുക്കന്മാർ കുട്ടികളെ പഠിപ്പിച്ചു കൊണ്ടുവരുന്നതുമായ സാധനമാണ്'ഇന്ത്യൻ മനസ്സ്'. ഞങ്ങൾ കുട്ടികളെ പഠിപ്പിക്കുന്നത് ഗുരു ബ്രഹ്മാവാണെന്നും, വിഷ്ണുവാണെന്നും, പരമേശ്വരനാണെന്നും, സാക്ഷാൽ പരബ്രഹ്മമാണെന്നും ആണ്. അതിനുള്ള ഒരേ ഒരു തെറ്റ് 'ചന്തു വലിയൊരു അടിക്കാരനാണ്' എന്ന് ചന്തു പറഞ്ഞാൽ പോരാ എന്നു മാത്രമാണ്. ഗുരു വലിയൊരു ഗുരുവാണെന്ന് ഗുരു പറഞ്ഞാൽ പോരാ. പക്ഷേ ഇവിടുത്തെ ഗുരുക്കന്മാരെല്ലാം ഗുരു വലിയ ഗുരുവാണെന്ന് കുട്ടികളെ ധരിപ്പിക്കുകയും ഗുരു വലിയ ഗുരുവാണല്ലോ എന്ന് അവരുടെ മനസ്സിനെ സ്വയം പ്രത്യായനത്തിലൂടെ വിശ്വസിപ്പിച്ചു പോവുകയും അങ്ങനെ നമ്മുടെ മനസ്സ് ഏറെക്കുറെ ജഡീഭൂതമായിത്തീരുകയും ചെയ്യുന്നു. ഇത് ഒരു സൗകര്യമുള്ള സാങ്കേതിക വിദ്യയാണ്. അങ്ങനെ നമ്മുടെ സ്നേഹം കൊണ്ട് കുട്ടികൾക്കു വേണ്ടി നാം സർവ്വസ്വവും അർപ്പിക്കുമ്പോൾ നാം കുട്ടികൾ ഒരിക്കലും നമ്മേക്കാൾ മെച്ചപ്പെട്ടവരായിത്തീരുകയില്ല എന്ന കാര്യത്തിൽ ഉറപ്പുണ്ടാക്കുന്നു. ഇത് നമ്മുടെ പ്രധാനപ്പെട്ട തന്ത്രങ്ങളിലൊന്നാണ്. ഇത്തരത്തിലുള്ള ദീർഘകാല ജീവിതത്തിന്റ ഫലമായി ഇന്ത്യയിൽ വളരെ പ്രധാനപ്പെട്ട

മാനസിക പ്രതിരോധ രീതികളുണ്ടായിട്ടുണ്ട്. അതിൽ പ്രധാനം, ത്യാഗമാണ്, ഭോഗമല്ല ജീവിതത്തിൽ പ്രധാനം എന്നതാണ്.

ലോകത്തുള്ള എല്ലാ സുഖഭോഗങ്ങൾക്കും പാപത്തിന്റെ ഒരു കളങ്കമുണ്ട് എന്ന ഒരു തോന്നൽ നമ്മുടെ മനസ്സിലുണ്ടാക്കിത്തരുന്നു. അതുകൊണ്ട് സുഖിക്കുമ്പോൾ സുഖം എപ്പോഴും പാപസ്പർശമേറ്റ താണെന്ന തോന്നൽ നമ്മുടെ മനസ്സിൽ നിഗൂഢമായി ഉണ്ടാവുന്നു. ഒരുപക്ഷേ ശാസ്ത്ര സാങ്കേതിക വിദ്യയുടെ വികാസത്തിന് ആഭ്യന്ത രമായ തടസ്സങ്ങളിലൊന്നാണിത്; മൗലികമായ തടസ്സമല്ല. നാം ഇപ്പോഴും തുറന്ന ഒരു മനസ്സോടെ ജീവിതത്തെ സ്വീകരിക്കുവാനോ, അതിനെ ആനന്ദത്തിനുള്ള ഒരു ഉപാധിയായി മാറ്റിത്തീർക്കുവാനോ ഒരുങ്ങിയ ഒരു ജനവർഗ്ഗമല്ല എന്നുള്ളതാണ്. ഇത് മാറിക്കൂടാത്തതല്ല. തീർച്ചയായും മാറാം. ഇത്തരത്തിലുള്ള മാറ്റത്തിന് ഒരു ശ്രമമാണ് ശാസ്ത്ര സാഹിത്യ പരിഷത്ത് നടത്തിക്കൊണ്ടിരിക്കുന്നതെന്നു നമുക്കറിയാം.

ശാസ്ത്രത്തെപ്പറ്റി പറയുമ്പോൾ ലോകത്തിലെ വലിയ കാര്യങ്ങൾ, പാപങ്ങൾ എല്ലാം ശാസ്ത്രം ചെയ്തിട്ടുള്ളതാണ്. നായാടി നടക്കുന്ന മനുഷ്യന് ദേശ സ്നേഹമില്ല. ഒരു ജിപ്സിക്ക് ഒരു ദേശമില്ല. അതിന്റെ ഫലമായി ദേശ സ്നേഹമില്ല. ജിപ്സിക്ക് ദേശീയമായി യുദ്ധങ്ങൾ ചെയ്യാൻ താൽപര്യമില്ല എന്നതാണ് അതിന്റെ മൂന്നാമത്തെ ഫലം. ലോകത്തിലെ യുദ്ധങ്ങളുടെ മൗലികമായ കാരണം ദേശീയതയിലുള്ള വിശ്വാസമാണ്. ഒരു ജിപ്സി ദേശീയവാദി അല്ലാതായിത്തീരുന്നത് ജിപ്സി, മണ്ണുമായി ബന്ധപ്പെടാത്ത ഒരാളായതു കൊണ്ടാണ്. അവൻ ഒരു ഭൂമിയെ തന്റെ മാതൃഭൂമിയായി കാണാതിരിക്കുകയും മാതൃഭൂമിക്കു വേണ്ടി മരിക്കുക എന്നത് ജീവിതത്തിന്റെ സാഫല്യമാണെന്ന് കരു താതിരിക്കുകയും ചെയ്യുന്നു. ഇങ്ങനെയുള്ള ഒരു ബോധമുണ്ടായിത്തീരു ന്നത് ലോകത്തിലെ ശാസ്ത്രീയ വിപ്ലവത്തിന്റെ ഫലമായിട്ടാണ്. വളരെ ചെറിയ ഒരു കാര്യമാണ് ഞാൻ പറയുന്നത്.

ലോകത്തിൽ ആദ്യമായി കാർഷിക ശാസ്ത്രീയ ബോധം ഉണ്ടാ യിത്തീരുമ്പോൾ, അതായത് ഭക്ഷണം തേടി നടക്കുന്നതിനു പകരം ഭക്ഷണം നമുക്ക് നട്ടുവളർത്താമെന്നും ഭക്ഷണത്തിന്റെ കൂടെ നമുക്ക് താമസിക്കാമെന്നും ഭക്ഷണം നാം സംരക്ഷിക്കണമെന്നും അതിനു കാവൽ നില്ക്കണമെന്നും അവ നമ്മുടെ സങ്കേതങ്ങളാണ്, ദേശങ്ങളാണ് എന്നുമുള്ള ജൈവബോധം മനുഷ്യനുണ്ടായിത്തീരുന്നതോടെയാണ് ലോകത്തിന്റെ ആദ്യമായി ദേശീയതയും ദേശീയതയുടെ ഫലമായി യുദ്ധവും, അതിന്റെ ഫലമായ അടിമത്തവുമുണ്ടാകുന്നത്. എല്ലാ സാമൂഹ്യ ശാസ്ത്രജ്ഞർക്കുമറിയാവുന്ന പോലെ കൃഷി ഇവിടെ വികസിച്ചതിന്റെ ഫലമായാണ് ലോകത്ത് അടിമത്തമുണ്ടായത്. എങ്ങനെ ഉടമാവകാശം

അടിമാവകാശത്തെയുണ്ടാക്കുന്നു, അതു പോലെ തന്നെയാണ് ദീർഘകാല കാർഷിക വ്യവസ്ഥയുടെ വികാസത്തിനു ശേഷം ഫ്യൂഡൽ കാലഘട്ടത്തിന്റെ അവസാനം വരുമ്പോൾ ദേശസ്നേഹത്തെ മറികട ന്നുകൊണ്ട് ലോകത്ത് വ്യാവസായിക വിപ്ലവം വരികയും ദേശം എന്നു ള്ളതിനു പകരം സാമ്രാജ്യം എന്നുള്ള ആശയം ഉണ്ടായിത്തീരുകയും ലോകത്തിലെ പ്രധാനപ്പെട്ട വസ്തു കാർഷിക വിഭവങ്ങളല്ല, വ്യാവസാ യിക ഉത്പന്നങ്ങളാണ് എന്ന ബോധം ഉണ്ടായിത്തീരുകയും ചെയ്തത്. ഇതിന്റെ ഒരു ഫലം ദേശീയതയുടെ താൽക്കാലികമായ പരാജയമാണ്. ചുരുങ്ങിയ കാലത്തെങ്കിലും ലോകത്തിൽ സാർവ്വദേശീയത്വം എന്ന ആശയമുണ്ടാകുന്നത് ബൂർഷ്വാ സമുദായത്തിന്റെ വികാസ ഫലമായി ട്ടാണ്; മനുഷ്യ നന്മയുടെ വികാസ ഫലമായല്ല. ലോകം മുഴുവൻ ഒരു വ്യാപാരത്തിന്റെ വിപണിയായി കാണുന്ന ഒരു വ്യവസായിക്ക് ലോകം ഒന്നാണ് എന്നും ലോകം മുഴുവൻ തന്റെ കച്ചവടകേന്ദ്രമാണെന്നും താൻ ഉത്പാദകനും ലോകത്തിലുള്ളത് ഉപഭോക്താക്കളുമാണെ ന്നുമുള്ള സാർവ്വ ലൗകിക ബോധത്തിലേക്കെത്തിച്ചേരേണ്ടി വരുന്നു. ഈ രണ്ടാമത്തെ വിപ്ലവം, അടിമത്തം എങ്ങനെ കാർഷിക വ്യവസ്ഥ ഉണ്ടാക്കിയെടുത്തുവോ അതുപോലെ ഉള്ളവരുടെയും ഇല്ലാത്തവരു ടെയും രണ്ടുലോകങ്ങളെ നിർമ്മിക്കുകയും ലോകത്തെ ദരിദ്രരുടെയും സമ്പന്നരുടെയും രണ്ടു ചേരിയാക്കാതിരിക്കുകയും ചെയ്യുന്നു. ഇതും ശാസ്ത്രത്തിന്റെ മൗലികമായ സംഭാവനകളിലൊന്നാണ്.

ശാസ്ത്രം യുദ്ധമുണ്ടാക്കുകയും അടിമത്തമുണ്ടാക്കുകയും, പാവപ്പെട്ട വരെ സൃഷ്ടിക്കുകയും ചെയ്തു. ശാസ്ത്രസാഹിത്യപരിഷത്ത് പറയുന്നത് ഇതനിവാര്യമല്ല എന്നാണ്. ഈ അവസ്ഥയെ അട്ടിമറിക്കുകയും ലോകത്തിലെ ശാസ്ത്ര സാങ്കേതികമായ നേട്ടങ്ങളെല്ലാം തന്നെ ഏതാനും ആളുകളുടെ ഉപഭോഗത്തിനുള്ള വസ്തുക്കളല്ല എന്നു വരുത്തി ത്തീർക്കുകയും എല്ലാ നേട്ടങ്ങളും മനുഷ്യന്റെ പൊതുഉപയോഗത്തിനു ള്ളവയാണ് എന്നുള്ള വിധി പറയുകയും ചെയ്യുകയാണ് ശാസ്ത്രസാഹി ത്യപരിഷത്തിന്റെ മൗലികമായ സന്ദേശം എന്നാണ് ഞാൻ മനസ്സിലാ ക്കിയിട്ടുള്ളത്. ഈ ലോകം, ശാസ്ത്രം ആരുടേതാണെന്ന ചോദ്യത്തിന് ലോകവും ശാസ്ത്രവും മനുഷ്യരുടേതാണെന്ന വളരെ അസാധാരണവും സരളവുമായ ഉത്തരമാണ് ശാസ്ത്രസാഹിത്യപരിഷത്ത് നൽകുന്നത്. അതുകൊണ്ട് ഏതാനും ആളുകൾ പിടിച്ചടക്കിയിട്ടുള്ള ശാസ്ത്രത്തി ന്റെ നേട്ടങ്ങളെ തിരിച്ചു പിടിക്കുകയും അത് ലോകത്തിന്റെ മുഴുവൻ സാങ്കേതിക വിദ്യയാക്കി വികസിപ്പിക്കുകയും എല്ലാവർക്കും ജീവിക്കാൻ കഴിയുന്നൊരിടമാക്കി ഈ ലോകത്തെ തിരുത്തിയെടുക്കുകയും ചെയ്യുക എന്നുള്ളതാണ് ശാസ്ത്രത്തെ പിടിച്ചടക്കുക എന്നുള്ളതുകൊണ്ട് നാം

ഉദ്ദേശിക്കുന്നത്. ഇത് വളരെ ചെറിയൊരു കാര്യമല്ല. ഇതിനിടയിൽ വരാവുന്ന ആപത്തുകളിലൊന്നാണ് ശാസ്ത്രം നമുക്കെന്നും ദോഷമേ ചെയ്തിട്ടുള്ളു എന്ന പ്രചാരണം. ശാസ്ത്രം മലിനീകരണമാണെന്ന്, ആകാശത്തിന്റെ, അന്തരീക്ഷത്തിന്റെ, മനസ്സിന്റെ, വായുവിന്റെ, കാടിന്റെ എല്ലാറ്റിന്റെയും മലിനീകരണമാണ് എന്നുള്ള പ്രചരണം നമ്മുടെ നാട്ടിൽ ഇന്ന് ശക്തമായിട്ടുണ്ട്. ഇതു വളരെ ചെറിയ ഒരു തെറ്റുകൊണ്ട് ശാസ്ത്രത്തിനെതിരായ ഒരു പ്രചാരണമായി മാറ്റാവുന്നതാണ്. ശാസ്ത്രത്തിൽ നിന്നു പൗരാണികമായ മാർഗ്ഗത്തിലേക്ക് മടങ്ങുകയാണ് നല്ലത് എന്ന ബോധത്തിലേക്കു നമ്മെ തിരിച്ചു വിടുകയും ചെയ്തു എന്നു വരാം. ഇത് വളരെ അത്യാസന്നമായ ഒരപടകടമാണ്, ആപൽക്കരമായ ഒരു ചരിത്രസന്ധിയാണ്.

1919-ൽ ഒന്നാം ലോകമഹായുദ്ധത്തിന്റെ അവസാനത്തോടു കൂടി യൂറോപ്പിലെ പണ്ഡിതന്മാരായ പല ആളുകൾക്കും തോന്നിയ ഒരു തോന്നൽ പഴയ നാഗരികത നശിച്ചുപോയെന്നും നമുക്ക് മതത്തിലേക്കു തിരിച്ചു പോകണമെന്നുമാണ്. അതുകൊണ്ടാണ് 1912 മുതൽ 1917 വരെ വിപ്ലവ കവിതകൾ അല്ലെങ്കിൽ ബൂർഷ്വാ കവിതകൾ എഴുതിക്കൊണ്ടിരുന്ന ടി.എസ്. എലിയറ്റ് 1922 ആയപ്പോൾ വേസ്റ്റ് ലാൻഡ് എഴുതുകയും നാഗരികത ഒരു ശൂന്യതയാണെന്നു പറയാൻ തുടങ്ങുകയും പിന്നീട് ഒരു തികഞ്ഞ പഴഞ്ചനായി രൂപാന്തരപ്പെടുകയും ചെയ്തത്. ഇതിനൊരു കാരണം ശാസ്ത്രം നമുക്കു നൽകിയ ഏറ്റവും വലിയ സംഭാവനയായ ഒന്നാം ലോകമഹായുദ്ധമാണ്. ഇതൊരു തെറ്റിദ്ധാരണയ്ക്കു കാരണമാകാം. നോബൽ സമ്മാനം കൊടുക്കുന്നത് സമാധാനത്തിനാണ്. എങ്കിലും ലോകത്ത് അസമാധാനം സൃഷ്ടിച്ചവരിൽ നോബൽ ഏറ്റവും പ്രമുഖനാണെന്ന് എല്ലാ ശാസ്ത്രജ്ഞന്മാർക്കും അറിയാം. അതുകൊണ്ട് ഒന്നാം ലോകമഹായുദ്ധമാണ് ശാസ്ത്രത്തിന്റെ സംഭാവന എന്നുള്ള പ്രചരണം മതത്തിലേക്കുള്ള ഒരു തിരിച്ചു പോക്കായി. 1920-കളിൽ യൂറോപ്പിൽ താൽക്കാലികമായെങ്കിലും രൂപംകൊണ്ടതു പോലെ, ഇന്ത്യയിലും ഏഷ്യൻ രാജ്യങ്ങളിലും ശാസ്ത്ര വിരുദ്ധമായ ഒരു മനോഭാവമുണ്ടാകാം; അത് അത്യാസന്നമായ ഒരപകടമാണ്.

നമുക്ക് ശാസ്ത്ര ഭ്രാന്താണെന്നും ശാസ്ത്രം നമ്മെ ആപത്തിലേക്കേ നയിച്ചിട്ടുള്ളു എന്നും, ശാസ്ത്രത്തിന്റെ എല്ലാ നേട്ടങ്ങളും നമ്മെ അബദ്ധങ്ങളിലേക്കാണ് കൊണ്ടെത്തിക്കുന്നത് എന്നും നാം നമ്മുടെ ഭാരതീയതയിലേക്കു തിരിച്ചു പോവണമെന്നും പ്രകൃതിയിലേക്കു മടങ്ങണമെന്നും ഉള്ള ഒരു തെറ്റായ മുദ്രാവാക്യം ചില കേന്ദ്രങ്ങളിൽ നിന്ന് ഇപ്പോൾ വന്നുതുടങ്ങിയിട്ടുണ്ട്. ഇത് തീർച്ചയായും മാറിക്കൊള്ളും എന്നതിന് സംശയമില്ല. പക്ഷേ ഇത് വളരെ ആപൽക്കരമായ ഒരവസ്ഥയാണ്.

നാം നമ്മുടെ ചരിത്ര വസ്തുതകളെ മനസ്സിലാക്കാതിരിക്കുകയും ശാസ്ത്രമെന്നത് ന്യൂട്രലായ, മിക്കവാറും മൂല്യരഹിതമായ, ഒരു സാധനമാണെന്ന് മനസ്സിലാക്കുകയും ചെയ്യുന്ന അവസ്ഥയിൽ നിന്ന് ശാസ്ത്രത്തെ ഉപയോഗിക്കുന്നത് ഓരോ കാലഘട്ടത്തിലെയും അധീശവർഗ്ഗമാണ് എന്നു കണ്ടെത്തുകയും ലോകത്ത് ഒരുഅധീശ വർഗ്ഗമേ ഉണ്ടാകാൻ പാടുള്ളൂവെന്നും അത് ലോകത്തെ മുഴുവൻ ജനങ്ങളുമാണെന്നുള്ള ഒരു തത്വചിന്തയിലേക്ക് എത്തിച്ചേരുകയുമാണ് ഇന്ന് ലോകത്തിന്റെ പ്രധാനപ്പെട്ട ആവശ്യങ്ങളിലൊന്ന്. അതായത് ഭരിക്കുന്നവരുടെ വർഗവും ഭരിക്കപ്പെടുന്നവരുടെ വർഗവുമെന്ന രണ്ടു വർഗമെന്ന ബോധമല്ല, എന്നെ ഭരിക്കുവാൻ ആർക്കും അവകാശമില്ല എന്നുള്ള ബോധമാണ് വാസ്തവത്തിൽ മനുഷ്യവർഗ്ഗത്തിലെ ഓരോ മനുഷ്യനും ഉണ്ടായിത്തീരേണ്ട ബോധം. ആരും ആരെയും ഭരിക്കാൻ വിധിക്കപ്പെട്ടവൻ അല്ല എന്നും എന്നെ ഭരിക്കുവാൻ ആരെയും അനുവദിക്കയില്ല എന്നും ഭരണത്തിനു പകരം ഒരു സഹകരണമാണ് ലോകത്തുണ്ടാകേണ്ടത് എന്നും പ്രകൃതിയുടെ കൊള്ളയടിക്കപ്പെട്ട വസ്തുക്കളെല്ലാം മനുഷ്യന് ഒരു പോലെ പങ്കുവക്കാനുള്ളതാണ് എന്നുമുള്ള പുതിയ ബോധത്തിനു മാത്രമേ നമ്മുടെ ചരിത്രത്തെ രക്ഷിക്കാൻ കഴിയൂ, അതിനു പകരം ഇപ്പോഴും നമ്മുടെ ബുദ്ധിമാന്മാരായ പലരും ചെയ്തു കൊണ്ടിരിക്കുന്നത്, ഇന്ത്യ ആത്മീയതയുടെ നാടാണെന്നും, സമാധാനത്തിന്റെ നാടാണെന്നും, ഇന്ത്യക്ക് തോക്ക് ആവശ്യമില്ലെന്നും, തോക്കുണ്ടെങ്കിൽത്തന്നെ അതൊരിക്കലും പൊട്ടുന്ന തോക്ക് ആയിരിക്കരുതെന്നും നടത്തുന്ന വലിയ പ്രചാരണമാണ്.

പക്ഷേ നാം ഓർക്കാത്തത് ഗാന്ധിജി മരിച്ചപ്പോൾ ആൾഡസ് ഹക്സ് ലി എഴുതിയ ചരമക്കുറിപ്പിലെ പഴയ വാക്യമാണ്; 'ഇന്ത്യയിൽ വളർന്ന അഹിംസയുടെ അപ്പോസ്തലൻ മരിച്ചു; അദ്ദേഹത്തിന്റെ മൃതദേഹം കൊണ്ടു പോയത് പട്ടാള ട്രക്കിൽ തോക്ക് തല കീഴായിപ്പിടിച്ച പട്ടാളക്കാരുടെ അകമ്പടിയോടു കൂടിയാണ്.' അതായത്, ലോകത്തിലെ മുഴുവൻ രാജ്യങ്ങളും ആയുധമെടുത്ത് ഒരുങ്ങി നില്ക്കുന്ന ഒരു ഘട്ടത്തിൽ ആയുധമെടുക്കുക മാത്രമാണ് ഒരു രാജ്യത്തിന് കരണീയമായിട്ടുള്ളതെന്നും എല്ലാ രാജ്യഭരണവും അക്രമത്തിലും ആയുധത്തിലും അധിഷ്ഠിതമാണ് എന്നും ഒരുപക്ഷേ അഹിംസാവാദിയായ ഗാന്ധിജിയുടെ ജീവിതത്തിൽ അവസാനത്തിൽ നമുക്ക് മനസ്സിലാവുകയാണുണ്ടായത്. നാം ഇത്തരം കാര്യങ്ങൾ വളരെ പതുക്കെ മനസ്സിലാക്കുന്നു. അതുകൊണ്ട് നാം ചരിത്രത്തെ തെറ്റിദ്ധരിക്കുകയും രണ്ടുനാക്കുകൊണ്ട് സംസാരിച്ചുകൊണ്ടിരിക്കുകയും ഒരിക്കലും നമ്മുടെ മനസ്സിലുള്ള കാര്യങ്ങൾ പുറത്തു പറയാതിരിക്കുകയും നാം നമ്മുടെ ന്യൂക്ലിയർ ശക്തി

വെണ്ടക്കാ ജനസ്സുകൾ ഉത്പാദിപ്പിക്കുവാൻ മാത്രമേ ഉപയോഗിക്കു കയുള്ളൂ എന്നു ശപഥം ചെയ്യുകയും ചെയ്യുന്നു. അതിൽ തെറ്റൊന്നുമില്ല. നമുക്ക് പുതിയ വെണ്ട വിത്തുകൾ ആവശ്യമാണ്. പക്ഷേ നാം ന്യൂക്ലിയർ ശക്തികൊണ്ട് മ്യൂട്ടേഷനാണ് ഉണ്ടാക്കുന്നതെങ്കിൽ അത് പറയുകയും ഒരിക്കലും ആത്മവഞ്ചന നടത്താതിരിക്കുകയും ആണ് വേണ്ടത്. ഇന്ത്യയുടെ മൗലികമായ ഒരു പരാജയ ഹേതു നാം നമ്മുടെ ഹൃദയം ഒരിക്കലും തുറന്നു പറയാൻ സമ്മതിക്കുന്നില്ല എന്നതാണ്. നാം അശോകന്റെയും ബുദ്ധന്റെയും ഗാന്ധിയുടെയും പേരുകൾ പറയുകയും അപ്പോഴും നാം നമ്മുടെ വെടിമരുന്ന് അസമർത്ഥമായി ഉണക്കിക്കൊണ്ടിരിക്കുകയും അപ്പോഴും അവിടെ ഏതോ ഒരു ചാറ്റൽ മഴ പെയ്തുകൊണ്ടിരിക്കുകയും ചെയ്യുന്നു. ഇന്ത്യൻ മനസ്സിന്റെ ഒരു പ്രത്യേകത ഈ ഡബിൾ ടോക്കാണ്. ഒരിക്കലും ഇന്ത്യക്കാരല്ലാത്തവർ ഇത്തരം കാര്യങ്ങൾ പറയാറില്ല. അവർ യുദ്ധം എന്നു പറയുന്നത് യുദ്ധത്തിനെയാണ്. നാം പലപ്പോഴും യുദ്ധം എന്നു പറയുന്നത് സമാധാനത്തെയാണ്. നാം പലപ്പോഴും സമാധാനം എന്നു പറയുന്നത് യുദ്ധത്തെയാണ്. അതുകൊണ്ട് ഇന്ത്യൻ മനസ്സിന്റെ ഒരു പ്രത്യേകത അതെപ്പോഴും തെറ്റാണെന്നു തോന്നുന്ന കാര്യങ്ങൾ പറഞ്ഞു കൊണ്ടിരിക്കുകയാണ്. അസത്യമാണെന്നു കരുതുന്ന കാര്യങ്ങൾ വിളംബരം ചെയ്തു കൊണ്ടിരിക്കുകയും, താൻ പറയുന്നതിനെതിരായി പ്രവർത്തിക്കുവാൻ ശ്രമിച്ചു കൊണ്ടിരിക്കുകയും ചെയ്യുന്നു എന്നതാണ്.

ഇതിന് ഒരുപാടൊരുപാട് ഉദാഹരണങ്ങളുണ്ട്. അവയിൽ അത്ര ശ്രേയസ്കരമല്ലാത്തത് വർണ്ണ വിവേചനത്തിനെതിരെ നാം നടത്തുന്ന പോരാട്ടമാണ്. 'ചാതുർവർണ്യം മയാസൃഷ്ടം' എന്നു ലോകത്തോടു പ്രഖ്യാപിച്ച ഒരു രാജ്യത്തിലെ ജനവർഗ്ഗമാണ്, ജാതിക്കോമരങ്ങളുടെ രാജ്യത്തിലെ ജനവർഗ്ഗമാണ്, ഹരിജനങ്ങൾ അടിച്ചു കൊല്ലപ്പെട്ടുവാനുള്ളവരാണെന്ന് വിചാരിക്കുന്ന ഒരു ജനവർഗ്ഗമാണ്, ഇപ്പോഴും ദക്ഷിണാഫ്രിക്കയിൽ വർണ്ണ വിവേചനമുണ്ടെന്നും അതവസാനിപ്പിക്കേണ്ടതാണെന്നും പറഞ്ഞു കൊണ്ടിരിക്കുന്നത്. തീർച്ചയായും ദക്ഷിണാഫ്രിക്കയിലെ വെള്ളക്കാർ ഇതു പറയുന്നില്ല എന്നതാണ് അവരുടെ ആർജ്ജവത്തിന്റെ ഒരുദാഹരണം. അതുകൊണ്ട് ഗാന്ധി ദക്ഷിണാഫ്രിക്കയിൽ പോവുകയും അവിടെ വർണ്ണ വിവേചനമുണ്ടെന്നു മനസ്സിലാക്കുകയും ചെയ്തു. തിരിച്ചു വന്നപ്പോഴാണ് തന്റെ രാജ്യത്ത് വർണ്ണ വിവേചനമാണ് എന്നു മനസ്സിലാക്കിയത്. അതുകൊണ്ട് ലോകത്തിന് ഭാരതത്തിന്റെ സംഭാവനകളിലൊന്ന് വർണ്ണ വിവേചനമാണെന്നു നമുക്കഭിമാനിക്കാവുന്നതാണ്. ഇങ്ങനെ ആയിക്കൂടെ എന്നു ചോദിക്കാം. ഇത് നമ്മുടെ പ്രവൃത്തികൾക്കൊക്കെ കടിഞ്ഞാണിടുന്നു. നാം എന്തു

നല്ലകാര്യം ചെയ്യുമ്പോഴും അതു ചീത്തക്കാര്യമാണെന്ന് നമ്മുടെ ഉള്ളിലിരുന്ന് ആരോ പറഞ്ഞു കൊണ്ടിരിക്കുന്നു. നാം ഊണു കഴിക്കുമ്പോൾ ഭക്ഷണം പാപമാണ് എന്ന് നമ്മുടെ മനസ്സ് പിന്നിൽ നിന്നു പറഞ്ഞു കൊണ്ടിരിക്കുന്നു. നാം ഹിംസിക്കുമ്പോൾ ഹിംസ പാപമാണ് എന്നു നമ്മുടെ പിന്നിൽ നിന്ന് ആരോ പറയുന്നു. നാം മുടി ചീകുമ്പോൾ മുടി ചീകുന്നത് ആത്മാലങ്കാരമാണ് എന്നു നമ്മുടെ പിന്നിൽ നിന്നാരോ ദുഷിക്കുന്നു. ഇതുകൊണ്ടു നമ്മുടെ പ്രവൃത്തികളെല്ലാം ശിഥിലമായിത്തീരുകയും നമ്മുടെ യുദ്ധം പോലും പരാജയമായിത്തീരുകയും ചെയ്യുന്നു. അത് വളരെ ചെറിയ ഒരു കാര്യമാണെങ്കിലും പറയാനുദ്ദേശിച്ച കാര്യം, ഇന്ത്യയുടെ വളർച്ചയെ മന്ദീഭവിപ്പിക്കുന്നത് ഇന്ത്യൻ മനസ്സിന്റെ വളരെ സങ്കീർണ്ണമായ, വളറെ ഐറണിക്കലായ ഒരു വിപരീതാവസ്ഥയാണെന്നാണ്. ഒരു സാധാരണ ഉദാഹരണം പറയാം. പാശ്ചാത്യ രീതിയനുസരിച്ച് ചികിത്സിക്കുന്ന മെഡിക്കൽ കോളേജുകളിലെ പ്രൊഫസർമാർ പലപ്പോഴും പ്രസംഗിക്കുന്നത് അലോപ്പതിയേക്കാൾ വിശുദ്ധമായത് ആയുർവേദമാണ് എന്നാണ്. നമ്മുടെ ഡബിൾടോക്കിന്റെ ഒരുദാഹരണമാണിത്.

നാം പുറത്തെല്ലാം ആയുർവേദത്തെ പ്രകീർത്തിക്കുകയും ലോകത്തിലെ ഏറ്റവും വലിയ വൈദ്യൻ ചരകനായിരുന്നു എന്നു പറയുകയും നാം കത്തിയെടുക്കുമ്പോൾ, മരുന്നെടുക്കുമ്പോൾ ചരകനെ മറക്കുകയും മൾട്ടിനാഷണലുകളുടെ ഗുളികകൾ രോഗികൾക്കു എഴുതിക്കൊടുക്കുകയും നമ്മെയും നമ്മുടെ രോഗി വർഗ്ഗത്തെയും വഞ്ചിച്ചു കൊണ്ടിരിക്കുകയും ചെയ്യുന്നു. ഇതൊരു ഭാരതീയതയാണ്. കാരണം ആദ്ധ്യാത്മികത പറയാതെ, പ്രകൃതിയെപ്പറ്റി പറയാതെ, ആയുർവേദം പറയാതെ, നമുക്ക് ജീവിക്കാൻ വയ്യ. ഇതാണ് നമ്മുടെ ജീവിതത്തിന്റെ വലിയൊരു സന്ദിഗ്ദ്ധാവസ്ഥ. ഇതിൽ നിന്ന് മോചനം നേടുകയും സത്യമെന്നത് വളരെ വിലപിടിച്ച ഒരു വസ്തുവാണെന്നു മനസ്സിലാക്കുകയും സത്യം പറയുക ക്ലേശകരമായ ഒന്നാണ് എന്നു കണ്ടെത്തുകയും ചെയ്യുക എന്നത് ഇന്ത്യക്കാരെ സംബന്ധിച്ചിടത്തോളം വളരെ പ്രധാനപ്പെട്ട ഒരു കാര്യമായി മാറിയിരിക്കുന്നു. അത് ഉദ്ദേശിക്കുന്ന പോലെ എളുപ്പമല്ല. കാരണം നമ്മുടെ മഹാനായ അശോകൻ പോലും, 'പക്ഷികളെ കൊന്നാൽ ജനങ്ങളെ ശിക്ഷിക്കും' എന്നു വിളംബരം ചെയ്ത ആളാണ്. പക്ഷികളെ കൊന്നാൽ ശിക്ഷിക്കും' എന്ന് വിളംബരം ചെയ്യുന്ന രാജാവിന്റെ രാജ്യത്തിൽപ്പെട്ട ആളുകളാണ് നാം. കലിംഗാ രാജ്യത്തിലെ മുഴുവൻ യോദ്ധാക്കളെയും കൊന്നൊടുക്കിയതിനു ശേഷം അഹിംസയാണ് ഉത്തമമായ സത്യം എന്നു പ്രഖ്യാപിച്ച ഒരു മഹാന്റെ പരമ്പരയിൽപ്പെട്ട ആളുകളാണ് നാം.

നാം ഒരിക്കലും പറയുന്നതും പ്രവർത്തിക്കുന്നതും തമ്മിൽ ബന്ധമുണ്ടായിരിക്കരുത് എന്ന നിർബന്ധമുള്ള ഒരു ജനവർഗ്ഗമായിത്തീർന്നിരിക്കുന്നു. നമ്മുടെ പ്രവർത്തനങ്ങളിലെ വലിയ ഒരു തടസ്സമാണിത്. നാം ഒരർത്ഥത്തിലും ഒരു സ്വതന്ത്ര സമൂഹമോ, സ്വതന്ത്ര്യ വ്യക്തിയോ അല്ല എന്നർത്ഥം. അതുകൊണ്ട് ഇന്ത്യക്കാർക്കാവശ്യം ശങ്കരാചാര്യർ പറഞ്ഞ ചെറിയൊരു കാര്യമാണ്; 'ആത്മബോധം'. ഞാൻ നുണ പറയുന്നവനാണെന്നും ഞാൻ പരമ്പരാഗതമായി നുണ പറഞ്ഞുകൊണ്ടിരിക്കുന്നവനാണെന്നതുമാണ് ഇന്ത്യക്കാരനിൽ നിന്നുണ്ടാവേണ്ട ആത്മബോധം. അതുണ്ടായിത്തീരുമ്പോൾ അവൻ സത്യസന്ധനായി തീരുകയും ഭൗതികജീവിതമാണ് യഥാർത്ഥമായ ആദ്ധ്യാത്മിക ജീവിതമെന്നു കണ്ടെത്തുകയും അവർ ഒരു മനസ്സോടു കൂടി ഒരു ശരീരത്തോടു കൂടി ഒരു സമുദായമായി ഇന്ത്യയിൽ ജീവിക്കാൻ തുടങ്ങുകയും ചെയ്യും.

●

1988

ഗുജറാത്തും ഫാസിസവും

“

ഗുജ്ജറാത്തിലുള്ളതു പോലെ സമസ്ത ലോകങ്ങളും
സുഖികളായി ഭവിക്കണമെന്നതാണ് ഫാസിസ്റ്റ് മുദ്രാവാക്യം.
അതുകൊണ്ട് മണ്ണ് പരിശോധനയൊന്നും നടക്കാതെ തന്നെ
ഗുജ്ജറാത്തിലെ വിത്തുകൾ മറ്റ സ്റ്റേറ്റുകളിലും കൃഷി ചെയ്യാമെന്ന്
അവർ തീരുമാനിച്ചിരിക്കുന്നു.
ഇതൊരു നല്ല കാര്യമാണ്.
ഈ കൃഷി രീതി രാഷ്ട്രീയമായി
പിഴച്ചു പോകാനാണ് ഏറെ സാധ്യതയുള്ളത്.

സംശയങ്ങൾ കൊണ്ട് കോൺഗ്രസ് തകരുന്നു

ഗുജറാത്തിൽ നടന്ന പരീക്ഷണം ഫാസിസ്റ്റുകളുടേതായിരുന്നു; നമ്മുടേതല്ല. അതിന്റെ ഫലവും പ്രതീക്ഷിക്കാവുന്നത് തന്നെയായിരുന്നു. മതവും ആചാരവുമാണ് നമ്മുടെ ജീവിതത്തെ വിഭജിക്കുന്നത് എന്ന്, പ്രചരണംകൊണ്ടും സംഭവങ്ങൾകൊണ്ടും വിളംബരം ചെയ്തുകൊണ്ടേയിരുന്നാൽ ആരുടെ ചിന്തയെയും ഇത്തരം ചാലുകളിലേക്ക് മാറ്റിത്തീർക്കാം. ഗുജറാത്തിന്റെ ചിന്തകൾക്ക് ഗാന്ധിയേക്കാൾ പഴക്കമുണ്ട് എന്ന് ഫാസിസ്റ്റുകൾക്ക് നന്നായി അറിയാം.

ഇതൊന്നും അറിയാതിരുന്നത് കോൺഗ്രസ്സുകാർ മാത്രമായിരുന്നു. രാഷ്ട്രീയമായ പരിചയമോ പാരമ്പര്യമോ ഇല്ലാതായ അതിന്റെ നേതൃത്വത്തിന് കൃത്യമായ നിലപാടുകൾ എടുക്കാനോ പ്രയോഗങ്ങളിൽ മികവു കാട്ടാനോ ഇനിയും കഴിയുമെന്ന് പ്രതീക്ഷിക്കാവുന്നതല്ല. അതുകൊണ്ട് പ്രത്യയശാസ്ത്രപരമായ ശൂന്യത കോൺഗ്രസ് ഗുജറാത്തിലും പ്രത്യക്ഷപ്പെടുത്തി എന്ന് മാത്രം. വിജയം ഒരു ലക്ഷ്യമല്ല എന്നും അതൊരു ഫലം മാത്രമാണെന്നും ഓർക്കാനുള്ള കഴിവ് കോൺഗ്രസിന് ഇടക്കാലത്ത് നഷ്ടപ്പെട്ടിട്ടുണ്ട്. ഇത് എല്ലാ പ്രവർത്തനങ്ങളെയും ശിഥിലമാക്കുകയും ചെയ്തു. തെരഞ്ഞെടുപ്പിന്റെ അടിയൊഴുക്ക് ഹിന്ദുത്വമാണെങ്കിലും കടുത്ത ഹിന്ദുത്വത്തിന് പകരം നനുത്ത ഹിന്ദുത്വം ആരും സ്വീകരിക്കുകയില്ല. സംശയംകൊണ്ട് നശിക്കുന്ന രീതി കോൺഗ്രസ് അധികമധികം അവലംബിച്ചു കൊണ്ടിരിക്കുന്നു.

ആഗോളവൽക്കരണത്തെ അംഗീകരിക്കുന്ന സാമ്പത്തിക നയത്തിലും വിദേശ ബന്ധങ്ങളിൽ അനുവർത്തിക്കുന്ന പൊരുത്തത്തിലും കോൺഗ്രസും ബി.ജെ.പിയും ഏറെക്കുറെ ഒന്നു തന്നെയാണ്.

കോൺഗ്രസിന് സാമർത്ഥ്യം കുറയുമെന്നും സംശയങ്ങൾ കൂടുമെന്നുമുള്ള ഒരു മെച്ചമേയുള്ളൂ.

ഒന്നിലധികം നാവുള്ളതുകൊണ്ട് ദേശീയതയെക്കുറിച്ചും ആഗോളവൽക്കരണത്തിനെക്കുറിച്ചും പറയുവാൻ ഫാസിസ്റ്റുകൾക്ക് അവരുടെ പ്രത്യേകം ജിഹ്വകൾ ഉണ്ട്. മറ്റാർക്കും വിമർശിക്കാൻ ഇടം കൊടുക്കാത്ത വിധം അവരുടെ സംഘങ്ങൾ സ്വയം വിമർശനം നടത്തിക്കൊണ്ടേയിരിക്കുന്നു. ഓംകാരത്തെ എന്നപോലെ ഹിന്ദുത്വത്തെയും വ്യാഖ്യാനിച്ച് കുലയ്ക്കുന്നു.

ഗുജറാത്തിലുള്ളതു പോലെ സമസ്തലോകങ്ങളും സുഖികളായി ഭവിക്കണമെന്നതാണ് ഫാസിസ്റ്റ് മുദ്രാവാക്യം. അതുകൊണ്ട് മണ്ണ് പരിശോധനയൊന്നും നടക്കാതെ തന്നെ ഗുജറാത്തിലെ വിത്തുകൾ മറ്റു സ്റ്റേറ്റുകളിലും കൃഷിചെയ്യാമെന്ന് അവർ തീരുമാനിച്ചിരിക്കുന്നു. ഇതൊരു നല്ല കാര്യമാണ്. ഈ കൃഷി രീതി രാഷ്ട്രീയമായി പിഴച്ചു പോകാനാണ് ഏറെ സാധ്യതയുള്ളത്. എങ്കിലും കാലാവസ്ഥയുടെ പ്രവചനമോ വിശ്വാസത്തിലുള്ള പിടിമുറുക്കമോ യഥാർത്ഥമായ പ്രതിരോധ പ്രവർത്തനത്തിന് പകരം നിൽക്കുകയില്ല.

●

2003

സംഭവങ്ങളല്ല പരീക്ഷണങ്ങൾ

വർഗ്ഗീയമായ ഉന്മൂലനം ഗുജറാത്തിലെങ്കിലും രാഷ്ട്രഭാഷയായി അംഗീകരിക്കാമോ എന്ന പരീക്ഷണമാണ് ഇപ്പോൾ നടന്നു കൊണ്ടിരിക്കുന്നത്. മുഖ്യമന്ത്രിയും പുഞ്ചിരിയും, പ്രധാനമന്ത്രിയുടെ സരസ്വതി പ്രസാദവും, രാഷ്ട്രീയമായ ഇന്നത്തെ അടവുകളും, ഗുജറാത്തിൽ നടക്കുന്നത് ഒരു സംഭവമല്ല പരീക്ഷണം തന്നെയാണ് എന്ന് അടയാളപ്പെടുത്തുന്നു. ഇപ്പോൾ അവിടെ നിന്ന് ഉണ്ടായിക്കൊണ്ടിരിക്കുന്നത് പശ്ചാത്താപമല്ല പരിശീലനമാണ്. ഈ ബലപരീക്ഷണം നാളത്തെ ഇന്ത്യയെ ആകെത്തന്നെ ഉന്നം വച്ചുകൊണ്ടുള്ളതാണ് എന്നറിയുവാൻ ഏറെ ആലോചിക്കേണ്ടതില്ല. ഭരണഘടനാപരമായ യുക്തിയൊന്നുമില്ലെങ്കിലും അവിടെ തെരഞ്ഞെടുപ്പിന്റെ വാളോങ്ങുന്നത് ജനങ്ങൾ ആരെ തെരഞ്ഞെടുക്കുമെന്നറിയാനല്ല, ഗുജറാത്ത് എന്ത് തെരഞ്ഞെടുക്കുമെന്ന് തീർച്ചയാക്കാനാണ് ഫാസിസ്റ്റ് പാഠമനുസരിച്ച് ഗുജറാത്ത് ഒരു വിജയ സാധ്യതയാണ് എന്ന് ഭരിക്കുന്നവർ കണക്ക് കൂട്ടുന്നു.

പക്ഷേ ഇന്ത്യയുടെ ഗണിത ശാസ്ത്രമനുസരിച്ച് ഗുജറാത്ത് ബി.ജെ. പിക്ക് വീണ്ടും ഒരു തെറ്റ് ചെയ്ത കണക്കായിത്തീരും. അയോദ്ധ്യ പോലെ സ്റ്റേറ്റിന്റെ ഇരുപുറവും വരച്ചു തീർന്നാലും ശരിയുത്തരം കിട്ടാൻ ഇടയില്ലാത്തൊരു രാഷ്ട്രീയ കണക്ക്.

●

2002

നാട്ടറിവുകൾ

ഗുജറാത്തിലെ തെരഞ്ഞുടുപ്പിന്റെ ഫലം ഇന്ത്യയുടെ ഭാവിയെക്കുറിച്ച് വലിയ ഉത്കണ്ഠകൾ ഉണർത്തിയിട്ടുണ്ട്. വർഗീയവാദികൾ എത്രത്തോളം വിജയിച്ചു കഴിഞ്ഞു എന്നത് മാത്രമല്ല ഇതിന് കാരണം. അവർ ഇത്രത്തോളം നേടിയെടുത്തത് എങ്ങനെയാണ് എന്നത് അതിലേറെ പ്രധാനമായിരിക്കുന്നു. മതത്തെ അടിസ്ഥാനമാക്കിയുള്ള ചിന്തയുടെയും വികാരത്തിന്റെയും വിഭജനം പരസ്യമായും സംശയാതീതമായും ഭയാനകമായും തെളിയിക്കുവാൻ ഗുജറാത്തിന് കഴിഞ്ഞിട്ടുണ്ട്. ഈ മാറ്റം താൽക്കാലികമാകാം. പക്ഷേ അത് ഉണ്ടായിക്കഴിഞ്ഞിരിക്കുന്നു.

ബി.ജെ.പിക്കകത്തുള്ള മിതവാദി തന്ത്രങ്ങളെയും ഈ സംഭവം വെല്ലുവിളിച്ച് കഴിഞ്ഞുവെന്ന് തെരഞ്ഞെടുപ്പിന് മുമ്പും പിമ്പുമുള്ള പ്രധാനമന്ത്രിയുടെ നിലപാടുകളും പ്രഖ്യാപനങ്ങളും സ്പഷ്ടമാക്കുന്നുണ്ട്. എൻ.ഡി.എ യിലെ ഘടകകക്ഷികകൾ അധിമധികം നിർവീര്യമാക്കപ്പെട്ടുകയും അരാഷ്ട്രീയമാക്കപ്പെട്ടുകയും ചെയ്തുകൊണ്ടിരിക്കുന്നു എന്നതാണ് ഇതിന്റെ ഒരു ദേശീയ ഫലം.

ജയം വലിയൊരു ലഹരിയും വലിയൊരു ആകർഷണവുമാണ്. അത് പെട്ടെന്ന് പുതിയ ചങ്ങാതികളെയും ആരാധകരെയും സൃഷ്ടിക്കുന്നു. ഈ സൗകര്യം തങ്ങൾ ഉപയോഗിക്കുമെന്നും ഒരു പുതിയ വിത്തിനം ഇന്ത്യയിലാകെ പരീക്ഷിക്കുമെന്നും ബി.ജെ.പി. വിളംബരം ചെയ്തിട്ടുണ്ട്. മണ്ണും കാലാവസ്ഥയും മാറിയാലും ഇന്ത്യയിൽ അടുത്ത വിള മറ്റാർക്കും കൊയ്തെടുക്കാൻ ആവില്ലെന്നും അവർ പ്രതീക്ഷിച്ചു തുടങ്ങിയിരിക്കുന്നു.

വർഗീയത വിഷമാണ്. എങ്കിലും മിതമായ, തുടർച്ചയായ അനുശീലനം കൊണ്ട് വിഷത്തെയും ഭക്ഷണമാക്കിത്തീർക്കാമെന്ന ആയുർവേദത്തിലേക്ക് ആയുസ്സിൽ കൊതിയുള്ള ആലോചനാശീലന്മാരും മാറി വരികയും ചെയ്തേക്കാം. അവസരവാദത്തേക്കാൾ

മികച്ച ഒരു പ്രത്യയശാസ്ത്രവുമില്ല.

എങ്കിലും ചരിത്രം നേർവരകളിൽ കൂടി സഞ്ചരിക്കുന്ന ഒരു വാഹനമല്ല. ഗുജറാത്തിന്റെ ഫലവും ഭയവും മറ്റു സംസ്ഥാനങ്ങളിലെ ജനങ്ങളും അധികമധികം ഉണർത്തുന്ന ഒരു മുന്നറിയിപ്പായിക്കൂടി പ്രവർത്തിക്കുവാൻ ഇടയുണ്ട്. വിജയം ബി.ജെ.പി.യെ എത്രത്തോളം ഉന്മത്തമാക്കുന്നുവോ അത്രത്തോളം വരും കാലങ്ങളിലും മറുദേശങ്ങളിലും അതിനെ പരാജയപ്പെടുത്തുവാനും കാരണങ്ങളുണ്ട്. അവരുടെ ഒരു വിഭാഗത്തിനെങ്കിലും ഈ വാസ്തവം അറിയാം.

ഭീകര പ്രവർത്തനങ്ങളെ നിർമ്മാർജനം ചെയ്യുവാൻ നമ്മുടെ ഭരണകൂടം പ്രതിജ്ഞയെടുത്തിട്ടുണ്ട്. എങ്കിലും പ്രതിജ്ഞകൾ ഭീകരതയെ തകർത്തതായി ചരിത്രം പറയുന്നില്ല. അതൊരു പക്ഷേ വർദ്ധിക്കുവാനാണിട. വർഗീയതയെ പുതിയൊരു ബ്രഹ്മാസ്ത്രമായി ആരാധിക്കുവാനാണ് രാഷ്ട്രീയ നേതൃത്വം തീരുമാനിക്കുന്നത് എങ്കിൽ അത് ഈ നാടിന്റെ സ്വാസ്ഥ്യം എന്നേക്കുമായി കെടുത്തുന്ന ഒരു സംഭവമായിത്തീരും. അഫ്ഗാനിസ്ഥാന്റെ കാര്യത്തിൽ ഇന്ത്യ കാണിച്ച ക്ഷണിക്കപ്പെടാത്ത ആവേശം അമേരിക്ക ഇന്ത്യൻ പ്രശ്നങ്ങളിൽ സ്വീകരിക്കുമെന്ന് കരുതാൻ കാരണങ്ങളില്ല. ഭരണകൂടത്തിന്റെ അന്തിമ മൗഢ്യമായ യുദ്ധത്തിലേക്ക് തന്നെ നാം അനിവാര്യമായി എടുത്തെറിയപ്പെട്ടേക്കാം. ഇതിന്റെ ഏത് ഫലവും നമ്മുടെ വികസനത്തെ ഉന്മൂലനം ചെയ്യുകയും ആറ്റംബോംബുകൾ നല്ല ഭക്ഷ്യ വസ്തുക്കളല്ല എന്ന് നമ്മെ നേരിട്ട് ബോദ്ധ്യപ്പെടുത്തുകയും ചെയ്യും.

ഗുജറാത്ത് ഇന്ത്യയിലാണ്. എങ്കിലും അത് ഇന്ത്യയല്ല എന്ന് തെളിയിക്കേണ്ട ചുമതല മുഴുവൻ ഇന്ത്യക്കാരുടേതുമാണ്. ഗുജറാത്തിൽ മുസ്ലീങ്ങൾ ന്യൂനപക്ഷമാണ്. എങ്കിൽ ഈ ഭൂമിയിൽ ഹിന്ദുക്കൾ മറ്റ് വിശ്വാസങ്ങളാൽ വലയം ചെയ്യപ്പെട്ട മറ്റൊരു ചെറിയ ന്യൂനപക്ഷം മാത്രമാണ്.

●

2003

ഫാസിസത്തിന്റെ പരീക്ഷണങ്ങൾ

പ്രസിഡണ്ട് തെരഞ്ഞെടുപ്പ് ഗുജറാത്ത് സംഭവത്തിലുള്ള പരീക്ഷണത്തിന് ഒരു പ്രത്യക്ഷ ഔഷധമാക്കാൻ ഇടയുണ്ട്. തീർച്ചയായും ഇത് കൃത്യമായ ആന്റിഡോട്ടിങ്ങാണ്. ഇന്ത്യയുടെ മനഃസാക്ഷി എന്താണെന്ന് സംഘപരിവാരം ആദ്യം അറിഞ്ഞത് ബാബ്റി മസ്ജിദ് തകർന്നപ്പോഴാണ്. എപ്പോഴും നമ്മുടെ ശത്രുതയ്ക്ക് പോലും താങ്ങാൻ കഴിയുന്ന ഒരു പരിധി നമ്മുടെ മനസ്സിനുണ്ട്. ശത്രുക്കളെപ്പോലും പൊറുക്കാൻ കഴിയുന്ന അളവ് വിരോധങ്ങൾക്കുണ്ട്. ഇത് തകർക്കപ്പെട്ടപ്പോൾ ഒരു ജനതയുടെ മനഃസാക്ഷി മുഴുവൻ ഉണരുകയും അതിനെ പ്രതിരോധിക്കുകയും ക്ഷമിക്കുകയും ചെയ്യുന്നു എന്നുള്ള പാഠം പള്ളി തകർക്കപ്പെട്ടപ്പോൾ സംഘപരിവാരവും അവരുടെ ഗവേഷണ വിഭാഗവും കണ്ടെത്തിയെന്ന് നമുക്കിന്നറിയാം. ഒരുപക്ഷേ, ഗുജറാത്ത് അടക്കം അത്തരത്തിലുള്ള ഒരു പാളിയ പരീക്ഷണമായിരുന്നു എന്ന്, ഗുജറാത്ത് ഒരു പരീക്ഷണ ശാലയായിരുന്നുവെന്ന് ഈ ചരിത്രകാരന്മാർ മനസ്സിലാക്കിത്തുടങ്ങിയിട്ടുണ്ട്. ഇത്തരം പരീക്ഷണശാലകളിൽ പ്രത്യയശാസ്ത്രങ്ങൾ പരീക്ഷിക്കുകയും അതിന്റെ വ്യാപനത്തിന് പാകത്തിൽ രാജ്യത്തെ രൂപപ്പെടുത്തിയെടുക്കുകയാണ് ഫാസിസ്റ്റ് ഗവേഷണ വിഭാഗത്തിന്റെ മുഖ്യമായ ജോലി എന്ന് നമുക്കറിയാം. അതുകൊണ്ട് തെരഞ്ഞെടുപ്പിൽ ആദ്യത്തേയും രണ്ടാമത്തേയും പരിഗണന എന്തുകൊണ്ട് അങ്ങനെ വന്നുവെന്ന് നാം ഇന്ന് മനസ്സിലാക്കുന്നു.

ഇന്ത്യയിൽ എന്ത് നടന്നാലും ഒന്നും മനസ്സിലാക്കാത്ത കോൺഗ്രസ് മാത്രമേ ഈ സംഭവത്തിന്റെ രഹസ്യം ഉൾക്കൊള്ളാൻ മടിച്ചിട്ടുള്ളൂ. മറ്റൊരു തരത്തിൽ ഇടതുപക്ഷം മാത്രമേ വരാനിരിക്കുന്ന

തെരഞ്ഞെടുപ്പിൽ സംഘപരിവാർ സ്വീകരിക്കുന്ന തന്ത്രത്തിന്റെ പൊരുൾ എന്തെന്ന് മനസ്സിലാക്കിയിട്ടുള്ളൂ. ഇത് ഒരു പശ്ചാത്താപ മാണെന്ന് പറയാം. കാരണം എപ്പോഴും ഹത്യകൾ നടക്കുമ്പോൾ, കൊലപാതകങ്ങൾ നടക്കുമ്പോൾ സാധൂകരിക്കുന്നതും ഉദാഹരി ക്കുന്നതും അതിനെ വീരാരാധനയോടെ സമീപിക്കുന്നതും വീരചക്രം കൊടുക്കുന്നതും വാസ്തവത്തിൽ മതങ്ങളും പ്രത്യയശാസ്ത്രങ്ങളുമാണെന്ന് നാം അറിയുന്നുണ്ട്. മതത്തിന്റെ ഒരു പ്രയോജനം പാപത്തിൽ നിന്നുള്ള മോചനമാണ് എന്നാണ് പറയുക. പാപം ചെയ്യാതെ ജീവിക്കാൻ കഴിയു കയില്ല എന്നുള്ളതുകൊണ്ട് മതം പാപത്തിൽ നിന്നുള്ള വിമോചനങ്ങൾ നിർദേശിക്കുകയും അത്തരം വിമോചനങ്ങളിൽ കൂടി നമുക്ക് മനസ്സ മാധാനം ഉണ്ടാക്കിത്തീർക്കുകയും ചെയ്യുന്നു എന്നുള്ളത് മതത്തിന്റെ പ്രായോഗികമായ പ്രയോജനമാണ്. അല്ലെങ്കിൽ ഇത്തരത്തിലുള്ള മോചനം, പാപമോചനം പ്രത്യയശാസ്ത്രത്തിൽ നിന്നോ ദേശീയതയിൽ നിന്നോ ഉണ്ടാകുമെന്നും നമുക്കറിയാം.

അതുകൊണ്ട് ദേശീയമായ ഹത്യയെ നാം സമ്മാനിക്കുകയും ദേശീയമായി അനേകം ഹത്യകൾ ചെയ്യുന്നവരെ നാം വീരചക്രം കൊടുത്ത് ആദരിക്കുകയും ചെയ്യുന്നു. ദേശീയത ഇതുപോലെ എല്ലാ ത്തിനെയും ന്യായീകരിക്കുന്ന ഒരു വസ്തുവാണ്. പക്ഷേ നാം ഇപ്പോഴും ദേശീയതയെക്കുറിച്ച് ചർച്ച ചെയ്തുകൊണ്ടിരിക്കുകയാണ്. ദേശീയത യെക്കുറിച്ച് ദേശീയ സംസ്കാരത്തെക്കുറിച്ച്, ദേശീയതയും രാജ്യവും അല്ലെങ്കിൽ രാഷ്ട്രവും തമ്മിലുള്ള ബന്ധത്തെക്കുറിച്ച് സ്റ്റേറ്റും ദേശീയ വാദവും തമ്മിലുള്ള ബന്ധത്തെക്കുറിച്ച് ചർച്ചകൾ നടന്നുകൊണ്ടിരിക്കുക തന്നെയാണ്. മുസോളിനിയുടെ പാഠപുസ്തകത്തിൽ നിന്ന് സ്റ്റേറ്റാണ് ദേശീയതയെ നിർണ്ണയിക്കുന്നത് എന്നും ദേശീയത സ്റ്റേറ്റിനെ നിർണ്ണ യിക്കുന്നില്ല എന്നും വായിച്ചുരുവിട്ട ഒരു സംഘമാണ് സംഘ്പരിവാർ. It is not nationalism that determines that ate but it is ats ate that determines nationalism എന്നുള്ളത് മുസോളിനിയുടെ ഒരു വാക്യമാണ്. അതുകൊണ്ടാണ് ഇന്ത്യയുടെ ദേശീയത ഹിന്ദുത്വ മാണ് എന്ന് ഇവിടുത്തെ ഭരണാധികാരികൾ പറയുന്നത്. ഹിന്ദുക്കൾ അല്ലാത്തവർക്ക് രണ്ട് തരത്തിൽ ഇതിനോട് ബന്ധപ്പെടാൻ കഴിയും. ഒന്ന് മരിച്ചിട്ട്, രണ്ട് തലകുനിച്ചിട്ട്. ഈ രണ്ട് മാർഗ്ഗവും സ്വീകരിക്കുന്നു, ഇപ്പോഴും സ്വീകരിക്കുന്നു, ഇങ്ങനെയാണ് പണ്ടും പട്ടാളത്തെ ഉപയോ ഗിച്ചുകൊണ്ട് അലക്സാണ്ടറെപ്പോലുള്ളവർ യുദ്ധം ചെയ്തത്. നിങ്ങൾക്ക് രണ്ട് തരത്തിൽ ശത്രുവിനെ നേരിടാം. കൊന്നിട്ടും മറ്റൊന്ന് അടിമയായി പിടിച്ചിട്ടും. അങ്ങനെ അടിമയായി പിടിച്ച് വേല ചെയ്യിക്കുകയും ഭൗതികമായ അടിമത്തം ശാരീരികമായ അടിമത്തം കൂലിവേലക്കുള്ള

അടിമത്തം എന്നിങ്ങനെ അടിമകളെ ഉണ്ടാക്കിയെടുക്കാം- മൃഗങ്ങളെ മെരുക്കിയെടുക്കുന്നതു പോലെ.

വലിയ ഉദ്യോഗങ്ങൾ കൊടുത്തിട്ട്, വലിയ സ്ഥാനമാനങ്ങൾ കൊടുത്തിട്ട് ഒരുപാട് സൗജന്യങ്ങൾ കാണിച്ചിട്ട്, നിങ്ങളെ ഞങ്ങൾ നാളെ രക്ഷിച്ച് കൊള്ളാമെന്ന വാഗ്ദാനങ്ങൾ കൊടുത്തിട്ട്, ഇങ്ങനെ മനുഷ്യരെയും മെരുക്കിയെടുക്കാം. മനുഷ്യരെയും ആലയിൽ കെട്ടാമെന്നുള്ളത് മനുഷ്യൻ ഒരു മൃഗമായതു കൊണ്ട് സംഭവിക്കുന്ന ഒരു അവസ്ഥയാണ്. അതുകൊണ്ട് മനുഷ്യരെ ആലയിൽ കെട്ടാമെന്നും. ബുദ്ധിജീവികളെയും- സക്കറിയ അതാണല്ലോ പറഞ്ഞത്-ആലയിൽ കെട്ടാമെന്നും അത്രയൊന്നും ബുദ്ധിജീവികളല്ലാത്ത ഫാസിസ്റ്റുകൾ മനസിലാക്കിയിരിക്കുന്നു. അതുകൊണ്ടാണ് ബുദ്ധിജീവികളിൽ ആവശ്യത്തിൽ കവിഞ്ഞ് വിശ്വാസമർപ്പിക്കരുത് എന്ന് പറയുന്നത്. ബുദ്ധിജീവി എന്ന് പറയുന്നത് തന്നെ ജനാധിപത്യ വിരുദ്ധ നിലപാടാണ്. കാരണം മുസോളിനിയുടെ നിർവ്വചനത്തിലുള്ള മറ്റൊരു കാര്യം ലോകത്തിലെ മനുഷ്യർ തുല്യരല്ല എന്നും ജനാധിപത്യമാണ് ഏറ്റവും നല്ല വ്യവസ്ഥിതി എന്നുള്ളത് മനുഷ്യൻ കണ്ടുപിടിച്ച വങ്കത്തമാണെന്നുമാണ്. ലോകത്തിൽ രണ്ടുതരം പൗരന്മാർ ഉണ്ടെന്നും ഒരു കൂട്ടർ നയിക്കാനുള്ളവരും മറ്റുള്ളവർ നയിക്കപ്പെടാനുള്ളവരുമാണ് എന്ന് വളരെ കൃത്യമായി പറഞ്ഞിട്ടുള്ള ഒരാളായിരുന്നു മുസ്സോളിനി.

●

ജ്ഞാനോദയം

ഗുജറാത്ത് ഇപ്പോഴും കത്തുന്നില്ലെങ്കിലും കനൽക്കൂമ്പാരമാണ്. ഇന്ത്യൻ ജനതയുടെ സഹിഷ്ണുതാ പാരമ്പര്യം വിളംബരം ചെയ്തു കൊണ്ട് ബാബ്റി മസ്ജിദ് നിലംപരിശാക്കിയിട്ട് ഏതാനും വർഷങ്ങളേ ആയിട്ടുള്ളൂ. ഈ ഉദ്ബോധനം നടത്തിയവരിൽ പലരും ഗാന്ധിജിയെ വധിച്ച് ഗോഡ്സേ, ധർമ്മം അനുഷ്ഠിച്ച നാളുകളിൽ ജീവിച്ചിരുന്നവരാണ്. സ്വാതന്ത്ര്യത്തിന്റെ അയൽനാളുകളിൽ എന്തായിരുന്നു ഇന്ത്യ എന്ന് അവർക്ക് ഇന്നും ഓർമ്മയുണ്ടാകണം. അറിഞ്ഞവർക്കൊന്നും അത് മറക്കുവാൻ കഴിയുകയില്ല.

അപ്പോഴും ഇന്ത്യക്കാരുടെ ശരീരസൗഷ്ഠവം വർധിപ്പിക്കുവാനും ആത്മീയ ഔന്നിത്യം നിലനിർത്തുവാനും സംഘപരിവാരങ്ങൾ ശ്രമിച്ചുകൊണ്ടേയിരുന്നു. "ഗീതാ പാഠത്തെക്കാൾ കാല്പന്തുകളിയാണ് നിങ്ങളെ ദൈവത്തോട് അടുപ്പിക്കുക" എന്ന വിവേകാനന്ദ സന്ദേശം അതിസാമർത്ഥ്യത്തോടെ സംഘം നടപ്പാക്കിക്കൊണ്ടും ഇരുന്നു. ഇപ്പോഴവർ ദൈവത്തിന്റെ വളരെ അടുത്തെത്തിക്കഴിഞ്ഞു. ഗുജറാത്തിലെ ന്യൂനപക്ഷത്തിനും ഇത് നന്നായി അറിയാം. രക്തദാനം കൊണ്ടാണ് മഹാദാനം നടത്തേണ്ടത് എന്ന് മനസ്സിലാക്കിയ ഒരേയൊരു സംഘം അതാണെന്നും ഗുജറാത്തികൾ അറിഞ്ഞു കഴിഞ്ഞിരിക്കുന്നു. നമുക്ക്

ആർക്കും നേടുവാൻ കഴിഞ്ഞിട്ടില്ലാത്ത എന്തറിവാണ് സംഘപരിവാരത്തെക്കുറിച്ച് അതീന്ദ്രിയ ജ്ഞാനം വഴി നമ്മുടെ കവികൾ നേടിയിട്ടുള്ളത്. ഭരണഘടനയോ നിയമാവലിയോ വായിച്ചും സാരോപദേശകഥകൾ കേട്ടും ആകുമോ ഏറെക്കാലം ഇവിടെ തന്നെ ജീവിച്ചുപോന്ന ഈ കവികൾ അവരുടെ അറിവ് നിർമ്മിച്ചെടുത്തിട്ടുള്ളത്. ജ്ഞാനോദയത്തിന്റെ ഈ അപൂർവ നിമിഷം മലയാളികളെ അത്ഭുതപ്പെടുത്തിയിരുന്നു; പരിചയമുള്ള ആളുകൾ പരിചിതമല്ലാത്ത ഭാഷയിൽ സംസാരിക്കുന്നത് കേട്ടിട്ട്.

ഇതിന്റെയൊന്നും കാരണങ്ങൾ അന്വേഷിക്കരുത്. മഹത്തായ ഒന്നിന്റെയും കാരണം തേടരുത് എന്നാണ് നമ്മെ പഠിപ്പിച്ചു പോന്നിട്ടുള്ളത്.

സംഘപരിവാരത്തിന്റെ കാര്യം അങ്ങനെയല്ല. ചെങ്കുരിശു പോലെ മറ്റൊന്നാണ് അത് എന്ന് കേരളീയർ ഇതുവരെ മനസ്സിലാക്കിയിരുന്നില്ല. ജനങ്ങളുടെ അനുഭവങ്ങളും അറിവുകളും വേറൊരു വഴിക്കാണ്. ഇത്രയും തിരുത്തുവാനുള്ള പ്രചോദനമാണ് കവികളും മറ്റും ഇപ്പോൾ നൽകിയിരിക്കുന്നത്. ജഗത് മിഥ്യയും ബ്രഹ്മം മാത്രം സത്യവും ആകുന്നു.

ഒരു ജനവിരുദ്ധ സംഘടന ജനാധിപത്യത്തിലേക്ക് കടന്നു വരുമ്പോൾ പാരമ്പര്യം കൊണ്ട് പരിചയം കൊണ്ടുമുള്ള അസ്പൃശ്യത തൽക്കാലത്തേക്കെങ്കിലും നീക്കേണ്ടതുണ്ട്. അതിനു സമയമായി എന്ന് സംഘം കരുതുന്നുണ്ടാവണം. ഇതുവരെ അവർ സഞ്ചരിച്ചിരുന്ന ഋണരാശിയിൽ നിന്ന് ധനരാശിയിലേക്ക് കടക്കുവാൻ ഉള്ള യത്നത്തിൽ അവർ ഒരു കുറി ജയിച്ചിരിക്കുന്നു. ഒരു ജനതയെ മുഴുവൻ മോഹഭംഗത്തിലാഴ്ത്തിക്കൊണ്ട് കവികൾ അവരെത്തന്നെ ചതിച്ചിരിക്കുന്നു. തിരിച്ചറിയുമ്പോഴേക്കും അവരുടെ തിരിച്ചറിവ് എടുക്കാത്ത ഒരു നാണ്യമായി മാറിക്കഴിഞ്ഞിട്ടുണ്ടാവും.

●

2002

അഭയം

ബാബ്റി മസ്ജിദ് പരസ്യമായാണ് തകർക്കപ്പെട്ടത്. ഭീകരരോ ഒളിപ്പോരാളികളോ ഉണ്ടായിരുന്നില്ല. സേവകർ മാത്രം പങ്കെടുത്ത ഒരു യജ്ഞം. കാഴ്ചക്കാരായി വേണ്ടുവോളം പോലീസും പട്ടാളവും. യജ്ഞത്തിൽ പങ്കെടുത്തവരെ പിന്നീട് സൗജന്യമായി അവരവരുടെ വീടുകളിൽ എത്തിച്ചു. എല്ലാവരും നോക്കിനിൽക്കെ ആണ് ലങ്കാദഹനം നിർവഹിച്ചത്. എങ്കിലും അതാരാണ് ചെയ്തത് എന്ന് ഇപ്പോഴും നാം തന്നെ തർക്കിച്ചുകൊണ്ടിരിക്കുന്നു. ലങ്ക മാത്രം ഇല്ലാതായിക്കഴിഞ്ഞു. അണയാത്ത ഒരു തീ അപ്പോൾ കൊളുത്തപ്പെടുകയും ചെയ്തു.

ആ തീ കാലം കടന്ന് ദേശം കടന്ന് ഗോധ്രയിലും ഗുജറാത്തിനാകെയും തീ കൊടുത്തിരിക്കുന്നു. അതുകൊണ്ട് ഇനി എല്ലാവരും സുഖികളായി ഭവിക്കട്ടെ. എല്ലാവരും രോഗ വിമുക്തരാകട്ടെ. അഹിംസയാണല്ലോ നമ്മുടെ പരമമായ ധർമ്മം.

മനോഹരമായ സ്വാമിനാരായണ ക്ഷേത്രം ഇപ്പോൾ ഒട്ടും മനോഹരമല്ല. കൊല്ലാനുള്ള കാരണവും മരിക്കാനുള്ള കാരണവും അവിടെ വീണ്ടും മതം തന്നെയായി തീർന്നിരിക്കുന്നു. ജീവിച്ചിരിക്കുവാൻ മാത്രമേ കാരണം കാണാതെയുള്ളൂ. ഊരും പേരുമറിയാത്ത ആരോ ആണ് അവിടെ മരണം ശരിക്കും വിതച്ചത് എന്നാണ് ഇന്നലെ വരെ പറഞ്ഞിരുന്നത്. സ്വയം മരിച്ചുകൊണ്ട് വിളക്ക് കെടുത്താൻ ഒന്നോ രണ്ടോ വണ്ടു മാത്രം മതി.

പാക്കിസ്ഥാനിൽ നിന്ന് പറന്ന് വന്നവരാണ് അവരെന്ന് പറഞ്ഞുകൊണ്ട് നമുക്ക് മരണത്തെ സമാശ്വസിപ്പിക്കാം. ഇനി എല്ലാ പിൻകരുതലുകളെയും ഔദ്യോഗികമായി മുൻകരുതൽ എന്നു വിളിക്കാം. ക്ഷേത്രങ്ങൾക്കും ദൈവങ്ങൾക്കും പള്ളികൾക്കും കാവലേർപ്പെടുത്താം.

മതങ്ങളിപ്പോൾ ആരെയും രക്ഷിക്കുന്നില്ല എന്നും ആരെയും സംയോജിപ്പിക്കുന്നില്ല എന്നും ഒരു പ്രശ്നവും പരിഹരിക്കുന്നില്ല എന്നും ബോധ്യപ്പെടാനുള്ള സന്ദർഭം വന്നിരിക്കുന്നു. മതനിരപേക്ഷതയെ പരിഹസിച്ചിരുന്നവർക്കും ഈ വാസ്തവം തിരിച്ചറിയാൻ സമയമായി. ആക്രമണങ്ങളെല്ലാം ഭൂമിക്ക് മുകളിൽ കൂടിയോ അധോലോകങ്ങളിൽ കൂടിയോ എന്ന വ്യത്യാസം അപ്രസക്തമായിക്കഴിഞ്ഞു. ഭൂഗോളത്തെ പിടിച്ചടക്കുമ്പോഴും ഭയംകൊണ്ട് കിടിലം കൊള്ളുന്ന ഒരു അമേരിക്കയെപ്പോലെ മതത്തെ ചൊല്ലി ശപഥം ചെയ്യുന്ന ശക്തികളുടെയും ഉറപ്പെല്ലാം ചോർന്ന് പോയിക്കൊണ്ടിരിക്കുന്നു.

ഭയം ജീവന്റെ പ്രവർത്തനങ്ങളെയെല്ലാം ഉണർത്തുകയും സ്തംഭിപ്പിക്കുകയും ചെയ്യുന്ന ഒരു ജൈവാവസ്ഥയാണ്. ഉൽകണ്ഠയും ഭയവും ഒരു കുലച്ചവില്ല പോലെ ജീവികളെ എന്തിനും സന്നദ്ധരാക്കി എന്ന് വരാം. പക്ഷേ ഭയത്തിൽ ജീവിക്കുന്നവർക്ക് ഭയമില്ലാതെ മറ്റൊന്നും ഉൽപ്പാദിപ്പിക്കുവാൻ കഴിയുകയില്ല. ഇങ്ങനെ നീണ്ടു പോകുന്തോറും അത് സ്വയം ഭക്ഷിച്ചു തീർക്കുന്ന ജീവിത നിഷേധം തന്നെയായിത്തീരും. ഇന്ത്യയിലും വളർന്നു വരുന്നത് വന്ധ്യമായ, നിദ്രാശൂന്യമായ, ചകിതമായ നിഴൽപ്പാട്ടുകളാണ്. ഇന്നലെ ചെയ്ത അബദ്ധങ്ങളുടെ ഫലങ്ങൾ പാവങ്ങളെല്ലാം സമമായി ഭാഗിച്ചെടുത്ത് അനുഭവിക്കുന്നു.

●

2002

ഗുജറാത്തിനു ശേഷം

ഗുജറാത്തിൽ വളരെ ഹ്രസ്വമായ, നിശിതമായ ഫാസിസ്റ്റ് പരീക്ഷണങ്ങൾ നടന്നുവരുന്നു എന്നു നാം വൈകി, പതുക്കെ മനസ്സിലാക്കി തുടങ്ങിയിരിക്കുന്നു. തീരുമാനിച്ചുറച്ച ഒരു പരിപാടി അനുസരിച്ച് ഗുജറാത്ത് സംഭവിക്കുകയും ഗുജറാത്തിനു ശേഷം ഒരു ഫാസിസ്റ്റ് മുന്നേറ്റത്തിന് ഇന്ത്യ പാകപ്പെട്ടിരിക്കുന്നു എന്ന് പലതരത്തിലുള്ള പ്രഖ്യാപനങ്ങൾ ഉണ്ടാവുകയും ചെയ്തിട്ടുണ്ട്. അതിലൊന്ന്, മോഡിയാണ് ഇന്ത്യയിലെ ഏറ്റവും വലി ഭരണാധിപൻ എന്ന പ്രഖ്യാപനവും മറ്റൊന്ന് ഗുജറാത്ത് ഒരു തെരഞ്ഞെടുപ്പിനു സന്നദ്ധമായിരിക്കുന്നു എന്ന പ്രഖ്യാപനവുമാണ്.

ഇത് ജനാധിപത്യത്തിന്റെ പ്രശ്നമല്ല, തെരഞ്ഞെടുപ്പിന്റെ പ്രശ്നമല്ല. പരീക്ഷണം നടത്തിയ ആളുകളുടെ പ്രവർത്തന വിജയത്തിന്റെ ഒരു വിലയിരുത്തൽ ആണ്. ഈ അർത്ഥത്തിലാണ് നാം തീർച്ചയായിട്ടും ഇന്ന് ഗുജറാത്തിനെ കാണുന്നത്. അതുകൊണ്ട് ഗുജറാത്ത് എന്നത് ഗാന്ധിജിയുടെ ജന്മദേശമാണോ ഗോവർദ്ധൻ എന്നു നമ്മൾ വിളിക്കുന്ന ഡോക്ടർ കുര്യന്റെ പ്രവർത്തന രംഗമാണോ, അത് അഹിംസയുടെ നാടാണോ എന്നൊന്നുമല്ല, എ.ഡി.ബി വായ്പ കിട്ടിയ ഒരു സംസ്ഥാനമാണ് എന്നതുമല്ല മുഖ്യമായ പ്രശ്നം. മറിച്ച് നാം വരുന്നതിനൊക്കെ മുമ്പിലായി ഇന്ത്യയിലെ ഫാസിസ്റ്റ് ശക്തികൾ അതിന്റെ പരിപാടികൾ നടപ്പിലാക്കിക്കൊണ്ടിരിക്കുന്നു എന്നും അടുത്ത തുരുത്തിന് അവർ തയ്യാറായിക്കൊണ്ടിരിക്കുന്നു എന്നുമാണ് ഗുജറാത്ത് നമ്മെ വിളിച്ചറിയിക്കുന്നത്.

ഗുജറാത്തിലുള്ള എന്റെ ഒരു അനുജൻ പറഞ്ഞത് അവിടെ ഹിന്ദുസ്ഥാനും പാക്കിസ്ഥാനും പ്രത്യക്ഷപ്പെട്ടിരിക്കുന്നു എന്നാണ്. ആളുകൾ അങ്ങനെ വിളിക്കാൻ തുടങ്ങിയിരിക്കുന്നു എന്നുമാണ്. ഇത്തരമൊരു

ധ്രുവീകരണം ആളുകളുടെ അടയാളത്തിൽ കാണുന്ന മാറ്റമാണ്. ചുണ്ണാമ്പുതൊട്ട് അടയാളപ്പെടുത്തുന്നതു പോലെ, ചന്ദനംതൊട്ട് അയാളപ്പെടുത്തുന്നതുപോലെ, തൊപ്പിവച്ചും തലപ്പാവുവച്ചും അടയാളപ്പെടുത്താം. ആളുകളെ തിരിച്ചറിയാനുള്ള ഒരു മാർഗ്ഗം അടയാളമാണ് എന്നത് ഒരു കാലഘട്ടം വീണ്ടും ഉത്പാദിപ്പിച്ചെടുത്തിട്ടുള്ള ഒരു പ്രവർത്തന രീതിയാണ്. കാരണം നമ്മുടെ കാലഘട്ടം വിശ്വാസം അടിച്ചേൽപ്പിക്കാൻ കഴിയാത്ത ഒരു കാലമാണ്. ഡാർവീനിയൻ യുഗത്തോടു കൂടി ഉത്പത്തിയെക്കുറിച്ചുള്ള പഴയ കഥകൾക്ക് വലിയ ഉടവു തട്ടുകയും എങ്ങനെയാണ് ലോകം ഉണ്ടായത്, ജീവനുണ്ടായത്, മനുഷ്യനുണ്ടായത് എന്ന പുതിയ സങ്കല്പങ്ങൾക്ക് അർത്ഥമുണ്ടാവുകയും ചെയ്തു. ഇത്തരമൊരു ഘട്ടത്തിൽ മതം സംശയാസ്പദമായിത്തീരുമ്പോൾ അത് കൂടുതൽ ഉറപ്പുള്ള സ്ഥലങ്ങളിലേക്ക് മാറിനില്ക്കുകയും വിശ്വാസത്തെ അടയാളം കൊണ്ട് കൃത്യമായി രൂപപ്പെടുത്തുകയും ചെയ്യും എന്നുള്ളത് പ്രധാനപ്പെട്ട ഒരു കാര്യമാണ്.

1930 കളിലും 40 കളിലും ഇവിടെ ചെറുപ്പക്കാർ ആരും കുറിതൊടാറുണ്ടായിരുന്നില്ല. ഞാൻ പറയുന്നത് സഹോദരൻ അയ്യപ്പന്റെ കാലം; 1917 ഒക്ടോബർ വിപ്ലവത്തിന്റെ കാലം, മുഴുക്കയ്യൻ ഷർട്ടും ശൂന്യമായ നെറ്റിയും മിതമായ ഭാഷയുമായി ഗാന്ധിജിക്കു പോലും തെറ്റുപറ്റും എന്നു പറയുവാൻ ധൈര്യം കാണിച്ചിരുന്ന ഒരു പയ്യൻ, അയ്യപ്പൻ. ഇന്ന് ശൂന്യമായ തലകൾ എല്ലാം മൂടപ്പെടുകയും നിങ്ങൾ അടയാളപ്പെടുത്തുകയും ചെയ്യുന്ന ഒരവസ്ഥ വന്നിരിക്കുന്നു. തിരിച്ചറിയാനുള്ള മാർഗ്ഗം വിശ്വാസമല്ല. വിശ്വാസം ഒരു കൗതുകവസ്തുവാണ്. കാരണം ഒരു ഇൻഫർമേഷൻ യുഗത്തിൽ ആളുകളെ വിശ്വസിപ്പിക്കാൻ കഴിയില്ല. പക്ഷേ അടയാളപ്പെടുത്താൻ കഴിയും. ഇങ്ങനെ ആളുകളെ അടയാളപ്പെടുത്തുകയും അടയാളപ്പെടുത്തി മാറ്റിനിർത്തുകയും ചെയ്യുക എന്ന രീതിയാണ് ഇന്നു സ്വീകരിച്ചിരിക്കുന്നത്. അതുകൊണ്ട് ഒരു കാലത്ത് ഉപേക്ഷിച്ചിരുന്ന അടയാളങ്ങൾ എല്ലാം തിരിച്ചു വരികയും നിങ്ങൾ ആരാണെന്ന് അറിയുവാനുള്ള എളുപ്പ മാർഗ്ഗം നിങ്ങളുടെ പുറത്തു തന്നെയുണ്ടെന്ന് നാം മനസ്സിലാക്കുകയും ചെയ്യും. ഇതൊരു വലിയ സാങ്കേതിക വിദ്യയാണ്. അതൊരു ബ്രൗൺ ഷർട്ടാവാം, കാവിക്കുപ്പായമാവാം, അതൊരു നെറ്റിയിലെ കുറിയാവാം, അതൊരു കാക്കി ട്രൗസറാകാം. ഇങ്ങനെ അടയാളങ്ങൾ ആളുകളുടെ നഷ്ടപ്പെട്ടു പോയ വിശ്വാസങ്ങൾക്ക് പകരമായി പരിരക്ഷിക്കുകയും അവരെ അകറ്റി നിർത്തുകയും ചെയ്യുന്ന ഒരവസ്ഥ ഉണ്ടാക്കിത്തീർക്കുവാൻ കഴിയുമെന്ന് വിചാരകേന്ദ്രങ്ങൾ കണ്ടുപിടിച്ചിട്ടുണ്ടെന്ന് നമുക്ക് മനസ്സിലായി. ഇന്ന് രാഷ്ട്രീയം ഗവേഷണപ്രധാനമായ ഒരു കാര്യമാണെന്നും ഗവേഷണം

കൊണ്ട് നടത്താവുന്ന ഒരു കാര്യമാണ് ഫാസിസ്റ്റ് അജണ്ട എന്നുമുള്ള ബോധം ധ്രുവീകരണത്തിലേക്കും മതവാദത്തിലേക്കും മനുഷ്യന്റെ പ്രാഥമികമായ മനോവ്യാപാരങ്ങളെ വഴി തെറ്റിക്കുന്ന ഭാഗങ്ങളിലേക്കും എത്തിച്ചേരുകയും വളരെ എളുപ്പത്തിൽ നമുക്ക് പരിചയമില്ലാത്ത ഒരു സ്ഥലത്ത് എത്തിപ്പെട്ടതായി നാം തിരിച്ചറിയുകയും ചെയ്യുന്നു.

1947-നു മുമ്പ് ഞങ്ങൾ എങ്ങനെയായിരുന്നു എന്നു ചോദിക്കുമ്പോൾ ഇന്ത്യയെ സ്വാതന്ത്ര്യത്തിലേക്ക് എത്തിച്ചത് ആരാണെന്നും ഇന്ത്യൻ സ്വാതന്ത്ര്യസമരത്തിന്റെ രക്തസാക്ഷികൾ ആരാണെന്നുമുള്ള ബോധത്തിലേക്ക് ഒരു നവീന ചരിത്രകാരൻ കടന്നുചെല്ലുമ്പോൾ അയാളെ പൊറുപ്പിക്കാൻ പാടില്ല എന്നുള്ളത് ഒരു അജണ്ടയുടെ ഭാഗമാണ്. അതുകൊണ്ട് അയാളൊരു ശല്യമായിത്തീരും. കാരണം ഞങ്ങൾ അവിടെ ഉണ്ടായിരുന്നില്ല എന്നും ഞങ്ങൾ ചരിത്രത്തിൽ ഉണ്ടായിരുന്നില്ല എന്നും പുറത്താവുമ്പോൾ ഞങ്ങളെ ചരിത്രത്തിലേക്ക് പറിച്ചു നടണം എന്നുമുള്ള മോഹം തീർച്ചയായും ഇന്ത്യൻ ഫാസിസ്റ്റുകൾക്ക് ഉണ്ടായിത്തീരും. ഹിറ്റ്ലർക്ക് ജയ് വിളിച്ചു നടന്നിരുന്ന ഒരു കാലം ഉണ്ടായിരുന്നു. അങ്ങനെയുള്ളൊരു കാലഘട്ടത്തിൽ നിങ്ങൾ എവിടെയായിരുന്നു എന്നുള്ള ചോദ്യത്തിന് ഉത്തരം കണ്ടെത്തുക എന്നുള്ളത് ഫാസിസ്റ്റ് ചരിത്രകാരന്മാരുടെ ഒരു ലക്ഷ്യമായിത്തീരുന്നുണ്ട്. അതുകൊണ്ട് അവർ ഭൂതകാലത്തിൽ ഇടപെടുകയും വേട്ടയാടുകളും അങ്ങനെ ഭൂതകാലം തിരുത്തപ്പെടുകയും അശ്വത്ഥാമാവിന്റെ തലമാറ്റി വച്ചതു പോലെ ഒരു കുതിരത്തല പെട്ടെന്ന് ഹാരപ്പൻ ലിപികളിൽ എത്തിച്ചേരുകയും ചരിത്രം തിരുത്താൻ കുതിരയെ ഇറക്കുമതി ചെയ്യാം എന്നു പറയുകയും ചെയ്യുന്ന ഒരവസ്ഥ രൂപപ്പെടുകയും ചെയ്യും. ഇതാണ് ഭൂതാവേശം എന്നു പറയുന്നത്; ഭൂതകാലത്തെ മാനിപ്പുലേറ്റ് ചെയ്തിട്ട് ഒരു ഭാവി എങ്ങനെ ഉണ്ടാക്കാം എന്നത്. ഇതിനെ ഒരുപക്ഷേ മുസോളിനിയുടെ ഭാഷയിൽ ആത്മീയത എന്നു പറയാം.

ആത്മീയമായ ചില കാര്യങ്ങളെ, വിശ്വാസത്തെ, ചരിത്രത്തിന്റെ ഇല്ലായ്മയെ ഉപയോഗിച്ച് നാളത്തെ ഉണ്മയാക്കിത്തീർക്കുക എന്നതാണ് തികച്ചും ഒരു ഫാസിസ്റ്റ് സംഘടന ചെയ്യുന്നത് എന്നു നാം മനസ്സിലാക്കണം. അതുകൊണ്ട് മരിച്ചവരെല്ലാം എഴുന്നേറ്റു വരികയും എല്ലാ പുരാതന കഥാപാത്രങ്ങളും നമ്മുടെ സമൂഹമായിത്തീരുകയും ചെയ്യുന്നു. ഇല്ലാത്ത മനുഷ്യരെക്കൊണ്ട് നമ്മുടെ ആകാശവും ഭൂമിയും നിറയുകയും ചെയ്യുന്ന ഒരവസ്ഥവരും. ഇത്തരം ഫോർമുലകളെ ഫാസിസ്റ്റ് പ്രത്യയശാസ്ത്രം ആത്മീയത എന്നു വിളിക്കുകയും മനുഷ്യർ അവന്റെ വർത്തമാനം കൊണ്ട് മാത്രമല്ല, ഓർമ്മ കൊണ്ടുകൂടി ജീവിക്കുന്ന ഒരു മൃഗമാണ് എന്ന് ഫാസിസം കൃത്യമായി മനസ്സിലാക്കുകയും

ചെയ്യുന്നു. അതുകൊണ്ട് ഓർമ്മയെ കൈകാര്യം ചെയ്താൽ, ഭൂതകാല ത്തെ കൈകാര്യം ചെയ്താൽ, നിങ്ങളുടെ ഭാവനയിലെ കഥാപാത്രങ്ങളെ കൈകാര്യം ചെയ്താൽ നിങ്ങളെ കൈകാര്യം ചെയ്യാം എന്നുള്ളതാണ് രാമരാജ്യത്തിന്റെ ഉന്നം. ഒരു നോവൽ എഴുതരുത്, കഴിയുമെങ്കിൽ രാമനെക്കുറിച്ച് എഴുതുക എന്നു പറയുന്ന വിപ്ലവകാരിയായ ഒരു നിരൂപകൻ നമുക്കുണ്ട്. അങ്ങനെ പറയാൻ കാരണം രാമൻ എന്ന പദം ഉച്ചരിക്കുമ്പോൾ ഒരായിരം ഓർമ്മകൾ നമ്മുടെ മനസ്സിലേക്കു വരുന്നു എന്നുള്ളതാണ്. രാമൻ ഒരു രാഷ്ട്രീയപുരുഷൻ ആണെന്നും രാമൻ ഒരു പ്രത്യയശാസ്ത്രകാരൻ ആണെന്നും വീണ്ടും വീണ്ടും മാറ്റി മറിക്കുന്ന പ്രത്യയശാസ്ത്രം ആണെന്നുമാണ് അതിന്റെ അർത്ഥം. അതുകൊണ്ട് രാമനെയും രാമന്റെ ഓർമ്മയെയും രാമന്റെ കുലച്ചവില്ലിനേയും പറ്റി യുള്ള ഓർമ്മയെ കൊണ്ടുപോകേണ്ടത് അയോധ്യയിലേക്കാണോ, ബാബ്റി മസ്ജിദിലേക്കാണോ എന്ന സന്ദേഹം ഉളവാക്കുന്ന ഒരു അവസ്ഥ ഉണ്ടാകുന്നു. ഇത് ഓർമ്മകളെക്കൊണ്ട്, അടയാളം കൊണ്ട് എങ്ങനെയാണ് ഒരു രാമരാജ്യം സ്ഥാപിക്കുക എന്ന ഫാസിസ്റ്റ് പരീക്ഷ ണമാണെന്ന് ഇന്നു നാം അറിയുന്നു. അതുകൊണ്ടാണ് പഴയതെല്ലാം സമാഹരിക്കുകയും പഴയതിലെല്ലാം നമ്മുടെ അഭിമാനം തൂങ്ങിക്കിടക്കു ന്നുണ്ടെന്ന് മനസ്സിലാക്കപ്പെടുകയും ചെയ്യുന്നത്.

നിലവിളക്ക് കത്തിക്കുന്നത് വെളിച്ചം കാണാനല്ല, മറിച്ച് എനിക്ക് നിലവിളക്കുണ്ടെന്ന് നാലാൾ അറിയാൻ കൂടിയാണ്. അതായത് ഒരു നിലവിളക്കുപോലെ അടയാളങ്ങൾ നമ്മുടെ ജീവിതത്തിലേക്കു തിരിച്ചു കൊണ്ടുവരികയും ഈ അടയാളങ്ങളെ കൈകാര്യം ചെയ്തുകൊണ്ട് നമ്മുടെ ഭാവിയെ എണ്ണായിരം കൊല്ലത്തോളം പഴക്കമുണ്ടെന്ന് ഗവേഷണ നിരീക്ഷണത്തിൽ എത്തിക്കുകയും ചെയ്യുന്നു. അതായത് ഇന്ത്യൻ സംസ്കാരത്തിന് എത്ര പഴക്കമുണ്ട് എന്ന ഗവേഷണത്തി നുത്തരം ഒരാഴ്ച കൊണ്ടാണ് കിട്ടിയത്. അതാണ് ഒരർത്ഥത്തിൽ ഫാസിസ്റ്റ് എഫിഷ്യൻസി എന്നു പറയുന്നത്. ഈ എഫിഷ്യൻസി ആണ് മനുഷ്യർ മനുഷ്യനല്ല എന്നും യന്ത്രങ്ങളാണെന്നും, യന്ത്രങ്ങളെപ്പോലെ കൈകാലിട്ടിളക്കുന്നവനും, സല്യൂട്ട് ചെയ്യുന്നവനുമാണെന്നുള്ള ഫാസി സത്തിന്റെ ഏറ്റവും വലിയ ആകർഷണം. അതുകൊണ്ടാണ് ജർമ്മനി യിൽ ഉണ്ടാക്കിയ സാധനങ്ങൾ ഏറ്റവും നല്ലത് എന്ന നിഗമനത്തിൽ എത്തുന്നത്. ഇങ്ങനെ മനുഷ്യനെ മനുഷ്യനല്ലാതാക്കിത്തീർക്കുകയും യന്ത്രമാക്കിത്തീർക്കുകയും ചെയ്തുകൊണ്ട് മുതലാളിത്തവും ശാസ്ത്രസാ ങ്കേതികവിദ്യയും ഉണ്ടാക്കിയെടുത്ത നേട്ടങ്ങളുടെയെല്ലാം പാരമ്യത്തി ലേക്ക് ജനസമൂഹത്തെ കൊണ്ടുപോകാൻ കഴിയും എന്നുള്ളതാണ് ടെക്നോളജി യുഗത്തിലെ ഫാസിസ്റ്റ് കണക്കുകൂട്ടൽ. അതുകൊണ്ടാണ്

ഈ നൂറ്റാണ്ട് ഇന്ത്യയുടെ നൂറ്റാണ്ടായിരിക്കുന്നുവെന്ന് ലോകത്തിന്റെ നൂറ്റാണ്ട് തുടങ്ങിയപ്പോൾ വാജ്പേയി പറഞ്ഞത്. വരാനിരിക്കുന്ന നൂറ്റാണ്ട് എന്നല്ല പറഞ്ഞത്. ലോകത്തിലുള്ളവർ പട്ടിണി കിടക്കട്ടെ, കോടിക്കണക്കിന് ജനങ്ങൾ മരിക്കട്ടെ, പട്ടിണി കിടക്കുമ്പോഴും സൂര്യൻ കിഴക്കുദിക്കട്ടെ എന്നുള്ള സിദ്ധാന്തം പുതിയ നൂറ്റാണ്ട് പിറക്കുമ്പോൾ നമ്മുടെ പ്രധാമന്ത്രി പറയാൻ ഇടയായത് ഈ തരത്തിലുള്ള ഒരു വലിയ പ്രതീക്ഷയുള്ളത് കൊണ്ടാണ്. അതായത് ശാസ്ത്രത്തിന്റെ ഒരു വലിയ ആകർഷണം അത് എല്ലാ മനുഷ്യരെയും മനുഷ്യരല്ലാതാക്കിത്തീർക്കുകയും കേവലം യൂണിഫോം മനുഷ്യരാക്കിത്തീർക്കുകയും ചെയ്യും എന്നതാണ്. പോലീസുകാരൻ മാത്രമാവുകയും അരവിന്ദാക്ഷൻ ആവാതിരിക്കുകയും ചെയ്യുന്നു എന്നതാണ് കാക്കിയുടെ വലിയ ഗുണം. അപ്പോൾ അയാൾക്ക് അടിക്കാം. അതുകൊണ്ട് ആ യൂണിഫോമിന്, ഒരു പക്ഷിയുടെ തൂവലിന് ഐക്യമുണ്ടാക്കുവാനും അനോനിമിറ്റി ഉണ്ടാക്കുവാനും നിങ്ങൾ നിങ്ങളല്ല എന്ന തോന്നൽ ഉണ്ടാക്കുവാനും കഴിയും. അതുകൊണ്ട് യൂണിഫോം കൊണ്ട് നിങ്ങൾ ഒരു യന്ത്രമാണെന്നും വളരെ എഫിഷ്യന്റ് ആയ ഒരു തൊഴിലാളിയാണെന്നുമുള്ള ബോധം ഉണ്ടാക്കിയിട്ട് നിങ്ങളെക്കൊണ്ട് പണിയെടുപ്പിക്കാം എന്നത് ഒരു ഫാസിസ്റ്റ് പരിപാടിയുടെ ഭാഗമാണ്. ഇങ്ങനെ മനുഷ്യരെ യന്ത്രമാക്കിത്തീർത്ത് യന്ത്രങ്ങളെക്കൊണ്ട് പണിയെടുപ്പിക്കുന്ന മുതലാളിത്തത്തിന്റെ ഒരു മൂർച്ചയുള്ള ഭാഗമായി ഫാസിസം യൂറോപ്പിൽ വിഹരിച്ചു എന്നാണ് അറിയുന്നത്.

ഇന്ത്യയിൽ ഇത്തരം ഒരു വിദ്യ വരാനിരിക്കുന്ന നൂറ്റാണ്ട് നമ്മുടെയാണ് എന്ന സാമ്രാജ്യത്വ മോഹത്തിന്റെ ഭാഗമായിട്ടാണ് വരുന്നത്. ചുരുങ്ങിയ തോതിൽ അതിന് ജന്മിത്തം എന്നു പറയും. അതായത് നമ്മുടെ പറമ്പിന് ഒരു അതിർത്തിയുണ്ടെങ്കിൽ അതിർത്തി ആവശ്യമില്ല എന്നും, ഒരു പറമ്പിനും അതിർത്തികൾ ആവശ്യമില്ല എന്നുമുള്ള തോന്നൽ, അതാണ് ജന്മിത്തം എന്നു പറയുന്നത്. അങ്ങനെ ജന്മികൾ ഉണ്ടാകുമ്പോൾ ഇന്ത്യക്കു വികസിക്കാൻ കഴിയുമെന്നും ഇന്ത്യ ഒരു സാമ്രാജ്യത്വ ശക്തിയായിത്തീരുമെന്നും ഒരു ഗ്രേറ്റർ ജർമ്മനിയെപ്പോലെ ഒരു ഗ്രേറ്റർ ഇന്ത്യ ഉണ്ടാകുമെന്നും അത് ലോകത്തിന്റെ വെളിച്ചമായിത്തീരും എന്നും ഒരിന്ത്യൻ മോഹം സൃഷ്ടിക്കാൻ ഫാസിസത്തിന് കഴിയും. ഇത്തരത്തിലുള്ള ഒരനുഭവവം, അഥവാ വ്യാമോഹം വളർത്തിയെടുക്കാനുള്ള ശ്രമമാണ് ദേശാഭിമാനം എന്നും കരുതിവരുന്നു. അതുകൊണ്ട് ദേശാഭിമാനം എന്നുള്ളത് ഇപ്പോഴത്തെ കാലഘട്ടത്തിലെ പല നിർണ്ണയനങ്ങളിൽ ഒന്നാണ് എന്നും അത് ഉദ്ദീപിപ്പിച്ചാൽ ദേശീയോന്മാദം ഉണ്ടാക്കിത്തീർക്കാം എന്നും ഏറ്റവും

നല്ല രാജ്യം എന്റെ ഇന്ത്യയാണെന്നും മോക്ഷം ലഭിക്കാൻ ഇന്ത്യയിൽ വന്നു ജനിക്കണം എന്നുമുള്ള ഉന്മാദചിന്ത വളർത്തിക്കൊണ്ടുവരാം എന്നുമുള്ളത് ഫാസിസത്തിന്റെ ലക്ഷ്യങ്ങളിൽ ഒന്നാണ്.

ഇന്ത്യ ഏറ്റവും നല്ല രാജ്യമാണെന്നും ഇന്ത്യൻ ഗണിതമാണ് ലോകത്തെ എല്ലാ ഗണിതത്തിന്റെയും ഉറവിടം എന്നും സംസ്കൃത ഭാഷ വാസ്തവത്തിൽ കമ്പ്യൂട്ടറിനു വേണ്ടി നേരത്തെയുണ്ടാക്കിയെടുത്ത ഒരു ഭാഷയാണെന്നും ഉള്ള ബോധ്യം നമുക്കുണ്ടാകാൻ, ഇത്തരത്തിലു ള്ള ദേശാഭിമാനം നമ്മുടെ ഈഗോവിന്റെ ഒരു വികാരമാക്കിത്തീർക്കുക എന്നതാണ് ഫാസിസത്തതിന്റെ ഒരു പ്രചരണ മാർഗ്ഗം. അതുകൊണ്ട് ഇന്ന് ആരും ഐക്യ കേരളത്തെപ്പറ്റി പറയുന്നില്ല. ഭാഷയെപ്പറ്റി പറയു ന്നില്ല. ഇന്ന് ബംഗാളികളുടെ അഭിമാനം രക്ഷിക്കാൻ ജനഗണമന പാടണം എന്നുള്ള ആവശ്യം ഉയരുന്നില്ല. ഇങ്ങനെ ഭാഷാഭിമാനം എന്നുള്ളത് ഒരു ഉപദേശീയതയായി നമ്മുടെ നാട്ടിൽ നിന്ന് അപ്ര ത്യക്ഷമാകുന്നു. അതിനെ കവർന്നെടുത്തു കൊണ്ട് എല്ലാത്തിനെയും മൂടിക്കിടക്കുന്ന മറ്റൊരു ദേശീയത നമ്മുടെ നാട്ടിൽ വളർത്തിക്കൊണ്ടു വരുന്നു എന്നത് ഫാസിസത്തിന്റെ മറ്റൊരു അടവാണ് എന്നു കാണാം. ഒരിക്കലും ഒരു ഫാസിസ്റ്റ് കക്ഷിയോ പ്രസ്ഥാനമോ ഉപദേശീയതയെ പ്രോത്സാഹിപ്പിക്കാൻ വരികയില്ല. കാരണം ഉപദേശീയത ഒരു വിഘ ടനമാണ് എന്നും അനേകം മതങ്ങൾ വിഘടനാത്മകമാണ് എന്നും അതുകൊണ്ട് ഒരു മതം, ഒരു അഭിപ്രായം എന്നുള്ളതാണ്, ഒരു ഭാഷ എന്നുള്ളതാണ്, കഴിയുമെങ്കിൽ അത് ഹിന്ദു എന്നുള്ളതുമാണ് നമ്മുടെ ഭാഷാപരമായ അജണ്ട എന്ന് ഹിന്ദുത്വം തീരുമാനിക്കുന്നു.

ഹിന്ദുത്വം എന്നത് 'ഡിക്ലയേർഡ് നാഷണലിസം' അഥവാ പ്രഖ്യാ പിത ദേശീയതയാണ്. കാരണം മുസോളിനി പറഞ്ഞത് സ്റ്റേറ്റ് ആണ് ഒരു ദേശീയതയെ നിർണ്ണയിക്കുന്നത്, മറിച്ച് ദേശീയത സ്റ്റേറ്റിനെയല്ല എന്നാണ്. അതിനാൽ ഇന്ത്യയുടെ ദേശീയത ഹിന്ദുത്വമാണ് എന്നു നമ്മൾ തീരുമാനിച്ചിരിക്കുന്നു എന്നു പറയുന്ന ഭരണകൂടവും നിലവിൽ വന്നിരിക്കുന്നു. എന്തു ദേശീയത ഉണ്ടാക്കണം. ഏതു ഭരണഘടനയുണ്ടാ ക്കണം എന്നത് നിയമങ്ങൾ ഉണ്ടാക്കുന്ന സർക്കാരിന്റെ കടമയാണ് എന്നതാണ് ഫാസിസ്റ്റ് സിദ്ധാന്തം. അതുകൊണ്ട് ഹിന്ദുത്വം എന്നുള്ളത് നിങ്ങൾ തർക്കിക്കേണ്ട വിഷയമല്ല. നിങ്ങൾ സ്വീകരിക്കേണ്ട ഒരു കല്പന യാണ് എന്നുള്ളത് ഈ സിദ്ധാന്തത്തിന്റെ ഭാഗമായി വരും. അങ്ങനെ 'നിങ്ങൾക്കു സംസാരിച്ചുകൊണ്ടിരിക്കാം. നിങ്ങൾ ചെയ്തു കൊണ്ടിരിക്കും' എന്നുള്ള ഐഡിയോളജിക്കൽ ആക്ഷൻ നിലനിൽക്കും. ഹിന്ദു-മുസ്ലീം സമത്വത്തെക്കുറിച്ച് ഇന്ത്യയിലെ പാവങ്ങളായ ബുദ്ധിജീവികൾ സംസാരിച്ചുകൊണ്ടേയിരിക്കട്ടെ, നമുക്ക് ഗുജറാത്തിൽ പലതും

ചെയ്തുകൊണ്ടേയിരിക്കാം എന്നുള്ളതാണ് ഫാസിസ്റ്റുകളുടെ അജണ്ട എന്നർത്ഥം. അതുകൊണ്ട് ഒരു ഫാസിസ്റ്റ് കുറച്ചുമാത്രം സംസാരിക്കുക യും വളരെ കൂടുതൽ പ്രവർത്തിക്കുകയും ഏതു വാക്കിനെയും പ്രവൃത്തി കൊണ്ട് ഉന്മൂലനം ചെയ്യാം എന്നു മനസ്സിലാക്കുകയും ചെയ്യുന്നു.

നിങ്ങൾ സംസാരിക്കുമ്പോൾ, നിങ്ങളുടെ നാക്കരിഞ്ഞാൽ സംസാ രിക്കുകയില്ല എന്ന തത്വം, ഇല്ലായ്മയുടെ തത്വം, ഇല്ലാതാക്കുന്ന തത്വം, നിർമ്മാർജ്ജനത്തിന്റെ തത്വം, ഫാസിസ്റ്റുകൾ സ്വീകരിക്കുന്നു. അതു കൊണ്ടാണ് ഗുജറാത്തിലെ കച്ചവടക്കാരും ദരിദ്രരും സമ്പന്നരുമായ മുസ്ലീങ്ങളെ ഒതുക്കുന്നത്. ഗുജറാത്തിൽ മൂന്ന് പതിറ്റാണ്ടായി രാമച്ചം വിറ്റിരുന്ന ഇഖ്ബാൽ എന്ന സഹോദരൻ തനിക്കു കിട്ടാനുള്ള പണം ആരോട് പിരിക്കേണ്ടു എന്ന് അന്വേഷിച്ചുകൊണ്ടിരിക്കുകയാണ്. എല്ലാവരും മരിച്ചു പോവുകയോ, കമ്പനി പൂട്ടുകയോ, നാടു വിടുകയോ ചെയ്തിരിക്കുന്നു.

ഇത് തേങ്ങയുടെ വില കൂട്ടാനും കുറക്കാനുമായി പ്രക്ഷോഭം നടത്തുന്ന കേരളത്തിലെ ജനങ്ങൾക്ക് ഒരു പാഠമാകേണ്ടതാണ്. അതായത് മാർക്കറ്റ് വില നിർണ്ണയിക്കുന്നതിന് സാമ്പത്തിക രംഗത്തു പ്രവർത്തിക്കേണ്ടതില്ല എന്നും മനുഷ്യരുടെ രംഗത്തു പ്രവർത്തിച്ചാൽ മതി എന്നും അവരെ ഇല്ലാതാക്കിയാൽ മതി എന്നും ഫാസിസം മനസ്സിലാക്കുന്നു. അതുകൊണ്ടാണ് ഈ ഉന്മൂലന സിദ്ധാന്തം പല അർത്ഥത്തിൽ പ്രചരിപ്പിക്കുന്നത്. ഒരുവരി കടകൾ കത്തിച്ചാൽ മറുഭാഗം എന്താകും, ഒരു വിഭാഗം നശിച്ചാൽ മറുവിഭാഗം എന്താകും എന്ന രീതിയിൽ ഒരു വിഭാഗത്തെ മുഴുവൻ നിർമ്മാജ്ജനം ചെയ്യുകയും മറ്റൊരു വിഭാഗത്തെ സംരക്ഷിക്കുകയും ചെയ്യുക എന്നത് വെറുമൊരു സങ്കല്പമല്ല. ചരിത്രത്തിലെ, 1930- കളിലെ പരീക്ഷണത്തിന്റെ ആവർ ത്തനം തന്നെയാണെന്ന് നമുക്കിപ്പോൾ മനസ്സിലാക്കാൻ കഴിയും. അത്തരം ഒരു അവസ്ഥയിലാണ് ഗുജറാത്ത് സംഭവം പ്രത്യക്ഷപ്പെടു ന്നത്. അതുകൊണ്ട് അതൊരു മാനുഷിക പ്രശ്നമായിട്ടോ ഭൂതത്തി ന്റെയോ ഭാവിയുടെയോ പ്രശ്നമായിട്ടോ അല്ല, മറിച്ച് ആര് ജീവിക്കണം ആര് മരിക്കണം എന്നതിനെക്കുറിച്ചുള്ള ഒരു തീരുമാനമായിട്ടാണ് ഫാസിസം കാണുന്നത്.

ആര് ഭരിക്കണം, ആര് ഭരിക്കപ്പെടണം എന്ന ചോദ്യത്തിന്റെ ഉത്തരം ലഭിക്കുവാനുള്ള പരീക്ഷണം എന്ന രീതിയിൽ ഗുജറാത്ത് ഒരു പരീക്ഷണ ശാലയായിത്തീർന്നിരിക്കുന്നു. തീർച്ചയായും ചരിത്രത്തിന്റെ ഭാവിയെക്കുറിച്ചുള്ള നമ്മുടെ ഇരുവരുടെയും പ്രതീക്ഷകളുടെ വ്യത്യാസ മാണ് ഇത് എന്നതിൽ സംശയമില്ല. അതുകൊണ്ട് നാം ഉത്കണ്ഠാ കുലരായിത്തീരുകയും അന്യോന്യം വിഷമങ്ങൾ സംസാരിക്കുകയും,

ഒന്നിച്ചിരുന്നാൽ ജീവിക്കാൻ കഴിയുമോ എന്ന് അന്വേഷിക്കുകയും ചെയ്യുന്നു. ഒന്നിച്ചുള്ള ജീവിതത്തെ ഇല്ലാതാക്കിത്തീർക്കുന്നതാണ് ഫാസിസ്റ്റ് പ്രവർത്തനത്തിന്റെ മുഖ്യമായ വഴി. ഒരു ഹിന്ദുവും മുസൻ മാന്റെ കടയിൽ നിന്ന് സാധനങ്ങൾ വാങ്ങാതിരിക്കുക, ഒരിക്കലും ഒന്നിച്ചിരുന്നു ഭക്ഷണം കഴിക്കാതിരിക്കുക, ഒരേ തരത്തിലുള്ള വസ്ത്രം ധരിക്കാതിരിക്കുക, ഭാഷ സംസാരിക്കാതിരിക്കുക എന്ന രീതിയിലുള്ള ധ്രുവീകരണം, അതായത് വസ്ത്രത്തിന്റെ, ഭാഷയുടെ, ഭക്ഷണത്തിന്റെ ധ്രുവീകരണം, ഫാസിസത്തിന്റെ തന്ത്രമാണ്. ഒന്നിച്ചുണ്ണുമ്പോൾ നാം ഒന്നാണ് എന്ന തോന്നൽ ഉണ്ടാവുന്നു. കാരണം ഭക്ഷണത്തിന്റെ രൂപാന്തരമാണ് മനുഷ്യൻ എന്നു പണ്ടുകാലത്ത് തന്നെ ആൾക്കാർക്ക് അറിയാമായിരുന്നു. രണ്ട് ജാതിയിലുള്ളവർ വിവാഹം കഴിക്കുമ്പോൾ മൂന്നാമത് ഒരു മനുഷ്യരാശി ഉണ്ടാവുന്നു എന്നു കുമാരനാശാൻ ദുരവസ്ഥ യിൽ പറഞ്ഞിട്ടുണ്ട്. ഇങ്ങനെയുള്ള സങ്കലനം കൊണ്ട്, ഭക്ഷണത്തിന്റെ സങ്കലനം, ഭാഷയുടെ സങ്കലനം, വസ്ത്രത്തിന്റെ സങ്കലനം, നടത്തത്തി ന്റെ സങ്കലനം എന്നിവകൊണ്ട് ഒരുപക്ഷേ ഒരു ശതമാനമോ രണ്ടു ശതമാനമോ നമ്മുടെ ജീവിതത്തിനു വ്യത്യാസം വരുത്താൻ തീർച്ചയാ യും കേരളത്തിലെ ജനങ്ങൾക്കു കഴിയും.

ബുദ്ധി തണുത്തുറഞ്ഞിട്ടില്ലാത്ത ഫാസിസ്റ്റ് മനസ്സുകളോട്, ഇന്നത്തെ രാഷ്ട്രീയഅവസ്ഥ കൊണ്ട് പല വ്യാമോഹങ്ങൾക്കും അടിമപ്പെട്ട് ഇവിടത്തെ ഫാസിസ്റ്റ് ആനുകൂല്യമുള്ള രാഷ്ട്രീയ കക്ഷിയിൽ പ്രവർ ത്തിക്കുന്നവരോട് നിങ്ങൾക്ക് നിങ്ങളുടെ വിശ്വാസം വിട്ടു പോവാൻ സമയമായി എന്നുറക്കെ പ്രഖ്യാപിക്കാനുള്ള സമയം കൂടിയാണിത്.

ഫാസിസ്റ്റുകൾ ഫാസിസ്റ്റുകൾ ആണെന്നും, മനുഷ്യസ്നേഹികൾ മനുഷ്യസ്നേഹികൾ ആണെന്നുമുള്ള അജണ്ടയിൽ നിന്നു വ്യത്യസ്ത മായി ഒരു കേരളീയന്റെ മനസ്സും ഗുജറാത്തിന് സന്നദ്ധമല്ല, ഒരുങ്ങിയി ട്ടില്ല എന്നുള്ള ബോധം ഏത് ഫാസിസ്റ്റ് ആനുകൂല്യമുള്ള മനസ്സുകളിലും ഉണ്ടാക്കേണ്ട സമയമാണിത്. നിങ്ങൾ തിരിച്ചുപോരുക, നിങ്ങൾ മാന വികതയിലേക്ക് തിരിച്ചു പോരുക എന്ന് അഭ്യർത്ഥിക്കേണ്ട, ഉദ്ബോ ധിപ്പിക്കേണ്ട സമയമാണിത്. കാരണം, എപ്പോഴും മനുഷ്യത്വത്തിന്റെ ഒരു കണികയെങ്കിലും ബാക്കിയുള്ള ഒരു പരിഷ്കൃതമായ മനസ്സ് കേരളീയർക്കുണ്ട് എന്ന് ഇപ്പോഴും അഭിമാനിക്കുന്നുണ്ട്. അതുകൊണ്ട് വരാനിരിക്കുന്ന വൻ ആപത്തിലേക്ക് ഇന്ത്യയെ നയിക്കുന്ന പ്രവർത്ത നങ്ങളിൽ ഏർപ്പെടരുതെന്ന് നമ്മുടെ സഹജീവികളോട് അഭ്യർത്ഥി ക്കുകയും ചെയ്യാം.

●

2002

ഫാസിസം ശത്രുവിനെ നിർമ്മിക്കുന്നത്

അതിർത്തിഗാന്ധി എന്നറിയപ്പെടുന്ന അബ്ദുൾ ഗാഫർഖാനോ അബ്ദുറഹിമാൻ സാഹിബോ ഒരുപാട് അടി കിട്ടിയിട്ടുള്ള ആളുകളാണ്. ഇത്തരം ഭേദ്യങ്ങളൊന്നും ഏൽക്കാതെ രാഷ്ട്രീയ നേട്ടത്തിനുള്ള മതപരമായ പ്രയോഗം കൊണ്ട് ശക്തിയാർജ്ജിക്കാമെന്ന് ഫാസിസം മനസ്സിലാക്കുന്നു. സാമം, ദാനം, ഭേദം, ദണ്ഡം എന്നിവയെ കൈകാര്യം ചെയ്യുന്നതിലും ഫാസിസത്തിൽ വേറിട്ടൊരു രീതിയുണ്ട്. സാമവും ദാനവും വേണ്ടെന്നും ദണ്ഡമാണ് അവസാനത്തെ നീതിയെന്നും എല്ലാ ശക്തിയും അവസാനം ശാരീരികശക്തിയോ കൊല്ലാനും ഭരിക്കാനുമുള്ള തയ്യാറോ ആണെന്നും മനസ്സിലാക്കുന്ന ഫാസിസം ശരീരത്തെ അതിന്റെ അവസാനത്തെ രാഷ്ട്രീയ ആയുധമാക്കിത്തീർക്കുകയും അവരുടെ ഒരേയൊരു ഭാഷ ശരീരം കൊണ്ടുള്ള ഭാഷയായിത്തീർക്കുകയും ചെയ്യുന്നു. അതിനാൽ ഫാസിസ്റ്റുകളിൽ ഹിറ്റ്ലർ ഒഴികെ മറ്റാരും പ്രസംഗിക്കാറില്ല. ഹിറ്റ്ലർ നല്ലൊരു പ്രസംഗകനായിരുന്നു. ഫാസിസ്റ്റുകൾ സംവാദങ്ങളെ നിരുൽസാഹപ്പെടുത്തുകയും പകരം ശരീരത്തിന്റെ സംവാദങ്ങൾ കൊണ്ടുവരികയും ചെയ്യുന്നു. അതായത് മുസ്ലീങ്ങളെ മര്യാദ പറഞ്ഞു മനസ്സിലാക്കുക എന്നതല്ല, അതിലും എളുപ്പമാർഗ്ഗം ചിന്തിക്കുന്ന തലയെയും സംസാരിക്കുന്ന നാവിനെയും ഇല്ലാതാക്കിത്തീർക്കുകയെന്നതാണ്. ഇങ്ങനെ അഭിപ്രായ വ്യത്യാസമില്ലാതാക്കിത്തീർക്കാം എന്നു മനസ്സിലാക്കുന്ന ഫാസിസമാണ് ഗുജറാത്തുകൾ സൃഷ്ടിക്കുന്നത്.

ഗുജറാത്തിൽ എന്തു സംഭവിച്ചുവെന്ന് ആരും പറയേണ്ടതില്ല. സംഭവം റിപ്പോർട്ട് ചെയ്യാൻ പുറപ്പെട്ട ഒരു പത്രപ്രതിനിധിക്ക് പത്തു

ദിവസത്തേക്ക് അവിടെ പോകാൻ അനുവാദം കിട്ടിയില്ല. അവർ നിശ്ച യിക്കുന്ന സ്ഥലത്ത് മാത്രമേ പോകാൻ അനുമതി കിട്ടിയുള്ളൂ. ഒടുവിൽ അദ്ദേഹം പറഞ്ഞത് ഒന്നും എഴുതാൻ കഴിയുന്നില്ല എന്നായിരുന്നു. കേട്ടത് വിശ്വസിക്കാൻ കഴിഞ്ഞെങ്കിലല്ലേ എഴുതാൻ കഴിയൂ. നമ്മുടെ കണ്ണുകളൊന്നും കാണാത്ത, കാതുകളൊന്നും കേൾക്കാത്ത, ഒരുപക്ഷേ, വിശ്വസിക്കാൻ കഴിയാത്ത, മനുഷ്യൻ ചെയ്യുമെന്നു കരുതാൻ പോലും സാധിക്കാത്ത ക്രൂരതകളാണ് ഗുജറാത്തിൽ സംഭവിച്ചതെന്ന് പോയി വന്നവർ പറഞ്ഞു. കാരണം നമ്മുടെ ഭാവനയ്ക്കൊരു പരിധിയുണ്ട്. ആ പരിധിക്കപ്പുറത്തുള്ള കാര്യങ്ങളാണ് അവിടെ സംഭവിച്ചത്.

നിർമ്മാർജ്ജനമാണ്, കൃത്യമായ പദ്ധതിയുടെ അടിസ്ഥാനത്തിൽ ആളുകളെ ഇല്ലാതാക്കിത്തീർക്കുക എന്നുള്ളതാണ്. എന്തിനെയാണ് കൊല്ലേണ്ടതെന്നും എവിടെ വച്ചാണ് കൊല്ലേണ്ടതെന്നും കൃത്യമായി എത്ര മണിക്കാണ് കൊല്ലേണ്ടതെന്നും തീരുമാനിച്ചുകൊണ്ട് വളരെ നിശബ്ദമായി ഈ പ്രവർത്തനം ചെയ്യുകയെന്നുള്ളത് ഫാസിസത്തിനു മാത്രം സാധ്യമായ ഒരു മനുഷ്യേതര പ്രവർത്തനമാണ്. അതാണ് ഗുജറാത്തിൽ ചെയ്തത്. അതുകൊണ്ടാണ് ഗുജറാത്തിനെക്കുറിച്ച് പ്രസ്താ വനകൾ ഇറക്കുന്നവരും ഇപ്പോൾ ഗുജറാത്തിൽ നടന്നു കൊണ്ടിരിക്കു ന്നത് ഒരു സാംസ്കാരിക പ്രവർത്തനമാണെന്ന് വിശ്വസിച്ചു കൊണ്ടി രിക്കുന്ന ആളുകളും വാസ്തവത്തിൽ വളരെ അപകടം നിറഞ്ഞ അവസ്ഥ കേരളത്തിലും ഉണ്ടായിക്കൊണ്ടിരിക്കുന്നുവെന്നു സൂചിപ്പിക്കുന്നത്.

അഭയ കേന്ദ്രങ്ങളിൽ സുരക്ഷയില്ല, ജീവിക്കാൻ മാർഗ്ഗങ്ങളില്ല, കുടി വെള്ളമില്ല, വസ്ത്രമില്ല, അവിടെ സഹായമെത്തിക്കാനുള്ള മാർഗ്ഗങ്ങൾ പോലുമില്ല. എല്ലാ സഹായങ്ങളും സർക്കാർ തന്നെ മരവിപ്പിച്ചിരിക്കുന്നു. ഗുജറാത്ത് കലാപത്തിൽ മരിച്ചവരേക്കാൾ കൂടുതൽ പേർ പോലീസിന്റെ വെടിയേറ്റു മരിച്ചു എന്നാണ് സർക്കാരിന്റെ കണക്ക്. ഒരു ലഹളയുണ്ടാ യാൽ വെടിവക്കാമെന്നും വെടിവച്ചാൽ മരിക്കുന്നത് തോക്കിനെതിരായി നിൽക്കുന്നവരാണെന്നും അതിനാൽ ആരുടെ നേരെയാണ് തോക്ക് ചൂണ്ടേണ്ടത് എന്നും ഭടന്മാർക്കറിയാം. അതിനാൽ ഗുജറാത്തിൽ ഭൂരിഭാഗവും മരിച്ചത് അവിടുത്തെ ഭരണസാമർത്ഥ്യം കൊണ്ടാണെന്നു ലോകം മനസ്സിലാക്കി വരുന്നുണ്ട്. ഒരുപക്ഷേ, ഇതുപോലെ തന്നെയുള്ള ഒരു പ്രവർത്തനംകൊണ്ടാണ് അവിടെ മാധ്യമങ്ങളെ മുഴുവൻ തടഞ്ഞു നിർത്തുകയും ചെയ്തത്.

ആക്രമിക്കുമ്പോൾ നിസ്സംശയം ആക്രമിക്കുകയും വാർത്താ മാധ്യമ ങ്ങളെല്ലാം തടഞ്ഞുനിർത്തുകയും പത്രങ്ങളെ പിടിച്ചുനിർത്തുകയും പത്ര ങ്ങൾ പോലും അയഥാർത്ഥങ്ങൾ പ്രചരിപ്പിക്കുകയും ചെയ്തത് നാളെ എവിടെയും ആവർത്തിക്കാൻ ഇടയുള്ള ഫാസിസ്റ്റാക്രമണ രീതിയാണ്.

1920-കളിൽ വികസിപ്പിച്ചെടുത്ത ഇറ്റാലിയൻ-സ്പാനിഷ്-ജർമ്മൻ രീതികളിൽ നിന്ന് ഒട്ടും വ്യത്യാസമല്ല ഇത്. ഇത് നമ്മുടെ നാട്ടിൽ ഇനിയും ആവർത്തിച്ചേക്കാം. സത്യത്തിന്റെ ആദ്യത്തെ മരണമാകാം ഇവിടെയും. യുദ്ധത്തിൽ അങ്ങനെയാണ്. യുദ്ധത്തിൽ ആരും സത്യം പറയാറില്ല. കാരണം സത്യം പറയാനുള്ള സ്ഥലമല്ല യുദ്ധരംഗം. എല്ലാവരും ദേശീയമായുള്ള കളവാണ് യുദ്ധത്തിൽ പറയുക. അങ്ങനെയാണ് ഇന്ത്യയും ചൈനയും തമ്മിൽ യുദ്ധം നടന്നുകൊണ്ടിരുന്നപ്പോൾ പാവപ്പെട്ട വി.കെ. കൃഷ്ണമേനോൻ പാർലമെന്റിൽ ഒരു പ്രസ്താവന ചെയ്തത്. ഓരോ ഇഞ്ചും ചൈനക്കാരോടു പൊരുതാതെ ഞങ്ങൾ വിട്ടുകൊടുത്തിട്ടില്ല എന്ന്. അന്ന് മദിരാശിയിൽ നിന്ന രാജാജി ഒരു കുറിപ്പ് 'സ്വരാജ്' പത്രത്തിലെഴുതി. ഒരു ഇഞ്ചിന് എത്ര മൈലോളം ഉണ്ടാകും എന്ന്. അങ്ങനെ നനയാതെ ഒരുപാട് ഈറൻ ചുമന്ന ആളാണ് വി.കെ. കൃഷ്ണമേനോൻ.

യുദ്ധത്തിൽ ആരും സത്യം പറയാത്തത് പോലെ ഉണ്ടാക്കിയെടുത്ത ലഹളകളിലും സത്യം പറയാറില്ല. അതുകൊണ്ട് 'ഗുജറാത്തിൽ നടന്നത് എന്ത് എന്നറിയാൽ ആ നാട്ടിലെ ആളുകളെപ്പോലും ആരും അനുവദിക്കുന്നില്ലെന്നുള്ളതാണ് ഗുജറാത്തിലെ സത്യം. ഇങ്ങനെയുള്ള സംഭവങ്ങൾ എല്ലായിടത്തും ആവർത്തിക്കാമെന്നും ഗുജറാത്ത് ഒരു സംഭവമല്ല ഒരു പരീക്ഷണ ശാലയാണെന്നും നാം മനസ്സിലാക്കണം. ഇതൊരു റിപ്പോർട്ട് ചെയ്യേണ്ട സംഭവമല്ലെന്നും മറിച്ച് ലബോറട്ടറിയിൽ പരീക്ഷണം നടത്തുന്നതു പോലെ, ഗിനിപ്പന്നികളെ പരീക്ഷിക്കുന്നതു പോലെ മനുഷ്യനെ പരീക്ഷിക്കുകയും മനുഷ്യരുടെ പ്രതികരണമെന്താണെന്ന പരീക്ഷിക്കുകയും ചെയ്യേണ്ട ഒന്നാണെന്നുമാണ് ഫാസിസ്റ്റുകൾ കരുതുന്നത് എന്ന കാര്യം നാം എല്ലായ്പ്പോഴും ഓർക്കണം. ഇത്തരം പ്രവർത്തനത്തിനു ശേഷം വോട്ടിങ്ങ് നില എങ്ങനെയായിരിക്കുമെന്ന് അറിയാനുള്ള ഒരു ടെസ്റ്റ് പ്രയോഗം എന്ന നിലയിലാണ് ഗുജറാത്ത് ഉപയോഗിച്ചിരുന്നതെന്ന് ഇന്നു പതുക്കെ തിരിച്ചറിഞ്ഞിരിക്കുന്നു.

ഫാസിസത്തിനെ പരിചയമുള്ളവർക്ക് ഇത് ഒന്നാം പാഠത്തിലെ അനുഭവങ്ങൾ മാത്രമാണ്. ഇവിടെ പരീക്ഷണം നടത്തുകയും പരീക്ഷണത്തിൽ പന്ത്രണ്ടോ മറ്റോ ശതമാനം വരുന്ന മുസ്ലിങ്ങൾ അനാഥരാക്കപ്പെടുകയും പുറത്തിറങ്ങാൻ കഴിയാത്തവരാക്കപ്പെടുകയും ചെയ്യുന്നു. ഏതു പ്രതിപക്ഷമുണ്ടായാലും ജയിച്ചവരാമെന്നുള്ള ഉറപ്പിലേക്ക്, എന്ന് തെരഞ്ഞെടുപ്പ് നടത്തിയാലും ഞങ്ങൾ ജയിക്കുമെന്ന് പറയാവുന്ന അവസ്ഥയിലേക്ക് നീങ്ങുന്നു. അതായത് ജനങ്ങളുടെ ഇഷ്ടം നേരത്തെ തന്നെ പ്രവചിക്കാൻ കഴിയുന്ന നില ഉണ്ടായിത്തീരുകയും ചെയ്യുന്നു എന്നർത്ഥം.

അതിന് ജനാധിപത്യ സംവിധാനത്തിൽ പ്രവർത്തിക്കാമെന്നതാണ് ജനാധിപത്യത്തിന്റെ വലിയ ദൗർബല്യം. ജനാധിപത്യ വിരുദ്ധമായ സംഘടനകൾക്കും ആദർശത്തിനും നമ്മുടെ സെക്യുലർ ഡമോക്രസിയുടെ കടയ്ക്ക തന്നെ പ്രവർത്തിച്ചു കൊണ്ടിരിക്കാമെന്നുള്ളത് ജനാധിപത്യം എന്ന ആശയത്തിന്റെ ഒരു ദൗർബല്യമാണ്. ജനാധിപത്യത്തെ നശിപ്പിക്കാനുള്ള ജന്തുക്കളെയും വിത്തുകളെയും ജനാധിപത്യത്തിൽ തന്നെ ഉത്പ്പാദിപ്പിക്കാൻ കഴിയും. അതുപയോഗിച്ചാണ് ഫാസിസം അതിന്റെ നേരുകളുറപ്പിക്കാൻ ശ്രമിക്കുന്നതും. ഈ ജനാധിപത്യ സിദ്ധാന്തത്തെത്തന്നെ തകിടംമറിച്ചുകൊണ്ട് മറ്റൊരു സിദ്ധാന്തം ആവിഷ്കരിക്കാമെന്ന് അവർ അന്വേഷിച്ചുകൊണ്ടിരിക്കുന്നു.

അവരിറക്കിയ ഒരു നോട്ടീസിൽ പറയുന്നത് ഞങ്ങൾക്ക് ഒരു മുസൽമാനെ ഇന്ത്യയുടെ രാഷ്ട്രപതി സ്ഥാനത്ത് എത്തിക്കാൻ സാധിച്ചില്ലേ എന്നാണ്. അതിപ്പോഴല്ല തെളിഞ്ഞത്. നേരത്തെ തന്നെ തെളിഞ്ഞിട്ടുണ്ട്. ഇന്ത്യയിൽ നേരത്തേയും മുസൽമാൻ പ്രസിഡന്റായിട്ടുണ്ട്. അവർ പറയാത്തൊരു കാര്യം രാജ്യം ഭരിക്കുന്നത് രാഷ്ട്രപതിയല്ല എന്നുള്ളതാണ്. ഇന്ത്യ ഭരിക്കുന്നത് പ്രധാനമന്ത്രി അധ്യക്ഷനായുള്ള ക്യാബിനറ്റാണ്. ഇന്ത്യയിലെ പ്രസിഡന്റ് അമേരിക്കൻ പ്രസിഡന്റിനെപ്പോലെ ഒരു ഭരണാധിപനല്ല. ഇന്ത്യയിൽ പ്രസിഡൻഷ്യൽ ഭരണം ഇല്ലാത്തതുകൊണ്ടാണ് പ്രസിഡന്റാകാൻ ഒരു അബ്ദുൾ കലാമിനെ തെരഞ്ഞെടുത്തത് എന്ന് പറയുന്നതിനു പകരം ഇന്ത്യയിലെ സെക്യുലറിസം വ്യാജമാണെന്നു പറയാനുള്ള ചതുരമായ ആഖ്യാനശൈലി അവർ രൂപപ്പെടുത്തിയെടുത്തിട്ടുണ്ട്. ഇതിനെയാണ് ഇരട്ട നാവെന്നു പറയുന്നത്.

മുസ്ലീങ്ങൾ മരിക്കാനുള്ളവരാണെന്നും അബ്ദുൾകലാം ഭരിക്കാനുള്ള ആളാണെന്നും പറഞ്ഞുകൊണ്ട് ഒരേസമയം വിപരീത ദിശയിൽ പ്രവർത്തിക്കാനുള്ള കഴിവ് എപ്പോഴും ഫാസിസത്തിന്റെ ശൈലിയാണ്. ഇത് ഒരിക്കലും ശ്രദ്ധിക്കുകയും മനസ്സിലാക്കുകയും ചെയ്യുന്നില്ലെന്നും ഫാസിസ്റ്റുകൾക്കറിയാം. ജനങ്ങളുടെ ഈ താൽപര്യമില്ലായ്മ അവർക്ക് അനുഗ്രഹമാകുന്നു. സാമാന്യ ജനങ്ങൾ ദൈനംദിന രാഷ്ട്രീയ കാര്യങ്ങളിൽ ശ്രദ്ധിക്കുന്നില്ല. മറിച്ച് അവർ റിലേ ചെയ്യുന്ന വാർത്തകളിലാണ് താൽപര്യം കാണിക്കുന്നത്. അതുകൊണ്ട് വാർത്താമാധ്യമങ്ങളെ പിടിച്ചടക്കുകയും അതിനെ നിയന്ത്രിക്കുകയും ചെയ്തുകഴിഞ്ഞാൽ ഒരു അയഥാർത്ഥ ലോകം സൃഷ്ടിക്കാമെന്നും ഫാസിസം കൃത്യമായി മനസ്സിലാക്കുന്നു. ഇതാണ് ലോകത്തെല്ലായിടത്തും ഫാസിസത്തിന്റെ സാമാന്യ രീതി. ഇന്ത്യയിൽ അവർ ചെയ്യുന്നതും അതുതന്നെയാണ്. പക്ഷേ, മറന്ന് പോകുന്ന ഒരുകാര്യം ഒരുപക്ഷേ, വിദേശ ടെക്സ്റ്റ്

ബുക്ക് കേന്ദ്രങ്ങളിൽ ഗവേഷണം നടത്തിയിട്ടും മനസ്സിലാക്കാത്ത ഒരുകാര്യം, ഇന്ത്യയുടെ മനസ്സ് അവരുടെ പ്രവൃത്തികളെ തിരിച്ചടിക്കുന്നു എന്നതാണ്.

തീർച്ചയായും ഗുജറാത്ത് ഇലക്ഷനിൽ ജയിച്ചാലും ഇന്ത്യൻ ഫാസിസത്തിന് അത് ഒരു നഷ്ടക്കച്ചവടമായിത്തീരും എന്നു കേരളത്തിലുള്ള ഫാസിസ്റ്റ് അനുഭാവികൾ മനസ്സിലാക്കേണ്ട സന്ദർഭം കൂടിയാണിത്. കാരണം ഗുജറാത്തിൽ നടന്നതു പോലുള്ള കാര്യങ്ങൾ നടക്കേണ്ട നാടല്ല, ഗുജറാത്തിനേക്കാൾ വികസിതമായ, പുരോഗമിച്ച ഒരു നാടാണ് കേരളമെന്നും ഇവിടത്തെ സാമാന്യ ജനങ്ങൾക്ക് ഉൾക്കൊള്ളാൻ കഴിയാത്ത ഭീകരതകളാണ് അവിടെ നടന്നിട്ടുള്ളതെന്നും തീർച്ചയായും ഗുജറാത്ത് ഇന്ത്യൻ മനസ്സിനെ സംബന്ധിച്ചിടത്തോളം ഒരു തിരിച്ചടിയാണെന്നും കേരളത്തിലെ ജനങ്ങളോടു പറയേണ്ട സന്ദർഭം കൂടിയാണിത്.

നമ്മുടെ നാട് ശ്രീനാരായണനു ശേഷമുള്ള നാടാണ്. ശ്രീനാരായണൻ ഒരാളായിരുന്നില്ല. ഒരുപാട് ആളുകളുടെ പേരാണ്. ഒരു വലിയ മാറ്റത്തിന്റെ പേരാണ്. അത് നമ്മുടെ വികാരങ്ങളെ വീണ്ടും നിർവ്വചിച്ച ഒരു മഹാസംഭവത്തിന്റെ പേരാണ്. മനുഷ്യന്റെ നന്മയെക്കുറിച്ച് ബോധോദയം ഉണ്ടായിരുന്ന ഒരു കേരളത്തിൽ ഗുജറാത്തിലെയോ രാജസ്ഥാനിലെയോ യു.പിയിലെയോ വിത്തുകൾ മുളയ്ക്കില്ലെന്നു മനസ്സിലാക്കി തിരിച്ചുവരാനുള്ള മനസ്സാന്നിദ്ധ്യം ഇവിടുത്തെ ഫാസിസ്റ്റുകൾക്കും ഉണ്ടാകേണ്ടതാണ്.

പേരുകൾ പെരുപ്പിക്കുകയും ആളുകളെ കുറയ്ക്കുകയും ചെയ്യുകയെന്നത് ഫാസിസ്റ്റുകളുടെ ഒരു അടവാണ്. അതുകൊണ്ടാണ് നൂറുശതമാനം ഇടതുപക്ഷക്കാരുള്ള പ്രദേശത്തെ ഇലക്ട്രിക് പോസ്റ്റുകളിലെല്ലാം അവരുടെ മൂന്നക്ഷരം എഴുതിവക്കുന്നത്. ആളുകളുടെ മനസ്സിൽ എഴുതിവക്കാൻ കഴിയാത്തത് ചുവരുകളിൽ എഴുതിവക്കുക എന്നർത്ഥം. ഇങ്ങനെ എഴുതുമ്പോൾ അവർ അവിടെ ഇല്ലെങ്കിലും ഉണ്ടെന്ന സാന്നിധ്യ ബോധം ഉണ്ടാകുന്നു. ഇതും പിടിച്ചടക്കുന്ന ഒരു രീതിയാണ്. നൂറുശതമാനം ഇടതുപക്ഷക്കാർ താമസിക്കുന്ന ഒരു ഗ്രാമത്തിൽ അർദ്ധരാത്രി വന്നിട്ട് അവിടുത്തെ പാർട്ടി പ്രവർത്തകരുടെ വീടിന്റെ മുന്നിൽ എഴുതിവച്ച് പോകുകയാണ് ചെയ്യുന്നത്. ഇങ്ങനെ എഴുതിക്കഴിഞ്ഞാൽ നിങ്ങളുടെ മനോവീര്യം ഒരു ശതമാനമെങ്കിലും കുറയുമെന്ന് ഫാസിസത്തിനറിയാം. അവരിവിടെയുണ്ടല്ലോ എന്ന തോന്നൽ, ഒരു ഭയത്തിന്റെ അംശം ഉണ്ടാക്കണമെന്നും ഇങ്ങനെ ഉണ്ടാകുമ്പോൾ മുഴുവൻ നിങ്ങളായിരിക്കുന്ന ഒരു സ്ഥലത്ത് നിങ്ങളല്ലാത്ത ഒരാളുണ്ട് എന്നുള്ള

ബോധമുണ്ടാക്കുമ്പോൾ നിങ്ങൾ ചകിതരായിത്തീരുന്നു എന്നുമുള്ളത് വളരെ പ്രാഥമികമായ തത്വമാണ്. ഇങ്ങനെ പക്ഷേ, ചെറിയ പ്രവർത്തനങ്ങളിലൂടെ സാന്നിധ്യമറിയിച്ചുകൊണ്ടാണ് ഫാസിസ്റ്റ് ശക്തികൾ കേരളീയ ജീവിതത്തിലേക്ക് ഇറങ്ങി വന്നിട്ടുള്ളത്. എന്നിട്ടും ഇത്രയും കാലത്തെ പ്രവർത്തനം കൊണ്ട് അവർക്ക് ഒരിഞ്ചോ രണ്ടിഞ്ചോ മാത്രമേ മുന്നേറാൻ കഴിഞ്ഞിട്ടുള്ളൂ.

ഫാസിസം ഒരു ആത്മീയ സിദ്ധാന്തമാണ്. ആത്മീയ സിദ്ധാന്തം എന്നാൽ 'ഞാൻ ഉണ്ടെന്നും നീ ശത്രുവാണ്' എന്നുമുള്ളതാണ്. അതിനാൽ, 'എനിക്കുവേണ്ടി നിന്നെ കൊല്ലുന്നത് പാപമല്ല' എന്നു നിങ്ങളെ ബോധ്യപ്പെടുത്തിയാൽ ഒരുവനും പിന്നെ കൊല്ലുന്നതിന് കുറ്റബോധമുണ്ടാകില്ല; ഒരു ആരാച്ചാർക്ക് കുറ്റബോധമില്ലാത്തത് പോലെ, കൊല്ലുകയെന്നത് തൊഴിലാണ് എന്നു നിങ്ങളെ ബോധ്യപ്പെടുത്തിയാൽ നിങ്ങൾക്ക് ഏത് ഇടതുപക്ഷക്കാരെയും കൊല്ലാമെന്നത് ഒരു സിദ്ധാന്തമായി മാറും. അങ്ങനെ നിങ്ങളെ കുറ്റത്തിൽ നിന്നു വിമോചിതരാക്കിത്തീർത്താൽ ഏതു കുറ്റവും ചെയ്യിക്കാമെന്നും അങ്ങനെ ചെയ്യുന്നതിന് തടസ്സമായ മനഃസാക്ഷി എന്ന സാധനത്തെ നിർമ്മാർജ്ജനം ചെയ്യുന്നതിന്റെ പരീക്ഷണങ്ങൾ നടത്തുകയും മനുഷ്യൻ ശരീരം മാത്രമാണ് എന്ന ബോധ്യം ഉണ്ടാക്കിത്തീർക്കുകയും ചെയ്യുന്നു. ഇങ്ങനെ ശരീരം മാത്രമാണ് നിങ്ങളെന്നു ബോധ്യപ്പെടുത്തിക്കഴിഞ്ഞാൽ നിങ്ങൾ ശരീരംകൊണ്ട് സംസാരിക്കുകയും നിങ്ങൾ കൊല്ലുകയും മരിക്കുകയും ചെയ്യുന്ന ആൾ മാത്രമായി രൂപപ്പെടുകയും ചെയ്യുമെന്നും അതിൽ ഒരിക്കലും പശ്ചാത്തപിക്കുകയില്ലെന്നും ഫാസിസത്തിനറിയാം. അത്തരം ഒരു പരിശീലനം എല്ലാ ഭാഗങ്ങളിലും നടത്തിക്കൊണ്ടിരിക്കുകയും കേരളത്തിൽ ചിലയിടങ്ങളിൽ ജയിക്കുകയും ചെയ്തിട്ടുണ്ട് എന്ന് നാം മനസ്സിലാക്കുന്നു. ഇത് അത്യന്തികമായി ജയിക്കുകയല്ലെന്നും തോല്ക്കാനുള്ള കളിയാണ് എന്നും മനസ്സിലാക്കേണ്ടതുണ്ട്.

ഇങ്ങനെ ശത്രുക്കളും മിത്രങ്ങളുമായി ജനങ്ങളെ മൗലികമായി തരംതിരിക്കുന്നു. മാർക്സിന്റെ കാലഘട്ടത്തിനു ശേഷമാണ് ഫാസിസം വരുന്നത്. മാർക്സിനെ ഇറ്റാലിയൻ ഫാസിസ്റ്റുകൾ തിരുത്തുന്നത്, മാർക്സിസത്തെ മറിച്ചിട്ടാൽ ഫാസിസമാകും എന്ന അർത്ഥത്തിലാണ്. നിലവിലുള്ള വർഗീയതയെ ഉപയോഗിച്ചുകൊണ്ട് ഒരു ആധിപത്യം സ്ഥാപിക്കുകയും സർവാധിപത്യം സ്ഥാപിക്കുകയും ലോകത്തെ മാറ്റിത്തീർക്കുകയും ചെയ്യാമെന്നാണ് ഫാസിസ്റ്റ് സിദ്ധാന്തം. നിങ്ങളുടെ ശത്രുക്കളാണ് മറ്റുള്ളവരെന്നു വിശ്വസിക്കുകയും ശത്രുക്കൾ കൊല്ലപ്പെടേണ്ടവരാണ് എന്നു വിശ്വസിക്കുകയും കൊല്ലുന്നത് ധർമ്മമാണെന്നു കരുതുകയും ചെയ്യും. എന്നുമാത്രമല്ല, കോടതിയിൽ ഗോപാൽ

ഗോഡ്സെ പറഞ്ഞതുപോലെ ഗാന്ധിജിയെ കൊല്ലുന്നതുവഴി ഞാൻ എന്റെ ധർമ്മം അനുഷ്ഠിക്കുകയാണ് ചെയ്തതെന്നു മൊഴി കൊടുക്കുകയും ചെയ്യും. ഇവിടെയാണ് വാസതവത്തിൽ ഗാന്ധിയെ കൊല്ലുകയെന്നത് ഇന്ത്യാ ചരിത്രത്തിലെ ധർമ്മമായിത്തീർന്ന ഒരു സന്ദർഭത്തെയാണ് നാം നേരിട്ടുകൊണ്ടിരിക്കുന്നത് എന്ന ബോധം ഉണ്ടാകേണ്ടത്. സംസ്കാരത്തിന്റെ വാക്കുകളെ അർത്ഥങ്ങളെ പിടിച്ചുപറ്റുകയും അതിന്റെ വിപരീതാർത്ഥം ഉത്പാദിപ്പിക്കുകയും ചെയ്തുകൊണ്ട് ഒരു ജനതയെ പൂർണമായും തമസ്കരിക്കുകയെന്നുള്ള ബോധ്യത്തിലേക്കാണ് ഫാസിസം എത്തിച്ചേർന്നിരിക്കുന്നത്. വിവിധ മതങ്ങൾ സഹവർത്തിത്വം പുലർത്തുന്ന ഒരു നാട്ടിൽ വന്ന് പുതിയ മത സിദ്ധാന്തങ്ങൾ പഠിപ്പിക്കുകയും ഹിന്ദുക്കൾക്കു വേണ്ടിയാണ് ഞങ്ങൾ പ്രവർത്തിക്കുന്നതെന്നു സിദ്ധാന്തിക്കുകയും ചെയ്യുന്ന ആളുകളുടെ കൂടാരങ്ങൾ തകർക്കുകയാണ് നാം ഇപ്പോൾ ചെയ്യേണ്ട പ്രധാന പ്രവൃത്തി. ഹിന്ദു വർഗീയതയല്ല, മറിച്ച് ഹിന്ദു മനോഭാവത്തെ ഉപയോഗിച്ചുകൊണ്ട് ഉത്പാദിപ്പിച്ചെടുക്കുന്ന ഒരു അധികാരക്കളി മാത്രമാണ് ഫാസിസം.

●

2002

കണ്ണൂരും ഫാസിസവും

“

ആളുകളെ കൊല്ലാനല്ലാതെ
ആശയത്തെ കൊല്ലാനാവില്ലെന്ന്
യഥാർത്ഥ ഫാസിസ്റ്റുകൾ മനസ്സിലാക്കാൻ
കണ്ണൂരിൽ വരേണ്ടിയിരിക്കുന്നു.

കണ്ണൂരിലെ യുദ്ധതന്ത്രം

കണ്ണൂരിനെ ഞാനിന്ന് പലതരത്തിലും വിശകലനം ചെയ്യാൻ ശ്രമിക്കുന്നുണ്ട്. അതൊരു Scholastic പ്രവർത്തനമാണ്. രാഷ്ട്രീയപ്രവർത്തനത്തിൽ ധർമ്മടത്തിലെയോ തലശ്ശേരിയിലേയോ പാനൂരിലെയോ കണ്ണൂരിലെയോ സംഭവങ്ങളെ കാണേണ്ടത് അവിടുത്തെ സംഭവങ്ങൾ മാത്രമായിട്ടല്ല. ലോകത്തെ ഒരു ചെറു സംഭവം പോലും ലോക ചരിത്രത്തിലെ ഒരു ഭാഗമാണ് എന്നാണ് ഞങ്ങളൊക്കെ കേട്ടിട്ടുള്ളത്. നിരത്തിൽ നടക്കുന്ന ഒരടി പോലും വാസ്തവത്തിൽ ലോക ചരിത്രത്തിന്റെ അംശമാണ്. അതാണ് അതിന്റെ സാന്ദർഭിക അർത്ഥം. സന്ദർഭത്തിൽ, കാലഘട്ടത്തിൽ, ഉദ്ദേശങ്ങളിലാണ് ഈ സംഭവങ്ങൾ തുടർന്നുകൊണ്ടിരിക്കുന്നത് എന്ന് അറിയാൻ ശ്രമിക്കാതെ പല ആളുകളും അതിനെ അറിവിന്റെ വ്യവസ്ഥകളിലേക്ക് കൊണ്ടുവരുന്നത്, കണ്ണൂരിലേത് ഗോത്ര ജീവിതമാണ്, നാടിന്റെ പ്രത്യേകതയാണ്, കാസ്റ്റിന്റെ പ്രത്യേകതയാണ്, അടിയാളന്മാരുടെ സമരമാണ്, നേതാക്കന്മാരെന്താ ചാകാത്തത് എന്നീ വിശേഷണങ്ങളോടെയോ ചോദ്യങ്ങളോടെയോ ആണ്.

ഹിറ്റ്ലർ ചാകുന്നതിന് മുമ്പ് ഒരാളും ഹിറ്റ്ലറുടെ പട്ടാളക്കാരെന്താ ചത്തത് എന്ന് ചോദിക്കുന്നില്ല. രാജാവ് ചാകുന്നതിന് മുമ്പ് ഇതെന്താ സൈന്യങ്ങൾ ചാകുന്നത് എന്ന് ചോദിക്കുന്നില്ല. യുദ്ധത്തിന്റെ തന്ത്രം അതാണ്. കണ്ണൂരിലെ ആക്രമണങ്ങൾ ഒരു യുദ്ധതന്ത്രത്തിന്റെ മുറയിലാണ് ആസൂത്രണം ചെയ്യപ്പെട്ടത്. അതിൽ വേറെ tactical ആയിട്ടുള്ള, തന്ത്രപൂർവ്വമുള്ള ഒത്തുതീർപ്പുകൾ ഉണ്ടാക്കാം. അതൊക്കെ വളരെ വ്യാപകമായ ഒരു ലക്ഷ്യത്തിന്റെ ഭാഗമായിട്ടാണ് കൊണ്ടുവരുന്നത്. പുതിയ സഹസ്രാബ്ദം ഇന്ത്യയുടെ സഹസ്രാബ്ദമാണ് എന്ന മുദ്രാവാക്യം ഇതിന്റെ ഒരു ഭാഗമായിട്ട് വരുന്നതാണ്. It is fascist ambition. എന്തെന്നാൽ, ഒരു നൂറ്റാണ്ടു മുഴുവൻ ഇന്ത്യക്ക് കിട്ടില്ല. ഒരു നൂറ്റാണ്ടു മുഴുവൻ മനുഷ്യ വർഗ്ഗത്തിനാണ് കിട്ടുക. മനുഷ്യ വർഗ്ഗത്തിന് എന്ന് പറയുന്നതിനു പകരം ഇന്ത്യക്ക് എന്നു പറയുന്നത്, ദേശീയ ഫാസിസത്തിന്റെ ഭാഷയാണ്. Greater India, വിശാലമായ ഭാരതം എന്നുപറയുന്നതും ഇന്ത്യാ ഫാസിസത്തിന്റെ ഭാഷയാണ്. അങ്ങനെ ആലോചിച്ചാൽ പാക്കിസ്ഥാൻ ഇന്ത്യയുടെ ഭാഗമായിരുന്നു. ബർമ്മ ഇന്ത്യയുടെ ഭാഗമായിരുന്നു. സിലോൺ ഇന്ത്യയുടെ ഭാഗമായിരുന്നു. എന്തുകൊണ്ട് ഇവയൊക്കെ വേർപിരിഞ്ഞു എന്ന് ചോദിച്ച് ഉറങ്ങാതിരുന്നാൽ പിന്നെ ഒരു പദ്ധതിയുണ്ടാകും. ഈ പദ്ധതി ഒരഭിലാഷമാണ്. പദ്ധതി പ്രാവർത്തികമായാൽ എല്ലാവരും നല്ലതെന്ന് പറയും; ബുദ്ധിജീവികളും. സംഭവങ്ങൾക്ക് ന്യായീകരണങ്ങളുണ്ടാകും. അത്തരത്തിലുള്ള ഒരു ദേശീയ ഫാസിസ്റ്റ് അഭിലാഷത്തിന്റെ ഭാഗമായിട്ട് പ്രത്യേകിച്ചും പുതിയ മുതലാളിത്തത്തിന്റെ കാലഘട്ടത്തിൽ പഴയ സാങ്കേതിക വിദ്യകൾ ഉപയോഗിച്ചുകൊണ്ട് എവിടെയൊക്കെയാണോ അധികാര കേന്ദ്രങ്ങൾ അവിടെയൊക്കെ യുദ്ധതന്ത്രങ്ങളുമായി ഫാസിസ്റ്റുകൾ എത്തുന്നു. Investment of power എന്നാണ് അധികാര കേന്ദ്രത്തെ പറയുക. പണം ബാങ്കിൽ നിക്ഷേപിക്കുന്നതു പോലെ മനുഷ്യവർഗ്ഗം അവന്റെ അധികാരം നിക്ഷേപിക്കുന്ന സ്ഥലങ്ങളുണ്ട്. അത് ശബരിമലയിൽ ആകാം, മലയാറ്റൂർ പള്ളിയിൽ ആകാം, നേതാവിന്റെ കാൽക്കൽ ആകാം. അധികാരിയെ പിടിച്ചാൽ വോട്ട് കിട്ടും. ഗോത്രത്തിൽ മൂപ്പനെ പിടിക്കണം. കാരണം മൂപ്പനാണ് അധികാരത്തിന്റെ സ്രോതസ്സ്. അതുകൊണ്ട് അധികാരത്തിന്റെ കേന്ദ്രങ്ങളെ പിടിക്കുന്നതിന്റെ ഭാഗമായി നിങ്ങൾക്ക് വേണമെങ്കിൽ അമ്പലം പിടിക്കാം. അധികാരം കിട്ടിക്കഴിഞ്ഞാൽ അമ്പലം പണിയേണ്ട എന്ന് വയ്ക്കാം. അമ്പലം പണിതില്ലെങ്കിൽ നമ്മൾ അതിനെ ഒരു ഔദാര്യമായിട്ടെടുക്കും. ലിബറലൈസേഷൻ ആയി കരുതും. അമ്പലവവും കുറിയും വസ്ത്രവും നിറവുമൊക്കെ നിങ്ങൾക്ക് സ്വീകരിക്കുവാനും നിങ്ങളുടെ ആവശ്യം കഴിഞ്ഞാൽ ഉപേക്ഷിക്കാനുമുള്ള സാധനങ്ങളാണ്. അതുകൊണ്ടാണ് നിങ്ങൾ സന്യാസിയുടെ വസ്ത്രം സ്വീകരിക്കുന്നത്. എല്ലാ ആഗ്രഹങ്ങളും ഉപേക്ഷിക്കലാണ് സന്യാസം. എല്ലാ ആഗ്രഹങ്ങളും ഉപേക്ഷിച്ചിട്ട് രാജ്യം മാത്രം ആഗ്രഹിക്കുക എന്നുള്ളതാണ് പുതിയ സന്യാസം. അത്തരത്തിലുള്ള ചാഞ്ചല്യങ്ങൾ ജനങ്ങൾ ശ്രദ്ധിക്കില്ലെന്നും അതുകൊണ്ട് മാറ്റിമാറ്റി പറയാമെന്നുമുള്ള സാമാന്യമായ മനുഷ്യജ്ഞാനമാണ് ഫാസിസ്റ്റുകൾ ഉപയോഗിക്കുന്നത്. മനഃശാസ്ത്രത്തിന്റെ പണ്ടത്തെ ഒരേ ഒരു ഉപയോഗം പട്ടാളക്കാരെ റിക്രൂട്ട് ചെയ്യുന്നിടത്തായിരുന്നു. അവിടെയൊരു സൈക്കോളജിസ്റ്റ് ഉണ്ടാകും. ഒരു പട്ടാളക്കാരൻ എന്ന

നിലയിൽ ഇവൻ എങ്ങനെ റിയാക്റ്റ് ചെയ്യും എന്നറിയാനാണത്. മനുഷ്യ ഉന്മാദത്തിന്റെ അവസാന മേഖലയാണ് യുദ്ധം. ആ യുദ്ധത്തിൽ പട്ടാളക്കാരൻ എങ്ങനെ പെരുമാറും എന്നറിയാനാണ് സൈക്കോളജിസ്റ്റ് വന്നുനിൽക്കുന്നത്. സൈക്കോളജിയെ പല തരത്തിൽ ഉപയോഗിക്കാം. നിങ്ങളെ എങ്ങനെ കീഴ്പ്പെടുത്തണമെന്ന്, നിങ്ങളെ എങ്ങനെ പ്രത്യയാനത്തിൽ വശീകരിക്കാമെന്ന്, നിങ്ങളെ എങ്ങനെ സത്യം ചെയ്യിച്ചും കൈയിൽ രക്ഷ കെട്ടിയിട്ടും ഉറുക്ക് കെട്ടിയിട്ടും പല തരത്തിലുള്ള ബന്ധനങ്ങളിൽപ്പെടുത്തിയിട്ടും എങ്ങനെ വായിക്കാമെന്നുമൊക്കെ. ഇതൊക്കെ മാനസിക ബന്ധത്തെക്കുറിച്ചുള്ള ഗവേഷണങ്ങളുടെ ഭാഗമാണ്.

അതുകൊണ്ട് ഒരു യുദ്ധതന്ത്രം മെനഞ്ഞെടുക്കുന്നതു പോലെ ആളുകളെ പിടിച്ചെടുക്കാനും അവരുടെ മേൽ അധീശത്വം സ്ഥാപിക്കാനുമുള്ള തന്ത്രങ്ങൾ മെനഞ്ഞെടുക്കുന്ന ഒരു പ്രവർത്തനമാണ് നമ്മുടെ നാട്ടിൽ ഇപ്പോൾ വ്യാപിച്ചുകൊണ്ടിരിക്കുന്ന ഫാസിസ്റ്റ് പ്രവർത്തനം. അതിന്റെ ഒരു തന്ത്രം നിങ്ങളെ ഏറ്റവും ശക്തമായ രീതിയിൽ ആക്രമിച്ച് നിങ്ങളെ ഞെട്ടിക്കുക എന്നുള്ളതാണ്. ഏറ്റവും ദുർബലമായ സ്ഥലത്തുകൂടി ഇഴഞ്ഞു നീങ്ങുക എന്നതല്ല. അതുകൊണ്ട് തലയ്ക്ക് ആക്രമിക്കുകയും, തലശ്ശേരിയെ ആക്രമിക്കുകയും ചെയ്യുന്നു- ഇതിലൊരു പ്രാസമുണ്ട്. അത് വലിയ തെറ്റിദ്ധാരണയുണ്ടാക്കുന്നതാണ്. ആ പ്രാസം ആവശ്യമില്ല. അത് അർത്ഥത്തെ തെറ്റിദ്ധരിപ്പിക്കുന്ന ഒന്നാണ്. അതുകൊണ്ട് അതു വേണ്ട- ഏറ്റവും മർമ്മ പ്രധാനമാണെന്ന് നമ്മൾ പറയുന്ന കോട്ട കേറി ആക്രമിക്കലാണ് രീതി. അല്ലാതെ വയലിലല്ല. കോട്ട പിടിച്ചെടുത്താൽ രാജ്യം പിടിച്ചെടുത്തു എന്നാണ്. അതുകൊണ്ട് കോട്ടകൾ പിടിച്ചെടുക്കുക എന്ന തന്ത്രത്തിന്റെ ഭാഗമായി കോട്ടകൾ പൊളിക്കുക, കോട്ടയിൽ വിള്ളലുകൾ ഉണ്ടാക്കുക എന്നിവയാണ് ആക്രമണത്തിന്റെ സാമാന്യമായ തത്വം. ആക്രമണത്തിന് എളുപ്പം കാരണങ്ങളുണ്ടാക്കാം. ഒരു ആപ്പിൾ ഉണ്ടെങ്കിൽ വഴക്കുണ്ടാക്കാം എന്നറിയാവുന്ന മനുഷ്യവർഗ്ഗത്തിന് കാരണങ്ങൾ ഉണ്ടാക്കാൻ ഒരു വിഷമവുമില്ല. നിങ്ങൾ എപ്പോഴും സത്യം ചെയ്യുന്നുണ്ടെങ്കിൽ നിങ്ങൾ കളവു പറയുവാൻ ഒരുങ്ങുന്നവെന്നാണ് അർത്ഥം. അതുകൊണ്ട് നിങ്ങൾ ജനാധിപത്യത്തെപ്പറ്റി സത്യം ചെയ്യുന്നുണ്ടെങ്കിൽ നിങ്ങൾ ജനാധിപത്യവാദിയല്ല എന്നാണർത്ഥം. സത്യത്തിന്റെ ആവശ്യമൊന്നുമില്ല അതിന്. ജനാധിപത്യം ഒരു വലിയ തത്വമല്ല. ഏറ്റവും സാധാരണമായ തത്വമാണ്. നിങ്ങളും ഞാനുമൊക്കെ സാധാരണ മനുഷ്യരാണ് എന്നു പറയുന്ന സാമാന്യ തത്വം. ഇതിന് ഒരു ശപഥത്തിന്റെ ആവശ്യമില്ല. ശപഥം ചെയ്യുന്നുണ്ടെങ്കിൽ നിങ്ങൾ ഉദ്ദേശിക്കുന്നത് അതല്ല എന്നാണ് അർത്ഥം. സ്വതന്ത്രമായ പ്രവർത്തനം

എന്നതു മറയാണ്. കുതിര കയറുന്നതും ഒരു സ്വാതന്ത്ര്യമാണ്. അശ്വമേധത്തിന് കുതിരയെ അഴിച്ചുവിട്ടാൽ കുതിര അതിന്റെ ഇഷ്ടംപോലെ എവിടെയൊക്കെ നടക്കുന്നുവോ അവിടമൊക്കെ തന്റെ രാജ്യമാണ് എന്ന് പറഞ്ഞിട്ടാണ് അശ്വമേധം നടത്തുക. അപ്പോൾ അലഞ്ഞുതിരിയുന്ന കുതിരയുടെ അലയൽ സ്വതന്ത്രമല്ല എന്നാണ്. പക്ഷേ, അലഞ്ഞു തിരിയുന്നതിന്റെ പിന്നിലൊക്കെ പടയുണ്ടാകും. ഈ പടയോട് യുദ്ധം ചെയ്യണം. ഇങ്ങനെ എല്ലാ കേന്ദ്രങ്ങളിലും അലഞ്ഞു തിരിയുകയും എല്ലാ രാജ്യങ്ങളും പിടിച്ചെടുക്കുകയും ചെയ്യുന്ന ഒരു മനുഷ്യമേധത്തിന്റെ പദ്ധതിയാണ് കണ്ണൂരിന് പിന്നിലുള്ളത്. അതിന്റെ ഭാഗമെന്ന നിലയിലേ വാസ്തവത്തിൽ കണ്ണൂരിലെ സംഭവങ്ങളെ കാണാൻ പറ്റൂ. അങ്ങനെ കാണുന്നില്ല. കാരണം അതൊരു ആക്സിഡന്റല്ല. ആക്സിഡന്റ് പോലും ആക്സിഡന്റല്ല എന്ന് നാമിപ്പോൾ പറയുന്നുണ്ട്. ആക്സിഡന്റിന് പിന്നിൽ റോഡുണ്ട്, റോഡിന് വകുപ്പുണ്ട്, കോൺട്രാക്ടർമാരുണ്ട്, കൈക്കൂലിയുണ്ട്, ഇതെല്ലാം ചേരുമ്പോഴാണ് Accident sre not accidents എന്നു വരുന്നത്.

കണ്ണൂരിലെയും സംഭവങ്ങൾ ആക്സിഡന്റലായി ഉണ്ടാകുന്നതല്ല. മറിച്ച് വളരെ കൃത്യമായ പദ്ധതികളെ അടിസ്ഥാനപ്പെടുത്തി ഉണ്ടാക്കുന്നതാണ്. ഒരു രാജ്യത്തിലെ ഏറ്റവും കരുത്തുള്ള പാർട്ടിയെ ആക്രമിക്കുക, ആ പാർട്ടിയുടെ ഏറ്റവും കരുത്തുള്ള പ്രദേശങ്ങളെ ആക്രമിക്കുക. ഇത് രണ്ടുമാണ് പദ്ധതികളിൽ പ്രധാനം. മാർക്സിസ്റ്റ് പാർട്ടി വീണു കഴിഞ്ഞാൽ മറ്റ് പാർട്ടികൾ നിസ്സാരമാണ് എന്നുള്ളൊരു ലോജിക്ക് അതിനകത്തുണ്ട്. ഇങ്ങനെ വീഴ്ത്താനുള്ള തന്ത്രമാണ് ഫാസിസത്തിന്റേത് എന്ന് മനസ്സിലാക്കാതെയാണ് വഴിയോരത്ത് മറ്റ് പാർട്ടിക്കാർ ചിരിച്ച് നിൽക്കുന്നത്. നടപ്പാതയിലൂടെ നടക്കുന്നവരുടെ വിചാരം ബസ്സൊന്നും അവരുടെ ശരീരത്തിൽ കയറില്ല എന്നാണ്. ആദ്യം റോഡിൽ കൂടി നടക്കുന്നവരുടെ മേൽ ബസ്സ് കയറ്റിയിട്ട് വഴിയോരത്ത് കൂടി നടക്കുന്നവരുടെ മേലും കയറ്റാം എന്നുള്ളതാണ് ഫാസിസ്റ്റുകളുടെ യുദ്ധതന്ത്രം. അതുകൊണ്ട് ഫാസിസത്തിൽ നിങ്ങൾക്കൊരു സുരക്ഷിത കേന്ദ്രമില്ല; അതിന്റെ അകത്തല്ലാതെ പുറത്തൊരു രക്ഷാകേന്ദ്രമില്ല. പുറത്തുള്ളവർക്ക് ഗ്യാസ് ചേമ്പറിൽ പോകാം. വടിവാളുകളുടെയും കുന്തങ്ങളുടെയും പരിചരണങ്ങൾ ഏൽക്കാം. ഇതറിയാതെ ചരിത്രം വായിക്കാതെയോ യുദ്ധമെന്താണെന്ന് തിരിച്ചറിയാതെയോ ഉള്ള പ്രതികരണങ്ങളാണ് മിക്കവാറും പത്രങ്ങളിൽ വന്നത്. അത് അവരുടെ അജ്ഞത കൊണ്ടല്ല അവരുടെ ഉദാസീനത കൊണ്ടാണ്.

•

2002

മൗനവും ഫാസിസവും

കേരളത്തിൽ ഏറ്റവും ജനകീയമായ കക്ഷി മാർക്സിസ്റ്റ് കക്ഷിയായത് കൊണ്ടും ഏറ്റവും ജനപ്രീതിയുള്ള, ജനപിന്തുണയുള്ള കക്ഷി മാർക്സിസ്റ്റ് കക്ഷിയായത് കൊണ്ടും ആ പാർട്ടിയുടെ ഏറ്റവും വലിയ ശക്തി കേന്ദ്രങ്ങളിലൊന്ന് കണ്ണൂരായത് കൊണ്ടും ആക്രമിക്കുകയാണെങ്കിൽ കോട്ടയെയും രാജാവിനെയുമാണ് ആക്രമിക്കേണ്ടത് എന്ന തത്വമനുസരിച്ചാണ് കണ്ണൂരിനെ ആക്രമിക്കുന്നത്. അത് ഭയത്തിന്റെ വ്യാപനം ഉണ്ടാക്കുന്നുണ്ട്. ഇങ്ങനെ മനുഷ്യനെ ആഘാതങ്ങൾ ഏൽപ്പിച്ച് ദുർബലനാക്കിയും ദുർബലനാക്കിയ ഒരാളെ ന്യൂട്രലൈസ് ചെയ്തും സ്വന്തം ഭാഗത്തേക്ക് കൊണ്ടുവരിക എന്നതാണ് അവരുടെ സാമാന്യമായ തന്ത്രം.

ഈ ആക്രമണങ്ങൾക്കെതിരെ ഇടതുപക്ഷത്തിന് ചെറുത്തുനിൽപ്പ് സാധ്യമല്ലെന്ന് പറയാൻ പറ്റില്ല. പറയാൻ പാടില്ല. ഫാസിസം സ്വീകരിക്കുന്ന ഒരു മാർഗ്ഗം മൗനത്തിന്റെ ഒരു കവചമണിയലാണ്. വാദപ്രതിവാദത്തിൽ വിശ്വസിക്കാത്ത ഒന്ന്. അവർക്ക് Nothing is debdatable everything is determined.. അതുകൊണ്ട് പലപ്പോഴും ഒരാൾക്കൂട്ടത്തിൽ നിന്ന് ഒരു ഫാസിസ്റ്റിനെ എളുപ്പം തിരിച്ചറിയാനാവും. അയാൾ മൗനിയായിരിക്കും. തന്നെയും തന്റെ ചുറ്റുപാടുകളെയും അയാൾ മൗനം കൊണ്ട് നിറയ്ക്കും. ഈ മൗനം ഭേദിക്കുക എന്നുള്ളതാണ് മാന്യന്മാർക്ക് ചേർന്ന അഹിംസാത്മകമായ ഒരു മാർഗം. മൗനം ഭേദിക്കുക എന്നു പറഞ്ഞാൽ എല്ലാ തരത്തിലുള്ള ബന്ധങ്ങളും വിഭാഗീയമാക്കിത്തീർക്കുകയും ആളുകളെ തമ്മിൽ അകറ്റുകയും ചെയ്യുക എന്നത് സാമാന്യമായ ഒരു ഫാസിസ്റ്റ് തന്ത്രമാണ്. ദേവന്മാരും അസുരന്മാരുമായും രാക്ഷസരും മനുഷ്യരുമായും ആളുകളെ വേർതിരിക്കലാണത്. ഇത് കഴിഞ്ഞ നൂറ്റാണ്ടിൽ തന്നെ ഇല്ലാതായിത്തീർന്ന ആശയമാണ്. ഈ ആശയത്തെ ഫാസിസ്റ്റുകൾ പുനരുദ്ധരിക്കുന്നു. ഇതിലൊരു സൗകര്യമുണ്ട്. ഒരാളെ

കള്ളനെന്ന് വിളിക്കുന്നതിനേക്കാൾ വിഷമമമാണ് അയാൾ ഇടയ്ക്ക് സത്യം പറയുന്ന കള്ളനാണ് എന്ന് പറയുന്നത്. അത് സംശയങ്ങളുണ്ടാക്കുന്നു. അതുകൊണ്ടാണ് സംശയം ഒരിക്കലും അനുവദിക്കില്ല എന്നും സംശയിക്കുന്നവൻ നശിക്കുമെന്നും ശ്രീകൃഷ്ണൻ പറയുന്നത്. സംശയം വരുമ്പോൾ കൈവിറക്കും. അതുകൊണ്ട് സംശയം പാടില്ല എന്നത് ഫാസിസ്റ്റ് തത്വങ്ങളിൽ പ്രധാനപ്പെട്ട ഒന്നാണ്. അതുകൊണ്ട് സംശയമുണ്ടാക്കുന്ന ഒരു രംഗത്തേക്കും ചർച്ചയുടെ വേദിയിലേക്കും പോകരുതെന്നും മൗനംകൊണ്ടൊരു കവചം വേണമെന്നും അതുകൊണ്ട് കഴിയുന്നതും മിണ്ടാതിരിക്കുന്നതാണ് നല്ലതെന്നുമുള്ള ഒരു പ്രതിരോധ തന്ത്രം ഫാസിസ്റ്റുകൾ സ്വീകരിക്കുന്നുണ്ട്. അതുകൊണ്ട് അവർ നിശ്ശബ്ദരായിരിക്കുകയും ആയുധം കൊണ്ട് സംസാരിക്കുകയും ചെയ്യുന്നു. ആയുധത്തിന്റെ പകരംവയ്പായിട്ടാണ് പൊതുവെ ചീത്ത വാക്കുകൾ ഉണ്ടാക്കുന്നത്. അതിനെ റെഡ്യൂസ് ചെയ്തിട്ട് വാക്കുകളിൽ നിന്ന് തിരിച്ച് ആയുധത്തിലേക്ക് കൊണ്ടുവരുന്ന ടെക്നിക്ക് അവർക്കുണ്ട്. അന്തിമമായി മനുഷ്യന്റെ ശക്തി എന്തിലാണ്? തോക്കിലാണ് എന്നുള്ളതാണ് കക്ഷി രാഷ്ട്രീയത്തിന്റെ തത്വം. അവസാനമായി നമ്മളെയൊക്കെ രക്ഷിക്കുന്നത് പട്ടാളക്കാരും പോലീസുകാരും ബോംബുമൊക്കെയാണ്. നമ്മുടെ മര്യാദയെ, നമ്മുടെ പുസ്തക വ്യവസായത്തെ, നമ്മുടെ ചർച്ചകളെ, നമ്മുടെ പത്രത്തെയൊക്കെ അന്തിമമമായി രക്ഷിക്കുന്നത് പോലീസ് സ്റ്റേഷനാണ്. അഹിംസയെക്കുറിച്ച് സംസാരിക്കുന്നവരെപ്പോലും രക്ഷിക്കുന്നത് പോലീസുകാരാണ്. അതുകൊണ്ടാണ് ഗാന്ധിജി മരിച്ചപ്പോൾ പട്ടാളക്കാരാണ് അദ്ദേഹത്തിന്റെ ട്രക്കിനെ അകമ്പടി സേവിച്ചത് എന്നു പറയുന്നു. പട്ടാളട്രക്കിലാണ് ഗാന്ധിജിയെ ദഹിപ്പിക്കാൻ കൊണ്ടുപോയത്. അപ്പോൾ അഹിംസ പറഞ്ഞാലും നിങ്ങൾക്ക് കാവൽ നിൽക്കുന്നത് തോക്കായിരിക്കും.

റെഡ്യൂസ് ചെയ്തുകൊണ്ടുവന്ന് അവസാനം ശാരീരികമായി ഇല്ലായ്മ ചെയ്യുക എന്നതാണ് ഒരാളെ പൂർണ്ണമായി ഇല്ലായ്മ ചെയ്യാനുള്ള മാർഗ്ഗം. അങ്ങനെ അന്തിമമായിട്ട് മനുഷ്യൻ തന്റെ പ്രാകൃതാവസ്ഥയിലേക്ക് എത്തിച്ചേരുന്ന തലം ശാരീരിക ഉന്മൂലനത്തിന്റെ തലമാണെന്ന് വരുന്നു. അതിന് ഏറ്റവും ഭീകരമായി ചെയ്യാനുള്ള മാർഗ്ഗം പ്രാകൃതമായി ആയുധങ്ങൾ കൊണ്ട് കൊല്ലുക എന്നുള്ളതാണ്. തോക്കില്ലാഞ്ഞിട്ടല്ല വടിവാൾ ഉപയോഗിക്കുന്നത്. തോക്കുകൊണ്ട് എളുപ്പം സാധിക്കാവുന്നതാണ്. തോക്ക് വൈയക്തികമാണ്. വാൾ അങ്ങനെയല്ല. അതുകൊണ്ടാണ് കണ്ണൂരിൽ വാളുകൊണ്ടുള്ള ആയോധനം തോക്കിന്റെ ഈ യുഗത്തിലും തുടരുന്നത്.

വളരെ കഷ്ടപ്പെട്ടാണ് ഈ ആയുധങ്ങളൊക്കെ ശേഖരിക്കുന്നത്. ഒളിച്ചുവക്കാൻ വിഷമമുള്ളതാണ്. വടിവാളൊക്കെ എവിടെയാണ് ഒളിച്ചുവക്കുക. എന്നാലും അങ്ങനെ ചെയ്യുന്നത് തോക്കല്ല ആയോധനത്തിന്റെ മാർഗം എന്നതുകൊണ്ടാണ്. കൈ തൂലമലേ വീ്യ്രീ.. പ്രാകൃതമായ ഭീതിയുണ്ടാക്കാൻ കണ്ണൂരിൽ ഫാസിസ്റ്റുകൾക്ക് ഇന്നുള്ള ഏറ്റവും നല്ല മാർഗം രക്തത്തിന്റെ മാർഗമാണ്. മുറിവിന്റെ മാർഗമാണ്. നേരിട്ടുള്ള വേദനയുടെ മാർഗമാണ്. ഇതറിയുന്നതുകൊണ്ടാണ് ആ മാർഗം ഉപയോഗിക്കുന്നത്. ക്രൂരതയെക്കുറിച്ച് നമ്മൾ പറയാറുണ്ട്. പട്ടാളക്കാരനും ക്രൂരത വേണം എന്ന് ഇന്ത്യക്കാർ പറഞ്ഞിട്ടുണ്ട്. ക്രൂവൽറ്റി ഇല്ലാത്ത പട്ടാളക്കാരൻ പട്ടാളക്കാരനല്ല. ക്രൂവൽറ്റി ഇല്ലാത്ത സർജൻ സർജനുമല്ല. ഭയപ്പെടുത്തലാണ് ഫാസിസത്തിന്റെ സാങ്കേതിക രീതി. ഇവർ മാത്രമല്ല മറ്റ് പലരും ഉപയോഗിക്കുന്ന രീതി അതുതന്നെയാണ്. ഇങ്ങനെ ചെയ്തുകൊണ്ടിരിക്കെ ഇതിനെ മനുഷ്യർ തമ്മിലുള്ള പോരാട്ടമായി കാണുകയും, അതിനെ തിരിച്ചറിയാതിരിക്കുകയും ഇതിനെ സമാശ്വസിപ്പിക്കുകയുമാണ് പുരോഗതിയിലേക്കുള്ള മാർഗം എന്ന് തെറ്റിദ്ധരിപ്പിക്കുന്ന പാവങ്ങളായ ആളുകളുണ്ട്. അവർക്കുകൂടി ഉണർവുണ്ടായില്ലെങ്കിൽ കേരളത്തിന്റെയും ഇന്ത്യയുടെയും ഭാവി വളരെ വിഷമത്തിലാകും. ചരിത്രത്തിൽ ബൈസ്റ്റാൻഡേഴ്സ് ഇല്ല. മാർജിൻ ഇട്ട ഒരു വഴിയല്ല ചരിത്രത്തിന്റേത്. ഒന്നിച്ച് പോവുകയും ഒന്നിച്ചു നശിക്കുകയും ചെയ്യുക എന്നുള്ളതാണ് അതിന്റെ രീതി. അതുകൊണ്ട് മാർക്സിസ്റ്റു പാർട്ടിയെ തോൽപ്പിച്ചിട്ട് കേരളം കോൺഗ്രസിന് പിടിച്ചെടുക്കുവാൻ ഒരു തന്ത്രം കൊണ്ടുവന്നാൽ ആത്മഹത്യാപരമായിരിക്കും. അത് നമ്മുടെ ജനാധിപത്യ-മതേതര കക്ഷികളെ സംബന്ധിച്ച് വാസ്തവത്തിൽ ആത്മഹത്യാപരമാണ്. ഈ ഒരു കാര്യം അവർ തിരിച്ചറിയേണ്ടതാണ്. തിരിച്ചറിയുമ്പോൾ സംഭവങ്ങളോട് നിങ്ങൾക്കുള്ള പ്രതികരണരീതി മാറും. അതുപക്ഷേ, മാറുന്നില്ല. പലരും നേരത്തെ തയ്യാറാക്കി വച്ചിട്ടുള്ള ഇമേജുകൾ വച്ചിട്ടാണ് ചരിത്രത്തെ വിലയിരുത്തുന്നത്. അതുകൊണ്ടാണ് 'മഷി ഉണങ്ങുന്നതിനു മുമ്പ് ക്ലാസ്സ് മുറിയിൽ കുട്ടികളുടെ മുമ്പിൽ വച്ച്' എന്നും മറ്റുമുള്ള വികാര വാക്കുകൾ വരുന്നത്. അതിന്റെ അർത്ഥം മഷി ഉണങ്ങിയാൽ നുണ പറയാമെന്നും ശിഷ്യന്മാരുടെ മുമ്പിൽ വച്ചല്ലാതെ മക്കളുടെ മുമ്പിൽവച്ച് അച്ഛനെ കൊല്ലാമെന്നുമൊക്കെയാണ്. ഇത്തരത്തിലുള്ള False Emotional logic ഉപയോഗിച്ചിട്ടാണ് നമ്മുടെ പത്രക്കാരും പണ്ഡിതന്മാരുമൊക്കെ മരണത്തെ വ്യാഖ്യാനിക്കുന്നത്. കോഴിയെ എങ്ങനെ കൊല്ലണമെന്നുള്ളതാണ് പ്രധാന പ്രശ്നം. അതിന് മറുപടി പറയുന്നത് കോഴിയല്ല. അതായത്, കോഴിയെ വേദനിപ്പിക്കാതെ കൊല്ലണം എന്നാൽ ഞങ്ങളും കഴിക്കാം എന്ന് പറയും. മാർക്സിസ്റ്റു പാർട്ടി എങ്ങനെയെങ്കിലും ഇല്ലാതായിക്കഴിഞ്ഞാൽ പിന്നെ

അതിന്റെ മാംസം ഞങ്ങൾക്കും ഇഷ്ടമാണ് എന്ന് പറയും. അതൊരു ഫാസിസ്റ്റ് സമരത്തിൽ അസാധ്യമായ കാര്യമാണ്. ഏറ്റവും ശക്തനെ പിടിച്ചുകഴിഞ്ഞാൽ അടുത്ത ശക്തനെ പിടിക്കും, അതിന്റെ അടുത്ത ശക്തനെ പിടിക്കും. ഇങ്ങനെ ശക്തന്മാർ ആരും ഇല്ലാത്ത ഒരു ശക്തൻ മാത്രം ഉള്ള ഒരു അന്തരീക്ഷം ഉണ്ടാകുന്നതു വരെ ഫാസിസം പ്രവർത്തിക്കും. എന്നിട്ട് സ്വയം നശിക്കാനുള്ള വഴി എന്താണെന്ന് ഫാസിസ്റ്റുകൾ നോക്കും. അതാണ് ഹിറ്റ്ലറുടെ അവസാനം. അവസാനം ജയിക്കും. പക്ഷേ, ജയിക്കുന്നതു തോൽക്കാനാണ് എന്നുള്ളതാണ് എല്ലാ ചരിത്രങ്ങളിലെയും യാഥാർത്ഥ്യം. ഇത്തരമൊരു പരിണാമം സംഭവിക്കാതിരിക്കാനുള്ള മുൻകരുതലുകൾ ലോക ഫാസിസ്റ്റ്- നാസി പ്രസ്ഥാനങ്ങളുടെ ചരിത്രത്തിൽ നിന്നുണ്ടാക്കിയെടുക്കേണ്ട ചുമതല രാഷ്ട്രീയ പ്രവർത്തകർക്കും പാർട്ടികൾക്കുമുണ്ട്. പക്ഷേ, അത് അവർ ചെയ്യുന്നില്ല.

കണ്ണൂരിൽ ആണുങ്ങളാരും ഇല്ല; സ്ത്രീകൾ തന്നെ ഭക്ഷണം പാചകം ചെയ്യേണ്ടി വരുന്നു, അരി വാങ്ങേണ്ടി വരുന്നു, പച്ചക്കറി വാങ്ങേണ്ടി വരുന്നു എന്നൊക്കെ പറഞ്ഞ് വിലപിക്കുന്ന ആളുകളുണ്ടല്ലോ. യൂറോപ്പിൽ നടന്ന യുദ്ധത്തിൽ എപ്പോഴെങ്കിലും ഒരിക്കൽ കൊച്ചി തുറമുഖത്തിൽ ബോംബ് വീഴുമെന്ന് പേടിച്ച് കൊച്ചി നഗരം വിട്ടുപോയിട്ടുള്ള കേരളീയരാണ് കൊച്ചിയിലിരുന്നു കൊണ്ട് ഇത് പറയുന്നത്. അന്ന് കൊച്ചിയിൽ ഒരേക്കർ ഭൂമിക്ക് 50 രൂപ വിലയായിരുന്നു. അങ്ങനെയുള്ള ആളുകളാണ് നാടുവിട്ടു പോകുന്ന കണ്ണൂരിലെ പുരുഷന്മാരെപ്പറ്റി പറയുന്നത്. ഹിറ്റ്ലർ ബോംബിടുമെന്ന് പേടിച്ചിട്ട്- പഴയ ഹിറ്റ്ലർ ആണ് ഇപ്പോഴത്തെ ഹിറ്റ്ലറല്ല- പഴയ കൊച്ചിയിൽ നിന്ന് നാടുവിട്ട് ഓടിപ്പോയ പഴയ ഒരാളാണ് വൈക്കം മുഹമ്മദ് ബഷീർ. ഇതൊന്നും ഓർക്കാതെ കണ്ണൂരിനെക്കുറിച്ച് ഇങ്ങനെ വിലപിക്കുന്നത് സാമാന്യമായ ഒരു ചരിത്രബോധത്തിന്റെ കുറവാണ്. പോകുന്നത് തിരിച്ചു വരാനാണ്. അങ്ങനെ മനസിലാക്കിയാൽ മതി. കൊച്ചിയിൽ നിന്നു പോയവരെല്ലാം തിരിച്ചു വന്നില്ലേ? ഭൂമിക്ക് വില കൂടിയില്ലേ? അതുകൊണ്ട് പോകുന്നവരെല്ലാം തിരിച്ചുവരാനുള്ളവരാണ്. തിരിച്ചുവരികയും ചെയ്യും. അങ്ങനെ വരുമ്പോൾ യു.എൻ.ഒ.യിലോ മറ്റോ ഇരുന്നിട്ട് ഞങ്ങളാണ് സാമധാനമുണ്ടാക്കിയതെന്ന് പറഞ്ഞേക്കും. അതിനെപ്പറ്റി വൈലോപ്പിള്ളി കവിത എഴുതിയിട്ടുണ്ട്.

"കർമ്മ പൗരുഷം വേൾക്കാതുള്ളൊരു നീതിചൊല്ലേ
മന്നിൽ നിന്നെക്കാൾ ദയനീയമായ് മറ്റെന്തുള്ളൂ!"

ഒന്നും ചെയ്യാതെ, സമാധാന വാക്യങ്ങൾ ഉച്ചരിക്കുന്നതിനേക്കാൾ ദയനീയമായി മറ്റൊന്നുള്ളൂ!

സുധീഷ് മരിച്ചപ്പോൾ ഇന്ന് കണ്ണൂരിന്റെ പേരിൽ കരയുന്നവരുടെ കണ്ണീരൊക്കെ എവിടെപ്പോയിരുന്നു? സുധീഷിനെ അയാളുടെ അച്ഛന്റെയും അമ്മയുടെയും മുമ്പിൽ വച്ച് കൊല്ലുകയായിരുന്നു. ഒരു തെറ്റും ചെയ്തിട്ടില്ലായിരുന്നു സുധീഷ്. 'എന്ത് അപരാധത്തിനായി' എന്ന പഴയ കവിതയിലെ ചോദ്യം പോലെ. സുധീഷ് ജനങ്ങൾക്കിടയിൽ പോപ്പുലർ ആയിരുന്നു എന്നതായിരുന്നു ഒരേ ഒരു അപരാധം. ആരും അന്ന് പ്രതികരിച്ചില്ല.

എന്തുകൊണ്ട് നിങ്ങൾ ഇതിനു മുമ്പുള്ള മനുഷ്യഹത്യകളിൽ, അത്യാചാരങ്ങളിൽ, ആക്രമണങ്ങളിൽ പ്രതിഷേധിച്ചില്ല എന്നുള്ള ചോദ്യത്തിന് നമ്മുടെ ബുദ്ധിജീവികളും കവികളും എഴുത്തുകാരും മറ്റും സ്വയം ഒരു ഉത്തരം കണ്ടെത്തിയാൽ ആ ഉത്തരം അവർക്ക് പ്രയോജനപ്പെടുന്ന ഒന്നായിരിക്കും. ഞങ്ങൾക്കൊന്നും വലിയ കാര്യമില്ല അതിൽ. മുസ്ലീങ്ങളെല്ലാം വിചാരിക്കുന്നത്, പള്ളി സംരക്ഷിക്കുകയാണ് തങ്ങളുടെ എല്ലാവരുടെയും ലക്ഷ്യമെന്നാണ്. അതാണതിന്റെ കുഴപ്പം. ഒരാളെ വിളിച്ചിട്ട് നിന്റെ മൂക്ക് ഞാൻ മുറിക്കും എന്നുപറഞ്ഞാൽ അയാൾ പിന്നെ അയാളുടെ മൂക്കും പൊത്തിപ്പിടിച്ചു കൊണ്ടേ നടക്കു. ശരീരത്തിൽ മൂക്കിനേക്കാൾ പ്രധാനപ്പെട്ട എത്രയോ അവയവങ്ങൾ ഉണ്ട്. അതാണ് അതിന്റെ താന്ത്രിക പ്രാധാന്യം. പള്ളി പൊളിക്കുമെന്ന് ആരെങ്കിലും പറഞ്ഞ് കഴിഞ്ഞാൽ പിന്നെ എല്ലാവരുടെയും വികാരം പള്ളി പൊളിക്കരുത്, പള്ളി പൊളിക്കുന്നവനെവിടെ എന്നാവും. ഇങ്ങനെ ഡിസ്‌ലൊക്കേറ്റ് ചെയ്ത് മനുഷ്യനെ തെറ്റിദ്ധരിപ്പിക്കുവാൻ കഴിയും എന്നതാണ് ചരിത്രത്തിലെ ദിശാമാറ്റങ്ങൾക്കെല്ലാം കാരണം. പിന്നെ അവസാനം രാമക്ഷേത്രം പണിയുമോ ഇല്ലയോ എന്നതായി പ്രധാനപ്പെട്ട സംശയം. ക്ഷേത്രമുണ്ടായിരുന്നോ ഇല്ലായിരുന്നോ എന്നതായി സംശയം. സുപ്രീം കോടതി ജഡ്ജിയാണ് അത് തീരുമാനിക്കേണ്ടത് എന്നതാണ് പിന്നീട് ചരിത്രകാരന്മാരുടെ തീരുമാനം. ഇതൊക്കെ ഇന്ത്യയെപ്പോലുള്ള രാജ്യത്തേ ഉണ്ടാവുകയുള്ളൂ. ഉത്ഖനനം നടത്തുക എന്നൊക്കെ പറയുന്ന ഏർപ്പാടുണ്ടല്ലോ അതൊക്കെ സുപ്രീംകോടതി ജഡ്ജിയെ ഏൽപ്പിക്കുക എന്നത് ഇന്ത്യയിലേ നടക്കു. പള്ളിയുടെ അടിയിൽ ശ്രീരാമൻ ഉണ്ടായിരുന്നോ, ശ്രീരാമന്റെ അടിയിൽ വീണ്ടും പള്ളി ഉണ്ടായിരുന്നോ എന്നീ ചോദ്യങ്ങൾക്ക് ഉത്തരം കണ്ടെത്തേണ്ടതും സുപ്രീംകോടതിയാണെന്നും നാം വരുത്തുന്നു. ഇതൊക്കെ നടത്തിയ പള്ളി പൊളിച്ച ആളുകളെ തീവണ്ടിയിൽ ഫെയർ ഇല്ലാതെ ടിക്കറ്റ് ലെസ്സ് ട്രാവലേർസ് ആയി അവരവരുടെ വീട്ടിൽ കൊണ്ടെത്തിക്കേണ്ടത് ഇന്ത്യാ ഗവൺമെന്റിന്റെ ചുമതലയാണ് എന്നും നമ്മൾ തീരുമാനിച്ചുവല്ലോ! അതാണ് അന്നത്തെ ഭരണകൂട 'നിഷ്പക്ഷന്മാർ' ചെയ്ത

കാര്യം. പള്ളി പൊളിക്കുന്നവർക്കെതിരെ ഇന്ത്യൻ പട്ടാളം മുന്നേറാതിരുന്നത് തങ്ങൾക്ക് നേരെ കർസേവക്കാർ കത്തിച്ച ടയറുകൾ ഉരുട്ടിവിട്ടു എന്നതു കൊണ്ടായിരുന്നു എന്നതാണ് പറയുന്നത്. ആക്രമികൾ ഉരുട്ടി വിട്ട തീകാട്ടുത്ത ടയറുകളൊക്കെ ഇന്ത്യൻ പട്ടാളം എങ്ങനെയാണ് നേരിടുക. അതുകൊണ്ട് അവർ ഒന്നും ചെയ്തില്ല. വെടിവച്ചില്ല എന്നായിരുന്നു അന്നത്തെ എക്സ്പ്ലനേഷൻ. ഇതൊക്കെ ആളുകൾ വളരെ വേഗം മറന്നുപോകും. പള്ളി പൊളിക്കുകയോ ക്ഷേത്രം പണിയുകയോ ഒന്നും ഒരു ഫാസിസ്റ്റ് അജണ്ടയേയല്ല എന്ന് നമ്മൾ കുറേക്കാലം കഴിഞ്ഞിട്ടേ മനസ്സിലാക്കൂ. ഫാസിസ്റ്റ് അജണ്ട ഒരു ഫാസിസ്റ്റ് ഭരണം നടപ്പാക്കുകയാണ്. അതിനവർ എന്തും ചെയ്യും. ചിലപ്പോൾ പള്ളി നിർമ്മിച്ചെന്നു വരും. ഇതെല്ലാം ആനുഷംഗികമാണ് എന്നുള്ളതാണ്. ഒരു സാമാന്യ ചരിത്രബോധം. They are not obssessed with it. കല്യാൺസിങ്ങിന്റെയും ഇപ്പോഴത്തെ ബി.ജെ.പി ഭരണകൂടത്തിന്റെയും തർക്കത്തിൽ നിന്നുപോലും ജനങ്ങൾക്കിത് മനസ്സിലായിട്ടില്ല. കല്യാൺസിങ് തലേന്ന് പറഞ്ഞത് ഫണ്ടമെന്റലിസ്റ്റ് അല്ല എന്നുള്ളതാണ് അവരുടെ കുറ്റമെന്ന്, പിറ്റേന്ന് പറയുന്ന ഫണ്ടമെന്റലിസ്റ്റ് ആണ് എന്നുള്ളതാണ് കുറ്റമെന്ന്. പള്ളിയൊന്നും പൊളിക്കേണ്ട, ക്ഷേത്രം പണിയലും ഒന്നും തന്റെ അജണ്ടയല്ല എന്ന്. ഇതൊക്കെ പറയുമ്പോഴും ഇവർ മറക്കാതിരിക്കുന്നത് അന്തിമമായ ഒരേ ഒരു ലക്ഷ്യമാണ്. അതൊരു ഭീമേഹശമ്മേശമി ഫാസിസ്റ്റ് ഭരണകൂടം എന്ന ലക്ഷ്യമാണ്. എല്ലാറ്റിനെയും നിശ്ശബ്ദമാക്കുന്ന, മൗനത്തെ ഒരേ ഒരു സംഭാഷണ രീതിയാക്കുന്ന, നാവിന് പകരം 'കൈ'യെ പ്രവർത്തന ഉപകരണമാക്കിത്തീർക്കുന്ന മസ്തിഷ്കത്തെ നിഷ്കാസനം ചെയ്യുന്ന, പൂർണ്ണമായും അധീശത്വമുള്ള ഒരു ഭരണവ്യവസ്ഥയും ഉത്പാദനവ്യവസ്ഥയും ഉണ്ടാക്കിത്തീർക്കുക എന്നുള്ളതാണ് ഫാസിസത്തിന്റെ സാമാന്യമായ ലക്ഷ്യം. ഇത് സമൃദ്ധിയിലേക്കുള്ള പാതയാണ് എന്ന് ഒരു നിമിഷം മനുഷ്യവർഗത്തിന് തെറ്റിദ്ധാരണയുണ്ടാകാം. ജർമ്മനിയിലെ സേഫ്റ്റിപിന്നാണ് ഏറ്റവും നല്ലത് എന്ന് 1930 കളുടെ അവസാനത്തിൽ ഇന്ത്യയിലെ ജനങ്ങൾ വിശ്വസിച്ചിരുന്നതു പോലെയുള്ള തെറ്റിദ്ധാരണയാണത്.

എല്ലാവരും ആദരിക്കുന്ന മുദ്രാവാക്യങ്ങളാണ് എല്ലാ ഫാസിസ്റ്റ് ഭരണകൂടങ്ങളും ഒന്നാമത്തെ ഷോപീസായി കൊണ്ടുവരിക.

ആ മുദ്രാവാക്യങ്ങളിൽ ചിലത് അവർ തുടക്കത്തിൽ പ്രവൃത്തിയിൽ വരുത്തും. ഈ എഫിഷ്യൻസിക്കു പിന്നാലെ അതിനെ നിലനിർത്താൻ ഒരു ഓട്ടോക്രസി വേണമെന്നുള്ള ബോധം ഉണ്ടാക്കിത്തീർത്താൽ പിന്നെ അതിനെ സ്റ്റെബിലൈസ് ചെയ്യാൻ കഴിയും. പിന്നെ അതിന്റെ അനന്തരഫലങ്ങൾ വന്ന്, മോചനം കിട്ടാത്ത രീതിയിൽ മനുഷ്യർ

കിടക്കുന്ന കാലത്തു മാത്രമേ നിങ്ങൾ പെട്ടുപോയി എന്നു തിരിച്ചറിയൂ. ഇത് രാഷ്ട്രീയമായും ചരിത്രപരമായും പരിചയമുള്ള ആളുകൾക്ക് കുറച്ചുമുമ്പെ തന്നെ അറിയാൻ കഴിയണം. ജ്ഞാനികളായതു കൊണ്ടൊന്നുമല്ല. അങ്ങനെയൊന്നും ആരുമില്ല. പക്ഷേ, കുറച്ചുകൂടി നേരത്തെ കാണാൻ കഴിയുക എന്നുള്ളതാണ് മറ്റു ജീവികളിൽ നിന്നു മനുഷ്യവർഗത്തെ വേർതിരിക്കുന്ന പ്രത്യേകത. അത് ഇപ്പോൾ നമ്മുടെ രാഷ്ട്രീയ നേതൃത്വങ്ങൾ കാണിക്കുന്നില്ല.

●

2002

കണ്ണൂരിന്റെ രാഷ്ട്രീയം കേരളത്തിന്റേയും

നാട്ടുരാജാക്കന്മാരുടെ സ്വാധീനമില്ലാതിരുന്നത് കൊണ്ടും നേരിട്ടുള്ള രാജഭരണത്തിനു കീഴിലല്ലായിരുന്നത് കൊണ്ടും മലബാറിൽ ജാതി-മത വികാരത്തിനതീതമായി രാഷ്ട്രീയബോധമാണ് വളർന്ന് വന്നത്. ഇന്ത്യയിൽ പൊതുവിൽ ജാതി-മത ഘടന അരക്കിട്ടുറപ്പിച്ചത് രാജവാഴ്ചയായിരുന്നുവല്ലോ. ഉത്തരമലബാറിലെ സാമൂഹിക ഘടന മൗലികമായി ജാതി ഘടനയല്ല, രാഷ്ട്രീയ ഘടനയാണ്. ഇതിനെ തകർക്കാൻ ബി.ജെ.പി -ആർഎസ്.എസ് ശക്തികൾക്ക് കഴിഞ്ഞിട്ടില്ല. തകർക്കാനെന്നല്ല, ഒരാഘാതം പോലും ഏൽപ്പിക്കാൻ കഴിഞ്ഞിട്ടില്ല. പക്ഷേ, വളരെ കൃത്യമായൊരു മാറ്റമുണ്ടാക്കാൻ അവരുടെ ഭാഗത്തു നിന്ന് ഇനിയും ശ്രമമുണ്ടാകുമെന്നത് നിസ്തർക്കമാണ്.

ഒരു യുദ്ധതന്ത്രം മെനഞ്ഞെടുക്കുന്നതുപോലെ ആളുകളെ പിടിച്ചെടുക്കുവാനും അവരുടെ മേൽ അധീശത്വം സ്ഥാപിക്കാനുമുള്ള തന്ത്രങ്ങൾ മെനഞ്ഞെടുക്കുന്ന പ്രവർത്തനമാണ് വർഗീയ ഫാസിസത്തിന്റേത്. അതിന്റെ തന്ത്രം നിങ്ങളെ ഏറ്റവും ശക്തമായ രീതിയിൽ ആക്രമിച്ച് നിങ്ങളെ ഞെട്ടിക്കുക എന്നുള്ളതാണ്. ഏറ്റവും ദുർബലമായ സ്ഥലത്തുകൂടി ഇഴഞ്ഞു നീങ്ങുക എന്നുള്ളതല്ല. അതുകൊണ്ട് തലയ്ക്ക് ആക്രമിക്കുകയും തലശ്ശേരി ആക്രമിക്കുകയും ചെയ്യുന്നു. ഏറ്റവും മർമ്മ പ്രധാനമായ കോട്ട കേറി ആക്രമിക്കലാണ് രീതി. കോട്ട പിടിച്ചെടുത്താൽ രാജ്യം പിടിച്ചെടുത്തു എന്നാണ്. അതുകൊണ്ട് കോട്ടകൾ പിടിച്ചെടുക്കുക എന്ന തന്ത്രത്തിന്റെ ഭാഗമായി കോട്ടകൾ പൊളിക്കുക, കോട്ടയിൽ വിള്ളലുണ്ടാക്കുക എന്നിവയാണ് ആക്രമണത്തിന്റെ സാമാന്യമായ തത്വം.

ഓരോ സമുദായത്തെയും എങ്ങനെ ഇരുത്തണമെന്ന ഫാസിസ്റ്റ് തന്ത്രത്തിന്റെ പ്രത്യക്ഷ ഉദാഹരണമാണ് യു.പി.യിൽ കണ്ടത്. കാസ്റ്റ്

അക്കമഡേഷൻ. ബി.ജെ.പി വിഭാവനം ചെയ്യുന്ന വ്യവസ്ഥതിയിൽ ഉണ്ട്. ഇതിന് നിരവധി ഉദാഹരണങ്ങളുണ്ട്. വിവാഹരാഷ്ട്രീയവും മറ്റും ഇതാണ്. ശത്രുരാജാവിന്റെ മകളെ വിവാഹം ചെയ്ത് ആ രാജ്യത്തെ തന്നെ അധീനമാക്കാം. ആൾ ദൈവങ്ങളെ ഉപയോഗിക്കുകയാണ് മറ്റൊരു മാർഗ്ഗം. ആൾദൈവങ്ങളിലൂടെ സാധാരണ മനുഷ്യരെ സ്വാധീനിക്കാം. മികവുറ്റ ഡോക്ടർമാരെ വച്ച് സൂപ്പർ സ്പെഷ്യാലിറ്റി ആശുപത്രികളുണ്ടാക്കാം. വാസ്തവത്തിൽ പുരാണങ്ങളിലെ ഓർമ്മ വച്ച് യുദ്ധം ചെയ്യലാണിത്. ബാബ്റി മസ്ജിദ് തകർക്കുമ്പോൾ ലങ്കാദഹനമാണ് മനസ്സിൽ. ഇന്ത്യയിൽ കാസ്റ്റ് അക്കമഡേഷൻ വലിയ പ്രശ്നമാണ്. ഹൈന്ദവീകരണം ഇപ്പോഴും സാധിക്കാതിരിക്കുന്നത് ഇതുകൊണ്ടാണ്. പശ്ചിമ ബംഗാളിൽ അതിസാഹസിക ശ്രമമായിരുന്നു. തീപ്പൊരി ഉണ്ടായതുമാണ്. പക്ഷേ, കെട്ടുപോയി. ഒരർത്ഥത്തിൽ പരാജയപ്പെട്ട പ്രയോഗം. ഇത് എല്ലാ രാഷ്ട്രീയ പാർട്ടികൾക്കും സംഭവിച്ചിട്ടുണ്ട്.

ഇവിടെ വർക്കലയിൽ കണ്ടതും ഈയൊരു ശ്രമം തന്നെ. എസ്.എൻ.ഡി.പി യെ പിടിച്ചെടുക്കാനുള്ള ശ്രമമാണ്. പഴയ തിരുക്കൊച്ചി പ്രദേശത്താകെ പരിവർത്തനം സാധ്യമാക്കാനുള്ള ശ്രമം, കാസ്റ്റും ക്ലാസും തമ്മിലുള്ള ബന്ധം തകർക്കണം. വെള്ളാപ്പള്ളിയിലൂടെ നടത്തിയ പരീക്ഷണം ഇതാണ്. പൂർണമായും വിജയിച്ചു എന്നു പറഞ്ഞുകൂട. കേരളത്തിലെ സാംസ്കാരിക ഔന്നിത്യമാണ് ഇവിടെ തടസ്സം.

വയനാട്ടിൽ ഗോത്രങ്ങളെ പിടികൂടാനാണ് ശ്രമം. മുമ്പ് കമ്മ്യൂണിസ്റ്റ് പാർട്ടിയും നക്സലുകളുമെല്ലാം ഇതിനായി ആളുകളെ അയച്ചിരുന്നു. ജാനുവിന്റെ സമരം ഉണ്ടായി എന്നതാണ് പുതിയ ഫലം. രാഷ്ട്രീയത്തിൽ അയക്കുന്ന ആയുധങ്ങൾക്ക് എപ്പോഴും അതിന്റെ തന്നെ ഫലം ഉണ്ടാവണമെന്നില്ല. പലപ്പോഴും മാറിപ്പോവുകയാണ്. കഴിഞ്ഞ നാലഞ്ചു വർഷമായി നാം പ്രതീക്ഷിക്കാത്ത, പ്രവചിക്കാൻ കഴിയാത്ത ഫലങ്ങൾ ഉണ്ടായിട്ടുണ്ട് രാഷ്ട്രീയത്തിൽ. തെരഞ്ഞെടുപ്പ് ഇതിന്റെയൊരു സൂചനയാണ്.

തലശ്ശേരിയിൽ കയറിപ്പറ്റുക എന്നതു പോലെ തന്നെ അസംബ്ലിയിലും കയറിപ്പറ്റുക എന്നതായിരുന്നു ലക്ഷ്യം. അതിനുശേഷമാണ് 'വോട്ടിംഗ് ബാലൻസ്' -തുലാസിൽ ടിൽട് ചെയ്യാൻ പാകത്തിലുള്ള തന്ത്രം. രാഷ്ട്രീയമായ അയിത്തം ഇല്ലാതാക്കാൻ കഴിഞ്ഞു എന്നതു മാത്രമല്ല ഇലക്ഷൻ ഫലം. മികച്ച രാഷ്ട്രീയ നേട്ടമുണ്ടാക്കാൻ കഴിഞ്ഞു എന്നതു കൂടിയാണ്. പോലീസിനെ പൂർണമായും കൈപ്പിടിയിലാക്കാൻ സാധിച്ചു. വരുന്ന രണ്ട് തെരഞ്ഞെടുപ്പുകളിലും ജയിക്കുമെന്ന് അവർക്ക് പ്രതീക്ഷയില്ല. അതുകൊണ്ടാണ് അവർ പ്രവർത്തന ശൈലിയിൽ മാറ്റം

വരുത്താത്തത്. രാഷ്ട്രീയ പാർട്ടികളെയും സമുദായത്തെയും ഭയപ്പെടുത്തി കീഴ്പ്പെടുത്തുക എന്നതാണ് തന്ത്രം. അവസാനമായി ഒരാൾ ഭയപ്പെടുന്നത് ശാരീരികമായ ആക്രമണത്തെയാണല്ലോ. ആക്രമണത്തിനു പ്രത്യാക്രമണമുണ്ടാവുക എന്നത് ഡയലക്റ്റിക്സിന്റെ ഭാഗമാണെങ്കിലും പലപ്പോഴും നാം മറന്നുപോവുന്ന കാര്യവുമാണ്.

പക്ഷേ, നമുക്ക് ഈ വെല്ലുവിളിയെ നേരിടാൻ കഴിയുമെന്നു തന്നെയാണ് എന്റെ വിശ്വാസം. ഇത് ഒരടിസ്ഥാന സിദ്ധാന്തമാണ്. ഇന്ത്യയിൽ, കേരളത്തിൽ, കണ്ണൂരിൽ- എവിടെയായിരുന്നാലും ജാതീയവും മതപരവുമായ വാദങ്ങൾ ഉന്നയിക്കാൻ കഴിയുമെങ്കിലും ഒരിടത്തും ഒരു പ്രശ്നത്തിനും സാമുദായികമായ പരിഹാരമാർഗമില്ല. അതുകൊണ്ട് സാമുദായിക വാദങ്ങളെ വേർതിരിച്ചു കാണണം. ഇന്ത്യയിലായാലും കേരളത്തിലായാലും ഒരു പ്രശ്നത്തിനും സാമുദായിക പരിഹാരമാർഗ്ഗമില്ലെന്നും രാഷ്ട്രീയവും സാമ്പത്തികവുമായ പരിഹാരമേയുള്ളൂവെന്നും നാം ഉറപ്പിച്ചു തന്നെ പറയേണ്ടതുണ്ട്. കേരളത്തിലുണ്ടായിരുന്ന യഥാർത്ഥ സാമുദായിക പ്രശ്നങ്ങൾ നവോത്ഥാന പ്രവർത്തനംകൊണ്ട് ഇല്ലാതായി. പ്രയോഗികമായ സാമുദായിക സമത്വം കേരളത്തിലുണ്ടായിക്കഴിഞ്ഞിട്ടുണ്ട്. അതുകൊണ്ടാണ് നമ്മുടെ ചോദ്യവും ഉത്തരവും സാമുദായകമായിരിക്കാൻ കഴിയുകയില്ല എന്നുപറയുന്നത്. നവോത്ഥാന പ്രവർത്തനംകൊണ്ട് ഇല്ലാതായതിന്റെ നിഴലാണിപ്പോൾ കണ്ടു വരുന്നത്. പഴയ കാലത്തെ ശബ്ദത്തിന്റെ പ്രതിധ്വനി, അഥവാ അയഥാർത്ഥ ശബ്ദങ്ങൾ മാത്രം. നിഴലുകളെ കൈകാര്യം ചെയ്തുകൊണ്ട് (Imaging technology) രാഷ്ട്രീയത്തെ കൈകാര്യം ചെയ്യുന്ന രീതിയാണ് ഇന്ന് പലരും ഉപയോഗിച്ചു കൊണ്ടിരിക്കുന്നത്.

ഉത്തരമലബാറിന്റെ രാഷ്ട്രീയ പക്വത, രാഷ്ട്രീയ സ്ഥിരത കഴിഞ്ഞ തെരഞ്ഞെടുപ്പിലും കണ്ടു. രാഷ്ട്രീയമെന്നത് വെറും കാറ്റല്ല; മണ്ണും മലയുമാണെന്ന് തെളിഞ്ഞു. രാഷ്ട്രീയമായ ഒരനിശ്ചിതത്വവും ഇവിടെ ഉണ്ടായില്ല. ആളുകളെ കൊല്ലാനല്ലാതെ ആശയത്തെ കൊല്ലാനാവില്ലെന്ന് യഥാർത്ഥ ഫാസിസ്റ്റുകൾ മനസ്സിലാക്കാൻ കണ്ണൂരിൽ വരേണ്ടിയിരിക്കുന്നു.

●

www.ingramcontent.com/pod-product-compliance
Lightning Source LLC
LaVergne TN
LVHW100636051026
849519LV00001B/234